க

க

ராபர்ட்டோ கலாஸ்ஸோ (1941 – 2015)

இத்தாலியின் ஃபிளாரன்ஸ் நகரில் பிறந்தவர். 'அடெல்பி' பதிப்பகத்தின் பதிப்பாளர். இவருடைய படைப்புகள் பல ஐரோப்பிய மொழிகளில் மொழிபெயர்க்கப்பட்டுள்ளன. *The Marriage of Cadmus and Harmony*, கிரேக்கப் புராணங்களின் மீள்புனைவாக அமைந்த படைப்பு. பிளாட்டோ முதல் நபக்கோவ் வரை ஐரோப்பிய எழுத்தாளர்கள், சிந்தனையாளர்கள் பற்றிய இவருடைய பல கட்டுரைகளும் உரைகளும் தொகுக்கப்பட்டுப் பிரசுரிக்கப்பட்டுள்ளன.

ஆனந்த் (பி. 1951)
(மொழிபெயர்ப்பாளர்)

கவிஞர், நாவலாசிரியர், மொழிபெயர்ப்பாளர். மனநல ஆலோசகராகவும் மனிதவள மேம்பாட்டுப் பயிற்சியாளராகவும் செயல்பட்டு வருகிறார்.

ஜோஸே ஸரமாகோவின் 'அறியப்படாத தீவின் கதை' (2006), டயான் ப்ரோகோவனின் 'மிஸ்டர் ஜூல்ஸூடன் ஒரு நாள்' (2014), ஆகிய நூல்களையும் மொழிபெயர்த்திருக்கிறார்.

மின்னஞ்சல்: anandh51ad@gmail.com

ரவி (1964 – 2015)
(மொழிபெயர்ப்பாளர்)

இயற்பெயர் ரவிக்குமார். குவளைக் கண்ணன் எனும் பெயரில் கவிதைகள் எழுதினார். 'மாயா பஜார்' (1993), 'பிள்ளை விளையாட்டு' (2005), கண்ணுக்குத் தெரியாததன் காதலன் (2011) ஆகியவை இவரது கவிதைத் தொகுப்புகள்.

'ஜரதுஷ்ட்ரா இவ்வாறு கூறினான்' (2006), 'குற்ற முத்திரை' (2007), 'எங்கே அந்தப் பாடல்கள்?' (2010) ஆகியவை இவரது பிற மொழிபெயர்ப்புகள்.

ராபர்ட்டோ கலாஸ்ஸோ

க

இத்தாலியனிலிருந்து
ஆங்கிலத்தில்
டிம் பார்க்ஸ்

ஆங்கில வழித் தமிழில்
ஆனந்த்
ரவி

காலச்சுவடு பதிப்பகம்

KA by Roberto Calasso
Copyright © Adelphi Edizioni, S.P.A. Milan, in 1996
All rights reserved

க ◆ நாவல் ◆ ஆசிரியர்: ராபர்ட்டோ கலாஸ்ஸோ ◆ தமிழில்: ஆனந்த், ரவி ◆ முதல் பதிப்பு: டிசம்பர் 2010, மூன்றாம் (குறும்) பதிப்பு: நவம்பர் 2021 ◆ வெளியீடு: காலச்சுவடு பப்ளிகேஷன்ஸ் (பி) லிட்., 669 கே. பி. சாலை, நாகர்கோவில் 629001

ka ◆ Novel ◆ Author: Roberto Calasso ◆ Tamil Translation: Anandh, Ravi ◆ Language: Tamil ◆ First Edition: December 2010, Third (Short) Edition: November 2021 ◆ Size: Royal ◆ Paper: 18.6 kg maplitho ◆ Pages: 416

Published by Kalachuvadu Publications Pvt. Ltd., 669 K.P. Road, Nagercoil 629001, India ◆ Phone: 91-4652-278525 ◆ e-mail: publications@kalachuvadu.com ◆ Printed at Adyar Students xerox Pvt. Ltd., No.9, Sunkuraman Street, Parrys, Chennai 600001

ISBN: 978-93-80240-39-8

11/2021/S.No. 385, kcp. 3271, 18.6 (3) uss

ஜோசப்பிற்கு

ஒரு கதையைச் சொல்வதால் ஏற்படும்
மனப்பதிவு போன்றது உலகம்.

யோக வாசிஷ்டம் 2.3.11

ஒரு கருத்து என்பது
இயற்கை அல்லது மனத்தின் வரலாற்று விவரணைதான்.

ஸ்பினோஸா, *மெய்யறிவு தொடர்பாக*, 1.6

மொழிபெயர்ப்பாளர் குறிப்பு

இந்தப் புத்தகத்தை முதல்முறை படித்ததும் இதை மொழிபெயர்க்கும் வாய்ப்பு கிடைத்தது குறித்து மகிழ்ச்சியும் - ஏன் பெருமையும்கூட - அடைந்தேன். இரண்டு வருடங்களில் பணியை முடித்துத் தருவதாகக் கண்ணனிடம் சொன்னேன். இப்போது ஆறு வருடங்களுக்கு மேல் ஆகிவிட்டது. கண்ணனின் அசாத்தியப் பொறுமைக்கு நன்றி சொல்லி மாளாது.

ஒரு புத்தகத்தை ஆழமாகத் துய்த்துணர அதை மொழிபெயர்ப்பது போல் சிறந்த வழி வேறேதுமில்லை. இந்தப் புத்தகத்தை மொழிபெயர்க்கும் முறைபாட்டில் எனக்குள் ஏற்பட்ட மாற்றங்கள் முக்கியமானவை. பிரக்ஞை பற்றிய, சுயம் பற்றிய, வாழ்க்கை பற்றிய என் பார்வை அடியாழத்தில் மாறிப்போயிருக்கிறது.

மொழிபெயர்ப்பு குறித்து எனக்குச் சில கருத்துகள் உண்டு. அவற்றின் அடைப்படையில்தான் இந்தப் புத்தகத்தை மொழிபெயர்த்திருக்கிறேன். மொழியின் ஸ்தூலக் கட்டமைப்பை வேறொரு மொழிக்குக் கொண்டு வருவதை மட்டும் மொழிபெயர்ப்பாகக் கருதுவது ஆழமற்ற பார்வையாகப் படுகிறது.

டாக்டர் ப்ராடீஸ் ரிப்போர்ட் என்னும் சிறு நாவலின் முன்னுரையில் நூலாசிரியரான போர்ஹெஸ்ஸும் அந்த நூலை ஆங்கிலத்தில் மொழி பெயர்த்தவரும் சேர்ந்து கூட்டாக அளித்துள்ள சுருக்கமான முகவுரையில் மொழி பற்றிக் கூறியிருப்பது மிகவும் முக்கியமானது.

> *'இந்த நூலின் மொழிபெயர்ப்பில் நாங்கள் அறிந்து கொண்டது இதுதான் - ஸ்பானிஷும் ஆங்கிலமும் இருவேறு மொழிகள் மட்டுமல்ல; அவை மெய்ம்மையை இருவேறு விதமாகக் கட்டமைக்கும் வழிகள்.'*

இந்த அடிப்படையை மனத்தில் வைத்துக்கொண்டுதான் 'க' மொழிபெயர்ப்பைச் செய்திருக்கிறேன். முடிந்த அளவு மூலப்பிரதியின் எந்தச்

சொல்லையும் விடாமல், முடிந்த அளவு மூலத்தின் வாக்கிய அமைப்பைத் தக்கவைத்துக்கொள்ள முயன்றிருக்கிறேன். ஆனால் மொழிக்குப் பின்னால் இருக்கும் அனுபவத்தைத் தமிழில் தருவதுதான் என் நோக்கம். புத்தகத்தைப் படிக்கும்போது வாசகர் மனத்தில் மொழிபெயர்ப்பைப் படிப்பதான உணர்வைத் தவிர்ப்பதும் என் நோக்கங்களில் ஒன்று.

வாசிப்பின்போது சொல்லோ சொல்லளவிலான பொருளோ தனியாக மனத்தில் தங்கக் கூடாது என்பது எனக்கு முக்கியமானதாகப்படுகிறது. என் எழுத்திலும் இந்த விஷயத்தில் கவனமாக இருக்கிறேன். அதனால் தன்னியல்பான ஓட்டம் எழுத்தில், அதனால் வாசிப்பில் இருக்கவேண்டியது அவசியம். இந்த மொழிபெயர்ப்பில் இதையும் கருத்தில் கொண்டுள்ளேன்.

பல வருடங்களாகவே - ஏறக்குறைய 35 வருடங்களாக - புராணங்கள் பிரக்ஞையின் ஆழ்தள இயக்கங்களைப் பிரதிபலித்துக் காட்டும் கண்ணாடியாக இருப்பவை என்னும் கருத்து எனக்கு இருந்துவருகிறது. அதில் வரும் கதைமாந்தரும் சம்பவங்களும் அந்த இயக்கங்கள் சார்ந்த குறியீடுகள் என்பதும் அந்தக் கருத்தின் பகுதிதான். மொழிக்கு முந்தைய பிரக்ஞை நிலைகளைப் பற்றிப் பேசுவதற்குக் கதை சொல்வதைத் தவிர வேறு வழி கிடையாது.

இந்தியப் பிரக்ஞையின் ஆழங்களை இந்த அளவுக்குக் கலாபூர்வமாகப் பரிசீலித்த புத்தகம் எதையும் நான் இதுவரை வாசித்ததில்லை. இந்த எழுத்தில் வெளிப்படும் அசாத்தியத் துணிச்சல் சிலசமயம் பிரமிக்க வைக்கிறது. ஆனால் புராணங்களை மதநம்பிக்கை சார்ந்த விஷயங்களாகப் பார்த்துப் பழக்கப்பட்டுவிட்ட நமக்கு அந்த அதிர்ச்சி தேவைதான் என்றும் படுகிறது.

இந்திய மனத்தின் ஆதார ஸ்ருதியை வேதங்கள், உபநிடதங்கள், புராணங்கள், காவியங்கள் ஆகியவற்றின் வாயிலாகப் பரிசீலிக்கும் ஆராய்ச்சி நூல்கள் ஏராளம். ‘க’ இந்த வரிசையில் வைக்கப்பட வேண்டிய நூல் மட்டு மல்ல; இந்தப் பரிசீலனையைக் கலாபூர்வமாகச் செய்யும் அற்புதத்தையும் இது நிகழ்த்திக் காட்டியிருக்கிறது.

பிரக்ஞையின் இயக்க சக்திகளான ஆசாபாசங்களைக் கடவுளருக்கும் மானிடருக்கும் பொதுவானதாக்கி அவர்களுக்கு இடையில் உள்ள இடை வெளியை இல்லாததாக்கி விட்டிருக்கிறது ‘க’. இருவருமே அனுபவச் சாரத்தின் அடித்தளத்தில் வேர்கொள்ளும் அதிசயம் இங்கு நிகழ்ந்திருக்கிறது. பிரக்ஞையின் தோற்றமும் மலர்ச்சியும் அவதானிக்கப்பட்டிருக்கும் நுட்பமும் ஆழமும் விரிவும் ஆச்சரியம் கொள்ளவைக்கின்றன. இலக்கியம் என்னும் அளவில் மட்டுமல்லாது பிரக்ஞை சார்ந்த விசாரணை என்னும் தளத்திலும் ‘க’வின் பங்கு அதிமுக்கியமானது.

இந்த நூலை ரவி முதலில் ஒரு சரள மொழிபெயர்ப்பு செய்து முடித்தார். அதை அடிப்படையாக வைத்துக்கொண்டு முழு மொழி பெயர்ப்பையும் செய்து முடித்திருக்கிறேன். மொழிபெயர்க்கும்போது மூன்று ஆங்கிலம்-தமிழ் அகராதிகள், ஒரு சம்ஸ்கிருதம்-ஆங்கிலம் அகராதி, க்ரியா அகராதி, இரு வலைத்தள அகராதிகள் அனைத்தையும் பயன்படுத்த வேண்டிவந்தது. இந்த முறைபாட்டில் எனக்குப் பல கட்டங்களில் உதவியாக இருந்தது ரவி, மையம் ராஜகோபாலன், இலா, யுகன், மண்குதிரை ஆகியோர். அவர்களுக்கு என் நன்றி. இந்தத் தாமதத்தைப் பொறுமையுடன் சகித்துக்கொண்ட கண்ணனுக்கு மீண்டும் என் தனிப்பட்ட நன்றி.

சென்னை **ஆனந்த்**
22.12.2010

1

சட்டென்று ஒரு கழுகு வானத்தை இருளடையச் செய்தது. அதன் ஒளிரும் கறுப்புநிற, ஏறக்குறைய ஊதா நிற இறகுகள் பூமிக்கும் மேகங்களுக்கும் இடையில் நகரும் திரையை உருவாக்கின. அதன் நகங்களில் இருந்து ஒரு யானையும் ஒரு கடலாமையும் பிரும்மாண்டமாகத் திகிலில் விறைத்துத் தொங்கியபடி மலைமுகடுகளில் உராய்ந்து சென்றன. அந்தப் பறவை தன் இரையை அறுக்கும் கூர்மையான கத்திகளாக மலைமுகடு களைப் பயன்படுத்த நினைத்ததுபோல் இருந்தது. அதன் அலகில் கெட்டியாகப் பற்றியிருந்த ஏதோ அடர்ந்த கொத்து ஒன்றின் பின்னாலிருந்து எப்போதாவது கழுகின் வெறிக்கும் கண் பளிச்சிட்டது; அது ஒரு பெரிய கிளை. நூறு மாட்டுத் தோல் பட்டைகள்கூட அதை மறைப்பதற்குப் போதாது.

கருடன் பறந்தபடியே நினைவுகூர்ந்தான். முட்டையிலிருந்து அவன் குஞ்சாகப் பொரிந்து சில நாட்களே ஆகியிருந்தன, அதற்குள்ளாகவே எவ்வளவோ விஷயங்கள் நிகழ்ந்துவிட்டன. பறத்தல்தான் சிந்திப்பதற்கு, அவதானிப்பதற்குச் சிறந்த வழி. அவன் பார்த்த முதல் நபர் யார்? அவன் தாய் வினதா. தன் சின்னஞ்சிறிய தன்மையில் அவள் அழகாக இருந்தாள். அவன் இருக்கும் முட்டையிலிருந்து குஞ்சு பொரிவதைப் பார்த்துக்கொண்டு, உறுதியான அமைதியுடன் ஒரு கல்லில் அவள் அமர்ந்தாள். கருடன் தன் கண்களால் பற்றிக்கொண்ட முதல் கண் அவளுடையதுதான். அது தன்னுடைய கண்தான் என்று அவனுக்கு உடனடியாகத் தெரிந்து போயிற்று. உள்ளே ஆழத்தில் ஒரு கங்கு மெல்லிய காற்றில் கனன்றுகொண்டிருந்தது. தன் இறகுகளின் அடியிலும் அது எரிந்துகொண்டிருப்பதை அவனால் உணர முடிந்தது.

பிறகு கருடன் சுற்றிலும் பார்த்தான். வினதாவுக்கு எதிரில், இன்னொரு பெண், பார்ப்பதற்கு அச்சாகத் தன் தாய்போல், அவள் போலவே ஒரு கல்லில் அமர்ந்திருந்ததைப் பார்த்தான். ஆனால் கறுப்புத் துணிப் பட்டையொன்று அவள் ஒரு கண்ணை மறைத்திருந்தது. அவளும் ஆழ்ந்த சிந்தனையில் லயித்திருந்தாள். அவள் எதிரே தரையில், மெதுவாக எழுந்தும் அடங்கியும் அசைந்துகொண்டும் சிக்கல் நிறைந்த கொத்து ஒன்றைக் கருடன் பார்த்தான். புரிந்துகொள்வதற்காக அவன் கச்சிதமான கண் குவிந்தது. அவை பாம்புகள். கறும்பாம்புகள், முறுக்கிக்கொண்டு,

அவிழ்ந்துகொண்டு, சுற்றிக்கொண்டு, பிரிந்துகொண்டு. ஒரு கணத்துக்குப் பிறகு, ஓராயிரம் பாம்புக் கண்கள் உணர்ச்சியற்றுத் தன்னையே கவனிப்பது அவனுக்குத் தெரிந்தது. பின்னாலிருந்து வந்தது ஒரு குரல்: "அவர்கள் உன் சிற்றன்னை மக்கள், அந்தப் பெண் என் சகோதரி, கத்ரு. நாம் அவர்களின் அடிமைகள்." இவையே அவன் தாய் அவனிடம் பேசிய முதல் சொற்கள்.

கருடன் என்னும் அந்தப் பிரும்மாண்டமான விசாலத்தை வினதா அண்ணாந்து பார்த்துச் சொன்னாள்: "என் குழந்தாய், உன்னை யாரென்று நீ அறிந்துகொள்ளும் நேரமிது. அடிமைத் தளையிலுள்ள தாய் ஒருத்திக்கு நீ பிறந்திருக்கிறாய். ஆனால் நான் பிறப்பில் அடிமையல்ல. நானும் என் சகோதரி கத்ருவும் பெரிய ரிஷியும் ஞானியுமான காசியபரின் மனைவி களாக இருந்தோம். நிதானமானவராகவும் வலிமையானவராகவும் அதிகம் பேசாதவராகவும் இருந்த காசியபர் எல்லாவற்றையும் புரிந்துகொண்டார். அவர் எங்களை நேசித்தார், ஆனால் எங்களது அத்தியாவசியத் தேவை களுக்கு அப்பால் எங்கள்மீது எந்த அக்கறையும் கொள்ளவில்லை. மணிக் கணக்கில் நாட்கணக்கில் அசைவற்று அமர்ந்திருப்பார் – அவர் என்ன செய்துகொண்டிருந்தார் என்பதைப் பற்றி எங்களுக்கு எதுவும் தெரிய வில்லை. அவர் தன் மண்டையின் மீது உலகைப் பிடித்துவைத்திருந்தார். என் சகோதரியும் நானும் ஏதாவது செய்ய ஏக்கம் கொண்டிருந்தோம். உள்ளிருந்து ஒரு கோபாவேசம் எங்களை விரட்டிக்கொண்டிருந்தது. முதலில் நாங்கள் காசியபரின் கவனத்தை ஈர்ப்பதற்கு முயன்றோம். ஆனால் மேகங்கள் பார்ப்பதுபோல் அவர் எங்களைப் பார்த்துக்கொண்டி ருந்ததைப் பிறகு உணர்ந்தோம். – ஒரே அளவு நல்மனத்தோடும் அக்கறை ஏதுமற்றும் ஒருநாள் அவர் எங்கள் இருவரையும் அழைத்தார். தான் வனத்துக்குள் செல்லும் வேளை வந்துவிட்டதாகச் சொன்னார். ஆனால் எங்களுக்கு அனுகூலம் எதுவும் செய்யாமல் போவது அவர் நோக்கமல்ல. சட்டென்று, இந்தச் சதுப்பு நிலங்கள், இந்தக் காடுகள், இந்த முட்புதர்கள், இந்த மணற்குன்றுகள் இவற்றுக்கு நடுவில் தன்னந்தனியாக உணர்ந்தோம். கத்ருவுக்குத் தூண்டுதல் ஏதும் தேவைப்படவில்லை: அவள் சமஅளவு ஒளி பொருந்திய ஆயிரம் குழந்தைகளைக் கேட்டாள். காசியபர் ஒத்துக் கொண்டார். நானும் உடனே முடிவெடுத்தேன்: நான் இரு குழந்தைகள் மட்டும் கேட்டேன். ஆனால் கத்ருவினுடையதைவிட அழகும் சக்தியும் நிரம்பி இருக்க வேண்டுமென்று கேட்டேன். காசியபர் தன் கனத்த இமைகளை உயர்த்தி 'உனக்கு ஒன்றும் அரையும் பிறக்கும்' என்றார். பிறகு அவர் தன் தண்டத்தோடு சென்றுவிட்டார். மீண்டும் அவரை நாங்கள் பார்க்கவேயில்லை."

வினதா தொடர்ந்தாள்: "என் குழந்தாய், உன் முட்டையை ஐநூறு வருடங்கள் காத்துப் பேணினேன். உன் சகோதரன் அருணனுக்கு நேர்ந்தது உனக்கும் நேர்வதை நான் விரும்பவில்லை. என் பொறுமை என்னை மீறிப் போய்விட்டது. அவன் முட்டையை அவசரப்பட்டுத் திறந்து விட்டேன். வெளிறிய, மெலிந்த ஞானி ஒருவர், தூரப் பிரதேசத்து ரிஷி, 'பொறுமையின்மைதான் ஒரே பாவம்,' என்று ஒருநாள் சொல்லப் போவது,

அப்போது எனக்குப் புரிந்தது. அருணன் உடலின் கீழ்ப்பகுதி உருவாகாமல் போனது இப்படித்தான். என் முதல் குழந்தை என்னைப் பார்த்த உடனே எனக்குச் சாபமிட்டான், ஐநூறு வருடங்களுக்கு என் சகோதரியின் அடிமையாக இருப்பேன் என்றும், அந்தக் காலம் முடியும்போது என் அடுத்த குழந்தையால், உன்னால், காப்பாற்றப்படுவேன் என்றும். இப்படிச் சொல்லிவிட்டு, அருணன் சூரியனை நோக்கி மேலேறினான். அவன் தினமும் வானத்தைக் கடந்துபோவதை உன்னால் பார்க்க முடியும். அவன் சூரியனின் தேரோட்டி. இனி ஒருபோதும் அவன் என்னிடம் பேசமாட்டான்.''

வினதா தொடர்ந்தாள்: "நாங்கள் மட்டுமே, கத்ருவும் நானும் மட்டுமே மனிதப் பிறவிகள். சுற்றிலும் ஆயிரம் கறும்பாம்புகள். அனைத்தும் ஒன்றுபோல். மேலும் உன் முட்டை வெளியே புலப்படாதவாறு கொதிக்கும் களிமண் பானையில் முதிர்ந்துகொண்டிருந்தது. சகோதரிகள் நாங்கள் இருவரும் ஏற்கனவே ஒருவரை ஒருவர் வெறுத்தோம். ஆனால் ஒருவரில்லாமல் மற்றவரால் இருக்க இயலாது. ஒரு மாலை வேளையில் நாங்கள் சமுத்திரக் கரையில் அமர்ந்திருந்தோம். சுபர்ணி, பொன்கழுகு என்றெல்லாம்கூட நான் அழைக்கப்படுகிறேன் என்று உனக்குத் தெரியுமில்லையா, ஒருவேளை அதனால்தான் உன் தாயாக இருக்கிறேன் போலும். என் கண்கள் பார்க்காதது எதுவுமில்லை. கத்ருவுக்கு ஒரு கண் மட்டுமே இருக்கிறது, இன்னொரு கண்ணை தட்சனின் யாகத்தில் இழந்து விட்டாள் – ஆனால் அந்தக் கதை உனக்குத் தெரிந்திருக்காது – இருப்பினும் அவள் பார்வையும் கூர்மையானது. ஒரு மாலைவேளையில் நாங்கள் ஒரே திசையில் சென்றுகொண்டிருந்தோம், எப்போதும்போல் கலகலப்பாகவும் சலிப்புடனும் ஆழ்கடலை ஊடுருவிப் பார்த்துக்கொண்டிருந்தோம், ஆழ்கடல் உயிரினங்களுக்காக முத்துக்களுக்காக கடலாழத்தில் விரிந்த ஒளிப்படலம் ஒன்று எங்களை வழிநடத்திச் சென்றது. அது எங்கிருந்து வந்ததென்று எங்களுக்குத் தெரியவில்லை. நாங்கள் கடலின் விளிம்பை நோக்கிப் பார்வையைத் திருப்பினோம், கடல் வானோடு இணையும் இடத்தில் இரு வெவ்வேறு ஒளிகள். அவற்றைப் பிரித்தது துல்லியமான ஒரு கோடு. அனைத்தும் வீண்வளங்களாகக் கொழித்திருக்கும் உலகில் உள்ள ஒரே துல்லியக் கோடு. சட்டென்று ஒளியின் பின்னணியில் ஏதோவொன்று வடிவம்கொள்வதைப் பார்த்தோம்: ஒரு வெண்குதிரை, நீர்ப்பரப்புக்கும் வானத்துக்கும் மேலே தன் குளம்புகளை உயர்த்தி அந்தரத்தில் நின்றது. மலைப்பென்பதை இவ்வாறுதான் அறிந்து கொண்டோம். பிரகாசமான அந்தக் குதிரைக்கருகில் இருண்டதாக எதையோ கண்டோம்: அறுத்துப்போட்ட மரத்துண்டா? வெண்குதிரையின் வாலா? மற்ற அனைத்தும் தெள்ளத்தெளிவாக இருந்தது. விரிந்த நீர்ப்பரப்பு, வானத்தின் நீள்விரிவு, அந்த வெண்குதிரை; எங்கள் பார்வையில் உலகம் இவற்றால்தாம் உண்டாக்கப்பட்டிருந்தது.''

கருடன் குறுக்கிட்டான்: "அந்தக் குதிரை யார்?" "எனக்கும் அந்தச் சமயத்தில் ஒன்றும் தெரியாது" என்றாள் வினதா, "இப்போது இது மட்டும் தெரிகிறது, காலமென்பதே கரைந்துபோகும்வரை, இந்தக் கேள்வி

எப்போதும் எங்களைச் சுற்றிச்சுற்றி வரப்போகிறதென்று அந்தக் கடைசிக் கணம் ஒரு வெண்குதிரையால் அறிவிக்கப்படும் என்றும். இப்போது என்னால் அந்தக் குதிரை பற்றி உனக்குச் சொல்ல முடிவதெல்லாம் அது எப்படிப் பிறந்தது என்றும் அது எவ்வாறு அழைக்கப்படுகிறது என்பதும்தான். அந்தக் குதிரை உச்சைஸ்ரவஸ் என்றழைக்கப்படுகிறது. கடல் கடையப்பட்டபோது அது பிறந்தது." தன் வாழ்வு முழுவதும் மர்மமாய்ச் சூழ்ந்து நிற்கப்போகும் ஏதோவொன்றைத் தன் தாய் முதல் முறையாகக் குறிப்பிடுவதை ஒரு பள்ளிச் சிறுவனைப் போல் கவனித்துக் கேட்டுக்கொண்டிருந்தான் கருடன். பிறகு சொன்னான்: "அம்மா, நான் அந்தக் குதிரை பற்றி மேற்கொண்டு எதையும் கேட்கப் போவதில்லை. ஆனால் அது எவ்வாறு நிகழ்ந்தது, கடலைக் கடைவது என்றால் என்ன?" வினதா சொன்னாள்: "அது நீ தெரிந்துகொள்ள வேண்டிய விஷயம்தான், ஏன் என்றும் நீ விரைவில் புரிந்துகொள்வாய். நீ என் மகன். என்னைப் பிணைமீட்கப் பிறந்தவன். குழந்தைகள் பெற்றோரைப் பிணைமீட்கவே பிறக்கின்றன. என்னைப் பிணைமீட்க ஒரேயொரு வழிதான் உள்ளது. சோமரசத்தைப் பாம்புகளுக்குத் தருவதன் மூலம் மட்டுமே என்னை நீ பிணைமீட்க இயலும். சோமம் ஒரு தாவரம், பால் போன்ற திரவமும்கூட. அதை நீ வானத்தில் காணலாம்; இந்திரன் அதைக் காவல் காக்கிறான். கடவுளர் அனைவரும் அதைக் காவல் காக்கின்றனர். மற்ற பல சக்திகளும்கூட. நீ வெல்ல வேண்டியது சோமம்தான். சோமம்தான் என் பிணைமீட்புக்கான விலை."

வினதா தனக்குள்ளே ஆழமாக உள்வாங்கியிருந்தாள். தன் மகனின் கம்பீரமான இருப்பைப் பற்றிக் கிட்டத்தட்ட உணர்வற்றவளாக, பார்வையைத் தரையில் பதித்தபடி பேசிக்கொண்டிருந்தாள், அவன் இறகுகள் துடித்துக்கொண்டிருந்தன. ஆனால் அவள் மீண்டும் தானாக விழிப்புற்று, ஒரு குழந்தையிடம் பேசுவதைப் போல் பேசத் தொடங்கினாள். சொல்வதைத் தெளிவாகச் சொல்லவும் இந்த நேரத்தில் சொல்லக்கூடிய கொஞ்சத்தை மட்டும் சொல்லவும் அவள் போராடிக்கொண்டிருந்தாள்: "தொடக்கத்தில், சோமத்தைக் கடவுளர்கூட வைத்திருக்கவில்லை. கடவுளராக இருப்பது மட்டும் போதுமானதாக இல்லை. வாழ்வு சோம்பிக் கிடந்தது. அங்கு வசீகரமில்லை. தேவர்களும் கடவுளரும் மற்ற கடவுளரை வெறுப்போடு பார்த்தனர். அசுரர்களும் சைத்தான்களும் தலைச்சன் குழந்தைகளும்கூடச் சோமம் இல்லாததை உணர்ந்தனர். ஏன் சண்டையிட வேண்டும், எதற்காகச் சண்டையிட வேண்டுமோ, அந்த விரும்பக்கூடிய வஸ்துவே இல்லாதபோது? கடவுளர் தியானித்துத் தங்கள் புலன்களைக் கூர்மையாக்கிக்கொண்டனர். ஆனால் அவர்கள் வாழ மட்டுமே விரும்பும் நாளொன்று வரும். சோர்வு கவிய அவர்கள் மேருமலையின் முகட்டில், அதன் சிகரம் வான்முகட்டை ஊடுருவிச் சென்று, அந்த உலகத்திற்கு உரியதாக இருக்கும் இந்த உலகின் ஒரே பகுதியாக நிற்கும் இடத்தில் ஒன்றாகக் கூடினார்கள். கடவுளர் புதிய ஏதோ ஒன்றுக்காகக் காத்திருந்தனர், ஏதாவதொன்று. விஷ்ணு பிரம்மனிடம் காதோடு பேசினார், பிரம்மன் மற்றவர்களுக்கு விளக்கினார். அவர்கள் கடலைக் கலக்கிக் கடைய வேண்டும், பாலிலிருந்து வெண்ணெய்

தோன்றி மிதப்பதுபோல் கடலில் சோமம் தோன்றி மிதக்கும்வரை. இந்தச் செயலை அசுரர்களுக்கு எதிரான தாகச் செய்ய முடியாது, அவர்கள் உதவியுடன் மட்டுமே செய்ய முடியும். இந்த அறிவிப்பு தேவர்கள் ஏற்கனவே நினைத்துக்கொண்டிருந்த அனைத் துக்கும் நேரெதிரானதாகப் போயிற்று. இறுதியில், பயனேதுமற்ற தம் வாழ்வில் அவர்கள் இழப்பதற்கு என்ன இருக்கிறது? எதுவாயிருந்தாலும் சரி, கடமைப் பொறுப்போ அபாய சாத்தியமோ சோதனையோ உள்ளவரை, என்று இப்போது அவர்கள் நினைத்தார்கள்.''

வினதா அமைதியானாள். கருடன் நீண்டநேரம் அவள் அமைதியை மதித்து இருந்தான். பிறகு சொன்னான்: “அம்மா, அம்மா, நீ எப்படி உன் சகோதரிக்கு அடிமையானாய் என்பதை இன்னும் எனக்குச் சொல்ல வில்லை.” “நாங்கள் அந்த வெண்குதிரையைப் பார்த்துக்கொண்டிருந்தோம். அது எந்த அளவுக்கு என்னை வசீகரித்ததோ அந்த அளவுக்கு என் சகோதரியின் மீது எனக்குக் காழ்ப்பு உண்டாயிற்று.” நான் கேட்டேன்: ‘ஏய், ஒற்றைக் கண்ணி, அந்தக் குதிரை என்ன நிறமென்று உன்னால் பார்க்க முடிகிறதா?’ கத்ரு பதிலளிக்கவில்லை. கறுப்புத் துணிக்கட்டு முன்னால் குனிந்தது. பிறகு நான் கேட்டேன்: ‘பந்தயம் கட்ட விரும்புகி றாயா? யார் குதிரையின் நிறத்தைச் சரியாகச் சொல்கிறாளோ அவள் மற்றவளுக்கு எஜமானியாவாள்.’ அடுத்த நாள் காலையில், சூர்யோதய வேளையில், வானத்தைப் பார்த்துக்கொண்டு நாங்கள் மீண்டும் ஒன்றா யிருந்தோம். பின்புலத்தில் கடலும் வானும் இருக்க, மீண்டும் அந்தக் குதிரை தோன்றியது. ‘அது வெள்ளை,’ என்று நான் கத்தினேன். அமைதி. நான் மீண்டும் சொன்னேன், ‘கத்ரு, அது வெள்ளையென்று நீ நினைக்க வில்லையா?’ அதற்குப் பிறகு அவள் கண்களில் அத்தகைய கடும் வெறுப்புணர்ச்சியை இதுநாள்வரை நான் பார்க்கவில்லை. கத்ரு சொன்னாள்: ‘அதற்கு கறுப்பு வால் இருக்கிறது.’ ‘நாம் போய்ப் பார்க்கலாம், நம்மில் யார் தவறாக இருந்தாலும் அடுத்தவருக்கு அடிமையாக இருப்போம்,’ என்றேன். ‘அப்படியே ஆகட்டும்’ என்றாள் கத்ரு.

“பிறகு நாங்கள் பிரிந்தோம். கத்ரு தன் குழந்தைகளைக் கெடுத்துவிடப் பார்த்தாள் என்பதைப் பின்னால் அறிந்துகொண்டேன். அவர்களைக் குதிரையின் வாலில் தொங்கிக்கொண்டு அதைக் கறுப்பாகக் காட்டச் சொன்னாள். பாம்புகள் மறுத்துவிட்டன. முதன்முறையாகக் கத்ரு தன் சீற்றத்தைக் காட்டினாள். ‘நீங்கள் அனைவரும் முற்றாக அழித்தொழிக்கப் படுவீர்கள்,’ என்றாள். வினதா மெல்லிய குரலில் தொடர்ந்தாள். ‘நீ ஒருநாள் உணர்வாய், எதையும் முற்றாக அழித்தொழித்துவிட முடியாது. ஏனெனில் ஒவ்வொன்றும் ஓர் எச்சத்தை விட்டுச் செல்கிறது. ஒவ்வொரு எச்சமும் ஒரு தொடக்கம். ஆனால் இதற்கு மேலாக எதுவும் இப்போது உனக்குச் சொல்ல முடியாது. இதை மட்டும் இப்போதைக்கு நினைவில் வைத்துக்கொள்: கத்ருவின் சாபம் சக்தி வாய்ந்தது. தொலைதூர நாளொன்றில் அது நிகழும்: பாண்டவர்களும் கௌரவர்களும் சண்டை யிடுவார்கள், ஏறக்குறையத் தங்கள் வம்ச அழிவுவரை, தங்களின், கூட்டு சேர்ந்தவர்களின் அழிவுவரை, ஸர்ப்பயாகம் தோற்றுப்போகுமென்று,

பாம்புகள் அழித்தொழிக்க முடியாததவை என்பதை மக்கள் அங்கீகரிக்கும் வரை. கடைசித் தருணத்தில் அது நிகழும். கத்ரு பேராபத்தை உண்டாக்கக் கூடியவள். அவள் வார்த்தை நாசத்தை விளைவிக்கக்கூடியது." வினதாவின் கண்கள் இரு கீற்றுகளாக இருந்தன. "நான் என்ன சொல்லிக்கொண்டி ருந்தேன்? இப்போது நாம் குதிரையிடம் செல்ல வேண்டும். நாங்கள் அருகருகாகப் பறக்கத் தொடங்கினோம். கடலாழத்து உயிரினங்கள், பெண்கள் இருவர் பறப்பதைப் பார்த்து அதிசயித்துத் தங்கள் முதுகுகளைக் கணநேரம் தண்ணீருக்கு மேலாகக் காட்டி மறைந்தன. நாங்கள் ஏதும் கவனம் செலுத்தவில்லை. உலகில் நாங்கள் பொருட்படுத்திய ஒரே விஷயம் எங்கள் விளையாட்டு மட்டும்தான். நாங்கள் குதிரைக்கருகில் சென்றவுடன், குதிரையின் பின்னங்கால் தொடைகளைத் தடவியபடி கத்ருவிடம், 'பார்' என்றேன். 'இரு' என்றாள் ஒற்றைக் கண்ணி. அந்த ஜீவன் வாலின் வெள்ளைமுடிகள் இடையில் இருந்து தன் நுட்பமான கைகள் தேடியெடுத்த சில கறுப்பு முடிகளைக் காண்பித்தாள். வெளிப் படையான காரணம் எதுவும் இன்றி அவை ஒரு கம்பத்தில் கட்டப் பட்டிருந்தன. தங்கள் தாய்க்கு விசுவாசமான கறுத்த பாம்புகள் அவை என்று சிலர் சொல்கின்றனர். அல்லது அங்கே ஒரேயொரு கறுப்பு முடிதான் இருந்தது, அது கார்கோடகப் பாம்பு என்று. உச்சைஸ்ரவசுக்கு வாலில் வெள்ளை முடிகளோடு கறுப்பு முடிகளும் கலந்திருந்தன என்கின்றனர் வேறு சிலர். ஒருபோதும் தீர்க்கப்பட முடியாத வழக்கு அது. 'நான் உன்னைத் தோற்கடித்துவிட்டேன். கடல் என் சாட்சி. நீ இப்போது என் அடிமை' என்றாள் கத்ரு. சட்டென்று உள்ளே அறுந்து வீழ்ந்தபோது உணர்ந்தேன், கடன்படுதல் என்றால் என்னவென்று, வாழ்வின் கடன், எந்த வாழ்வாக இருந்தாலும் ஐந்நூறு வருடங்கள் அந்தப் பாரம் என்னுடன் இருக்கும்.

"நான் சென்று அந்தச் சோமத்தை வென்று வருவேன் அம்மா" என்றான் கருடன், தீர்க்கமான பாவத்துடன். "ஆனால் முதலில் நான் சாப்பிட வேண்டும்" அவர்கள் நேருக்கு நேராய் அமர்ந்திருந்தார்கள். கருடன், இறகு மலை; வினதா, சின்னஞ்சிறிய வளைந்து வளைந்து செல்லும் ஜீவன். வினதா சொன்னாள், "நடுக்கடலுக்குப் போ, அங்கே நீ நிஷாதர்களின் நிலத்தைக் காண்பாய். அங்கே உனக்குத் தேவையான அளவிற்கு அவர்களை உண்ணலாம். அவர்களுக்கு வேதங்கள் தெரியாது. ஆனால் நினைவில் கொள்; ஒருபோதும் பிராமணனைக் கொல்லாதே, பிராமணன் என்பவன் தீ, கூர்மையான வாள், நஞ்சு. எந்தச் சூழ்நிலையிலும், பெருங்கோபத்தில்கூட, நீ பிராமணனைக் காயப்படுத்தக் கூடாது." கருடன் இன்னும் தீர்க்கமாகக் கவனித்தான். அவன் கேட்டான், "ஆனால் அம்மா, பிராமணன் என்றால் என்ன? எப்படிப் பிராமணனை அடையாளம் காண்பேன்?" கருடன், கறுத்த சுருண்ட பாம்புகளையும் ஒருவரையொருவர் வெறுக்கும் இந்த பெண்கள் இருவரையும் தவிர வேறு எதையும் பார்த்திருக்கவில்லை. அவன் தந்தை எப்படி இருப்பார் என்பதுகூட அவனுக்குத் தெரியாது. பிராமணன்? என்னவாகத்தான் இருக்கும் அது?" என்று ஆச்சரியப்பட்டான் கருடன். வினதா சொன்னாள் "உன் தொண்டையில் ஓர் எரிகொள்ளியை உணர்ந்தாலோ கொக்கியை விழுங்கியதுபோல உணர்ந்தாலோ அதுதான்

பிராமணன்" கருடன் அவளையே நேரடியாகப் பார்த்தவாறு நினைத்துக் கொண்டான்; "ஆக, விழுங்கினாலொழிய பிராமணன் யாரென்பதைச் சொல்ல இயலாது" ஆனால் ஏற்கனவே அவன் தன் சிறகுகளை விரித்துக்கொண்டிருந்தான், நிஷாதர்களை விழுங்குவற்கான ஆர்வத்துடன்.

திடுக்கிட்டுப் போன நிஷாதர்கள், கருடன் வருவதைக்கூடக் கவனிக்க வில்லை. காற்றாலும் புழுதியாலும் குருடாக்கப்பட்டு, கருடனின் அலகுக்குப் பின்னாலுள்ள இருண்ட பொந்தினுள் ஆயிரக்கணக்கில் உறிஞ்சப் பட்டார்கள். ஒரு கிணற்றுக்குள் மூழ்குவதைப் போல் அங்கே மூழ்கினார்கள். ஆனால் அவர்களில் ஒருவன் அந்த முடிவற்ற சுவரில் சமாளித்துத் தொங்கிக்கொண்டிருந்தான். தன் இன்னொரு கையால் பாம்பு போன்ற தலைமுடியுள்ள இளம் பெண்ணொருத்தியின் இடுப்பை இறுக்கமாகப் பிடித்துக்கொண்டு அந்தப் பாழ்வெளியில் ஊசலாடிக்கொண்டிருந்தான். நிஷாதர்களின் கூட்டத்தை விழுங்குவதற்குப் போதுமான அளவுக்குத் தன் அலகைத் திறந்துவைத்துக்கொண்டு, தனக்கு முன்னால் கூர்ந்து பார்த்தபடி இருந்த கருடன், சட்டென்று தன் தொண்டையில் ஏதோ எரிவதை உணர்ந்தான். "அது ஒரு பிராமணன்" என்று நினைத்தான். எனவே அவன் சொன்னான்: "பிராமணனே, எனக்கு உன்னைத் தெரியாது, ஆனால் உனக்கு எந்தக் கெடுதலையும் செய்ய நினைக்கவில்லை, என் தொண்டையிலிருந்து வெளியில் வந்துவிடு" கருடனின் தொண்டையிலிருந்து கீச்சிடும் நிதானமான குரல் வந்தது: "இந்த நிஷாதப் பெண்ணை என்னுடன் அழைத்துவர முடியாவிட்டால், ஒருபோதும் நான் வெளியே வரமாட்டேன். இவள் என் மனைவியாகப் போகிறவள்" "எனக்கு ஆட்சேபணை எதுவுமில்லை," என்றான் கருடன். விரைவில் கவனத்தோடும் காயப்பட்டுவிடும் பயத்தோடும் அவர்கள் தன் அலகுக்கு மேல் ஏறி வருவதைப் பார்த்தான். "கடைசியில் ஒரு பிராமணன் எப்படி இருப்பான் என்பது எனக்குத் தெரிந்துவிடும்" என்று கருடன் ஆவல் கிளர்ந்தெழ நினைத்துக்கொண்டான். அவர்கள் தன் இறகுகளில் சறுக்கி இறங்குவதைப் பார்த்தான். ஒல்லியாக, எலும்பும் தோலுமாக, அழுக்கடைந்து, தலைமுடி பின்னி முடியப்பட்டு, குழிந்து, அதிர்வோடு இருந்த கண்களுடன் இருந்தான் பிராமணன். கருடனுக்கு உடனடியாகத் தன் அம்மாவையும் வஞ்சகமான பெரியம்மா கத்ருவையும் நினைவூட்டும்படியான அழகுகொண்ட அந்த நிஷாதப் பெண்ணின் மணிக்கட்டை அந்தப் பிராமணனின் நீண்ட, தீர்மானமான விரல்கள் விடவேயில்லை. அநேகமாக அவளைப் போன்ற ஆயிரக்கணக் கானவர்களை ஏற்கனவே விழுங்கியிருப்போம் என்பது அவன் மனத்தைப் பெரிதும் தடுமாற்றமடையச் செய்தது. ஆனால் இதற்குள் அந்த இரு சிறிய ஜீவன்களும் நிமிர்ந்து, பொறுமையற்று, லாகவத்தோடு, முழு உலகமுமே அவர்கள் முன் திறந்துகொண்டிருப்பதுபோல் விரைந்து சென்றுகொண்டிருந்தனர். கருடன் முன்புஎப்போதையும்விடக் குழப்பத்தில் ஆழ்ந்தான். இதுவரை பார்த்திராதத் தன் தந்தையிடம் பேச வேண்டிய அவசரத் தேவையை உணர்ந்தான். அவன் சிறகுகள் விரிந்தபோது, மற்றொரு சூறாவளி பூமியைச் சூறையாடியது.

காசியபர் எறும்புகளின் வரிசை ஒன்றைக் கவனித்துக்கொண்டிருந்தார். அவர் தன் மகனையோ அவன் வருகையை அறிவித்த பெரும் ஓசையையோ கவனிக்கவில்லை. கருடனும் பேசுவதற்கு ஆவலாக இருக்கவில்லை. அவன் காசியபரையும் சுருக்கம் விழுந்து பளபளக்கும் அவர் தலையையும் விடுபட்டவைபோல் தொங்கிக்கொண்டிருந்த அவர் கைகளையும் பார்த்துக் கொண்டிருந்தான். அவரை இன்னும் சிறிது உன்னிப்பாகக் கவனித்தான். "பிராமணன் என்றால் என்னவென்று இப்போது தெரிகிறது, பிராமணன் என்பவன் தன்னை உண்பதன் வழியாகத் தனக்கு உணவளித்துக் கொள்பவன்" என்று நினைத்துக்கொண்டான். ஒருநாள் அமைதிக்குப் பிறகு காசியபர் கருடனை நிமிர்ந்து பார்த்தார். "உன் தாய் எப்படி இருக்கிறாள்?" என்று கேட்டார். உடனே வேறு விஷயத்திற்குப் போய் விட்டார், ஏற்கனவே அவருக்குப் பதில் தெரிந்தது போல். "ஏரியொன்றில் சண்டையிட்டுக்கொண்டிருக்கும் யானையையும் ஆமையையும் தேடிப்போ. அவை உன் உணவாகும். நிஷாதர்கள் உனக்குப் போதாது. பிறகு ரௌஹின மரத்தில் அமர்ந்து அவற்றைச் சாப்பிடு. அது இங்கே அருகில்தான் உள்ளது. அது என் நண்பன். ஆனால் வாலகில்யர்களுக்குத் தீங்கு செய்யாதவாறு ஜாக்கிரதையாக இரு . . ."

யானையையும் ஆமையையும் தன் வளைநகங்களில் இறுகப் பற்றியபடி பறந்துகொண்டு "இந்த வாலகில்யர்கள் யாராக இருக்கும்?" என்று நினைத்துக்கொண்டான் கருடன். "ஒரு விஷயம் துலக்கமாகும் கணத்திலே முழுவதும் புதிரான வேறொரு பெரிய விஷயம் வந்துவிடுகிறது". கருடன் குழப்பத்தில் ஆழ்ந்துபோய் இவ்வாறு யோசித்துக்கொண்டிருந்தபோது, அவன் சிறகுகள் அந்தப் பெரிய ரௌஹின மரத்தின் மீது உரசின. "தாராளமாக, ஒரு கிளைமீது அமர்ந்து சாப்பிடு" என்றது மரத்தின் குரல். "நீ பிறப்பதற்கு முன்னால் என்மீது அமர்ந்திருந்தாய், அச்சு அசலாய் உன்னைப் போலவே இருந்த உன் துணையொன்றோடு. ஒரே உயரத்தில் இருந்த எதிரெதிர்க் கிளைகளில் அமர்ந்துகொண்டிருந்தீர்கள், ஒருவரை விட்டு ஒருவர் சற்றும் விலகாமல். அப்போதே நீ என் கனியைச் சாப்பிட்டுக்கொண்டிருந்தாய். உன் துணை, தான் சாப்பிடாவிட்டாலும் உன்னையே கவனித்துக்கொண்டிருந்தது. அப்போது உன்னால் உலகில் பறக்க முடியாமல் இருந்தது. ஏனெனில் நான்தான் அப்போது உலகமாக இருந்தேன்" கருடன் ஒரு கிளையில் அமர்ந்துகொண்டான். இலைத்திரள்கள் அவன் சிறகுகளைச் சூழ்ந்துநிற்க, மிகவும் பழக்கப்பட்ட சூழலில் இருப்பதுபோல் உணர்ந்தான். ஏனென்று அவனால் புரிந்துகொள்ள முடியவில்லை. அவன் பிறந்த இடத்தைப் பற்றி அவனால் மணல், கற்கள், பாம்புகள் மட்டுமே நினைவுகொள்ள முடிந்தது. ஆனால் இந்த மரம், மரகதப் படலங்களால் அவனைச் சூழ்ந்து, வானத்தின் இரக்கமற்ற ஒளியை மென்மையாக்கி, எல்லாப் பக்கங்களிலும் அவனைப் பாதுகாத்தது. ம் . . . அதற்குள், மூவாயிரம் கல் நீளம் இருக்கும் இந்தக் கிளையில் மல்லாந்து கிடக்கும் யானையையும் ஆமையையும் அவன் தின்று முடித்துவிடலாம். அவன் ஒரு கணம் கவனத்தைக் குவித்தான். எந்த

இடத்தில் தன் அலகைப் பதிக்கலாம் என்று அவன் ஆலோசித்துக் கொண்டிருந்தபோது திடீரென்று சடசடவென்ற ஒலி கேட்டது. கிளை முறிந்துவிட்டது. அவமானமும் குற்ற உணர்வும் கருடனை ஆட்கொண்டது. மிகப் பயங்கரமான ஏதோவொன்றை, அப்படிச் செய்யும் உத்தேசமில்லாமல் செய்துவிட்டது புரிந்தது. அவனுக்கு அந்த உத்தேசம் இல்லாததாலேயே அது இன்னும் மிகப் பயங்கரமானதாக இருந்தது. மரத்தில் ஒரு சுழல்மையம் திறந்துகொள்ள, தன் வளைநகங்களில் யானையையும் ஆமையையும் இன்னும் பற்றியபடி, கருடன் முறிந்த கிளையைத் தன் அலகில் கவ்விக் கொண்டு பறந்தான். அவனுக்கு ஒன்றும் புரியவில்லை. எங்கே போவதென்று தெரியவில்லை. நாசம் விளைவிக்கும் ஒரு தவறைச் செய்யக்கூடிய அபாயத்தில் தான் இருப்பதை அவன் உணர்ந்தான். கிளையிலிருந்து ‘உஸ்’ஸென்ற ஒலி கேட்டது. முதலில் காற்றென நினைத்தான். ஆனால் அந்த ஒலி தொடர்ந்தது, அது அதிகாரத் தோரணையோடு கூடிய பயங்கரமான கீச்சொலியாக இருந்தது. அவன் கிளை நுனிகளைப் பார்த்தான். இலைகளுக்கிடையில் கட்டை விரல் கணுவின் உயரமே உள்ள எண்ணற்ற பிராமணர்கள், தலைகீழாக வௌவால்களைப் போல் தொங்கிக்கொண்டிருந்தனர். அவர்கள் உடல்கள் கச்சிதமாக வடிவமைந்து, பூச்சிகளின் இறக்கைகளைப் போல் கிட்டத்தட்டத் தெள்ளத்தெளிவாக இருந்தன. அசைவற்றுத் தொங்கிக்கொண்டிருப்பது பழக்கப்பட்டுப்போன அவர்களுக்குக் கருடன் பறப்பது கடுமையான தொந்தரவாக இருந்தது. “வாலகில்யர்கள் ...” என்று கருடன் நினைத்தான். அது என்ற நிச்சயம் அவர்கள்தாம் என்று இருந்தது அவனுக்கு. தன் குற்றத்தின் பயங்கரத்தைப் பற்றிய நிச்சயமும்கூட. “புனிதமான வாலகில்யர்களே” என்றழைத்தான் கருடன். “உங்களைக் காயப்படுத்த சிறிதும் நினைக்கவில்லை” ஒரு கேலியான சரசரப்பு அவனுக்குப் பதிலாகக் கிடைத்தது. “நீங்கள் அனைவரும் அப்படித்தான் சொல்கிறீர்கள் ...” இப்போது அவனுக்கு ஒரு குரல் கேட்டது. “அழிக்க முடியாதது சிறியது, அசைபோல் நொய்ம்மையானது. நீ அதைத் தெரிந்துகொண்டாக வேண்டும். நீயே அசைகளால் ஆனவன். சிறியது என்பது புறக்கணிக்கப்பட்டுவிடக்கூடியது. எனவே அது புறக் கணிக்கப்படுகிறது” “என்னால் அல்ல” என்றான் கருடன். மிகுந்த அக் கறையுடன், தன் அலகிலிருந்த கிளை சற்றும் அசைந்துவிடாமல் இருக்க மிகவும் அலங்கோலமாக அவன் பறக்கத் தொடங்கினான். மனம் தளர்ந்து, வாலகில்யர்களைக் கீழிறக்கும் அளவிற்கு மெத்தென்று விசாலமாக இருக்கும் அகன்ற வெளியைத் தேடி அவன் மலைகளைக் கூர்ந்து கவனித்தான். அவனால் அப்படியொன்றைக் கண்டுபிடிக்க முடியவில்லை. ஒருவேளை அவன் எப்போதும் வானிலே சுற்றிச்சுற்றி வீணாகப் போய்விட நேரலாம். அப்போதுதான் கந்தமாதனம் என்னும் பெரிய மலை எதிரே உருவம் கொள்ளத் தொடங்கியது. ஒரு இடத்தைக் கண்டறிய கடைசி முயற்சி எடுக்கலாம் என்று நினைத்தான் கருடன். மலைமுகட்டை மெதுவாக, கவனமாகச் சுற்றிக்கொண்டிருந்தபோது, கந்தமாதன மலைச்சரிவிலிருந்த ஒரு குளக்கரையில் அமர்ந்திருந்த தன் தந்தை காசியபரின் பளபளக்கும் தலையை அடையாளம் கண்டான். கருடன் சப்தமின்றி அவருக்கு மேலாகப் பறந்தான். கந்தமாதன மலை முழுக்க நிழலால் மூடப்பட்டிருந்தபோதிலும்

காசியபர் கவனமேதும் செலுத்தாமல், ஒன்றும் சொல்லாமல் இருந்தார். பிறகு சொன்னார், “குழந்தாய், வேதனைப் படாதே, நீ வருத்தப்படக்கூடிய எதையும் முரட்டுத்தனமாகச் செய்துவிடாதே. வாலகில்யர்கள் சூரியனை அருந்துபவர்கள், அவர்களால் உன் தீயை எரித்துவிட முடியும்” கருடன் பயந்துபோய் இன்னும் தன் தந்தையின் தலைக்குமேல் பறந்துகொண்டிருந்தான். பிறகு காசியபரின் தொனி மாறுவதைக் கேட்டான். அவர் வாலகில்யர்களிடம் பரிச்சயம் தோய்ந்த தொனியில், கிசுகிசுப்பாகப் பேசிக் கொண்டிருந்தார். “கருடன் ஒரு பெரும் காரியத்தைச் செய்ய இருக்கிறான். நான் உங்களை இரைஞ்சிக் கேட்டுக்கொள்கிறேன், என்னைப் பற்றி உங்களுக்கு இன்னும் நல்லெண்ணம் இருந்தால், இப்போது அவனை விட்டுப் புறப்படுங்கள்” என்றார். சிறிது நேரத்திற்குப் பிறகு வாலகில்யர்கள் காய்ந்த சின்னஞ்சிறு சருகுகளைப் போல் புழுதிபடிந்து, சாம்பல் நிறத்தில் கிளைகளிலிருந்து விடுபட்டு உதிர்ந்ததைக் கருடன் கண்டான். காற்றில் மெதுவாகத் திரும்பி காசியபருக்கு அருகில் அவர்கள் இறங்கினார்கள். விரைவில் அவர்கள் இமாலயத்தை நோக்கிச் செல்லும் பொருட்டுப் புல்லின் இதழ்களுக்கு நடுவில் மறைந்தார்கள்.

காட்சி விரிவதைப் பெரும் பதற்றத்தோடு கருடன் கவனித்தான். நெகிழ்ந்துபோனான். கடைசி வாலகில்யரும் தாவரங்களுக்கு இடையில் மறைந்து வெகுநேரத்திற்குப் பிறகு அவன் சொன்னான், “தந்தையே, என்னைக் காப்பாற்றிவிட்டீர்கள்” காசியபர் நிமிர்ந்து பார்க்காமல் பதிலளித்தார்: “உன்னை நான் காப்பாற்றினேன். ஏனென்றால் என்னையே நான் காப்பாற்றிக்கொண்டேன். இந்தக் கதையைக் கவனித்துக் கேள். எனக்கொரு யாகம் செய்ய வேண்டியிருந்தது. இந்திரனிடமும் மற்ற கடவுளரிடமும் கொஞ்சம் விறகு தேடித்தரச் சொன்னேன். இந்திரன் வனத்திலிருந்து மரத்துண்டுகளைச் சுமந்து வந்துகொண்டிருந்தான். அவன் தன் பலத்தைப் பற்றிய பெருமையில் இருந்தான். தான்தான் முதலில் வருவோம் என்று அவனுக்குத் தெரிந்திருந்தது. அவன் நடந்து வந்துகொண்டிருந்தபோது, அவன் பார்வை ஒரு சிறு குட்டைமீது விழுந்தது, அதில் ஏதோ நகர்ந்து கொண்டிருந்தது: வாலகில்யர்கள், குட்டையைக் கடந்துசெல்ல முயன்று கொண்டிருந்தார்கள். அவர்களுக்கு அது சிரமமாக இருந்தது. அவர்கள் தங்கள் தோள்களில் புல்லின் இதழொன்றை மரக்கட்டைபோல் தூக்கிக் கொண்டு, ஒற்றை வரிசையில் நகர்ந்துகொண்டிருந்த அதே சமயத்தில் சேற்றிலிருந்து வெளியே வருவதற்கும் சிரமப்பட்டுக்கொண்டிருந்தனர். அதைக் கவனித்த இந்திரனுக்குச் சிரிப்பு பீறிட்டது. அவன் தன்மயக்கத்திலிருந்தான். அவர்கள் வெளியே வரும் சமயத்தில், தன் குதிகால்களால் அந்த வாலகில்யர்களை மீண்டும் குட்டையில் தள்ளினான். சிரித்தான்.

மறுநாள் வாலகில்யர்கள் என்னை வந்து சந்தித்தார்கள். “நாங்கள் எங்கள் தவத்தில் பாதியை, வெகுநீண்ட காலமாக எங்கள் மனங்களைப் பதப்படுத்தி வந்த உஷ்ணத்தை, தருவதற்காக வந்திருக்கிறோம். மிகத் தூய்மையான தவம் அது, ஒருபோதும் உலகத்தால் அரிக்கப்படாதது, ஒருபோதும் உலகினுள் பொழியாதது. இப்போது நாங்கள் அதில் கொஞ்சத்தை உனக்குள் பொழிகிறோம். அதன் மூலம் நீ உன் வித்தைப்

பொழிந்து ஓர் உயிரை உருவாக்குவதற்காக. இறுமாப்பு நிறைந்த, நாகரிகமற்ற, கோழையான இந்திரனுக்கு ஒரு கசையாக இருக்கக்கூடிய ஒரு புதிய இந்திரனாக இருக்கும் அந்த உயிர். அப்படியான ஒருவனாக இருப்பான் உன் மகன்" 'பிரம்மனின் சங்கல்பத்தால் இந்த உலகினுள் கொண்டு வரப்பட்டவன் இந்திரன். வேறொரு இந்திரனால் அவனைப் பதவியிலிருந்து விலக்க முடியாது' என்று நான் ஆட்சேபித்தேன். "அப்படியானால், அவன் பறவைகளின் இந்திரனாக இருக்கட்டும். இவன் இந்திரனுக்கான கசையாகவும் இருக்கட்டும்" நான் ஒப்புக்கொண்டேன்.

"அன்று இரவு வாலகில்யர்களின் தவம் எனக்குள் இறங்கியோடுவதை உணர்ந்தேன். நான் ஒளி ஊடுருவக்கூடியனாக ஆனேன், பல்லுருக் கொண்டேன், முகத்திரைபோல், எரியும் அம்புக்கட்டுபோல் என்னை உணர்ந்தேன். அவள் படுக்கைக்கு நான் வந்தபோது உன் தாயார் வினதா மிரண்டு போனாள். இன்பம் தன் மயிர்க்கால்களில் ஊடுருவிப் புகுந்து நகங்களை வளைத்தபோது, எவ்வாறு இருண்ட ஏதோவொன்று தன்னை மேலெழுப்பி, பெரும் விருட்சமொன்றின் உச்சியில் இருந்த இலைகளான படுக்கைக்கு உயர்த்தியது என்றும், கூடவே கீழே இருந்து ஒரு பிரகாசம் கிளர்ந்தெழுவதைத் தான் பார்த்ததையும் மறுநாள் காலையில் சொன்னாள். மரத்தின் அடித்தண்டில் ஒரு தெளிவான திரவம் சொட்டுச் சொட்டாக ஓடிக்கொண்டிருந்தது. தீர்ந்துபோய்விடாத பெருந்தேக்கம் ஒன்றிலிருந்து அந்தத் திரவம் வருகிறதென்று அவள் உறுதியாக உணர்ந்தாள்.

தன் தந்தையின் கதையில் முழுவதுமாக ஆழ்ந்துபோயிருந்த கருடன், தாம் உண்ணப்படுவதற்காக வெகு நேரமாகக் காத்துக்கொண்டிருந்த யானைக்குள்ளும் ஆமைக்குள்ளும் தன் கூரிய நகங்கள் இன்னும் ஆழமாகப் பதிய, தான் இன்னும் வானில் சுழன்றுகொண்டிருப்பதை அநேகமாக மறந்தே போயிருந்தான். அவன் அலகில் பற்றிக்கொண்டிருந்த தொந்தரவு தரும் கிளையைக் கவ்விச்சொல்ல வேண்டியதில்லை. கருடன் தானாக மேற்கொண்டு எதையும் செய்யத் துணியவில்லை. அருகிலிருந்த மலை ஒன்றின் மேல் அந்தக் கிளையை அவன் போட அது மிகவும் வறண்டதாயிருந்தாலும் தாவரங்களுக்கிடையில் மறைந்துகிடக்கும் ஏதாவது பிராமணனை அந்தக் கிளை நசுக்கிவிட்டால் என்ன ஆவது? "சிந்தனை செயலற்றுப்போகச் செய்கிறது" என்று வானில் அசைவற்று இருந்த கருடன் நினைத்தான். தன் மகனின் சங்கடமான இழிநிலைக்கு ஒரு முடிவு காண ஆவலாக இருந்தார் காசியபர். தான் அந்தக் கிளையை முறித்த குற்றத்தை நினைத்துப் பார்ப்பதற்கு அவனுக்கு நிறைய நேரம், கடந்துசெல்லும் பலநூறுகோடிக் கணங்கள் கிடைக்கும். இப்போது அவன் தந்தை அவனுக்கு உதவ முடியும். அவர் சொன்னார், "பறந்து போ கருடா, வடக்கே செல். முழுவதும் பனியால்மட்டும் மறைக்கப் பட்டு, கண்டபடி இருண்ட விழிப் பள்ளங்கள்போல் குகைகளால் நிறைந் திருக்கும் மலை தெரியும்போது, அந்த இடத்தில் இந்தக் கிளையை நீ போட்டுவிடலாம். பிராமணன் ஒருவனைக் கொன்றுவிடக்கூடிய அபாயம்

இல்லாத ஒரே இடம் அதுமட்டும்தான். கடைசியில் அங்கே யானை, ஆமை இரண்டையும் நீ தின்றுவிடலாம்" கருடன் உடனடியாகப் பறந்து சென்றான்.

"நிறைய விஷயங்கள் நடந்துகொண்டு இருந்திருக்கின்றன, பல கதைகள் ஒன்றுக்குள் ஒன்றாக, ஒவ்வொரு கண்ணியும் மேலும் பல கதைகளைத் தனக்குள் மறைத்துக்கொண்டு ... அதுவும் நான் என் முட்டைக்குள்ளிருந்து இப்போதுதான் வெளியே வந்திருக்கிறேன்" என்று உவகை பொங்கியெழ, வடக்குத் திசை நோக்கிப் பறந்த வண்ணம் கருடன் நினைத்தான். கடைசியாக, உயிரினங்கள் எதுவும் இல்லாத இடம். நடந்து முடிந்தவற்றை அவன் அங்கே வைத்து நிதானமாக யோசிக்கலாம். "யாரும் எனக்கு எதையும் சொல்லித் தரவில்லை. அனைத்தும் எனக்குக் காட்டப்பட்டது. நான் எதையெல்லாம் கடந்து வந்திருக்கிறேன் என்று புரிந்துகொள்ளத் தொடங்குவதற்கே இந்த ஆயுட்காலம் முழுவதும் ஆகும். உதாரணமாக, நான் அசைகளால் உருவானவன் என்று சொல்வதற்கு என்ன பொருள் என்பதைப் புரிந்துகொள்ள ..." வேறெந்தக் கண்ணையும் குருடாக்கி விடக்கூடிய காட்சியாக, வெளிர்நீலப் பனியாலும் பனிக்கட்டியாலும் ஆன அரண் ஒன்று அவன் பார்வைவெளியை முழுவதுமாக நிறைத்தபோது, அவன் குதூகலத்தில் திளைத்தபடி மேலும் மகிழ்ச்சியாக இருந்தான். ரௌஹின மரத்தின் கிளை பெரும் ஓசையோடு விழுந்தது. பளீரென மின்னும் ஒரு கல்லறைக்குள் ஏற்கனவே பொதிந்துவிட்ட யானை மற்றும் ஆமையின் சதையினுள் கருடனின் அலகு வலிந்து நுழைவதற்கு ஒரு நொடி முன்பாக அவை கீழ்நோக்கிப் பாய்ந்துகொண்டிருந்தன.

"இப்போது அந்தக் களவு, அந்தச் செயல்..." என்று சொல்லிக் கொண்டான் கருடன். அவனைச் சுற்றிலும் விரிந்திருந்த முடிவில்லாத வெண் கம்பளத்தின்மேல் கிடந்தன உரித்தெடுக்கப்பட்ட யானை, ஆமையின் மிச்சங்கள். சோமத்தை வெல்வதற்காக மேலெழுந்து அவன் பறந்தான்.

அதே கணத்தில் சலனமற்ற விண்ணகத்தில் கடவுளரில் ஒருவர் விநோதமான ஒரு விஷயத்தைக் கண்டார். பூச்சரங்கள் தங்கள் நறுமணத்தை இழந்திருந்தன. ஒரு மெல்லிய தூசுப்படலம் மொட்டுக்களின் மீது படிந் திருந்தது. "வானகமும் பூமியைப் போல் நலிந்துபோய்க்கொண்டிருக்கிறது" என்பது ஒன்றுக்கு மேற்பட்ட கடவுளரின் உள்ளார்ந்த பயமாக இருந்தது. அது கலப்பேதுமற்ற திகில் நிறைந்த ஒரு கணம். அதன்பின் வந்தது மிதமிஞ்சிய வெறும் ஆர்ப்பாட்டமே. நெருப்பு மழைகள், எரி நட்சத்திரங்கள், சூறாவளி, இடி. கருடன் வானகத்தில் அத்துமீறி நுழைந்தபோது, இந்திரன் தன் வஜ்ஜிராயுதத்தை வீசினான். அதன் மின்னல் அவன் இறகுகள்மேல் பட்டு விலகிப் போயிற்று. கடவுளரின் தலைமைக் குருவான பிரஹஸ் பதியிடம் இந்திரன் கேட்டான், "இது எப்படிச் சாத்தியம்? இது விருத்ரன் இதயத்தைப் பிளந்த வஜ்ஜிராயுதம். கருடன் இதை ஒரு துரும்பைப்

போலத் தட்டிவிடுகிறான்" வானம் ஆட்டம்கொள்ளத் தொடங்கிய அந்தக் கணத்திலிருந்து பிரஹஸ்பதி ஓர் ஆசனத்தின் மேல் தொடர்ந்து அமைதியாக அமர்ந்திருந்தார். "கருடன் இறகுகளால் ஆனவன் அல்ல, ஒலியமைப்பால் ஆனவன். உன்னால் ஒலியமைப்பைக் காயப்படுத்த முடியாது. கருடன் *காயத்ரி, திருஷ்குப், ஜகதி.* கருடன் ஒரு பாசுரம். கீறலிட முடியாத பாசுரம். பிறகு அந்தக் குட்டையை ஞாபகப்படுத்திக்கொள், தம் ஒற்றைப் புல்லிதழுடன் உனக்கு வேடிக்கையாகத் தோன்றிய அந்தச் சின்னஞ்சிறு ஜீவன்கள் ... கருடன் ஒரு பங்கில் அவர்களின் குழந்தையும்கூட.

இன்னும் அந்தப் போர் மூர்க்கமாக நடந்துகொண்டிருந்தாலும் அதன் முடிவு தொடக்கத்திலிருந்தே தெளிவாகத்தான் இருந்தது. தாங்கள் தோற்கப் போகிறோம் என்பது கடவுளர்க்குத் தெரிந்தே இருந்தது. அவர்கள் அங்கிருந்து போய்விட அவசரப்பட்டார்கள். ஆனால் அவர்களுக்கு மிகவும் ஆத்திரம் கிளப்பியது கருடனின் ஒவ்வொரு சிறகசைப்பிலும் சொர்க்கத்தில் கிளப்பிவிடப்பட்ட புழுதிச் சூறாவளிகள்தாம். சொர்க்கத்தில் புழுதி ... அதுதான் இறுதியான அவமானம் ... சோமத்தின் காவலர் கள்கூட வெல்லப்பட்டனர். அவர்கள் வீணாகத் தங்கள் அம்புகளை எய்துகொண்டிருந்தனர். கால்களற்ற வில்லாளன் க்ருஷானுவின் அம்பொன்று, கருடனின் இறகு ஒன்றை உதிர்க்க, அது கம்பீரமாக வானில் சுற்றி வந்தது. கருடன் தன் எதிரிகளைச் சற்றும் பொருட்படுத்தவில்லை. அவன் எதிர்கொள்ள வேண்டியிருந்த சோதனை மேலும் கடினமானதாக இருந்தது. வான்முகட்டில் கூர்மையான குறுக்குக் கம்பிகளோடு இடையறாது சுழன்று கொண்டிருந்த ஓர் உலோகச் சக்கரத்தைக் கண்டான். சக்கரத்தின் பின்னால் ஒரு பிரகாசத்தை மட்டுமே அவனால் காண முடிந்தது: ஒரு தங்கக் கோப்பை, அல்ல இரு கோப்பைகள், ஒன்றின் மேல் ஒன்று கவிழ்த்து வைக்கப்பட்டிருந்தன. அவற்றின் விளிம்புகள் ஒழுங்கின்றிக் கூர்மையாக இருந்தன. அந்தக் கோப்பைகள் நகர்ந்துகொண்டுமிருந்தன. அசைந் தாடியவாறு அவை மூடித் திறந்துகொண்டிருந்தன. அவை மூடியபோது அவற்றின் விளிம்புகள் கச்சிதமாக ஒன்றோடொன்று பொருந்தின. சக்கரத்திற்கும் கோப்பைக்கும் இடையில் இரு பாம்புகள் சீறிக்கொண்டி ருந்தன. கருடன் பாம்புகளின் கண்களில் புழுதியை வீசிவிட்டுத் தன் கவனத்தைக் குவித்துக்கொண்டிருந்தான். அவன் சக்கரத்தின் தகடுகளுக்கு இடையில் நுழைந்தாக வேண்டியிருந்தது. இரு கோப்பைகளின் விளிம்பு களுக்கு இடையில் தன் அலகை நுழைத்து, அதனுள் தான் கண்ட அந்தப் பிரகாசத்தைப் பறித்தெடுத்தாக வேண்டியிருந்தது. பிறகு தப்பித்தாக வேண்டும். ஆனால் கண்ணிமைக்கும் நேரத்திற்குள் இவை அனைத்தும் நிகழ்ந்தாக வேண்டும். அந்தக் கணப் பிளவைச் சார்ந்திருந்தது அவன் தாயின் விதி, ஏன் உலகின் விதியும்கூட. கருடன் அதைச் செய்து முடித்தான், பூமியை நோக்கிப் பறந்துகொண்டிருந்த அவனுக்குத் தன் அலகிலிருந்து சொட்டிக்கொண்டிருந்த சோமரசத்தை அருந்த வேண்டும் என்று தோன்றவில்லை. பாம்புகளைப் பற்றியும் தன் தாயைப் பற்றியும் அவன் நினைத்துக்கொண்டிருந்தான்.

பூமியை நோக்கிக் கருடன் பறந்துகொண்டிருந்தபோது, இந்திரன் அவனைத் தடுத்துநிறுத்த முயன்றான். தன் தவறுக்கான வருத்தமும் இசைவும் கூடிய முகபாவத்தை மேற்கொண்ட இந்திரன், "நாம் எதிரிகளாக இருப்பதில் அர்த்தமேதும் இல்லை, அதிபலம் பொருந்தியவர்களாக இருந்துகொண்டு நாம் எதிரிகளாக இருக்க முடியாது" என்றான். அவன் நைச்சியமாகப் பேசத் தொடங்கினான்: "உனக்கு என்ன வேண்டுமோ கேள், உன்னிடம் கேட்பதற்கு எனக்கு ஒரு விஷயம் உள்ளது: சோமத்தைப் பாம்புகள் கைக்கொள்ள விட்டுவிடாதே." கருடன் பிடிவாதத்துடன், "ஆனால் நான் என் தாயைப் பிணைமீட்டாக வேண்டும்" என்றான். "உன் தாயைப் பிணைமீட்க சோமத்தைப் பாம்புகளிடம் தருவது மட்டுமே நீ செய்ய வேண்டியது. அதற்குமேல் எதையும் செய்யத் தேவையில்லை. ஆனால் பாம்புகள் சோமரசத்தைக் கைக்கொள்வதை நான் விரும்பவில்லை. என்ன செய்ய வேண்டுமென்று நான் உனக்குச் சொல்கிறேன் . . . " என்றான் இந்திரன். "விஷயம் அப்படித்தான் இருக்கிறதென்றால் . . ." என்றான் கருடன். இந்திரனுடைய தன்னம்பிக்கையாலும் நியாயத் தன்மையாலும் அவன் அச்சுறுத்தப்பட்டான். "என்ன இருந்தாலும் பேசுவது கடவுளரின் அரசனாயிற்றே" என்று நினைத்துக்கொண்டான் கருடன்.

"சரி, உனக்கு என்ன வேண்டுமென்று சொல் . . ." என்றான் இந்திரன். அவனுடைய வற்புறுத்தல் அதிகரிக்கத் தொடங்கியது. "எப்போதும் எவ்வெப்போதும் பாம்புகள் என் உணவாக வேண்டும்" என்றான் கருடன். என்ன நேர்ந்தாலும் சரி, பிராமணன் ஒருவனை விழுங்கிவிடும் ஆபத்தை மீண்டும் எதிர்கொள்ள அவன் தயாராக இல்லை. மேலும் அவனுக்குப் பாம்புகளைச் சாப்பிடுவது பிடிக்கும். ஆனால் இப்போது கூச்சத்தால் ஒரு கணம் அமைதியானான். தான் இதுவரை வெளியிட்டிராத தன் ஆழமான ஆசையை, அவன் அறிவிக்கும் தறுவாயில் இருந்தான்; "நான் வேதங்களைப் படிக்க விரும்புகிறேன்" "அவ்வாறே ஆகட்டும்" என்றான் இந்திரன்.

கருடன் வருவதை எதிர்நோக்கிப் பாம்புகள் வட்டமாக அமர்ந்திருந்தன. ஒரு கறும் நட்சத்திரத்தைப் போல், தொடுவானத்தில் விரியும் ஒரு புள்ளியென, தன் அலகில் உயிர்ச்சாறு கசிந்து ஈரமாக இருந்த ஒரு மென்மையான தாவரத்தைத் தர்ப்பைப் புல்லின் மேல் அவன் வைப்பதை அவை பார்த்தன. "பாம்புகளே, இதுதான் சோமம். என் தாயின் பிணைமீட்பு. நான் இதை உங்களிடம் ஒப்படைக்கிறேன். ஆனால் இந்த விண்ணகத் திரவத்தை அருந்துவதற்கு முன் நீங்கள் குளித்துத் தூய்மையாக வருவது நல்லது என்று தெரிவித்துக்கொள்கிறேன்" ஒழுங்கு நிறைந்த சிரத்தையுடன் பாம்புகள் நதியை நோக்கி நெளிந்து சென்றன. ஒரு கணம், எக்காலத்திலும் பூமி அறியக்கூடிய காந்தம் நிறைந்த ஒரே கணம், சோமம் தனியாகப் புற்கள்மீது விடப்பட்டது. ஒரு நொடிக்குப் பிறகு, இந்திரனின் பலாத்காரமான கை வானத்திலிருந்து கீழிறங்கிப் பாய்ந்து திரும்பியபோது அது காணாமல் போயிருந்தது. பாம்புகள் அந்தக் கணத்தின் தீவிரம் பற்றிய உணர்வுடன், பிரகாசிக்கும் ஈரத்துடன் உயரமான புற்களினூடே திரும்பிக்கொண்டிருப்பது தெரிந்தது. புற்கள் சற்றே வளைந்திருந்த இடம்

தவிர வேறொன்றையும் அவை காணவில்லை. கருடன் சோமனை வைத்த இடத்திலிருந்த தர்ப்பைப் புற்களைப் பாம்புகள் அவசர அவசரமாக நக்கின. அந்தக் கணத்திலிருந்து பாம்புகளுக்குப் பிளந்த நாக்குகள் இருந்துவந்திருக்கின்றன.

“அம்மா, உன் பிணைமீட்பைச் செலுத்திவிட்டேன். நீ இப்போது சுதந்திரமானவள். ஏறிக்கொள் என் முதுகில்” என்றான் கருடன். காடுகள், சமவெளிகள், சமுத்திரங்கள் மீதெங்கும் சாவதானமாகவும் உல்லாசமாகவும் அவர்கள் பறந்து திரிந்தனர். அவ்வப்போது கருடன் கீழே பறந்து பூமிக்கு வந்து, தன் அலகில் கொத்துக் கொத்தாய் பாம்புகளைக் கொத்திச் செல்வான். அவன் முதுகில் அமர்ந்திருந்த வினதாவுக்கு இன்பம் பொங்கியது. பிறகு கருடன் தன் தாயிடமிருந்து விடைபெற்றான். தன் நேரம் வந்துவிட்டதாகச் சொன்னான். மீண்டும் ரௌஹின மரத்துக்குப் பறந்தான். வேதங்களைப் படிப்பதற்காக மரத்தின் கிளைகளுக்குள் மறைந்துகொண்டான்.

ரௌஹின மரத்துக் கிளையின் ஆழத்தில் புதைந்துகொண்டு கருடன் வேதங்களைப் படித்தான். தன் அலகை அவன் உயர்த்தும் முன் ஆண்டுகள் பல கழிந்திருந்தன. சொர்க்கத்தில் அவனைத் திகிலடையச் செய்த உயிர்கள், வியர்த்தமாக அவனோடு சண்டையிட முயன்றவர்கள், அவனுடைய நுழைவின்போது தூசிபோல் பறந்தவர்கள் எல்லாம் யாரென்று இப்போது அவனுக்குத் தெரிந்தது: அவர்களின் பெயர்களையும் அவர்கள் வழித்தோன்றல்களின் பெயர்களையும் மரியாதையுடன் நுட்பமாக ஆராய்ந்தான். ஆதித்யர்கள், வசுக்கள், ருத்ரர்கள், வருணன், மித்ரன், ஆர்யமன், பாகன், துவஷ்டா, பூசன், வைவஸ்வதன், சாவித்ர், இந்திரன், விஷ்ணு, தாத்ர், அம்சா, அநுமதி, திஷனா, சோமா, ப்ருஹஸ்பதி, குங்கூ, சூர்யா, ஸ்வஸ்தி, உன்ஷ், ஆயு, சரஸ்வதி, மேலும் மற்றவர்களும்கூட. மொத்தத்தில் முப்பத்து மூன்று பேர். ஆனால் ஒவ்வொருவருக்கும் பல பெயர்கள் இருந்தன. சில கடவுளரின் இடத்தில் மற்றவர்களை வைக்க முடியும். பெயர்கள் மோனத்தில் சுற்றிச் சுழன்றன. சற்றும் அசையாமல் இருந்த கருடன் தலைசுற்றலையும் கிறக்கத்தையும் உணர்ந்தான். அந்தப் பாசுரங்கள் அவனுள் தகதகவென்று ஜ்வலித்துக்கொண்டிருந்தன. கடைசியில் அவன் ரிக் வேதத்தின் பத்தாவது புத்தகத்தை அடைந்தான். காற்றின் கதியில் மாற்றத்தை அப்போது உணர்ந்தான். பெயர்களோடு இப்போது ஒரு நிழலும் வந்தது. ஒருபோதும் உச்சரிக்கப்படாத ஒரு பெயர். கூற்றாக இருந்து கேள்வியாகிப்போன பெயர். அப்போது பேசிய குரல் மிகவும் தொலைவில் இருந்தது. இப்போது அது புகழ்ந்துகொண்டிருப்பதாக இல்லை. உள்ளதை அது சொன்னது. இப்போது கருடன் த்ரிஷ்ருப் சந்தத்தில் அமைந்திருந்த நூற்று இருபத்து ஒன்றாம் பாசுரத்தைப் படித்துக்கொண்டிருந்தான். ஒன்பது செய்யுள்களை அது கொண்டிருந்தது. ஒவ்வொன்றும் ஒரே கேள்வியுடன் முடிந்தது: “நமது நிவேதனத்தை நாம் படைக்க வேண்டிய அந்தக் கடவுள் யார்(க)?” மறைந்திருக்கும் கடலொன்றின் கழிமுகமென அந்த அசை(க) அவனுள் வேதங்களின் சாரமென எப்போதும் எதிரொலித்துக்கொண்டிருக்கும்.

கருடன் நிறுத்திவிட்டுக் கண்களை மூடிக்கொண்டான். இந்த அளவுக்கு நிச்சயமற்றும் புரிதலுக்கு இவ்வளவு நெருக்கமாகவும் ஒருபோதும் உணர்ந்ததில்லை அவன். சட்டென்று பெயர்களேதுமற்றுப்போன வெறுமையில் இந்த அளவு லேசாகவும் ஒருபோதும் உணர்ந்ததில்லை. கண்களைத் திறந்தபோது ஒன்பது செய்யுள்களைத் தொடர்ந்து இன்னுமொன்றும் வருவதை அவன் உணர்ந்தான். இது சற்று பெரிய இடைவெளியால் மற்றவற்றிலிருந்து பிரிக்கப்பட்டிருந்தது. கையெழுத்து மேலும் கோணலாகவும் நுணுக்கமானதாகவும் இருந்தது. கேள்விகள் ஏதுமற்ற பத்தாவது செய்யுள். மேலும் இங்கே ஒரு பெயர், பாசுரத்தில் இருந்த ஒரே பெயர், ஒரே பதில். கருடன் அந்தப் பெயரை இதற்கு முன் எப்போதும் பார்த்ததாக நினைவில்லை: பிரஜாபதி.

2

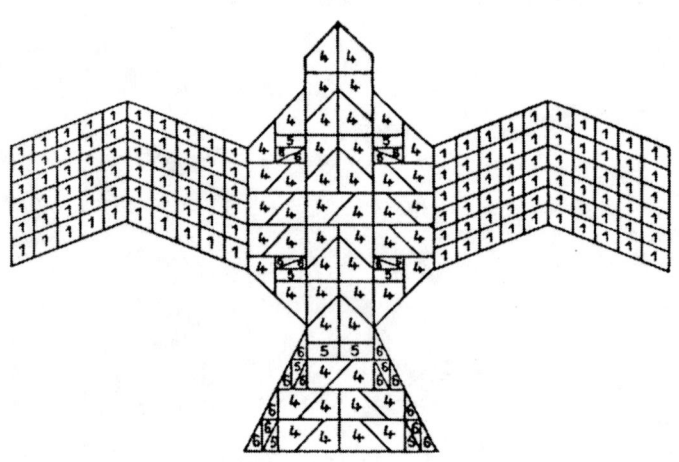

பிரஜாபதி தனியே இருந்தார். தான் இருக்கிறோமா இல்லையா என்பதுகூட அவருக்குத் தெரியாது. இவா, அதாவது, "ஒரு விதத்தில்". (அதிமுக்கியமான ஒன்றை நாம் குறிப்பிடும்போது, நம்மை அது கட்டுப் படுத்தாமல் இருக்க, எப்போதும் இவாவின் ஒரு துகளோடு சேர்த்து அதைப் பிரஸ்தாபிப்பது நல்லது). மனம் மட்டுமே இருந்தது, மனஸ். மனம் பற்றிய விசித்திரமான ஒரு விஷயம் என்னவென்றால், அது இருக்கிறதா இல்லையா என்று அதற்குத் தெரியாது. ஆனால் மற்ற அனைத்திற்கும் முன்பாக அது வருகிறது. "மனத்துக்கு முன்பாக எதுவுமில்லை" அது இருந்ததா இல்லையா என்பதை நிறுவுவதற்கு முன்பே, மனம் வேட்கை கொண்டது. அது தொடர்ச்சியானதாக, பரவலானதாக, விளக்கப்படாததாக இருந்தது. இருந்தும் அன்னியமான ஏதோவொன்றின்பால் ஈர்க்கப்பட்டது போல், வேறொரு உயிரினத்துக்குச் சொந்தமானதுபோல், திட்டமான தனியான வடிவம்கொண்ட ஒன்றை விரும்பியது. ஒரு சுயம், ஆத்மா – அது உபயோகித்த பெயர் அதுதான். அந்தச் சுயம் நிலைத்த தன்மை கொண்டதென மனம் கற்பனை செய்துகொண்டது. சிந்தித்து, மனம் வெப்பத்தில் சிவந்தது. மனத்தால் ஆன, மனத்தை வைத்து ஆன, முப்பத் தாறாயிரம் தீக்கொழுந்துகள் பாய்ந்தெழுவதை அது கண்டது. தீக் கொழுந்துகளுக்கு மேல் முப்பத்தாறாயிரம் கிண்ணங்கள் தொங்கிக் கொண்டிருந்தன, இவையும்கூட மனத்தால் ஆனவையே.

பிரஜாபதி தன் கண்களை மூடிப் படுத்திருந்தார். தலைக்கும் நெஞ்சுக்கும் இடையே கடும் வெப்பம் அவருக்குள் தகித்துக்கொண்டிருந்தது, நீர் நிசப்தமாகக் கொதித்துக் குமுறுவதைப் போல். அது தொடர்ந்து எதையோ உருமாற்றிக்கொண்டிருந்தது; அது தபஸ். எதை உருமாற்றிக் கொண்டிருந்தது அது? மனத்தை. உருமாற்றிக்கொண்டிருந்ததும் உருமாறிக் கொண்டிருந்ததும் மனம்தான். அது வெம்மை, எலும்புகளுக்குப் பின்னால் மறைந்திருக்கும் தீப்பிழம்பு, இருளின்மேல் வரையப்பட்ட உருவங்களின் தொடர்வரிசையும் கரைதலும் – இது நிகழ்ந்துகொண்டிருக்கிறது என்ற அறிதலின் உணர்வு. ஒவ்வொன்றும் வேறொன்றின் சாயலைக் கொண்டி ருந்தது. ஒவ்வொன்றும் வேறு ஏதோ ஒன்றுடன் இணைக்கப்பட்டிருந்தது. பிரக்ஞையின் உணர்வு மட்டும் வேறு எதன் சாயலையும் கொண்டிருக்க வில்லை. ஆனாலும் அனைத்துச் சாயல்களும் அதனுள்ளே முன்னும் பின்னு மாக ஓடிக்கொண்டிருந்தன. அது "தனி அடையாளம் அற்ற அலை"

அந்த அலையின் ஒவ்வொரு சாயலும் ஒரு அலைமுகடாக இருந்தது. அந்தச் சமயத்தில் "இந்த உலகம் நீர் மண்டலமாக மட்டுமே இருந்தது" பிறகு? "அலைகளின் நடுவே ஒரு ஒற்றைத் தரிசி" ஏற்கனவே நீர் மண்டலம் மனமாக இருந்தது. ஆனால் ஏன் அந்தக் கண்? மனத்தில், மற்ற அனைத்துப் பிளவுகளுக்கும் முன்னால் வரும், மற்ற அனைத்துப் பிளவுகளையும் குறிப்பால் உணர்த்தும், அந்தப் பிளவு ஏற்பட்டது. அங்கே பிரக்ஞை இருந்தது, அந்தப் பிரக்ஞையை ஒரு கண் கவனித்துக்கொண்டிருந்தது. ஒரே மனத்தில் இரு உயிருருக்கள் இருந்தன; மூன்றாக, முப்பதாக, மூவாயிரமாக ஆகக்கூடிய உயிருருக்கள். கண்களைக் கவனித்துக் கொண்டிருந்த கண்களைக் கவனித்துக்கொண்டிருந்த கண்கள். ஆனால் அந்த முதல் அடியே தன்னளவில் போதுமானதாக இருந்தது. மற்ற கண்களனைத்தும் அந்த ஒரு தரிசியிலும் நீர் மண்டலத்திலும் இருந்தன.

நீர் மண்டலம் ஏக்கம் கொண்டது. தனியாக அது எரிந்தது. "தன் வெப்பத்தை அது எரித்தது" அலையில் ஒரு தங்கக் கூடு உருவம்கொண்டது. "இது, இந்த ஒன்று, வெப்பத்தின் வலிமையிலிருந்து பிறந்தது" கூட்டினுள்ளே, வருடத்தின் ஒரு வளைவரைப் பாகத்தில் பிரஜாபதி உடல் உருவம் பெற்றது. ஆனால் அப்போது "வருடம் என்பது இல்லை" ஆதரவு ஏதுமின்றித் தண்ணீரில் மிதந்துகொண்டிருந்த ஒற்றை உயிரின் உறுப்பென அந்த உயிருக்குள் ஒடுங்கியிருந்தது காலம். ஒரு வருடத்திற்குப் பிறகு அந்த உயிர் அசைகளை வெளியிடத் தொடங்கியது; அவையே பூமியும் காற்றும் தூரத்துவானமும். தான்தான் காலத் தந்தை என்று அவர் ஏற்கனவே அறிந்திருந்தார். பிரஜாபதிக்கு ஓராயிர வருட வாழ்வு அளிக்கப்பட்டது. அவர் தனக்கு முன்பாக இருந்தவற்றைப் பார்த்தார். அலைமுகடுகளைக் கடந்து, தூரத்தில், தொலைதூரத்தில் நிலத்தின் கீற்றொன்றைப் பார்த்தார். தூரத்துக் கரையின் மங்கலான கோடு. அவரது மரணம்.

பிரஜாபதி "சுய இருப்புள்ள" ஒரே உயிர், *சுயம்பு*. ஆனால் பிறக்கும் எந்த ஒரு உயிரையும்விடக் குறைந்த அளவு நொய்மையானவராக அவரை இது ஆக்கிவிடவில்லை. அவரிடம் அறிவு ஏதும் இல்லை, குணங்கள் ஏதும் இல்லை. அவரே சுயமாக உண்டான முதல் தெய்வம். சந்தம் எதுவும் அவருக்குத் தெரியாது, ஆரம்பத்தில். பிறகு உள்ளுக்குள் எங்கேயோ மெல்லிய கொதிப்பை உணர்ந்தார். ஓர் உச்சாடனத்தைக் கண்டார் அவர் – கடைசியில் அதை வெளிவிட்டார். எங்கிருந்து? தன் மண்டையோட்டுச் சில்லுகளின் இணைப்புக்கோட்டிலிருந்து.

தண்ணீரின் வேட்கையால் பிறந்த பிரஜாபதி "இவை அனைத்தையும்" தோற்றுவித்தார், *இதம் சர்வம்*. ஆனால் பிறவி கொடுத்தவர் என்று யாரையும் சொல்லிக்கொள்ள முடியாதவர் – தாய்கூட இல்லை. சொல்லப்

போனால் அவருக்கு நிறையத் தாய்மார்கள் இருந்தனர், ஏனென்றால் தண்ணீரென்பது குறைத்துவிட முடியாத பெண்மையின் பன்மை. தண்ணீர் அவருக்கு மகள்களும்கூட, ஏனெனில் ஒவ்வொரு அடிப்படையான உறவுமுறையிலும் தோன்றுதல் பரஸ்பரமானது என்பதைக் காட்டுவது தொடக்கத்திலிருந்தே ஏதோ அவசியமானது என்பதைப் போல்.

மனம்: எந்தக் கரையாலும் தடையாலும் கட்டுப்படுத்த முடியாத ஓட்டம், மறைந்துபோகும் கணப் பிளவுகள் குறுக்கிட்டுச் செல்லும் ஓட்டம். ஒரு வட்டம் வரையப்பட வேண்டியுள்ளது, ஒரு சட்டகம், ஒரு வார்ப்புச் சட்டகம். "அமைதி கொள்" என்று பிரஜாபதி தனக்குத்தானே சொல்லிக்கொண்டார். ஆனால் எல்லாம் ஒன்றோடொன்று வீசி மோதிக் கொண்டிருந்தன. "உறுதியான அடித்தளம் வேண்டும்" பிரதிஷ்டை, "இல்லாவிடில் என் குழந்தைகள் நுண்ணறிவற்றுச் சுற்றித் திரிந்துகொண்டி ருக்கும். எதுவும் மாறாமல் இருப்பதில்லை என்றால், அவர்களால் எப்படி எதையும் கணக்கிட இயலும்? அவர்களால் எப்படிச் சமன்பாடுகளைக் காண முடியும்?" இவ்வாறு அவர் சிந்தித்துக்கொண்டிருந்தபோது, காற்றின் மெல்லிய வீச்சால் நகர்ந்துகொண்டிருந்த மென்மையான, நொய்மையான ஒரு தாமரை இலையின்மேல் படுத்துக்கொண்டிருந்தார். அவரே அந்தத் தாமரை இலையாகவும் இருந்தார். அவர் நினைத்தார்: "இருப்பவை அனைத்திற்கும் தண்ணீர்தான் அடிப்படை. ஆனால் தண்ணீர்தான் சிந்தாந்தமும்கூட, வேதங்கள். மிகச் சிரமமானவை. பிறக்க இருப்பவர்களில் யார்தான் இதைப் புரிந்துகொள்வார்கள்? தண்ணீரின் சிறு பகுதியையாவது மூடி மறைக்கத் தேவையுள்ளது. மண் தேவைப்படுகிறது." காட்டுப் பன்றியின் வடிவெடுத்து ஆழங்களுக்குள் மூழ்கினார். தண்ணீருக்கு மேலாக வந்தபோது அவர் நீளமான மூக்கில் சேறு அப்பியிருந்தது. அன்பு கசியும் அக்கறையோடு அதைத் தாமரை இலைமேல் பரப்பத் தொடங்கினார். "இதுதான் நிலம், இப்போது இதை நான் பரப்பி வைத்து விட்டேன், அதை அசையாமல் வைத்திருக்க எனக்குக் கொஞ்சம் கற்கள் வேண்டும்" என்றவர் மீண்டும் மறைந்தார். இப்போது காய்ந்துபோயிருந்த சேற்றைச் சுற்றி வெள்ளைக் கற்களைக்கொண்டு அவர் உருவரைச் சட்டம் ஒன்றை அமைத்து, "நீங்கள் இதன் பாதுகாவலர்களாக இருப்பீர்கள்" என்றார். இப்போது நிலம் பசுத்தோல்போல் இறுகிப்போயிருந்தது. களைத்திருந்த பிரஜாபதி அதன்மேல் படுத்தார். முதன்முறையாக அவர் நிலத்தை ஸ்பரிசித்தார். முதன்முறையாக நிலம் ஒரு பாரத்தின் சுமைகொண்டது.

தாமரை இலையை மூடியிருந்த வறண்டுபோன சேறு ஒரு மெல்லிய படலமாகப் படிந்தது. இருந்தும் நிலையானது என்ற உணர்வை ஏற்படுத்த அது போதுமானதாக இருந்தது. வெள்ளைக் கற்கள் ஓர் அடைப்பை உருவாக்கி, தான் எங்கிருக்கிறோம் என்ற சூழலுணர்வை ஏற்படுத்தியது. வேறெதையும்விட இதுதான் நிச்சயத்தன்மையைக் கொடுத்துச் சிந்தனையின் இயக்கத்துக்கு ஏதுவாக இருந்தது. கீழே அதற்குக் கீழேயே, தண்ணீர் ஓடிக்கொண்டிருந்தது, எப்போதும்போல்.

முதுகு மண்ணில் பதிய பிரஜாபதி கிடந்தபோது, காலம் அவருள்ளே விரிந்தது. ஒவ்வொன்றாக அவரது மூட்டுகளில், உள்ளேயும் வெளியேயும், அரித்துக் கரைத்துவிடும் களிம்பு படிந்தது: இறந்தகாலமும் வருங்காலமும்.

தன் தனிமையில் மூலகர்த்தாவான பிரஜாபதி சிந்தித்தார்: "நான் எப்படி இனப்பெருக்கம் செய்வது?" அவர் உள்ளே கவனத்தைக் குவித்தார், உள்ளிருந்து ஒரு வெம்மை பரவத் தொடங்கியது. அவர் தன் வாயைத் திறந்தார். வெளிவந்தது அக்னி, நெருப்பு, அனைத்தையும் விழுங்கிவிடுபவன். பிரஜாபதி தன் திறந்த வாயிலிருந்து சிருஷ்டித்தார். இப்போது திறந்த வாய் ஒன்று அவரை நோக்கி வந்துகொண்டிருந்தது. அது உண்மையில் அவரை உண்ண விழையுமா, தன்னைப் படைத்தவரை, இவ்வளவு விரைவில்? நம்ப முடியவில்லை அவரால். ஆனால் இப்போது பிரஜாபதி பெரும் திகிலை உணர்ந்தார். சுற்றிலும் பார்த்தார். பூமி வெறுமையாய்க் கிடந்தது. புற்களும் மரங்களும் அவர் மனத்தில்தான் இருந்தன. "யாரை உண்ண அது விழைகிறது? என்னைத் தவிர யாருமில்லையே" என்று மறுபடி சொல்லிக்கொண்டார். திகில் அவரைப் பேச்சிழக்கச் செய்து விட்டது. அப்போது பிரஜாபதி முதல் துன்பத்தையும் முதல் ஐயத்தையும் அறிந்தார். அக்னியின் வாயில் இரையாகாமல் இருக்க வேண்டுமென்றால் தான் உருவாக்கிய அந்த ஜந்துவுக்கு உணவைக் கண்டுபிடித்தாக வேண்டும். பிரஜாபதி ஒரு படையலைத் தோற்றுவிப்பதற்காகத் தன் கைகளைத் தேய்த்தார். தோன்றியது மயிர்கள் அடர்ந்து சொதசொதப்பான ஏதோ ஒரு வஸ்துதான். அக்னி அதை விரும்ப மாட்டான். அவர் மீண்டும் தன் உள்ளங்கைகளைத் தேய்த்தார். வெளிவந்தது ஒரு வெண்ணிறமான திரவப் பொருள். "இதை நான் அளிக்கட்டுமா? இல்லை வேண்டாமா?" யோசித்துக்கொண்டிருந்தார், திகிலால் செயலற்றுப்போன பிரஜாபதி. பிறகு காற்று எழுந்தது, ஒரு வெளிச்சம் வானை நிறைத்தது. அக்னி படையலை விழுங்கிவிட்டுப் போயிற்று.

பிரஜாபதி தனக்குள் ஒரு துணை இருப்பதை உணர்ந்தார். ஒரு இரண்டாவது உயிர், *த்விதீயை*. அது ஒரு பெண். வாக்கு, சொல். அவளை வெளியே விட்டார். அவளைப் பார்த்தார். வாக்கு "தொடர்ச்சியான நீரோட்டம்போல் எழுந்தது". முதலும் முடிவும் அற்ற, திரவத்தாலான ஒரு தூண் அவள். பிரஜாபதி அவளுடன் சேர்ந்தார். அவளை அவர் மூன்று பாகங்களாகப் பிரித்தார். அவருடைய மோகம் கொண்ட ஊடுருவலில் அவரது தொண்டையிலிருந்து மூன்று சப்தங்கள் வெளிப்பட்டன: *அ, க, ஹோ*. *அ* பூமியாக இருந்தது, *க* இடைப்பட்ட வெளியாகவும், *ஹோ* ஆகாயமாகவும். தொடர்ச்சி இல்லாதது இந்த மூன்று அசைகளோடு இருப்புக்குள் வேக வீச்சோடு பாய்ந்தது. எட்டுத் துளிகளில் இருந்து பிறந்தனர் வசுக்கள், பதினொன்றிலிருந்து ருத்ரர்கள், பனிரெண்டிலிருந்து ஆதித்யர்கள். இன்னமும் தோன்றியிருக்காத உலகம், இப்போதே கடவுளரால் நிரம்பி இருந்தது. முப்பத்தோரு கடவுளர்

முப்பத்தோரு துளிகளில் இருந்து பிறந்திருந்தார்கள், பிறகு ஆகாயமும் பூமியும்: மொத்தம் முப்பத்து மூன்று. கூடவே பிரஜாபதி இருந்த இடைப்பட்ட வெளி, 'க' இருந்தது. முப்பத்து நான்கு. வாக்கு பிரஜாபதிக்குள், எப்பொழுதும் தன் உறைவிடமாக இருந்த வெற்றிடத்திற்குள் அமைதியாக நழுவினாள்.

பிரஜாபதி கடவுளரை உருவாக்கியபோது அவர்களை இந்த உலகத்தில் வெளியிட முடிவுசெய்தார். ஏனெனில் கீழே ஆகாயத்தின் ஆழங்களில் இருந்த உலகங்கள் குண்டும் குழியுமாக ஒரு அடர்ந்த புதர்க்காடெனப் பயனற்றதாக இருந்தன. முக்கியத்துவம் இல்லாமல் இருக்கும் அனுகூலம் பூமிக்கு இருந்தது, அனைத்தும் இன்னும் கட்டியமைக்கப்பட வேண்டியிருந்தது. வெட்டவெளி ஒன்று அங்கே இருந்தது – அதன் திறந்த வெளியினூடாகக் காற்று சீழ்க்கையிட்டுச் சென்றது.

ஆனால் கடவுளர் தாம் தோற்றம்கொண்ட கணத்திலேயே சென்று விட்டிருந்தனர். ஆகாயத்தைத் தேடிக்கொண்டா? அவர்கள் தமக்குப் பிறவி அளித்தவரைக் கவனிக்கக்கூட இல்லை. ஒரேயடியாக அவருக்குத் தங்கள் முதுகைத் திருப்பிக் காட்டிவிட்டுப் போய்விட்டார்கள். பூமி வெறும் புறப்பாட்டுத் தளம், பொருட்படுத்துவதற்குக்கூடத் தகுதியற்றது. பாழ்பட்ட பயண இடைவழி நிலையம். பிரஜாபதி மீண்டும் தனித்து விடப்பட்டார், முதலானவராக அல்ல, கடைசியானவராக. ஏதோவொன்று அவரைப் பிடித்து வைத்திருந்தது, ஏதோவொன்று அங்கு இன்னமும் அவருக்காகக் காத்திருந்தது: மிருத்யு, மரணம். அவர் சொந்தப் படைப்புகளில் ஒன்று.

புழுதி படர்ந்த அந்த வெட்டவெளியில் பிரஜாபதி மரணத்தைக் கவனித்துக்கொண்டிருந்தார். செஞ்சீராக, அசைவற்று, பகைவனைப் போல் பிரஜாபதியைக் கவனித்துக்கொண்டிருந்தது மரணம். மற்றவரை வெல்வதற்கான சரியான தருணத்திற்காக இருவரும் காத்திருந்தனர். பிரஜாபதி தவத்தில் ஈடுபட்டார். தனக்குள் வெம்மையை உண்டாக்கினார். அவ்வப்போது அந்த மௌனமான வேதனையின் இருண்ட கணங்களில், பிரஜாபதி தன் கைகளை உயர்த்தினார். ஒளிக்கோளம் ஒன்று அவரது அக்குள்களிலிருந்து கிளம்பி ஆகாயத்தின் வளைந்த கூரையில் சென்று புதைந்துகொண்டது. இப்படித்தான் நட்சத்திரங்கள் பிறந்தன.

மரணத்தோடு போரிட்டுக்கொண்டிருந்தபோது பிரஜாபதியின் மனத்தில் தோன்றிய சம்பந்தங்கள்தாம் முதலில் தோன்றிய சமானங்கள். சம்பந்தம் என்பது "ஒன்று சேர்வது" சமானங்களின் சங்கிலி. அவை எப்படித் தங்களை வெளிக்காட்டிக்கொண்டன? பிரஜாபதி மரணத்தை நேராகக் கூர்ந்து நோக்கிக்கொண்டிருந்தார், அவரைச் சுற்றிலும் உலகம். எதிராளிகள் இருவரும் உற்று நோக்கிக்கொண்டிருந்தனர், ஒருவரையொருவர் அவதானித்துக்கொண்டிருந்தனர். ஆனால் நகரவில்லை. ஒவ்வொருவருக்கும்

ராபர்ட்டோ கலாஸ்ஸோ

ஆதரவாக ஒரு படை சூழ்ந்து நின்றது. மரக் கரண்டிகள், மரவாளொன்று, குச்சிகள், கிண்ணங்கள்: இவ்வாறாக இருந்தது பிரஜாபதியின் படை, இற்றுப்போனவையாக, நலிவடைந்தவையாக. மரணத்தைச் சுற்றி ஒரு யாழ், ஒரு தண்டை, ஒப்பனைக்கான சில பொடிச் செண்டுகள் இருந்தன.

இந்த இறுக்கம் இன்னும் எவ்வளவு நேரம் இருக்கும்? காத்திருந்தபோது, பிரஜாபதி மரணத்தின் சட்டகமாகப் பயன்படும் அனைத்தின் ஊடாகவும் ஓடினார், இருக்கும் அனைத்துமாக உள்ள சட்டகம். ஓடுவதற்கு அது நீண்ட நெடுந்தூரம். அவர் சட்டகத்துள் ஊடுருவினார், அதன் சுருள் களுக்குள்ளும் பூவேலைப்பாடுகளுக்குள்ளேயும். அலங்காரத்தின் அடர்த்தி சில நேரங்களில் மரணத்தை அவரிடமிருந்து மறைத்தது. அவர் எண்ணினார்: “இது இப்படி இருக்கிறது. இது அதை ஒத்திருக்கிறது, இது அதற்குச் சமமானது, இதுதான் அது” அதிர்வு, இறுக்கம், ஒரு நல்லுணர்வு அவரது மனத்தில் வெள்ளமெனப் பாய்ந்தது. இது அதுவாக இருக்கும் பட்சத்தில், அது இந்த மற்றொன்றை ஒத்திருக்கிறது – இப்படிப் போய்க்கொண்டிருந்தார். மெல்லிய பிணைப்புகள் நாடாக்களைப் போல் இதையும் அதையும் சுற்றிக்கொண்டன. பிணைப்புகள் விரிந்தன, பலருக்குக் காண முடியாதவை யாக இருந்தன, ஆனால் அவற்றை அங்கே இட்டு வைத்தவனுக்கு அல்ல. ஒரு படைக்காவலனின் கண்களோடு பிரஜாபதி மரணத்தைக் கவனித்துக் கொண்டிருந்தார். ஆனால் படிமங்களையும் எண்களையும் வார்த்தை களையும் எழுப்பும் அலைவுறும் கண்களோடு, பொருள்களை ‘ஒன்று சேர’ச் செய்துகொண்டிருந்தார். சிலவேளைகளில் தொலைவாக விலகிக் கிடப்பவற்றை இசையச் செய்துகொண்டிருந்தார், தொலைவு அதிகமாக உள்ளவை அவருக்கு அதிகமாகக் கிளர்ச்சியூட்டின. இருக்கும் உலகம் – உறுத்தும், உணர்ச்சியற்ற, வெறுமையான உலகம் – தன்னை மூடி, எடுத்து, ஒன்றுசேர்த்து, சூழச்செய்து, ஒரு துணியின் வலைப்பின்னலென நெய்ய அனுமதித்தது. இருந்தும் ஒரு தொய்வான வலைப்பின்னல், நிச்சயமாக . . . இருந்தும், இது இன்னும் அதிகமாகக் கிளர்ச்சியூட்டியது. ஒரே சமயத்தில் வலைப்பின்னல் தொய்வாகவும் மெல்லியதாகவும் இருந்தது, முழுமையின் குருட்டுத்தனமான சுவாசம் நிலைகுலைந்துவிடாமல் தவிர்ப்பதற்காக ஆனதைப் போல். ஆனால் மரணம்? அங்கே பதுங்கியிருந்தது, காத்துக் கிடந்தது. பிரஜாபதி நினைத்தார்: “அவன் என்னைக் கொன்றுவிட்டால் என்ன மிஞ்சும்?” இதுவரை இந்த எண்ணம் அவரை பயமுறுத்திக் கொண்டிருந்தது. அனைத்தும் தன்னில் இருந்துதான் வெளிப்பட்டது என்று பிரஜாபதிக்குத் தெரியும். தான் இல்லாததாகக் கற்பனை செய்துகொள்வது, அனைத்து இருப்பையும் இல்லாததாகக் கற்பனை செய்வதென ஆகிவிடும். இப்போது அவர் சுற்றிலும் பார்த்தார். பிறகு அவர் தன்னைத் தனக்கு வெளியிலிருந்து பார்த்தார்: சோர்வடைந்துபோன, சலிப்படைந்து சுருங்கிப்போன ஒரு வயோதிகன். அவரைச் சுற்றி எல்லாம் இன்னும் புதியதாகவே இருந்தது. சுற்றிலும் பார்க்கும்போது, தாவரங்களின் ஒவ்வொரு வண்ணப் புள்ளியும் பாறையின் ஒவ்வொரு வெளிக்கோட்டு ருவமும் ஓர் இலக்கத்தை, ஒரு சொல்லை, ஒரு சமானத்தை எவ்வாறு மறைத்துவைத்திருக்கிறதென்று அவரால் பார்க்க முடிந்தது: ஒரு மனநிலை

மற்றொரு மனநிலையைப் பற்றிக்கொண்டு அதனுடன் கலந்திருந்தது. ஒவ்வொரு நிலையும் ஓர் இலக்கம் என்பதுபோல். இதுதான் முதல் சமானம், மற்ற அனைத்திற்கும் தொடக்கம். பிறகு பிரஜாபதி எண்ணினார்: "நான் இல்லாதுபோய்விட்டால், ஒருவேளை இந்த விஷயங்கள் இனி ஒன்று சேராமல் போய்விடுமோ? ஒருவேளை சம்பந்தங்கள் கரைந்து போய் விடுமோ? ஆனால் மரணம் எப்படிச் சமானங்களுக்கு ஊறு விளைவிக்க முடியும்? அவனால் எவ்வாறு அவற்றைத் தாக்க முடியும்? அவன் ஊறுசெய்ய அவற்றுக்கு எங்கே உடல் இருக்கிறது? அவை எந்த வெளியையும் நிரப்பி நிற்கவில்லை, அவற்றைத் தீண்ட முடியாது. அவை மனத்தில் மேலெழுபவை, ஆனால் எங்கிருந்து? இவற்றையெல்லாம் நினைத்துக் கொண்டிருந்தபோது, பிரஜாபதி தனக்குள் ஒரு பரபரப்பையும் ஒரு விடுபடலையும் உணர்ந்தார். அவர் எண்ணினார்: "சம்பந்தங்கள் அவற்றை நினைக்கும் எனக்கே பிடிபடாமல்போனால், மரணத்திற்கு, அவற்றைப் பற்றி ஒன்றும் அறியாதவனுக்கு, இன்னும் பிடிபடாமல்தான் போகும். மரணம் என்னைக் கொன்றுவிடலாம். அவனால் சமானங்களைக் கொல்ல முடியாது". ஒரு தெளிவான வரண்ட குரல் தன் வாயிலிருந்து வெளிப் பட்டுக்கொண்டிருந்ததை அவர் கவனிக்கவில்லை. தம் நீண்ட மௌனத் திற்குப் பிறகு, மரணத்தோடு அவர் பேசிக்கொண்டிருந்தார். பிரஜாபதி சொன்னார்: "நான் உன்னைத் தோற்கடித்துவிட்டேன். வா, என்னைக் கொல். நான் உயிரோடு இருக்கிறேனோ இல்லையோ சமானங்கள் என்றென்றும் இருக்கும்."

கடைசியில், மிருத்யு யாகசாலையின் மேற்கு ஓரத்திலிருந்த பெண்களின் குடிசைக்குள் போனான். அவன் தோற்கடிக்கப்பட்டான், அவமதிக்கப் பட்டான். ஆனால் முற்றுமாக முடிக்கப்பட்டுவிடவில்லை. பிரஜாபதி வெளியே வெறுமையாகக் கிடந்த அரங்கத்தை வெறித்துப் பார்த்துக் கொண்டிருந்தார். அரங்கத்தின் விளிம்புகளைச் சுற்றிலும் வாடிச் சருகான புற்கொத்துகள். இந்தத் தனிமை, ஏன் ஒவ்வொரு தனிமையும் ஒரு பொய்த்தோற்றம், மற்றவரும் வசிக்கும் இடம் என்று இப்போது அவருக்குத் தெரியும். எப்போதும் அழையாமல் நுழையும் ஒருவர் – ஒரு விருந்தாளி? – பெண்களின் குடிசைக்குள் ஒளிந்துகொண்டிருக்கிறார்.

வேத காலத்துப் பிராமணர்கள், மரணத்துடன் நேரடியாகப் போரிட்ட, யாகங்களில் மரணத்துடன் போட்டியிட்ட பிரஜாபதியின் உதாரணத்தைப் பின்பற்றினர். சோர்வுற்றுப் போதாமையுணர்வோடு, தோற்றாயிற்று என்று பிரஜாபதி விளையாட்டை விட்டுவிட இருந்தபோது சம்பந்தங்கள் அவரது மனத்தில் சட்டென்று ஒளி வீசின. கூடவே எண்ணியல் சமானமும் ஒளியின் மீது பொறிக்கப்பட்ட வடிவியலும். உயிர்கொண்டு பரவியிருக்கும் அனைத்தும் அதற்கும் மேலாக இறந்துவிடுபவையும் அழிந்துவிடாத உறவுகளில் இணைக்கப்பட முடியும் என்பதை அவர் அப்போது கண்டார். மனம் எதையும் பார்க்கும்போது, ஒரு தொடர்பைத் தெரிந்து

கொள்ளும்போது, எப்போதைக்குமாகப் பார்த்துவிடுகிறது. அந்த மனம் அழிந்து விடலாம், அதற்கு ஆதாரமான உடலோடு. ஆனால் தொடர்புகள் எஞ்சியிருக்கும், அது அழித்துவிட முடியாதது. இவ்வாறான தொடர்புகளின் பெரும் கட்டமைப்பை உருவாக்குவதன் மூலம் மரணத்தைத் தோற்கடித்து விட்டதாகப் பிராமணர்கள் கற்பனை செய்துகொண்டார்கள், அவர்களின் மூதாதையரான பிரஜாபதி ஒரு காலத்தில் நினைத்துக்கொண்டதைப் போல். அவர்கள் தீயது என்பது நுட்பமற்றது எனத் தங்களைத் தாங்களே இணங்க வைத்துக்கொண்டார்கள். இவ்வாறாகக் கூடுதல் அமைதியுடன் மரணமடைந்தார்கள்.

இதம், இதற்குப் பிறவி கொடுப்பது பிரஜாபதிக்கு ஒரு நீண்ட வாதையாக இருந்தது. *இதம் சர்வம்*, 'இதுவே அனைத்தும்' என, எதற்காகப் பிற்காலத்தில் நிந்திக்கப்பட்டாரோ அந்தப் பூச்சிகள், உண்ணிகள் உட்பட, அவை அனைத்துமாக ஆக்கும்வரைக்கும் அதுபோலவேதான். கொஞ்சம் கொஞ்சமாக மிகப் பெரும் சோர்வு அவரை ஆட்கொண்டது. உயிரினம் ஒன்று தோன்றும், உடனே அவருடைய ஏதாவதொரு மூட்டு கழன்றுவிடும். தகிக்கும் சூரியனுக்குக் கீழே உள்ள குட்டையின் தண்ணீர்போல் அவர் உடலில் நிணநீர் சுருங்கியது. அவர் மூட்டுக்கள் ஒட்டாமல் கழன்று கொண்டிருந்தன, கழன்றுகொண்டன, ஒன்றன் பின் ஒன்றாக. அந்நியமான, பொருந்தாத பொருட்களெனத் தன் கூறுகள் புல்லில் பரப்பிக் கிடப்பதைத் தானே பார்த்துக்கொண்டிருந்தார். சட்டென்று தன்னிடம் மிஞ்சியிருப்பது தன் இதயம் மட்டுமே என்பதை உணர்ந்தார். அழுக்கடைந்து, துடித்துக்கொண்டு. அந்தச் சதைத்துண்டில் தன்னைக் காண அவர் போராடிக்கொண்டிருந்தபோது தன்னால் தன்னை அடையாளம் காண இயலாமல்போய்விட்டது என்பதை உணர்ந்தார். பித்துப்பிடித்தவனைப் போல் அலறினார்: "சுயம்! சுயம்! ஆத்மன்!" அதைப் பெருநீர்ப்பரப்பு அமைதியாகக் கேட்டது. சிரமதசையில் விழுந்துவிட்ட உறவுக்காரரிடம் போவதுபோல் மெதுவாகப் பிரஜாபதியை நோக்கித் திரும்பின. மறுபடியும் அவர் இதயத்தைப் பாதுகாக்கும் பொருட்டு முண்டப் பகுதியை அவருக்குத் தந்தன. *அக்னிஹோத்ரம்* என்னும் வேள்விச் சடங்கை அவருக்குக் காணிக்கையாக்கின. அது என்றாவது ஒருநாள் உபயோகமாக இருக்கக்கூடும், ஒருவேளை தன் முழுமையை மீண்டும் ஒன்றுதிரட்ட எப்போதாவது பிரஜாபதி விரும்பினால் – என்றன அவை.

அவர் குழந்தைகள் அவசரமாக வெளியேறிக்கொண்டிருந்தபோது, அலைபாயும் பழுப்பு நிறக் கூந்தலுடைய தலையொன்றை, ஒரு வெளுத்த தோளை, வசியம் செய்யக்கூடிய ஒரு உருவத்தைக் கண்டார். "அவள் மட்டும் திரும்பி வந்தால் என்னை அவளோடு இணைத்துக்கொள்வேன்," என்று நினைத்தார். மற்ற அனைவரும் சென்றுவிட்டனர். உயிரினங்களைத் தோற்றுவிப்பது என்பது மிகவும் அர்த்தமற்ற செயல்பாடாகத் தெரிந்தது. அவை தோன்றுவதற்கு முன்பு உள்ளே அவர் இறுக்கத்தையும் துடிப்பையும் அனுபவித்தார். ஆனால் அந்த ஜீவன்கள் தோன்றியது, தூசுப் படலமென

மறைவதற்காகவே. பிறகு தன் தனிமையில் பிரஜாபதி ஒரு கிண்ணத்தை எடுத்து அதில் அரிசி, பார்லி, பழம், வெண்ணெய், தேன் ஆகியவற்றை நிரப்பினார். சிறிது உடமைகளை வைத்துக்கொண்டு ஆர்ப்பாட்டம் செய்யும் பிச்சைக்காரன்போல் காணப்பட்டார். தன் கிண்ணத்தை அவர் பாழிற்குக் காணிக்கையாக்கினார். “எனக்குப் பிரியமாக இருந்தது எனக்குள் திரும்பி வரட்டும் . . .” என்று முணுமுணுத்தார். அது காற்றில்லாத இரவு, தரையில் அவர் வைத்திருந்த கிண்ணத்திற்கு மேலே ரோஹிணியின் வெளிச்சம் அதிர்ந்துகொண்டிருந்தது, பழுப்பு நிறத்தவள், மிக மெல்லத் தன் கூந்தலை அசைத்தாள். ஆல்டபரான் என்று ஒருநாள் அவளை அழைப்பார்கள்.

ஒரு கேள்வி தந்தையை வதைத்தது: அவர் குழந்தைகள் ஏன் அவ்வளவு மரியாதையற்றிருந்தனர், ஏன் அவரை விட்டு ஓடினர்? கடவுளர்கூட ஏன் அவரைத் தெரியாததுபோல் பாவனை செய்ய வேண்டும்? விளக்க யாருமில்லை, அனைவரும் சென்றுவிட்டனர். பிரஜாபதி அரித்தெடுக்கும் அந்த உணர்வோடு விடப்பட்டார் – அவரை எந்நேரமும் விடாமல் துரத்திக் கொண்டிருக்கும் ஒன்று – உண்மையில் இல்லாததான உணர்வு. மனக் கலக்கத்துடன் சுற்றிலும் பார்த்தார். எல்லா உயிரினங்களுக்கும் தாம் இருப்பது நிச்சயத்துடன் தெரிந்தது, அவற்றுக்கு இருப்பை அளித்த அவரைத் தவிர. அவரில்லாமல் ‘இது’ ஒருபோதும் இருந்திருக்காது. ஆனால் இப்போது உலகைப் பொறுத்தவரை தேவைக்கு மிஞ்சியவராக, ஒரு நெருப்பிலிருந்து மற்றதற்கு எடுத்துச்செல்லும்போது சிந்தப்பட்டு, பிறகு எறும்புப் புற்றின்மேல் வீசியெறியப்படும் பால்போல் உணர்ந்தார். மற்ற உயிர்களுக்குப் பிறப்பளித்த உடனே தான் தேவையற்றுப்போய்விட்டதைப் பிரஜாபதி உணர்ந்தார்.

உலகம் அடர்ந்திருந்தது. பிரஜாபதி வெறுமையாக, அமைதியற்று இருந்தார். எழுந்திருக்க முடியாமல் தரையில் முதுகுபடப் படுத்திருந்தார். அவர் சுவாசம்கூடக் கனத்துப்போயிருந்தது. அவரை இயக்கிக்கொண்டிருந்த சுவாசமனைத்தும் மிதந்து காணாமல்போவதை உணர்ந்தார். மொத்தம் ஏழு இருந்தன, அவர்கள் ஒவ்வொருவரையும் பெயர் சொல்லி அழைத்து விடைகொடுத்தார். “முழு ஓட்டத்தையும் ஓடி முடித்ததுபோல்” உணர்ந்தார். அவரது உதடுகளை ஈரப்படுத்தக்கூட யாரும் அருகில் வரவில்லை. ஒரு கந்தல் மூட்டைமேல் மக்கள் காட்டும் அக்கறையுடன் பிரஜாபதியைக் கடவுளர் கிழவனெனச் சாகவிட்டுப் போயினர்.

பிரஜாபதியின் உடலிலே பிணைக்கப்பட்டு இருந்தது யாகபலிக்கல் மட்டுமே. அந்தப் பாழ்நிலைக்கு நடுவிலும் அது தனியாக நிமிர்ந்து நின்றிருந்தது. அந்த அமைதியில் காற்று, அதிலிருந்து சிறு சுழல்களாக மணலை ஊதித் தள்ளியது. அவற்றுக்கு முடிவே இல்லாமல் இருந்தது. அந்த மணல்தான் பிரஜாபதியிலிருந்து தொலைந்தது, என்றென்றைக்குமாக.

மூட்டுகள் பிய்த்து வீசப்பட்டு உலகம் முழுக்கச் சிதறிக் கிடந்தபோது, பிரஜாபதி பார்ப்பதற்கு எப்படி இருந்தார்? அங்கே ஒருபக்கத்தில் இருந்தது ஒரு காலியான குளிர்ந்த சமையல் பானை.

அதுதான் பிரஜாபதி.

பிரஜாபதி களைத்திருந்தபோது, ஒரு வெண்குதிரை தோன்றியது, அதன் மூக்கு தரையை நோக்கிக் குனிந்திருந்தது. அந்த மூக்கை அது ஒரு வருடத்திற்கு நிமிர்த்தவில்லை. மெல்லக் குதிரையின் தலையிலிருந்து, *அஸ்வ*, அத்திமரம் ஒன்று வளர்ந்தது, *அஸ்வத்தா*. வெண்குதிரை, அத்திமரம்: பிரஜாபதி.

கடவுளர் தங்கள் தந்தை பிரஜாபதியைப் புரிந்துகொள்ள இயலாத அளவிற்கு வெறுமனே இருந்துகொண்டிருந்தனர். அவர்கள் இருந்தார்கள்— அவ்வளவுதான். அவர்கள் உண்மைதான் சொன்னார்கள். அவர்கள் போதுமான அளவிற்குச் சிக்கலானவர்களாக இல்லை. அவர்களுக்கு மரணத்தைத் தெரியாது, "மரணமடையாத மரணத்தை, ஏனெனில் அவன் இறவாமைக்குள் இருப்பவன்" *அசத்*தின் சிக்கு முடிச்சின் தளர்ந்த முனை தொங்கிக்கொண்டிருப்பதை அவர்கள் புரிந்துகொள்ளவில்லை, (எதுவாக இருந்தாலும், அது உள்ளதின் எதிர்மறை – அல்லாதது, *அ–சத்*). இப்போது பிரஜாபதி யாரிடமும் ஒருபோதும் பேசமாட்டோம் என்று நினைத்தார். ஆனால் ஒருநாள் அவர் மகன்களில் ஒருவன், மிகவும் தனிமையான சோகமான தொலைவான சாம்பல் நிறக் கண்களை உடையவன், தகப்பனிடம் இருந்து ஓடுவதற்குப் பதிலாக அவருடன் பேசுவதற்கு வந்தான். அவன் வருணன். அவன் சொன்னான்: "தந்தையே நான் தங்கள் மாணவனாக விரும்புகிறேன், எனக்கு இறைமை வேண்டும்" அந்தச் சமயத்தில் மிருகங்களோடும் தனக்குத் தானேயும் பேசிக்கொண்டிருக்கும் வற்றிப்போன கிழவராக இருந்தார் பிரஜாபதி. "இறைமை" என்னும் வார்த்தையைக் கேட்டவுடன் சிரித்தார். "மகனே, உன் சகோதரர்களும் சகோதரிகளும் என்னை எந்த அளவு மதித்தார்கள் என்பதை நீ பார்த்தாய். அவர்கள் என் உடல்மீது ஏறி மிதிக்காதது என் அதிர்ஷ்டம்தான். நான் அறிந்ததெல்லாம் உங்களுக்கு ஒரு உபயோகமும் இல்லாதவை மட்டுமே ..." என்றார். "நீங்கள் அறிந்தது மட்டும்தான் என் அக்கறை" என்றான் வருணன், உறுதி தளராமல். "ஒரு நூறு வருடங்களுக்கு எனக்குச் சொல்லித் தாருங்கள்". வருடங்கள் வேகமாகக் கடந்தன, அவைதான் தந்தைக்கும் மகனுக்கும் மிகவும் மகிழ்ச்சிகரமான காலங்கள். வருணன் தன் சகோதரர்களிடம் திரும்பச் சென்றபோது அவர்கள் குழப்பத்தோடும் அச்சத்தோடும் தங்கள் இருக்கைகளில் இருந்து எழுந்து நின்றனர். "அச்சப்படாதீர்கள், நாம் சமமானவர்கள்" என்றான் வருணன். "நீங்கள் என்னிடம் பார்க்கும் இறைமை உங்களிடமும் இருக்கிறது. ஒரே வித்தியாசம், நீங்கள் அதை அறியவில்லை."

பிரஜாபதியின் எண்கள் பதின்மூன்று, பதினேழு, முப்பத்து நான்கு. பதின்மூன்றும் பதினேழும் மிகையின் எண்கள், ஒரு முழுமைக்கு (பனிரெண்டு, பதினாறுக்கு)க் கூடுதலான உபரியே பிரஜாபதி அடைக்கலம் கண்ட இடம். அனைவரும் அவற்றைத் தவிர்ப்பதில் கவனமாக இருந்தனர். யாரும் அவரைச் சந்திக்க விரும்பவில்லை. அந்த எண்களில் அவரைச் சந்திப்போம் என்பதை மறந்துவிடும் அளவுக்கு அவர்கள் அதில் மிகவும் தீர்மானமாக இருந்தனர். அவற்றைத் தவிர்த்தனர், அவரை அலட்சியப் படுத்தினர், ஏன் என்றுகூடத் தங்களைக் கேட்டுக்கொள்ளாமலே. ஆனால் முப்பத்து – நான்கு? அங்கே முப்பத்து மூன்று கடவுளர் இருந்தனர். பிரஜாபதி கடவுளருக்கு முன்னும் பின்னும் வந்தார். அவர்களுக்கு எதிரிலும் பின்னாலும். எப்போதும் ஒருபுறத்தில் கொஞ்சம் தள்ளி. உடலுக்கு முன்செல்லும் நிழல் அவர். கடவுளர் அவரிலிருந்து பிறந்தவர்கள். ஆனால் "பிரஜாபதிக்குப் பின்னால் அனைத்துக் கடவுளரும் இருக்கிறார்கள்" என்பதை அவர்கள் நினைவில்கொள்ள விரும்பவில்லை. யாகத்தால் மேலேறிச் சென்று, போதைகொண்டு, கடவுளர் வானத்தை வசப்படுத்தினர், ஏதோ அது எப்போதுமே அவர்களுடையதாக இருந்ததைப் போல். மந்தையால் கைவிடப்பட்ட மேய்ப்பன் என பிரஜாபதி இருந்த பூமிமீது அவர்கள் அருள்கூர்ந்து கணநேரப் பார்வைகூடச் செலுத்தவில்லை.

கடவுளரைப் போலன்றி, ஒரு உருவமும் ஒரு கதையும் உள்ள, அல்லது பல உருவங்களும் பல கதைகளும் உள்ள, ஒருவேளை ஒன்றுமேல் ஒன்றாய்க் கவியும் ஒருவேளை ஒன்றுகலக்கும் அல்லது ஒன்றுடன் ஒன்று மாறிக்கொள்ளும் ஆனால் எப்போதும் உருவத்தோடும் பெயர்களோடும் உள்ள கடவுளரைப் போலன்றி, பிரஜாபதி பெயரற்றதோடும் உருவமற்ற தோடும் அடையாளம் ஏதும் இல்லாததோடுமான தொடர்பை ஒரு போதும் விட்டுவிடவில்லை. உயிரினங்களின் நாயகன், பிரஜாபதி, வேறு என்னவென்று அவரை அழைப்பது என்று அவர்களுக்குத் தெரியவில்லை. சொல்லப்போனால் அதுகூட மிகவும் திட்டவட்டமானதாக இருந்தது. அதற்குப் பின்னால், அவரது ரகசியப் பெயர் க–யார்?–அவர் அப்படித்தான் பிரார்த்திக்கப்பட்டார். டால்ஸ்டாய் அல்லது பால்ஜாக்கின் கதாபாத்திரங் களுக்கு காஃப்காவின் *'விசாரணை'* மற்றும் *'கோட்டை மாளிகை'*யின் கதாபாத்திரமான 'கே' யாராக இருப்பாரோ அவராகத்தான் கடவுளருக்குப் பிரஜாபதி இருந்தார். காஃப்காவின் கதைகள் எப்போதும் அந்நியனைப் பற்றியது. மனிதர்களாலும், கடவுளராலும் அறியப்படாத, கடவுளருக்கும் மனிதருக்கும் மூலமான அந்நியனைப் பற்றியது.

பிரஜாபதியைவிட வேறு யாரும் தன் சுய அடையாளம் பற்றி அவ்வளவு நிச்சயமில்லாமல் இருக்க முடியாது. மற்றவர்களுக்குப் பெயர் களைத் தந்தவர் தன் சொந்தப் பெயர் அஸ்திவாரமின்றி, நிச்சயமற்று, கேள்வியாகப் போய்விட்டதைக் கண்டார்: க. *அனிருக்தன், அபரிமிதன், அதிரிக்தன்:* 'விவரிக்கப்பட முடியாதவன்', 'எல்லையற்றவன்', 'நிரம்பி

வழிபவன்'; அப்படித்தான் அவரை அழைத்தனர். அவரை நன்கு அறிந்தவர்கள்கூட எப்போதும் விலகிப்போய்க்கொண்டிருக்கும் அவர் எல்லைகளைப் பார்த்ததேயில்லை – அவை முடிவில் எல்லையற்றதில் காணாமல் போயின. ஒருவேளை அதுதான் அவர் குழந்தைகள் யாருக்கும் தங்கள் தந்தையின் சித்திரத்தைச் செய்யத் தோன்றாததற்கு இன்னொரு காரணமாயிருக்கக்கூடும். அவர்கள் அவரைப் பிரார்த்தித்தபோதோ போற்றியபோதோ இருந்த ஒரே ஓசை, தெளிவற்ற ஒரு முணுமுணுப்புதான். அல்லது அவர்கள் அவரை மௌனமாக வழிபட்டனர். மௌனம் பிரஜாபதிக்கு உரித்தானது என்றனர்.

பிரஜாபதி மனம் என்னும் புத்துருவாக்கச் சக்தியாக இருந்தார். தன்னையே புத்துருவாக்கிக்கொள்ளும் சக்தி. நிரம்பி வழிவது, கட்டற்றது, விவரிக்கப்பட இயலாதது என்று வேறெதையும் அவ்வளவு கச்சிதமாக விவரித்துவிட முடியாது. இருக்கும் அனைத்தும் முதலில் பிரஜாபதிக்குள் தான் இருந்தது. அனைத்தும் அவருடன் பிணைந்தே இருந்தது. ஆனால் கவனிக்கப்படாமல் போய்விடக்கூடிய பிணைப்பு அது. எங்கே இருந்தது அது? மனத்தினுள், நம் உயிரில் புதைந்து, யாராலும் அகற்றிவிட முடியாத ஒரு சிராய்போல்.

தந்தை என்னும் பரிவைக்கூடக் காட்டாமல் கடவுளர் தன்னைக் கைவிட்டுப் போய்விட்டதாகப் பிரஜாபதி தனக்குத்தானே சொல்லிக் கொள்ள விரும்பினாலும் அவர் சற்றும் கேட்க விரும்பாத கேள்வி யொன்றை, அவர்களில் சிலர் கேட்டுவிட்ட தருணமும் இருந்தது: "எங்களைப் படைத்த கையோடு உடனே ஏன் மரணத்தையும் படைத்தீர்கள்?" அந்தச் சந்தர்ப்பத்தில் கேள்வியின் மையச் சிக்கலைத் தவிர்த்துவிட்டுப் பிரஜாபதி நேரடியாக விவரங்களுக்குச் சென்றுவிட்டார்: "சந்தங்களை இயற்றி அவற்றினுள் உங்களைப் பொதிந்துகொள்ளுங்கள். அவ்வாறாக மரணம் என்னும் தீங்கை நீங்கள் தவிர்த்துவிடலாம்" என்றார். பிறகு அவர் எவ்வாறு வசுக்களுக்குச் சிறந்த சந்தம் *காயத்ரி* என்பதையும் ருத்ரர்களுக்கு *திரிஷ்டுப்* என்பதையும் விவரித்தார். இந்தக் கடவுளர் உடனே உரிய சந்தங்களை இயற்றி அவற்றினுள் பொதிந்துகொண்டனர். பிறகு ஆதித்யர்கள் *ஜகதி* சந்தத்தை ஆரம்பித்தனர். இதற்குள் அவர்கள் அனைவரும் சந்தங்களில் ஏற்படும் பிரச்சினைகள் பற்றி ஆர்வமாகப் பேசுவதில் ஈடுபட்டுவிட்டனர். ஏதோ முழு உலகமும் மாறிமாறி வரும் சந்தங்களைப் பற்றிய விஷயம்தான் என்பதைப் போல. சந்தங்கள் முதல்தரமான உடைகளைப் போன்றவை. அவற்றை ஒன்றின் மீது ஒன்றாக அணிவதன் மூலம் உடலின் உருவம் மறைக்கப்பட்டது. இவ்வாறாக மரணத்திடமிருந்து தங்கள் உடல்களை மறைத்துவிட முடியும் என்று அவர்கள் நம்பினார்கள். சட்டென்று, தங்களுக்குத் தாங்களே போதுமானவர்கள் என்னும் மயக்க உணர்வு அவர்களுக்கு ஏற்பட்டது. வேதனைக்குள்ளான, மர்மமான அவர்கள் தந்தைகூடச் சுவாரஸ்யமூட்டவில்லை. பிரஜாபதி 'ஏன்' என்னும் கேள்விக்கான பதிலை இன்னும் சொல்லவில்லை என்பது அவர்கள்

நினைவில் இல்லை. மேலும் பிரஜாபதியேகூடத் தான் அந்தக் கேள்விக்கு பதிலைச் சொல்லிவிட்டதாக நம்பினார். மிகப் பயனுள்ள உதவியை அளித்துவிட்டதாகவும் நம்பினார். இருந்தும் அவரைக் கைவிட்டுத்தான் போனார்கள். மரணத்தால் அவர்கள் உடலை இன்னமும் பார்க்க முடிந்தது, தெள்ளத் தெளிந்த திரவத்தில் அவர்கள் மூழ்கியிருப்பதைப் போல்.

பிரஜாபதியின் குழந்தைகள் அவரைப் பற்றி நினைத்துப் பார்த்தனர். அவரை அறிந்துகொள்ள அவர்கள் விருப்பமற்று இருந்தனர். அவர்கள் இப்போது அவர் இன்மையை உணர்ந்தனர். அங்கிருந்த எல்லாமே அவர்களுக்கு அவரிடமிருந்து வந்த பரம்பரைச் சொத்துதான், ஆனால் எல்லாம் துண்டுதுண்டாகவும் பிடிபடாமலும் இருந்தன. அந்தப் பரம்பரைச் சொத்தின் பகுதியான மரணதேவன் மட்டும் எங்கும் இருந்தான். வருடத்தின் ஒவ்வொரு கணத்திலும் இருந்தான், அவற்றை வீசி அடித்துச் செல்லும் வெள்ளமென. அவர்கள் சடங்குகள் செய்துபார்த்தார்கள், அக்னிஹோத்ரம், அமாவாசைக்கும் பௌர்ணமிக்கும் யாகங்கள், பருவ காலங்களுக்கான படையல்கள், விலங்கினப் பலிகள், *சோமரசம்* என்று செய்துபார்த்தார்கள். தங்கள் சமிக்ஞைகளையும் வார்த்தைகளையும் அளவிட்டனர். ஆனால் பயனேதுமில்லை. பிறகு பிரஜாபதி தன் தொண்டையில் மரணம் இரைந்து கொண்டிருந்தபோது, தன் மூத்த மகனான அக்னியை எவ்வாறு அழைத்தார் என்பது அவர்கள் நினைவுக்கு வந்தது. அவர்கள் இருவரும் சில வார்த்தைகளை ஒருவருக்கொருவர் தணிந்த குரலில் பேசிக்கொண்டி ருந்தனர், அது யாருக்கும் கேட்கவில்லை. தங்களைக் குறித்து முற்றாக வெட்கம்கொண்டு பிரஜாபதியிடம் பேசுவதற்காக அக்னியைத் தூதுவனாக அழைத்துக்கொண்டு கீழே சென்றனர்.

இப்போது அடையாளம் கண்டுகொள்ள முடியாமல் மட்டுமீறிப் புதர்மண்டிக் கிளைத்துக் கிடந்த தந்தை சொன்னார்: “என் அனைத்து உருவங்களிலும் என்னை மறுஉருவாக்கம் செய்வது எப்படி என்று உங்களுக்குத் தெரியாது. ஒன்று நீங்கள் அதிகப்படியாகப் போவீர்கள் அல்லது குறைபட்டு இருப்பீர்கள், இதனால் நீங்கள் எப்போதும் இறவாமை அடைய முடியாது”. கடவுளரின் மனக்கசப்பு மேலோங்கியபோது அவர் மௌனத்தில் ஆழ்ந்தார். கற்றறிந்து தேர்ந்த கட்டடக்கலை வல்லுனரின் நிதானமான அமைதியான குரலில் பிரஜாபதி மீண்டும் பேசினார்: “முன்னூற்று அறுபது எல்லைக் கற்களையும் பத்தாயிரத்து எண்ணூறு செங்கற்களையும் அதாவது ஒரு வருடத்தில் எத்தனை மணிநேரம் உள்ளதோ அத்தனை செங்கற்களையும் எடுத்துக்கொள்ளுங்கள். ஒவ்வொரு செங்கல்லுக்கும் ஒரு பெயர் இருக்கட்டும், அவற்றை ஐந்து அடுக்குகளாக வையுங்கள். பதினோராயிரத்து ஐநூற்று ஐம்பத்தாறு வரும்வரைக் கூடுதலாகச் செங்கற்களைச் சேர்த்துக்கொண்டு வாருங்கள். . .” அக்னிக்கான பலிபீடம் எவ்வாறு கட்டப்பட வேண்டுமென்று பிரஜாபதி அன்று அறிவித்தார்.

உயிர்வாழ வேண்டும் எனில் ஒருவன் முதலில் தந்தையையும் பிறகு தன்னையும் மறுஒழுங்கமைப்பு செய்ய வேண்டுமென்பதையும் தம் உடலையும் மனத்தையும் பகுதிபகுதியாக மறுகட்டுமானம் செய்ய வேண்டும் எனப் பிரஜாபதியின் குழந்தைகள், முதலில் கடவுளரும் பின்னர் மனிதரும் அன்றுதான் உணர்ந்தனர். பிரஜாபதி சிதறடிக்கப்பட்டு உலகம் முழுவதிலும் பரவிக் கிடக்கிறார் என்றால், அவர்கள் – அவர் எலும்புகளின் தூசு – எவ்வாறு தாமும் சிதறடிக்கப்பட்டு பரவிக் கிடப்பதை மறுத்துவிட முடியும்? பொறுமையாக நெய்து, தைத்து, விஷயங்களை ஒன்றாக முடிச்சிடுவதன் மூலம் மட்டுமே மனம் என்னும் ஒன்றையும் – எனவே வெறும் குருட்டுச் சுழல்மையமாக இல்லாத கவனத்தின் சக்தியையும் – நிணநீர் இழந்த, வெறும் கைகால்களாக இல்லாத ஒரு உடலையும் அடைவதை அவர்கள் எதிர்நோக்க முடியும். இந்த ஆயத்த வேலைதான் உண்மையான வேலையாக இருக்கும். அதற்குக் காலம் ஆகும். காலம் முழுவதும் ஆகும். வருடத்தின் முந்நூற்று அறுபது நாட்களில் ஒவ்வொரு நாளும். பத்தாயிரத்து எண்ணூறு மணிகளில் ஒவ்வொரு மணியும் ('மணி' என்பதை நாம் நாற்பத்து எட்டு நிமிடங்கள் கொண்ட *முகூர்த்தம்* என்று வைத்துக்கொண்டால்). பிறகு? வாழ்வு அளிக்கும் ஒவ்வொரு மணி நேரமும் வாழ்வை ஆயத்தப்படுத்துவதற்கே தேவைப்பட்டது. காலம் முடியும்போது, வேலை மீண்டும் தொடங்கியது. காலியான வெட்டவெளி. பூமியில் கோடுகளை வரைந்துகொண்டு ஒரு குச்சி.

அவர்கள் செய்ய வேண்டியது இதுதான்: செங்கற்களால் ஒரு பெரிய பறவையைக் கட்டமைக்க வேண்டும் – ஒரு கொடூரப் பறவை: கழுகு, வல்லூறு போன்று. வேறெப்படி அவர்களால் ஆகாயத்தை வென்றடைய இயலும்? இங்கே எண்ணத்திற்கு எப்போதும் நண்பனாக இருக்கும் ஒரு பொய்யான வேர்ச்சொல் விளக்கம் அவர்களது உதவிக்கு வந்தது; *செங்கல். சிடி:* என்றார்கள் அவர்கள். அடுக்கிய செங்கற்கள். ஆனால் *சிடி* என்றால் என்ன? அது *ச்சித்*, அப்படியென்றால் "தீவிரமாகச் சிந்தித்தல்". வேகவைத்து சதுரமாக்கப்பட்ட ஒவ்வொரு செங்கல்லும் ஒரு எண்ணம். அதன் திடத்தன்மை அவற்றின் கவனத்தின் மாறாதிருக்கும் தன்மை. ஒவ்வொரு எண்ணத்திற்கும் செங்கல்லின் உருவரைக்கோடு இருந்தது. அது மறைந்துவிடாது, மனத்தின் சுழல்மையம் தன்னை விழுங்க விட்டுவிடாது. மாறாக நீங்கள் சாய்ந்துகொள்ளக்கூடிய ஒன்றாக ஆகிவிடும். அடுத்த எண்ணத்தை மேலே வைக்கக்கூடிய ஒன்றாக, – மெல்ல, இணைப்புகளின் குறுக்குக் கோடுகளுடன் ஒரு சுவர் எழுப்பப்பட்டது. அதுதான் மனம், அதுதான் உடல்: ஒன்றும் மற்றதுமாக மறுகட்டுமானம் செய்யப்பட்டது, புறம் விரிந்த சிறகுகளோடு.

அவர்கள் நினைத்தது இதுதான்:

உண்மைதான், தெளிவற்ற தாறுமாறான நிலையில் வாழ்கிறோம். உண்மைதான், நம் தலைகள் என்று சொல்லப்படும் இந்த எலும்புப் பெட்டிக்குள் என்ன நடக்கிறதோ அது நாம் நகரும் கடினமான

கரடுமுரடான பொருள்மீது ஒரு சுவடையும் விட்டுச் செல்வதில்லை. நம்மையும் நாம் தொடுவதனைத்தையும் பொய்மை மூடி மறைக்கிறது என்பதும் உண்மை, அதுதான் நம் ஜீவனின் இயல்பான நிலை என்பதுபோல். ஆனால் உணர்ச்சியற்ற இந்த நிலப்பரப்பில் நாம் அலையும்போது, இங்கும் அங்கும் சில இடங்கள் நரம்புகளைப் போலத் துடிப்பதை காண்கிறோம். சில ஒலிகள் துல்லியத்துடன் முழங்குகின்றன, கிட்டத்தட்ட ஏதோ அர்த்தம் அதற்கு இருப்பதைப் போல், சிலசமயங்களில் ஏதோ உணர்ச்சி நம்முள் வெள்ளமெனப் பாய்கிறது, நாம் எதையோ அடையாளம் கண்டுவிட்டது போல். ஏன் அப்படி? நாம் பிரஜாபதியின் உடைந்துபோன உடலில் வாழ்கிறோம், ஆனால் நாம் நம்மளவில் சின்னஞ்சிறியதாகத்தான் இருப்போம்; ஒரு மிக நீண்ட நெடும் பயணம், அப்படி ஒரு பயணத்தை நம்மால் மேற்கொள்ள இயலுமானால், அப்படியான பயணத்தில், ஓர் உடைந்த மூட்டின் மறுகரையான வெண்ணிறப் பாறையின் கணநேரத் தோற்றத்தை நாம் காண முடியும். வாழ்க்கை இவ்வாறானதுதான் என்றால், பயனேதுமற்ற இந்த நினைவூட்டுதல்கள் என்னும் ஊசிமுனைகளால் எப்போதாவது சிலசமயங்களில் துளைத்துச் செல்லப்படும் இந்த மழுங்கத் தனத்திற்கு நாம் பணிந்துபோய்த்தான் ஆகவேண்டுமா? ஒரு காலத்தில் நாம் வீரர்களாக, மூர்க்கத்தனமான வீரர்களாக இருந்தோம். ஆனால் எந்த வெற்றியும் அந்தத் தெளிவின்மையைத் தகர்த்துவிட நமக்கு உதவ வில்லை. எனவே ஒருநாள் நமது ஆவேசம் அனைத்தையும் பொறுமையான, வருத்தியெடுக்கும் ஒரு வேலையில் கவனத்தை ஒருமுனைப்படுத்த முடிவெடுத்தோம். காலத்தின் அளவு நீண்ட வேலை. அக்னியின் பலிபீடம் கட்டும் வேலை.

"பத்தாயிரத்து எண்ணூறு செங்கற்களை அடுக்குவதற்கு, ஒருவர் விளிம்பிலிருந்து தொடங்க வேண்டும், அனைத்தின் சட்டகத்திலிருந்து: உலகத்தின், அர்த்தங்களின் சட்டகத்திலிருந்து. நாம் இயல்பாக உள்ள இடத்திலிருந்து தொடங்க வேண்டும். ஏதாவது பொருத்தமற்றதையும் மனத்தை ஆக்கிரமிக்கும் ஆவேசத்தையும் தொடக்கம் தன்னில் கொண்டி ருக்கும்: காலியான வெட்டவெளியின் அருகில் வைக்கப்பட்டுள்ள சில கற்கள். ஆனால் உருக்கொண்டபின்பு சட்டகம், மையம் ஒன்றை உண்டாக்கு கிறது. அதுதான் நம் மனங்களின் நெருப்பு: கடைசிக் கட்டம் வரையில் புலனாகாதது. காலத்தின் மையத்தில் அது இருக்க வேண்டியிருந்தது. அதைச் சுற்றிச் சூழ்ந்திருக்கும் முடிவற்ற மணிநேரங்கள் மையத்தில்; செங்கற்களை உண்டாக்கிய தீவிரமான எண்ணத்தின் மையம், அதைச் சுற்றித்தான் செங்கற்கள் ஒன்றின் மேல் ஒன்றாக அடுக்கப்பட்டிருந்தன. அவர்கள் அந்தப் புள்ளியை அடைந்து அந்த மையத்தைத் தொடும்போது, நரம்பு முடிச்சுகளின் ஊடே பாய்வதுபோல் அனைத்தையும் பாதிக்கும், கடைசிச் செங்கல்வரை, கழுகின் சிறகுநுனிவரை, உள்ளதிலேயே தொலைதூர நாள்வரை. அக்னியின் பலிபீடம் என்பதற்கு அதுதான் அர்த்தம். ஆனால் இது நடந்ததா? நம்மால் ஒருபோதும் அதைச் சொல்ல முடியாது. ஏன் முடியாது? நாம் அந்தக் கட்டத்தை அடையும்போது காலம் முடிந்துவிட்டது,

வருடம் கடந்துவிட்டது. நாம் மீண்டும் தொடங்க வேண்டும், வேறொரு வெட்டவெளியில், வேறு குச்சிகளோடு, வேறு செங்கற்களோடு.

"அக்னியின் பலிபீடத்தைக் கட்டுவதன்றி வேறெந்த யாகமும் ஒருபோதும் நாம் இறவாமை அடையப் போதுமானதாக இருக்காது, ஏனெனில் ஒவ்வொருவரும் பல மூலப்பொருட்களை உபயோகிக்கிறோம் அல்லது சிலவற்றை. அவற்றில் சரியான எண்ணிக்கையில்லை. மேலும் சரியான எண்ணிக்கை என்பது காலத்தின் முழுமையோடு ஒத்திருப்பது: பத்தாயிரத்து எண்ணூறு செங்கற்கள், ஒரு வருடத்தின் மணிநேரங்கள், அதுதான் பிரஜாபதி.

"ஆனால் எது நமக்கு இந்த நம்பிக்கையை, *சிரத்தையைத்* தருகிறது, எண்ணிக்கையிலும் கட்டுவதிலும்? தொலைவிலிருந்து பார்க்கும்போது, நாம் பித்துப்பிடித்த கொத்தர்கள்போல் தெரிய வேண்டும். அருகிலிருந்து பார்ப்பதற்கு நம் செயல்களில் ஒரு அர்த்தத்தைக் கண்டுபிடித்தாக வேண்டிய ஒரு சவால். பலிபீடத்தின் மீது மணலைத் தூவும் தருணம் ஒன்று உண்டு. ஏன் மணல்? அது பிரஜாபதியின் தொலைந்துபோன பகுதி. பரந்து விரிந்த, எண்ணிக்கையற்ற ஒரு பாகம். யார் அதை எண்ணிவிட இயலும்? பிரஜாபதி உடைந்து சுக்கலானபோது, அவருடையது அநேகமும் தொலைந்துபோயிற்று. மேலும், "பிரஜாபதிதான் முழுமையான *பிரம்மம்*" என்று நமக்குச் சொல்கின்றன மூலப்பிரதிகள். தொலைந்துபோனது எவ்வளவு என்பதை வானமெங்கும் நிறைந்திருக்கும் ஒரே விஷயமான அந்தத் தூசுதான் நமக்கு நினைவூட்டுகிறது.

நாம் தெளிவானதின், எடுத்துரைக்கக்கூடியதின் பக்தர்கள், ஆனால் எல்லையற்றது நம் எலும்புகளில் புரையோடிக்கொண்டிருக்கிறது. அதை நாம் ஒரு எல்லைக்கு உட்படுத்த வேண்டும், பின்னிப் பிணைந்திருக்கும் வஸ்துவில் நம்மை நாம் இழந்துவிடாமல் நம் சருமம் அதை எல்லைக்கு உட்படுத்தியிருப்பதுபோல், மற்றவற்றோடு மரணமும்கூட அதில் அடக்கம். இருந்தும் வாழ்வதற்கான ஒரே வழி இதுதான். நம் கட்டடம் வலுவாக இருக்கிறது என்று கற்பனை செய்துகொள்ளும் அளவுக்கு நாம் கள்ளங் கபடமற்றவர்களில்லை. யாகத்தையும் யாகசாலையும்விட மெல்லியதும் நொய்ம்மையானதும் வேறெதுவுமில்லை. அது பலனளிக்க வேண்டுமெனில் அளப்பரியது என்னும் மேகத்தால் அது சுற்றப்பட்டிருக்க வேண்டும். அளப்பரியதைத் தன்னுள் அடக்கியிருக்கவேண்டும். மிகச் சிறியது மிகப் பெரியதைத் தன்னுள்ளே அடக்கி அணைத்துக்கொண்டிருக்க வேண்டும். எனவேதான் மணல். எனவேதான் சடங்குகளுக்கு ஒரு லயத்தைத் தரும் மௌனம், எனவேதான் சிலசமயம் பின்னால் இருந்துகொண்டே இருக்கும் இந்த முணுமுணுப்பு. இந்த மணல், இந்த மௌனம், இந்த முணுமுணுப்பு: ஒப்பிட முடியாததின் தூதுவர்கள். நம்மால் மறுநிர்மாணம் செய்துவிட முடியாத பிரஜாபதியின் பகுதிக்கான ஒரு சமிக்ஞை. வடிவம் ஏதுமற்ற, தீராத பகுதி.

தொடக்கத்தில், பிரஜாபதிக்குத் தன்னை யாரென்று தெரியாது. கடவுளர் அவரிடமிருந்து வெளிப்பட்டுத் தங்கள் பண்புகளையும் உருவச்

சாயல்களையும் ஏற்றுக்கொண்ட பின்புதான், எதையும் மறந்துவிடாமல், அவர்களது இறைமையையும் பொலிவையும் சேர்த்து, அவர்கள் உருவங்களைப் பிரஜாபதியே பகிர்ந்தளித்த பிறகு, அதன் பிறகுதான் அந்தக் கேள்வி தன்னை முன்னிலைப்படுத்திக்கொண்டது. இந்திரன் அப்போதுதான் விருத்திரனைக் கொன்றிருந்தான். அந்தக் கிலியில் அவன் இன்னும் நடுங்கிக்கொண்டிருந்தான். ஆனால் தான் கடவுளரின் தலைவன் என்று அவனுக்குத் தெரியும். அவன் பிரஜாபதியிடம் வந்து சொன்னான்: "நீ என்னவாக இருக்கிறாயோ அதுவாக என்னையும் ஆக்கு, என்னை மகத்தானவனாக்கு". பிரஜாபதி பதிலுக்கு: "அப்படியானால் நான் யார், க?" என்றார். "இதோ இப்போது நீங்கள் சொன்னீர்களே அதுவேதான்," என்றான் இந்திரன். அந்தக் கணத்தில் பிரஜாபதி 'க' ஆனார். அந்தக் கணத்தில் அவர் புரிந்துகொண்டார், அனைத்தையும் புரிந்துகொண்டார். வெளிப்படையான பெயரிலுள்ள ஓய்வுநிலையை, வரையறையின் சந்தோஷங்களை அவர் ஒருபோதும் அறியமாட்டார். பத்தாயிரத்து எண்ணூறு செங்கற்கள்கொண்டு அக்னியின் பலிபீடத்தில் அவர்கள் அவரை மறுநிர்மாணம் செய்தபோதும்கூட, அவர் எப்போதும் வடிவமற்றது உள்ளோடிய ஒரு வடிவமாகத்தான் இருப்பார், சூன்யத்தின் பெரும் தாகத்தோடு, பலிபீடத்தின் மையத்தில், அது சுவாசிப்பதற்கென வைக்கப் பட்டுள்ள நுண்துளைகள்கொண்ட *ஸ்வயமாத்ரணா* என்னும் அந்தக் கற்களிலேனும்.

உள்ளது அனைத்தும் கருமையாய்த் துளிர்த்த இல்லமான பிரஜாபதிக்கு அவரிடம் இருந்து வெளியிடப்பட்டவர்களுக்கு உள்ளது போன்ற அடையாளம் இருக்க முடியாது. காலப்போக்கில், அவரும் அவர்களோடு தன் இடத்தை எடுத்துக்கொள்வார் — வேறெந்தக் கடவுளையும்போல் இன்னொரு கடவுள், உயிர்கள் பலியிடப்படும் நிவேதனங்கள் அர்ப்பணம் செய்யப்படும் கடவுள். உயிரை உண்டாக்கும் கடமையிலிருந்து விடுவிக்கப் பட்டதால் இப்போது வாழ்வை இன்னும் அமைதியாகக் கவனித்தார் அவர். மற்ற கடவுளரோடு கலந்திருக்கவும் தன்னை அவர்களிடையே இழந்துவிட முடியுமாறும் இது அவரைத் தளர்த்தியது. அவர் கீழ்வரிசை களையே பெரிதும் விரும்பினார். வாழ்க்கை இனியும் அவரைச் சார்ந்திருக்காத ஒரு கண்காட்சி. அவர் அதைக் கவனிக்க விரும்பினார், ஆனால் ஆசையொன்றின் சிறகு அவரை மெல்ல உராயும் போதெல்லாம், இன்னமும் தன் மூட்டுகள் அனைத்திலும் வலியை அனுபவித்தார். இப்போது அது வெறும் நினைவாக மட்டுமே இருந்தது. ஏனெனில் ஆசையும் இப்போது எண்ணற்ற மற்றவர்களிடம் குடிபெயர்ந்துவிட்டது. எனவே, பிரஜாபதி தான் மறக்கப்படக்கூடிய கணத்திற்காகக் காத்திருந்தார். அது புலப்படாத விதத்தில் தொடங்கியது: நீண்ட தோத்திரங்களிலும் கடவுளரின் பட்டியலிலும் அவரது பெயர் சட்டென்று விட்டுப்போய்விடும். முத்திரைகள் மறக்கப்பட்டுவிடும். நிவேதனங்கள் புறக்கணிக்கப்பட்டுவிடும். ஒருவேளை அவற்றுக்கு உரிமை கோராத அளவு விவேகமுள்ள கடவுளுக்கு அவை தேவைக்கு அதிகமானது என்று கருதப்பட்டதா? முதல், நீண்ட கணத்திற்கு, விண்ணுலுக நெரிசலில் பிரஜாபதி போய்விட்டதை யாரும்

கவனிக்கவில்லை. எல்லாம் எப்போதும்போல் நடந்துகொண்டிருந்தன, ஒரு காரியமும் தடுமாறிப் போகவில்லை. நீண்ட காலத்திற்கு யாரும் அதை உணரவேயில்லை, நிழல்கள் நீண்டு உள்ளே வரத் தொடங்கிய ஒரு மாலை வேளையில், யாரோ தொடக்கத்தின் கதையைச் சொல்ல ஆரம்பிக்கும்வரை. அப்போது மீண்டும் தோன்றியது, வார்த்தைகளில் மட்டும்தான் என்றாலும், பிடிக்கு அகப்படாத, மங்கலான, முகமற்ற உருவம், பெயர் ஏதும் இல்லாத ஒருவரின் பிம்பம். பிரஜாபதி, இனத்தந்தை, என்று மட்டுமே அவரை அவர்களால் அழைக்க முடிந்தது.

3

தந்தை விடியலைப் பார்த்தார். மகள் உதயமாகும் அழகைப் பார்த்தார். குளிர்ந்த முதல் ஒளியில் ஒரு தீப்பிழம்பால் தன் நகக் கணுக்கள்வரை நிரம்பினார். பாறைகளில் வந்து மோதும் ஒரு அலைபோல் அந்தப் பிழம்பு அங்கே வீசிக்கொண்டிருந்தது – பிறகு பின்வாங்கியது. இப்போது அந்த மந்தமான வெளிச்சத்தில் மேலும் செல்ல விரும்பினார். ஆனால் அங்கே மேலும் இருந்ததா? எப்போதாவது அங்கே இருந்ததா? அது உஷையின் உடல், விடியல், முதலில் வெள்ளை, இப்போது இளஞ் சிவப்பு, வெளிச்சம் மேலேற ஏற, தன்னைத் தந்தைக்கு அளித்துக் கொண்டிருந்தது.

தந்தை ஆசைகொண்டார். அவர் உயிர் வாழ்ந்து வந்த அதே வெப்ப மல்ல இது, உள்ளே மனத்தின் பெருங்குகைக்கு ஒளியூட்டிய உலை அல்ல. இல்லை, இந்த வெப்பம் ஏற்கனவே அவர் உடலிலிருந்து வெளியே வீசியவாறு, உஷையின் மென்சருமத்தை நக்கிக்கொண்டிருந்தது. மௌனமாகத் தந்தை மகளுக்கு இன்னும் அருகே சென்றுகொண்டிருந்தார். ஆனால் சட்டென்று ஒரு மறிமானின் தோல் ஏன் உஷைக்கு வரவேண்டும்? மறிமானின் குளம்புகள் அவளைத் தடவுவதற்காக அவளை நோக்கி எழுவதையும் அவர் அறிந்திருந்தார். விடியலின் பிரகாசத்தோடு ஒரு வலிமையான ஒளி ஒன்றுகலந்தது. தந்தையிடம் இருந்து வெளியான ஒளி, அவர் கண்களையுமே கூசச் செய்தது. தான் தழுவிக்கொண்டிருப்பது உஷையின் மார்பகங்களையா அல்லது ஒரு மறிமானின் மென்மயிர்த் தோலையா என்று அவருக்கு நிச்சயமாகத் தெரியவில்லை. பிரஜாபதி மகளைச் சுற்றியணைத்துக்கொண்டு அவளை ஊடுருவினார், இதுவரை அவள் அவர் அணைப்பில் இருந்ததுபோல். முதன்முறையாகத் தந்தையின் லிங்கம் விடியலின் இருளுக்குள் ஒரு பாதையைத் திறந்தது. இருவரும் பேசவில்லை. உள்ளும் புறமும் காற்றில் மெல்ல அசையும் ஒரே துணியென விடியலும் வெப்பமும் ஒன்றன் மேல் ஒன்றாக மேவிக் கவிந்திருந்தன. அவர்களைச் சுற்றி எதுவும் தெளிவாக இருந்ததில்லை, இப்போதுதான் ஒரு வெளிக்கோட்டுருவம் தோன்றத் தொடங்குவதைப் போலிருந்தது. வெப்பம் கிட்டத்தட்ட வெண்ணிற ஒளியாக வளர்ந்தது. பிரஜாபதி, உஷை, இருவரின் சுவாசத்தையும் ஒன்றோடொன்று ஒட்டிக்கொண்டிருந்த அவர்கள் உடலின் அனேகமாகப் புலப்படாத அசைவையும்தான் உணர முடிந்தது.

மெதுவாக ஒரு கறுத்த உருவம் நிழலிலிருந்து தன்னைப் பிரித்தெடுத்துக்கொண்டது, ஒரு வில்லாளன். இருளிலிருந்து ஒளியின்

கூர்முனை செதுக்கி எடுத்த இருளின் முதல் உருவச்சாயல் அவனுடையது தான். அவன் தன் வில்லை வளைத்தான். அவன் எந்த அளவுக்கு வில்லை வளைத்தானோ அந்த அளவுக்குப் பின்னிப் பிணைந்த அந்த உடல்கள் வெண்ணிற ஒளியால் பெருகின. தன் அம்பைப் பாயவிட்டபோது ருத்ரன் கூக்குரலிட்டான். மின்னலெனப் பிரஜாபதி உஷையிடமிருந்து விலகினார். அவர் அடிவயிற்றை அம்பு துளைத்து பார்லி விதை அளவிலான காயத்தை அது ஏற்படுத்திய நேரத்தில் அவர் குறி தன் வித்தை மண்ணில் பீய்ச்சியது. கோபத்திலும் வலியிலும் பிரஜாபதியின் வாய் நுரைத்துக் கொண்டிருந்தது. மல்லாந்து கிடந்து, அநேகமாக வெளியே புலப்படாத வகையில் நடுங்கிக்கொண்டிருந்தாள் கைவிடப்பட்ட உஷை.

இந்தக் காட்சிதான் மற்ற எல்லாக் காட்சிகளுக்குப் பின்னாலும் இருக்கிறது. ஒவ்வொரு காட்சியும் திரும்பத் திரும்ப நிகழ்த்தும் இந்தக் காட்சி, மாற்றியமைக்கும் உருச்சிதைக்கும் உடைத்துப் போடும் மறு கட்டமைப்புச் செய்யும் காட்சி, ஏனெனில் இந்த விடியல் காட்சி யிலிருந்துதான் உலகம் கீழிறங்கி வருகிறது. சாட்சிகள் இருந்ததா அங்கே? சுற்றிலும் வெறுமையைத் தவிர வேறொன்றும் இல்லை – கூடவே காற்று வீச்சு. இருந்தும் பார்த்தவர்கள் இருந்தார்கள். மௌனமான பொறாமைக் கண்களுடையவர்கள்: முப்பத்து மூன்று (அல்லது முன்னூற்று முப்பத்து ஒன்பதா? அல்லது மூவாயிரத்து முன்னூற்று முப்பத்து ஒன்பதா?) கடவுளர் ஆகாய உப்பரிகைகளில் கும்பலாக நின்றுகொண்டிருந்தார்கள். மிகுந்த எரிச்சலுடன் பார்வைகளைப் பரிமாறிக்கொண்டார்கள். "இதுவரை செய்யப்படாத ஒன்றைச் செய்துகொண்டிருக்கிறார் பிரஜாபதி" என்றார்கள். அவரைத் தண்டிக்க முடிந்த ஒருவனுக்காகச் சுற்றிலும் பார்த்தார்கள். பிரஜாபதியைத் தாக்கும் சக்தி எந்தக் கடவுளுக்குமில்லை. கண்களில் சதியுணர்வோடு மீண்டும் பார்வைகளைப் பரிமாறிக்கொண்டு, ஒரே பெயரை அனைவரும் நினைத்துக்கொண்டிருந்தனர், இதுவரை உச்சரிக்கப் பட்டிராத பெயர்: ருத்ரன்.

பிரஜாபதி மீதிருந்த புராதனமான காழ்ப்புணர்ச்சிக்குக் கடவுளர் இடங்கொடுத்துக்கொண்டிருந்தனர். தொடர்ந்து யாகங்களால் குணப் படுத்தத் தாங்கள் கடமைப்பட்டிருக்கும் இந்தத் தனிமையான, துன்புற்றி ருக்கும் தந்தையை அவர்கள் புரிந்துகொள்ளவில்லை. அனைத்திற்கும் மேலாக, மரணத்தை உருவாக்கிய காரணத்திற்காக அவர்களால் அவரை மன்னிக்க முடியவில்லை. ஏனெனில் அவர்கள் முதலில் விண்ணை அடைந் தவர்களாக இருந்தாலும், அப்போதிருந்து *அமிர்தத்தை*, "இறவாமை"உள்ள திரவத்தை, அருந்தி வந்திருந்தாலும், ஒருநாள், அது எவ்வளவு நெடுந் தொலைவில் இருந்தாலும் மரணம் தங்களைத் தொடர்ந்துவந்து பிடித்துவிடும் என்று கடவுளருக்குத் தெரியும். கண்களை இமைப்பதற்கு அவர்கள் அஞ்சினார்கள், ஏனெனில் இமைப்பது அனைத்தும் மரணமடையும் என்று அவர்களுக்குத் தெரியும். வெறித்த கண்களோடு,

தங்கள் மாளிகைகளின் கடினமான கற்களைக் கவனித்துக்கொண்டிருந்தனர், புழுதியின் மென்படலம் ஒன்று அதன்மேல் படிவதற்காக, மண்ணுக்கும் மரணத்துக்குமான அந்தத் தூதனுக்காகக் காத்திருந்தனர்.

பிரஜாபதி எப்படி உஷையை உற்றுப் பார்த்துக்கொண்டிருந்தார் என்பதையும் அந்தப் பார்வைக்கு உஷை எவ்வாறு இளஞ்செந்நிற ஈரப் பூச்சோடு பதில் பார்வை பார்த்துக்கொண்டிருந்தாள் என்பதையும் கண்டு கடவுளர் பதைத்துப் போனார்கள். உஷை அவர் மகள் என்பதாலல்ல. எல்லாப் பெண்களுமே அவர் மகள்கள்தாம். பிரஜாபதி பரவுலகம் என்பதால். அவரால் உருவாக்க முடியும், அவ்வளவுதான். தன் சொந்தப் படைப்புயிர் ஒன்றை அவர் தீண்டுவது, அவளைப் புணர்வது: அது எல்லா ஒழுங்கையும் ஒழுங்கற்றதாக்கிவிடும், மொத்த உலக ஒழுங்கையும் மறுதலித்ததாகிவிடும், தந்தைக்கு எதிராகக்கூடக் கடவுளர் தங்களைப் பாதுகாவலர்களாகக் கருதிக்கொண்ட அந்த ஒழுங்கை.

தந்தையை அச்சுறுத்துவது என்பது பற்றித்தான் முதலில் கடவுளர் நினைத்தார்கள். மகளைத் தீண்டுவதிலிருந்து எப்படியாவது அவரைத் தடுக்க விரும்பினார்கள். அவர்கள் கூர்மதி மிக்க ரண சிகிச்சை யாளர்கள்போல், மிகக் கொடூரமான வடிவங்களைத் தங்களுக்குள்ளிருந்து வருவித்தனர். பிறகு ருத்ரனை உருவாக்க அவற்றை ஒன்றுசேர்த்தனர். இவ்வாறாகத் தந்தை இருப்பின் அச்சம் தரும் பக்கத்தை எதிர்கொள்ளுமாறு கட்டாயப்படுத்தப்படுவார். அனைத்தும் மோகம் மட்டுமேயல்ல. அவர் களையும் மரணத்தையும் ஒன்றாக உருவாக்கிவிட்ட பிறகு பிரஜாபதியால் அந்த மாயையிலிருந்து தன்னை உதறிக்கொள்ள இயலவில்லை. ருத்ரனின் உரத்த கூவல் கணீரென்று ஒலித்தது மற்ற எல்லா ஒலிகளையும் துளைக்கும் அந்தக் கூவல் ஒலித்தது. தாங்கள் பழி தீர்த்துக்கொண்டதில் மகிழ்ச்சியுற்ற கடவுளர், “இதை நீங்கள் நினைவில் வைத்திருப்பீர்கள் தந்தையே” என நினைத்துக்கொண்டனர்.

படைப்பிற்கெல்லாம் முன்னால் இருக்கும் வேறுபாடுகளற்ற முழுநிறைவில் இன்னும் பதுங்கி, அறியப்படாதிருந்த ருத்ரன், ஒரே சமயத்தில் உட்பொதிந்தும் தன்மீதே கவிந்தும் உள்ள நிலையில், வெளிப்புறத் தந்தையொருவரை, இறுதியில் தனக்குப் பிறவியளிக்கப்போகும் ஒருவரை, பிரஜாபதியை, திரும்பி எதிர்கொள்வதற்காக இரட்டை உருவாகப் பிளவுற ஒப்புக்கொண்டான். அப்போது பிரஜாபதி, தன் கண்களைத் திறந்து விளக்கமற்றதைக் கண்டு, அது தன் உறவென்றும், தனித்து இருப்பதற்காக ஏதோ ஒன்று அதிலிருந்து பிரிந்துபோகும் வஸ்து அது என்றும் தெரிந்து கொண்டார். தன் சொந்த மகளான உஷை, தன்னிடமிருந்து வெளிப்பட்டு முதல் வெளிச்சத்தை மிகப் பெரும் அகன்று விரிந்த வெளியில் பரப்பிக்கொண்டிருப்பதை உணர்ந்தார். பிறகு தன்னுடையதல்லாத ஒன்றைக் காண்கையில் ஒருவருக்கு ஏற்படும் இதற்கு முன் அறிந்திராத மகிழ்ச்சியைக் கண்டறிந்தார். ஏனெனில் உருவமற்றது அனைத்தின் ஊடேயும் பரந்து கிடக்கும் இந்த மகள், நிச்சயமாக அவருக்குள் வசித்திருந்த அதே மகளல்ல.

இவள் புதியவள், முதல் அந்நியர். பிரஜாபதி தகித்தார். அவர் கால்விரல் நுனியிலிருந்து தலைமுடிவரை அவருக்குள் ஏதோவொன்று எழும்பிக் கொண்டிருந்தது, அவரை உருமாற்றி, வாட்டியெடுத்து, அவர் உடலை ஒரு ஆயத்தநிலைக்குக் கொண்டுவந்துகொண்டிருந்தது, வேறு ஏதோ ஒன்றிற்காக என்பதுபோல். இந்தத் தீச்சுடர் தன்னைவிட்டு வெளியே தன் மகளை நோக்கி மினுங்கிக்கொண்டுபோவதைச் சட்டென்று உணர்ந்தார்.

பிரஜாபதி தன் மறிமான் குளம்புகளை (அவர் இந்த உருமாற்றத்தைக் கவனித்திருக்கக்கூட இல்லை) உஷையை நோக்கி நகர்த்தியபோது, உள்ளே திறக்கும் ஒரு பிளவை, காற்றுவெளியை, தந்தையின் உடலுக்கும் மகளுடையதற்கும் இடையில் ஒரு பாழ்வெளியை, முழுநிறைவு உணர்ந்தது. அதே பாழ்வெளியில்தான் அதிர்ந்துகொண்டிருந்தது ருத்ரனின் அம்பு, அந்த வில்லாளன் பிரஜாபதிமீது சற்று நேரத்துக்குப்பின் பறக்கவிடப்போகும் அம்பு. சற்று நேரத்துக்குப்பின்: அந்தத் தாமதம், அந்த இடைவேளைதான் காலம், அனைத்துக் காலமும் இருக்கப்போகிற எல்லாக் காலமும், சரித்திரம் முழுவதும், ஜீவிதம் முழுவதையும் கண்ணுக்குத் தெரியாமல் மூடிமறைக்கப் போகும் கதைகள் அனைத்தும். அந்த அம்பு, தண்டித்த அதே நேரத்தில் முழுநிறைவில் திறக்கப்பட்டுவிட்ட பிளவை மீண்டும் உறுதிப்படுத்தியது. அது அந்தப் பாழ்வெளியை உருமாற்றியது, எவ்வெப்போதைக்கும், ஒரு காயமாக.

இன்னும் முழுமையடையாத உலகை நோக்கித் திரும்பிய பிரஜாபதியின் உள்ளெழுச்சியின் செயல் ஓர் ஆசை, பறக்கவிடுதல், சீறல். விஸர்ஜ், ஸர்ஜ்: அவைதாம் அதன் வினைச்சொற்கள். ஸர்ஜ் – இல் பறக்கவிடுதல், வெளியே பீய்ச்சுவது இருந்தது, வி – விரிந்து ஊடுருவிப் பரவுதல், எல்லாத் திசையிலும். ருத்ரன் பிரஜாபதியின் மீது அம்பை எய்து, உஷையை நோக்கிப் பிரஜாபதி தன் வித்தைப் பீய்ச்சியபோது, அனைத்துச் செயல்களின் முதல் செயலும் அவ்வாறே பிளந்தது. அந்தக் கணத்திலே, அந்த முதல் கணத்திலே எதுவும் ஒருபோதும் ஒன்றாக மட்டுமே இருக்காது. பிரஜாபதி தன் வித்தைப் பாழ்வெளியில் பரப்பியபோது, அம்பு அவர் அடிவயிற்றில் ஒரு காயத்தை ஏற்படுத்தியது, மற்ற பிளவுகள் அனைத்தையும் எதிர்நோக்கிய ஒரு பிளவு. அந்த உலோகக் கூர்முனையால், படைக்கப் பட்டிருந்த உலகம் தன்னைப் படைத்தவனைத் துளைத்தது. அது தந்தைக்கு எதிராகத் திரும்பியது, தன் நஞ்சை அவருக்குள் செலுத்தியது. உத்வேகத்துடன் வெளிப்புறம் திரும்பிய முழுமை, அந்த முழுமைக்குள் உருவாகிக் கொண்டிருந்த சிறிய பாழ்வெளியோடு ஒத்திருந்தது.

மேலெழுந்து வரும் நோக்கத்திற்கும் அதைத் தொடர்ந்து வரும் செயலுக்கும் இடையில் காலம் தோற்றம்கொண்டது. மனம் மட்டும் இருக்கும்போது, நோக்கமே செயல். ஆனால் மனத்திற்கு வெளியில்

ஏதோவொன்று தோன்றிய உடன், நோக்கத்துக்கும் செயலுக்கும் இடையில் காலம் மெல்ல நுழைந்துவிடுகிறது. ஒரு காயமென இன்னும் திறந்து கிடக்கும் பிரஜாபதியின் அடிவயிற்றிலுள்ள பிளவின் வழியாக ஒருவர் மனப் பிரபஞ்சத்திலிருந்து முழுமையாகத் தப்பித்துவிடுகிறார்.

எதுவும் ஏன் நடந்தது? ஏதும் குறையில்லாத முழுநிறைவின் பாது காவலன் ருத்ரன், அறியப்பட்டிராத வில்லாளன். ஆனால் முழுநிறைவு தகித்தது. தகித்து, தன்னிடமில்லாத ஏதோ ஒன்று இருப்பதான கிளர்ச்சியை உண்டாக்கிக்கொண்டது, தன்னை அதன்மேல் வீசி எறிந்துகொள்ளக்கூடிய ஏதோ ஒன்று. தகிப்பு சுலபமாக மாயத்தோற்றங்களை உருவாக்கிவிடும். தன் சொந்த நெருப்புக்குள் அனைத்தும் அடங்காததாக ஒருவன் நினைக்கத் தொடங்குகிறான், வெளியே ஏதோ இருப்பதாக, வெளிப்புறம் என்னும் ஒன்று அங்கே எங்கேயோ இருப்பதாக நினைக்கிறான். ஒரு வெண்ணிற வஸ்து, எரிப்பதற்கு உகந்ததானது. ஒருநாள் அதை அவர்கள் *சோமன்* என்று அழைப்பார்கள். அது ஆசையின் இலக்காக ஆகிறது, அந்தக் குளிர்ந்த புறவயமான போதையூட்டும் ஜீவன், நெருப்பு இன்னும் சுட்டெரிக்காதது.

முழுநிறைவைக் காயப்படுத்த வேண்டியிருந்தது, உடைமை இழக்கவைக்கும் பிளவைத் திறக்க வேண்டியிருந்தது. பின்னர் அந்தப் பிளவு சுற்றிச் சூழப்படும் மூடப்படும் மெதுவாகத்தான் எனினும், எந்தச் சக்தியிலிருந்து பிறந்ததோ எந்தச் சக்தி அதை உருவாக்கியதோ அதே சக்தியால் – காலன், தன் போற்றுதலுக்காக ஒரே ஒரு உருவை, அம்பை, மட்டுமே கோரியவன். வாழ்தலின் கச்சிதமான மேற்பரப்பில் அந்தப் பிளவு, அந்தப் பாழ்வெளி, சின்னஞ்சிறு விரிசல் அளவே ஆன, ஒரு பார்லி மணி அளவேயான பிரஜாபதியின் அடிவற்றியில் ருத்ரனின் அம்பு திறந்த, ஒருபோதும் மூடிக்கொள்ளாத காயத்தைப் போல். ஆனால் குருதியொழுகும் சதையின் அந்தக் கிழிந்த விளிம்பு வருங்காலத்தில் எப்போதோ மூடிக்கொள்ளக்கூடும் என்னும் எண்ணமே, முழுநிறைவின் மேலும் உயர்ந்த நிலையொன்றின் சாத்தியத்தைக் குறிக்கக்கூடியதாகவும் அதனுடன் ஒப்பிட்டுப் பார்க்கும்போது தொடக்கத்தின் முழுநிறைவு கொச்சையான தாகவும் அடக்கிவைக்கப்பட்டதாகவும் இருந்தது. அந்த முழுநிறை வானது அடைய முடியாததாக ஆகும் என்றாலும், அது ஒரு பொருட்டல்ல – கடைசியில் அப்படித்தான் ஆகுமென்றாலும். அதன் சுடர்விடும் உருவம், முன்பிருந்த முழுநிறைவுக்குத் திரும்பும் எந்த ஆசையையும் துடைத்தழித்தது.

ஆத்மன், நானைக் கவனிக்கும் சுயம், தனித்துத் தெரியும் ஒன்றை உருவாக்க முடிவுசெய்து, இயற்கைக்குக் கீழ்ப்படியும் இயற்கையை, ஒளிபுகாத திரையை உலகின் குறுக்கே விரித்தது. இதுதான் மகத்தான ரகசியமாக இறுதிப் பந்தயமாக, எப்போதும் நீங்காதிருக்கும் புதுமையாக இருக்கப்போகிறது, தான் வெளிப்பட்ட அந்த மனத்துடன் இந்த உலகம் எந்தத் தொடர்பும் கொள்ளக் கூடாது என்பதற்காக. ஆனால் ஒரு

ராபர்ட்டோ கலாஸ்ஸோ

தொன்மையான நெருக்கத்துடனோ அல்லது அந்த வேற்றாளை, இறுதியாக அறிந்திராத அந்த ஜீவனைப் பார்த்தபோது ஏற்பட்ட வெறும் மலைப் புடனோ, அதன் சொந்த உபாயங்களின் தயவில் அதைத் துறந்துவிடுவதற்கு முன்னால், மனம் உலகை நோக்கிச் சென்றது, ஏதோ அதைத் தொட்டுத் தடவும் நிலையில் தான் இன்னும் இருப்பதுபோல. அப்படியானதுதான் பிரஜாபதிக்கும் உஷைக்குமான தகாத புணர்ச்சி.

தந்தை மல்லாந்து கிடந்தார், இறந்துகொண்டு. இப்போது அவர் ஒரு மறிமானாக இல்லை. மீண்டும் மனிதனாகி இருந்தார். குருதியொழுகி அவர் தொடையில் கோடிட்டது. அறியப்படாத அந்த வில்லாளன் அவரைக் கவனித்தான். "எனக்கு ஒரு பெயரிடுங்கள்" எனக் கேட்டான். "நீ பாவம், இருத்தல்" என்றார் பிரஜாபதி தொண்டையில் இரைச்சல் கமற. "அது போதாது" என்றான் சர்வன் என்னும் அந்த வில்லாளன், "எனக்கு வேறொரு பெயரைக் கொடுங்கள்." "நீ சர்வன், எல்லாமும்" என்று அடித் தொண்டையில் கரகரத்தார். வில்லாளன் வேறு பெயர்கள் வேண்டு மென்றான். ரத்தம் நுரைக்கும் பிரஜாபதியின் வாயிலிருந்து அவை தேம்பலுடன் ஒவ்வொன்றாக வெளிப்பட்டன. "நீ பசுபதி, நீ உக்ரதேவன், நீ மகாதேவன், நீ வாஸ்தோஷ்பதி, நீ ஈசானன், நீ ஆசானி." "அது போதாது" என்றான் ருத்ரன். "நீ குமாரன், மகனே," என்பதே பிரஜாபதியின் கடைசிக் கரகரப்பு. ருத்ரன் ஒன்றும் சொல்லாமல் தன் வில்லின் மேல் சாய்ந்திருந்தான். "நீங்கள் எனக்கு அளிக்கும் ஒவ்வொரு பெயராலும் தீங்கின் செதில் ஒன்று என்னிடமிருந்து விழுகிறது" என்று கிசுகிசுத்த குரலில் சொன்னான். வில்லாளனின் மூர்க்கத்தால் இதுவரை ஸ்தம்பித் திருந்தார் பிரஜாபதி. ஒரு தீய வேட்டைக்காரனைப் போல் உச்சபட்ச இன்பத்தின் கணத்தில், உச்சபட்ச மென்மையுடன் இருந்த தருணத்தில் அவரை அவன் தாக்கியிருந்தான். இப்போது அவர் இறந்துகொண்டி ருப்பதைப் பார்த்துக்கொண்டு, கம்பீரமான பெயர்களை அளிக்குமாறு இறந்துகொண்டிருக்கும் தந்தையை வற்புறுத்தி வதைத்துக்கொண்டிருந்தான். ஆனால் இந்தத் தீங்கைப் பற்றி அவன் பேசுவதைக் கேட்ட பிரஜாபதி திடுக்குற்றார்: அவர் வில்லாளனிடத்தில் தன்னை அடையாளம் கண்டு கொண்டார். பிரஜாபதி மட்டுமே தீங்கை ஒரு சகோதரன்போல் அருகில் வைத்திருந்தார், மரணத்தின் தீங்கையும் சேர்த்து, நினைவுகொள்ளக்கூடிய போதிலிருந்து. மற்ற கடவுளருக்கு அதைப் பற்றி என்ன தெரியும்? எனவே பிரஜாபதி அந்தப் போராட்டத்தைக் கைவிட்டார், முடிவுக்குத் தயாரானார். குழப்பமான ரீங்காரத்தையும் அலைகளென வந்து போய்க்கொண்டிருந்த சளசளவென்ற பேச்சொலியையும் அவரால் கேட்க முடிந்தது. வலியில் இருளடைந்திருந்த அரைக் கண்களைத் திறந்தபோது, பல உருவங்கள் தன்னைச் சுற்றிச் சுறுசுறுப்பாக இயங்கிக்கொண்டிருப்பதைக் கண்டார். கடவுளர்தாம். பிரஜாபதியைக் காயப்படுத்தும்படி ருத்ரனைத் தூண்டி விட்டவர்கள். இப்போது குனிந்து, குறுகிக் குழைந்து அவர் காயத்தைக் கவலையோடும் தாபத்தோடும் பரிசோதித்துக்கொண்டிருந்தனர். அவர்கள் கோபத்தின் இடத்தைப் பக்தி விரைவாக நிரப்பியது. பிரஜாபதியின்

அடிவயிற்றில் புதைந்திருந்த திரிசூலம் போன்ற அந்த அம்பை எப்படிச் சரியாகப் பிடுங்குவது என்று முடிவுசெய்ய அவர்கள் முயன்றுகொண்டிருந்தனர். தொண்டையில் இன்னமும் இரைச்சல் கமற, பிரஜாபதி இகழ்ச்சியுடன் தனக்குள் சிரித்துக்கொண்டார். "நான் இறந்து விடுவேன் என்று அவர்கள் பயப்படுகிறார்கள்" என்று நினைத்தார். "நான் இறந்து விடுவேன் என்று எப்போதும் பயந்துகொண்டும் என்னைக் கொல்ல எப்போதும் முயன்றுகொண்டும் இருப்பார்கள்." சிரமப்பட்டு அவர்களுக்கு அப்பால் பார்த்தார். தரையில் ஓடி ஒரு பள்ளத்தில் இறங்கிய பிரஜாபதியின் வித்து, குளம் கட்டியிருந்தது. இப்போது அந்தக் குளம் தீயின் வட்டச்சுவர் ஒன்றால் சூழப்பட்டிருந்தது. "மற்ற கடவுளர் தோன்றப் போகிறார்கள் . . ." என நினைத்தார் பிரஜாபதி. அப்படியே ஆயிற்று. பிறகு தீக்கொழுந்துகள் விழுந்தன. அங்கங்கே மட்டும் சில கங்குகள் ஒளிர்ந்தன. பிரஜாபதி வெகு தொலைவில் இருந்த அவற்றை வாஞ்சையோடு பார்த்தார்: "நீங்கள்தான் அருமையான பாடகர்கள் குழு, நீங்கள்தாம் ஆங்கிரஸர்கள். . ." என்று முணுமுணுத்தார், லாகவமிக்க விரல்கள் அவர் வயிற்றில் தடவி இறங்கின, பிறகு கத்தியின் குளுமை. அவர்கள் அம்பைப் பிடுங்கி எடுக்கவில்லை. சதையைக் கீறிச் சிறு துண்டு ஒன்றை உலோக முனையோடு சேர்த்து எடுத்தனர்.

"எங்கெல்லாம் வாழ்க்கை மிகத் தீவிரமாக உணரப்படுகிறதோ, அதுதான் ருத்ரன்" என்று ஒரு மேற்கத்திய நடனக்காரர் சொன்னார். கடவுளரும் அப்படித்தான் நினைத்தனர், ருத்ரனிடம் அவர்கள் அச்சம்கொண்டிருந்தனர். வடக்கிலிருந்து, நிழலான உருவத்தோடு, கறும் அங்கியுடுத்திக் கண்களில் தீக்கங்குகள் ஒளிர அவன் வருவதை அவர்கள் காண்பார்கள், விவேகத்தோடு, இனிமையாகப் பேசி அவனைப் புகழ்ந்து விட்டு அவன் வழியைவிட்டு விலகியே இருந்தனர். முக்கியமான விஷயம் அவன் பெயரைப் பயன்படுத்தாமல் இருப்பது. நிர்ப்பந்திக்கப்பட்டபோது, அவன் பெயரை அன்றி பெயரடையான 'ருத்ரமான' என்பதைப் பயன்படுத்தினர். தங்கள் யாகங்களுக்கு அவனை ஒருபோதும் அழைத்ததில்லை. (வாழ்வென்பது வேறென்ன?) சீர்செய்துவிட முடியாத ஏதோ ஒன்று அவன் இருக்கும்போது நிகழ்ந்துவிடும் என்று அவர்கள் பயந்தனர், நெருப்பு கொழுந்துவிட்டெரிந்து அவர்கள் அனைவரையும் விழுங்கிவிடும் எனப் பயந்தனர். தீவிரத்தன்மையால் ஏற்படக்கூடிய அபாயங்கள் கடவுளருக்குத் தெரியும், ஏனெனில் தீவிரத்தன்மை என்பதே அவர்கள்தாம். உலகின் கூண்டை மிக மூர்க்கமாக அசைத்துவிடக்கூடிய எதனிடமிருந்தும் அவர்கள் பின்வாங்கினார்கள். ருத்ரன் தோன்றும்போது ஞானியர்கூட திடுக்குற்றனர், ஏனெனில் அவன் வெறும் இருப்பே மிகக் கடுமையான சந்தேகத்தை எழுப்பியது, ஆரம்பத்திலிருந்தே அவர்களைத் துரத்திக் கொண்டிருந்த அந்த அச்சம்: யாகம் மட்டுமே போதாமல் போகக்கூடும், மெய்ம்மை முழுவதையும் அது தனக்குள் இழுத்துத் திரட்டிக்கொள்ள இயலாமல் போகக்கூடும். அதே சமயத்தில் அவர்கள் ருத்ரனை "யாகங்களின் அரசன்" என்று அழைத்தனர். ஏன்? மீண்டும் சந்தேகம் இயங்கிக்கொண்டி

ருந்தது. ஒருவேளை தங்கள் கிரியைகளுக்கும் சந்தங்களுக்கும் பஞ்சாங்கத்துக்கும் வெளியே, உள்ளது அனைத்தின் நாளங்களிலும், அமைதியாக, தொடர்ந்து, ருத்ரனின் பெயரால் வேறொரு யாகம் நடந்துகொண்டிருக்கலாம். ஆனால் அப்படியான ஒன்றைக் கொழிக்கும் வளமையிலிருந்தும் படுகொலைக் களரியிலிருந்தும் எப்படி வேறுபடுத்துவது?

எப்போதும் உதயத்தைப் பற்றியே அவர்கள் பேசிக்கொண்டிருந்தார்கள், வேறெதையுமே பார்த்திராததுபோல். இந்தியாவில் உதயங்கள் சுருக்கமானவையாக இருந்தபோதிலும்கூட. மிகக் குறுகிய நாட்களுக்கும், மிக நீண்ட நாட்களுக்குமான வேறுபாடு பொருட்படுத்தத் தேவையில்லாதது: வெறும் நான்கு மணி நேரம். அவர்கள் வேறொரு தேசத்தின் உதயத்தை நினைவுகூர்ந்தார்களோ, ஒரு வடதிசை தாயகத்தை, எங்கிருந்து ஒரு காலத்தில் குடிபெயர்ந்தார்களோ அதை? உஷை ரிக் வேதத்தின் எல்லா இடங்களிலும் இருக்கிறாள். அவள் பெயர் முந்நூறு முறை வருகிறது. அவளைப் புகழ்ந்து இருபது பாக்கள் உள்ளன. அவற்றைச் சிலர் உள்ளதிலேயே பழமையானவை என்கின்றனர், சிலர் உள்ளதிலேயே அருமையானவை என்கின்றனர். ஒரு நிவேதனத்துக்கான துணையாக இருக்கக்கூடிய வேலையை அவை நிறைவேற்றுவதில்லை, ஏனெனில் பொருள்களாலான நிவேதனங்கள் உஷைக்குப் படைக்கப்படுவதில்லை. கவித்துவமான சொல் அவளைச் சுற்றி மூடிக்கொண்டது, தன்னையே சுற்றி மூடிக்கொள்வதைப் போல். உஷை சாட்சியாக இல்லாதபோது எந்தக் கடவுளுக்கான நிவேதனமும் அதன் பலனை அளிக்காது. உஷை சொற்களை மட்டுமே ஏற்றுக்கொள்பவள், அவள் ஒவ்வொரு நிவேதனத்துக்குமான முன்நிபந்தனை: உஷை தன்னை வெளிக்காட்டிக்கொண்டு முன்னே அடியெடுத்து வைக்கும்போது எழும் பிரக்ஞையின் அந்தக் கிளர்ச்சி.

"உண்மையோடு உண்மையாக, மகத்தானதோடு மகத்தானதாக, தேவிகளோடு தேவியாக, போற்றத்தக்கவற்றோடு போற்றத்தக்கதாக" நிமிர்ந்த தலையோடு, "இறவாமையடைந்தவர்களின் பிரகாசமான கலங்கரை விளக்கமாக" இளஞ் சிவப்புக் குதிரைகள் இழுத்துவரும் சமயச் சடங்குகளின் நிவேதனங்கள் சுமையேற்றிய ரதத்தில், ஈரம் சொட்டச் சொட்ட, தொலைவிலிருந்து அவள் தோன்றுவாள். எப்போதும் அதே முகப்பூச்சின் ஒப்பனையோடு, "நியமிக்கப்பட்ட வேலைக்குச் சென்றுகொண்டிருக்கும் பெண்களைப் போல" காணப்படுவதற்கு ஏதுவாக அவள் நின்றுகொண்டு குளித்தாள், வெண்மையாக, ஒளிர்ந்துகொண்டு, கருமையிலிருந்து பிறந்தவள், ஆண்களைச் சுற்றி வண்டென ரீங்கரிப்பவள். ஏன்? அவர்களை விழித்தெழுப்புவதற்காக. விழித்தெழல்: இதுவே உஷையின் "திவ்யமான பண்பு", சூட்சுமமான அவள் கொடை, அவள் பெறும் சூட்சுமமான காணிகைகள்போல்: சந்தங்களில் அமைந்த வெறும் சொற்கள். தீர்த்தமோ கொல்லப்பட்ட விலங்குகளோ ஒருபோதும் இல்லை. வெறும் சொற்கள்.

தனக்கே உரித்தான அடைமொழி ஒன்றிருந்தது உஷைக்கு: *ப்ரதி–*, யாரையோ முகத்தோடு முகம் "சந்திக்க வருவது", தொலைதூரங்களிலிருந்து முன்னே அடியெடுத்து வைப்பது. பாசுரம் பாடுபவர்கள் உஷையின் மார்பகங்களைப் போற்றுவதில் ஒருபோதும் சோர்ந்துவிடவில்லை. "இளமையோடு நாணமற்று அவள் முன்னே வருகிறாள்": இப்படித்தான் உஷை தோன்றுகிறாள். அவள் முதல் சமிக்ஞை என்ன? "அவள் தன் மார்பகங்களைத் திறந்து காட்டுகிறாள், வேசியைப் போல்." அல்லது, அழைப்பாகவும் இருக்கும் ஒரு கண்ணோட்டத்தோடு, அவர்கள் குறிப் பிட்டனர்: "புன்னகைகள் நிரம்பிய பெண்ணே, நீ கிழக்கே ஒளிரும்போது உன் மார்பகங்களைத் திறந்து காட்டு"; "உன்னை அழகுபடுத்திக்கொள் வதற்காக உன் மார்பகங்களை திறந்து காட்டுகிறாய்." உஷை அப்படிச் செய்வதில் தாமதமாக இருந்தால், புராணிகர்களென நினைவுறுத்துவதில் பாடகர்கள் வேகம் காட்டினர்: "ஆண்களைச் சந்திக்கப் போகும் அழகிய இளம்பெண்ணைப் போல், தன் மார்பகங்களை அவள் வெளியே துள்ளவிடுகிறாள்."

விழிப்புநிலை என்பது தானாக முன்வரும் ஒரு தரிசனம். அது மனத்தில் ஒட்டிக்கொள்ளும் முதல் பிம்பம், இதுவரை அறிந்திராத சுவை ஒன்றுடையது, முழுநிறைவின் வெள்ளப்பெருக்கு. *பூர்வாஹூதியை* வரவேற்பது உஷைதான், "கிரியையின் முதல்அழைப்பு", அதுவேதான் "முதல் எண்ணமும்" *பூர்வசித்தி*. அவளைப் பற்றி நினைப்பதில் முதல்நபராக இருப்பதற்கு ஒரு போட்டியே இருக்கிறது. மேலும் அருள்பெறுவது என்பது அவள் நினைக்கும் முதல் ஆளாக இருப்பது. இங்கு தேவியே அறிவதும் அறியப்படுவதுமாக முடிவற்று இணைந்து கொண்டுள்ளாள். அவளே முதல் என்பதால், உஷை தனித்தன்மையானவள், யாரிடமிருந்து மற்ற அனைவரும் வெளிப்படுகிறார்களோ, யாரிடம் அவர்கள் மீண்டும் வந்தடைகிறார்களோ அவள், ஆனால் அவள் – அப்போதே – பலவாக இருப்பவள், அவரைப் பின்பற்றுபவர்களாலும் ஒத்த சாயல் உடையவர் களாலும் சூழப்பட்டு இருப்பவள். "தன் அநேகப் பெயர்களோடு தினம் தினம் தோன்றுகிறாள்." *உசஸா:* "மகிழ்ச்சிகரமான பெயர்களைச் சுமந்து வரும் எண்ணற்ற உதயங்கள்" அவை இல்லாமல் உஷை இல்லை, அவை அவளைப் பிரதிபலிப்பவை, அவளைக் கலைத்துப் பரப்பிவிடுபவை, அதில் எந்த ஒன்று உஷை?, என்று நீங்கள் கேட்கும்வரை.

ரிக் வேதம் 'ஸ்வாஸ்ர்', "சகோதரி"யாக இருக்கும் ஒரு பெண் தெய்வத்தைப் பற்றி பதின்மூன்று முறை பேசுகிறது. அதில் பதினோரு முறை அது உஷையைக் குறிக்கிறது. எல்லோரிடமும் அவள் நெருக்கமாக இருந்தாள், வேறெந்தத் தெய்வமும் அவ்வளவு ஏராளமான உறவினர்கள் இருப்பதாகப் பெருமைப்பட்டுக்கொள்ள முடியாது. நிறைய காதலர் களைக்கொண்டிருந்த பெருமை அவளுக்கு உண்டு, மேலும் அவர்களில் அநேகர் அவள் சகோதரர்களாக இருந்தனர் – அக்னி? பூசன்? சூரியன்?

அஸ்வினி தேவர்கள்? அவ்வாறான கதைகள் சொல்லப்பட்ட ஒரே பெண்தெய்வம் அவள்தான். ஒருநாள் இளைஞனான சூனசேபன் ஒரு பலிமரத்தில் தான் கட்டப்பட்டிருப்பதைக் கண்டான். வேறு யாரோ ஒருவருக்குப் பதிலாக இவன் பலியாகும்படி நூறு பசுக்களுக்காக இவன் தந்தை இவனை விற்றுவிட்டிருந்தான். குறித்த நேரம் நெருங்கிக்கொண்டிந்தது, அப்போது அஸ்வினி தேவர்கள் அவனிடம் உஷையைப் பிரார்த்திக்கும்படி கேட்டுக்கொண்டார்கள். அவள் தனக்குச் சொந்தமாவாள் என்று ஒருபோதும் நம்பியிராத சூனசேபனுக்கு, தான் எப்போதும் விரும்பிய தன் காதலியான உஷையை நினைத்துக்கொண்டு பலமுறை தான் பாடிய, தனக்கு மிகவும் நெருக்கமான அந்தப் பாடல் நினைவுக்கு வந்தது. "அழிவற்ற உஷையே, தன் விருப்பப்படி நேசிப்பவளே, இறந்துபோகக்கூடிய எந்த மனிதன் உன்னைத் தனக்குச் சொந்தமென்று நினைத்துக்கொண்டுவிட முடியும்? எங்களில் யாரை நீ தேர்ந்தெடுப்பாய், ஒளிவீசுபவளே?" அவன் தொடர்ந்து பிரார்த்தித்தான். ஒவ்வொரு பாடலுக்கும் அவனைப் பிணைத்திருந்த கயிறுகள் அவிழ்ந்தன.

உஷை, சந்தியா, இந்த இரு ஊழ்சார் கன்னிகள், உதயமும் அந்தியும். ஏன் அவர்கள் அழகு வேறு எதையும்விட எவ்வெப்போதைக்கும் உயர்ந்ததாகக் கருதப்பட்டது? ஒளியின் தளை நீக்குதலும் மங்கி மறைதலும் பிரஸன்னத்திற்குள் நுழைதலும் பின்வாங்குதலும் அந்த இரு தருணங்களும் இவையே இணைக்கும் விதம், "ஒன்றுசேர்த்தல்," பந்தம். ஆனால் வழக்கமான ஒன்றுசேர்தலல்ல, ஒரே மாதிரியான இரு வியக்திகொண்ட உயிர்களுக்குள் ஏற்படுவதோ அல்லது புலப்படக்கூடிய இரு உருவங்களுக்கு இடையிலான ஒன்றுசேர்தலோ அல்ல. இங்கே வெளித்தோன்றுவது வெளிப்பட்டதற்கும் வெளிப்படாததற்கும் இடையிலான ஒன்றுசேர்தல், எவ்வெப்போதைக்கும் தனித்தனியே பிரிந்திருக்கக்கூடிய இரு உலகங்களுக்கு இடையிலானது – ஆனால் இப்போது ஒன்றிணைந்து, திரும்பிப் பார்த்துவிட்டுப் பறந்து சென்றுவிடும் இந்த இரு பெண்களின் உடல்களிலும் ஒன்றாக மேலெழுந்து வருபவை. இந்த ஒன்றுசேர்தல் வேறொன்றாகவும்கூட ஆவதற்கு இருந்தது: ஒரு புணர்ச்சியாக. ஒவ்வொருவரும் உஷையோடும் சந்தியாவோடும் புணர விரும்பினார்கள், ஏனெனில் புணர்ச்சி ஒன்றுசேர்தலின் உருத் தோற்றம்: தலைகீழாக அல்ல. உஷையும் சந்தியாவும் மிக மேன்மையான ஒன்றுசேர்தலின் உருத்தோற்றம். அவர்களை ஊடுருவிய புலப்படாததின் முதல் துகள் காலம்.

ஒவ்வொரு காலையின் முதல்வெளிச்சத்தில், அவர்கள் உஷையை வரவழைத்தார்கள். அவள் குணப்பெயர்கள் பதினாறையும் ஒன்றாகக் கோத்து, பல சந்தங்களில் அவள் கொடைகளைப் பற்றியும் அவளிடம் இருந்து எதிர்நோக்கும் முடிவற்ற அபரிமிதத்தைப் பற்றியும், காலம் தவறாத தாராளத்தைப் பற்றியும் பாடினார்கள். அவளை எழுப்புவதற்காக இந்தச் சொற்கள், உஷை தங்களை எழுப்புவாளென்று. ஒவ்வொரு செயலும்

அதற்கு முந்தைய அந்த இன்னொரு செயலால் மட்டுமே அர்த்தம்பெற முடியும், விழிப்படைதலில்; அது உள்ளதில், இருப்பில் மனத்தை நங்கூரம் பாய்ச்சுகிறது. தங்களைக் கைவிட்டுப் போவதற்காகவே தங்கள்மீது உரசிப் போகும் அந்தச் செப்பு நிறக் கூந்தலுடைய பெண்மீது, வெளிப்பரப்பின் கீழ் இருண்டு வளரும் ஒரு கடுங்காழ்ப்புணர்ச்சிக்கு அவர்கள் இடமளித் திருந்தனர். உஷை விளையாடிக்கொண்டே தங்களைப் பரிகசித்தது, கண்ணிமையின் ஒவ்வொரு சிமிட்டலிலும் நினைவுக்கு வந்தது, எப்போதும் அவளே வென்றதும் பின்னர் பரிசை எடுத்துக்கொண்டு ஓடிப்போனதும், அதாவது உயிரை. அல்லது வருணனின் வேவுகாரியாக அவளை நினைத்தனர், அவனுக்காக அவள் வேலைசெய்துகொண்டிருப்பவளாக, வருணனைப் பொறுத்தவரை, “ஒரு மனிதனின் இமைத் துடிப்புகள் கணக்குக்கு உட்பட்டவை” என்பது எல்லோருக்கும் தெரியும். விழிப்படைவது என்பது ஒருவர் கண்ணிமைகளை இமைப்பது. ஆனால் கடவுளர் கண்ணிமைப்ப தில்லை. சாக விரும்பாத மனிதர்களின் விதியை முடிவுசெய்ய அவ்வளவு தான் தேவைப்பட்டது. ஒருநாள் யாராவது ஒருவன் அந்தச் செப்பு நிறக் கூந்தலுடைய ஊழ்சார் கன்னி இழைத்த தீங்கின் பொருட்டு அவர் களுக்காகப் பழி தீர்ப்பான். அது ஒருமுறை நிகழ்ந்தது – மேலும் அது நிகழ்வது ஒருபோதும் நிற்கவில்லை, கில்டா வரையிலும் அதற்கு அப்பாலும்.

பசுக்கள், உதயங்கள், தண்ணீர் இவை ஒளிந்துகிடக்கும் மறைவிடங்கள் இந்திரனுக்குத் தெரியும். அவன் பாய்வதற்குத் தயாராகக் கீழே ஆழிருளில் பதுங்கிக் காத்திருந்தான். உஷையின் ரதத்தின் பிரகாசிக்கும் ஒளிக்கதிர்கள் அப்போதே உருக்கொள்ளத் தொடங்கிய கணத்தில் அவன் தாக்கினான். செலுத்துபவரின் ஆபரணங்களுடன் ஒத்திசைந்த தந்தத்தால் ஆன, விரைந்து செல்லும் ரதத்தை நோக்கி அவன் தன் எதிரியினுடையதைவிட அளவுக்கு மிஞ்சியதாக இருந்த கொலை ஆயுதத்தை வீசினான். உஷை ஏற்கனவே தப்பியோடிக்கொண்டிருந்தாள், கிலியில் உரத்த குரலில் வீறிட்டுக்கொண்டு. அது ஒரு இன்பவியல் நாடகமா? அது ஒரு நாடகம்தானா? கடுகடுப்பில் இந்திரன் தன் ஆத்திரத்தை ஆளற்ற ரதத்தின் மீது கட்டவிழ்த்துவிட்டான். நுகத்தடியையும் ஏறுகாலையும் பிளந்தான். யாரும் புரிந்துகொள்ளாத ஏதோ ஒரு வேதனையால் வதைபட்டு, பித்துப் பிடித்த போராளியைப் போலிருந்தான். அந்த அலங்காரமான, மென்மையான பொருளின் மீது அவன் பொழிந்துகொண்டிருந்த அடிகளின் சீற்றத்தில் விகாரமான வனாகக்கூடத் தெரிந்தான்.

இந்திரனின் மின்னல் அவள் ரதத்தைப் பிளந்தபோது நடுக்கத்தோடும் கிலியோடும் பூவேலைப்பாடுள்ள தன் உடைகளில் தடுக்கிக்கொண்டு ஓடிய உஷையின் ஓட்டம் பெருமைகொள்ளக்கூடிய ஒரு காட்சியல்ல. குருட்டுப்பிடிவாதமான உளறல்களால் இந்திரனைத் தூண்டிவிட்டுக் கொண்டிருந்த கீழ்த்தரமான மக்கள் கூட்டம் ஒரே நேரத்தில் நகைப்புக் குரியதாகவும் ஆபத்தானதாகவும் காட்சியளித்தது. நல்லொழுக்கம்

தொடர்பான உன்மத்தங்கள் அனைத்துக்கும் முன்மாதிரி இவ்வாறுதான் நிறுவப்பட்டது. பின்னாளில் ஆரியர்களின் பிறப்பிடமான மேல் ஈரானில், நல்ல சிருஷ்டி, தீய சிருஷ்டி என முதன்முறையாகப் பிரபஞ்சத்தை இரண்டாகப் பிளக்க விழைந்த அவெஸ்திக் என்னும் இடத்திலும் மொழியிலும் அது அதிகாரபூர்வமான முத்திரையைப் பெற்றது. அலட்சியமான அழகான உஷை, "இன்னும் இல்லை, இன்னும் இல்லை" என்று ஆண்களிடம் சொல்லும் புஸ்யான்ஸ்தா என்று அழைக்கப்பட்ட துர்த்தேவதையாக அங்கு உருமாற்றப்பட்டாள். பிறகு பல நூற்றாண்டுகளுக்கு ஒவ்வொரு கவிஞரும் "ரோஜாநிற விரல்"கள்கொண்ட உதயம் என்று அவளை அழைப்பார்கள். கடவுளர் கையிலும் மனிதர் கையிலும் கொடுமையை அனுபவித்துத் துன்புற்றவள் அந்தப் பெண் என்பதை அவர்கள் மறந்து விட்டனர். அழகான பெண்களுக்கென்றே பிறகு தனியாக ஒதுக்கிவைக்கப் பட்ட தலைவிதியான அடிஉதைகளையும் நாடுகடத்தலையும் எதிர் கொண்ட முதல்பெண் அவள்தான்.

உஷையின் ரதம் இந்திரனால் தாக்கப்படுவது குறித்துச் சுருக்கமாக விவரிக்கப்படும் ஒரே வேத பாசுரத்தைப் பற்றிய குறிப்பொன்றில், "உஷை யுடன் இந்திரனின் சண்டை. விசித்திரமான புராணக் கதை. எந்த உள் நோக்கமும் எப்போதும் பிரஸ்தாபிக்கப்படவில்லை" என்று குறிப்பிடுகிறார் குழப்பமுற்ற கெல்ட்னர். "உஷைக்கான பாசுரங்களுக்கு வெளியே மட்டும் தோன்றும் ஒரு புராணக் கூறாக, எப்போதும் திடீரென, எதிர்பாராததாக, ஏறுமாறான தடைபோன்றது இந்திரன் உஷையின் ரதத்தைப் பிளக்கும் சித்திரம்" என்று குறிப்பிடுகிறார் குழப்பமுற்ற ரெனௌ. உஷைக்கு விடுதலையளித்த இந்திரன் ஏன் அவளையே தாக்க வேண்டும்? அந்தக் கோழைத்தனமான, பொருத்தமற்ற செயலால், மனிதர்களிடையே அவன் என்ன மரியாதையை எதிர்பார்த்தான்? இவை அனைத்திற்கும் பின்னால் யாரும் சொல்லாத இருண்ட கதையொன்று இருந்தது. உதயத்தைப் போல் இருண்டது. "உதயத்தின் இருண்ட முகம் எது?" என்று ரிஷிகளின் பாணியில் கேட்கிறார் ஆனந்த குமாரசாமி. கண்ணிமையை இமைப்பது போல் புலப்படாததாக இருண்டதாக அன்றி வேறெதுவாகவும் இருப்பதற்கில்லை பதில்.

தந்தையின் ரத்தமும் வித்தும் மேலே தெறித்துப் படிந்திருக்க, அவரிடம் இருந்து பிரிக்கப்பட்ட கணத்திலே "விலக்கிவைக்கப்பட்டவளைப் போல்" உஷை தெற்கு நோக்கிப் பறந்தாள். ஓடிக்கொண்டே விசும்பினாள்: "என் மயக்குதல்கள் எல்லாம் ஒன்றுமில்லாமல் போய்விட்டது." யாரும் எந்தக் கவனமும் செலுத்தாத வார்த்தைகள். கடவுளரின் கண்கள் வில்லாளன்மீதும் இறந்துகொண்டிருக்கும் தந்தைமீதும் நிலைத்து இருந்தன. அவர்கள் ஒருவரோடு ஒருவர் பேசும் தறுவாயில் இருந்தனர். இந்தக் கட்டத்தில், ஒவ்வொரு காலை நேரத்திலும் தங்களை எழுப்புவதற்காக உஷையை அழைத்த, அப்போதே விழித்திருந்த மனிதர் வாய்களில்

கணீரென்று எதிரொலித்த மேன்மையான பாசுரங்களின் உதயமல்ல உஷை இனி. தன்னை வீழ்த்தப்போகும் வேட்டைக்காரனுக்காகக் காத்துக்கொண்டு வனத்துக்குள் ஓடிக்கொண்டிருக்கும் வெறும் மறிமான் அவள்.

ருத்ரன் அம்பு பிரஜாபதியின் அடிவயிற்றில் புதைந்தபோது முதலில் காயப்படுத்தப்பட்ட உயிர் மறிமான்தாம். எனவே முதன்முதலில் வேட்டை யாடப்பட்டு பலியிடப்பட்ட முதல் உயிரும் அதுதான். கடவுளரின் அறிவொன்று இருந்தது. பலியிடுபவர்களின் அறிவொன்றும். வில்லாளனின் அறிவும் சாட்சிகளின் அறிவும். காலச் சக்கரம் திரும்பிக்கொண்டே இருக்கும், இதுவரை ஊமையாக இருந்த கடைசி அறிவு பேசும் புள்ளிவரை; பலிவுயிரின் அறிவு. இலக்கு நிமிர்ந்து நின்றது, தனியாக. பலிக்கம்பத்தில் இருந்து தன்னைத்தானே விடுவித்துக்கொண்ட பலிவுயிர் போதிசத்வன். எங்கே ஓடினான் அவன்? விழிப்புநிலையை நோக்கி. இனிமேலும் ரத்தம் சிந்தாத இலக்கு அதுதான். அதுதான் சித்தார்த்தனின் குறிக்கோள், “குறிக்கோளை அடைந்துவிட்டவனின் குறிக்கோள்”.

“எங்கே கறுத்த மறிமான் இயற்கையாக உலவுகிறதோ, அதுதான் யாகங்களுக்கு உகந்த பிரதேசமாகக் கொள்ளப்பட வேண்டும்: அதற்கு அப்பால் உள்ளது காட்டுமிராண்டிகளின் பிரதேசம்” என்கிறது மனுதர்மம். மறிமான்: வேட்டைக்காரனுக்கும் வன்மிருகங்களுக்கும் அதியற்புதமான இரை. தாங்கள் அஞ்சி ஓடும் வன்மிருகங்களைப் போலிசெய்வதன் மூலம் தாங்கள் வேறொரு நிலைக்கு உயர்ந்து விடலாம், தங்கள் சக்தியை அதிகரித்துக்கொண்டுவிடலாம் எனத் தம் வரலாற்றில் ஒரு குறிப்பிட்ட கட்டத்தில் மனிதர்களுக்குத் தோன்றியது. இவ்வாறு, நீண்ட காலமாகத் தங்களை மறிமான்களாகக் கருதிக்கொண்டிருந்த மனிதர்கள் மறிமான்களைக் கொல்லத் தொடங்கினர், அவற்றை வேட்டையாடத் தொடங்கினர். மறிமான்தான் அவர்கள் குற்ற உணர்வுக்கு ஆளாகக் காரணமான முதல் உயிர்: மறிமானைக் கொல்வதன் மூலம் அவர்கள் தங்களையே கொன்று கொண்டார்கள், ஒரு காலத்தில் தங்களை அதுவென நினைத்திருந்ததால். அந்தக் குற்ற உணர்வை அங்கீகரித்ததன் அடிப்படையில்தான் அமைந் திருக்கிறது வேதபலியின் ஒட்டுமொத்த அச்சுறுத்தும் கட்டமைப்பும். கடவுளருக்கு அர்ப்பணம் செய்யப்படும் அளவுக்கு மறிமான்களுக்கும் வேதபலி அர்ப்பணம் செய்யப்படுகிறது. பலியிடக் கூடாத விலங்கென்றே மறிமானைப் பற்றி அவர்கள் கருதினார்கள். இருந்தும் மறிமானுடன் சம்பந்தப்பட்டுத்தான் பலிக்கு அர்த்தமே இருந்தது. ஒரு கறுத்த மறிமானின் தோல் தரையில் விரிக்கப்படாமல் பலி நடக்காது. பலி அந்தத் தோலை, அதன் முடியுள்ள பக்கத்தைச் சார்ந்து இருந்தது: கறுத்த முடிகள் வேதத்தின் சந்தங்கள். தீட்சை பெறும் தீட்சிதர்கள், கறுத்த மறிமானின் தோலை மடியில் கட்டிக்கொண்டார்கள், தன் அலைதல்களாலும் ஓட்டத்தாலும் யாகசாலையின் எல்லைகளை வகுத்த அந்த உயிரின் உட்சாரத்தைத் தங்கள் மயிர்க்கால்களின் மூலம் உள்வாங்கிக்கொள்ளவும், ஒவ்வொரு

கணமும் நினைவுபடுத்திக்கொள்வதற்காகவும். யாகசாலையை – நாகரிகத்தை – எல்லாப் பக்கங்களிலிருந்தும் சூழ்ந்து வளைத்துக்கொண்டிருந்தது, அதற்கப்பால் விரிந்து கிடந்த வனாந்திரம், அறியப்படாத பிரதேசம்.

ஒருநாள் உஷை புத்தரானாள். மறிமானைப் பற்றி அதன் குளம்படி மட்டும் எஞ்சியிருக்கும் இடத்தில் உலகின் சக்திகள் – ஆசையும் காயமும் – ஒரு முடிவுக்கு வந்தன. தன் முற்பிறவியில் நடந்திருந்த ஒரு சம்பவத்தால் ஈர்க்கப்பட்டு புத்தர் சாரநாத் வந்தபோது, அது மட்டும் அவர் நினைவில் இருந்தது. வாரணாசியின் அரசர் தன் நந்தவனத்தில் மிக அதிக அளவில் மறிமான்களை வேட்டையாடிக்கொண்டிருந்தார். பலவும் கால்வாய்களில் இறந்து விழுந்தன. வல்லூறுகளும் நரிகளும் அங்கே அவற்றைத் தின்று தீர்த்தன. வாரணாசியின் அரசரிடம், கலைமான்களின் அரசன் ஓர் ஒப்பந்தம் செய்துகொண்டான். ஒவ்வொரு நாளும் குலுக்கல் முறையில் தேர்ந்தெடுக்கப்பட்ட ஒரு மறிமானை ஒப்படைப்பதாக. ஒருநாள் குலுக்கலில் ஒரு கர்ப்பமுற்ற மறிமான் வந்தது. அவள் இடத்தை ஏற்றுக்கொள்ள யாரும் விரும்பவில்லை. பிறகு மறிமானாக இருந்த போதிசத்துவர், அவள் இடத்தை ஏற்றுக்கொண்டு, சமையல்காரர்கள் முன்னால் சென்று நின்றார். கத்தி சமையல்காரனின் கையிலிருந்து கீழே விழுந்தது. நிகழ்ந்ததை அறிந்துகொண்ட வாரணாசி அரசர், அனைத்து மறிமான்களுக்கும் விடுதலையளித்தார். மறிமான்களின் நந்தவனம் என்றழைக்கப்படுவதற்குப் பதிலாக, அவர் நந்தவனம் மறிமான்களுக்கு அருளப்பட்ட நந்தவனமாயிற்று.

விழிப்புநிலை நோக்கி இட்டுச் செல்பவர் புத்தர் என்றால், அவரது வேதகால முன்னோடி, “ஆண்களை நோக்கி நடந்துவரும் சகோதரனற்ற ஓர் இளம்பெண்ணைப் போல்” முன்வரும் இளம்பெண், தொலைவிலிருந்து காட்சிப்படுகிறவள்: உஷை, விழிப்புநிலையின் அரசி. ஒரு பெயர்ச்சொல்லாக ஆவதற்கு முன்பு, *போதி*, ‘விழிப்புநிலை’, புத்தரின் அருள்வெளிப்பாடு – பலவீனமான இதயம் கொண்டவர்கள் ‘ஞானோதயம்’ என்று மொழிபெயர்ப்பது – உண்மையில் உஷையின் உதட்டிலிருந்து வெளிப்படும் ஏவல் வினையாக இருந்தது: ‘விழித்தெழு!’ ஆனால் ஆண்களை வசியப்படுத்தி இன்னலூட்டும் பொய்மை உஷையிடம் இருந்தது. புத்தர் அதற்கொரு முடிவுகட்ட விரும்பினார். விழிப்புநிலை அல்ல, இதுதான் அவரது ஞானத்தின் புதுமை. உஷைக்கே உரித்தான செயலை விவரிக்கும் அந்தச் சொல், “விழிப்புநிலை” இரு வழிகளில் பயன்படுத்தப்படலாம். அவள் குறித்த பாசுரங்களில் தொடர்ந்து அவை மாறி மாறி வருகின்றன: *போதயந்தி, ஜராயந்தி. ஜராயந்தியில்* இரண்டாவது ஒரு பொருள் பதுங்கி இருக்கிறது: “ஒருவரை முதியவராக்குவது.” விஷயங்களை இருப்பிற்குக் கொண்டுவரும், அந்த விழிப்புநிலையோடு வரும் காலம், அவற்றை மறையச் செய்கிறது. இருப்பிற்குக் கொண்டுவருவது, மறையச் செய்வது: மற்ற அனைத்திற்கும் முன்னால் தோன்றி, மற்ற அனைத்தும் திரும்பவந்து

சேரும் தொட்டுணர முடியாத அந்த இரு சக்திகளும் ஒன்றாகவே, ஒவ்வொரு காலையிலும் "அனைத்திலும் மிக அழகானவளான" அவள் உருவத்தில் தோன்றின; அவளுக்குப் பின்னால் சரிநிகர் அழகு வாய்ந்த நகல்களின் முடிவற்ற ஊர்வலத்தை ஒருவர் கண்டுவிட முடியும். மேலும் அவர்களைக் கவனிக்கும் எண்ணற்ற முகங்கள்: இறந்தவர்கள், பிறக் காதவர்கள். "முதல் உதயம் ஒளிர்வதைக் கண்ணுற்ற மனிதர்கள் மாண்டு போனார்கள். இப்போது நாம் காண்பதற்கு அவள் இடமளிக்கிறாள். வரப்போகும் காலங்களில் அவளைக் காணப்போகிறவர்கள் அணுகுவதைப் பாருங்கள்."

திகில்கொண்டு தெற்கே ஓடினாள் உஷை – யாரும் கவனம் செலுத்தவில்லை. காட்டினுள் ஒளிந்துகொள்ள அவசரமாகத் திரும்பும் மறிமானாக இருந்தாள் அவள். ஆனால் காடு இன்னமும் காட்சியின் ஒரு பகுதிதான் என்று அவளுக்குத் தெரியும். அவள் ஓடியபோது, அவளுக்குள் ஓர் எதிர்ப்புணர்வு உருக்கொள்ளத் தொடங்கியது. அங்கிருந்து வெளியேறி, பிரஜாபதியின் அணைப்போ ருத்ரனின் சரமோ ஒருபோதும் அடைந்துவிட முடியாத இடமொன்றைக் கண்டுபிடிக்க. ஆனால் அப்படியான ஒன்றை எப்படி நினைத்துப் பார்க்க முடியும்? தொடுவானை அடைந்து மேலும் ஆகாயத்தினுள் ஊடுருவிச் சென்ற உஷையை யாரும் பார்க்கவில்லை. வெகு காலத்திற்கு இருண்ட சமவெளிகளைக் கடந்து ஓடிக்கொண்டே இருந்தாள். இரு பக்கங்களிலும் நதிகளையும் விலங்கு களையும் எப்போதாவது அடையாளம் கண்டுகொண்டாள். ஈரமாகப் பளபளக்கும் பிளெய்ட்ஸை, கிருத்திகை நட்சத்திரங்களைக் கடந்து சென்றாள். ஆனால் எங்கே போய் நிற்கப் போகிறோம் என்று ஏற்கனவே அவளுக்குத் தெரியும்: இன்னும் மேற்கொண்டுபோய் அல்டபெரானின் ஒளியில், ரோகிணியில், அவளும்கூட ஒரு மறிமான்தான், அவளும் ஓர் உதயம். செப்பு முடிக்காரி செப்பு முடிக்காரியிடம் திரும்பினாள்.

ஒரு சில சமிக்ஞைகளைத்தான் ஒருவர் செய்ய முடியும், ஆனால் அர்த்தங்கள் எண்ணற்றவை. எனவே அதே கதைகள் சில மாறுதல்களோடு திரும்பச் சொல்லப்படுகின்றன; ஒரு மெதுவான சுழற்சியில் ஒரு புதிய பூமியையும் அர்த்தங்களின் ஒரு புதிய வானத்தையும் ஒவ்வொரு முறையும் நாம் கண்டுபிடிக்க இயலுமென. துல்லியமாக அங்குதான், வானத்தில், அந்தச் சுழற்சி முதலில் கவனிக்கப்பட்டது. வசந்தத்தின் பகலிரவுச் சமநாளொன்றின் உதயத்தோடு ஓரியன் எழுந்த காலமொன்று இருந்தது, ஒவ்வொரு தொடக்கத்திற்குமான தொடக்கம், காலத்தின் முதல் தருணம். அது பிரகாசமாக ஒளிர்ந்து, சூரிய ஒளியில் மூழ்கிப் போய் விரைவில் மறைந்தது. ஆனால் நூற்றாண்டுகளின் போக்கில் ஓரியன் எவ்வாறு மெதுவாக நகர்ந்து போகிறது என்பதையும் – அது இருந்த இடத்தை அல்டபெரான் மெதுவாக அணுகுவதையும் ஞானிகள் கண்டனர். பூமியின்

ராபர்ட்டோ கலாஸ்ஸோ

அச்சு சுழல்வதை, ஹிப்பார்க்கஸ் அதற்கான பெயரைத் தந்து அறிவியலில் சேர்ப்பதற்கு வெகுகாலத்திற்கு முன்பாகவே அவர்கள் கண்டுகொண்டனர். நாடகத்தின் நடிகர்கள் அனைவரையும் அங்கே மேலே கண்டனர். குற்றங்களின் சுழற்சியை வானத்தில் பார்த்தனர். ஆரம்பத்தில் குற்றப்பழி ஓரியனாக இருந்த பிரஜாபதியிடம், மறிமான், 'ம்ருக' என்று அவர்கள் அழைத்த அவரிடம், இருந்தது. இறுதியில் பூமி அச்சு சுட்டும் புள்ளி இடம் மாறி, வேட்டைக்கார வில்லாளன், சிரியஸ் ஆக இருந்த ருத்ரனில் நிலைத்தது. ஆனால் இந்த முறை அம்பு எய்யப்பட்டது முழு விழிப்பு நிலையில் உள்ள ஒரு கடவுளால் அல்ல, ஒரு மனிதனால். வேட்டைக்கு வந்த அரசன் பாண்டு, தவறிப்போய் அஜாக்கிரதையாக, இரு மறிமான்களை அவை புணர்ந்துகொண்டிருந்தபோது அம்பெய்து கொன்றார். மறிமான்களில் ஒன்று ஒரு பிராமணன், மற்றது அவன் மனைவி.

வானில் ஒரு கீற்றுப் பகுதி உள்ளது, வேட்டைக்காரனின் இடம் அது. சிரியஸிற்கும் ப்ளெய்ட்ஸிற்கும் பீட்டல்ஜியூஸிற்கும் ஆல்டபெரானிற்கும் இடையில் அது உள்ளது. அதன் மத்தியில் ஒளிர்கிறது ஓரியன். மிதுனத்திற்கும் ரிஷபத்திற்கும் இடையிலுள்ள வானத்தின் பகுதி, பால்வீதியின் விளிம்பில். கிரேக்கம், கயானா போன்ற தொலைதூரப் பிரதேசங்களில்கூட மக்கள் அண்ணாந்து பார்த்து, அதை ஒரு வேட்டைக் காட்சியாக, மூர்க்கமான துரத்தலின் தடமென அதைக் கண்டனர். வழித்தடத்தின் பக்கங்களில் ஒளிரும் எலும்புகளையும் சதைத் துண்டுகளையும் இங்குமங்கும் பார்க்க முடியும். மேலும் ஒரு மறிமானை, ஓடிக்கொண்டிருக்கும் ஒரு பெண்ணை. அல்லது ஆர்டிமிஸ் என்னுமோர் இளம் வேட்டைக்காரியால் அம்பு எய்யப்பட்ட ஒரு பிரும்மாண்டமான ஆளை. சிரியஸ் ஒளிரும் இடத்தில் இருந்துதான் அம்பு எப்போதும் எய்யப்படுகிறது. எப்போதும் ஓரியனில்தான், மற்றொரு மகத்தான வேட்டைக்காரனில்தான், அது தன்னைப் புதைத்துக்கொள்கிறது; தவறிப்போயோ அல்லது புரிந்துகொள்ள முடியாத கணக்கிலோ.

ஆல்டபெரான், பீட்டல்ஜியுஸ்: இந்த இரு மோகனமான பெயர்களுக்கு இடையில் கிடக்கிறது வேட்டைக்காரனின் பிரதேசம். ரத்தக்களரியான, பரபரப்புமிக்க ஒரு கதை தன்னை ஆகாயத்தில் பதித்துக்கொண்டிருக்கிறது. எப்போதும் தொடர்ந்து அது நடந்துகொண்டிருக்குமென நமக்கு நினைவூட்டுகிறது. அதன் விளிம்புகளில் நாம் இந்தப் பெயர்களைக் காண்கிறோம். அவை நம் மனத்தில் கரைகிறது, மனத்தைக் கரைக்கிறது. அவை ஒலியின் வாசனை. ஒவ்வொரு சொல்லும் அந்தப் பொருளைக் கொன்றவனை, மிகப் பழங்காலத்திலிருந்து இன்னும் நிவர்த்திக்கப்படாமல் மறைத்துவைத்திருக்கிறதென்றால், இந்தப் பெயர்களில் மிருதுவான பிரகாசமான வஸ்து ஒன்று சுரக்கிறது, இருக்கும் பொருட்களில் நாம் வீணாகத் தேடிக்கொண்டிருக்கும் ஒரு வஸ்து. ஒருவேளை நிவர்த்திக்கான சிறுகுறிப்பு ஒன்று இங்கே கிடைக்கக்கூடும்.

உஷை தனக்கான இடத்தை வானில் எடுத்துக்கொண்டபோது, ஈரம் கசியும் அவள் உடல் ரோகிணிமீது விரிந்து பரவியபோது, இவை யனைத்தும் நிகழ்ந்த இடத்தில் அசைவற்று, இரவின் பின்னணியில் ஆதிக் காட்சி மீண்டும் தன் இடத்தைக் கண்டடைந்தது. அப்பால், ஓரியனின் மலைப்பூட்டும் ஒளி கிளர்ந்தொளிர்ந்தது. உஷை உடனடியாக அதைப் பிரஜாபதியின் தலையென அடையாளம் கண்டுகொண்டாள். கீழே ஓரியனின் அரைக்கச்சையில் ஒளிர்ந்தது மூன்று நட்சத்திரங்களில் புதைந்திருந்த மும்முனை அம்பு. இன்னும் தொலைவில் காயப்படுத்திய ஒளி, வில்லாளன், சிரியஸின் ஒளி. ஆசை மற்றும் தண்டனையின் முக்கோணத்தை அவை மீண்டும் அமைத்தன.

4

ஒரு யுகத்திலிருந்து அடுத்ததற்குச் செல்வதற்கு, கடவுளருக்குப் பல கோடி வருடங்கள் ஆகின்றன. மனித குலத்திற்குச் சில நூற்றாண்டுகள். கடவுளர் தங்கள் பெயர்களை மாற்றிக்கொண்டு, முன்புபோல் அதே காரியங்களை நுட்பமான மாறுபாடுகளோடு செய்கின்றனர். அப்பட்டமான மறுநிகழ்வு என்று தோன்றும் அளவுக்கு வெகு நுட்பமான மாறுபாடுகளோடு. அல்லது தமக்கு முன்னே வந்திருந்தவற்றோடு சற்றும் தொடர்பு அற்றவை யாகப்படும் கதைபோல் தோற்றமளிக்கும் அளவுக்கு வெகு நுட்பமானவை. மனிதர்களைப் பொறுத்தவரை மாறுவது பெயர்கள் மட்டுமே. அதுபோலவே செயல்களும் மாறுபாடுகளும் நிறைவேற்றப்படும் இலக்கிய வகைகளும். இவ்வாறு பிரஜாபதி பிரம்மாவாக ஆனார். ருத்ரன் சிவன் ஆனார். இவ்வாறு ரிக்வேதத்தின் மறைமுகமான குறிப்புகளிலிருந்தும் பிராம்மணங் களின் சட்டென்று அறுபட்டுப் போகும் விவரணைகளிலிருந்தும் கதைகள் எடுக்கப்பட்டு, விரைவாகக் கைவிடப்பட்டு, புராணங்களின் இரக்கமற்ற மிகைப்படுத்தலை அடைந்து, அவற்றின் இடைவிடாத இளக்கத்திற்கும் மயக்கமூட்டும் வீங்கிய நுட்பமான விவரங்களுக்கும் சென்று சேர்கிறோம். விவரணையே ஒவ்வொரு வடிவத்தையும் ஒவ்வொரு கணக்கீட்டையும் ஒவ்வொரு கடமையையும் மீண்டும் ஏற்றுக்கொள்ளும் கொள்கலமாயிற்று. பிரும்மாண்டமான தெய்வத்தன்மை வாய்ந்த புதினம் ஒன்று மெல்ல அவிழத் தொடங்கியது. கேட்பவன் மீதான கோரிக்கைகளும்கூட மாறிப் போயிற்று. திடீர்ப் புதிர்களை விடுவிக்கும் கடமை அவனுக்கிருந்தது. இல்லாவிடில் தன் தலை வெடித்துவிடும் என்ற காலமொன்று இருந்தது. இப்போது கதைகள் பெருகிவரும்போது அவன் வெறுமனே கேட்டுக் கொண்டிருப்பதன் மூலமே வெகுமானங்களைக் குவித்துவிட முடியும். இந்த மாற்றம் வளர்ந்துவரும் களைப்போடு தொடர்புள்ளது; பக்தியின் சகாப்தம் தொடங்கிவிட்டது, தெளிவற்றுப் படர்ந்து பரவும் பக்தியின் சகாப்தம். உள்ளது அனைத்திலும் பின்னப்பட்டுள்ள தொடர்புகளை, பந்துக்களை, அவற்றின் தெள்ளத்தெளிவான பார்வைக்குப் பதிலாக, வெறும் ஒரு நம்பிக்கையில் தன்னைக் கைவிட்டுவிடும் அவலம் மேலோங்கி யிருக்கும் சகாப்தம்.

பூமியில் தன் வேலையைச் செய்து முடித்துவிட்டதாகப் பிரம்மா நம்பிய தருணமொன்று வந்தது. அவர் அனைத்தையும் தன் மனத்திலிருந்து உருவாக்கினார்: நுண்ணுயிரில் இருந்து பெருமலை வரையிலான பட்டியலின் அனைத்து உயிர்களும் அவர் முன்னே பரப்பப்பட்டுக் கிடந்தன. ஆனால் ஏதோ ஓர் இசைகேடு இருந்தது. பளபளக்கும் ஒரு காட்சிச்சாலை

ஓவியத்தைப் போல் அனைத்தும் இருந்தன. அனைத்தும் நகர்ந்தன, அனைத்தும் இயல்பாக இருந்தன. ஆனால் எதுவும் அழுகிப்போகவில்லை. வளரவுமில்லை. அனைத்தும் எப்போதும் உள்ளது உள்ளபடியே இருக்க வேண்டுமா? பிரம்மா படைக்க அவசியமான பூமி இதுதானா? அந்தக் கடவுள், ஒற்றைத் தனிமொழியெனச் சோகச் சிரிப்பொன்றைச் சிரித்தார். இதுவல்ல என்று அவர் அறிவார்.

பிரம்மாவின் படைப்பில் இருந்த பலவீனம் இதுதான்: அனைத்தும் மனத்திலிருந்து மட்டுமே பிறந்தவை, அதைவிட மோசமான விஷயம், யாரும் இறக்கவில்லை என்பதுதான். ஒரே நேரத்தில் போக்கிரித்தனமான தாகவும் ஜடமாகவும் இருந்த அந்த உலகை எதிர்கொண்டதால், திணறடிக் கும் அச்சுறுத்தும் கோபம் மெல்ல அதைப் படைத்தவரிடம் உருவாகத் தொடங்கியது. இறுதிப் பெருந்தீயெனத் தன்னைக் கட்டவிழ்த்துவிட ஆர்வமாக உள்ளதுபோல் தோன்றும் ஒரு கோபம். பிரம்மா அவை அனைத்திடம் இருந்தும் விலகிச் சம்மணமிட்டு அமர்ந்திருந்தார். தன் மகனின் சாதாரணத் தன்மையைக் கண்டு வெறுப்புற்ற ஒரு தந்தையைப் போல் உலகைக் கூர்ந்து நோக்கிக்கொண்டிருந்தார். ஒவ்வொரு விஷயத்திலும் எங்கும் பரவி நிற்கும் அசட்டுத்தனத்தைக் கண்டார். விடுபட்டுப் போனது எது என்று சிவன் பிரம்மாவுக்கு யோசனை சொன்னபோது அவர் செய்தது கருணையால் மட்டும்தான். நயமற்ற, வன்மம் மிகுந்த முடி விலிருந்து உலகத்தைக் காக்க அந்த உருவத்தால் மட்டுமே முடியும்: ம்ருத்யு, மரணம்.

“உன் உடலின் துவாரங்களிலிருந்து கோபம் உலகை நோக்கி விரைகிறது, அதைக் கொழுந்துவிட்டு எரியச் செய்து, அதன் பிடரி மயிரைக் கருக்குகிறது, இவ்வாறாக அது மீண்டும் தட்டையாக, வெறுமையாக ஆகிவிட்டது. ஆனால் என்னசெய்வது என்று அறியாத எண்ணற்ற மனிதர்களால் இன்னமும் நிரம்பிக் கிடக்கிறது. நீ உருவாக்கிய வாழ்வை ஏன் இந்தச் சிறுமைக்குத் தாழ்த்த வேண்டும்? மனிதர்கள் இறக்கட்டும். நம்மிடையே எல்லாமும் பலமுறை நிகழும்போது, அவர்கள் பலமுறை இறக்கட்டும், பலமுறை பிறக்கட்டும். பூமியைத் தன் கனத்தால் அழுத்திக்கொண்டு இருக்கும் இந்த முடிவற்ற வாழ்வால் அவர்கள் அவமதிக்கப்பட வேண்டியதில்லை.” தன் இனிமையான பக்கம் மேலோங்கியிருந்த நாளில் சிவன் பிரம்மாவுக்கு இப்படிச் சொன்னார்.

சிடுசிடுப்புடன், பிரம்மா ஒப்புக்கொண்டார். அவரது ஜ்வாலைகளில் இருந்து பூமி காக்கப்பட்டது. அனைத்தின் மூச்சும் நின்றுவிட்டதுபோல், இயக்கமற்றுப் போயிற்று அந்தக் கணம். பிறகு ஒரு பெண், கறுத்த பெண், சிவப்பு உடையில் தோன்றினாள், பெரிய காதணிகளோடு, தரையில் குந்தியபடி. இரு கடவுளரும் அவளைக் கூர்ந்து நோக்கினர். பிறகு பிரம்மா பேசினார்; “மிருத்யுவே, மரணமே, இங்கே வா. நீ உலகுக்குள் செல்ல

வேண்டும், என் உயிரினங்களைக் கொல்ல வேண்டும், அறிஞர்களையும் குழப்பவாதிகளையும். ஆனால் ஒரே ஒரு விதி மட்டும் இருக்கட்டும், விதி விலக்குகளே இருக்கக் கூடாது." அந்தப் பெண் அந்தக் கடவுளை அமைதியாக உற்று நோக்கினாள், தாமரை மலர்களால் ஆன மாலையைப் பதற்றத்துடன் முறுக்கிக்கொண்டிருந்தன அவள் விரல்கள். அவள் சொன்னாள்: "தந்தையே, அனைத்து விதிகளுக்கும் எதிரான ஒன்றைச் செய்வதற்கு என்னை ஏன் தேர்ந்தெடுத்தீர்கள்? நான் ஏன் இதைச் செய்ய வேண்டும், ஏன் இதை மட்டும்? அழிவற்ற கண்ணீர்ச் சிதையில் நான் எரிந்து போவேன்." பிரம்மா சொன்னார்: "தட்டிக் கழிக்காதே, நீ மாசற்றவள், உன் உடல் குற்றமற்றது. போ ..." மரணம், பிரம்மாவுக்கு முன்னால் அமைதியாக நின்றுகொண்டிருந்தாள், அவள் தோள்கள் தொய்ந்து விழுந்தன.

மரணம் பிடிவாதமாக இருந்தாள், சிலகாலத்திற்குப் பிரம்மனின் கட்டளைக்குக் கீழ்ப்படிய மறுத்தாள். தேனுகாவில், அவள் வதைத் திருக்க வேண்டிய துறவிகள் சூழ ஒன்றரைக்கோடி ஆண்டுகள் அவள் ஒற்றைக் காலில் நின்றாள். யாரும் கவனிக்கவில்லை. ஏகாந்தத்தில் இருக்க அங்கு சென்ற பலருள் அவளும் ஒருத்தி. குழம்பிப்போய், மிருத்யு தியானித்தாள்.

பிரம்மா அவளுக்குத் தன் கடமையை நினைவூட்டினார். ஆனால் மரணம் தான் நின்றுகொண்டிருந்த காலை மட்டும் மாற்றிக்கொண்டாள் – தியானத்தை இன்னொரு இரு கோடி ஆண்டுகளுக்குத் தொடர்ந்தாள். பிறகு இன்னும் சிலகோடி ஆண்டுகளுக்குக் காற்றைத் தவிர வேறெதையும் உட்கொள்ளாமல் வனவிலங்குகளோடு வாழ்ந்து நீருக்குக் கீழ் மூழ்கிக் கிடந்தாள். பிறகு மேருமலையின் மேல் நீண்டகாலம் ஒரு கட்டைபோல் கிடந்தாள். பலகோடி ஆண்டுகள் கழிந்தன. ஒருநாள் பிரம்மா அவளைப் பார்க்கச் சென்றார்: "என் மகளே, என்ன நடந்துகொண்டிருக்கிறது? சில கணங்களோ சில கோடி ஆண்டுகளோ எதையும் மாற்றிவிடாது. நாம் எப்போதும் எங்கிருந்து தொடங்கினோமோ அங்கேயே திரும்புகிறோம். மீண்டும் சொல்கிறேன், "உன் கடமையைச் செய்". அந்தப் பலகோடி ஆண்டுகள் கழிந்திராதது போலவும், ஓரிரு கணங்களுக்கு முந்தைய உரையாடல் தொடர்வது போலவும் மிருத்யு சொன்னாள்: "தர்மத்திலிருந்து வழுவிவிடுவேனோ என்று அச்சமாக இருக்கிறது." பிரம்மா சொன்னார்; "பயப்படாதே, எந்த நீதிமானும் எப்போதும் உன் அளவிற்குப் பாரபட்சமற்று இருக்க முடியாது. நீ இந்த அளவுக்கு அழுவதற்கான எந்தக் காரணமும் எனக்குத் தெரியவில்லை: உன் கண்ணீர் நீ கொல்ல வேண்டிய உடல்களில் ஆழமான காயங்களை உண்டாக்கும். இவ்வளவு காலம் கடத்திக்கொண்டி ருக்காமல், அவர்களைச் சீக்கிரமாகக் கொல்வது நல்லது." பிறகு மரணம் தன் கண்களைத் தாழ்த்திக்கொண்டு மௌனமாக உலகினுள் சென்றாள். தான் கொல்லும் உயிரினங்களின் மீதான கருணையின் கடைசி அடையாளமாகத் தன் கண்ணீரை அடக்கிக்கொள்ள முயன்றாள்.

பிரம்மா, ஸ்வ–வின் கடவுள், தன்னிலிருந்தும் தனக்குள்ளிருந்தும் இயங்கும் அனைத்தின் கடவுள், தான் சுயமாய் உருவாகி, சுயமாய் உருவாக்குவதால், தன்னைப் பற்றி மட்டுமே தான் அக்கறை கொள்ளும் படியான கட்டுப்பாட்டுடன், அண்டத்திற்கு அப்பால் சுயவியப்பில் ஆழ்ந்திருக்கும் தன் இருத்தலில் இருந்து (அதன் பார்வையில் அண்டம் ஒரு வெறும் பொம்மையே) பூமியுடனான தன் நடவடிக்கைகளில் அவர் எதிர்கொண்ட சிரமங்கள் கொஞ்ச நஞ்சம் இல்லை. அவர் மகன்களை உருவாக்குவார், அவர்களின் களிப்பேறும் இளமையை, அவர்களது விறைத்த ஆணுறுப்புகளை கவனித்து, அவர்களை இனம்பெருக்கம் செய்யத் தூண்டுவார். ஆனால் அந்தக் கட்டத்தில் அவர் மகன்கள் காணாமல் போவார்கள். அவர்கள் தியானம் செய்யக் காட்டுக்குள் சென்றுவிடுவார்கள், நாணமுறும் இளம்பெண்களைப் போல், தோன்றுவதற்கு முன்னமேயே மனத்தினுள் மீண்டும் உறிஞ்சப்படுவதைவிடச் சிறப்பாக வேறெதையும் உலகம் விரும்பாததுபோல். பிறகு பிரம்மா ஒரு பெரும் சீற்றத்திற்கு ஆளானார். என்ன இது? நகைப்பைத் தோற்றுவிக்கும் சிறு முயற்சியான இந்தக் கலவியின்முன் கோடிக்கணக்கான உலகங்களை உருவாக்கிய படைப்பு இயந்திரம் பழுதுபட்டுப் போவதா? அவர் இளமை ததும்பும் சிறார்கள் எதற்காக இவ்வளவு பயப்படுகிறார்கள்? (சுயமாக உருக்கொண்ட கடவுளான அவர் எதற்கு இவ்வளவு பயப்படுகிறார்?), ஒரு பெண்ணின் யோனியை நெருங்குவதிலிருந்து எது அவர்களைத் தடுத்துக்கொண்டிருந்தது?

பிரம்மா சிலசமயங்களில் மதியீனமான, தயக்கம் நிறைந்த படைப்பாளி. வேறெந்தக் கடவுளையும்விட, தன் தோற்றத்தின் விளைவுகளால் துன்புற்றவர் அவர். அனைத்தையும் தழுவி நிற்கும் அனைத்துக்கும் ஊட்டமளிக்கும் அனைத்தின் உணர்வாகவும் உள்ள பிரமத்தின், பிரும்மாண்டமான அந்தப் பாலினம் அற்றதின் ஆண் குறுக்கமாக இருந்தபடியால், தனக்கென ஒரு கதை இருக்க வேண்டிய கட்டாயத்தில் பிரம்மா இருந்தார், அதன் காரணமாக அவரிடம் பரிதாபமான ஒரு குறைபாடு இருந்தது. ஆனால் அதே சமயத்தில் வடிவமற்ற ஏதோ ஓர் அம்சம் இன்னும் அவரோடு ஒட்டிக்கொண்டு அவரை அலங்கோலமாக்கிவிட்டது: அவர் ஒரு முயற்சி எடுப்பார், எதையாவது கலக்கிவிடுவார், ஆனால் அவையெல்லாம் வெறும் செயலுக்கான முயற்சிகளாகத்தான் இருக்கும். அவர் எதிலிருந்து வெளி வந்தாரோ அந்தக் கட்டற்ற விரிவை நினைவுகொள்ளும்போது, இவற்றை யெல்லாம் குறித்து வெட்கம் கொள்வார். அவர் ஆதிநிலையின் தன்னிறை வான மனச்சக்திகளில் முக்கியமாக மீதமிருந்தது ஒவ்வொரு இருப்பிற்கும் முன்னதான ஒரு விருப்பமின்மை, சில நேரம் படைப்புமீது வெறுப்பு. குறிப்பாக சீராக்க முடியாத அந்தப் படைப்பு: கலவிப் படைப்பு. இருந்தும் அவர் படைப்புக் கடவுள் எனப் போற்றப்பட்டதுதான் அதிசயம். மாறாக விஷயம் மனத்திலிருந்து படைப்பது அவர் மிகவும் ஆட விரும்பும் ஒரு விளையாட்டு. அல்லது அதைத்தான் அவர் பொதுவாகச் செய்துகொண்டி ருந்தார், ஒருபோதும் களைப்படையாமல். இவ்வாறாகத் தோன்றியதுதான் தாவரங்களும் பூதங்களும் நிழல்களும் அஸ்தமனமும் பாம்புகளும் வார்த்தைகளைக் குடித்துவிடும் ஜீனிகளும். ஆனால் “புணர்ச்சியாலும்,

உணர்ச்சியாலும்" பிறக்கக்கூடிய படைப்பைப் பற்றி இன்னமும்கூடப் பிரம்மா ஒன்றும் தெரியாமல் இருந்தார்.

அந்தப் பொறுப்பை எடுத்துக்கொள்வதற்குத் தான் சரியான கடவுளல்ல என்று அவர் நினைத்தார். எனவே அந்தப் பொறுப்பை மனத்திலிருந்து பிறந்த அவர் மகன்களான ஆயிரக்கணக்கான *மானஸபுத்திரர்களிடம்* ஒப்படைத்தார். ஆனால் உலகின் பொருளைத் தொடுவதிலிருந்து அவர்களை ஏதோ பிடித்து வைத்துக்கொண்டிருப்பதை உடனே உணர்ந்தார். ரிஷிகளிலேயே மிகவும் விவேகமற்றவரும் சூட்சுமமானவருமான நாரதரின் வார்த்தைகள், அவர்களைப் பின்னடையச் செய்யப் போதுமானதாக இருந்தது. நாரதர் சொன்னார்: "இன்னும் ஒன்றும் அறியாதவர்களான உங்களால் எவ்வாறு படைக்க முடியும்? முதலில் பூமியைச் சுற்றிப் பயணம் செய்யுங்கள், அதன் மதிப்பை அறிந்தபிறகு உங்களால் நுண்ணறிவுடன் படைக்க முடியும்." ஒரு மௌன வதையிலிருந்து விடுவிக்கப் பட்டதுபோல் பிரம்மாவின் மகன்கள் அதை ஒப்புக்கொண்டு தங்கள் வழியில் கிளம்பினார்கள். அதன் பிறகு யாரும் அவர்களைப் பார்த்ததில்லை.

"மனத்திலிருந்து பிறந்தவர்களான தன் மகன்களைப் படைத்த தன் பணியில் பிரம்ம தேவர் திருப்தியடையவில்லை." ஏதோ ஒன்று குறைந்தது, முக்கியமான சுவை. பிரம்மா ஒரு பெயரை ஜபித்து அழைத்தார். (காயத்ரி? சதரூபா? சாவித்ரி? சரஸ்வதி? – தெளிவற்ற அந்த முணுமுணுப்பிலிருந்து அதைக் கண்டுபிடிப்பது மிகவும் சிரமமாக இருந்தது). அவர் மார்பு திறந்து ஒரு பெண்ணுரு வழுக்கித் தரையில் விழும்வரை ஜபித்துக் கொண்டிருந்தார். ஏற்கனவே தங்கள் தந்தையின் உள்வாங்கிய கவனத்தை, அவர் மந்தமான பிதற்றல் நிலையை வெறுத்த அவர் மகன்கள், அவரைச் சுற்றி வட்டமாக நின்று கவனித்துக்கொண்டிருந்தனர். அந்தப் பெண்ணைப் பார்த்த உடனே அவள் தங்கள் சகோதரி என நினைத்துவிட்டனர். அதற்குள் பிரம்மாவின் குரல் தெளிவாகிவிட்டது. வேறு எதுவுமே இல்லாததைப் போல் அவர் அந்தப் பெண்ணை வெறித்துப் பார்த்துக்கொண்டிருந்தார்: "என்ன அழகு? என்ன அழகு?" என்றார். பிரம்மாவின் மகன்கள் அவரை வெறுப்புடன் பார்த்துக்கொண்டிருந்தனர். தங்கள் தந்தை ஏன் இவ்வளவு கண்ணியமற்றிருக்கிறார்? அதற்குள்ளாக அந்தப் பெண் தந்தையை வணங்கிவிட்டுச் சடங்குப் பாங்கில் அவரைச் சுற்றிவர ஆரம்பித்தாள். அதுதான் முதன்முதலான சுற்றிவருதல், *பிரதக்ஷிணம்*, அப்போதிருந்து இந்தியாவின் கோயில்கள் அனைத்திலும் நடைபெற்றுவரும் ஒரு பழக்கம். சதரூபாவின் அடிகள் மிக மெதுவானதாக இருந்தது. ஆனால் அவளைத் தொடர்வதற்குப் பிரம்மா தன் தலையைத் திருப்ப வேண்டியிருந்தது. ஒரு கணம்கூட அவளைப் பார்க்காமல் இருப்பதை அவரால் தாங்கிக் கொள்ள முடியவில்லை. அதே சமயத்தில் அவர் மகன்களின் கொடூரம் நிறைந்த கண்கள் ஊசிநுனிகள்போல் அவர்மீது குவிந்துகொண்டிருந்தன. எனவே சதரூபா அவரைச் சுற்றி வந்து கொண்டிருந்தபோது, பிரம்மா ஒவ்வொரு பக்கமும் ஒரு தலையைத் துளிர்க்க விட்டுக்கொண்டிருந்தார்.

அவள் சுற்றி முடித்தபோது, கடுகடுப்பான தீவிரமான முகங்களுடன் இரு சகோதரர்கள் அவள் பக்கங்களில் வந்தனர். அவர்களுக்குப் பணிந்தாக வேண்டும் என்பதைச் சதரூபா புரிந்துகொண்டாள். அவர்கள் அவள் மணிக்கட்டுகளைப் பிடித்துக்கொண்டு தங்களோடு அவளை வானத்தின் மேல் ஏறிவரச் சொன்னார்கள். அவர்கள் பறந்துகொண்டிருந்தபோது பிரம்மாவின் மண்டையோட்டில் ஒரு ஐந்தாவது தலை துளிர்த்தது, மேலே சதரூபாவை நோக்கி, அந்தப் பெண் ஒரு சிறிய கறுப்புத் துரும்பாக நீலத்தில் தெரியும்வரை பார்த்துக்கொண்டிருந்தது. ஆனால் அந்தத் துரும்பும் போய்விட்ட பிறகு பிரம்மா மிகவும் தனித்து, முற்றிலும் சோர்வாக உணர்ந்தார், இப்போது பத்தாகிவிட்ட தன் கண்களை மூடிக்கொண்டார், மீண்டும் தன்னை அங்கீகரிக்காத மகன்களின் வெறுப்பு நிறைந்த இருப்பை உணர்ந்தார். “போ . . . போ . . .” அவர் கிசுகிசுத்த குரலில் சீறினார். தாறுமாறான சலசலப்பைக் கேட்ட அவர், இனி ஒருபோதும் அவர்களைப் பார்க்க வேண்டியிருக்காது என்று நம்பினார்.

நீண்டநேரம் பிரம்மா கண்களை மூடி அசைவற்று நின்றுகொண்டிருந்தார். இதுவரையில் உயிரினங்களை ஈன்றெடுத்த அந்த மலைப்பூட்டும் தவத்தைத் தன் உடல் தீர்த்துவிட்டதாக உணர்ந்தார். வெளியுலகத்தைப் பொறுத்தவரையில், அவர் மனத்திலிருந்து பிறந்த மகன்களில் ஒருவன் மட்டும் இன்னும் அங்கே அந்தப் பாலைவனத்தில் ஒரு தொல்லைதரும் ஆகிருதியாக அலைந்துகொண்டிருந்தான். அது காமன், ஆசை, தன் மலரும் அம்புகளோடு. பிரம்மா சட்டென்று தன் கண்களைத் திறந்தார். அவை சீற்றத்தைப் பொழிந்தன. காமன் அவர்முன் அலட்சியத்தோடு, அதனாலேயே ஏளனப்படுத்துவதாக இருந்தான். பிரம்மா அவனிடம் சொன்னார்: “இப்போது உனக்குத் திருப்திதான், உன் அம்புகளைக்கொண்டு உன் சகோதரர்களின் கண்களில் என்னைக் கேலிக்குரியவனாகக் காட்டிவிட்டாய். சதரூபா தப்பிச் சென்றுவிட்டாளென்று என்னை நீ எள்ளினாய், என்னை அழிப்பதில் நீ இன்பம் கொள்கிறாய். ஆனால் இப்போது நான் உன்னைச் சபிக்க வேண்டிய நேரம் வந்துவிட்டது. ஒருநாள் உன் அம்புகளைச் சந்தித்து, உன்னைச் சாம்பலாக்கிவிடப் போகும் ஒருவரை நீ சந்திப்பாய்.”

பிரம்மா நீண்டகாலம் தனித்திருந்தார். அசைவற்றிருந்தார். தன் அடர்ந்து கறுத்த தலைமுடியை முறுக்கி ஒரு கொண்டையாகச் செய்து தன் தலைமேல் இருந்த ஐந்தாவது தலையை மூடிக்கொள்வதுதான் அவரின் ஒரே கவலையாக இருந்தது. அவரது மனத்தில் இருந்து பிறந்த மகன்கள் யாரும் திரும்பவில்லை. பிரம்மாவும் அவர்கள் திரும்ப வேண்டுமென்று விரும்பவில்லை. ஒரு நினைவு மட்டும் அவரை அலைக்கழித்தது – அடிக்கடி அவர் தனக்குள் சொல்லிக்கொள்வார்: “என்ன அழகு! என்ன அழகு!” ஒருநாள் சதரூபாவை மறுபடியும் நேருக்கு நேர் கண்டபோது, தன்னைத் துன்புறுத்தி வரும் மனோரூபங்களில் அது இன்னொன்றாக இருக்க வேண்டும் என நினைத்தார். தன்னையறியாமல் அவர் ஒரு கையை நீட்டினார். சதரூபாவும் அவ்வாறே செய்தாள். அவர்கள் விரல் நுனிகள் தொட்டுக் கொண்டன. அந்தக் கணத்தில் அது அதிர்ச்சி போலவும்,

ஒரு புதிய காட்சியாகவும் இருந்தது. பிரம்மா ஸ்பரிசம் என்றால் என்னவென்று புரிந்துகொண்டார். எழுந்து நின்று ஒரு வார்த்தையும் சொல்லாமல் அவளுடன் நடக்கத் தொடங்கினார். தன் மகன்களின் வலிந்து புகும் பார்வை ஒருபோதும் கண்டுபிடிக்க முடியாத ஒரு இன்பமான மறைவிடத்தை அவர் தேடிக்கொண்டிருந்தார். அவர்கள் ஒரு குளத்தை அடைந்தனர். பிரம்மா சதரூபாவை ஒரு தாமரை இதழின் மேல் படுக்கச் சொன்னார். பிறகு அவளருகில் படுத்துக்கொண்டார். மெதுவாக அந்த இதழ் அவர்களைச் சுற்றி மூடிக் கொண்டது. சாதாரண மக்கள் செய்வதுபோல் ஒருவர்மீது ஒருவர் அன்புசெலுத்திக்கொண்டு, ஒரு நூறு கடவுளர் வருடங்களுக்கு அங்கே அவர்கள் தங்கினர். இவ்வாறு அவர்கள் மனித சமுதாயத்தை நிறுவிய மனுவுக்கு உருக்கொடுத்தனர்.

பிரம்மாவின் ஐந்தாவது தலை எல்லா நேரத்திலும் அண்டங் காக்கைபோல் கறுத்த முடிகளால் ஆன அந்தக் கொண்டைக்குள் மறைந் திருக்காது. சிலசமயங்களில் அந்த அடர்ந்த சடைமுடிகளுக்குப் பின்னால் வெண்மையாக, பளபளப்பாகக்கூட இருக்கும் ஏதோ ஒன்றின் கணத் தோற்றத்தை மக்கள் கண்டுவிடுவார்கள். ஒரு குதிரையின் தலையைக் கண்டதாக நினைத்துக்கொண்ட சிலரும் இருந்தனர். அந்தத் தலையைச் சீக்கிரமே சிவன் கொய்துவிடப் போகிறார். அவர் கோபத்துக்கான காரணம் இன்னமும் சர்ச்சைக்குரிய விஷயமாகவே இருக்கிறது. அது பிரம்மா தன் மகள்மீது கொண்ட வேட்கையா, அல்லது கடவுளரின் மனைவிகள், மகள்கள் மீதான ஆசையா, அல்லது பொதுவாக அவர் கண்ட முதல் பெண்ணுயிர், அடக்க முடியாத அளவுக்குக் கவர்ச்சி யூட்டுபவளாக இருந்ததால் அவள் மீதிருந்து கண்களை எடுக்கமுடியாதபடி, அவளைத் தொடாமலே தன் வித்தை வெளியேற்றிவிடும் அளவுக்கு ஆசைப்பட்டதாலா? மாறாக, அந்த ஐந்தாவது தலை தாகத்தைத் தணிக்கும், உலகை உலுக்கிய சக்தியை, *தேஜஸை*, கட்டவிழ்த்துவிட்டதாகச் சிலர் கூறினார்கள். அல்லது அந்த ஐந்தாவது தலை ஏற்கனவே ஐந்து தலைகள் கொண்ட சிவனை நோக்கி ஆணவமான கூற்றுக்களைச் சொல்லி யிருக்கலாம், அல்லது ஒருவேளை இன்னொருவர் தன் தனித்தன்மையைக் குறைத்து, தன் புனிதமான ஐந்தாம் எண்ணைப் பறித்துக்கொள்வது பிடிக்காமல் இருந்திருக்கக்கூடும். பிரம்மாவை ஊனப்படுத்துவதற்காக, சிவன் வல்லமைமிக்க பைரவனின் உருவமெடுத்தார். தன் இடது கட்டை விரல் நகத்தைப் பயன்படுத்தி அவர் அந்த ஐந்தாவது தலையைக் கொய்தார். பிரம்மா விறைத்துப்போய், மலைப்புற்று, ஒன்றுமே நடக்காததுபோல் தலைகள் நான்கு திசைகளிலும் பார்த்துக்கொண்டிருக்கும் அளவுக்குக் கச்சிதமாகவும் கூர்மையாகவும் அந்த வெட்டு இருந்தது. சிவன் உடனடியாக பிரம்மாவின் ஐந்தாவது தலையைத் தொலைதூரத்துக்கு வீசி எறிய முயன்றார். அது தன் உள்ளங்கையில் ஒட்டிக்கொண்டுவிட்டதை உணர்ந்தார். அதற்குள் தலைக்குள் இருந்தவை வெளியே கொட்டிப்போய், மண்டையோட்டின் எலும்பாலான மேல்பாகம் மட்டும் அவர் கையில் ஒரு கிண்ணத்தைப் போல் இறுக்கமாக ஒட்டிக்கொண்டிருந்தது.

வரப்போவது என்ன என்று சிவனுக்குத் தெரிந்தது: பிரம்மாவைத் தாக்கியபோது எதிர்கால பிராமணன் ஒவ்வொருவனையும் அவர் தாக்கியிருந்தார்; குற்றங்களில் முதன்மையானதும் தீவிரமானதுமான குற்றம்; அந்தக் குற்றத்திற்குப் பரிகாரம்செய்ய அந்தக் கிண்ணத்தில், கபாலத்தில், உணவு சேகரித்துக்கொண்டு, பலஆண்டுகளுக்கு அவர் அலைந்து திரிந்தாக வேண்டும். அந்தக் கபாலம் தொடர்ந்து, தப்பிக்க முடியாதபடி அவருக்குத் தான் செய்ததை நினைவுபடுத்திக்கொண்டே இருக்கும். அதனால்தான் அவர் கபாலி என்றழைக்கப்பட்டார், கபாலத்தை ஏந்திக்கொண்டிருப்பவர்.

பிரம்மா இருண்டுபோய், இறுக்கமடைந்திருந்தார். மனத்தில் இருந்து பிறந்த அந்த மகன்கள், வெறுமையான கோழைத்தனமான பிறவிகளாகத் தெரிந்தனர். இருத்தலுக்கு என்ன பொருள்; அதன் பொருள் என்னவாக இருக்கக்கூடும் என்று அவர்கள் ஒருபோதும் புரிந்துகொள்ளப்போவதில்லை, அதன் சூதாட்டத் தன்மையை, பொருத்தமின்மையைப் பிடிபடாத, தாறு மாறான தன்மையை, மடமையைப் புரிந்துகொள்ளப்போவதில்லை. மனத்தில் இருந்து பிறந்தவர்கள் அவர்கள்; லேசாகவும் ஓடியாடக்கூடிய தன்மையும் அவர்களுக்கு இருந்தன. ஆனால் கொள்ளிவாய்ப் பிசாசின் திண்மைக்கு மேல் எதுவும் இல்லை. அபாயம் என்னவென்றால், உலகம் எந்த ஒரு எதிர்ப்பையும் காட்டாத மெல்லிய துணியாக இருந்தது. .

ஆனால் அவரால் வேறென்ன கற்பனை செய்துவிட முடியும்? மிக அதிகமாகப் புரிந்த பின்பு அதை யாரிடம் சொல்வது என்று தெரியாதபோது வரும் சோகத்தைப் பிரம்மா தனக்குள் மூழ்கி உணர்ந்தார். மேலும் இதுபற்றிய அவரது அறிதலின் பிரகாசமே அவரைத் திகைக்க வைத்தது. விடுபட்டுப் போனது அதுதான்: புரிந்துகொள்ளக்கூடிய ஒருவர். பிறகு அவர் வலதுகைக் கட்டை விரலில் இருந்து பீறிட்டு வந்தான் தக்ஷன். அவன் பிரம்மாவுக்கு முன்னால் அமர்ந்து, ஆழ்ந்து கவனிக்கும் சாந்தமான முகபாவத்துடன் அவரைக் கூர்ந்து நோக்கிக்கொண்டிருந்தான், ஒரே சமயத்தில் அறிந்துகொண்ட முகபாவத்துடனும் மௌனமாகவும். ஒவ்வொரு சந்தர்ப்பத்திற்கும் அவனுக்கு ஒரு முகம் இருந்ததென்று ஒருநாள் தக்ஷனின் விரோதிகள் சொல்வார்கள். பிரம்மா அவனைப் பிரியத்துடன் பார்த்துக்கொண்டிருந்தார், பழைய நண்பர்களைப் போல். அவர் கண்கள் நீண்டு மெலிந்த, சுறுசுறுப்பான அவன் விரல்களைப் பார்த்துக் கொண்டிருந்தன. கண்ணுக்குப் புலப்படாத பொருளை வடிவமைத்துவிட ஆயத்தமாக உள்ள அந்த அருமையான எலும்புகளில் மனத்தின் நரம்புக் கட்டமைப்பை அவர் கண்டார். இயற்கைக்கு மாறான தன் முதல் செயல் திட்டத்தை அறிவுணர்வு இப்போது மேற்கொள்ளலாம்: கலவியின் மூலம் படைப்பதை.

உலக நடப்புகளில் தன் பொருத்தமின்மை, போதாமை பற்றிய தெளிவுடன், அதே சமயம் ஒரு ஒழுங்கின்படி அதை உருவாக்க வேண்டிய

அவசியத்தை உணர்ந்து, பிரம்மா மிக மென்மையான கிளைக்கதைகளை, மனித இனத்தைப் பொருத்தவரை அவர் இருப்புக்குச் சாட்சியாக அமையப்போகும் கதைகளை அமைக்கும் உரிமையை, ஒரு புரோகிதரிடம், பிராமணன் தக்ஷனிடம் அளிக்க முடிவுசெய்தார். ஏனெனில் அவனில்தான், பிரம்மத்திற்கு மீண்டும் ஒருமுறை இடம் கொடுத்துத் தெய்வீக ஆளுமையாக இருப்பதில் உள்ள தாறுமாறுகளில் இருந்து தன்னை விடுவித்துக்கொண்டு மீண்டும் சரியானதாகவே ஆனார்: தக்ஷன், "திறன் வாய்ந்தவன்", வல்லமை யுள்ளவன். சிவனுடன் தொடர்ந்துகொண்டிருக்கும் தகராறு, கலவிப் படைப்பின் சுமை, மரபு வழக்கமான யாகம், இந்தக் கடமைகளெல்லாம் தக்ஷனின் தோள்மேல் விழுந்தன. ஒரு நீண்ட, இளைத்த உருவம், ஆழமான குழிகளில் புதைந்திருந்த கண்கள், திண்மையான கைகளில் நீண்ட நாளங்கள், ஒரு உரப்பான, ஆனால் நிலையான மணிக்கட்டு, கணுக்கால் வரை இறங்கிய கறையற்ற வெள்ளை உடை – தக்ஷன் உலகில் தோன்றியபோது அப்படித்தான் இருந்தான். அதை விட்டு அவன் போகவேயில்லை.

அனுபவமில்லாத, ஆனால் விசுவாசமானவனான தக்ஷன், பிரம்மாவுக்கு மாற்றாக ஆண் குழந்தைகளைப் பிறப்பிக்கும் வேலையைச் செய்து கொண்டிருந்தான். தன் படுக்கையை ஒரு பட்டறையாக உபயோகித்தான். அவன் இன்பத்தில் கவனம் செலுத்தவில்லை, அது அவன் வேகத்தைக் குறைத்துவிடும் என்று. முதல்முறையில் ஓராயிரம் மகன்கள், அடுத்ததில் ஆயிரம், எப்போதும் அதே மனைவி மூலம், கட்டுடல் வாய்ந்த விரிணி, மூன்று உலகங்களையும் தாங்கும் அளவிற்கு வலிமை வாய்ந்தவள். மகன்கள் இளம் சூரர்களைப் போல் காணப்பட்டார்கள். ஆனால் அவர்கள் மறைந்துபோவார்கள். அவர்கள் காற்றைப் பின் தொடர்ந்தார்கள், அறிவைப் பெறுவதற்காக (என்று அவர்கள் சொன்னார்கள்) தியானிக்க காட்டில் ஒளிந்துகொண்டார்கள், தங்கள் சகோதரர்களின் காலடித்தடங்களைப் பின்பற்றி அவர்களும் புறப்பட்டார்கள். எந்தத் திசையாக இருந்தாலும் நல்லதுதான், புணர வேண்டாம் என்னும் பட்சத்தில். பிறகு வரலாறு பெண்களிடம் இருந்துதான் பிறக்க முடியும் என்பதைத் தக்ஷன் கண்டான். அறுபது மகள்களை உருவாக்கினான்.

தக்ஷன் இருபத்து ஏழு மகள்களைச் சோமனுக்குத் தந்தான்; பதின்மூன்று பெண்களைக் காசியபருக்கு; ஸ்மிருதியை ஆங்கிரஸருக்கு; க்யாதியை பிருகுவுக்கும் அனுசுயாவை அத்ரிக்கும் தந்தார்: ஊர்ஜாவை வசிஷ்டருக்குத் தந்தார்; ப்ரீதியைப் புலஸ்தியருக்குத் தந்தார்; க்ஷமாவைப் புலஹருக்குத் தந்தார்; சன்னதியைக் கிரதுவுக்குத் தந்தார். அனைவரும் ஞானிகள், பொதுவாகச் சொல்வதுபோல் அவர்கள் சம்மந்தப்பட்ட பாரம்பரியத்தின் காலத்தைப் பொறுத்து, முதல் அல்லது இரண்டாவது பட்டியலில் உள்ள ரிஷிகள். அனைவரும் சிறப்பாக தவம் மேற்கொண்டவர்கள், அனைவரும் யாகம் பற்றிய கோட்பாடுகளை உருவாக்குபவர்கள், அனைவரும் அரசனின் ஆலோசகர்கள். அவன் மகள்களின் வாழ்க்கை நல்லபடியாக அமைந்தது, தக்ஷன் மேற்கொண்ட பணி நிறைவேறியது. இப்போது, வரலாற்றின்

சக்கரம் சுழலத் தொடங்கலாம். ஆனால் கடைசியில் அவனுக்கு அதில் எந்த அக்கறையும் இல்லாமல் போயிற்று.

வருங்கால மருமகன்களைக் கவனித்து அறிந்துகொள்வதில் நிறையக் காலம் ஒதுக்கப்பட்டது, அவர்களைப் பற்றிய தகவல்களைச் சேகரிப்பதில் நிறையக் காலம் கடந்தது. தக்ஷனுக்கு முக்கியமாக இருந்தது, அவன் அறுபது மகள்களில் ஒவ்வொருத்தியும் தன் தந்தையின் தரத்தில் உள்ள ஒருவரைத்தான் திருமணம் செய்துகொள்ள வேண்டும் என்பது. நெருப்பின் அருகில் அமர்ந்து சடங்குகள் தொடர்பான தெளிவில்லாத விஷயங்கள் பற்றி நீண்டநேரத்திற்குத் தக்ஷனோடு பேசிக்கொண்டிருக்கக்கூடிய ஒருவர். அதுதான் பொருட்டாயிருந்தது. பிறகு ஒருநாள் அவன் மகள்களின் வயிறுகளில் இருந்து, எல்லாவகையான உயிரினங்களும் பிறக்கும். கிளிகள், பாம்புகள், நான்கு காலுள்ளவை மற்றும் மீன். ஆனால் அனைத்துமே குற்றம் காணமுடியாத ஒரு பாரம்பரியம் பற்றிப் பெருமிதம்கொள்ள முடியும்.

சோமனின் மனைவிகள் இருபத்து ஏழு நட்சத்திரங்கள்கொண்ட நடனக் குழுவாக, வானத்தில் தங்கள் இடத்தைப் பெற்றனர். சந்திரனின் வீடுகள்; காசியபரின் வழித்தோன்றல்கள் மட்டுமே கடவுளர், பிசாசங்களின் முழு வரிசைக்குக் காரணமாயினர்: எல்லையற்ற அதிதியிடமிருந்து இருந்து பன்னிரெண்டு ஆதித்யர்கள் பிறந்தனர். கடவுளரைப் பற்றி நினைக்கும்போது ஒருவர் உடனடியாக நினைக்கும் கடவுளர்; விஷ்ணு, இந்திரன், வைவஸ்வத், மித்ரன், வருணன், பூசன், துவஷ்டா, பாகன், ஆர்யமன், தாத்ர், சவித்ர், அம்சா; ஆனால் தக்ஷனின் மகள்களில் ஒருத்தியான திதி காசியபரின் மனைவி இருவரிடம் இருந்து தைத்யர்கள், தக்ஷனின் வேறொரு பெண்ணும் காசியபரின் மனைவியுமான தனுவிடமிருந்து தானவர்கள்; அனைவரும் பிசாசங்கள், கடவுளரின் மூர்க்கமான பகைவர்கள், ஆயிரக்கணக்கான ஆண்டுகளுக்கு ஒருவரையொருவர் வேட்டையாடப்போகும் ஒன்றுவிட்ட சகோதரர்கள். தக்ஷன் அவர்கள் அனைவரைப் பற்றியும் மகிழ்ச்சியோடு ஆழமாக நினைத்துப்பார்த்தான்; இதுதான் படைப்பு, எந்தச் சுவைகளால் அது ஆக்கப்படுமோ எவற்றை அது உண்ண வேண்டுமோ அந்தச் சுவைகள் இவைதாம், அனைத்தும் தம் அடிச்சுவடு பிடித்துச் செல்லும் அடிமுனைத் தண்டு இதுதான்; அவனுடையது, தக்ஷனின் கிளை, முழுமையான புரோகிதன், பிரம்மாவே செய்யத் தயங்கிய காரியங்களைச் செய்து முடித்தவன்.

காசியபர் இவ்வாறு விவரித்தார்: "கடவுளர் மனத்தில் இருந்து விடுபட்டு வந்தனர், கடவுளரிடம் இருந்து மனம் விடுபட்டு வரவில்லை. கடவுளர் பிறப்பதற்கு முன்பு நிகழ்ந்தது, கலவிவழி படைப்பைத் தொடங்கி வைக்கும் பணியை ரிஷிகளான எங்களிடம் பிரம்மா ஒப்படைப்பதற்கு முன்னால் நிகழ்ந்தது, (இதில் ஏதோ ஏறுமாறானதாக உள்ளது: நாங்கள் அனைவரும் ஒரு பெரிய அரண்மனையில் பெண்பார்க்கச் சென்றிருந்தோம். அதன் தாழ்வாரங்களில் பெண்குரல்கள் கிரீச்சிட்டன. மற்ற

அனைவரையும்விடக் குடும்பங்களின் முதல் தந்தைகளாக இருந்த நாங்கள் கவனம் கலைந்து மனம்போல் நடக்கிறவர்களாக இருந்தோம். சிலசமயம் நாங்கள் இருப்பதுபோல, குடும்பக் காரியங்களைவிட சடங்குகளின் நாசூக்குகளுக்கே நாங்கள் பொருத்தமானவர்கள்), அது மனத்துக்குள் நிகழும் ஒரு போராகத்தான் இருந்தது, அதற்கு ஏற்கனவே எவ்வளவு பெயர்கள் இருந்திருந்தாலும், அதில் எதிர்கொண்டு போரிட்டது எப்போதும் இரு நடிகர்கள் மட்டும்தான்; மனமும் அதற்கு வெளியில் இருந்த பிற அனைத்தும்.

“வெளி உலகத்தின் இருப்பைவிட மனத்தை அந்த அளவுக்கு மயக்குவது வேறெதுவுமில்லை, அதற்குப் பணியாமல் அதைத் தடுத்து நிற்கும் ஒரு விஷயம். தன் சர்வவல்லமையாலும் ஒவ்வொன்றையும் மற்ற ஒவ்வொன்றுடனும் தொடர்புபடுத்தி அடையாளம் காட்டும் தன் ஆற்றலாலும் செழுமையடைந்த மனத்துக்கு ஒரு தடை வேண்டியிருக்கிறது, குறைந்தபட்சம் இந்த உலகின் அளவிலான பெரிய தடை – அதை விரும்புகிறது. அந்தத் தடையை நாடிச் சென்று அதை ஊடுருவுதல்; கிளர்ச்சியூட்டி உயர்த்தக் கூடிய ஒரு சவால், அனைத்திலும் மிக அபாயகரமான சவால். மறிமானின் நாட்டம் அது. அது ஒருபோதும் நிற்கவேயில்லை.”

அத்ரி இப்படி நினைவுகூர்ந்தார்: “புணர்ச்சி ஏன் இருக்கிறது? ஆரம்பத்தில் அது என்னவென்று கூட எங்களுக்குத் தெரியாது. பிரம்மாவின் மனத்தில் இருந்து பிறந்து, தோன்றி மறையும் மனச்சித்திரங்களின் பெருக்கத்திற்குப் பழகிப்போன நாங்கள், படைப்பின் புதிய வழியொன்றை ஆரம்பித்து வைப்பது எங்களது பணி என்று பிரம்மா அறிவித்தபோது திடுக்கிட்டுப் போனோம். மேலும் பெண்ணுடல்பற்றி அவர் ஏதோ சொன்னார். திருமண விருந்து முடிவுக்கு வந்து கொண்டிருந்தது, தக்ஷனின் மகள்களை நாங்கள் இன்னும் தொடக்கூட இல்லை. விரைவில் நாங்கள் எங்கள் படுக்கைகளில் கிடந்தோம், அதுவும் முதன்முறையாகத் நாங்கள் தனியாக இல்லாமல் இருந்தோம். மகத்தான இயல்புத் தன்மையோடும் தீவிரத்துடனும் செய்ய வேண்டியது என்னவென்று நாங்கள் கண்டு பிடித்தோம் – அவர்களும் கூடத்தான். பிரம்மா அதன் இன்பத்தைப் பற்றிக் குறிப்பிடக்கூட இல்லை. அது எங்களைத் திடீர் வியப்பில் ஆழ்த்தியது.

“சில ஆயிரமாண்டுகள் கடந்து சென்றன. நாங்கள் இன்பத்தில் கரை கண்டவர்களானோம். ஒருநாள் எங்கள் அனைவரையும் பிரம்மா ஒன்றாக அழைத்திருந்தபோது நாங்கள் அவரிடம் கேட்டோம்: ‘இந்த இன்பம் எதற்காக?’ தக்ஷனின் வீட்டிற்கு எங்களை அழைத்தபோது இருந்ததுபோல் பிரம்மா ஒரு சங்கடமான புன்னகை புரிந்தார்.’ ‘உலகின் ஜொலிப்பைக் காப்பதற்காக’ என்று அவர் பதிலளித்தார். நாங்கள் மேலே எதுவும் கேட்கவில்லை. ஏனெனில் ரகசியமாக உள்ளதையெல்லாம் விரும்புகிறவர்கள் கடவுளர். ஆனால் எங்கள் மனத்தில் நாங்கள் அந்த வார்த்தைகளைச் சுற்றி வரத் தொடங்கினோம். “இன்பம் என்பது வெளிப்புறத்தின் தவம்” என்றார் எங்களுக்குள் அதிகாரம் மிகுந்தவரான வசிஷ்டர். “உலகம்

என்பது நாம் அணிந்துகொண்டாக வேண்டிய அங்கிபோன்றது, அணியாமறபோனால் அது தூசுபடிந்துவிடும். தவம் எப்போதும் நம்மைப் பின்னோக்கி, நாம் எங்கிருந்து வந்தோமோ அந்த அருவமான இடத்திற்கு இழுத்துப்போய்விட்டால், உலகம் மிக விரைவில் வாடி உதிர்ந்துவிடும். நம் மனைவிகள் நம்மைத் தொல்லைப்படுத்துவது நல்லது, அரசர்கள் தங்கள் மகள்களை நம் படுக்கைகளில் இடுவது நல்லது, அப்சரஸ்கள் ஒரே சமயத்தில் குழந்தைத்தனமானதாகவும் அவ்வளவு பயன் விளை விப்பதாகவும் உள்ள தங்கள் வித்தைகளைச் செய்து நம்மை முட்டாளாக்குவதும் நல்லது ... ஒவ்வொரு முறை நாம் அவர்களிடம் விழும்போதும், உலகு அதன் ஜொலிப்பைப் புதுப்பித்துக்கொள்ள நாம் உதவுகிறோம்."

5

தக்ஷனின் வீடு ஒரு பறவைப் பண்ணைபோல் இருந்தது. அறுபது மகள்கள். இன்னும் அதிகமான சேடிகள். ஒரே ஒரு ஆண், தன் சடங்குகளில் தோய்ந்திருந்த கண்டிப்பான தந்தை. அங்கு எதிர்பார்ப்பின் சூழல் நிறைந்திருந்தது, விருந்துக்கான தயாரிப்புகள், வலிமை வாய்ந்த ரிஷிகள் இமாலயத்தில் இருந்தும் சிந்து மற்றும் சரஸ்வதி நதிகளின் கரைகளில் இருந்தும் ஏற்கனவே கிளம்பிவிட்டனர் என்ற கிசுகிசுப்புகள். பெண்பார்க்க வரும் ஆடவரில் மிக அழகானவர் யார், வலிமை மிக்கவர் யார், தவத்தில் மிகவும் கடுமையானவர் யார் என்னும் செய்திகளைச் சேடிகள் கொண்டு வந்தனர். நிலவில் இருந்து சோமராஜன்கூட எதிர்பார்க்கப்பட்டார். இந்த விஷயத்தில் நீண்ட காலம் செலவிட்டதால், எந்த மகள் எந்த ரிஷிக்கு விதிக்கப்பட்டிருக்கிறாள் என்று தக்ஷனுக்கு மிகச் சரியாகத் தெரியும். திட்டமிட்டபடி எல்லாம் நடந்துகொண்டிருந்தன. ஆனால் அவன் வழக்கமான கடுமைக்குப் பின்னால் அவன் கண்களில் நிழல் கவிந்திருந்தது. எல்லா நேரமும் அவனைப் பிடித்தாட்டும் விதமாக, தக்ஷன் தன் மகள்களில் ஒருத்தியைப் பற்றித்தான் யோசித்துக்கொண்டிருந்தான், அவன் எப்போதும் கவனித்துக்கொண்டிருந்த ஒருத்தி, வெறும் ஒரு தகப்பனின் பாசத்தோடு மட்டுமல்ல, இரவில் மற்ற எல்லாப் பெண்களும் உறங்கிய பிறகு அவன் பேசிக்கொண்டிருக்கக்கூடிய ஒரே ஒருத்தி: சதி, இருப்பவள்.

உலகினுள் சதியைக் கொண்டுவருவது சிரமமானதாகவும் சுற்றி வளைத்துச் செய்ய வேண்டியதாகவும் இருந்தது. இருப்பவள், ஒருநாள் மெய்ம்மையின் திரட்சியாக ஆகப்போகிறவள், தோற்றம்கொள்ள முடியாத வளைப் போலக் காணப்பட்டாள். பிறப்பு அதுவரைக் கலவியின் விளைவாக நிகழ்ந்ததில்லை. பிரம்மா தன் மனத்தில் இருந்து பிறந்த குழந்தைகளை உருவாக்கிக்கொண்டே போனார், ஆனால் அவரால் தன் மனக்குழப்பத் திலிருந்து விடுபட முடியவில்லை. அங்கே அந்த உலகத்திற்கு முன்னதான உலகத்தைப் பற்றிய ஏதோவொன்று திருப்தியளிக்காமல் இருந்தது. அங்கே மெய்ம்மையின் கண்டுபிடிக்கப்பட வேண்டிய வேறொரு தளம் இருக்கக்கூடும் என்று தோன்றத் தொடங்கியது: ஒருவேளை தெளிவின்மை கூடுதலானதாக, ஆனால் அர்த்தம் குறைந்ததாக, ஆனாலும் அதிகக் கவர்ச்சியுடையதாகக்கூட இருக்கக்கூடும். அங்கே சதி பிறப்பாள் – ஒருநாள், மேற்கொண்டு எந்தக் குறிப்புகளும் இல்லாமல் அந்த இடம் "மெய்ம்மை" என்று அழைக்கப்படும். மெய்ம்மையின் அந்தத் தளத்திற்கு முன்பாக என்ன வந்திருந்தது என்று ஒருவரும் நினைவுகொள்ள இயலாத அளவுக்கு ஒருநாள் எல்லாம்

தெளிவற்றுப் போய்விடும். தந்திரத்தால் இப்போது அந்தத் தளத்தை அடைவதுதான் விஷயம். ஆனால் பிரம்மாவால் தனித்து இயங்க முடியாது. அவருக்கு ஒரு அமைச்சர் தேவைப்பட்டார், எப்போதும் அமைச்சராக இருக்கப் போகிறவர்: தக்ஷன்.

தக்ஷனுக்கு நீண்ட முகமும் வளைந்த மூக்கின் இரு பக்கங்களிலும் ஆழமான மடிப்பும் குழிவிழுந்த கன்னங்களும் தீவிரமான துருத்தி நிற்கும் கண்களும் தடித்துத் தொங்கும் கீழ் உதடும் இருந்தன. அவன் நடையுடை பாவனை மேன்மையானதாக, முன்னறிந்து செய்யும் தன்மையுடன் இறுக்க மானதாக இருந்தது. ஆனால் அவனைச் சுற்றிச் சூழ்ந்திருந்த விலங்குத் தன்மை அவனால் துடைத்தழிக்க முடியாமல் கண்ணுக்குத் தெரியாத பாரமாக அவன் மனத்தில் கனத்துக்கொண்டிருந்தது. மறைத்துவைக்கும் கலையில் நன்கு தேர்ச்சி பெற்றிருந்த தக்ஷனின் கண்கள், மற்ற பல விஷயங்களுக்கிடையில் ஒரு தீவிரமான, உக்கிரமான, காமத்தையும் மறைத்து வைத்திருப்பதான கற்பனைக்கு இடமளிக்கக் கூடிய தருணங்களும் இருந்தன. தனியாக மேயும் வெள்ளாடுகளிடம் காணக்கூடிய ஒரு சாயல்போல் நடக்கப்போகும் ஏதோவொன்றுக்குத் தன்னை ஒப்புக்கொடுத்து விட்டதான பாவம் அவனுடைய முகக்கூறுகளின் அடித்தளத்தில் இருந்து அவனைத் துரத்திக் கொண்டிருந்தது.

சதிக்கும் தன் மற்ற மகள்களுக்கும் என்ன வேறுபாடு? தக்ஷன் சிந்தித்தான். அவளைப் பார்க்கும் செயலே தனக்குள் எளிதில் முழுமையாகப் பாதிக்கப்படக்கூடியதாக உணரும் அந்த ஒரே இடத்தைத் தொடுவது ஏன்? அவள் மற்றவர்களைவிட ஒன்றும் அழகானவளல்ல: ஒருவேளை அவள் முகத்தில் ஏதோ ஒரு தீவிரத் தன்மை இருந்திருக்கலாம். மறைத்துவைக்கப் பட்டிருக்கும் ஏதோவொன்றும்கூட. மேலும் தக்ஷனை மலைப்பில் ஆழ்த்திய ஒன்று: வெளிப்படையான காரணங்கள் எதுவும் இல்லாத ஒரு மேன்மை பொருந்திய துயரம். மனம் உள்வயப்பட்டு, மறைந்திருக்கும்போது என்னவாக இருக்கும் என்பதைச் சதியிடம் ஒருவர் உணர்ந்துவிடக்கூடும் என்பதுபோல். உலகம் இதுவரை அறிந்திராத ஏதோவொன்று அது என நினைத்தான் தக்ஷன். மறைந்துபோன தன் சகோதரர்களின் வெறுமையான கலவை அவன் நினைவில் வந்தது.

சதி பிறப்பதற்கு முன்னால் குறைந்த அளவே மெய்யாக இருந்தது மெய்ம்மை. தக்ஷன் அதை உடனடியாக உணர்ந்துகொண்டான் – அதைப் பற்றி அவன் ஏதும் சொல்லவில்லை. அந்தப் பெண் வளரும்போது அவளை மற்ற ஐம்பத்து ஒன்பது பேரிடம் இருந்து வேறுபடுத்தாமல் இருக்க முயன்றான். ஆனால் சடங்குகளில் ஈடுபட்டிருக்கும் நேரங்களில், தன் கண்களால் எவ்வாறு அவள் தன்னைத் தொடர்கிறாள் என்பதையும் கதவுக்குப் பின்னாலிருந்து அவள் கூர்ந்து நோக்கிக்கொண்டிருக்கிறாள் என்பதையும் அடிக்கடி உணர்ந்தான். தக்ஷனுக்கு அவன் ரகசியத்தைச் சதி நினைவூட்டிக்கொண்டிருந்தாள். ஒரு புரோகிதனாகவும் மனைவி மற்றும் வேலைக்காரர்களோடு ஒரு குடும்பத்தின் தலைவனாகவும் ஆவதற்கு

முன்னால் தக்ஷன் ஒரு தனித்த வெறியனாக இருந்தான்: பெண்களைப் பற்றிய அனுபவம் ஏதுமில்லாமல், அவன் ஒருபோதும் ஒப்புக்கொள்ளாத, பிடிவாதமான ஒற்றை ஆசையை நாடிப்போய்க்கொண்டிருந்தான்: தேவி, பெண் தெய்வம், சிவனின் உடலில் வாழ்பவள், அவளைத் தனக்குக் காண்பித்தருள வேண்டுமென.

ஒருநாள் வழக்கத்துக்கு மாறாக அவனுக்குச் சுகக்கேட்டை ஒத்த நிலையாக இருந்த கிறக்கத்திற்கு தக்ஷன் உட்பட்டபோது இருள் பிரகாச மாகவும் துடிப்புடையதாகவும் வளர்வதைக் கண்டான். அந்த இருளில் இரு ஒளிப்புள்ளிகள் இருந்தன: ஒரு நீலத் தாமரை மலர் ஒரு வாளின் ஒளித் தெறிப்பு. அவற்றை வைத்திருந்த கைகளையும் காற்றில் தவழ்ந்து கொண்டிருந்த வேறு இரு கைகளையும் தக்ஷன் காணும்வரை, அவை இரண்டும் மிகவும் மெதுவாக நகர்ந்துவந்தன; பிறகு அவனுக்குப் பெண் தெய்வத்தின் சரீரம் காட்சிப்பட்டது. அவள் ஒரு சிங்கத்தின் மீது அமர்ந் திருந்தாள், காலம் தொடங்கியதில் இருந்து அந்தச் சிங்கம்தான் பூமியாக இருந்தைப் போல. சட்டென்று முன்னெப்போதும் இருந்ததைவிட மிகுந்த கவனத்தோடு இருப்பதாக தக்ஷன் உணர்ந்தான். தன் சுபாவத்திற்கு மாறாக அவன் ஒரு வீரனின் முரட்டுத் துணிவை உணர்ந்தான். அவன் சொன்னான், “தேவியே, கருத்தவளே, உன்னை என் மகளாகப் பிறக்குமாறு இரைஞ்சுகிறேன். நீ இப்போது எவருள் இருக்கிறாயோ அவரை என் வழியாக மீண்டும் ஒருமுறை கண்டுபிடிக்க இரைஞ்சுகிறேன்”. அந்தக் கடைசி வார்த்தைகள் தக்ஷனைப் பல வருடங்களுக்குத் தொல்லையூட்டப் போகின்றன. பெண் தெய்வத்திடம் இரு வாக்கியங்களைப் பேசினோம் என்று அவனுக்குத் தெரிந்தது. ஆனால் இரண்டாவது வாக்கியம் கனவில் பேசிய பேச்சைப் போல் மனத்தில் தங்காமல் போய்விட்டது. ஆனால் அந்த வார்த்தைகள்தாம் தன் வாழ்வில் மிக முக்கியமானவை என்னும் நிச்சயம் மட்டும் அவன் நினைவில் ஆழப் பதிந்திருந்தது. தக்ஷன் அவற்றைத் தேடுவது ஒருபோதும் நிற்காது.

சதியின் சேடிப்பெண் தக்ஷனின் முன் தண்டனிட்டுச் சொன்னாள்: “எஜமானரே, இதைச் சொல்வதை என் கடமையென்று கருதுகிறேன், என் எஜமானி, சதி, விநோதமானவளாக இருக்கிறாள். அவள் சகோதரிகள் அனைவரும் ரிஷிகள் மற்றும் சோமராஜனின் சிறு வடிவங்களைத் தங்களுக்கிடையில் சுற்றியனுப்பிக்கொண்டிருக்கிறார்கள் – யாரை யார் மணந்துகொள்வார்கள் என்று யூகிக்க முயன்றுகொண்டும் இருக்கிறார்கள். ரிஷிகளைப் போல் வேடமிட்டுக்கொண்டு தங்கள் வருங்கால வாழ்வின் காட்சிகளை நடித்துப் பார்க்கும் விளையாட்டுகளை உருவாக்கிக்கொண்டி ருக்கிறார்கள். சிரிக்கிறார்கள் – சிலசமயங்களில் அவர்கள் சோகமுற்று அழுகிறார்கள். ஆனால் சதி தனக்குள் தானாக மட்டுமே இருக்கிறாள். அவள் சகோதரிகள் தங்களுக்குள் பூசலிட்டுக்கொண்டிருக்கும்போது, அவள் நிச்சிந்தையாக இருக்கிறாள். புதிய உடைகள் எதையும் அவள் அணிந்து பார்க்கவில்லை. புதிய ஒப்பனைப் பெட்டியைக் கேட்கவில்லை.

மணிக்கணக்கில் தோட்டத்தில் சுற்றித் திரிகிறாள். அவள் அங்கு என்ன செய்கிறாள் என்பதை நான் அறிவேன். அவள் அதைச் செய்யும்போது பலமுறை பார்த்திருக்கிறேன். சதி பாடுகிறாள் – அதாவது மனத்துக்குள் முனகிக்கொள்கிறாள். பாடல்கள் எப்போதும் ஒரு கறுத்த மனிதனைப் பற்றியதாகவே இருக்கின்றன. அவன் பெயர் சிவன். அல்லது அவள் பாடவில்லை என்றால் வரைகிறாள். எப்போதும் அதே முகம். திகிலூட்டும் முகம், அல்லது அவள் தவத்தில் ஈடுபடுகிறாள். இது யாரும் அவளுக்குக் கற்றுத் தந்திருக்காத ஒன்று. அல்லது அவளருகில் ஒரு ஆவி இருப்பதைப் போல் முணுமுணுக்கிறாள். எஜமானரே, இது அனைத்தையும் உங்களுக்குச் சொல்ல வேண்டியது என் கடமை.”

தக்ஷனும் வீரிணியும் மேன்மையாகவும் காலத்தால் நொய்வுற்றும் இருந்த, அதே சமயம் இருண்டதாகவும் இருந்த முகங்களுடன் கிட்டத்தட்டக் கலக்கமான முகபாவத்துடன், மகள்களும் வேலைக்காரர்களும் படுக்கைக்குச் சென்ற பிறகு, கணப்புக்கு அருகில் வந்து அமர்ந்தனர். தக்ஷன் சொன்னான். “வந்திருக்கும் இந்த மனிதன், இந்தப் பரிச்சயமற்றவன், இந்தப் பெண்–திருடன், நமது விதிகள் மற்றும் சடங்குகளின் எதிரி, இறந்தவற்றின் சாம்பலை விரும்பும் இந்த நாடோடி, கீழிலும் கீழானவர்களிடம் தெய்வீக மான விஷயங்களைப் பேசுபவன், சிலசமயங்களில் கிறுக்கனைப் போலத் தெரியும் இந்த மனிதன், ஆபாசமான தன்மையைக் கொண்டவன், தன் தலைமுடியைப் பெண்களைப் போல் நீளமாக வளர்த்துள்ளவன், எலும்பு களால் தன்னை அலங்காரம் செய்துகொள்பவன், ஒரு காரணமும் இன்றிச் சிரிப்பவன், கதறுபவன் – அத்தனை ஆண்களிலும் நான் ஏன் என் மகள் சதியை இவனுக்குத் தரவேண்டும்? உள்ளவளை நான் ஏன் யாரோ ஒருவனுக்கு, யாரை ஒவ்வொரு முறை பார்க்கும்போதும் நான் எதுவாகவெல்லாம் இருக்க வேண்டுமென்று நினைத்தேனோ அவற்றுக்கும் வாழ்வு எதுவாகவெல்லாம் இருக்க வேண்டுமென்று நினைக்கிறேனோ அது அனைத்துக்கும் எதிரானதாகத் தோற்றமளிக்கும் அவனுக்கு ஏன் தரவேண்டும்? இவ்வளவு சடங்குகளை, இவ்வளவு சின்னங்களை, இவ்வளவு வார்த்தைகளை ஏன் ஆக்கினேன்? ஏன் உள்ளவளை உருவாக்கினேன், அனைத்தும் என்னிடமிருந்து ஒருநாள் அவற்றின் வாழும் இன்மையாக உள்ள ஒருவன் திருடிக்கொண்டு போவதற்கா?”

மணமகன் முன்னே அடியெடுத்து வைத்தபோது, தக்ஷன், மாசற்ற குரு, சடங்குகளின் கச்சிதத்தில் முழு ஈடுபாடுகொண்டவன், கண்டனத் தோடு அவனை ஏற இறங்கப் பார்த்தான்: அவன் ஒரு கட்டுப்பாடற்ற பிச்சைக்காரன், வியர்த்த பின்னல்களோடு, சிதையின் முடைநாற்றமடிக்கும் உடையோடு இருந்தவன். அவன் நீண்ட, வலிமையான கை ஒன்று சதியின் கையை இறுகப் பற்றியிருந்தது. மற்ற கை எலும்பு மாலையொன்றைத் திருகிக்கொண்டிருந்தது. அவனுக்கு அருகில், அடையாளம் காண முடியாதவகையில் சதி அழுக்குக் கந்தையால் குறைந்தபட்சமாக மூடப்பட்டிருந்தாள். அப்போது அவள் சருமம் – தக்ஷனுக்குப் பார்க்க

அதிர்ச்சியாக இருந்தது – இன்னும் கறுப்பாக மாறிவிட்டதாகத் தோன்றியது. அவள் கண்கள் பிரகாசமாக மகிழ்ச்சியோடு ஒளிர்ந்தன: தன் அறைகளில் கதவை மூடிக்கொண்டு, ஒரு குழந்தையாகத் தவமியற்றிக்கொண்டிருந்தபோது, இப்படியாகத் தன்னை தூக்கிச் செல்லப்போகும் ஒரு மனிதனை எப்போதும் கனவு கண்டுவந்தாள். அவள் சிவனின் நீலக் கழுத்தைத் தடவிக் கொடுத்தாள், அவன் நெஞ்சில் மெல்லிய கவசம்போல் மூடியிருந்த சாம்பலில் தன் தைலங்களைக் கலந்தாள். அவர்கள் உடனடியாக மிக உயர்ந்த மலைகளுக்குப் புறப்பட்டார்கள். அவர்களுக்கு வீடில்லை, தங்குமிடம்கூட இல்லை. விலங்குகள் அவர்களை வரவேற்று வழிகாட்டின. பிறகு, அவர்களைத் தனியே விட்டன.

தன் உடல் உண்மையில் இருப்பதாகச் சதி உணர்ந்தது இதுதான் முதல்முறை. சிவன் அவளுக்குள் ஊடுருவிச் செல்வதாக இல்லாமல், ஒரு பெரும் பள்ளத்தைப் போல் தன்னையே அவளுக்காகத் திறந்து அவளைத் தனக்குள் வாங்கிக்கொண்டுவிட்டதைப் போல் இருந்தது. அவர் உடலின் மேல்புறத்தைத் தொடும்போதே அவளை அது உள்வாங்கிக்கொண்டது. இருளில் மயக்கம்கொண்டு சதி சிவனின் சுவர்களைத் தொட்டாள். அவர் மையத்தை நோக்கி ஒரு குகையின் ஆழத்திலுள்ள தீயின் ஒளிர்வை நோக்கிப் போவதுபோல் முன்னேறிச் சென்றாள். அவள் காணாமல் போனாள். ஆனால் தன்னைக் கண்டுபிடிக்கப்போவதாக உணர்ந்தாள். இன்னும் சரியாகச் சொல்வதென்றால் தான் மீண்டு வருவதுதான் நிகழ்ந்துகொண்டிருக்கிறது என்ற உணர்வுகொண்டாள்.

சிவன் சதியின் தழுவல் அவர் வித்தை அவளுள் ஒரு முறைகூட வடித்துவிடாமல் இருபத்தைந்து வருடங்களுக்கு நீடித்தது. சங்கிலியால் கட்டப்பட்ட யானைபோல் சதியின் உடல்மீது உரசாமல் சிவனால் நகரக்கூட முடியாமல் இருந்தது. அவர்கள் பேசிக்கொண்டபோது, கேலி செய்துகொண்டார்கள். சிவன் பாசியைக்கொண்டு சதியின் மார்பகங்களில் தாமரை மலரொன்றைச் சுற்றி வண்டுகள் ரீங்கரிப்பதுபோல் வரைந்தார். சதி கண்ணாடியில் பார்க்கும்போது, சிவன் பின்னால் ஒளிந்துகொண்டார், எனவே சதி தான் தனியே இருப்பதாக நினைத்துக்கொண்டாள். பிறகு, சிவனின் கண்களிலொன்று கண்ணாடியில் திடுமெனத் தோன்றியது.

ஒருநாள் அந்த முடிவற்ற தழுவலில் இருந்து தன்னை விடுவித்துக் கொள்ள சதி விரும்பினாள். "சுயம் என்றால் என்னவென்று நீங்கள் எனக்கு விளக்க வேண்டும்" என்றாள். "சிறு பெண்ணாக இருந்த காலத்திலிருந்தே நான் தவம் புரிந்துகொண்டிருந்தேன், விடுதலை வேண்டி அல்ல, அடிமைத்தனம் வேண்டி. எனக்கு வேண்டியிருந்ததெல்லாம் உங்கள் கவனத்தைப் பெறுவது மட்டும்தான். இப்போது நீங்கள் என் கணவர், விடுபடல் என்பதே நீங்கள்தான் என்று சொல்லித்தரப்பட்டிருக்கிறேன். உங்கள் பக்தர்களிடம் நீங்கள் பக்தி கொண்டவர் என்பதால் மட்டுமே என்னை ஏற்றுக்கொண்டீர்கள் எனத் திருமணச் சடங்கின்போது ஒரு

பிராமணன் என்னிடம் கிசுகிசுத்தான். ஆனால் இந்தப் பக்தி என்பதற்கு என்ன அர்த்தம்? எனக்கு அறிதல் வேண்டும்." சிவன் சொன்னார்: "இப்போது உள்ளது போன்ற பலவீனமான யுகங்களில் பக்தி என்பது அறிவின் ஒரு பெயர். கற்றறிந்தவர்கள் ஒன்பது விதமான பக்திகளை அடையாளம் கண்டிருக்கிறார்கள். என் கதைகளைக் கேட்டுக்கொண்டி ருப்பது ஒரு பக்தி. ஆனால் வில்வ மரத்துக்குத் தண்ணீர் விடுவதும் பக்திதான், அந்தக் கற்றறிந்த மனிதர்களுக்கு ஒருபோதும் தோன்றாதது இது." பக்தியைப் பற்றி சிவன் ஒரு தெளிவில்லாத வெறுமையான முக பாவத்துடன் மனம்போனபடி பேசிக்கொண்டே போனார். சதியின் முகம் இருண்டது, அவள் உடல் ஒரு பெட்டியைப் போல் மூடிக்கொண்டது. மார்பகங்களுடன் சேர்ந்து இறுக்கியிருந்த முழங்கால்களின் மீது கன்னத்தை வைத்திருந்தாள். சிவனை இடையில் புகுந்து மருளச் செய்யும் பரிச்சயமற்ற ஒருவரைப் பார்ப்பதுபோல் பார்க்க முயன்றாள். "நீங்கள் ஏன் பக்தியைப் பற்றியே பேசிக்கொண்டிருக்கிறீர்கள், அறிவைப் பற்றியோ பற்றறுத்தலைப் பற்றியோ ஏன் பேசவேயில்லை?" என்றாள் சதி. "ஏனெனில் இப்போது அவை காலாவதியாகிவிட்டவை" என்ற சிவன் சிரித்தார். "ஆனால் முன்னோர்கள் அறிவைத் தவிர வேறொன்றையும் பேசவில்லை என்பது எனக்குத் தெரியும்" என்றாள் சதி உறுதியுடன். கொஞ்சம் கூடக் கவனம் செலுத்தாமல், "ஆமாம் முன்னோர்கள்," என்றார் சிவன். "ஆனால் பக்தி நமக்கு விடுபடலை அளிக்குமா?" சதி வற்புறுத்தினாள். இன்னும் மிகக் குறைந்த ஆர்வத்துடன், "பக்தி உதவும்" என்றார் சிவன். "உங்கள் மீதான பக்தி எனக்குத் திருப்தி அளிக்கவில்லை" என்றாள் சதி. "உனக்கு அது தேவையில்லை, நீதான் நான், வெறும் இருசொற்கள், அதுதான் அறிவு" என்றார் சிவன். சட்டென்று மென்மையாகித் தன் காதலனைப் பார்த்துக்கொண்டே, "அப்போது நீங்கள் யார்?" என்று கேட்டாள் சதி. "அதுதான் நான்" என்றார் சிவன். ஒரு பிடிவாதமான குழந்தையைப் போல், "அது என்பது என்ன?" என்று வற்புறுத்தினாள் சதி. "நாம் பேசிக்கொண்டிருக்கிறோம் என்பதைக் காட்டுவது அது. ஆனால் நாம் அதிகமாகப் பேசக் கூடாது" என்ற சிவன், ஏற்கனவே நூற்றுக்கணக்கான முறை செய்ததுபோல் சதியின் மணிக்கட்டுகளில் இருந்து வளையல்களைக் கழற்றத் தொடங்கினார்.

கைலாய மலையின் காடுகளில், காட்டின் திறந்த வெளிகளில் அவள் உலாவச் சென்றபோது, சிவனை அணுக இயலாதபோது, அதாவது அவர் தவத்தில் மூழ்கியிருந்தபோது, எவ்வாறு விரைவில் துயரத்தின் பாளமொன்று தன் நெஞ்சத்தைப் பிளக்கப் போகிறது என்பதைச் சதி உணர்ந்தாள். அவள் தன் தந்தை தக்ஷனைப் பற்றி நினைத்தாள். தக்ஷன் சிவனை வெறுத்தான் என்பது அவளுக்குத் தெரியும். எப்போதுமே தெரியும். தொலைதூரச் சமவெளியிலுள்ள அந்த மாளிகையில் அவள் ஒவ்வொரு கணத்தையும் கவனித்துக்கொண்டு, அவள் காதல் சமிக்ஞைகள் ஒவ்வொன்றை யும் வெறுத்துக்கொண்டு, சதியின் உடல் சிவனின் உடலோடு உரசிய போதெல்லாம் நடுங்கிக்கொண்டு இருந்தது ஒரு விடாப்பிடியான மனம்.

சிறுமியாக இருந்தபோது தன் தந்தையின் தேகத்தை ஒருபோதும் தொட்டிருக் காததை நினைவுபடுத்திக்கொண்டாள். கண் தொடர்பே இருவருக்கும் போதுமானதாக இருந்தது. தான் தொட்டதாக நினைவிலிருக்கும் தந்தையின் ஒரே அங்கம் அவர் கைகள், அவளை ஏதோ ஒரு சடங்குக்கு வழி நடத்தியபோது, வளைநகம் போன்ற பதற்றமான கைகள். ஆனால் வேறு எதற்காக அது அவளைத் தொடும்? அவள் தந்தை சடங்குகளுக்காக வாழ்ந்தவர். அவர் எப்போதுமே கடமையாற்றிக்கொண்டிருப்பதைப் போல இருந்தது. பயங்கரமானதாக இருக்கக்கூடிய அவர் கோபம், பிரார்த்தனையின் வழிமுறைகளில் யாராவது ஏதாவது தவறு செய்யும்போது மட்டுமே எழும்பும்.

இப்போது அவர்களுக்கிடையில் மௌனத்தைத் தவிர வேறொன்று மில்லை. ஆனால் ஒருநாள் யக்ஷன் ஒருவன், கைலாயத்தின் சாரல்களுக்கு வந்துபோகும் பல ஆவியுருக்களில் ஒருவன், ஒரு கதையைக் குறிப்பிட, உடனடியாக அது அழிவு தரக்கூடியதாக இருக்கப்போகிறதென உணர்ந்தாள். சதிக்கு ஏற்கனவே அது தெரியும் என்று அவன் நினைத்திருந்தான். எனவே அவன் சொன்ன கதை, மேலும் குரூரமானதாக இருந்தது. அந்த யக்ஷன் சொன்னான், அங்கே ஒரு மகத்தான வேள்வி நடந்தேறியது. ரிஷிகள் அனைவரும் அங்கிருந்தனர். அது போலவே சிவனும். கடைசியாகத் தக்ஷன் வந்தான், எப்போதும்போல் பயபக்தியை எழுப்பக்கூடிய, இறுக்கமான தோற்றத்துடன். அனைவரும் எழுந்து நின்றனர், சிவனைத் தவிர. அதனால் தக்ஷன் சீற்றத்தால் கட்டுண்டு மட்டுமீறிப் பேசினான். அதாவது சிவனுக்கு குரங்குகளைப் போன்ற கண்கள், அதனால் அவை தன் மகளின் மான் விழிகளைச் சந்திக்கத் தகுதியற்றவை, சதியைச் சிவனுக்குத் தந்தது வேதங்களின் நறுமண வார்த்தைகளை ஒரு புலையனுக்குத் தந்தது போன்றது என்றெல்லாம் சொன்னான், என்றான் அந்த யக்ஷன். சதிக்கு மேற்கொண்டு கேட்க விரும்பவில்லை. அந்தக் கதை ஏற்கனவே தெரிந்ததைப் போல் நடித்தாள். உண்மையில் சிவன் அதை அவளிடமிருந்து மறைத்து வைத் திருந்தார். தன் தந்தையிடம் திரும்ப வேண்டுமென்ற பேரவாவை அவள் உணர்ந்தாள். அவன் ஆழ்ந்துகிடக்கும் கண்களுக்குள் மீண்டும் பார்க்க விரும்பினாள். சிறுமியாக இருந்த காலத்தில் அந்தக் கண்களை ஓரக் கண்ணாலோ அல்லது தொலைவிலிருந்தோ சந்திக்கும்போது அவள் தோலின்மேல் ஏதோவொன்று வழுக்கிச் செல்வதைப் போல் உணர்வாள். சிலவேளைகளில் ஒரு மெல்லிய துணிக்கீற்று போலவும் சிலவேளைகளில் ஒரு சுருக்குக் கயிறு போலவும். அவள் சில நயமற்ற சொற்களில் அவன் சடங்குகளெல்லாம் அறிவுக்கு இணையானதல்ல என்று அவனிடம் சொல்வாள்.

சிவன்மீது தக்ஷனுக்கிருந்த வெறுப்பு பரஸ்பரமானதல்ல என்பதில் சதி நிச்சயமாக இருந்தாள். சிவனால் உலகிலுள்ள எதன் மீதும் வெறுப்புக் கொள்ள இயலாது என அவள் நினைத்தாள். வெறுப்பு என்பது அவரைப் பொறுத்தமட்டில் மிகவும் பலவீனமானது. சாத்திரங்களின்படி சதி

நினைத்தது சரியே. ஆனால் சிவன் அவள் வாழ்வில் தோன்றுவதற்கு முன்னால் நிகழ்ந்திருந்த, அதைப் பற்றி ஏதும் அவள் அறிந்திராத சம்பவம் ஒன்று உள்ளது. பிரம்மாவைப் போல் சிவனும் புதிய உயிர்களைப் படைக்க முடிவு செய்த நாளொன்றில் நிகழ்ந்தது அது. ஆனால் உடனடியாக ஏக்கத்தின் வேதனை அவரைத் தாக்கியது. தண்ணீருக்கான ஏக்கம், அசை வற்றிருப்பதற்கான ஏக்கம். அவர் ஒரு ஏரிக்குள் இறங்கித் தரையின்மேல் நின்றுகொண்டார். ஒரு கம்பம். அதற்குள் தக்ஷன் வேலையில் இறங்கி விட்டான். உலகம் உயிர்களற்று இருந்ததால், படைப்பதைத் தன் வேலை யாகக் கொண்டான். அவன் வலிந்து தலையிடும் குரு, யோனிப்பீடத்தின் அண்மையில் தன்னை ஈடுபடுத்திக்கொண்டான். உயிர்கள் பிறந்தன. சிவன் இன்னும் கவனமற்று ஏரியிலிருந்து வெளியில் வந்தபோது, அவர் மனம் வேறெங்கோ இருக்க, வனத்தில் ஏதோ சலசலப்பைக் கேட்டார். குரல்களின் கிசுகிசுப்பு. அங்கே ஏற்கனவே அநேக உயிர்கள் இருந்தன. தக்ஷன் அவரை ஏமாற்றிவிட்டான். அவன் சிவனுக்கு முன்னதாகச் செயலாற்றத் துணிந்துவிட்டான். "எனக்கு உதவுவதில் அவ்வளவு ஆர்வம்கொண்டு, என்னுடைய வேலையை நான் செய்வதற்கு முன்னால் நீயே செய்து விட்டாய்" என்ற சிவன் நறுக்குத் தெறித்தாற்போல் சொன்னார், "ஒருநாள் உன் வேலையை முடிக்க உனக்கு உதவுவது எனக்கு மகிழ்ச்சி தரும்."

வேறொரு சந்தர்ப்பத்தில் கைலாய மலைச்சரிவில், ஏதோ அசாதாரணமான அசைவைக் கண்டாள் சதி. ஆவியுருக்கள், கடவுளர் மற்றும் அரைக் கடவுளரின் ஊர்வலம் மென்காற்றில் மிதந்து சென்றுகொண்டிருந்தது. பெண் கடவுளரின் அருமையான உடைகளையும் நகைகளையும் பார்த்து, அவர்கள் எங்கே செல்கிறார்கள் என்று கேட்டாள். அவர்கள், "தக்ஷன் ஒரு மகத்தான வேள்வியை அறிவித்திருக்கிறான். நாங்கள் அழைக்கப்பட்டிருக்கிறோம். உன் சகோதரிகள் அனைவரும் அங்கிருப்பார்கள். ஏற்கனவே அவர்களில் இருபத்து ஏழு பேர் நிலவிலிருந்து வந்துகொண்டிருக்கிறார்கள். உன்னை அங்கே சந்திக்கிறோம்" என்று சொல்லிவிட்டுத் தங்கள் ரதங்களில் சென்றுவிட்டனர்.

பிறகு, தக்ஷனின் வேள்விக்குத் தாங்கள் அழைக்கப்பட்டிருக்கிறோமா என்று சிவனிடம் கேட்டாள். 'இல்லை' என்ற சிவன், 'என்னை தக்ஷன் அழைக்கவில்லை. ஏனெனில் நான் உலகில் சுற்றித் திரியும்போது உபயோகிக்கும் கிண்ணம், ஒருகாலத்தில் அவன் தந்தையான பிரம்மாவின் தலையாக இருந்தது" என்றார். "எவ்வாறு இருந்தாலும் நான் போவேன்," என்றாள் சதி. "நீங்கள் ஒரு கடவுள், எனவே நீங்கள் அழைக்கப்பட வேண்டும். ஆனால் நான் வெறும் ஒரு பெண், மேலும் நான் என் குடும்பத்தைப் பார்ப்பதற்கு எனக்கு அழைப்புத் தேவையில்லை. நான் பிறந்த இடத்தைக் காண ஏக்கமாக உள்ளது. உங்களுடனான வாழ்வின் அழகைத் தாங்குவது சிரமமாக உள்ளது. நான் சென்று என் சகோதரிகளிடம் சற்றுப் பேசிவர விடுங்கள். இங்கு எனக்கிருக்கும் ஒரே துணை நந்தி என்னும் எருதும் உங்கள் கழுத்தையும் புஜங்களையும் சுற்றிக்கட்டிக்கொண்டி ருக்கும் பாம்புகளும்தான். "நீ போவதால் ஒரு நன்மையும் ஏற்படாது"

என்று சிவன் அமைதியாகச் சொன்னார். ஆனால் அவர் வேறெங்கோ பார்த்துக்கொண்டிருந்தார், ஏனெனில் சோகத்தின் அத்தர், ஏரியின் மீது பெய்யும் மழைபோல் அவர் கண்களை அரித்தெடுத்துக்கொண்டிருந்தது. "உங்கள் உடலில் பாதியாக உறைபவளாக ஆக்கிவைத்திருக்கிறீர்கள். எனக்கு இந்த வரத்தை அருளுங்கள். என்னைப் போகவிடுங்கள்" என்றாள் சதி. "என்னால் உன்னைத் நிறுத்த முடியாது" என்றார் சிவன்.

சதிக்குச் சிவன்மீது கடுகடுக்கும் வெறுப்பு உண்டாகிச் சீற்றத்தில் கண்ணீர் பொங்கியது. அழவைத்த கோபம் நிறைந்த வன்மத்தை உணர்ந்தாள் சதி. அதுபோல் சுரத்தில்லாமல் இறுகிய உதடுகளோடு அவர் அவளிடம் பேசியதேயில்லை. ஆனால் அதே சமயம் தக்ஷன்மீது ஒரு எரிச்சலூட்டும் துவேஷத்தையும் உணர்ந்தாள். அவள் தந்தை, அவள் கணவன்: அவள் மொத்த மனத்தையும் பணயம் வைத்திருந்தார்கள். அல்லது அவளுக்குள் மரணம் வரைக்கும் சண்டையிட்டுக்கொண்டிருக்கும் இரு காதலர்களா அவர்கள்? சீற்றம்கொண்டு அவளை அழவைத்த இன்னொரு விஷயம் அது. அவள் சொல்லிக்கொள்ளாமல் கிளம்ப முடிவுசெய்தாள். மனக் கொந்தளிப்புடன் ஒரே சமயத்தில் சோர்வுற்றும் எதிர்ப்புணர்வுடனும் நடந்தாள். ஆனால் விரைவில் அவளுக்குப் பின்னால் ஆரவாரமான ஓசைகளைக் கேட்டாள். சிவனின் ஏவலாட்கள் அவளுக்குப் பாதுகாப்பாக வந்துகொண்டிருந்தனர். கண்ணாடிகள், பறவைகள், வெண்ணிற விதானங்கள், விசிறிகள், மாலைகள், ரதங்கள், தாளக் கருவிகள், புல்லாங்குழல்கள்: ஒரே மேகத் திரளென இவை அனைத்தும் அவளைத் தொடர்ந்து கொண்டிருந்தன.

ஆனால் தான் பிறந்த அந்த வீட்டை அடையும்போது, யாகசாலையின் வாயிலைக் கடக்கும்போது, அவள் தனித்திருக்க விரும்பினாள். அவள் அமைதியினுள் நுழைந்தாள். அமைதியின் மேல் தன்னைப் பதித்துக் கொண்டாள். தக்ஷன்மீது கொண்டிருந்த பயத்தால் யாகம் செய்பவர்கள் அவளைப் பார்த்துத் தலையசைக்கக்கூடத் துணியவில்லை. அவள் தாயும் சகோதரிகளும் மட்டும் ஒரு பறவைக் கூட்டத்தைப் போல் அவளைச் சூழ்ந்துகொண்டனர். அவளை மறுபடியும் பார்க்கப்போவதில்லை என்ற நிச்சயத்தில் இருந்த அவர்கள் அனைவரும் அழுதார்கள், சிரித்தார்கள். இறுக்கமான முகபாவத்தோடு இருந்த சதி வேறெப்போதையும்விட இப்போது அவள் தந்தையைப் போல் காணப்பட்டாள். அவள் கன்னங்கள் வெண்மையின் வெண்மையாக இருந்தன. வீரிணி வழங்கிய கௌரவமான ஸ்தானத்தை மறுத்து சடங்கின் ஒவ்வொரு விவரத்தையும் நீண்டகாலமாக உள்வாங்கிப் பழகிய ஒருவரின் கண்களோடு சதி சுற்றிலும் பார்த்தாள்.

கடவுளருக்கான படையல்கள் ஒரு வரிசையில் அருகருகாக வைக்கப் பட்டிருந்தன. ஒவ்வொரு கடவுளுக்கும் ஒன்று, ஆனால் சிவனுக்கில்லை. சதியின் கண்கள் அந்த வெற்றிடத்துக்கு வந்து நின்றன. பிறகு அவள் தக்ஷனை நோக்கி நடந்துபோவதைக் கிலியோடு அவர்கள் பார்த்தனர். அவள் வருகையையே இதுவரை அறிந்திராமல், வேள்விச் சடங்கில் தோய்ந்துபோயிருந்த தக்ஷன், மெதுவாக மகள் பக்கம் திரும்புவதையும்

பார்த்தனர். தன் வாழ்வில் முதன்முறையாகத் தக்ஷன் வேள்வியிலிருந்து விலகி வந்தான். அவன் தன் மகளை நோக்கி மெல்லத் திரும்புவதைக் கண்டனர். அவளை அவன் எதிர்பார்த்துக்கொண்டிருந்ததைப் போல் இருந்தது அது. சதி ஒரு மெதுவான, பதற்றமான, கூர்ந்து கேட்டால் மட்டுமே கேட்கக்கூடிய கிசுகிசுப்பான குரலில் பேசினாள். "நீங்கள், நீங்கள் மட்டுமே உள்ளத்தைத் தணிக்கைச் செய்யத் துணிபவர். என்னை, ஒருகாலத்தில் சதி என்று அழைத்தவளை, இருப்பவளை நீங்கள் இப்படிக் கண்டனம் செய்கிறீர்கள், ஒரு காலத்தில் நீங்கள் சதி என்று அழைத்தவளை, 'உள்ளவளை.' யாருக்கு இந்த உலகமே ஒரு ஒற்றைச் சுவாசமாக உள்ளதோ அவர் குற்றங்களை நீங்கள், நீங்கள் மட்டுமே பட்டியலிட முடியும். ஒரு இழிவான நாடோடியை விரட்டுவதுபோல் முழுமையை விரட்டுகிறீர்கள். இந்த உலகம் உங்கள் சடங்குகளால் ஆனது என்று நம்புகிறீர்கள். இந்தச் செயல்களுக்குள் முழுமை அடங்கிவிடுமென நம்புகிறீர்கள். முழுமையை உங்கள் வரவேற்புப் பட்டியலில் இருந்து தவிர்த்துவிட்டீர்கள் அனை வருக்கும் யாகத்தை வழங்குகிறீர்கள் ஆனால் யாகத்தையே விட்டுவிட்டீர்கள். உங்கள் சடங்குகளின் மலர்கள் சிவன் பாதங்களில் இருந்து பொழியும் மழைத்துளிகள். நீலகண்டன் என்னைக் கொஞ்சும்போது, 'தாக்ஷாயினி' என்று அழைக்கையில் அவமானத்தால் குன்றிப் போகிறேன். ஏனெனில் என் உடல் உங்கள் உடலின் சாற்றால் ஆனது. அதை விலக்குவதுதான், ஒரு இழிந்த உணவைப் போல் அதை வெளியே துப்பிவிடுவதுதான் என்னால் முடிந்தது. உங்களால் யாகம் நடத்தாமல் வாழ முடியாது, ஆனால் அந்த யாகமே நான்தான்."

தக்ஷன் விறைத்து, வெளிறிப் போய்க் கவனித்துக்கொண்டிருந்தான். சதிக்கு மட்டுமே கேட்கும்படிக் கிசுகிசுப்பாகச் சில வார்த்தைகளை அவன் சொன்னான்: "மீண்டும் உன்னை எங்கு நான் காண்பேன்?" அவன் குரல் வேறெப்போதும் இவ்வளவு மென்மையாகவும் அநாதரவாகவும் இருந்ததில்லை. அநேகமாக அதே போன்ற கிசுகிசுப்பான குரலில் தக்ஷன் மட்டும் கேட்கும் வகையில் பதிலளித்தாள்: "என்னை எங்கும் காண்பீர்கள், ஒவ்வொரு காலத்திலும் ஒவ்வொரு இடத்திலும் ஒவ்வொரு உயிரிலும் காண்பீர்கள், நானல்லாதது என்று இந்த உலகில் ஒரு பொருளுமில்லை". பிறகு அவள் யாக பீடத்தின் ஒரு பக்கத்தில் அமர்ந்தாள். மஞ்சள் உடை உடுத்தியிருந்த அவள் வடக்கே பார்த்தாள். தன் விரல்நுனிகளை அவள் ஒரு கிண்ணத்துத் தண்ணீரில் நனைத்துக்கொண்டு ஓரிரு மிடறுகள் அருந்தினாள். தன் கண்களை மூடிக்கொண்டாள். இங்கே குழந்தையாக இருந்தபோது சிவனை, கண்ணுக்குத் தெரியாத அந்தக் காதலனை, அழைக்க முதல் முறையாகத் தவமியற்றியதை நினைத்துக்கொண்டாள். இப்போது அவன் பாதங்களை அழைப்பதே போதுமானதாக இருந்தது. அவள் உடல் ஆழங்களிலிருந்து ஒரு வெப்பம் எழுந்தது. அனைவரும் அவளையே வெறித்து நோக்கிக்கொண்டிருந்தாலும் சதி யாரையும் பார்க்கவில்லை. அவள் புஜங்களும் அவள் முகமும் மெலிந்து, அதிர்வுறும் நிழலின் பின்னணியில், முத்துச் சிப்பியின் ஜொலிக்கும் படலமென மாற்றம்கொண்டன. உள்ளிருந்து வெடித்துத் தோன்றிய அந்த ஜ்வாலை

அவளைச் சுட்டெரித்து ஒரு சாம்பற்சிலையென விறைப்பாக நிற்கும்படி விட்டுச் சென்றது.

யாகம் செய்பவர்கள், அவள் சகோதரிகள், அவள் தாய், ஏவலாட்கள், கடவுளர், ஆவியுருக்கள், குழந்தைகள், தக்ஷன் அனைவரும் சதியில் எஞ்சி நின்றதை வெறித்துப் பார்த்துக்கொண்டிருந்தனர். பார்வைக்குப் புலப்படாத அந்த ஜ்வாலையின் மெல்லிய படபடப்பு அடங்கியதும் அமைதி கனத்து இறங்கியது. காற்றின் மூச்சுகூட இல்லை. சமவெளியின் தொலைவில் வடக்கே, வானத்தின் பளபளக்கும் ஜொலிப்பில் சிறு குறையெனக் காற்றில் ஒரு கருந்திரள் உருக்கொண்டது. அது சுழன்று சுழன்று மெதுவாக வளர்ந்தது. “இந்தப் புழுதி எங்கிருந்து வருகிறது?” என்று பெண்கள் முணுமுணுத்தனர். ஒரு தீங்காற்று அவள் ஆடையைத் தூக்கிய போது, “அது நட்சத்திரக் கூட்டங்களைக் கிழித்துப் போட்டுக்கொண்டிருக்கும் அந்தக் கடவுள்” என்றாள் தக்ஷனின் மனைவிகளின் ஒருத்தி. ஒளியின் பிரகாசமாக இருந்த யாகசாலையில் புழுதியின் இருள் சூழ்ந்தது. அனைத்தும் நிழலைக் கடையும் நிழலாய் ஆயிற்று. சிவந்த, பழுப்புநிற உருவங்கள் யாகசாலையின் வேலியைச் சுற்றி நின்றன, விறைப்பான சோளக்கொல்லைப் பொம்மைகள்போல், அச்சுறுத்தும் படைக்காவலர்களைப் போல், ஆனால் வெளிப்புறத்துக்கு பதிலாக உட்புறம் திரும்பி நின்றிருந்தனர். ஒவ்வொருவனும் உருவிய வாளொன்றை வைத்திருந்தான். அவை கணங்கள், சிவகணங்கள், அவர்களுக்குப் பின்னால் உறுமும் நாய்க்கூட்டம், திறந்தவெளியின் நடுவில், புழுதிச் சுழலின் மையத்தில், ஒரு பெரிய நிழல் தென்பட்டது, சடைக்குமேல் சுழலும் சடையென. அனைவரும் “யார் அது?” என்று கேட்டனர். அவர்களுக்குத் தெரிந்திருக்காது, ஏனெனில் இந்தக் கோரவுருவம் இப்போதுதான் பிறந்திருந்தது. சதி எரிந்தபோது, கைலாயத்தில் இருந்து கவனித்துக்கொண்டிருந்த சிவன், தன் சுருண்ட முடிக்கற்றை ஒன்றைப் பிடுங்கி எறிந்தார், முடிக்கற்றை பாறையின் மீது விழுந்தவுடன், கர்ஜனையொன்று கேட்டது, வீரபத்ரன் உருவானான். உள்ளுக்குள் மென்மையும் பக்தியும் நிறைந்தவனான அவன் வெளித்தோற்றம் அவர்கள் அனைவருக்குள்ளும் கிலியை உண்டாக்கியது. அவன் தக்ஷனின் வேள்வியை நோக்கி நகர்ந்தான். ஒரு மலைபோல் உயர்ந்து நின்ற அவன் தலைகள், புஜங்கள், பாதங்கள், வாள்கள் அனைத்தும் சுழன்று சுழன்று அடித்தன. ஆபரணங்கள் பூண்டு, ரத்தம் ஒழுக, பாம்புகள், புலித்தோல்கள், பூச்சரங்கள் அணிந்து, குறுக்கே வந்த ஒவ்வொரு ஜீவனையும் வகைதொகையற்ற முரட்டுத்தனத்துடன் கொல்லத் தொடங்கினான். ஆனால் அவன் குறிப்பாகத் தேடிக்கொண்டிருந்த சிலரும் அங்கிருந்தனர். அவன் பிரம்மாவின் மனைவி சரஸ்வதியைத் தேடிக்கொண்டிருந்தான், அவள் மூக்கைப் பிய்த்துப் போட்டான், ஒரு அடிமைபோல் அவள் காட்சி தரட்டும் என்று. சிவனைத் தக்ஷன் வசை பாடியபோது சிரித்த பூசனைத் தேடிப் பிடித்து அவன் பல்லை உடைத்தான். அக்னியின் கைகளை வெட்டிப் போடுவதற்காக அவனைத் தேடிக்கொண்டிருந்தான். பகனைப் பொறுத்தவரை, தக்ஷனின் வார்த்தைகளை ஆமோதித்து ஒடுங்கிய

அவன் கண்களை நோண்டி எடுக்கும் வேலையை நந்தியிடம் விட்டு விட்டான். கணங்களிடம் உதைபட்ட கடவுளர் சாக்கு மூட்டைகள்போல் தரையில் உருண்டுகொண்டிருந்தனர். பிராமணர்களைத் தொட யாரும் முனையவில்லை; கல்மழை அவர்கள் நெஞ்செலும்புகள்மீது மோதியது. கணங்கள் தூள்தூளாக நொறுக்காத சடங்குப்பொருள் ஒன்றுகூட இல்லை. அக்னிகுண்டங்களில் அவர்கள் மூத்திரம் பெய்தார்கள். ஊறிப் போய்க் கிடந்த வண்ணமயமான உணவுப் பொருட்களை இறந்துகொண்டிருப்பவர் களின் திறந்த காயங்கள்மீது பூசினார்கள்.

யாகம் அந்தப் படுநாசத்தை அவதானித்தது. பிறகு ஒரு மறிமானாக உருமாறி வானுக்குள் பறந்தது. ஆனால் வீரபத்ரனின் சரமொன்று அதன் மென்மையான தலையைக் கொய்தது. இப்போது வீரபத்ரன் வேறு யாரையோ தேடிக்கொண்டிருந்தான். பலிபீடத்திற்குச் சென்றான், அங்கே தக்ஷன் கற்களில் ஒட்டிக்கொண்டு நடுங்கியபடி சுருண்டு கிடந்தான். வீரபத்ரனின் பல கைகளில் ஒன்று அவன் பின்னங்கழுத்தைப் பிடித்துத் தூக்கி அக்னிகுண்டத்துக்கு, புழுதியில் இழுத்துச் சென்றது. உருவமற்ற மூட்டையாக இருந்த உடலிலிருந்து ஒரு அழுக்குப் படிந்த தலை வெளியே வந்தது. வீரபத்ரன் அதை வெட்டி எறிந்தான். தக்ஷனின் தலை தீயில் மறைந்துபோவது தெரிந்தது. வீரபத்ரன் சிரித்தான். இப்போது சட்டென்று தெளிவடைந்த காற்றில் மலர்களின் மழை வானிலிருந்து பொழிந்தது. நொறுங்கிக் கிடந்த உடல்கள்மீது படிந்து, அங்குத் தேங்கிக் கிடந்த குருதியின் மீது மிதந்து சென்றது.

தக்ஷனுடைய யாகத்தின் அழிவு, யாகம் பற்றிய அடிப்படையான விமர்சனம், யாகத்துக்குள்ளிருந்தே வந்தது: யாகம் எப்படித் தடுக்க முடியாத வகையில் படுநாசமாக உருமாறுகிறது என்பதைக் காட்டியது; இனி யாகத்துடன் பிணைக்கப்பட்டிராத ஒரு சரித்திரத்தின் முழுப் போக்கையும் இந்த வகையில் எதிர்நோக்கியது.

காரணம் ஒரு சாதாரணச் சடங்குமுறை மீறல், அச்சுறுத்தும் சொல் வன்மையால் ஆனது. சிவன் அழைக்கப்படாவிட்டால், யாகம் இனிமேல் மெய்ம்மையின் முழுமையைக் கொண்டுவராது. விலக்கப்பட்டவர் இவ்வாறு பழி வாங்கினார். பழிவாங்கலின் வடிவமாக அவர் தேர்ந்தெடுத்ததும் மீண்டும் யாகம்தான். ஆனால் இந்த முறை ஓர் இழவு சார்ந்த யாகம். அன்று மேன்மைப்படுத்தப்பட்ட பலியுயிர் யாகமேதான், அதன் சடங்குதான்.

சதி உள்ளிருந்தே எரிந்ததால், சாம்பலாய் நின்ற அவள் உடல் யாகசாலையில் விடப்பட்டது. அது லேசாக இருந்தும் அதைத் தூக்கிக்கொண்டு சிவன் தன் தாண்டவத்தை, உலகின் ஒவ்வொரு அழிவையும் தொடரும் நடனத்தைத் தொடங்கியபோது, அது உதிர்ந்து போகவில்லை. மற்றவர்களின் அத்துமீறல் கண்டு எப்போதும் பதறிப்

போகும் கடவுளர் குனிந்து காட்சியைப் பார்த்துக்கொண்டிருந்தனர். பூமி ஆட்டம் கண்டது. பிறகு பாதுகாப்புக் கருதி விஷ்ணு தன் கூரிய சக்கராயுதத்தை வீசிச் சிவனின் விரல்களின் மேல் சுழன்றுகொண்டிருந்த சதியின் உடலைத் துண்டுதுண்டாக்கத் தொடங்கினார். புஜங்களும் மார்பகங்களும் பாதங்களும் கீழே விழுந்து சாம்பல் துகள்களாகத் தரையில் படிந்தன. நடனத்தின் பரவசத்தில் ஆழ்ந்திருந்த சிவன் அதைக் கவனிக்கவில்லை. ஆனால் சதியின் யோனி காமரூபத்தில் விழுந்தபோது நடனம் நின்று போயிற்று. ஒரு மழமழப்பான தூண்போன்ற பாறையின் நுனியில் வந்து படிந்தது. அது அங்கேயே இருந்தது, ஒரு கம்பளத்தைப் போல்.

சிவன் கைலாயத்துக்குத் திரும்பினார். தன் குகையில் ஒடுங்கிக் கிடந்தபோது முதன்முறையாகத் தான் தனித்து இருப்பதை உணர்ந்தார். பலமாக மூச்சுவிடும் நந்தி இல்லை இப்போது. பாம்புகளும் இப்போது இல்லை. கணங்களும் இல்லை. அவரைச் சுற்றிப் பவனிவரும் ஆரவாரமான ஊர்வலங்கள் இல்லை. விலங்குகளின் பிரபுவின் பிரஸனத்திலிருந்து அனைத்தும் நீங்கிவிட்டன. தீய காற்று சீழ்க்கையிட்டுக்கொண்டிருந்தது. காற்றுவெளி அதிகத் தெளிவாகவும் உராய்ந்து செல்வதாகவும் இருந்தது. அடுக்குத்தட்டு ஒன்றில் சதியின் எஞ்சியிருந்த உடைமைகள் சிலவற்றை அவர் பார்த்தார். சில சின்னஞ்சிறு ஒப்பனைப் பெட்டிகள். அவள் உடுப்புகள் மென்மையான உயிரற்ற குவியலாக மூலையில் மடித்து வைக்கப் பட்டிருந்தன. வீடின்றி இருப்பது எப்போதுமே சதிக்குப் பழகிப் போகவேயில்லை. சீறும் மழையின்போது, நாம் நாடோடிகளைப் போல் எப்போதும் இவ்வாறு வானத்தின் கீழ்தான் வாழ வேண்டுமா என்று அவள் சிவனிடம் பலமுறை கேட்டிருக்கிறாள். அவர் ஒருபோதும் பதிலளித்ததில்லை.

சுற்றிலும் வரிசையாக அடுக்கிவைக்கப்பட்டிருந்த முகப்பூச்சு உப கரணங்களும் முத்தின் பளபளப்புள்ள கைப்பிடிகொண்ட தூரிகைகளும் நிலவொளியில் தனித்துத் தெரிவதையும் அவற்றுக்கு அருகில் ஏதோ வொன்று மஞ்சள் கலந்த வெண்மை நிறத்தில் இருப்பதையும் இப்போது பார்த்தார் சிவன்; பிட்சைப் பாத்திரம், பிரம்மாவின் மண்டையோடு. நீண்டநேரத்திற்கு அவற்றின் மீதே படிந்து நின்றது அவரது பார்வை. அவரை மறித்துத் தடுத்தன அவை. அவைதாம் அவரை ஒடுக்கிக்கொண் டிருந்தன. சதியின் இழப்பு ஏற்படுத்திய கடும் வேதனை. குற்றவுணர்வின் மந்த அதிர்வு; அவர் படைப்புக் கடவுளின் தலையை வெட்டியதோடு மட்டுமல்லாமல், அனைத்து உயிர்களின் தந்தையைப் பங்கப்படுத்தியது மாத்திரமல்லாமல், அனைத்தையும்விட மோசமானதாக அவர் செய்திருந் தது: ஒரு பிராமணனுக்கு ஊறுவிளைவித்திருந்தார். அதுதான் எப்போதும் செய்யக்கூடியதிலேயே மிகக் கொடுஞ்செயல். ஒரு பிராமணனைத் தாக்குபவன் வதைக்கும் கொக்கியொன்றை விழுங்குகிறான், தொண்டை யைப் பொசுக்கும் எரிகொள்ளியோடு வாழ்கிறான். சிவன் எலும்புக்

கிண்ணத்தைக் கைகளில் எடுத்தார். அது அட்டையைப் போல் அவர் உள்ளங்கையில் ஒட்டிக்கொண்டது. அவர் அதை வீசியெறிந்துவிட முயன்றார். ஆனால் அவரால் முடியவில்லை. யாரோ கவனித்துக்கொண்டிருக்கிறார்கள். நிழல் ஒன்று குகையில் பதுங்கிக் காத்திருந்தது. அது யாரென்று அவருக்குத் தெரியும், கடுமையாக வெறுக்கப்பட்ட பேசாத் துணை. சிவந்த கண்களுடன் கறுத்த மேன்மையான கந்தல்களை உடுத்திய பெண்; *பிரம்மஹத்தி,* பிராமணக் கொலையின் பழிகாரி. இந்தப் பெண்ணிடம் மட்டுமே சதி பொறாமை கொண்டிருக்க முடியும். இவள் மட்டுமே அவர் மனத்தை ஓய்வின்றி உலுக்கிக்கொண்டிருந்தாள், குகையொன்றின் சுவர்களில் முட்டிக்கொண்டிருக்கும் வௌவாலைப் போல். வஸ்துக்கள் ஒன்று கலப்பதைப் போல் வலியும் குற்ற உணர்வும் மெதுவாக ஒன்றுகலப்பதைப் பார்த்துக்கொண்டிருந்தார். அவருள் அழுத்தி அடைபட்டுக் கிடந்த அனைத்து வலிகளும் அனைத்துக் குற்றவுணர்வுகளும் பூமியின் கடைக்கோடிகளிலிருந்து பாய்ந்து வந்துகொண்டிருந்தன. சித்திரவதை செய்யப்பட்ட காதலர்களின் கதைகளும் தொலைந்து போனவர்களின், தற்கொலை செய்து கொண்டவர்களின் கதைகளும் அவர் நினைவுக்கு வந்தன. பெயர் தெரியாதவர்களை நினைவுகூர்ந்தார். மென்மையான தூசியைப்போல் வந்தன அவை. நெருப்புப் பொறிகள் பறந்து நெருப்புக் கலத்தினுள் திரும்ப விழுந்தன. அவர்கள் ஒவ்வொருவரையும் அவர் அடையாளம் கண்டார். அவர் பக்தர்களைப் போல அவர்கள் அவருக்கு வந்தனம் செய்தனர். சிவன் இமைகளின் ஒரு இமைப்பே அவர்களுக்கான மறுமொழி. ஒவ்வொருவருக்கும் ஒரு பெயர் இருந்தது. அனைவரும் அவருக்குள் விழுந்து அடங்கினர்.

எந்தக் காரணத்திற்காக, எந்த நோக்கத்தின் பொருட்டு, அதாவது நோக்கம் என்று ஒன்று இருக்கும் பட்சத்தில், சிவன் கைலாயத்தை விட்டுச் சென்றார் என்பது சற்றும் தெளிவாக இருக்கவில்லை. சலனமற்று அனைத்தையும் அவர் தன் மனத்தினுள்ளேயே மேற்கொள்ளப் பழகி இருந்தார். ஆனால் தொடர்ந்து மாறிமாறியும் ஒன்றிணைந்தும் வரும் இரு வெறும் பிம்பங்கள் இப்போது அவரைத் துன்புறுத்திக்கொண்டிருந்தன: எலும்பும் சாம்பலும் பிரம்மாவும் சதியும். இந்த இன்னல்தானா உலகத்தின் நெடுவழிகளிலும் இடைவழிகளிலும் தன்னைத் தொலைத்துவிட விரும்பும் மிக அற்பமான ஈனர்களைப் போல் அவரைத் தன் பயணங்களை மேற்கொள்ளத் தூண்டியது? கந்தல் உடுத்தி, கடுகடுப்புடன் அனல் பறக்கும் கறுத்த கண்களோடு, ஒரு நிழலெனக் கிராமங்களையும் சமவெளியையும் கடந்து நிலையற்றுத் திரிந்துகொண்டிருந்தார் அந்த நாடோடிச் சிவன். நீரூற்றில் ஏந்தும்போது, அவர் கலயத்தில் தண்ணீர் நிரம்பவில்லை. மற்ற அனைத்தையும்விட வேதனை தந்த தருணம் அதுதான். அந்த எளிய எலும்புத் துண்டைப் பார்த்து அது அடித்தளமில்லாதது என்பதை அவர் ஒப்புக்கொள்ள வேண்டியிருந்தது: எந்தத் திரவமும் தண்ணீரோ உதிரமோ அதை ஒருபோதும் நிரப்பாது. யாரும் அவரை அடையாளம் கண்டுகொள்ளவில்லை. சிவன் கோயில்களுக்கு முன்னால்

பிச்சையெடுத்தார். பக்தர்கள் வழிபட முண்டியடிக்கும்போது, சிலசமயங்களில் அவரை மிதித்துத் தள்ளி விடுவதுண்டு. சிலசமயங்களில் மற்ற பித்தர்களிடையே தொலைந்துவிட்ட பித்தனைப் போல விழுந்து புரண்டு பரிதவிப்பார். அவர் பெயரற்றவர், தனக்கென்று ஒரு தேசமோ ஜாதியோ இல்லாதவர், முற்றும் பறிகொடுத்த காதலர், மன்னிக்கப்பட இயலாத கொலைகாரர், தொலைந்துபோனதை யாரும் உணராமல் தொலைந்து போனவர். கரிந்துபோன ஒரு கட்டையைவிடக் கூடுதலான கவனத்தை அவர் பெற்றுவிடவில்லை. அதிர்வுறும் பதமான காற்றின் சுவாசமொன்றுதான் அவரைத் தன்னிலைக்குக் கொண்டுவந்தது. நிலத்தில் சட்டென்ற ஓர் அதிர்வை உணர்ந்தார், வசந்தத்தின் தூரத்து இடிமுழக்கம். உடனடியாக அவர் அலைந்து திரிதல்கள் இலக்கைக் கண்டன: செவ்வகில் மரக்காடு.

சற்றும் வளைந்து கொடுக்காத ஒரு தீர்மானத்துக்குப் பணிந்த, லேசான அமைதியற்ற காலடிகளுடன் அவர் செவ்வகில் மரக்காட்டை நெருங்கியபோது, தனக்குள்ளே ஒன்றாக வாழ்ந்து கொண்டிருந்த, ஒவ்வொன்றும் தன்னளவில் மற்றவற்றைத் துரத்தியிருக்கக்கூடிய, ஆனால் ஒவ்வொன்றும் மற்றவற்றின் இருப்பில் எரிச்சலடைந்துகொண்டிருந்த, மூன்று உணர்ச்சிகளால் தான் ஆட்கொள்ளப்பட்டிருப்பதைச் சிவன் உணர்ந்தார். முதலாவது, மிகத் தொலைவானது, பிராமணக் கொலை சார்ந்த அவரது குற்ற உணர்வு. தன் இடதுகைக் கட்டை விரல் நகம், பழுத்த பழம்போல் பிரம்மாவின் ஐந்தாவது தலையைக் கொய்து எத்தனை ஆயிரம் வருடங்கள் கழிந்துவிட்டன என்பதை அவர் நன்கு நினைவில் வைத்திருந்தாலும் பிராமணக் கொலையின் குற்றவுணர்வுடனேயே தான் பிறந்தாற்போல் இருந்தது சிவனுக்கு. ஆனாலும் ஒரு தாமதமான விளைவுக்கு மேலாக ஒன்றுமில்லாததுபோலத் தெரிந்தது அது. எதன் விளைவு? ஒருவேளை உலகின் இருப்பின் விளைவு.

இரண்டாவது உணர்ச்சி சதிக்கான அவரது துக்கம். இது சமீபத்தியது என்றாலும் அவர் உள்ளிழைகளை ஒரு முனையிலிருந்து மறுமுனைவரை அறுத்துக்கொண்டிருக்கும் இன்னும் ஆறாத ஒரு காயம், எப்போதும் தன் அங்கமாகவே இருந்ததைப் போலிருந்தது. ஒவ்வொரு காதலரும் முதலாவதாகவும் முதன்மையாகவும் இல்லாத ஒன்றைத்தான் காதலிக்கிறார். விஷயங்களின் படிநிலை அமைப்பில் இருத்தலுக்கு முந்தையதாக இருக்கிறது இன்மை. இன்மையின் வகைப்பிரிவில் வெறும் சிறப்பு நிகழ்வு இருத்தல். இருத்தல் ஒரு குறிப்பிட்ட காலநீட்சிக்குட்பட்ட மாயத் தோற்றம். ஆனால் இது நமது வேதனையை ஒரு வகையிலும் குறைப்பதில்லை. எதிர்காலத்தினுள் சிவன் நோக்கியபோது, அசட்டு தைரியம் கொண்ட, வெகுளியான, தொலைதூர மேல்நாட்டு வாசிகள், நடந்தது எதையும் மாற்ற முடியாது என்னும் கொள்கையைக்கொண்டவர்கள், தாங்கள் மட்டுமே துன்பப்படுபவர்கள் என்று ஒருநாள் நம்பக்கூடும். அவர்களைக் கண்டபோது, பரிதாபப்பட்டு அவர்களால் ஒருபோதும் கேட்க முடியாத

வார்த்தைகளைச் சிவன் முணுமுணுத்தார். "உலகம் ஒரு மாயத் தோற்றமாக இருந்தாலும் அல்லது மனம் மாயத் தோற்றமாக இருந்தாலும் அனைத்தும் மறுபடி வருவதாக இருந்தாலும் அல்லது ஒருமுறைதான் தோன்றுவதாக இருந்தாலும் துன்பம் ஒன்றுதான். ஏனெனில் துன்புறுபவனும் மாயத் தோற்றத்தின் ஒரு பகுதியே, அது எந்த வகையான மாயத் தோற்றமாக இருந்தாலும். பிறகு என்னதான் வேறுபாடு? இதுதான்; துன்புறுபவனில் துன்புறுபவனை அவதானிப்பவன் இருக்கிறானா – இல்லையா?" அதற்குமேல் இந்தத் தருணத்தில் அவர் எதுவும் சொல்லமாட்டார்.

பிறகு அங்கே காற்றின் முதல் அதிர்வு அவருக்குள் எழுப்பிய மூன்றாவது உணர்ச்சியொன்று இருந்தது. அது வளர்ந்து பெருகி, அலையெனப் பெருத்து, மிகக் கரடுமுரடான பாதைகளில் அவரை முன்தள்ளியது. வெகு காலத்திற்கு அவர் உணர்ந்திராத ஒரு நிறைவு, இறுமாப்பு, மூடத் துணிவு, அவருக்குள் பிரவேசித்தது. என்ன அது? முன்னெப்போதும் பார்த்திராத இன்னும் அறிந்திராத ஆனால் ஏற்கனவே கணநேரத் தோற்றமொன்றை உணர்ந்து, தொலைவில் இருந்து உடல்களை இயக்கும் செயல்திறனாக இருந்த, அநேகப் பெண்கள் குறித்த முன்னுணர்வுடன், அவர்களைத் திணறடிக்கத் தயாராக இருந்தார் அவர். யார் அவர்கள்? கண்டிப்பான பெண்கள், பெண்களில் மிகத் தூய்மையானவர்கள், தம் ஆளுகை பற்றி அக்கறையில்லாத இளவரசிகள், மனோரத சாரதிகள், பூமியின் மேல் படிந்துவிட்ட விண்ணுலக வெப்பக் கிளர்ச்சிகள், விண்மீன்களின் சாரத்தைத் தங்களுக்குள் தேக்கிவைத்துள்ளவர்கள்.

சிவன் செவ்வகில் மரக்காட்டை நோக்கிக் கடுமையாக முயன்று மலையேறிக்கொண்டிருந்தார். தனக்கு முன்பாகச் சென்றிருந்த பயணிகளின் சுவடுகளை எப்போதாவதுதான் கண்டார். தன் விழிப்பு நிலையில் வேக வேகமாகச் சென்றுகொண்டிருந்தவருக்கு இயற்கை முகமன் கூறிற்று. சரணாலயமொன்றுக்குப் போய்க்கொண்டிருக்கும் வழியைத் தவறவிட்ட யாத்ரிகன்போல அல்லது ஒரு பிச்சைக்காரன்போல கடந்துசெல்லும் ஒருவருக்குத் தோன்றியிருப்பார். தன் பாதங்களில் இருந்து கண்களை உயர்த்தி இருந்தால், மலையில் ஒளிந்துகொள்ளப்போகும் கொள்ளைக் காரன்போலத் தெரிந்திருப்பார். உலகத்திற்குள் இருந்துகொண்டு உலகத்தைப் புறக்கணித்தபடி இருக்கும் இடத்தை, தானே தனக்குப் போதுமானதாக இருக்கும் அந்த இடத்தை, அவர் தேடிக்கொண்டிருந்தார். சிலவேளைகளில் புதரிலிருந்து ஒரு மறிமான் வெளிவந்து, அவர் வழங்கும் இலைகளை உண்பதற்காகத் தன் பின்னங்கால்களை ஊன்றி, சிவனின் கைகளை நோக்கித் தன் முகவாயை நீட்டும். அவர்கள் கண்கள் சந்தித்து, அடையாளம் கண்டுவிட்ட ஒரு தெறிப்பும் உண்டாகும். அந்தக் கணத்தில் அவரைக் கண்டுபிடிப்பது எப்படி என்பதை அறிந்த ஒரே உயிரினம் அதுதான்.

செவ்வகில் மரக்காட்டில் வாழ்வு அமைதியாக, அநேகமாக எந்த இயக்கமும் அற்று இருந்தது. சமூகத்துடனான பிணைப்புகள் அனைத்தையும் துண்டித்துக்கொண்டவர்கள் அங்கே ஒரு சமூகமாக வாழ்ந்தார்கள்.

உயரமான மரங்களுக்கும் புதர்களுக்கும் இடையில், மரக்குச்சிகளால் ஆன செப்பமில்லாத குடிசைகள் ஒன்றுக்கொன்று இடைவெளிவிட்டு, ஆனால் ஒன்றின் பார்வையில் மற்றது உள்ளதாக அங்கங்கே அமைந் திருந்தன: ஒரு நிலையான ஓசை: நீரோட்டத்தின் ஓசை – சிலசமயங்களில் அது காற்றின் வலிமையான சலசலப்போடு ஒன்றி ஒலித்தது. இங்கே ரிஷிகளும் அவர்கள் மனைவிகளும் வாழ்ந்தனர். சந்தையில்லை, வண்டிகளில்லை, படைவீரர்களில்லை, ஒரு சமுதாயத்தை உருவாக்கக்கூடிய இவை எதுவுமில்லை. இருந்தும் அங்கு வாழ்பவர்கள் எண்ணம் மற்றும் செயல்பாட்டின் ஒவ்வொரு விதியையும் பகிர்ந்துகொண்டார்கள். அவர் களுடைய பேசிக்கொள்ளப்படாத ஒப்பந்தம் அவ்வாறாக இருந்ததால், அந்த இடம் ஒரு கடினமான, தெள்ளத் தெளிவான பாறைபோல இருந்தது. அற்புதமான, பெருமிதம் கொண்ட, தனித்த பெண்கள், காட்டு வழிகளில் நடந்தனர். தண்ணீர் எடுத்துவர, குளிக்க, அல்லது உற்றவர்களைப் பார்க்கப் போய்க்கொண்டிருந்தனர். ரிஷிகள் என்ன செய்து கொண்டி ருந்தார்கள் எனக் கேட்பது அர்த்தமற்றது: அவர்கள் தவம் செய்துகொண்டி ருந்தார்கள். இதுதான் முழுமையா? அது வெறுமையா? அது மனச்சோர்வா? அது விடுதலையா? அது நினைவா? அது துறவா? அது மகிழ்ச்சியா? யாரும் எந்தவொரு நிச்சயத்தோடும் அதை நிறுவியதில்லை. அந்த அசைவற்ற நிலையில் உடன் குடியிருந்தது, ஐயம்.

செவ்வகில் மரக்காட்டு ரிஷிகளின் வாழ்வைக் குலைக்கச் சிவன் ஏன் விரும்பினார்? கைலாயத்தில் அவர் வாழ்ந்த வாழ்வுக்கு மிக நெருங்கி யதாக அல்லவா இருந்தது அவர்களது வாழ்வு? அது இடையறாத தவம் அல்லவா, மனத்தையும் காமத்தையும் கைவிட்ட தூய துறவல்லவா, அனைத்து உலகிலும் சிவனின் சுவாசத்துக்கு ஈடான ஒன்றல்லவா? பிறகு தன் துணையோடு, ஒரு *தபஸ்வினி*யோடு, தனிமையிலும் உள்வாங்கிய நிலையிலும் வாழ்வது, சதியின் பார்வையைத் தவிர வேறு ஒருவரின் பார்வையையும் சந்திக்காமல் வாழ்ந்த சிவனின் மகிழ்ச்சியான காலத்தை மறுபடி நிகழ்த்தியதுபோல்கூடத் தெரியவில்லையா? அல்லது உண்மையில் அதுதான் சிவனின் வன்மத்தைத் தூண்டிவிட்டதா?

செவ்வகில் மரக்காட்டில் இருந்த ஒரு திருத்தப்பட்ட நிலத்திட்டில் பெண்களின் குழுவொன்று விறகுகளையும் பூக்களையும் சேகரித்துக் கொண்டிருந்தது. அதிகாலை நேரம். அவர்கள் அறியாத மனிதன் ஒருவன் ஒரு புதரிலிருந்து வெளியே வருவதைப் பார்த்தனர். அவன் பாதி நிர்வாணமாக இருந்தான், அவன் உடல் சாம்பல் பூசிய நிறத்தில் இருந்தது. ஆனால் இங்குமங்கும் தெரிந்த தோல் பொன்னென மின்னியது. அவன் தலைமயிர் அடர்ந்து, கறுத்து, பின்னலிடப்பட்டிருந்தது. தன் கையில் ஒரு பாத்திரத்தை வைத்திருந்தான், ஒன்றும் பேசவில்லை. பெண்கள் அனைவரும் அவனைப் பார்ப்பதற்காகத் திரும்பினார்கள். அந்த அமைதியில் அவன் தன் பற்களைக் காட்டினான், அவை திகிலூட்டு

பவையாக இருந்தன. பிறகு அவன் சிரிக்கத் தொடங்கினான், இதுவரை அவர்கள் கேட்டிராத ஒரு ஒலியுடன் சிரிக்கத் தொடங்கினான். அவனை அடைத்து விடுவதைப் போல் பெண்கள் வட்டமாக அவனை நோக்கிச் சென்றனர். ஆனால் சிவன் அவர்களைக் கவனியாமல் அவர்களூடே நடந்து போனார். அவர் கிராமத்தை நோக்கிச் சென்றுகொண்டிருந்தார். பெண்கள் அவருக்குப் பின்னால் வரிசையாகத் தொடர்ந்தார்கள். அவர்கள் மிக மெதுவாகத் தங்களது தொடைகளை அசைக்கத் தொடங்கினார்கள். இப்போது சிவன் அமைதியாக இருக்க, அந்தப் பாம்பு போன்ற ஊர் வலத்தின் கூடவே சிரிப்பும் ஊர்ந்து சென்றது. அதே சமயத்தில் வீட்டு வேலைகளைச் செய்வதற்காக வீட்டில் தங்கியிருந்த ரிஷிகளின் வீட்டுப் பெண்கள், வீட்டு வேலைகளை நிறுத்தினர். தாங்கள் செய்துகொண்டி ருந்ததை மறந்தனர். ஏதோவொன்று அவர்களைச் சாளரங்களுக்கும் கதவுகளுக்கும் இழுத்தது. தங்கள் இரவு உடையிலேயே சிலர் வெளியே வந்தனர். மற்ற சிலர் அடுக்களையில் இருந்தோ ஒப்பனை மேடைகளில் இருந்தோ வந்தனர். அவர்கள் மணிக்கட்டுகளில் இருந்து கீழே விழுந்த வளையல்கள் விழுந்த இடத்திலேயே கிடந்தன. அந்தப் பெண்கள் விரைவில் ஒருவர்பின் ஒருவராக, ஒரு வார்த்தைகூடப் பேசாமல் சாலையில் நடக்கத் தொடங்கினர். அவர்கள் பாதங்கள் சிறிய நடன அசைவுகளை மேற்கொண்டன, இடுப்புகள் மிக லேசாக அசைந்தன. கடைசியில் உள்ள குடிசைகளை அடைந்தபோது, அந்தப் புதியவன் தங்களை நோக்கி வருவதைக் கண்டனர். தொடர்ந்துவந்த ஊர்வலத்தோடு இணைந்து, அவர்களும் மற்றவர்களோடு சேர்ந்து நடந்தனர்.

செவ்வகில் மரக்காட்டை அடைவதற்குச் சற்று முன்பாகச் சிவன், விஷ்ணுவை அழைத்து அவரை மோகினியின் உருவமெடுக்குமாறு வேண்டிக்கொண்டிருந்தார். மோகினி அற்புதமான விண்ணுலகக் கணிகை. அவளுடைய மாயச் செயல்களுக்குக் கடவுளர் மிகப் பெரிய அளவில் கடமைப்பட்டிருந்தனர். அன்று மோகினி துணிக்கீற்றுகளாலும் ஆபரணங் களாலும் தன்னை அலங்கரித்துக்கொண்டு தோன்றினாள். சாம்பலால் காய்ந்துபோயிருந்த சிவனின் கை, சந்தனத் தைலம் பூசியிருந்த மோகினியின் கையைப் பற்றிக்கொண்டது. இவ்வாறாகச் சகோதரனும் சகோதரியும்போல் அவர்கள் ஒன்றாகச் சிறிது நேரம் நடந்து போய்க்கொண்டிருந்தனர். பிறகு வெவ்வேறு பாதைகளில் பிரிந்து சென்றனர்.

ரிஷிகள் அமைதி இழந்திருந்தனர். இயற்கையின் எழுச்சி அவர்களுக்குத் தொல்லையாக அமைந்தது. காலைப் பனிமூட்டத்தில் அவர்கள் தலையில் ஆவி பறந்தது. பருவ காலச் சுழற்சிக்கு மீண்டும் ஆட்படப்போகிறோம் என்று எரிச்சல் கொண்டனர். ஆனால் உண்மையிலேயே அவர்கள் முக்தி அடைந்திருந்தால், ஏன் இந்த எரிச்சல்? அங்கே ஒரு அசாதாரண மான அமைதி சூழ்ந்திருந்தது. வீட்டுச் சூழ்நிலையின் மாற்றமில்லாத ஒற்றை யோசை தரும் நிச்சயத்தன்மை அங்கு இல்லாதிருந்தது. இது குளிக்கப்

போக வேண்டிய வேளையாக இருக்கலாம் என்று அவர்கள் அனைவரும் ஒரே சமயத்தில் நினைத்தனர். நதிக்குப் போகும் வழியில் அவர்கள் மோகினியைச் சந்தித்தனர். அந்தச் சக்தி வாய்ந்த மனிதர்கள், மிகவும் தீர்க்கமாகவும் தீவிரமாகவும் ஆவல் பொங்கும் கண்களோடு அவளைத் தொடர்ந்தனர். நீண்ட வெள்ளை உடைகளுக்கு அடியில் குறிகள் விறைக்கத் தொடங்கின. நதிக்கு அருகில் அமர்ந்து அந்தப் புதிய அழகியுடன் பேச விரும்பினார்கள். சந்தேகமின்றி, உள்ள உலகங்கள் அனைத்தும் தெரிந்த அவள், மதுபானவிடுதிகள், அரண்மனைகள், படுக்கையறைகள், துறைமுகங்கள், கப்பல்கள், குதிரைகள், ரோஜா மலர்கள் ஆகியவற்றின் வாசத்தை உடையாக அணிந்திருந்தாள். மீண்டும் தங்களை ஏளனப்படுத்த தேவலோகத்திலிருந்து இறங்கிவந்த ஒரு அப்சரஸாக இருப்பாளோ அவள்? அல்ல, இந்தப் பெண்ணிடம் ஏதோவொன்று இருந்தது. தங்கள் முன்னே தெரிந்த அவள் இடையின் லேசான அசைவு அவர்கள் முன்னம் அறிந்த இன்பங்கள் அனைத்தையும் விஞ்சியிருந்தது. ரிஷிகள் ஒருவருக் கொருவர் காலை வணக்கம்கூடச் சொல்லிக்கொள்ளவில்லை. ஒவ்வொரு வரும் தான் மட்டும் அவளைத் தொடர்வதான எண்ணத்தில் மோகினியைத் தொடர்ந்தனர். சட்டென்று சிரிப்பு, கத்தல், மணிகள், ஜால்ராக்கள், கஞ்சிரா ஆகியவற்றின் குழப்பமான ஒலி காட்டிலிருந்து கேட்டது. ரிஷிகளின் அசைந்தாடும் ஊர்வலம் மற்றொரு அசைந்தாடும் ஊர்வலத்தில் போய் மோதிக்கொண்டது. அவர்கள் தங்கள் மனைவிகளைக் கண்டுகொண்டனர்: இவர்கள் யாரும் அறிந்திராத ஒரு மனிதனை அவர்கள் பின்தொடர்ந்து கொண்டிருந்தனர், ஆனால் அவன் சரியானவன் இல்லை. அவனை எடைபோட இது நேரமில்லை. ஏற்கனவே இரு ஊர்வலங்களும் கலந்து கொண்டிருக்கின்றன. சட்டென்று ஒரு கணத்தில் ரிஷிகள் முகபாவங்களை மாற்றிக்கொண்டு, தங்கள் மனைவிகளைத் திட்ட ஆரம்பித்தனர். தங்கள் மனைவிகளைத் தேடிக்கொண்டு கிராமத்திலிருந்து வந்தோம் என்றார்கள். மேலும் அவர்கள் கலைந்த தலையுடன் ஒழுங்கற்ற உடையுடன் ஒரு அழுக்குப் பிச்சைக்காரனுக்குப் பின்னால் அணி சேர்ந்திருக்கிறார்கள். அவனை நிச்சயமாகத் தண்டிக்கத்தான் வேண்டும். ஆனால் எங்கே அவன்? அவர்கள் சுற்றிலும் தேடினார்கள் – அவர்கள் மோகினியையும் தேடி னார்கள். அங்கே இருவருடைய சுவடுமில்லை. குழப்பத்துடன் கோபமாக, ஆயுதமேந்திய முரட்டுக் காவலில் உள்ள கைதிகளைப் போல் தங்கள் மனைவிகளை வீடு திரும்புமாறு ரிஷிகள் ஆணையிட்டனர்.

ரிஷிகள் சிவனை அடையாளம் கண்டுகொள்ளவில்லை. ஆனால் சிவன் அவர்களில் சிலரைத் தன் மேன்மை வாய்ந்த சகலைகள் என அடையாளம் கண்டார். வசிஷ்டர், அத்ரி, புலஸ்தியர், ஆங்கிரஸர், புலகர், க்ரது, மரீசி – இவைதாம் அருவருப்பான, சாம்பல் பூசிய அவள் மணமகனைக் குறித்து அவமானத்தை ஏற்படுத்தும் பொருட்டு, வெறுக்கத்தக்க அளவுக்கு மேட்டிமையுடன் தக்ஷன் சதியிடம் கடகடவென்று உதிர்த்த சில பெயர்கள். அவர்கள் சரியானவர்கள், சரியான விஷயங்களைச் செய்பவர்கள், சரியான எண்ணங்களை எண்ணியவர்கள். அவர்களில்

சிலரைச் சிவன் ஏற்கனவே பார்த்திருக்கிறார். பூமியிலல்ல, வானத்தில், சப்தரிஷி மண்டலத்தின் நடுங்கும் ஒளியில் அவர்களைத் தொடர்ந்து கவனித்திருக்கிறார். வானில் அந்த ஒளிகள், அலைமோதும் நிழல்களின் ஊடாக, பழைமை குறித்த ஏக்கத்தோடு தொலைதூரத்திலிருந்த கிருத்திகையை, அவர்களின் பிரியமானவர்களை, பார்த்துக்கொண்டிருந்தன. பூமியின் மேல், வயதான கணவர்களைப் போல், திரும்பத் திரும்ப நடப்பவை களுக்குப் பழகிப்போய், உலகின் அசுத்தங்களில் இருந்து அவர்களைப் பிரித்துவைத்திருக்கும் காற்றுக் குமிழிக்குள் வாழ்ந்தனர். எவ்வாறிருந்தாலும் சதி சாம்பல் திரளாகிப் போனதற்கு, இந்த மேன்மையான துறவிகள்தாமே காரணம்? சாம்பல். ஆமாம். ரிஷிகளால் இதைத்தான் புரிந்துகொள்ள இயலவில்லை. எதை அவர்கள் அறவே விலக்கினார்களோ, எது அவர்களை விரட்டிக்கொண்டு வந்ததோ அதை. எல்லாம் கலந்துபோகிறது, இணைகிறது, அனைத்தும் சாம்பலில் சமானமாகிறது. சாம்பலின்றி வெளிச்சம் உண்டாவதில்லை. அனைவரும் பலவித விலங்குகள் என்று புரிந்து கொள்ளும்வரை வெளிச்சம் உண்டாவது இல்லை. விலங்குகள் சாம்பலில் தகவல் பரிமாறிக்கொள்கின்றன. மங்கலமானதை மணமுள்ளதாக்கச் சாம்பலால் மட்டுமே முடியும். அதனால்தான் ரிஷிகள் வீட்டுப் பெண்கள் அவ்வளவு வெறிகொண்டு சிவனைத் தொடர்ந்து சென்றனர்.

ரிஷிகளின் மனைவிகள் தங்கள் வீட்டில் அடைந்துகொண்டனர். ரிஷிகள் ஒன்று கூடினர். கடுமையுடன் இருந்தனர். அந்தப் புதியவனை வேட்டையாடிக் கண்டுபிடிக்க வேண்டும் என்றனர். அவனைக் கொல்லுங்கள் என்றது ஒரு குரல். அவன் ஆண்மையைப் போக்குங்கள் என்றது மற்றொரு குரல். கௌதமர் இந்திரனுக்குச் செய்ததைப் போல. ஒருவரும் மோகினியைப் பற்றிக் குறிப்பிடவில்லை, அவள் தோன்றியே இருக்காததுபோல். இதற்குள் அவர்கள் சேமித்துவைத்திருந்த ஏராளமான தவவலிமையை அவர்கள் கோபம் விழுங்கியிருந்தது. பார்வைகளைப் பரிமாறிக்கொண்டபோது, பழிதீர்க்கப் புறப்பட்ட முரடர்களாக, மிகச் சாதாரணமான மனிதர்களாக அவர்கள் தெரிந்தார்கள். காட்டில் தேடுவதற்காகப் பிரிந்து சென்றபோது சிரிப்பு, கனைப்பு, ஊளை, கர்ஜனை போன்ற ஒலிகளால் மதிகெட்டுப் போயினர். விலங்குகளின் பெருமான் அவர்களைக் கேலி செய்துவிட்டுக் காணாமல் போனார். ஆனால் அவர்கள் கடைசியில் ஒரு திருத்தப்பட்ட நிலத்திட்டில், ஒரு மரத்தண்டின் மீது அவரைக் கண்டனர். அவரைச் சுற்றிச் சூழ்ந்துகொண்டனர். "நீங்கள் என் ஆண்மையைப் போக்க விரும்புவதானால், அதை நானே செய்து கொள்கிறேன்" என்ற சிவன், அமைதியாக ஒரு சிவந்த ஆண்குறியையும் விதைப்பையையும் ஒரு கையால் பிடித்து, ஆழமான புற்களுக்கிடையே வீசினார்.

சிவனின் குறி விழுந்த இடத்தில், ஒரு ஒளிச்சர்ப்பம் நெளிந்து சென்றதை ரிஷிகள் ஆச்சரியத்துடன் பார்த்தனர். புற்கள் கருகிய வாசம் வீசியது

அங்கே. மெதுவாக, அமைதியாக, ரிஷிகள் ஒளியைப் பின்தொடர்ந்து செல்ல ஆரம்பித்தனர். “அது வேறெந்த ஒளியையும் போலில்லை” என்று அவர்கள் நினைத்தனர். சிவன் மறைந்து விட்டதைக்கூட அவர்கள் உணரவில்லை. அந்தத் துளைத்துப் புகும் ஒளி ஏரிக்குள் சறுக்கிச் சென்றது. கவனிப்பதற்காக ரிஷிகள் கரையில் நின்றனர். தண்ணீருக்கடியில் ஆழத்தில் ஒளி நெளித்து வளைத்து சென்றது. அது அடுத்த கரையை அடைந்ததை அவர்கள் பார்த்தனர். பிறகு அது வானில் எழுந்தது. சூரியன் அஸ்தமித்திருந்தது, நிழல்கள் ஏரியின்மேல் ஊர்ந்துகொண்டிருந்தது. மையத்தில், தண்ணீரும் வானமும் ஒரு ஒற்றை ஒளிரும் மடிப்பாக ஒன்றுகலந்தது. அது எங்கே தொடங்கியது, எங்கே முடிந்தது என்று யாரும் சொல்ல முடியாது.

செவ்வகில் மரக்காட்டை விட்டு, சிவன் ஒவ்வொரு இடமாக அலைந்து திரிந்தார். எலும்புக் கிண்ணம் இன்னமும் அவர் கைகளில் ஒட்டிக்கொண்டிருந்தது. ஓரிரு அடிகளுக்குப் பின்னால் அமைதியாகத் தொடர்ந்துகொண்டிருந்தாள் கந்தையான பிரம்மஹத்யா. யாரும் கவனிக்கவில்லை. மற்ற அநேகரைப் போல அவர்களும் வெறும் பிச்சைக்கார ஜோடி. அவர்கள் கடைவீதியில், அரண்மனையில், ஒரு துறைமுகத்தில் நிற்பார்கள். சிவனின் கண்கள் வெறுமையாக இருந்தன. யாரும் அவர்களிடம் பேசவில்லை. சாலையருகில் ஒரு நெருப்பைச் சுற்றி இருந்த மற்ற பிச்சைக்காரர்கள் காசிக்குப் போவதாகவும் ஏனெனில் அதுதான் இறப்பதற்கு நல்ல இடமென்றும் பேசிக்கொண்டிருந்ததைக் கேட்டார்கள். சிவன் மரணத்திற்காக ஏங்கினார். ஆனால் திரும்பத் திரும்ப வரும் மரணமல்ல. பிரம்மாவின் கடுங்கோபத்தால் ஏற்பட்ட ஊழித் தீயில் ஒரேயடியாக அழிந்து போவதிலிருந்து பிரபஞ்சத்தைக் காப்பாற்றுவதற்காக அவர் அறிமுகப்படுத்திய *புனர்மிருத்யு* அல்ல. அவர் தேடிக்கொண்டிருந்தது அரியதான இனியதான ஒன்றை, சர்வநிச்சயமான மரணத்தை. அந்த எலும்புக் கிண்ணத்துடன் இருந்த கொடுமையான ஒட்டுதலின் மாற்றிவிட முடியாத அழிவைத் தேடிக்கொண்டிருந்தார். தன்னை இருப்புக்குக்கொண்டு வந்தவனை விடுவிக்க உலகத்தால் முடியுமா?

தொலைவில் தெரிந்த நகரத்தை அவர்கள் கண்டபோது பிரம்மஹத்யா முன்னே வழிநடத்திக்கொண்டு சென்றாள். அது வேறெந்த பெரிய நகரத்தையும்போல்தான் இருந்தது. ஆனால் காற்றில் ஏதோவொன்று வித்தியாசமானதாக இருந்தது. மிக மென்மையான பொடியின் எண்ணற்ற துகள்கள். ஒரே சமயத்தில் இனிமையாகவும் இனிமையற்றதாகவும் உள்ள நுட்பமான மணம். பண்டகச் சாலைகள், பட்டறைகள், தொழுவங்கள், சந்தைகள், நந்தவனங்கள், அரண்மனைகள் இவற்றுக்கு அப்பாலிருந்து வந்தது முழு வேகத்துடன் ஓடும் ஒரு நதியின் ஓசை, கடல் போன்ற ஒரு நதி, மறுகரை பனியில் காணாமல்போயிருந்த நதி. அங்கே, கங்கையின் மறுகரையில், விடுதலை இருந்ததாக அவர்கள் கிசுகிசுத்துக்கொண்டனர்.

நகரத்திற்குள் போவதற்கு முன்னால், சிவனும் அவருடைய துணையும் ஒரு ஆடம்பரமான யாகம் நடந்துகொண்டிருந்த சீர்படுத்தப்பட்ட நிலத்தை

அடைய முயன்றனர். ஆனால் இம்முறை அவர்கள் துரத்தப்பட்டனர். பிச்சைக்காரனின் கையிலிருந்து இயற்கைக்கு மாறாக அந்த எலும்புக் கிண்ணம் தொங்கிக்கொண்டிருப்பதை யாரோ ஒருவர் கவனித்தார். அவர்கள் அவரை நிறுத்தினார்கள். சிரித்துக்கொண்டே ஒரு நீண்ட கழியைக்கொண்டு அதை அவரிடமிருந்து பிய்த்துவிட முயன்றார்கள். கிண்ணம் விழுந்தது, ஆனால் உடனடியாக வேறொன்று அவருடைய கைகளிலிருந்து முளைத்தது. இப்போது யாரும் சிரிக்கவில்லை. கிலியோடு வெறித்தார்கள். உணவு கிடைக்காமல் சிவனும் பிரம்மஹத்யாவும் வெளியேறினார்கள்.

மறிமானின் தலையான மார்கழியின் எட்டாம் நாள் அது. ஏற்கனவே அறிந்த ஒரு இடத்துக்கு மீண்டும் செல்வதுபோல், சிவன் நகரத்தை நோக்கி விரைந்தார். விரைவாக நடந்துகொண்டிருந்த அவர் நடை எவ்வாறு ஒரு நடனமாக ஆகிக்கொண்டிருக்கிறது என்பதைப் பிரம்மஹத்யா பார்த்தாள். விளக்குகளும் பயணிகளின் ஆரவாரமும் இருக்கும் இடத்தை நோக்கிச் செல்லாமல், சிதைகள் நிரம்பி இருண்டு புகையும் அகன்ற பரப்பொன்றுக்குப் போனார் சிவன். தன் கால்கள் சொதசொதப்பான கூழினுள் அமிழ்வதைப் பிரம்மஹத்யா அப்போது உணர்ந்தாள்: சாம்பல், குருதி, கருகிய சதை. நரிகளும் வல்லூறுகளும் கண்ணுக்குப் புலப்படா விட்டாலும் அவற்றின் குரல்கள் கேட்டன. நெருப்பு உருவாக்கும் தெளிவற்ற நிழல்கள். அவிமுத்தா என்னும் பெயர்கொண்ட ஒரு பெரிய மயானம் அது. பிரம்மஹத்யாவுக்கு முன்னால் நடந்த சிவனின் காலடிகள் மென்மை யாகவும் கச்சிதமாகவும் இருந்தன. அவ்வப்போது சிதையொன்று பற்றியெரியும் மற்றவை கனலில் அமிழும். சிவன் கீழே அசைவற்று அமர்ந்தார். பிரம்மஹத்யா நின்று கவனித்துக்கொண்டிருந்தாள். அவள் அவரிடம் ஒரு வார்த்தைகூடப் பேசவில்லை. ஆனால் இப்போது தாங்கள் காதலர்கள், அந்த மயானம் தங்கள் படுக்கை என்பதுபோல் அவர் பெயரைச் சொல்ல வேண்டும் என்ற வலிமையான உந்துதலை உணர்ந்தாள் அவள். அவளால் அதைச் செய்ய இயலவில்லை. நிலவும் சிதைகளும் அளிக்கும் இருண்ட வெளிச்சத்தில், சிவனது உள்ளங்கை தன் கிண்ணத்தை இரவுக்கு அர்ப்பணிப்பதை அவள் பார்த்தாள். கபாலம் பொடிப் பொடியாகி விழுந்தது. சிவனின் மெலிந்த கைகள் கடைசியில் விடுதலையடைந்ததைப் பார்த்தாள். அவள் கால்களுக்குக் கீழே தரை நெகிழத் தொடங்கியது. வழிவிட்டு அவளை அது உள்ளிழுத்துக்கொண்டது. ஒரு ஓசையுமின்றி அவள் வாய் பிளந்த பிளவிற்குள் மூழ்கினாள்.

6

ஹைமவதி நகரில் ஏறக்குறைய எதுவுமே நடப்பதில்லை. சில வேளைகளில் ரிஷியொருவர் ஓய்வெடுக்க வருவார் – விரைவில் கிளம்பி விடுவார். போர்களில்லை, எழுச்சிகளில்லை. சாலைகள் இயற்கைக்கு மாறானதொரு பளபளப்பைக்கொண்டிருந்தன. எண்ணற்ற அரண்மனைச் சுவர்களில் கிளிகள், கொக்குகள் அன்னப்பறவைகள் வரையப்பட்டிருந்தன. ஊற்றுகளிலிருந்தும் வாய்க்கால்களிலிருந்தும் தண்ணீரின் சலசலப்பு எல்லா இடத்திலும் நிரம்பி இருந்தது. இமாலயத்தின் பீடபூமியின் மேல் ஒரு மெத்தைபோல் பரந்து கிடந்தது அந்த நகரம். கடவுளர் எப்போதும்போல் மிகுந்த இச்சையுடன் கீழே கூர்ந்து பார்த்துக்கொண்டிருந்தனர். அதன் உட்பகுதிகளில், நறுமணப் பொருட்களால் நிறைந்திருக்கும் நிலவறைகளுக்கு அடியில், அனைத்துப் பிரபஞ்சத்திலும் இல்லாத அளவுக்கு ரத்தினக் கற்களின் மகத்தான பெருவளம் பாறைகளால் மறைக்கப்பட்டுள்ளதென்று அவர்களுக்குத் தெரியும்: மலையின் இதயம் அது. அந்தப் பளபளப்பின் பிரபை, மறைத்துவைக்கப்பட்ட ஒளி, மேற்புரங்களில் கசிந்துகொண்டிருப்பது போலிருந்தது. நிலக்காட்சியை ஆக்கிரமித்திருக்கும் தெளிவான உருவெளிக்கோட்டிற்கு மென்மையான பின்புலக்காட்சியை இணைத்தது போலிருந்தது, உள்ளது அனைத்தின் மெதுவான சீரழிவைப் பற்றியும் கவலையற்றதாக அது இருந்தது. இங்குதான் பார்வதி வளர்ந்தாள், உலகத்தில் வேறெதையும் அவள் பார்த்திருக்கவில்லை: இந்த இயற்கைதான், ஒரே சமயத்தில் துல்லியமாகச் செதுக்கப்பட்டு மிகத் தெளிவானதாகவும் அநேகமாக உலோகத் தன்மையோடுள்ள இந்த இயற்கைதான் அவளறிந்த ஒரே இயற்கை.

பார்வதி முதன்முறையாகச் சிவனின் பெயரைக் கேட்டது தன் விளையாட்டுத் தோழிகளிடமிருந்து. அந்தச் சிறுபெண்கள் அவரைப் பற்றிய பாடல்களைப் பாடியபோது, சிலசமயங்களில் சிரிப்பை அடக்கிக் கொண்டார்கள். சிலசமயங்களில் வெட்கப்பட்டார்கள். "சாம்பல்கள் மற்றும் தைலத்தின் நாயகனே" என்றார்கள் அவர்கள். ஆனால் அந்த வார்த்தைகளுக்கு என்ன அர்த்தம்? இல்லையெனில் "பாம்புகளோடு பாம்பாக, எருதின் தாற்றுக் கோலாக" என்று அவர்கள் சொன்னார்கள். புரியாதபோது பார்வதிக்கு அது மிகவும் பிடித்திருந்தது. அவளை மிகவும் கவர்ந்தது தெளிவின்மையே. இல்லாவிடில் அவளைச் சூழ்ந்திருந்த உலகம் அதிகபட்சமான தெளிவுடன் இருந்திருக்கும்.

வயதான அவள் தந்தை ஹிமவான், அந்த மலையளவுக்கு வயதானவன், பாறைகளால் ஆனவன், அவளைப் போலவே. அவர்கள் பேசிக் கொள்ளாம லேயே ஒருவரை ஒருவர் புரிந்துகொண்டார்கள். அவள் தாய் மேனா, தன் முழு வாழ்க்கையையும் அரண்மனைக்கும் நந்தவனங்களுக்கும் நடுவில் வாழ்ந்தவளைப் போல் காணப்பட்டாள். அவள் கவலைகளும் பதற்றங்களும் சிறியவளான தீவிரமானவளான பார்வதிக்கு அற்பமானவை யாகத் தோன்றின. எப்போதாவது மட்டுமே மேனா கொஞ்சம் தன்னைத் தளர்த்திக்கொண்டு, வெகு காலத்திற்கு முந்தைய கடற்பயணம் ஒன்றைப் பற்றி, "ஒரு வெண் தீவு"க்குத் தன் சகோதரிகள் தன்யா, கலாவதி இருவருடனும் போனதை, உலகச் சுற்றுலாவுக்குச் சென்ற இளவரசியைப் போல் குறிப்பிடுவாள். அங்கே ஏதோ நிகழ்ந்திருந்தது, ஒரு பெரிய குற்றம், துடுக்குத்தனமான அந்த இளவரசிகளின் தரப்பில் ஒரு பிறழ்வு, ஆனால் யாருக்கு இழப்பு? அங்கு எப்போதும் யாராவது ஒரு ரிஷியோ அல்லது வேறு யாரோ அமைதி இழந்திருப்பார். ஆனால் பார்வதி தன் தாயை எவ்வளவு வலுக்கட்டாயமாகக் கேள்வி கேட்டாலும், அவளால் அந்த விஷயத்தின் ஆழத்திற்குச் செல்ல முடிந்ததில்லை. அதென்னமோ அந்தக் கதை குறிப்பிடக்கூடாத வேறொரு வாழ்க்கையைச் சார்ந்ததைப் போல் இருந்தது. ஹிமவான்கூடச் சிலவேளைகளில் அபத்தமாகப் பேசுவது போலிருந்தது, தன்னைப் "பாதுகாவலன்" எனச் சொல்லிக்கொண்டு சம்பந்தமில்லாத குறிப்புகளோடு, எல்லாம் இன்னமும் "அடைபட்டிருந்த" காலத்தைப் பற்றியும் மேலும் தான் மட்டுமே, ஹிமவான் மட்டுமே, "முழுமை" என்றால் என்னவென்று அறிந்து அதைப் பாதுகாத்து வந்த தாகவும் கூறிக்கொள்வார். ஆனால் அவள் பெற்றோர்களின் கடந்த காலம் என்னவாக இருந்தாலும் அல்லது என்னவாக இல்லாமல் இருந்தாலும் – இப்போது அவர்கள் குழந்தைத்தனமான வாழ்வை நடத்திக்கொண்டி ருப்பதாக பார்வதி நினைத்தாள் – அவர்கள் துன்பப்படவில்லை, அவர் களுக்கு அறிவு இன்னும் ஏற்படவில்லை – மேலும் அவள், சிறியவளான அந்தப் பார்வதி, மாற்றத்திற்கான ஆவலோடு அவர்களைவிட ஏற்கனவே முதியவளாக உணர்ந்தாள்; ஆயிரக்கணக்கான வருடங்கள் வாழ்ந்திருந்த அவர்களைவிட.

தாரகன் உலகை உலுக்கினான். ஏற்கனவே அவன் கடவுளரின் மனைவிகளைக் களவாடிவிட்டான். ஒரு சிங்கத்தின் மீது அமர்ந்து சென்று தன் எதிரிகளைப் பத்தாயிரம் கைகளைக் கொண்டு நெரித்துக் கொன்றான். அவன் ஒரு அசுரன். தனக்கு முன்னம் இருந்த பல பேய்க்கணங்களுக்குச் சமமான சக்தி வாய்ந்த ஒரு தபசியாக இருந்தான் அவன். ஆனால் இந்த முறை, அவன் ஏற்படுத்தும் பெருநாசத்தை நேரில் கண்டு முன்னெப்போதும் இல்லாதபடி ஒரு விஷயத்தைப் பிரம்மா வெளியிட்டார்: சிவன் மகனால் மட்டுமே தாரகனைக் கொல்ல முடியும். ஆனால் சிவன் எவ்வாறு மைந்தனைப் பெறுவார்? கடவுளர் முன்னெப்போதும் இல்லாத அளவுக்குக் கையாலாகாதவர்களாகத் தம்மை உணர்ந்தனர்: இந்திரனின் இடி, வருணனின் சுருக்குக் கயிறு, விஷ்ணுவின் வட்டத்

திகிரி ஆகியவை மறக்கப்பட்டுவிட்ட பொம்மைகளைப் போல் சிதறிக் கிடந்தன. தாரகன் கடல் மற்றும் வானத்தின் ரத்தினப் பொக்கிஷங்களைக் கொள்ளையடித்தான். அப்சரஸ்களின் விண்ணுலக வீடுகளுக்குள் அத்துமீறி நுழைந்தான். நாடோடிகளைப் போல் நீண்ட வரிசையில் அந்தப் பெண்கள், கண்கள் தரையைப் பார்த்தபடியிருக்க, போர்க் கைதிகளைப் போல வெளியே நடந்தனர்.

கடவுளர் ஓடிப்போயினர்: ஆனால் தாரகன் எல்லாத் திசைகளி லிருந்தும் அவர்களை நோக்கி வந்தான். நம்பிக்கை இழந்த நிலையில் அவர்கள் மீண்டும் பிரம்மாவிடம் திரும்பினர். அவர் சிரித்தார், "தாரகன் வளர வேண்டுமென்பது என் சங்கல்பம், அவனை நான் அழிப்பதென்பது அநேகமாகச் சாத்தியமற்றது. சிவன் மைந்தனால் மட்டுமே அவனைக் கொல்ல முடியும்" என்றார். கடவுளர் இரண்டாம் முறையாக அதைக் கேட்க வேண்டியிருந்தது. "ஆனால் சிவனிடம் நமக்கான நேரமோ உலகத்துக்கான நேரமோ இல்லையே" என்ற கடவுளர், "அவர் எப்போதும் தனக்குள்ளேயே உறைந்திருக்கிறார்" என்றனர் முகவாட்டத்தோடு. பிரம்மா பதிலளித்தார்: "சிவன் வித்து எழும்பி அவர் உடலில் சுற்றிவருகிறது, அதை ஒருபோதும் யாரும் பார்த்ததில்லை, ஒருபோதும் யாரும் பெற்றதில்லை. ஆனால் இப்போது அந்த வித்தைப் பீற்றச் செய்யக்கூடிய பெண்ணொருத்தி பிறந்திருக்கிறாள். ஹிமவான் மகளை, பார்வதியை நாடுங்கள்."

"சிவனை மயக்க யார் நமக்கு உதவ முடியும்? காமனால் மட்டுமே இயலும்" என்று நினைத்த இந்திரன், தன்னை அடிக்கடி முறைகேடான காரியங்களில் ஈடுபடத் தூண்டிய தன் பழைய நண்பனைத் தேடிப் போனான். காமனின் வரவேற்பு பெருமிதமாகவும் மென்மையாகவும் இருந்தது. "நாம் வீழ்ச்சியடைய இருக்கிறோம். நீ என் நண்பன் என்பதைக் காட்ட வேண்டிய தருணம் வந்துவிட்டது. உன்னிடம் மட்டுமே, இச்சை யிடம் மட்டுமே, அதைச் செய்யும் ஆயுதம் உள்ளது" என்றான் இந்திரன். காமன் கண்ணை இமைக்கக்கூட இல்லை. "பெண்ணின் கடைக்கண் பார்வையால் கடவுளரையும் பேய்க்கணங்களையும் என்னால் வீழ்த்த முடியும். பிரம்மாவையும் விஷ்ணுவையும்கூட. மற்றவர்கள் குறிப்பிட்டுச் சொல்வதற்கே தகுதியற்றவர்கள்". ஒரு கணம் மௌனமாகிப் பின்னர் சேர்த்துக்கொண்டான், பணிவோடு: "சிவனைக்கூட என்னால் வீழ்த்த இயலும்". "அதைக் கேட்பதற்காகத்தான் உன்னிடம் வந்தேன்," என்றான் இந்திரன்.

காமன் தன் வில்லையும் ஐந்து மலரம்புகளையும் தடவினான், அந்த வில்லின் நாணை உரசுவதே, காற்றைத் தேனீக்களின் ரீங்காரத்தால் நிறைப்பதற்குப் போதுமானதாக இருந்தது. "முதலில் நமக்கு வசந்த ருது வேண்டும்" என்று அவன் நினைத்தான். ரதியை, தன் அன்புக் குரியவளை, ஆசையைத் தொடரும் இன்பத்தைப் போல் அவனை ஒவ்வொரு இடங்களுக்கும் தொடர்ந்து வருபவளைப் பார்த்தான். உடந்தை பொதிந்த தலையசைப்பை அவளுக்குத் தெரிவித்தான்.

அந்த வசந்த காலம் பருவம் மாறி வந்தது. சிவன் அசைவற்று அமர்ந்திருக்கும் மலையைச் சூழ்ந்து உள்ளே புகுந்தது. செவ்வகில் மரக் காட்டில் ரிஷிகள் தவம் பயின்றுகொண்டிருந்த இடத்தில் ஓசையின்றி நுழைந்தது. தாங்கவியலாத கூர்மையான வேதனையை அவர்கள் அடைந்தனர். தங்கள் சங்கல்பம் தவிடுபொடியாவதை உணர்ந்தனர். வலுக்கட்டாயமாக அதைப் பற்றிக்கொண்டனர். ஆனால் ரகசியமாகத் தடுமாறிக்கொண்டிருந்தனர். சிவனைத் தவிர, வெள்ளை எருதான நந்தி, தன் தலையைச் சற்றே உயர்த்தியது. ஒரு நாடோடி முகாமைப் போல அவரைச் சுற்றிச் சூழ்ந்திருந்த கணங்கள் கிளர்ச்சிகொண்டு காற்றை முகர்ந்தன.

அடர்ந்த இலைகளுக்குள்ளிருந்து தன் இரு சேடிகளுடன் பார்வதி வெளியே வந்தாள். அவர்கள் சிறுமிகளா, இளம் பருவத்தினரா, பெண்மணிகளா? யாரால் சொல்ல இயலும்? காமன் ஒரு புதருக்குப் பின்னால் பதுங்கிக்கொண்டிருந்தான். சிவன் நெஞ்சைக் கூர்ந்து கவனித்துக் கொண்டிருந்தான். தூண்போலத் திண்மையாக நிமிர்ந்திருந்த நெஞ்சை, தன் அம்பு துளைக்கக்கூடிய ஏதாவது ஒரு புள்ளியைத் தேடிக்கொண்டி ருந்தான். பார்வதி தன் கைகளில் கொஞ்சம் மலர்களை வைத்திருந்தாள். அவற்றைச் சிவனின் பாதங்களில் அவள் வைக்கும்போது, அவள் மேலாடை ஒரு கணம் விலகியது. சிவன் தன் கண்களைத் தாழ்த்தி பார்வதிமேல் பார்வையைப் பதித்தார். பிறகு அவர் அவளிடம் ஒரு கிசுகிசுப்பான குரலில் பேசினார்: “தாமரை, நிலவு, காமனின் வில், நீர்த்துளி, குயில், வெண்சணல், அல்லிவட்டம், அனைத்தும் உன்னுள் உள்ளது. யாகபடையல் உன் இடையின் மீதுதான் வைக்கப்படுகிறது”. சிவன் பார்வதியை நோக்கித் தன் ஒரு கையை நீட்டினார். அவர் அவள் உடைகளைத் தடவிக் கொண்டிருந்தார். அவர் ஒரு கை ஏற்கனவே உள்ளே நுழைந்திருந்தது. பார்வதி வெட்கப்பட்டுப் பின்வாங்கினாள். “உன்னைப் பார்த்துக்கொண்டி ருப்பதே மிகப் பெரிய இன்பமாக உள்ளதே, உன்னைத் தழுவிக்கொள்வது எப்படி இருக்கும்?” என்று நினைத்த சிவன், உடனே தன் தவத்தில் ஆழ்ந்து போனார்.

பிறகு காமன் செயலில் இறங்கினான். வேறு எவரையும் நிலைகுத்திப் போகச் செய்யக்கூடிய அம்பொன்றை எய்தான். ஆனால் இச்சையை நன்கு அறிந்திருந்த சிவனை அது ஒன்றும் செய்யவில்லை. வியப்பால் செயலற்றுப்போயிருந்த மூன்று பெண்களும் கவனித்துக்கொண்டிருக்க, சிவன் ஒரு ஜ்வாலையை வெளியே விட்டார். அது காமனைச் சுற்றிச் சூழ்ந்தது. அவன் சாம்பல் தூசியுடன் சேர்ந்து சுழன்று, பிறகு அடங்கியது. வெளிறிப்போய் மௌனமாகப் பின்னோக்கிக் காலடி வைத்த பார்வதி, காணாமல்போன தன் காதலன் நினைவாகப் புற்களிலிருந்து சாம்பல் மிச்சங்களை மீட்டெடுப்பதற்காகப் பித்துப் பிடித்தவள்போல் முயன்று கொண்டிருந்த ரதியின் கேவல்களைப் பற்றிய தெளிவற்ற கவனத்தோடு தன் இரு சேடிகளுடன் காட்டுக்குள் பின்வாங்கினாள். தோள்கள் வளைந்து சாம்பல் நிரப்பிக் கட்டப்பட்டிருந்த பகட்டான கந்தல் துணி முடிச்சை இறுகப் பற்றிக்கொண்டு தடுமாறினாள் ரதி. மலர்களே, தேனீக்களே,

மாம்பழங்களே, குயில்களே: சிவனது ஜ்வாலை விழுங்கியபோது இச்சை உங்களுக்குள்தான் கலைந்து சென்றது. அதனால் இப்போதிருந்து ஒரு ரீங்காரமோ அல்லது ஒரு பறவையின் கூவலோ ஒரு சுவையோ அல்லது ஒரு நறுமணமோ, தங்கள் நேசத்துக்கு உரியவர்களிடம் இருந்து விலகித் தொலைவில் உள்ளவர்களின் இதயத்தில் ஒரு காயத்தைத் தோற்றுவிக்கும். "பெரும் அழகுள்ளவற்றைப் பார்க்கும்போதோ அல்லது இனிமையான ஒலிகளைக் கேட்கும்போதோ, ஒரு மகிழ்ச்சிகரமான மனிதன்கூடக் கடந்தது குறித்த பெரும் ஏக்கத்தால் ஆட்கொள்ளப்படுவான்" என்பது உண்மை என்றால், நிறையப் பேர் காயப்பட்டிருப்பார்கள்.

அரண்மனைக்குத் திரும்பிய பிறகு மீண்டும் பிறந்தவள்போலப் பார்வதி ஒரு புதிய மனுஷியாக உணர்ந்தாள். ஒரு வார்த்தைகூடச் சொல்லவில்லை அவள். ஆனால் கடைசியில் கிலியின் கண்ணீர்த் துளிகளில் கரைந்தபடி, சேடிகள் கதையைச் சொன்னார்கள். முதிய ஹிமவான், மலைகளின் தலைவன், தன் மகளை மடிமீது அமர்த்திக்கொண்டான். பார்வதி அழுதுகொண்டிருப்பதை உணர்ந்தான். ஆனால் குழந்தையாக இருந்தபோது அழுததைப் போலல்லாமல் வேறு மாதிரியாக. அவள் தந்தையைக் கவனிக்கவில்லை. அவள் சிவனைவிட்டு விலகியிருப்பதற்காக அழுதாள். தொடர்ந்து வந்த நாட்களிலும்கூட அவள் ஒன்றும் சொல்லவில்லை. அவள் கண்கள் இருண்டு வெறுமை தோய்ந்து இருந்தன. ஒரே பெயரை அவள் திரும்பத் திரும்ப முணுமுணுப்பதைச் சிலவேளைகளில் சேடிகள் கண்டுகொள்வார்கள்: "சிவ, சிவ, சிவ."

ஒரு விருந்தினர், அரண்மனையில் தங்க வந்திருந்தார். நாரதர், அடுத்தவர்களது விவகாரங்களில் தலையிடுவதை விரும்பும் ரிஷி. பார்வதி தன் அறையில் ஒளிந்துகொண்டிருந்தாள். ஆனால் நாரதர் அவளைத் தனியே காண விரும்பினார். அவர்தான் தடுமாற்றமின்றி வயது வந்த பெண்ணாக மதித்து அவளிடம் பேசிய முதல் நபர். "பார்வதி, நீ என்ன நினைக்கிறாய் என்று எனக்குத் தெரியும். நீ சிவனை விரும்புகிறாய். ஆனால் அதற்கு நீ இன்னும் ஆயத்தமாகவில்லை. *தபஸ்* மூலம் உன்னை நீ உருமாற்றிக்கொள்ள வேண்டும். இல்லாவிடில் அவரை ஒருபோதும் உன்னால் நெருங்க இயலாது: அவர் உன்னை எரித்துவிடுவார். நீ கட்டவிழ்த்து விடும் ஒளிப்பிழம்புடன், அவர் தீ ஆனந்தப் பரவசத்தில் மேலெழ வேண்டும். கவலைப்பட ஏதுமில்லை: "உருண்டு திரண்ட தொடைகளையுடைய வேறெந்த இளம் பெண்ணையும்விட நீ ஒன்றும் பார்ப்பதற்கு வித்தியாசமானவளாக இருக்க மாட்டாய். நான் இப்போது உனக்கு ஒன்று சொல்லித் தருகிறேன்: இந்த ஐந்து அட்சரங்களையும் திருப்பிச் சொல்" இவ்வாறு பதற்றத்தோடும் கவனத்தோடும் கண்களில் ஜுரம் தெரிய, பார்வதி சிவன் மந்திரத்தை முதன்முறையாகக் கேட்டாள். "வேறுவழியேதுமில்லை. நான் சொல்கிறேன், சிவன் உன் கணவராக இருப்பார்." அவைதாம் நாரதர் அவளிடம் பேசிய கடைசி வார்த்தைகள். பிறகு அவசரத்திலுள்ள ஒருவரைப் போலப் போய்விட்டார் அவர்.

இப்போது பார்வதி பிரகாசமாக இருந்தாள். உடனடியாக அவள் சேடிகள் ஜெயாவிடமும் விஜயாவிடமும் பேசினாள். தாங்கள் பிரிய வேண்டியிருப்பதை அவர்களிடம் சொன்னாள். தவம் பயிலக் காட்டுக்குப் போவதாகத் தன் தந்தையிடம் சொன்னாள். ஹிமவான் தன் சம்மதத்தைத் தெரிவித்தார். நாரதர் அவரிடம் பேசியிருந்தார். பீதியுடன், மூச்சுத் திணறிக்கொண்டு மேனா வந்து சேர்ந்தாள். "நீ தவம் செய்ய விரும்பினால், வீட்டிலே அதைச் செய். அரண்மனையின் ஒவ்வொரு மூலையிலும் அனைத்துக் கடவுளரின் சந்நிதிகளும் உள்ளன. கோயில்கள் உள்ளன. விக்ரகங்களும் தேவைக்கு மேலே உள்ளன. சிறுபெண் தவம்செய்யக் காட்டுக்குச் சென்றதாக யாராவது கேள்விப்பட்டிருக்கிறார்களா? இவ்வளவு பிடிவாத மாக இருக்காதே" என்றவள், மூச்சுத் திணறி நிறுத்தினாள். பெருமூச்சோடு, "ஓ, வேண்டாம்! (உ மா)" என்றாள். அப்போதிருந்து, ஏற்கனவே பல பெயர்கள் கொண்டிருந்த பெருமையோடு, பார்வதிக்கு மற்றொன்றும் சேர்ந்துகொண்டது: உமா.

ஆனால் எதனாலும் பார்வதியின் மனத்தை மாற்ற முடியவில்லை. அவள் தன் இளவரசிக்கான உடைகளைக் கவனமாகக் களைந்தாள். ஒரு மறிமான் தோலையும் புல்லால் ஆன அரைக்கச்சையையும் தேர்ந்தெடுத்தாள். மரப்பட்டையிலிருந்து தயாரிக்கப்பட்ட துணியொன்றில் தனக்கான மார்புக் கச்சையை அரிந்துகொண்டாள். காட்டின் தனிமையில் நேராக அவள் சிவன் காமனை எரித்த இடத்துக்குச் சென்றாள். காற்றில் சலசலத்த ஒரு காலியிடத்தைக் கண்டாள். அங்கே சிவன் அல்லது அவர் பரிவாரத்தின் சுவடேதுமில்லை. பார்வதி கீழே தரையில் சாம்பலின் சுவடேதும் தெரிகிறதா என்று காண முயன்றாள். பிறகு அவள் நாரதரின் அறிவுரையின்படி நடந்துகொண்டாள். மென்மையாக வீசும் காற்றின் நடுவில் அவள் ஒரு இடத்தைத் தேர்ந்தெடுத்தாள். கால்களைச் சம்மணமிட்டுத் தன் மனத்தின் வெப்பத்தில் தன்னை அமிழ்த்திக்கொண்டாள். தொலை விலிருந்து பார்ப்பதற்கு ஒரு மரத்தண்டைப்போலத் தெரிந்திருப்பாள் அவள்.

அநேகமாகப் பார்வதிக்குத் தவத்தைப் பற்றி ஒன்றும் தெரிந்திருக்க வில்லை. ஆனால் உணர்ந்துகொள்ளாமலேயே அதைக் கண்டுகொண்டாள். விரைவில் தன் தந்தை, தாய், சேடிகள், நந்தவனம், அரண்மனை, போன்றவற்றைத் தன் மனத்திலிருந்து நீக்கினாள். அவள் மூத்த சகோதரி கங்கையை நீக்குவது அவ்வளவு சுலபமானதாக இல்லை. அவள் உருவம் பார்வதியைச் சுற்றி நெடுநேரம் பறந்து திரிந்தது. தான் அவளை வெறுப்பதாக முடிவுக்கு வந்தாள்.

இதற்குள் பார்வதி சிவனைப் பார்த்துக்கொண்டிருந்தாள்; இடையறாது அவரை ஆராய்ந்துகொண்டிருந்தாள், ஒரு மலையின் மேல் ஏறிக் கொண்டிருப்பதைப் போல். அவள் எந்த மலையின் மகளாக இருந்தாளோ அது, இதனுடன் ஒப்பிடும்போது, தொலைதூரச் சமவெளியில் உள்ள சிறுகுன்றைப் போல் தெரிந்தது. வெள்ளமெனப் பாய்ந்து அவளை மூழ்கடித்துப்

பிறகு பின்வாங்கும் சுட்டுப் பொசுக்கும் அலைகளின் மெதுவான ஊர்வலமாக இருந்தது காலம். தான் எப்போதுமே செய்துகொண்டிருந்த ஒன்றையே, தன் பொம்மைகளைவிடத் தனக்குப் பரிச்சயமாயிருந்த ஒன்றையே செய்துகொண்டிருப்பதுபோல் இருந்தது அவளுக்கு. அவள் சிவனது கூர்முனைகளை உணர்ந்தாள். தன் மனத்தின் கம்பளங்களைச் சுருட்டிக் கொண்டும் விரித்துக்கொண்டுமிருந்தாள் அவள்.

கடவுளர் கவனிக்கத் தொடங்கும் அளவுக்கு வளர்ந்திருந்தது பார்வதி யின் தவம். இந்திரனின் காலடி நிலம் தகிக்க ஆரம்பித்தது, அவன் அமர்ந்திருந்த ஆசனம் கொதிக்கத் தொடங்கியது. அது பார்வதியின் செயல் என்பதை அவன் உணர்ந்தான். அதைப் பற்றி மற்ற கடவுளருடன் பேசப் புறப்பட்டான். சிவனைச் சென்று பார்ப்பதாக முடிவெடுத்தார்கள் அவர்கள்.

தாரகனைப் பற்றியும் இளையவளான பார்வதியைப் பற்றியும் அவள் எவ்வாறு தவமியற்றிக்கொண்டிருக்கிறாள் என்ற கதையையும் கேட்ட சிவன், கடவுளர் எப்போதும் பயந்துவந்த அந்த ஏளனச் சிரிப்பைச் சிரித்தார்: "நான் காமனை எரித்ததற்கு நன்றியோடு இருப்பீர்கள் என நினைத்தேன், ஒவ்வொரு முறை அவன் விரலை உயர்த்தும்போதும் நீங்கள் செய்துகொண்டிருந்த அசட்டுத்தனங்களில் இருந்து விடுவிக்கப் பட்டீர்கள் . . . இச்சை அமைக்கும் பொறிகளிலிருந்து உங்களைக் காத்துக் கொள்ளும் தேவையின்றி தியானத்தில் லயிக்கலாம் என மகிழ்ந்திருப்பீர்கள் என்று நினைத்தேன். உங்கள் கவனத்தைச் சிதறடிக்கப் பெரிதாக ஏதும் தேவையில்லைதான். ஆனால் நீங்கள் ஒரு ஊர்வலமாக மனு சமர்ப்பிப் பதற்கு வந்திருக்கிறீர்கள் போலிருக்கிறது. எந்தத் தளையையும் அறியாத வனுக்கு எந்த உலோகத்தையும்விட வலிமையான ஒரு தளையை வழங்க நீங்கள் விரும்புகிறீர்கள்; ஒரு பெண்ணை. வேத விற்பன்னர்கள் அனைவரும் உங்களுக்குச் சொல்லியிருக்கக்கூடும், அந்த அளவுக்குப் பயப்பட வேண்டியது இந்த உலகில் வேறெதுவும் இல்லையென்று". சிவன் தொடர்ந்து சிரித்துக் கொண்டிருக்க, கடவுளர் நம்பிக்கை இழக்கத் தொடங்கினர். ஆனால் அப்போது அநேகமாக நிறுத்தக்கூடச் செய்யாமல் தனக்குத்தானே பேசிக் கொள்வதைப் போல் அவர் வேறொரு ரீதியில் பேச ஆரம்பித்தார். "நான் எதையும் செய்யலாம். எனக்குப் பிடித்ததுபோல் சட்டங்களை வைத்துக் கொள்ளவும் உடைக்கவும் செய்பவன் என்று நன்கு அறியப்பட்டவன் நான். வேறெதையும்விட என் பக்தர்களை நான் நேசிக்கிறேன். அவர்கள் அவ்வளவு முன்வந்து – அல்லது அவ்வளவு நம்பிக்கையிழந்து – திருமணம் போன்ற எனக்குப் பொருந்தாத ஒன்றைச் செய்யச் சொல்லிக் கேட்பார்கள் என்றால், செய்தால்தான் என்ன?" பிறகு அவர் பதற்றத்தோடிருந்த கடவுளரைப் பார்த்தார்: "உங்களுக்காக, உங்களைக் காப்பாற்றப் பெருங் கடலின் நஞ்சை நான் பருகவில்லையா? இளம் பார்வதி என் சோமபானமாக இருப்பாள்."

சதியின் மரணம் பற்றிய நினைவால் நெருக்கப்பட்டு, சிவன் நோக்கற்று அலைந்து திரிந்தார். கணங்களும் அவருடன் சென்றன, ஆனால் அவை அசாதாரண அமைதியோடிருந்தன. தான் மீண்டும் உலகைப் பொருட்படுத்தாமல் இருக்க வேண்டுமென்று சிவன் நினைத்துக்கொண்டார். மலைகளுக்கிடையே உள்ள அரண்மனையில் பிறந்த பெண் குழந்தையை நினைவுறுத்திக்கொண்டு, தூய்மை கெடாத இடம் ஒன்றைத் தேடிக் கொண்டிருந்தார் அவர். கங்கையின் நதிமூலத்தை நோக்கி, இமாலயத்தின் பின்புறமாக நீண்டகாலம் நடந்துகொண்டிருந்தார். பிறகு நின்றார். கணங்கள் சோகமாக அவரைச் சுற்றி நின்று காவல் காத்தன. நந்தி தரையில் அமர்ந்தவாறு மென்மையான, வெறுமையான கண்களோடு தனக்கு முன்னால் பார்த்துக்கொண்டிருந்தது.

சிவன் வந்துகொண்டிருக்கும் செய்தி ஹிமவானின் அரண்மனைக்கு வந்து சேர்ந்தது. அவருடைய மௌனப் பரிவாரத்தை யாரோ எதிர்கொண்டு விட்டார்கள். ஹிமவான் மேனாவிடம் சென்று சொன்னான்: "மேனா, நான் எவ்வளவு முதியவன் என்று உனக்குத் தெரியும், அநேகமாக உலகத்தைவிட முதியவன். எல்லாம் எதை சார்ந்திருக்கிறதோ அது நிகழ வேண்டும் என்பதற் காக, எதுவும் நிகழாத அந்தப் பேரரசின் சாவதானமான அதிபதிகளென நாம் பல வருடங்கள் வாழ்ந்திருக்கிறோம். நம் மகள் பார்வதி கருக்கொண்ட அந்த இரவு உனக்கு நினைவிருக்கிறதா? அது ஒரு நீண்ட, மிக நீண்ட இரவு. நீ திகிலடைந்து என்னை எப்படிப் பார்த்தாய் என்பது நினை விருக்கிறதா? நீ பல காலமாக அறிந்திருந்த அதே அன்பொழுகும் பாங்கோடு நடந்துகொண்டாலும் ஜன்னி கண்டவனைப் போல் நான் இருந்ததாகச் சொன்னாய். உன் உடல் சக்தி வாய்ந்த அடியோட்டத்தால் இழுக்கப்பட்டு என் உடலுக்குள் நுழைவதைப் போலிருந்ததாகச் சொன்னாய். அதே சமயம் நான் தொலைவில், வெகு நீண்ட தொலைவில் இருப்பதாகவும் அந்நியன் ஒருவன் உன் படுக்கையில் இருப்பது போலவும் உணர்ந்ததாகச் சொன்னாய். உண்மை என்னவென்றால், அன்றிரவு தேவி, சிவனுக்குள் வாழும் அந்தத் தேவதை, என் மனத்தில் தன்னை இணைத்துக் கொண்டாள். நான் அவளிடம் ரகசியம் பேசினேன் – அந்தப் பெண் தெய்வத்தின் ஒளியில் ஒளிர்ந்த உன்னிடம் பேசினேன். அந்த இரவு ஒரு முறை நான் வெல்லப்பட முடியாதவனாக, காட்டில் பரவும் தீயைப் போல் வெல்லப்பட முடியாதவனாக உணர்ந்தேன். முற்காலத்தில் நான் உணர்ந்தைப் போல், சொர்க்கத்தின் ஒளியை மறைத்துநின்ற பாறையின் பாதுகாவலனாக நான் இருந்தபோது உணர்ந்ததைப் போல். நீ ஏறக்குறைய என்னிடமிருந்து தப்பித்துக்கொள்ள விரும்பினாய். ஏனெனில் நிகழ்ந்து கொண்டிருந்தது என்ன என்பது உன் மனத்தின் பிடிக்கு அகப்படாமல் போய்விட்டது. கடைசியில் ஓய்ந்துபோய் நீ தூங்கிவிட்டாய். உன்னை அணைத்துக்கொண்டு விழித்துக்கொண்டிருந்தேன். இரவு வருவதைக் கண்டேன். அவள் ஒரு சிறிய பெட்டியை, பெண்கள் பயன்படுத்தும் அழகு சாதனப் பெட்டி போன்ற ஒரு பெட்டியை, தன் கையில் வைத்திருந்தாள், ஒரு வார்த்தையும் பேசாமல் உன் ஈரமான கருப்பையினுள் நுழைந்தாள். நமது பெண் பார்வதியாக ஆகப்போகும் கருவை அவள் மெல்லத்

தொட்டு, ஒரு சிறிய தூரிகைகொண்டு பளபளக்கும் கறும் வண்ணத்தைப் பூசிக்கொண்டிருந்தாள். பிறகு அவள் சென்றுவிட்டாள். நான் உறங்கி விட்டேன். அவை எல்லாம் என் மனத்தில் குழம்பிப் போயிற்று. உண்மை என்று எனக்கு நிச்சயமில்லாத, நம்ப முடியாத ஏதோ ஒன்றைப் போலிருந்தது. ஆனால் அனைத்தும் தெள்ளத் தெளிவாகப் பார்வதி பிறந்தபோது என் நினைவுக்கு வந்தன. நான் அந்தச் செய்தியைக் கேட்டவுடன் பெரும் ஆனந்தத்தில் மூழ்கினேன். உனக்கு நினைவிருக்கிறதா, தந்தக் கைப்பிடியுள்ள குடையை நம் அன்பிற்குரிய பரிசாரகனுக்குத் தந்தேன். பிறகு முதன் முறையாக நம் மகளின் சின்னஞ்சிறு உடலைப் பார்த்தேன். அருமையாகப் பளபளக்கும் அவள் சருமத்தைப் பார்த்தேன். இப்போது பார்வதி வளர்ந்து விட்டாள். எதற்காக நம் வாழ்வு அமைக்கப்பட்டதோ அந்தத் தருணம் இப்போது வந்துவிட்டது. நீ மீண்டும் எனக்குப் பணிந்து என்னைத் பின்தொடர வேண்டும். நடக்கப் போவது எதுவும் உன்னை நிலைகுலையச் செய்யக் கூடாது."

பார்வதி பிடிவாதம் கொண்டவளாக, கட்டுக்கடங்காதவளாக இருந்தாள். ஆனால் இளவரசியாக இருப்பதை அவள் விட்டுக்கொடுத்து விட்டாள் என்றோ, இளவரசிக்கு நடக்க வேண்டியதெல்லாம் தனக்கு அப்படியே நடக்க வேண்டுமென்று அவள் நினைக்கவில்லை என்றோ அதற்கு அர்த்தமில்லை. சிவன் உண்மையிலே அவள் கணவனாக வேண்டு மென்று விரும்பினால் அவர் முதலில் செய்ய வேண்டியது – அல்லது வேறு யாரையாவது செய்யச் சொல்ல வேண்டியது – அவள் தந்தை ஹிமவானிடம் சென்று அவளைக் கைப்பிடிக்க வேண்டும் என்று கேட்பதுதான். திருமணத்தைப் பொறுத்தவரை, தொன்மையான வழக்கங் களை நுட்பமாகக் கடைப்பிடிக்கும் ஒரு பிரும்மாண்டமான வைபவத்தைப் பார்வதி எதிர்பார்க்கிறாள் என்பதில் எவருக்கும் எந்தச் சந்தேகத்தையும் அவள் விட்டுவைக்கவில்லை. சிவன் பொறுமையுடன் மெல்லச் சிரித்துக் கொண்டு சப்தரிஷிகளைத் தன் தூதர்களாக மஹாகோசி அருவிக்கு அழைத்தார். ஓசாதிபிரஸ்தத்திற்குக் கீழிறங்கிய அவர்களை மேனாவோடும் பார்வதியோடும் சேர்ந்து ஹிமவான் வரவேற்றான். ஆங்கீரசர் அவருக்கே உரித்தான மகத்தான சொற்பொழிவைத் தொடங்கிப் பேச ஆரம்பித்தபோது அவர் சொற்களில் பெருமிதமான உருவகங்கள் பளிங்குச் சொட்டுகளைப் போலத் தாரை தாரையாகப் பொழிந்தன. பெற்றோர் பேசிக்கொள்வதைக் கவனிக்காததுபோலப் பாவனை செய்துகொண்டு, ஒரு மூலையில் அமர்ந்து விளையாடிக்கொண்டிருக்கும் சிறுமியென, பார்வதி தாமரைப் பூவொன்றின் இதழ்களை எண்ணுவதில் ஆழ்ந்திருந்தாள். மேனாவால் தன் பதற்றத்தை மறைத்துக்கொள்ள இயலவில்லை. ஹிமவான் அவள் சம்மதம் வேண்டி அவளைப் பார்த்தான். மேனாவின் தலையசைப்பு ஒரு நீண்ட நடுக்கமாக மாறியது.

சிவனின் பரிவாரம் ஓசாதிபிரஸ்தத்தின் இரண்டாம் வாயிலைக் கடந்தபோது, ஊர்வலத்தின் பின்பகுதியினர் தங்கள் கணுக்கால்கள்வரை

பூக்களில் மூழ்கி இருப்பதைக் கண்டனர். அவர்களது சீனப்பட்டுக் கொடிகள் காற்றில் படபடத்துக்கொண்டிருந்தன. அப்போது திடீரென்று மாளிகைகளில் ஒளிந்துகொண்டிருந்த பெண்களிடையே சிறகோசையைப் போன்ற ஒருமித்த ஓசை கேட்டது. ஒருத்தி தன் தலைமுடியில் சூடிக்கொண்டிருந்த பூச்சரத்தைக் கீழே தவறவிட்டாள்; வேறொருத்தி மருதாணி இடப்பட்டு ஈரமான தன் கால்களைச் சேடியின் கைகளிலிருந்து எடுத்துக்கொண்டு, தரையில் செஞ்சுவடுகளைப் பதித்தபடி சாளரத்தை நோக்கி ஓடினாள்; வேறொருத்தி மையிட்ட ஒரு கண்ணோடும் இடப்படாத மற்றொரு கண்ணோடும் ஓடினாள்; மற்றொருத்தி ஆடையை முடிச்சிட்டுக்கொண்டிருக்கும்போது பாதியில் ஓடி, தன் நெற்றியைக் கிராதியின்மீது அழுத்திக்கொண்டு, திறந்திருந்த தன் வயிற்றை மூட முயன்றபோது அவளுடைய கங்கணம் அவள் உந்தியில் அழுந்தப் பதிந்தது. மற்றொருத்தி முத்துக்களைக் கோத்துக்கொண்டிருந்த தன் மேகலையைச் சட்டெனத் தவறவிட்டதில் முத்துக்கள் சிதறி ஓடின. ஊர்வலம் ஆளற்ற வீதிகள் வழியாக முன்னேறியபோது, பூ வேலைப்பாடுகள் செய்யப்பட்டிருந்த ஆயிரக்கணக்கான திரைகளுக்குப் பின்னால் பிரகாசமான ஒளிக்கீற்றுகள், தேனீக் கூட்டத்தால் மொய்க்கப்பட்ட தாமரை மலர்களைப் போலத் தடுமாறிக்கொண்டிருந்தன.

நகரம் மறைந்துபோனது. கிராமங்கள் மறைந்துபோயின, அதைப் போலவே பயணிகளும். ஒலிமிகுந்த மெய்க்காவல்படை மறைந்து போனது. இயற்கை திண்மையடைந்து தன்னுள் உள்வாங்கிக் கொண்டது. தானறிந்த உலகம் தன்னிடமிருந்து துண்டு துண்டாகப் பெயர்ந்து விழுவதான உணர்வுக்கு ஆட்பட்டாள் பார்வதி. பிறந்த வீட்டை விட்டுச் சற்று தூரம் கூடச் செல்வதற்கு முன்பாகவே தான் யாரென்று அவளுக்குத் தெரியாமல் போய்விட்டது. ஒரு சிறுமி? பெண் தெய்வம்? இருவரும் கைலாயத்தை நோக்கி மேலேறும் பாதையில் முன்னால் நடந்துகொண்டிருந்த திண்மையான கால்களையுடைய மனிதனைப் பின்தொடர்ந்து போயினர். அவர் அவளை திரும்பிப் பார்க்கவேயில்லை. அவர்கள் பின்னால், அவர்களின் சில உடமைகளைச் சுமந்துகொண்டு வந்த, இந்தக் காட்சியின் ஒரே சாட்சியான எருது நந்தியின் மூச்சை அவர்களால் கேட்க முடிந்தது.

பற்றவைத்து இணைக்கப்பட்ட இரு உலோகங்களைப் போல் அவர்கள் உறங்கிப் போக, சிவன் பார்வதியின் கனவுகளில் நகர ஆரம்பித்தார், இரு வாட்கள்போல் அவர்கள் சண்டையிட்டுக் கொண்டனர், பிறகு நிறுத்தி, காற்றுவெளியில் அந்தரத்தில் நின்றனர், பிறகு சிரித்தனர், குருட்டாம் போக்கில், மதிகெட்டு, பழத்தைக் கடித்தனர், குடித்தனர், தங்கள் செயலிழந்த உடல்களை விடுத்து, அசைவற்று, மேலேயிருந்து தங்களையே பார்த்துக் கொண்டனர், அவர்கள் உடல்கள் மிக மெல்ல அசைந்தபோது, பார்வதி வெளியே அலையத் தொடங்கியிருந்தாள், ஏற்கனவே தன் கோயில்களில் விளக்குகள் ஏற்றப்பட்டிருப்பதை அவளால் பார்க்க முடிந்தது, அந்தக் கோயில்கள் அவளுக்குள்ளே இருந்தன, அறிந்துகொள்ளும் ஆர்வம் நிறைந்த

ஒரு பயணிபோல் சிவன் லிங்கம் அவளுக்குள் நுழைந்து நாடித் தேடியறிந்த இடத்திலெல்லாம் அவை எழுந்தன, தன்னைச் சுற்றிலுமிருந்த பரந்த நிலவெளியில் ஒரு பெயர் தானாகப் பதிவதைப் பார்த்தாள் – யாக்ஞவல்கியர் – அது யாராக இருக்கக்கூடுமென்று அவளால் நினைத்துப் பார்க்க முடியவில்லை, சிவன் மீண்டும் அதே அட்சரங்களை உச்சரிக்கக் கேட்டாள், ரிஷிகளின் பாடல்களைச் சிவன் பாடியபோது, பெயர்களைத் தாண்டி அவளுக்குப் புரியாதிருந்த சில சொற்களைப் பின்னர் கவனிப் பதற்காக, பிற்காலத்தில் உபயோகப்படுமென நினைத்து குறித்து வைத் திருந்ததை மறந்தும் போயிருந்தாள், ஆனால் இப்போது அவை துலக்கமே வந்ததுபோல் திரும்ப வந்துள்ளன, சுயத்தின், ஆத்மாவின் துலக்கம், பெயரைத் தவிர அவள் ஒன்றும் அறியாத அந்த ரிஷியின்படி, தான் நேசிக்கும் பெண்ணைத் தழுவும் மனிதனைப் போல், "புறத்தைப் பற்றியோ அகத்தைப் பற்றியோ எதுவும் தெரியாமல்" போய்விட்ட அந்த மனிதனைப் போல், அது நம்மை உணரச் செய்கிறது. "புறத்தைப் பற்றியோ அகத்தைப் பற்றியோ எதுவும் தெரியாமல்," பார்வதி தனக்குத் தானே சொல்லிக் கொண்டு, மற்ற அனைத்தையும் விஞ்சிய தன் இன்பத்தையே விஞ்சி நின்ற அறிதலை முணுமுணுத்தாள். அதே சமயம் ஆளரவமற்றும் மிகவும் அந்நியோன்யமானதாகவும் ஒரே நேரத்தில் இருந்த அந்தக் கோயில்களைச் சுற்றிப் பார்வையை ஓடவிட்டாள். அப்போதுதான் சந்தேகத்துக்கு இட மளிக்கும் வகையில், கபடமான, தன்னைச் சங்கடப்படுத்திய ஏதோ வொன்றை உணர்ந்தாள். அந்தக் கோயில்களில் ஒன்றின் படிகளில் பதுங்கியபடி, கற்களோடு ஒன்றிக் கலந்துவிட முயல்வதைப் போல இருந்த கவிஞன் காளிதாசனின் கண்களை அவள் கண்டாள், – அவன் அவளைக் கூர்ந்து பார்த்துக்கொண்டு எழுதிக்கொண்டிருந்தான். "இது கூடாதது" என்று முணுமுணுத்த பார்வதி, அடிக்கடித் தான் மேற்கொள்ளும் பயங்கரமான தோற்றத்தை எடுத்து, "பார்வதியின் இன்பத்தைப் பற்றிய விவரணையில் நீ இன்னும் ஒரு அட்சரம் தொடர்ந்தாலும் உன்மீது சாபம் விழும்" என்றாள். ஆனால் காளிதாசன் ஏற்கனவே கரைந்துபோய்க் காலத்தின் இருளில் புகுந்திருந்தான்.

பார்வதி சிவனிடம் கேட்டாள்: "தயவுசெய்து விளக்குங்கள், இன்பம் நினைவு எதையும் விட்டுச் செல்வதில்லை. நான் சொல்ல வந்தது என்னவென்றால்: என் தந்தையின் வீட்டைவிட்டு அப்போதுதான் வந்திருந்த நான், நம் முதல் தழுவலின் இருபத்தைந்து வருடங்களில், ஒரு நீண்ட பயணத்தை மேற்கொள்வதுபோல் அடிக்கடி நினைத்ததுண்டு: இந்தக் கணம் என்ன நிகழ்ந்தது என்பதை நான் நினைவுகொள்ள வேண்டும், இந்தக் கணம் கச்சிதமாக எவ்வாறு இருந்தது, நாம் எவ்வாறு அங்கே சென்றோம், மேலும் எவ்வாறு அதைப் பின்னே விட்டுச் சென்றோம் என்று. நான் மிகவும் தீர்மானத்தோடு இருந்தேன். அனைத்தும் மிகத் தெளிவாகவும் துல்லியமாகவும் இருந்தன. ஆனால் நாம் கனவு காணும்போது நடப்பதுபோல், அதை நினைவில் இருத்திக்கொள்ள முடிவுசெய்து ஒவ்வொரு விவரத்தையும் ஊன்றித் தக்கவைத்துக்

கொண்டு, அவை அனைத்தும் மிகவும் மெய்யாகத் தெரிவதால், நாம் எதையாவது மறந்துவிடக்கூடும் என்னும் எண்ணம் அபத்தமாகத் தோன்ற, கிட்டத்தட்ட சிரித்துவிட்டாலும் நாம் விழித்தெழும்போது அதுவும் மற்ற அனைத்தோடும் மறைந்துவிடுகிறது. புரிந்துகொள்ள முயலுங்கள்: நிகழ்ந்தவை அனைத்தும் எனக்குள் இருக்கின்றன, என் மனத்தின் ஓட்டத்துக்குக் கீழே. ஆனால் அவற்றின் வரிசையைத் திரும்பச் சொல்ல முடியவில்லை. எனக்கு முக்கியமற்றதாக இருக்கும் ஏதோவொன்றின் வரிசையை இன்னும் நன்றாக நினைவில் வைத்திருக்கிறேன்: ஒரு குறிப்பிட்ட நாளில் என்ன உடுத்தியிருந்தேன், எந்த வகையான முக ஒப்பனையைச் செய்திருந்தேன், எவ்வாறு கீழே மாளிகை நந்தவனத்திற்குப் போனேன், ஒரு குறிப்பிட்ட பாதையில் எவ்வாறு நடந்து சென்றேன், என் இரு சேடிகளும் பின்னே வர புள்ளியிட்ட குதிரைமேல் எவ்வாறு ஏறி அமர்ந்தேன், அவர்கள் என்ன உடுத்தியிருந்தார்கள், அப்போது நாங்கள் பேசிய முதல்சொற்கள் என்ன, என்றெல்லாம். இருந்தும் காமன், அதாவது இச்சை, ஸ்மர, ஞாபகம் என்றும் அழைக்கப்படுகிறான். அவன் உண்மையான பெயரே அதுதான் என்பதுபோல். குறைந்தபட்சம் நான் அவனைக் குறித்து உபயோகிக்கும் பெயர் அதுதான். அவன் உயிரை நான் காப்பாற்றினேன், நினைவிருக்கிறதா? உங்கள் முன்னால் ஒரு பாதுகாப்பான தூரத்தில், தவத்தில் மூழ்கி, நாட்கணக்கில் அசைவற்று அமர்ந்திருந்தேன். அப்போது நமக்கு ஒருவரையொருவர் தெரியாது. அப்போது நான் வெறும் சிறுமி. நீங்கள் எப்போதும் உங்கள் கண்களை மூடியிருந்தீர்கள். நீங்கள் அவற்றைத் திறந்து என்னைக் கண்டபோது, என்னைப் பார்க்கக்கூடச் செய்யாமல். “என்ன நடந்துகொண்டிருக்கிறது? காமன் இங்கே இருக்கிறான்” என்றீர்கள். உங்கள் கண்கள் அவனைப் பஸ்பமாக்குவதற்கு முன்னால் – அவன் ஒரு புதருக்குப் பின்னால் இருந்தான் – ஐந்து மலரம்புகளில் ஒன்றை எடுத்துத் தொடுப்பதற்காக எழுந்து நின்று வில்லை வளைக்க மட்டுமே முடிந்தது காமனால். பிறகு நீங்கள் என்னைப் பார்த்தீர்கள், நிஜமாகவே என்னை முதன்முறையாகப் பார்ப்பதுபோலப் பார்த்து, உங்களிடம் ஒரு வரத்தைக் கேட்டுக்கொள்ளச் சொன்னீர்கள். நான் சொன்னேன்: “இப்போது காமன் இறந்துவிட்டான், கேட்பதற்கு வரங்களேதும் இல்லை, ஆசையின்றி உணர்ச்சியில்லை, உணர்ச்சி இல்லையெனில் ஆண்களும் பெண்களும் ஒருத்தரை ஒருத்தர் பொருட்படுத்தாமல் போய்விடலாம்.” எனவே நீங்கள் எனக்கு இந்த வரத்தை அளித்தீர்கள், காமன் வாழ்ந்துகொண்டிருக்கட்டும், ஆனால் கண்ணுக்குப் புலப்படாமல், என்று. நான் சிறுபெண்ணாக இருந்தபோது அவனை வழிபட்டு வரவழைத் திருக்கிறேன், நான் உங்களை வரைந்திருந்த நுண் ஓவியங்களைப் பார்த்துக் கொண்டு, அப்போது உங்களை நான் பார்த்ததேயில்லை. அப்போது நான் சொன்னதெல்லாம், “ஸ்மர, ஸ்மர . . .”

சிவன் வேதங்களை உரக்க வாசித்துக் காட்டும்போது உறங்கிவிடுவது பார்வதிக்கு அசாதாரணமானதல்ல. அந்தப் பாடல்கள் அவளைப் பொறுமையில்லாமலோ தூக்கக் கலக்கமாகவோ ஆக்கிவிடும். ஆனால் தாற்றுக் கோலால் முடுக்கிவிடுவதைப் போலச் சீக்கிரமே தன்னை அவள்

எழுப்பிக் கொண்டுவிடுவாள். அவள் விவாதிப்பதற்குச் சோர்வடையாத இரு விஷயங்கள்தாம் இருந்தன: இறையியல் மற்றும் மகளிர், அவர்கள் சிவனின் மகளிராக இருக்கும் வரையில். பார்வதி திறந்திருந்த மார்போடு படுக்கையில் எழுந்து அமர்ந்தாள். அவள் சருமம் ஈரமாக மினுமினுத்துக் கொண்டிருந்தது. அவள் தனக்கு எதிரில் நிதானமாகக் கூர்ந்து பார்த்துக் கொண்டு, அருகில் படுத்திருந்த சிவனிடம் பேசினாள்: "*பிரகிருதி, மாயா, சக்தி;* பின்னோக்கி நம்மைத் தொடக்கத்துக்கு இட்டுச்செல்லும் பாதையில் நாம் சென்றுகொண்டிருக்கும்போது, தன் பெண்மைப் பெயர்ச்சொல்லை ஆர்ப்பரித்துக் காட்டும் விஷயத்தை எப்போதும் எதிர்கொள்கிறோம். ஒருபோதும் தனித்திருக்காத, ஆனால் அது இன்றி ஒருபோதும் வேறெதுவும் இருந்துவிட இயலாதது. *இயற்கை, மாயத்தோற்றம், ஆற்றல்:* இவைதான் உங்கள் மேற்கத்திய பக்தர்கள் உபயோகிக்கப்போகும் வார்த்தைகள், எவ்வாறு ஒவ்வொன்றும் மற்றதின் வெறும் கூடாக உள்ளது என்பதைப் பொதுவாக அவர்கள் அறியாமல். மாயத் தோற்றமின்றி இயற்கையில்லை, ஆற்றலின்றி மாயத்தோற்றமில்லை, இயற்கையின்றி ஆற்றலில்லை. மாயை யைப் பொறுத்தவரை, அதை 'மாயத்தோற்றம்' என்று அழைப்பதைவிட 'மாயாஜாலம்' என்று அழைப்பதே பொருத்தமாக இருக்கும். அந்த விநோதமான வஸ்து, தெளிவான மனத்தை உடையவர்களாகத் தன்னைப் பாவித்துக்கொள்பவர்களால் இல்லையென்று நம்பப்படுகிறது. உண்மையில் உள்ளது எதுவும் அது இன்றி இருக்க முடியாது என்று சொல்வதுதான் இன்னும் தெளிவானதாக இருக்கும். அதுகூடப் போதாது. இதுதான் நான் கேட்க விரும்புவது. இதற்காகத்தான் இங்கே உங்களருகில், அந்தப் புலித்தோலின் மீது என்னை நீங்கள் கிடத்துவதற்காகக் காத்துக்கொண்டி ருக்கிறேன். உங்கள் கணங்களைத் தவிர்த்துவிட்டு என் தொடைகளின் கொள்கலத்தில் உங்கள் லிங்கத்தை இறக்குங்கள், என்னுள் இருக்கும் மாயை, ஒரு திரவத் திரைகொண்டு அதைப் போர்த்திக்கொள்ளும்படியாக."

பார்வதி சொன்னாள்: "தன்மைகளில் மகிழ்ச்சிகொள்ளும் வெளிப் படாத அதுபோல் உங்கள் வாய் என்னிடம் வருகிறது. அப்போது உங்களுக் குள் நான் பாய்ந்தோடுவதாக உணர்கிறேன். ஆனால் காலியான வீடொன்றுக்குள் நுழையும் பரத்தையரைப் பார்க்கும் ஒரு ஆண்மகன் எதையும் தொடாமல் போவதுபோல் நீங்கள் சிலசமயம் என்னைப் பார்க்கிறீர்கள். நம் உறவும் அது போன்ற தருணங்களில், ரகசியம் குறைந்த தல்ல. நாம் தொட்டுக் கொள்ளாதபோது, விரல்களைக் காதுக்குள் வைத்து கொள்வதைப் போலிருக்கிறது. அப்போது நான் என் இதயத்தின் வெளியில் உறையும் ஒலியைக் கேட்கிறேன்; ஒரு நதியைப் போல், மணியைப் போல், தேர்ச் சக்கரம்போல், தவளையின் கத்தல்போல், மழைபோல், ஒரு சொகுசான மூலையில் பேசப்படும் வார்த்தையொன்றைப் போல்."

ஒருநாள் பார்வதி அதற்கு முன் பார்த்தேயிராத கடலுக்கு அவர்கள் போனார்கள். காஞ்சிக்கு அருகிலுள்ள கடற்கரை ஒன்றில் பார்வதி, சிவன் லிங்கத்தோடு விளையாடிக்கொண்டிருந்தாள். அது ஒரு

மணற்தூணாக இருந்தது. கடல் பெருகிக்கொண்டிருந்ததை அவள் கவனிக்க வில்லை. விரைவில் அலைகள் அவளை நோக்கிப் பாய்ந்து திரண்டு வந்தன. லிங்கத்தைக் காப்பாற்றுவதற்காக ஒரு பொம்மையெனத் தன் கைகளால் சேர்த்து இறுக அணைத்துக்கொண்டாள் உமா. அலைகள் உள்வாங்கிச் சென்றபோது, உமாவின் வளையல்களாலும் முலைக் காம்பு களாலும் ஏற்பட்டிருந்த கீறல்கள் பதிந்திருந்தன அந்த மணற்தூண்மேல்.

அவர்கள் இன்ப விளையாட்டான ரதிலீலையில் திளைத்துக்கொண்டி ருந்தனர். திசைவிலகிச் சென்று, வட்டச்சுற்றாகச் சுற்றிவந்து, நோக்கற்றுத் திரிந்து விளையாடினர். அவர்கள் காலடியில் அவ்வப்போது தன் பெரிய தலையை ஆட்டிக்கொண்டு உறங்கிக்கொண்டிருந்தது நந்தி. சாம்பலால் வெளுத்திருந்த சிவனது மார்பின் குறுக்கே இரு கறுத்த கோடுகளிருந்தன; ஒரு நாகமும் பார்வதியின் கையும். சிவன் அவளிடம் கிசுகிசுத்தான்: “காளி, கறுத்தவளே”. அது பார்வதி கேட்க விரும்பாத பெயர். அவள் எப்போதும் தன் கறுத்த சருமம், அவளுக்குக் காட்டப்பட்டுள்ள நுண் ஓவியங்களில் கண்ட, அந்த மலைகளுக்கு அப்பால் வசிக்கும் இளவரசிகளின் சருமங்களைப் போல வெளுப்பாக வேண்டுமென கல்நெஞ்சோடு விரும்பினாள். சிவனின் பிடியிலிருந்து தன்னை விடுவித்துக்கொண்டு சீறினாள் அவள்: “நீங்கள்தான் பெரிய கருப்பன்”. ஒரு விவாதம் தொடங் கியது. அவர்கள் தனியாக வசிக்கத் தொடங்கியதிலிருந்து அவர்கள் வாழ்வாக இருந்தது இவைதான்: கலவி, சொக்கட்டான், பங்கி, விவாதம், தவம். மேலும் ஏறுமாறான உரையாடல். ஒவ்வொரு நிலையும் மற்றவற்றை மேம்படுத்தியது, மேலும் தொடர்ந்து சுற்றிச் சுற்றி வந்தது. சிவன் சொன்னார்: “நீ எதிலிருந்து பிறந்தாயோ அந்தப் பாறையின் கூர்முனை போலக் கடினமாக இருக்கிறாய், உன் தந்தையைச் சுற்றியுள்ள பனிப் பாளத்தைப் போல் ஒருவராலும் ஓரிடத்திலும் பற்றிவிட முடியாதவளாக இருக்கிறாய். மலைப்பாதையைப் போல் வளைந்து நெளிந்து, கோணல் மாணலாக இருக்கிறாய்”. பார்வதி சிவனுக்கு முன்னால் வந்து, தன் முழங்கால்களை இறுகக் கட்டிக்கொண்டு, தனக்குள் அடைந்துகொண்டு, சீற்றம் மிகுந்த கண்களோடு அவரை வெறித்தவாறு அமர்ந்தாள். “உமக்குப் பிடித்த ஒரே விஷயம் சாம்பல், என் சேடிகள் சந்தனத் தைலத்தைப் பூசிக்கொள்வதைப் போல அதை மேலெல்லாம் பூசிக் கொள்கிறீர்கள். உம்மைச் சுற்றிலும் பிணங்கள் எரியும்போது மட்டுமே மகிழ்ச்சியடைகிறீர்கள். பாம்புகளே உமது தோடுகள். என் உடல் உமக்குப் போதவில்லை என்றால், என் அரண்மனையிலிருந்தும் என் குடும்பத்தாரிடமிருந்தும் என்னை ஏன் இழுத்து வரவேண்டும்? என்னை ஏன் ஒரு நாடோடியைப் போல நோக்கமற்றுத் திரியவிட வேண்டும்? எந்தச் சாதாரணப் பெண்ணையும் போல் ஒரு குழந்தையைப் பெற்றுக்கொள்வதிலிருந்து என்னை ஏன் தடுக்க வேண்டும்? நான் கறுப்பாக இருப்பது ஏனென்றால் நான் உங்களில் ஒரு பகுதி. நீங்கள் என்னைப் பாம்பாகப் பார்த்தால்கூட, நீங்கள் விரும்பாத ஒரே பாம்பு நானாகத்தான் இருப்பேன்” என்ற பார்வதி குதித்தெழுந்து ஆத்திரத்தால் திக்குமுக்காடியபடி வெளியே போனாள். நந்தி அவளைப்

பின்தொடர்ந்து அவளை இருக்கும்படி வேண்டிக்கொண்டது. "தொலைந்து போ" என்றவள் "வேறெந்தப் பெண்களும் இங்கு வராமல் பார்த்துக்கொள்ள வேண்டியதுதான் நீ கவலைப்பட வேண்டிய ஒரே விஷயம். உன் எஜமான் வேறு சிந்தனையே இல்லை. சாவித் துவாரத்தின் வழியாக அவர்மேல் ஒரு கண்ணை வைத்துக்கொள்ள மறந்துவிடாதே. நான் திரும்பி வரும்போது தங்கநிற ஆப்பிளைப் போலிருக்கும் என் சருமம். அதன் மென்மயிர் சூரிய உதயத்தின் மென்மையையும் மிருதுத்தன்மையையும் கொண்டிருக்கும். நான் அவரை திணறடிப்பேன். அதையும் அதற்கு மேலும் செய்யுமளவு வலிமையானது என் தவம்". செருக்கான பார்வதி தன் கைகளில் கணேசனைப் பற்றிக்கொண்டு வெளியேறினாள். மருண்ட சிந்தனைகள் நிரம்பியிருந்த தன் பெரிய யானைத் தலையைத் தொங்கப் போட்டுக் கொண்டுசென்றான்.

நந்தி சற்றும் நகராமல் காவல் நின்றது. அவன் அரைத் தூக்கத்திலிருந்த ஓரிரவில் பாம்பொன்று நெளிந்து சென்றது. அது ஆதி என்னும் பேய், தன் தந்தையைக் கொன்ற கணக்கைச் சிவனுடன் நேர் செய்துகொள்ளும் வாய்ப்புக்காக வெகு காலமாகக் காத்திருந்தது அது. தாழ்வாரத்து இருளில் வழுக்கிக்கொண்டு சென்ற ஆதி, பார்வதியின் உருவெடுத்தது. அவள் நெருங்குவதை அசையாமல் கவனித்துக்கொண்டிருந்த சிவன் மகிழ்ச்சி யடைந்தார். எப்போதுமே அவள் திடீர் மனமாற்றங்களைக் கணக்கில் எடுத்துக்கொண்டவர் அவர். இம்முறை அவள் நீண்டநாள் விலகி இருந் திருக்கிறாள். சாளரச் சட்டத்தின் வழியாக நிலவொளி கறுத்த சருமமுடைய வெட்கம் நிறைந்த மகத்துவமான பெண்ணின் மீது விழுந்தது. "ஆக எதுவும் மாறிவிடவில்லை" என நினைத்தார் சிவன். பொய்ப் பார்வதி அவரைச் சுற்றி நடந்து வந்தாள். ஒருவரையொருவர் தீண்டிக்கொள்வதற்கு முன்னால் அவர்களுக்குள் இருந்த ஒரு பழக்கம் அது. சிவன் அவள் உடைகளை மெதுவாக அவிழ்க்கத் தொடங்கினார். அவள் கழுத்துப் பிடரியின் இடதுபுறம் தாமரை வடிவத்தில் அவளுக்கிருந்த சிறிய தேமலைப் பார்ப்பதற்காக அவள் தலைமுடியை உயர்த்தினார். அங்கு அது இல்லை. தான் மோசம் செய்யப்படுவதை உணர்ந்தார். பொய்ப் பார்வதி தன் தலைக்கு மேல் கைவளைத்து விரல்கள் பின்னித் தரையில் பரந்து கிடந்தாள். சிவனின் குறியிலிருந்து மும்முனையுள்ள இடிபோன்ற வஜ்ராயுதம் தோன்றி, பொய்ப் பார்வதிக்குள் புதையும் முன்பாக ஒரு கணம் பளிச்சிட்டது. அது துளைத்த யோனி, சிவனது லிங்கத்தைத் துண்டாடுவதற்காகத் திண்மையான பற்களை மறைத்து வைத்திருந்தது. சற்று நேரத்திற்குத் துடிதுடிக்கும் கலவியை ஒத்திருந்தது. இரு உடல்களும் வளைந்தெழுந்தன. உள்ளிருந்து வெப்பம் பொங்கியெழப் பொய்ப் பார்வதி துடித்து விறைத்து தரையில் விழுந்தாள்.

அப்போது வாயுதேவன், காற்று, ஒரு மலையுச்சியில் தவத்தில் ஆழ்ந்து அமர்ந்திருந்த உண்மையான பார்வதியிடம் சென்று, சிவனின் படுக்கையருகில் ஒரு பெண் இறந்து கிடப்பதாகப் பார்வதியின் காதில்

கிசுகிசுத்தான். பார்வதி புன்னகைத்தாள்; ஆனால் நகரவில்லை. அவள் இரவிடம் பேசினாள்: "எனக்கு நன்றாகத் தெரியும், என் தாய் என்னைக் கருவுற்றிருந்தபோது, நீ அவள் கருவறைக்குள் புகுந்து என் கருவை ஒரு கறும் திரவத்தால் வண்ணம் தீட்டினாய். அப்போதேகூட நான் உனக்கெதிராகத் திரும்பினேன். நான் கறுமையில் பங்குகொள்வதால் எனக்கு நீ அதை ஒரு பரிசென்றுதான் தந்தாய். சிவனை மயக்கி, அவரது வித்தின் மூலமாகப் பொன்னிறம்கொண்ட ஒரு மகனைப் பெற்றெடுக்கும் பொருட்டு நான் பிறவிகொள்ள வேண்டுமெனக் கடவுளர் விரும்பினர். அந்த மகன் இன்னும் பிறக்கவில்லை – என் கருவறையிலிருந்து அவன் பிறக்கப்போவதுமில்லை. ஆனால் அந்தப் பொன் என்னுடையது, அந்த உரிமை எனக்கு உண்டு. என்மேல் அவருக்கு ஆர்வம் குறைந்துபோவதை என்னால் தாங்கிக்கொள்ள முடியாது, என் சகோதரி கங்கையிடமும் சதியிடமும் மற்ற அனைவரிடமும் ஆனதைப்போல. என் சதைத்திரையைத் திரும்ப எடுத்துக்கொள். அயல்நாட்டவரைப் போல என்னை வெளுப்பாக்கிவிடு." துணிச்சல் மிகுந்த பார்வதி பேசிக்கொண்டிருந்தபோதே, அவள் கறுத்த சருமம் உடலிலிருந்து கழன்று விழுந்து, தரையில் கழற்றிப்போட்ட மஸ்லின் துணியைப் போலக் கிடந்தது.

நந்தி தன் குறைகளைப் பற்றிய உணர்வோடு சுருண்டு கிடக்க, பரிச்சயமான அங்க அமைப்புகளோடு ஒரு ஒளிமயமான உருவம் அப்போது அவனுக்கு முன்பாகத் தோன்றியது. பார்வதி காவல் காக்கும் எருதிடம் கவனம் ஏதும் செலுத்தவில்லை. சிவன் தன்னைப் பார்க்க வேண்டும் என்று அவள் ஏங்கிக்கொண்டிருந்தாள். கடைசியாக அவரைப் பார்த்தபோது எவ்வாறு அமர்ந்திருந்தாளோ அவ்வாறே இப்போதும் அவருக்கு எதிரில் அமர்ந்தாள். அவள் வெண்ணிற ஆடையில் ஒளிரும் கைகளின் பொன்னிற மென்மயிர்களைச் சிவனின் கண்கள் உள்வாங்கிக் கொண்டபோதும் அவர் மௌனமாகவே இருந்தார். ஒரு வார்த்தையும் இன்றி அவளைத் தனக்குள் ஈர்த்துக்கொண்டார்.

"எத்தனை யுகங்களுண்டோ அத்தனை விதங்களில் கணேசனின் கதை சொல்லப்படுகிறது". யுகங்கள் பல, கதைகளும் பல. ஒரு விஷயம் மட்டுமே நிச்சயம்: கணேசன் பார்வதிக்குக் "கணவன் இன்றி" பிறந்தவன், *வித நாயகேன*. அதனால்தான் அவர்கள் அவனை விநாயகன் என்று அழைக்கிறார்கள். பார்வதியின் படுக்கைக்கு அருகில் விழித்துக்கொண்டு அவன் படுத்துக்கிடப்பதை அடிக்கடி காண முடியும். அவன் பார்வதியின் மென்மையான, சிந்தனைமிகுந்த காவலன். தன் உருண்டையான வயிற்றின் மேல் துதிக்கை சுருண்டு கிடக்க, ஒரு தந்தம் உடைந்துபோய் இருப்பவன். தன் வலதுபுறம் மசிப்புட்டியையும் எழுத்தாணியையும் வைத்திருந்தான். அவனைக் கடந்துபோகும்போதெல்லாம் அவனைத் தடவிக்கொடுக்காமல் பார்வதியால் போக முடியவில்லை. "நீ என் மகன், என்னுடையவன், வேறு யாரைப் பற்றியும் நான் அவ்வாறு சொல்ல இயலாது". தான் களைத்துப்போய்ப் படுக்கையில் விழுந்திருந்த அந்த நாளை வெகு

துல்லியமாக அவள் நினைவில் வைத்திருந்தாள். அவள் ஒவ்வொரு மயிர்க்காலும் அவள் சொந்த வியர்வையிலும் சிவனுடைய வியர்வையிலும் நனைந்திருக்க, வெறிகொண்டு கற்பிதங்களில் லயித்தாள். தன்னால் எப்போதுமே ஒரு குழந்தையைப் பெற்றுக்கொள்ள முடியாதா? கேள்விகளால் நெருக்கியபோது சிவன் மழுப்பினார். ஒருமுறை அவர் சொன்னார்: "என்னால் எப்படி ஒரு குழந்தையைப் பெற்றுக்கொள்ள முடியும்? எனக்குள் மரணமில்லையே". இந்த வார்த்தைகள் ஒரு குத்துவாளாக இருந்தன. "அப்படியானால் உங்களை வஞ்சம் தீர்க்க ஒரு பிள்ளையைப் பெறுவேன் நான்" என நினைத்தாள் பார்வதி. மெதுவாக வாசனைத் தைலமொன்றைத் தன் உடலில் தடவ ஆரம்பித்தாள், அதனோடு வியர்வையையும் உரிந்த சருமத் துணுக்குகளையும் கலந்தாள். அவள் உள்ளங்கைகள் அவள் வயிற்றின் மீதும் கால்களின் மீதும் மார்பகங்களின் மீதும் கோபத்தோடு தேய்த்தன. ஒரு சிறு துணுக்கைக்கூட விட்டுவிடாத வகையில் ஏறத்தாழ அவள் தன்னைச் சுரண்டிக்கொண்டிருந்தாள். ஏதோவொன்றை மொத்தையாகத் திரட்டினாள். கணேசன் அதிலிருந்து பிறந்தவன். ஆரம்பத்தில் அவனுக்கு யானைத் தலை இருக்கவில்லை. தன் தாயைவிட்டு நகராத ஒரு அழகான சிறுவன் அவன். சிவன் மகிழ்ந்ததுபோலக் காட்டிக்கொண்டாலும் உண்மையில் அவர் எரிச்சல் அடைந்திருந்தார். பொறாமையில் நிபுணத்துவம் பெற்றிருந்த பார்வதி, தான் மிக நன்றாக அறிந்திருந்த துன்பங்களால் சிவன் வதைபடுவதைக் கண்டு மகிழ்ந்தாள்.

ஒருநாள், ஒரு சண்டைக்குப் பிறகு, சிவனைப் பார்வதியின் அறைக்குள் செல்ல விடாமல் தடுக்குமளவுக்குக் கணேசன் போய்விட்டான். சிவன் அவன் தலையை வெட்டிவிட்டார். உடனடியாக, பார்வதி அவர் முன் திகைத்துப்போய் வாயடைத்து நின்றபோது, அந்த உயிரற்ற உடல்மீது பாசத்தின் பெரும் அலையொன்று அவருக்குள் எழும்பியது. அவர் நந்தியிடம் ஐராவதத்தின் தலையைக் கிழித்தெடுத்து வரச் சொன்னார். ஐராவதம் இந்திரனின் யானை. முற்காலங்களில் தேவர்களின் தனிப்பெரும் தலைவனாக அவன் இருந்தபோது இந்த எண்ணம் அபத்தமான ஒன்றாக இருந்திருக்கும். ஆனால் இப்போது தேவர்கள் ஓய்ந்துபோயிருந்தனர். ஒருநாள் நந்தி ஐராவதத்தின் உன்னதமான தலையை முதுகில் சுமந்து வந்தது, கடுமையான சண்டையில் அதன் தந்தமொன்று உடைந்திருந்தது. கைவினைக் கலைஞனின் திறமையுடன் சிவன் யானையின் தலையைக் கணேசனின் கழுத்தில் பொருத்தினார். கண்களில் கனிவு நிரம்பப் பார்வதி பார்த்துக்கொண்டிருந்தாள். எவ்வளவு நுட்பமாக அந்த மிக நுண்ணிய அறுவைச் சிகிச்சையைச் சிவன் செய்தார் என்பதைப் பார்த்தாள். மேலும் இப்போதிருந்துதான் அவள் மகன் உண்மையில் அவனாக இருப்பான் என்று சட்டென அவள் மனத்தில் தோன்றியது. அந்த நாளிலிருந்து தனியாக இருப்பதற்கு அவள் பயமேதும் கொள்ளவில்லை. சிவன் பயணத்திற்காகப் புறப்படும்போது அது தவம் பயில்வதற்கா அல்லது ஒரு அப்சரஸையோ சாதாரணப் பெண்ணொருத்தியையோ மயக்குவதற்கா, அல்லது உலகின் ஏதோவொரு பகுதியை அழிப்பதற்கா அல்லது

உயிரூட்டுவதற்கா என்றறியப் பார்வதிக்கு வழியேதுமில்லை – காரணம் எதுவாக இருந்தாலும் அவர் இல்லாதது அவளுக்கு எரிச்சலூட்டியது – அவள் தன் படுக்கையில் தலையணைக் குவியல்களோடு படுத்துக்கொண்டு நீண்ட கதைகளை ஒன்றன்பின் ஒன்றாகச் சொல்வாள். அவள் ஒருபோதும் பார்த்திராத உலகங்களைப் பற்றிய கதைகள். அவள் கால்களுக்குக் கீழே சுருண்டுகொண்டு கணேசன் அவற்றை எழுதிக்கொண்டிருந்தான். அவன் ஒரு வேகமான, சோர்வடையாத எழுத்தன். சொல்லி முடித்தவுடன், பார்வதி அவன் உடைந்த தந்தத்தைத் தடவித்தந்து, சுருக்கங்களோடுள்ள அவன் பரந்த நெற்றியை முத்தமிடுவாள்.

சாம்பலுக்குக் கீழிருந்துகூடச் சிவனின் கழுத்தினூடாகத் தெரியும் அந்தப் பெரிய நீலக்கறையைப் போல வேறெதுவும் பார்வதியை அந்த அளவுக்குக் கவரவில்லை. எவ்வாறு வாசுகி என்னும் பாம்பு கடலுக்குள் விஷத்தைக் கக்கியது, அதை எவ்வாறு சிவன் விழுங்கினார் என்ற கதையைக் குழந்தையாக இருந்தபோது அவளுக்குச் சொல்லியிருக்கிறார்கள். அது ஏரியைப் போல் அவர் கண்டத்தில் சேர்ந்திருந்தது. மேற்புறத்தில் அதன் நிறம் நீலமணியையோ அல்லது மயிலின் தோகையிலுள்ள மயில் கண்ணையோ நினைவுபடுத்தும். பற்குறியொன்று விட்டுச் செல்லக்கூடிய அடையாளத்தைப் போலிருந்தது அது, பற்பல காதல் கடிகள், மேலும் அது ஒரு ஆபரணமாகவும் இருந்தது. பார்வதியின் கைகள் அந்தக் கறையை ஒரு சுருக்குக் கயிற்றைப்போலச் சுற்றி வளைத்தது. “ஏன் நீங்கள் சிதைகளையும் நரிகளையும் எலும்புகளையும் கழுகுகளையும் பூதங்களையும் இவ்வளவு விரும்புகிறீர்கள்? நீங்கள் சுற்றித் திரியும்போது ஏன் உருச்சிதைந்த பயங்கரமான ஜந்துக்கள் உங்களைத் தொடர்ந்து வருகிறார்கள், ஏன் அவர்களை உங்கள் நீண்டகால நண்பர்களைப் போல நடத்துகிறீர்கள்? நான் வளர்ந்த இடத்தில், அப்படியான விஷயங்களை நான் பார்த்ததேயில்லை. இருந்தும் நான் என்னை நடுங்கச்செய்யும் வார்த்தைகள் நிரம்பிய பாடல்களைப் புனைவதை எப்போதும் விரும்பினேன், ஏனெனில் அவ்வாறான விஷயங்களில் நீங்கள் பங்கெடுத்துக்கொள்வீர்கள் என்று சொல்லப்பட்டது. அவ்வாறான விஷயங்களை என் தோழிகளையும் நான் செய்யும்படி சவால் விட்டதைப் போல் என்னைப் பார்த்தார்கள். பயங்கரமும் இன்பமும் ஒன்றாகப் பிறந்திருக்க வேண்டும். எனக்கு அப்படித்தான் இருக்கிறது. அவை ஒன்றினுள் ஒன்று வாழ்கின்றன. அது அப்படித்தான் இருக்க வேண்டும். இல்லையென்றால் மிகவும் மந்தமாக இருக்கும். ஆனால் இப்போது நாம் தனித்திருப்பதால், தனித்தே இருக்கப் போவதால், கடவுளரின் புலம்பல்களாலும் சூழ்ச்சியாலும் மட்டுமே அவ்வப்போது தொந்தரவு செய்யப்படப் போவதால், இப்போது சொல்லுங்கள்: “என் உடலிலிருந்து பெறுவதைவிடச் சாம்பலில் இருந்து நீங்கள் அதிக இன்பத்தைப் பெறுவதாக நான் ஏன் எப்போதும் சந்தேகிக்கிறேன்? பிடிவாதமாகவும் உறுதியுடனும் இதே கேள்விகளைக் கேட்டுக்கொண்டே இருப்பாள் பார்வதி. சிவன் புன்னகைப்பார், சிரிப்பார், ஒன்றும் சொல்லமாட்டார், பேச்சை மாற்றுவார், பார்வதியின் உடல்மேல்

தன் பிடியை மாற்றுவார், தன் கைகளில் அவளை இப்படியும் அப்படியுமாகத் திருப்புவார். ஆனால் ஒருநாள் பார்வதியை நேராக அவள் கண்களுக்குள் பார்த்துச் சொன்னார்: "மலைமகளே, சாம்பல் குறித்த என் மோகத்தை நீ இகழ்வதால், உனக்கு ஒரு கதையைச் சொல்கிறேன், நீ எப்போதும் உனக்குச் சொல்லும்படி என்னைக் கேட்ட அந்தக் கதை. உன்னைச் சந்தித்தபோது நான் மனைவியை இழந்தவன் என்பது உனக்குத் தெரியும். இப்போதும்கூட நான் அவ்வப்போது அவள் மரணத்தை நினைத்து வெறிகொண்டு திரிவேன், அவளை, சதியை, 'இருக்கும் அவளை' சதி பிறப்பதற்கு முன்னால் மெய்ம்மை, மெய்ம்மை குறைந்ததாகவே இருந்தது . . ."

அவர் தொலைவிலுள்ள மலைச் சிகரங்களுக்கு ஒதுங்கிப்போய்விடும் போதுகூட, தனக்குள் மூழ்கியிருந்தபோதுகூட – சிந்தனையில்? தவத்தில்? அல்லது சிந்தனையும் தவமுமாக இருக்கும் ஏதோவொன்றில்? – சிவன் ஒருபோதும் தனித்திருந்ததில்லை. அநேகமாக நீலநிறமாகத் தெரியுமளவுக்குக் கருமையாக இருக்கும் அவர் நீண்ட தலைமுடியிலிருந்து தேவி சொட்டிக் கொண்டிருந்தாள், இப்போது கங்கை. அவர்கள் ஒருவரோடு ஒருவர் அநேகமாகப் பேசிக்கொள்வதில்லை, ஆனால் கங்கை சிவனின் செயல்கள் ஒவ்வொன்றுக்கும் சாட்சியாக இருந்தாள். அவர் முடிவற்ற தழுவல்களின் போது அவள் உடனிருந்தாள். இருந்தும் அவள் ஒருபோதும் பொறாமை கொண்டதில்லை. அவள் பொங்கியோடுகிறாள் – அவ்வளவுதான். ஆனால் பார்வதியை உன்மத்தம் கொள்ளச் செய்ய அதுவே போதுமானதாக இருந்தது. அவள் சிவனுக்கு அருகில் கம்பீரமாகக் கைலாயத்தில் அமர்ந்திருக்கிறாள். அவள் கவனத்தைக் கவர்ந்துவிடும் நிச்சயமில்லாமல் அனைத்து உயிரினங்களும் அவள் முன் தலைவணங்கி நிற்கின்றன. சிலவேளைகளில் பார்வதி பதற்றமாகக் காணப்படுகிறாள்: சிவன் காதுக்கு மேல் ஓர் ஓரப்பார்வையை வீசுகிறாள், அவர் நெற்றிப்பொட்டில்.

"உங்கள் தலைமுடியில் ஒளிந்துகொண்டுள்ள அந்த நாசமாய்ப்போன பெண் யார்?" என்றாள் பார்வதி. மீண்டும் அவளால் தன்னைக் கட்டுப் படுத்திக்கொள்ள முடியவில்லை. "அரிவாள் போன்ற நிலவு" என்றார் சிவன் வேறெதையோ பற்றி யோசித்துக்கொண்டிருப்பதுபோல். "அவ்வாறு தான் அவள் அழைக்கப்படுகிறாள், இல்லையா?" என்றாள் பார்வதி, எதிர்காலப் பெண்கள் அனைவரின் ஏளனத்துக்கும் முன்னுதாரணமாக விளங்கப்போகும் தொனியொன்றில்.

"ஆமாம், உனக்குத்தான் அது நன்றாகத் தெரியுமே" என்றார் சிவன், வேறு எப்போதையும்விட அதிகக் கவனக்குறைவோடு.

"நான் நிலவைப் பற்றிப் பேசவில்லை, உங்கள் பெண் தோழியைப் பற்றிப் பேசுகிறேன்" என்றாள் சீற்றத்தோடு பார்வதி.

“நீ உன் தோழியிடம் பேச வேண்டுமா? ஆனால் உன் தோழி விஜயா இப்போதுதானே வெளியே போனாள், இல்லையா?” என்றார் சிவன். பார்வதி வெளிறியபடி சீற்றத்தோடு வெளியேறினாள்.

சிவனும் கங்கையும் இரு மிகைகளாகச் சந்தித்தனர். அந்த விண்ணுலக நதி பூமியைத் தீண்டுவதற்கு முன்னால் தன் தலையில் பட்டுப் பிரிவதற்கு அனுமதித்தார் சிவன். இல்லாவிடில் பூமி அதன் வேகத்தைத் தாங்கியிருக்காது. மேலும் அசைவற்ற சிவனது தலையை எப்போதும் குளிப்பாட்டிக் கொண்டு, எந்நேரமும் அவர் முகத்திலிருந்து ஓடைகளாக வழிந்திறங்கியபடி, சுட்டெரிக்கும் கடவுள் மொத்த உலகையும் பொசுக்கிவிடுவதைக் கங்கை தடுத்துக்கொண்டிருந்தாள். எப்போதும் புதுப்பிக்கப்பட்டுக்கொண்டிருக்கும் இந்த நலம் பயக்கும் சமநிலை ஒரு ரகசியமான காதல் உறவும்கூட. வேறெந்தப் பெண்ணையும்விடக் கங்கையின் மீதுதான் பார்வதி மிகவும் பொறாமை கொண்டாள். அவர் அருகில் அவள் நெருங்கும்போதே சிவன் முகத்தின் மீது தெறிக்கும் ஒவ்வொரு சொட்டிலும் தன் சகோதரியைப் பார்த்தாள். அவர் எச்சில்கூடக் கங்கையின் சுவையுடன் இருந்தது.

ஒரு ஓடை வானத்தைக் கடக்கிறது: ஆன்மாக்களின், நீரின், இறந்தவர்களின், நுண்வஸ்துவின் ஓடை. பால்வீதி மண்டலம். வானத்தின் ஒரு மூலையிலிருந்து மறுமூலைவரை ஓடிப் பிறகு பூமியின் மேல் விழுந்து பாய்கிறது. வானமும் பூமியும் ஒரு மகத்தான நதியின் இரு கரைகள். அந்த நதி விண்ணுலகக் கரையிலிருந்து நிலவுலகின் கரையை எந்த இடத்தில் கடக்கிறது என்பதைக் கண்டுபிடிப்பது மிகவும் கடினம். எங்கே இருக்கிறது சந்திப்பு நிகழும் அந்த இடம்? விண்ணுலக நீர் பூமியில் எங்கே எந்த இடத்தில் பாய்கிறது, அதன் பிரும்மாண்டமான நீர்த்திரள் எந்த இடத்தில் தன் படுகையை உருவாக்கிக்கொள்கிறது? வானத்திற்கும் பூமிக்குமான வேகம் வேறாக உள்ள காரணத்தால் அங்கிருந்து இங்கு நேரடியாகப் பாய்வது அபாயகரமானது, கண்மூடித்தனமானது. ஒரு மாபெரும் மடிப்பு பூமியை வானத்துக்கு உயர்த்திய இடத்தில்தான் பால்வீதி மண்டலத்தின் நீரோட்டம் கீழிறங்கியது. அதுதான் இமாலயம். இப்படி மலையுச்சிகளில் இருந்து கீழிறங்கிய பால்வீதி கங்கை ஆயிற்று, சிவனின் காதலியாக, மலையரசன் ஹிமவானின் மகளாக ஆயிற்று. ஆனால் அதன் போக்கிற்கு விட்டிருந்தால் அந்த நீர் பூமியை மூழ்கடித்திருக்கும். உயிர் திணறிப்போய் சீர்படுத்த இயலாததாக ஆகிவிடுவதைத் தவிர்க்கும் பொருட்டு, அசைவற்றுத் தவத்தில் ஆழ்ந்திருந்த சிவன் தலையில் விண்ணுலக நீரோட்டம் இறங்கியது. அந்தத் தாக்கம் நீர்த்திரளைச் சிதறடித்து, ஓராயிரம் சிற்றோடைகளாகப் பூமியை வந்தடைந்தது. அதுதான் கங்கையின் உடல். எந்நேரமும் தன் காதலனின் தலையைச் சுற்றிச் சுழன்றுகொண்டு, அவர் இதழ்கள்மீது பாய்ந்துகொண்டு, அவரது கருஞ்சடைகளிலிருந்து பொழிந்துகொண்டிருந்தது. சிவன் தலைப்பாகை கட்டிக்கொண்டபோது அவர்களின் மோக நாடகத்துக்குப் பெண்

தோழிகளென மடிப்புகளுக்குள் மறைந்து, வெளிவந்து வழிந்தது. கங்கையின் உடல் இடைவிடாது சிவன்மீது விழுந்து சிதறுவதால்தான் பூமியில் உயிர் தழைப்பது சாத்தியமாகிறது. மேலே தொங்கிக்கொண்டிருக்கும் பாத்திரத்திலிருந்து கல்லாலான லிங்கத்தின் மீது தண்ணீர் எப்போதும் சொட்டிக்கொண்டிருப்பதைப் போல் கங்கையின் வீழ்ச்சி அவர் தலையில் விழுந்து சிதறும்வரைக்கும்தான், எப்போதும் வெளித் தெரியும் அவர் ரகசியக் காதலி அவர் மெல்லிய சடைகளிலிருந்து சொட்டிக்கொண் டிருக்கும்வரைதான், தன் பெயருக்கேற்றபடி சிவன் 'மங்களகரமாக' இருக்க முடியும். எந்தப் பெருநீர்ப்பரப்பிலிருந்து சொல், வாக்கு, தோன்றியதோ அதை அடையாளம் கண்டுகொள்ளும் நோக்கத்துடன் நீந்திச் செல்வதே கலவியின் பொருள் என்பதுபோல் வறண்ட அட்சர கணிதத்தின் சமன்பாட்டுக் குறியீடு நாவின் நிணநீரில் எப்போதும் ஊறிக்கொண்டிருக்க வேண்டும்.

முடிவில்லாத நீரோட்டம் ஒன்றால் ஒவ்வொரு கணமும் புதுப்பிக்கப்படும் வற்றாத காதலின் முதல் உதாரணம் சிவனும் கங்கையும். ஆனால் தொடக்கம் வேறு மாதிரியாக இருந்தது, வெறுப்புக்கும் போருக்கும் அண்மையில் இருந்தது. தரையைத் தீண்டுவதற்கு முன்னால் எங்கே விழுந்து சிதற வேண்டுமென்று அவளுக்குச் சொல்லப்பட்டதோ அந்த நீலநிறப் பரப்பை, சிவன் தலையை, ஒருநாள் பால்வீதி என்று அழைக்கப் படப் போவதின் உயரத்திலிருந்து பார்க்கும்போது, “நான் அவனை ஒரு புல்லைப்போல வீசியடிப்பேன்” என நினைத்துக்கொண்டாள் கங்கை. ஒருவன் கடவுளாக இருந்தால் அவளுக்கு என்ன?

அவள் அலைகளுக்கு இடையிலிருந்து கடவுளர் மேலெழும்பினர், மீண்டும் அதிலேயே அடங்கினர். அக்னியைப் பொறுத்தவரை அது உண்மை, சோமனைப் பொறுத்தவரையிலும் உண்மை, மேலும் அதுபோலவே சூரியனைப் பொறுத்தவரையிலும்கூட ஒவ்வோர் இரவிலும் அது உண்மை. அவளுக்கு அவை ஒரு ஜொலிஜொலிப்பு, அவ்வப்போது அவளுள்ளிருந்து வெளித்தெரியும் ஒரு வெம்மை. ஆனால் அவள் பெருநீர்ப்பரப்பின்றி அவர்கள் இருந்திருக்கவே முடியாது. தரையில் அசையாதிருக்கும் அந்த உருவம், அந்த மௌனமான கடவுள், மரத்தண்டைப் போல் தோற்றமளிக்க முயலும் அவர் பத்தோடு பதினொன்றாகத்தான் இருப்பார்.

கங்கை சிவன் தலைமேல் படுவேகமாகப் பாய்ந்து மோதினாள். மண்ணைத் தீண்டி அந்தப் புதிய சுவையை அறிந்துகொள்வதற்காகப் பொறுமையின்றி அவள் இருந்தாள். அலைமோதும் நீர்ப்பரப்பில் அது ஏற்கனவே நெடுந்தூரம் வீசியடிக்கப்பட்டிருந்தால் அன்றி சிவன் முகத்தைப் பார்க்கக்கூட வேண்டியதில்லை என்று நினைத்தாள். ஆனால் அந்தத் தலையை உரசியவுடன் தான் தொலைந்து போய்விட்டதாகக் கங்கை உணர்ந்தாள். சிவன் தலைமுடி ஒரு வனம். வனம் என்றால்? அவள் பெருநீர்ப்பரப்பு தொடர்ந்து திருப்பிவிடப்பட்டு, பிரித்துவிடப்பட்டு,

சிற்றோடைகளாக ஆக்கப்பட்டு அவமானத்துக்குள்ளானது. பெரும் ஏரிகளாகத் தேங்கிப்போய் ஒரு கனத்த இருளால் சூழப்பட்டிருந்தது; ஆனால் அது வானத்தின் இருளல்ல. கோபமான பெரும் அலைகள் சிவன்மீது விழுந்து மோதிக்கொண்டிருந்தன. சிவன் தன்னை ஒரு புள்ளியில் கூட்டிக்கொண்டார். அங்கிருந்து ஒரு சிலந்தியிடமிருந்து வரும் பட்டிழைபோல், அவர் 'மாயை', அவர் மனத்தின் பிசுபிசுக்கும் மோகனம் பின்னப்பட்டது. சிவன் பெருநீர்ப்பரப்பைத் தடுத்து நிறுத்தி, அனைத்தையும் சுற்றி வளைப்பவளைச் சுற்றி வளைத்தார்; அவளை மூழ்கடிக்கும் சுற்றுவழிப் பாதைகளைப் பெருக்கினார். மனம்போன போக்கிற்கெல்லாம் மற்றவர் பணிந்துபோனதால் சீர்கெட்டுப்போன இளவரசியைப் போல், கங்கை அவர்மீது மோதினாள், அவரை வெறுத்தாள். "இந்த மடத்தனமான, பயங்கரக் காட்டில் அலைந்து திரிந்து கொண்டிருந்தால், ஒருபோதும் நான் பூமியைப் பார்க்கப்போவதில்லை" என்று அவள் நினைத்தாள். அவள் கடுங்கோபம் அவள் பிரகாசத்தை மேம்படுத்தியதை அவள் அறியாமலிருந்தாள். சிவன் தலைமுடியில் வழிந்தோடிக்கொண்டிருக்கும் போது, புன்னகையின் சாயலாக அவர் வாயின் ஒரு ஓரம் உயர்வதை அவள் பார்த்தாள். அது அவள் சீற்றத்தைக் கூட்டியது. தன் தாக்குதலை அவள் புதுப்பித்தபோது, கண்ணுக்குத் தெரியாத சிறிய பள்ளங்களில் பொங்கி, நுரையின் சில துளிகள் வனத்திற்கு வெளியே தெறித்தன. ஒரு கணம் அவை வெற்றுவெளியில் ஆச்சரியத்தோடு அசைவற்று நின்றன. இறுதியில் அவை சுவையற்ற வறண்டதொரு சுவையைச் சுவைத்தன. அது பூமி. அந்தத் துளிகள் பிந்துசரஸ் ஏரியை உருவாக்கின, துளிகளாலான ஏரியை. அங்கிருந்து அவற்றுக்காகவே உருவாக்கப்பட்டிருந்தது போலிருந்த படுகையின் மேல் ஓடின. மனிதர்கள் அந்த நதியைக் கங்கை என்றழைத்தனர்.

ஆயிரக்கணக்கான நாட்களுக்குச் சிவன் பார்வதியோடு கூடி இணைந்திருந்தார். அந்தக் கூடல் பூமியில் ஒரு நடுக்கத்தைக் கடத்தியது. அவர்கள் உடல்கள் ஒன்றாகப் பின்னிப்பிணைந்திருந்தன. ஆனால் பார்வதி தவத்தை ஒதுக்கிவிட்டவளைப் போலக் கிளர்ச்சியற்று இருப்பதைச் சட்டென்று கவனித்தார், அவள் தீ ஒரு ஒற்றைப் புள்ளியில் குவிந்தது: அவள் கண்கள், இப்போது சிவன் கண்களை அல்லாமல் அவர் சடையை வெறித்துக்கொண்டிருந்த அவள் கண்கள். அவர் தலைமுடியின் சொட்டும் ஈரத்தில், அவள் தன் மூத்த சகோதரியை, இன்னும் சிவன் உடலைப் பற்றிக்கொண்டுள்ள கங்கையைக் கண்டுவிட்டாள். ஒவ்வொரு துளியும் அவள் அகன்ற இடுப்பின் ஊசலாட்டத்திற்குச் சான்று பகர்ந்தன. இன்பத்துக்கும் கேலிக்கும் இடையிலான இடையறாத சூழ்ச்சியில் அவள் வாயின் ஓரங்கள் உயர்ந்திருந்தன. பார்வதி நினைத்தாள், "ஆக, சிவன் தன் சர்ப்பத் தழுவல்களில் என்னை எப்போதும் பொதிந்து வைத்திருந்த நேரமெல்லாம் தன் தலையில் கங்கையைச் சுமந்து கொண்டிருந்திருக்கிறார். அவள் உடலோடு சொட்டிக்கொண்டிருந்திருக்கிறார். சிவன் உடலுக்குச் சொந்தமான, அவர் உடலாக உள்ள தேவியை இனி எவ்வாறு என்னால் வெளிக்காட்ட இயலும், நாங்கள் குழந்தைகளாக இருந்தபோது

விளையாடியதுபோலக் கங்கையின் கண்களை நான் எந்நேரமும் சந்தித்துக் கொண்டிருந்தால், என்னுடையதை விடவும் பெரியதொரு இன்பத்தில் அவள் மூழ்கியுள்ளதாகக் கங்கையின் கண்கள் எப்போதும் சொல்லிக் கொண்டிருந்தால், என்னால் எவ்வாறு இன்பத்தில் மூழ்க இயலும்? பலவருடங்களாகச் சிவன் உடல் என் உடலுடன் ஒட்டிக்கொண்டிருந்த அதே சமயம், அவர் நெற்றியைச் சுருக்கி அவர் சடைகளிலிருந்து பொழிந்துகொண்டு, எனக்கு முன்பாகவே தொடங்கி இன்னும் நடந்து கொண்டிருக்கும் சிவனின் இன்னொரு காதலுக்கு நான் சாட்சியாக இருந்திருக்கிறேன். இந்த அறிகுறிகள் எல்லாம் எங்கள் இன்பத்தின் உச்சத் தால் என்று நினைக்குமளவுக்கு எவ்வளவு அப்பாவியாக இருந்திருக் கிறேன் . . .” தாங்க முடியாத பொறாமையாலும் கோபத்தாலும் தாக்கப் பட்டிருந்தாள் பார்வதி. வேறெந்தக் காரணமுமின்றி அந்தக் கடவுளைக் கவர்வதற்காக மட்டுமே இவ்வளவு வருடம் செய்த அந்தத் தவத்திற்கு என்ன அர்த்தம்? கடவுளின் மனத்தைத் திசைதிருப்பி தன் உடல்முழுவதும் திரியவிடும் நோக்கத்துடன் தந்தையோடு சேர்ந்து திட்டமிட்டதற்கு என்ன பொருள்? சிவன் தலை அவள் சகோதரியுடன் அந்த வெறுப்புக்குரிய கங்கையுடன், இன்னும் பெருகியோடிக்கொண்டிருக்கிறது என்றால் என்ன அர்த்தம்? பார்வதி சிவனிடம் தன் கண்களைத் திருப்பி ஆத்திரத்தோடு சொன்னாள்: “நீங்கள் என் உடலோடு விளையாடிக்கொண்டிருக்கிறீர்கள், உங்கள் தலை இன்னும் கங்கையுடன் விளையாடிக்கொண்டிருக்கிறது”. சட்டென்று மிருகத்தனமாகப் பார்வதி சிவனது அணைப்பிலிருந்து தன்னை விடுவித்துக்கொண்டது மலையை அதிர வைத்தது. பிறகு அவள் கங்கை நதியிடம் திரும்பி அதற்குச் சாபமிட்டாள்: “உன் தண்ணீர் இனி எப்போதும் தூய்மையற்றுப் போகட்டும்”. பார்வதியை உற்றுப் பார்த்த சிவன், சொக்கட்டான் ஆட்டத்தில் ஏமாற்றும்போது இருப்பதுபோல், அவளை இவ்வளவு அழகாகத் தான் ஒருபோதும் பார்த்ததில்லை என நினைத்துக் கொண்டார். அப்போது இதே போன்ற, ஆனால் இதற்கு நேர் எதிரான சீற்றத்தை மறைத்துவைக்கும் அதிரொலியோடு சிரிப்பாள்.

சிவன் உலகைத் துடைத்தழிக்கும்போது, உயிரின் அனைத்துச் சேர்மானங்களும் இருப்புத் தேவையற்று அவருக்குள் ஓடிக்கொண்டிருக்கும். மனமும் புறமும் தனித்தனி இருப்பல்ல – சொல்லப்போனால் இருப்புகளே அல்ல. அவை ஒரே ஓட்டம். ஒன்றையொன்று ஊடுருவி, அவை தம் வெட்கத்தையே இழந்தன. திகிலூட்டுவதும் மென்மையானதும் ஒன்றாக வெளிவந்தன, ஜோடியாக, ஒன்றுக்கொன்று விருப்பு வெறுப்பற்று, தூரத்துச் சொந்தங்கள்போல். பிறகு ஒன்றுக்கொன்று விடைபெற்றுக்கொண்டன. உடனேயே அவற்றின் இடத்தை வேறேதோ ஒன்று எடுத்துக்கொண்டது. ஒரு இடைவிடாத புலப்பெயர்ச்சி. அனைத்து வடிவங்களும் அனைத்துச் சக்திகளும்: சிவனின் மந்தை. அதனால்தான் அவர்கள் அவரை பசுபதி, மந்தைகளின் தலைவர், என்று அழைத்தனர்.

"சிவனுக்கு மிகைப்பாடுதான் பொதுவிதி. முடிவற்ற ஒரு கொந்தளிப்பு. அவரின் எந்த நிலையும் பூமியின் அமைதிக்கும் மோனத்துக்கும் உத்தரவாத மளிக்க இயலாது" என்று மனம் பேதலித்து நினைத்தனர் முப்பத்து மூன்று கடவுளரும். சிவன் தவத்தில் மூழ்கி, உலகைப் புறக்கணிக்கும்போது, கவனம் கொடுத்துப் பார்க்காத காதலனுக்காகத் தன்னை அலங்கரித்துக் கொள்ளும் பெண்ணைப் போல் படைப்பு மந்தமாகிவிடுகிறது, தன் மணத்தை இழந்துவிடுகிறது. தேவியுடனோ அல்லது ஒரு பெண்ணுடனோ இன்ப விளையாட்டில் ஈடுபடும்போது, மாதங்கள், வருடங்கள் என்று அது நிகழ்ந்து கொண்டிருக்கும். அவர்கள் உடல்களுக்கிடையில் ஏற்படும் நிலையான, எரிச்சலூட்டும் அந்த ஸ்பரிசம், அதன் முடிவற்ற உராய்வு, காய்ச்சலைப் போல் உலகைப் பீடித்து, அனைத்தையும் பொசுக்கிவிடப் பார்க்கிறது. எனவே சிவன் தன்னை எவ்வாறு வெளிப்படுத்திக்கொண் டாலும் ஏதோ ஒரு கட்டத்தில் அவர் கவனம் திருப்பிவிடப்பட வேண்டும், தடைப்படுத்தப்பட வேண்டும் என்ற முடிவுக்குக் கடவுளர் வந்தனர். வாழ்வு இரண்டாந்தரமானதாக இருந்தாலும் அதன் போக்கில் போகும். சிவன் சமநிலையின்மையைக் கொண்டுவருபவர் என்பது அவர்களுக்குத் தெரியும் – பூமியால் அவரின்றி அதிர்வுகொள்ள இயலாது என்றாலும் அவர் கொந்தளிப்பின் மிகச் சிறியதொரு பங்கை மட்டுமே அதனால் தாங்கிக்கொள்ள முடியும். எண்ணிப் பார்க்கக்கூடிய ஒரே சமநிலை, சிவனிடமிருந்தே தோற்றம்கொள்ளும் சமநிலை அற்றவற்றின் மொத்தத் தொகை மட்டுமே.

பூமியைத் தாங்கி நிற்கும் சர்ப்பமும் ஆமையும் நடுங்கத் தொடங்கிய வுடன் துக்கத்தோடும் இறுக்கத்தோடும் கடவுளர் மீண்டும் ஒன்றுசேர்ந்தனர். "அவர்கள் இருவரும் சொக்கட்டானையும் கலவியையும் தவிர வேறெதையும் நினைப்பதில்லை. தாரகன் நம் எல்லோரையும் அடிமையாக்கிவிட்டாலும் அவர்கள் ஒரு முடியைக்கூட அசைக்கமாட்டார்கள். நாம் அறிவதற்கு முன்பே உலகம் நம் கால்களுக்குக் கீழே பொடிந்து விழுந்திருக்கும்" என்று முப்பத்து மூவரில் ஒருவர் சொன்னார். "நாம் மீண்டும் விஷ்ணுவின் யோசனையைக் கேட்போம்" என்று அவர்கள் முடிவுக்குவந்தனர். இந்த முறை அவர்களுக்கு விஷ்ணு தைரியம் அளிக்கவில்லை. "சிவன் தன் வித்தை வெளிப்படுத்த இன்னும் ஒரு முழுயுகம்கூடக் காத்திருக்கக் கூடும்" என்றார் சிந்தனையோடு. கைலாயத்துக்குச் செல்வதற்கு அவர் களுக்கு ஒரு வழிகாட்டியாகச் செயல்பட்டார் அவர். சிவன் குடியிருக்கும் சௌகரியமான வாசஸ்தலத்தின் வாசனையை இறுதியில் முகரும்வரை, பள்ளத்தாக்குக்கு மேலுள்ள பாதையில் எறும்புச் சாரைபோல் சென்றனர் கடவுளர். அங்கு நிறைந்திருந்த அழகை ஏறெடுத்தும் பார்க்கவில்லை அவர்கள். வனத்திலிருந்து வெளியேவந்த உடனே சிவகணங்களின் இடையே வந்தடைந்திருப்பதைச் சட்டெனக் கண்டனர். சிவகணங்கள் உறங்கிக் கொண்டிருந்தன, சில சொக்கட்டான் ஆடிக்கொண்டிருந்தன. "எங்கே சிவன்? சொல்லுங்கள். எங்கள் வேதனை எங்களை நசுக்கிக்கொண்டி ருக்கிறது." "சொல்வதற்குப் பெரிதாக ஒன்றுமில்லை. ஒருநாள், இப்போதிருந்து

வெகுகாலத்திற்கு முன்பாக, பார்வதியின் அந்தப்புரத்திற்குச் சென்றார். இன்னும் வெளியே வரவில்லை. என்ன எண்ணம் கொண்டிருக்கிறார் என்று எங்களுக்குத் தெரியாது. அப்போதிருந்து நாங்கள் கொட்டாவி விட்டுக்கொண்டு இங்கே இருக்கிறோம்" என்றது கணங்களில் ஒன்று. நந்தி சொன்ன இரவின் விதான மண்டபத்தை வந்து அடையும்வரை, கடவுளர் ஜாக்கிரதையாக முன்னேறிக்கொண்டிருந்தனர். குழந்தைத்தனமாக அழகுபடுத்தப்பட்டு மோகனமூட்டும் பல்கோண வடிவத்தில், மெல்லிய தூண்களின்மேல் உள்ள உப்பரிகையில் சிவனும் பார்வதியும் தங்களை வானியலுக்கும் இன்பத்துக்கும் ஒப்புவித்திருந்தனர். விஷ்ணு பொறுப்பேற்றுக் கொண்டிருந்தார். அவர்தான் விதான மண்டபத்தின் கதவைத் தட்டத் துணிந்தார், பதற்றமான கீச்சிடும் குரலில் அவர் சொன்னார்: "அனைத்துக்கும் மேலான எங்கள் நாதனே, அங்கே என்ன செய்துகொண்டிருக்கிறீர்கள்? நாங்கள் அனைவரும் அடைக்கலம் தேடி உங்களிடம் வந்துள்ளோம், நாங்கள் தாரகனால் நசுக்கப்பட்டுக்கொண்டிருக்கிறோம், சகாயம் செய்யுங்கள்" என்ற விஷ்ணுவின் குரலுக்குப் பின்னாலிருந்து துதிகளும் கொண்டாட்டத்தின் ரீங்காரமும் கேட்டது. கடவுள் ஒவ்வொருவரும் ஏதோ முணுமுணுத்துக்கொண்டிருந்தனர்.

அந்தக் கதவு தட்டல், குரல்களின் சலசலப்பு, விஷ்ணுவின் கீச்சிடும் சொற்கள்: அனைத்தும் சிவனின் மனத்தில் ஏதோவொரு கனிமத்தின் சிம்புபோல் இறங்கின, அதன் கூட்டுமானம் சிவன் நன்கு அறிந்ததே. "மீண்டும் உலகமா?" என்று பொறுமையில்லாமல் நினைத்தார். பார்வதியை ஊடுருவிக்கொண்டிருந்த கோணத்தை மெல்ல மாற்றினார். அவர்களது கலவி சில மாமாங்கங்களாக நடந்துகொண்டிருந்தது. தொடக்கத்தில் அது வன்மையானதாக இருந்தது (அவர்கள் அப்போதுதான் வாதிட்டு முடித்திருந்தனர், ஏனெனில் பார்வதி சொக்கட்டானில் ஏமாற்றிக்கொண்டிருந்தாள்), பிறகு அது ஒரு திரவவோட்டம் போலிருந்தது, பிறகு தண்ணீரில் கரைத்த சாம்பலைப் போலிருந்தது, பின்னர் அனைத்தும் தண்ணீரானது, தண்ணீர் காய்ச்சல் கண்டிருப்பதைப் போல மிக மெலிதாக நடுங்கிக்கொண்டிருந்தது – எவ்வாறு பார்வதி, வேத விற்பன்னரான அந்தச் சிறிய பெண், தன்முன் தோன்றினாள் என்பதைச் சட்டென்று நினைத்துக்கொண்டார் சிவன். சுய நிர்ணயம் கொண்டவளாக, ஒளிவீசிக்கொண்டு, தான் அணிந்திருந்த மரவுரியை இலைக் கொடிகளால் இடையைச் சுற்றி இறுகக் கட்டி, ஏறத்தாழக் கோபத்துடன் அறிவித்தாள்: "உங்களுடன் கோத்துப் பின்னியுள்ள அந்தப் பிரகிருதியை நீங்கள் எப்படி அலட்சியப்படுத்தலாம்? உங்கள் சாரத்தை, என்னை, விழுங்காமல் எவ்வாறு உங்கள் மனத்தால் சுவாசிக்க இயலும்?" அப்போது சிவன் சிரித்துவிட்டார். பிறகு தங்கள் பற்களைத் தவிர வேறொன்றையும் பயன்படுத்தாமல் ஒருவரை ஒருவர் தொடுவதற்கு அவர்கள் முயன்றனர். அந்த வஸ்துவை ஆக்கிரமித்து, அதனால் ஆக்கிரமிக்கப்பட்டு, பற்றியெரிந்து கொண்டு, பல வருடங்களுக்குச் சிவன் அதில் முழுக்க நனைந்துகொண்டிருந்தார். தன்னிலிருந்து உலகை வெளியே தள்ளி விலக்கிவிட்டு, பெருநீர்ப்பரப்பின்கீழ் அசைவற்று ஒரு தூணைப்

போல நின்றுகொண்டிருந்ததற்கு ஒப்பான நிலைக்குத் திரும்பிக் கொண்டிருப்பதாக அவர் உணர்ந்தார். இருந்தும் அவ்வப்போது உலகம் குறித்த அந்த ஏக்கத்தையும் உணர்ந்தார். மீண்டும் ஆகாயத்தைக் கவனித்துக் கொண்டோ, தன் அம்புகளை எய்துகொண்டோ விலங்குகளோடு வனத்தில் திரிந்துகொண்டோ அல்லது ஒரு செப்படி வித்தைக் காரனாகவோ ஒரு நடனக்காரனாகவோ சந்தைக்குப் போய், கும்பலில் கலந்துவிடும் ஏக்கம். எப்போது மீண்டும் அவற்றையெல்லாம் செய்வார்? அது சிவன் விலகிப்போவதற்கான அறிகுறி. அவர் இன்னும் காத்துக் கொண்டிருந்தது பார்வதி இன்னமும் தன் இன்பத்தில் தோய்ந்து இருந்ததால்தான். இப்போது கடவுளரின் இந்தக் கூச்சல் வேறு. சிவன் ஒரு கணத்துக்கு முன்பு தன்னை உறுத்திய ஆழமான எரிச்சலை நசுக்கினார். தன் படுக்கையிலிருந்து எழுந்து, கதவைத் திறந்து கடவுளரின் முகத்தைப் பார்த்தார். பயமும் ஆர்வமும் கவிந்த முகங்கள். அவர்கள் கண்கள் அவர் கண்களைச் சந்திக்கத் துணியவில்லை. அதே சமயம் கிடைத்த வாய்ப்பைப் பயன் படுத்திக்கொண்டு, அரைகுறை வெளிச்சத்தில் பார்வதியின் கணநேரத் தோற்றத்தைப் பார்த்துவிடலாமென அவருக்குப் பின்னால் நோட்டம் விட்டனர். இந்த நகைப்புக்கிடமான காட்சியால் கவனம் திருப்பப்பட்டு கணநேரம் தன்னை மறந்தவர், தன் குறி வித்தைப் பீய்ச்சிக்கொண்டிருப்பதை உணர்ந்தார். அக்னிதேவன் மின்னலைப் போல் வேகமாக முன்னே பாய்ந்து அதை வாங்கிக்கொள்வதற்காக வாயை அகலத் திறந்தான். தன் சாந்தத்தையும் கேலிச் சிரிப்பையும் மீட்டுப் பெற்றவராகச் சிவன் சொன்னார்: “இதுதானே நீங்கள் விரும்பியது?” அவருக்குப் பின்னால் மெதுவாக ஒரு கதவு திறந்தது. மந்தபுத்தியுள்ள ஒரு வாத்துக் கூட்டத்தைப் போலக் கடவுளர் குழுமியபோது, பார்வதி தோன்றினாள். அவள் ஈர உடல் கசங்கிய மெல்லிய துணியால் போர்த்தப்பட்டிருந்தது. விழிகள் சீற்றங்கொண்டு பளபளக்க, பிரபஞ்ச அன்னை சொன்னாள்: “நான் உங்களை வெறுக்கிறேன், உங்கள் அனைவருக்கும் சாபமிடுகிறேன். ஒரு சாதாரணப் பெண்ணைப் போல் பிரசவிக்கும் சந்தோஷத்தைப் பிரபஞ்ச அன்னையான என்னிடமிருந்து திருடிக்கொண்டது நீங்களும் உங்களை விழுங்கிக்கொண்டிருக்கும் பயமும்தான். நான் மலடாக இருக்கப் போகிறேன். அதுபோலவே உங்களிடமிருந்து அசுரன் தாரகன் கவர்ந்து சென்று, இப்போது கற்பழித்துக்கொண்டிருப்பானே உங்கள் மனைவிகள், அவர்களும் மலடாகவே இருப்பார்கள். அவர்கள் மலடானால், கடவுளர் அனைவரும் மலடாவீர்கள். விண்ணவரின் அற்பத்தனமான குடும்ப வாழ்வின் சகாப்தம் இத்துடன் முடிந்தது. நீங்கள் அளவுக்கு அதிகமானவர்கள் இருக்கிறீர்கள். பழையதாகப் போய்விட்டீர்கள். நீங்கள் ஒழிவதற்காகப் பொறுமையற்றுப் போயிருக்கிறது உலகம். அங்கே மேலே, நீங்கள் வசிக்குமிடத்தில் வெறுமையைத் தவிர வேறொன்றும் இல்லாதுபோகும். நீங்கள் மனிதர்களை வசியப்படுத்தியதைவிடக் கூடுதலாக அந்த வெறுமை அவர்களை வசியப்படுத்தும். சிவன் மட்டும் அசைவற்று எங்கும் நிறைந்திருப்பவராக, முழுமை குன்றாமல், எப்போதும் இருப்பதைப் போல் இருக்க முடியும். நான் உங்களை இகழ்கிறேன்” என்று பார்வதி

கதவை மூடினாள். கடவுளர் ஒரு வார்த்தையுமின்றி துக்கத்துடன் நகர்ந்து பின்வாங்கினர். துடித்துப் புரண்டுகொண்டிருந்த அக்னியை ஒரு சிவிகையில் சுமந்துகொண்டு அவர்கள் மலையிலிருந்து இறங்கினர். அவன் தொண்டை சிவனுடைய வித்தால் பொசுங்கியிருந்தது.

சரவணோத்பவன், கோரைப்புல் மண்டிய சதுப்புநிலத்தில் பிறந்தவன்: ஸ்கந்தன், பீறிடுபவன், உலகைக் காக்க வந்த பாலகனுக்கு அவர்கள் தந்திருந்த பல பெயர்களில் ஒன்று. தீயைத் தகித்த தீ. அக்னி சிவனின் வித்தைக் கங்கையின் வளைவொன்றில் துப்பினான். நிலவொளியில் தேங்கி நின்ற நீர். ப்ளெய்ட்ஸ், கார்த்திகைப் பெண்டிர், மேலேயிருந்து இந்தக் காட்சியைப் பார்த்துக்கொண்டிருந்தார்கள். தண்ணீருக்குள்ளிருந்து ஓர் ஒளிர்வு அவர்களைத் தாங்க முடியாமல் ஈர்த்தது. மாலுமிகளுக்கு வழிகாட்டி அவர்களோடு அடிக்கடி பேசிக்கொண்டிருந்த காரணத்தால் அவர்கள் பூமியை அறிந்துகொள்ள ஆவலாக இருந்தார்கள். கண்டிப்பான ஆசாரம் பயிலும் அருந்ததி மட்டும் உலகைத் தீண்டுவதற்குத் தயங்கி இருந்த இடத்திலேயே தங்கிவிட்டாள். வரிசையாக ஆறு பெண்கள் இரவுவானிலிருந்து கீழிறங்கினர். திரைக்குப் பின்னால் மறைந்து கொள்வதைப் போல் கோரைப்புற்களுக்கு இடையில் மறைந்துகொண்டனர். சிவன் வித்து அவர்கள் அதிரும் உடல்களின் மயிர்க்கால்களைத் துளைத்துப் புகுந்தது. ஒற்றைக் கருப்பையின் ஆறு பாதுகாவலர்களாக அதைப் பேணிக் கொண்டு அவர்கள் அங்கேயே கிடந்தார்கள். பின்னிப்பிணைந்திருந்த சகோதரிகளின் வெண்மையான உடல்கள் தண்ணீரிலிருந்து மேலெழும்பிய போது அவர்கள் அனைவரும் ஒன்றாகப் பிரசவித்தனர். அங்கு ஆழ்ந்ததொரு அமைதி நிலவியது. ஆனால் யாரும் இதைப் பார்த்துக்கொண்டிருக்கவில்லை என்று பொருளில்லை. நதிக்கரையிலிருந்த புதர்களுக்குப் பின்னால், தம்மைக் காக்க வந்திருக்கும் பாலகனைக் காணப் பொறுமையற்றுக் காத்திருந்த கடவுளர் அந்த ஒளிரும் சதுப்பு நிலத்தை உற்றுப்பார்த்துக் கொண்டிருந்தனர். நாணல்கள் முதல் மென்காற்றில் சலசலத்தன. ஆறு ஜோடிக் கைகள் நீர்ப்பரப்புக்கு மேலே ஒரு குழந்தையை உயர்த்திச் சீராட்டிக்கொண்டிருந்தன. பார்வதி தொலைவில், தனியாகத் துயருடன் சோர்வுற்று நிழலில் இருந்தாள். தன் மார்பகங்களில் பாலோட்டத்தைச் சட்டென்று உணர்ந்தாள். அதே சமயம் எந்தப் பிரசவத்தையும்விட வலி மிகுந்ததொரு துடிப்பை உணர்ந்தாள். ஏனெனில் அவள் ஒருபோதும் பிரசவிக்கப் போவதில்லை என்பதுதான் அதன் பொருள். பால் சுரந்தது ஒரு கேலிக்கூத்து. ஆனால் அவள் கருப்பையிலிருந்து பிறக்காவிட்டாலும் ஸ்கந்தன் அவள் குழந்தைதான் என்பதை அது நிச்சயப்படுத்தியது. "உன் சதை என் தவத்தாலும் இன்பத்தாலும் ஆனவை. சிவன் என்னைத் தீண்டியதால்தான் நீ இருக்கிறாய்" என்று தொலைவிலுள்ள தன் மகனிடம் முணுமுணுத்தாள் பார்வதி. ஸ்கந்தன் கோரைப்புற்களுக்கும் சேற்றுக்கும் நடுவில் ஏற்கனவே சிரித்துக்கொண்டிருந்தான். ஆறு பெண்கள் தங்கள் மார்பகங்களைக் கொடுத்தார்கள். அவர்கள் தாய்களைப் போலல்லாமல்

விளையாட்டுத் தோழிகளைப் போல் இருந்தனர். அந்தத் தெய்வீகக் குழந்தையின் ஆறு வாய்களும் ப்ளெய்ட்ஸின், கார்த்திகைப் பெண்டிரின் பாலை அருந்துவதற்காக அகன்று விரிந்தன.

ஸ்கந்தன், கணேசன் இவர்கள் குழந்தைப் பருவத்தில் இருந்ததைப் போல் வேறெப்போதும் உலகம் அவ்வளவு அமைதியாக இருந்ததில்லை. தங்கள் காதல் களியாட்டங்களில் அக்கறையற்று, பிரகாசமான வண்ணத் திரைச்சீலைகளால் சூழப்பட்ட வழுவழுப்பான பாறைகளில் மணிக்கணக் காக அமர்ந்துகொண்டு, எப்போதாவது பேசிக்கொண்டிருந்த சிவனையும் பார்வதியையும் சுற்றி இடையறாது விளையாடிக்கொண்டிருந்தனர் யானைத் தலை சிறுவனும் ஆறு தலை சிறுவனும். எருது நந்தி கீழே அமர்ந்து பாழை உற்று நோக்கிக்கொண்டிருந்தது. கணேசன் சிவன் மார்பில் பாம்புகளைச் சுற்றி விளையாடிக்கொண்டிருந்தான். ஒருகாலத்தில் தன் அரண்மனையில் அமர்ந்து முத்துக்களைக் கோத்துக்கொண்டிருந்த அதே பாவத்தோடு சிறிய மண்டையோடுகளைச் சிவனின் மாலையில் இணைப் பதில் ஆழ்ந்து போயிருந்தாள் பார்வதி. ஸ்கந்தன் கயிற்றின் ஒரு முனையைப் பிடித்துக்கொண்டிருந்தான். அவர்களைச் சுற்றி இருந்த மற்ற விலங்குகள் – ஒரு மயில், ஒரு சுண்டெலி, ஒரு சிங்கம் – அமைதியாக உறங்கிக்கொண் டிருந்தன. அநேகமாக உலகில் எதுவும் நிகழ்ந்துகொண்டிருக்கவில்லை. சிவ பார்வதியின் கலவியால் நடுக்கமுண்டாவதில்லை. தாரகன் பூமியின் அடித்தளத்தை உலுக்கிவிடுவான் என்னும் பயமுமில்லை. கண்ணிமைக்கும் நேரத்தில் ஸ்கந்தன் ஒரு பூச்சியைப் போல் அவனை விரட்டிவிட்டிருந்தான். கடவுளர்கூடக் கடைசியில் ஓய்வெடுத்துக்கொண்டிருந்தார்கள்.

7

குதிரையின் யாகமாகிய *அஸ்வமேதத்தின்* கடைசி மூன்று நாட்கள், அந்த ஆண்டுக்குள் ஒரு செருகு கட்டையைப் பாய்ச்சியதுபோல், அனைத்து யாகங்களின் அரசனாக இருக்கும், கொண்டாடுபவரை அரசர்களுக் கெல்லாம் அரசராக்கும் விரும்பியது அனைத்தையும் அடையச் செய்யும் யாகத்தின் உச்சகட்டமாக வந்தது. சடங்குகள் நிறைந்த மூன்று நாட்கள், அந்தச் சிறிய காலக்கூறில் முழு ஆண்டும் குவிந்திருந்தது. ஆண்டு முழுவதும் உணரக் கூடிய வெளித்தெரியாத பதற்றம், அந்த ஆண்டின் இறுதி நோக்கமே அந்த மூன்று நாட்களை வந்து அடைவதுதான் என்பதுபோல், ஆண்டு முழுவதும் அந்த நாட்களுக்கான ஆயத்தமாக ஏதோ நடந்துகொண்டே யிருந்தது. அதற்குப் பின்னர் இன்னொரு ஆண்டும் வேறு சடங்குகளும் தொடரும்: விளைவுகளின் வீரியத்தை மட்டுப்படுத்துவதாக.

ஒட்டுமொத்த பூமிக்கும் அதிபதியாக இருப்பதற்கு, ஒட்டுமொத்த உலகுக்கும் அதிபதியாகத் தன்னை நினைத்துக்கொள்வதற்கு மேல் ஒருவர் எதையும் செய்யத் தேவையில்லை. ஒட்டுமொத்த உலகுக்கும் அதிபதியாக உள்ளவருக்கான வழிபாட்டுமுறையைக் கொண்டாடுவதற்கு மேல் எதையும் செய்யத் தேவையில்லை: செய்ய வேண்டியது அஸ்வமேத யாகம். உண்மையான விளைவு (அதாவது ஒட்டுமொத்த உலகுக்கும் அதிபதியாக இருப்பது) இரண்டாம்பட்சமானது; உண்மையில் மனத்தைச் சார்ந்ததாக இருப்பதிலிருந்து பெறப்பட்டதும் அதன் விளைவான சடங்காக இருப்பதுமே ஆகும்.

யாகசாலை ஒரு சமதளமான, பலரது காலடி பதிந்த தட்டையான ஒரு நிலப்பரப்பு, ஆனால் கிழக்கு நோக்கி மெதுவாகச் சரியும் பரப்பு. அதன் கிழக்கு விளிம்புக்கு அப்பால் அதே போன்ற, யாகசாலையாகிவிடக் கூடிய வேறு இடம் இருந்துவிடக் கூடாது. அதுமட்டுமின்றிக் கிழக்குப் புறம், வருடம் முழுவதும் தண்ணீர் இருக்க வேண்டும், பெரும்பாலும் ஒரு குளம். அனைத்திற்கும் மேலாக அது ஒரு வெற்றிடமாகவும் திருத்தப் பட்ட நிலப்பரப்பாகவும் இருக்க வேண்டும். வெகு சாதாரணமானதும் வகைப்படுத்த இயலாததுமான இடமாக அது இருக்க வேண்டும். அதே போன்ற வேறொரு இடம், அதைப் போலவே வெகு சாதாரணமானதும் வகைப்படுத்த இயலாததுமான வேறோரிடம் அருகில் இருந்துவிடக் கூடாது என்பது மட்டுமே விஷயம். ஏனெனில் அங்கே ஒரு போட்டியாளனின்

நிழல் ஒருநாள் கவிந்துவிடக்கூடும். தண்ணீரின் இருப்பு பற்றியும் ஒருவர் கவனத்துடன் இருக்க வேண்டியது அவசியமாக இருந்தது.

குதிரையைப் பலியிடுவதற்கு முன்பு, அங்கு ஒரு வெறுமையான நிலப்பரப்பு இருப்பதுபோலவே, குதிரையைப் பலியிட்டதற்குப் பிறகும் ஒரு வெறுமையான நிலப்பரப்பு இருக்கும், எஞ்சியுள்ள சில சாம்பல் களுடனும் காலடித் தடங்களும் குளம்படித் தடங்களுமாகப் பதிந்த பெரும் குழப்பத்துடனும். *மஹாவீரப்* பானையைப் போன்ற யாகத்திற்கு அத்தியாவசியமான சில பொருட்கள், யாகத்தின்போதே செய்யப்படுகின்றன. இந்தப் பொருட்களைச் செய்வதும் யாகத்தின் ஒரு பகுதியே. யாகத்தின் முடிவில் அவை அழிக்கப்பட்டுவிடும். அந்த அழிப்பும் யாகத்தின் ஒரு பகுதியே ஆகும். யாகத்தைப் பொறுப்பேற்று நடத்துபவர்களின் முக்கிய அக்கறையே பூஜ்ஜியத்தில் தொடங்கிப் பூஜ்ஜியத்துக்கே திரும்புவதுதான் என்றுகூடச் சொல்லலாம். முன்னமே ஆக்கப்பட்டுள்ள எதையும், ஏற்கனவே இருக்கும் எதையும் ஏற்காமல், அவர்களாகவே ஒவ்வொன்றையும் செய்வது. யாகத்தில் செய்யப்படுவது அனைத்தும் அனைவரின் மீதும் கவிந்து, ஆனால் உணரப்பட முடியாத, காலம் போன்ற அதே வஸ்துவால் ஆக்கப்பட்டதுபோல், அடையாளம் ஏதுமின்றி முற்றிலும் அழிக்கப்படுவது என்றும் சொல்லலாம்.

அனைத்தும் கண்களால், கண்களில் தொடங்கி முடிகிறது. தொடக்கத் தில் பிரஜாபதி குதிரையைப் பலியிடுவதைப் பார்த்தார், விலங்கொன்று கடந்துசெல்வதை ஒருவர் பார்ப்பதுபோல. ஆனால் குதிரையென்பது என்ன? பிரஜாபதியின் கண்.

நடந்தது இதுதான்: பிரஜாபதி பாழினுள் கவனித்துக்கொண்டும் ஆசைப்பட்டுக்கொண்டும் இருந்தார். அவர் இடது கண் வீங்கத் தொடங் கியது(*அஸ்வாயத்*). தரையில் விழுந்தது அவரது இடதுகண். அவர் வீங்கிய, இப்போது கழன்று விழுந்துவிட்ட கண், புழுதியில் விழுந்துகிடப்பதைப் பார்த்தார் பிரஜாபதி; அதுதான் குதிரை (*அஸ்வம்*) என்பதையும் பார்த்தார். அப்போதிலிருந்து வேறெதையும்விடத் தன் கண்ணை மீட்டு முழுமையாக இருப்பதையே அவர் விரும்பினார். அந்தக் கணத்திலேயே அவர் யாகத்தைக் கண்டார், தன் வால் காற்றில் வீசிக்கொண்டிருக்க, கறுப்புத் திட்டுகள் கொண்ட வெண்குதிரை பாய்ந்தோடுவதைக் கண்டார். அதைக் கொல்லப் போகிறோமென்று அவருக்குத் தெரியும். தன் இடது கண் முன்பு இருந்தது போல் அதன் இடத்திற்குத் திரும்புவதற்காகக் குதிரையின் இடது விலாப்புறச் சதைக்குள் வெட்டப் போகிறோம் என்று அவருக்குத் தெரியும். ஆனால் இப்போது அநேகமாகக் கண்ணுக்குப் புலப்படாத தையல்குறி அங்கே இருக்கும். அந்தத் தழும்பு யாகத்தின் அறிகுறியாக இருக்கும், வாழ்வு கடந்துபோய்க்கொண்டிருப்பதின் அறிகுறியாக.

அக்னி, தலைப்பிள்ளை, இப்போதுதான் ஓடிப் போயிருந்தான். மற்ற கடவுளர் பிரஜாபதியைச் சுற்றிக் குழுமிக்கொண்டிருந்தார்கள்: "அவனைப் பின்தொடருங்கள்! மீண்டும் அவனை நீங்கள் திரும்பக் கொண்டுவர வேண்டும்! அக்னி தன் தந்தையைத் தவிர வேறு யாருக்கும் தன்னை வெளிக்காட்ட மாட்டான்!" என்றார்கள் அவர்கள். எனவே பிரஜாபதி வெண்குதிரை வடிவெடுத்தார். நீண்டகாலம் அங்குமிங்கும் அலைந்து திரிந்துகொண்டிருந்தார், ஒவ்வொரு திசையிலும் தேடினார். ஒரு குளத்தில் நீரருந்திக்கொண்டிருந்தபோது, ஒரு தாமரை இலையையும் அதன்மேல் மினுங்கும் ஒளிச்சுடரையும் கண்டார். அதைக் காணும் பொருட்டுத் தன் தலையை உயர்த்தினார். அவர் வாய் ஒளிச்சுடரால் பொசுங்கியது. அவர் கண்களையும் அந்த ஒளிச்சுடர் இகழ்ந்தது. தந்தையைத் தான் காயப்படுத்திவிட்டதை அக்னி உணர்ந்தான். குதிரையின் உன்னதமான, சிறப்பு வாய்ந்த முகத்துக்குக் கீழே எரிந்தபோது, அவன் சொன்னான்: "தந்தையே, உங்களுக்கு ஒரு வரம் வழங்குகிறேன். கேளுங்கள்..." பிரஜாபதி கேட்டார்: "வெண்குதிரை வடிவில் யார் உன்னைத் தேடுகிறார்களோ அவர்கள் உன்னைக் கண்டுபிடிக்கட்டும்". அன்றிலிருந்து வெண்குதிரைகளுக்குப் பொசுக்கப்பட்டவை போன்ற சிவந்த வாய்களும் நுண்ணிய கண்களும் இருக்கத் தொடங்கின. அறிவு என்று நாம் அழைக்கும் அந்தக் காயத்தால் ஏற்பட்ட தழும்புகள் அவை.

அஸ்வமேத யாகத்துக்கான முன்னேற்பாடுகள் நெடியவை. கைவினைஞர்கள் தேவையானவற்றைத் தயாரித்துக்கொள்ள வேண்டும். பலிவுயிர்கள் கட்டப்படும் கம்பங்களுக்காக அவர்கள் இருபத்தோரு மரங்களை வெட்டுகிறார்கள். நீண்ட கைகளுடைய முப்பத்தாறு கரண்டிகள் தேவைப்பட்டன. நான்கு சக்கர ரதங்கள் நான்கு. யாகத்தைச் செய்யும் அரசனின் மனைவிகளுக்கென வெள்ளிப் பித்தான்கள் கொண்ட நான்கு தலையணிகள் தயாரிக்கப்பட்டன. அவர்கள் தீயின் பீடத்திற்காகச் செங்கற்களைச் சுட்டனர். இருநூற்று நாற்பத்திரண்டு கத்திகளை உலையிலிட்டு உருவாக்கினர். முன்னூற்று முப்பத்து மூன்று தங்க ஊசிகள், அதே எண்ணிக்கையில் வெள்ளியிலும் பித்தளையிலும். பிறகு, குதிரையின் ரத்தத்தைச் சமைப்பதற்கு ஒரு பானை. தங்கத்தால் பூவேலைகள் செய்யப்பட்ட மூன்று மெத்தைகள். அனைத்துக் கிராமங்களிலிருந்தும் நூற்றுக்கணக்கான விலங்குகள் கொண்டு வரப்பட்டன. "பழக்கிய விலங்குகளைக் கிராமத்தில் வைத்துக் கொள் கின்றனர்; வன விலங்குகளை வனத்தில்; மலை விலங்குகளை மலையின் மேல்; நதியின் விலங்குகளை நதிகளில்; பறவைகளைக் கூண்டுகளில்; ஊர்வனவற்றைப் பானைகளில்."

இவ்வாறாகத்தான் இருந்தது வேதகாலத்தில்; அலங்கோலமான தேய்ந்துபோன பல பொருட்கள்; பெரும்பகுதி வெறுமையான ஒரு பெரிய திருத்தப்பட்ட நிலம்; ஒரு தீயிலிருந்து மற்றதற்கும், ஒரு குடிசையி லிருந்து மற்றொன்றுக்கும் கண்ணுக்குப் புலப்படாத சரடுகள் அதிர,

வெளியின் இந்தக் கோடியிலிருந்து அந்தக் கோடிவரை ஒரு பதற்றம் ஒரு மின்னூக்கத்தைத் தூண்டிக்கொண்டிருந்தது.

நீண்டகாலத்துக்குப் பின்னால், கலியுகத்தின் தொடக்கத்தில், மகாபாரதத்தில் சொல்லப்பட்டிருக்கும் கதையில், தன் ஒன்றுவிட்ட சகோதரர்களுடனான கொடூரமான போரின் முடிவில், யுதிஷ்ட்ரன் தன் குற்ற உணர்வுக்குப் பரிகாரமாக அஸ்வமேத யாகம் நடத்த முடிவெடுத் தான்; அதே புராதன நியதிகளின்படி அதே கூறுகள். ஆனால் பலிவுயிர்கள் கட்டப்படும் இருபத்தோரு கம்பங்களும் இப்போது பொன்னாலானவை. யாகம் நடக்கும் இடத்தைச் சுற்றி ஒரு பெரிய நகரம் அவசரமாக நிர்மாணிக்கப்பட்டது, தத்தம் பரிவாரங்களுடன் யாகத்திற்கு வரும் அரசர்களை உபசரிக்க; ஒவ்வொரு உயிரினத்திலும் சில விலங்குகளைத் தங்கவைக்க; சடங்கின்போது இருப்பதற்காக மலைகளிலிருந்து இறங்கி வந்திருந்த துறவிகளுக்குத் தங்குமிடம் அளிப்பதற்காக. "ஜம்புத்வீபம் முழுவதும், அதன் பல்வேறுபட்ட மனிதர்கள் அனைவரும் அரசனின் யாகத்திற்காக அங்கே ஒன்றாகக் குழுமியிருந்தனர்." யாரும் பார்த்ததிலேயே மிகப் பெரும் சந்தை அதுதான், அவ்வளவு நகைகளும் அவ்வளவு பாண்டங்களும் அவ்வாறானதொரு இடத்தில் இதுவரை ஒன்றாகச் சேகரிக்கப்பட்டது கிடையாது. "அங்கிருந்த யாரும் சோகமாக இல்லை, யாரும் ஏழ்மையாக இல்லை, யாரும் பசியோடில்லை, யாரும் மகிழ்வற்றில்லை, யாரும் கடுமையாக இல்லை."

யாகம் தொடங்கிய கணத்தைத் தவறவிடுவது மிக எளிது. நான்கு புரோகிதர்கள் தரையில் குத்துக்காலிட்டு அமர்ந்திருப்பதை நீங்கள் காண்பீர்கள். அதில் ஒருவர், *அத்வர்யு,* அரிசிப்புட்டு சமைத்து மற்றவர் களோடு பகிர்ந்துகொண்டார். இது தினசரி பார்க்கக்கூடிய சாதாரணமான விஷயம்தான். இருந்தும் சரியான தொடக்கம் இதுதான். அந்த வெள்ளைப் புட்டுதான் வித்து. அந்த வித்துதான் ஆசை. ஏதாவது தொடங்க வேண்டு மென்றால், விரிந்து வெளிப் பரவும் ஒரு வஸ்துவைப் போல் ஆசை உருக்கொள்ள வேண்டும். அந்த வெள்ளை அரிசிப் புட்டு – அல்லது அவர்கள் தங்கள் கிண்ணங்களிலிருந்து உண்டு கொண்டிருந்தபோது யாகத்தின் அரசன் அவர்களுக்கு அளித்த நான்கு ஒளிரும் தங்கத்துண்டுகள். "ஏனெனில் அரிசிப்புட்டு வித்து, தங்கமும் வித்துதான்."

அத்வர்யு, எண்ணற்ற சடங்குச் சமிக்ஞைகளின் புரோகிதர், கடைசியில் கன்றிப் போகுமளவுக்கு யாகத்துடன் நெருங்கிய தொடர்புகொண்டிருந்தவர், யாகம் செய்யும் அரசனை நேராகக் கண்களில் பார்த்துச் சொல்வார்: "உன் குரலை நிறுத்திக்கொள்" ஏன்? "ஏனெனில் யாகம் என்பது குரல் (வாக்கு)" அதுதான் அர்த்தம். யாகத்தினுள் ஒருவர் நுழைகிறார் என்தற்கான சமிக்ஞையும் அதுதான்.

மாலையில், தீக்களின் குடில்களில், அவர்கள் *அக்னிஹோத்ரத்தை* நடத்தினார்கள்; கறந்த பாலை அவர்கள் தண்ணீருடன் கலந்து தீயில் ஊற்றினார்கள். *கார்ஹபத்யம்* என்றழைக்கப்பட்ட தீயில் பாலைக் காய்ச் சினார்கள், *ஆஹவனீயம்* என்னும் பெயருடைய தீயில் அதை ஊற்றினார்கள். அந்த இரு தீக்களும்தாம் எந்தவொரு சடங்கின் இழுவிசைக்கான துருவங்கள். நிகழ்ந்த ஒவ்வொன்றும் ஒன்றிலிருந்து மற்றதற்கான பாதை.

பெண்களின் ஊர்வலம் தெற்கிலிருந்து வந்து சேர்ந்தது. அமைதியாக லயிப்புடன் அவர்கள் நான்கு வரிசைகளில் முன்னேறினர். அவர்களை வழிநடத்தியது அடர்த்தியான கூந்தல்களோடு, வெள்ளிப் பித்தான்கள் கொண்ட சிக்கலான தலையலங்காரத்துடன் இருந்த, யாகம் செய்யும் அரசனின் நான்கு மனைவிகள். *மஹிஷி*, முதல் மனைவி, நிவேதிக்கப் பட்டவள். *வாவாதா*, விருப்பத்துக்கு உகந்தவள்; *பரிவிருக்தா*, உதாசீனப் படுத்தப்பட்டவள்: *பாலாகலி*, தாழ்ந்த சாதியினள். ஒவ்வொருவருக்கும் பணிவிடை செய்ய ஒரு நூறு சேடிகள்: *மஹிஷி*க்கு நூறு இளவரசிகள்; *வாவாதா*வுக்கு நூறு உயர்குடிப் பெண்கள்; *பரிவிருக்தா*வுக்கு அரசவை யினரின் நூறு மகள்கள்; நிர்வாகிகளின் ஒரு நூறு புதல்விகள் *பாலாகலி*க்கு.

குடிலின் நிழலில் பெண்களின் கோணல்மாணலான வேலி. பாலை ஊற்றியபிறகு, கீழே அவன் விருப்பத்துக்கு உகந்தவள் நிர்வாணமாகப் படுத்திருக்க, அவள் தொடைகளுக்கு இடையில் யாக அரசன் நிர்வாண மாகப் படுப்பார். அவர் இரவெல்லாம் அசையாமல் அப்படியே இருப்பார். இடையறாத ஸ்பரிசத்தால் அவர் அவள்மீது மோகம் கொள்வார், ஆனால் அவளை அடையமாட்டார். தன்னுள்ளே தவத்தை வளரவிடுவார்; அந்த வைராக்கியமான கடும் வெப்பம் நீண்ட நாட்களுக்குத் தனக்குத் தேவைப்படுமென்பதை, ஒரு முழு வருடத்துக்கும் யாகம் நடக்கும் காலம் முழுவதற்கும் தேவைப்படுமென்பதை அவர் அறிவார். அவர்களுக்குப் பின்னால் வரிசைப்படி மற்ற பெண்கள் தரையில் படுத்துக் கிடந்தனர்.

ஏன் அந்த இரவு, சிற்றின்பத்துக்கு உரியதாகவும் அதே சமயம் அசைவேதும் அற்றதாகவும் இருக்க வேண்டும்? "விழிப்பு நிலையின் ஒரு வடிவம்" அது. விழிப்பு அத்தியாவசியமானது. சடங்கின் முதல் நாள் இரவு முழுவதும் யாகம் செய்யும் அரசன் விழித்திருக்க வேண்டும் என்பது. அவரை உறங்கவிடாமல் விழிப்புடன் வைத்திருக்கக் கூட நண்பர்கள் இருந்தனர். ஆனால் அனைத்திற்கும் மேலாக, விழிப்பு என்பது விருப்பத்திற் குரியவளின் உடலுடன் தொடர்ந்த ஸ்பரிசம்.

சூரியன் உதித்தபோது, சூரியனும் குதிரையாக இருக்க, அவர்கள் இருபத்தோரு சூத்திரங்கள்கொண்டு அதை வரவேற்கத் தயாராக இருந்தனர்:

முதல் ஆறும் பார்வை தொடர்பானது (கருத்தோடு கவனமாக ஆராய் பவருக்கு வந்தனம்), கேட்டலோடு தொடர்புள்ள இரண்டு, உள்ளதற்கும் அல்லாததற்கும் ஆறு, பிறகு பார்வைக்கு ஒன்று, கேட்பதற்கு ஒன்று, கடைசியில் மனத்துக்கு ஐந்து (பிரம்மனுக்கு வந்தனம்! தவத்திற்கு வந்தனம்! நிச்சலனத்துக்கு வந்தனம்! என்பவைதான் கடைசி). ஒவ்வொரு வந்தனமும் ஒரு சொற்றொடர், இசையுடன் கூடிய உச்சாடனம். ஒவ்வொரு கட்டமைப் புக்குப் பின்னாலும் இருக்கிறது அந்தச் சூத்திரங்களின் தொடர்வரிசை.

அஸ்வமேத யாகம் தொடங்குவதற்கு முன்பு யாகம் செய்யும் அரசன் தன் அதிகாரத்தைப் புரோகிதருக்கு, *அத்வர்யு*வுக்கு, அளிக்கிறார். "யாக காலத்தில் *அத்வர்யு*தான் அரசன்". ஆனால் யாகம் ஒரு வருடத்துக்கு நடக்கிறது. அந்த வருடம்தான் அனைத்தும். இவ்வாறாகத் தன்னை அரசனாக்கும் யாகம் நடத்தப்படும் காலம் முழுவதும், தன் அரசாங்க அலுவல்களிலிருந்து அரசன் விலகி நிற்கிறான். சொல்லப் போனால், அதுதான் காலம் முழுவதுமே. அஸ்வமேதத்தால் ஒருவர் சுயாதிபத்தி யத்தை அடையலாம்; ஆனால் ஒருவர் சுயாதிபத்தியத்தைத் தன்வசம் கொண்டிருக்கவில்லை எனில், அஸ்வமேதத்தால் அவர் "அடித்துச் செல்லப் படுவார்". சுயாதிபத்தியத்தின் சுழல்வட்டம் அவ்வாறானது. அந்தச் சுழல்வட்டத்தின் மீது அமைக்கப்படாத சுயாதிபத்தியம் எதுவும் இல்லை.

இந்தக் கட்டத்தில் குதிரையின் கழுத்தில் ஒரு கயிற்றைச் சுற்றுவார் *அத்வர்யு*. இதுதான் யாகத்தின் முதல் செயல். இதற்கு முன்பு வந்ததெல்லாம் பயிற்சி, தூய்மைப்படுத்தல், ஒருவரை உகந்தவராக ஆக்குதல், ஆயத்தப் படுத்துதல், மனத்தைப் பதப்படுத்துதல். இப்போது புனிதமான எளிமையான செயல்பாட்டின் கணம். அது பிணைக்கும் செயல்பாடு. குதிரையின் கழுத்தில் கயிற்றைச் சுற்றுவது, முதல் செயல், அப்போது அந்த விலங்கிடம் *அத்வர்யு* சொல்வார்: "நீதான் சூழ்ந்து வளைப்பவன், நீதான் உலகம்: நீ ஒரு வழிகாட்டி, ஒரு பாதுகாவலன்". ஆனால் அனைத்தையும் சுற்றிச் சென்று உலகைச் சூழ்ந்து வளைப்பது எதுவோ அதை எவ்வாறு வெறும் ஒரு கயிற்றால் சுற்றி வளைக்க முடியும்? இருந்தும் அதைத்தான் செய்தது அது.

மிகக் கொடூரமான பகுதி விரைவில் வந்துவிட்டது. கழுத்தைச் சுற்றிய கயிற்றோடு ஒரு குதிரையும் ஒரு கறுப்பு நாயும் ("நான்கு கண் களுடன்" என்று அவர்கள் சொன்னார்கள். ஆனால் அது தன் கண்களின் மேல் இரு வெள்ளைப் புள்ளிகளோடிருந்த வெறும் கறுப்பு நாய்தான்) யாகசாலையில் அருகிலிருந்த குளத்திற்குத் தள்ளப்பட்டன. முன்னும் பின்னும் யாக அரசனின் உறவினர்கள், ஒரு விபசாரியின் மகன், புரோகிதர் ஒருவர். நாய் நீருக்குள் கால் எடுத்துவைத்தது. குதிரையும் நீருக்குள் காலை வைத்தது. நாய் ஆழத்தை அடைந்து தடுமாறத் தொடங்கியதும் *அத்வர்யு* சொன்னார்: "கொல்" – விபசாரியின் மகன் தடிகொண்டு

அதைத் தாக்கினான். வழக்கமாக அது *சித்ரகா* மரத்தாலான தடியாக இருக்கும். ஆனால் க என்னும் அசையைத் தன் பெயரில் கொண்ட மரம் என்பதுதான் முக்கியமான விஷயம். நாய் நீர்ப்பரப்பிற்கு மேல் தன் தலையை மீண்டும் உயர்த்துவதற்கு முயலும். மீண்டும் தாக்கப்படும். ஏற்கனவே அசைவற்றுக் கிடக்கும் அதன் உடலைப் புரோகிதர் குதிரையின் குளம்புகளுக்குக் கீழ் தள்ளிக்கொண்டே சொல்வார், "மரணமடையக்கூடியது போகட்டும்! நாய் போகட்டும்!" ஆனால் இறந்த நாய் ஏற்கனவே தண்ணீரின் மேல் தெற்கு நோக்கி அடித்துச் செல்லும்போது, மரணமடையக்கூடியதை விரட்டுவது ஏன் அவ்வளவு கொடூரமானதாக இருக்க வேண்டும் என்ற கேள்வி எழக்கூடும். ஒரு முழு வருடம், புனிதமான செயல்களும் உயர்ந்த சூத்திரங்களும் நிறைந்த ஒரு காலச் சுழல், அந்தக் கோழைத்தனமான செயலுடன் முடுக்கிவிடப்பட்டது.

மிகக் கோழைத்தனமான செயலை இப்போது மிகப் புனிதமானது தொடர்கிறது. சற்று நேரத்திற்குக் குதிரையின் கழுத்தைச் சுற்றிக் கட்டப்பட்டிருந்த கயிறு இப்போது அவிழ்க்கப்பட்டது. குதிரையை அதன் போக்குக்குச் சுற்றித் திரியவிட்டனர். ஆனால் அதை அவிழ்த்து விடுவதற்கு முன்னால், *அத்வர்யுவும்* யாக அரசனும் குதிரைக்கு அருகில் நின்று கொண்டு பல சூத்திரங்களை முணுமுணுத்தார்கள். குதிரையிடம் அது யார் என்பதையும் அவர்கள் அதை என்ன செய்ய வேண்டுகிறார்கள் என்பதையும் அவர்கள் சொன்னார்கள். "ஆதித்யர்களின் பாதையைத் தொடர்ந்து போ" – வானத்தின் பாதையை – என்பதைத்தான் முக்கியமாக வற்புறுத்தினார்கள். குதிரை போகுமிடமெல்லாம் அதற்குக் காவலாகப் போகப் போகும் ஆயுதம் தரித்த நானூறு பாதுகாவலர்கள் அங்குக் குழுமியிருந்தார்கள். அதன் வழியில் குறுக்கிடுபவர்களைக் கொன்றாவது அதைக் காப்பாற்றுவார்கள்: அது ஒரு பெண் குதிரையின் மீது ஏறிவிடாத வாறும், தண்ணீரில் குதித்துவிடாதபடியும், அதைக் கவனித்துக்கொள் வார்கள். அவ்வாறு அவர்கள் கிட்டத்தட்ட ஒரு வருடம் விடாமல் சென்றனர். அது ஒருபோதும் திரும்பிவிடக் கூடாது, அது அப்படித் திரும்பியிருந்தால், "அனைத்தும் அழிந்துபோயிருக்கும்". எப்போதும் சுதந்திரமாகவும், யாகசாலையிலிருந்து விலகியும் செல்லும் அந்த விலங்கின் திரிதல் ஒருபோதும் நின்றுவிடக் கூடாது. அதனால் "தொடர்ச்சி" (சந்ததி) விட்டுப் போகவில்லை. குதிரை புத்தம்புதிய நிலங்களில் அலைந்து திரியும்போது, அது சென்ற பாதை மேலும் நீளமான, மிகச் சிக்கலான ஒரு சரடாக ஆக, ஒவ்வொரு நாளும் யாகசாலையில் *அத்வர்யு* குதிரையின் 'வடிவங்களை' (ரூபங்களை)க் குறிக்கும் சூத்திரங்களைத் திரும்பத் திரும்பச் சொல்லிக்கொண்டிருக்கையில், அவரின் மற்றும் பிற புரோகிதர்களின் எண்ணங்கள் கண்ணுக்குப் புலப்படாமல் திரிந்துகொண்டிருக்கும் அந்த விலங்கின் மீது பதிந்திருக்க, அப்போது *அத்வர்யு* செய்துகொண்டிருக்கும் செயல்பாடுகள் – இடைவிடாது சூத்திரங்களைத் திரும்பத் திரும்பச் சொல்லுதல், அவர்களை ஒன்றாகப் பிணைத்திருக்கும் சரடின் தொடர்ச்சியைப் பாதுகாத்தது.

குதிரை தன் திரிதலில் கடக்கும் நிலங்கள் அனைத்தும் யாக அரசனின் உடமையாக ஆனது. குதிரையைப் பார்த்த எவரும் அன்றிலிருந்து தனக்கு ஒரு புதிய அரசன் கிடைத்திருப்பதைத் தெரிந்துகொள்கிறார். குதிரையின் கட்டற்ற ஓட்டம்தான் வெற்றிகொள்வது எனும்போது, ஒருவர் வெற்றி அடைவது போரால் அல்ல. குதிரையை இளவரசன் ஒருவன் நிறுத்த முயன்றால் மட்டுமே போர் விளைகிறது. பிறகு யாக அரசன் யாகத்தை நிறுத்திவிட்டு அந்த இளவரசன்மீது போர் தொடுத்தாக வேண்டும். போர் என்பது சடங்கில் குறுக்கிடும் ஒரு சம்பவம்.

விடுதலை என்பது குதிரையின் திரிதல். மற்றவை அனைத்தும் கடப்பாடும் கட்டளையுமே. பந்தத்தின் சட்டகத்திற்குள் மட்டும்தான் விடுதலை வெளிப்படுகிறது. தொடக்கத்தில் குதிரையின் கழுத்தில் இரு கயிறுகள் கட்டப்பட்டிருக்கின்றன. பிறகு அது அவிழ்க்கப்படுகிறது. எதிர்முகமாக அல்ல.

யாகக் குதிரை அலைந்து திரிந்துகொண்டிருக்கும் வரையில், தன் தந்தையின் அரண்மனை நந்தவனத்தில் இருக்கும் இளம் சித்தார்த்தனைப் போல் இருக்கிறது. அவரும் துணையோடிருந்தார், அவரும் எதையும் பார்த்துவிடாதபடி ரகசியமாக வழிநடத்தப்பட்டார்: குதிரை பெண் குதிரையையோ தண்ணீரையோ எதிர்கொண்டுவிடாதவாறு; புத்தர் முதுமையை, நோயை அல்லது மரணத்தை எதிர்கொண்டுவிடாமல். ஆனால் இருவரும் தாங்கள் எதிர்கொள்ளக் கூடாததை எதிர்கொள்வார்கள்; குதிரை யாகசாலைக்குத் திரும்பும்போதும், சித்தார்த்தன் எதேச்சையாக நந்தவனத்தின் ஒரு மூலையிலும். புத்தர் ததாகதர், "இவ்விதமாக வந்தவர்". குதிரை "வழி நடத்திச் செல்லப்பட்டது" (அதாவது: யாகபலிக் கம்பத்துக்கு). அந்த இரு வினைச்சொற்களிலும் ('வந்த', 'வழிநடத்தப்பட்ட') உள்ளது இருவருக்குமுள்ள வித்தியாசம். ஒருவர் அடர்ந்த கானகத்திலிருந்து வெளிப் படுகிறார் சாதாரணமான ஒரு யாத்ரீகனைப் போல்; அறிந்துகொள்ளப் படாமல் போகும் அபாயத்துடன் – புத்தர் மீண்டும் தோன்றும்போது இவ்வாறாகத்தான் அவர் சகாக்களுக்குத் தெரிகிறார். குதிரையும் அடர்ந்த காட்டிலிருந்து மீண்டும் தோன்றுகிறது. தான் விட்டுக் கிளம்பிய யாக சாலையில் தன்னை மீண்டும் காண, ஏதோ எதேச்சையாக வந்துவிட்டது போல், ஆனால் அதற்குப் பின்னால் கண்ணுக்குத் தெரியாமல் அதன் காவலர்கள் அதன் திரிதல்களை வழிநடத்திக்கொண்டிருந்தனர். இருவரின் காலடிகளும் அருள்பெற்றவை, புத்தருடையதும் குதிரையுடையதும்.

அவர்கள் வனத்தில், கிராமங்களில், புல்வெளிகளில் என்று அலைந்து கொண்டிருந்தபோது, ஒவ்வொரு முறை பிராமணனைப் பார்க்கும்போதும் அவர்கள் கேட்பார்கள்: "பிராமணனே, அஸ்வமேதம் பற்றி உனக்கு என்ன தெரியும்?" பிராமணனால் உடனடியாகப் பதில் சொல்ல இயலா விட்டால், அவர்கள் அவனைக் கொள்ளையடித்தார்கள். "அவன்

பிராமணனாக இருந்தும் அஸ்வமேதத்தைப் பற்றி ஒன்றும் தெரியாததால் எதைப் பற்றியும் ஒன்றும் தெரியாதவன், ஆகவே அவன் பிராமணனே அல்ல. மேலும் அவன் கொள்ளையடிக்கப்படத் தகுந்தவன்". சந்திக்கும் அனைவரையும் அவர்கள் கேட்பார்கள்: "அஸ்வமேதத்தின்போது என்ன நிகழ்கிறது?" அவர்களால் பதில் சொல்ல இயலாவிட்டால், அவர்கள் உடைமைகளனைத்தும் சூறையாடப்பட்டுப் பறிக்கப்பட்டது. யாருக்குத் தெரியாதோ அவரே கொள்ளைக்கு இலக்காகிறவர். இவ்வாறாக அறிவின் அடிப்படையில் வெற்றிகொள்ளலை அமைக்கத் தொடங்கினர். அவர்களைச் சுற்றிலும் வாழ்ந்த அனைவருக்கும் அவர்களுக்குப் பின்னால் வந்த அனைவருக்கும் இதற்கு எதிர்மாறானதே உண்மை; அவர்கள் வெற்றி கொள்ளலின் அடிப்படையில் அறிவை அமைக்கத் தொடங்கினர்.

குதிரை முன்னறிந்திராத நிலங்களில் அலைந்து திரிந்துகொண்டிருந்த நேரத்தில் யாக அரசனும் புரோகிதர்களும் பீடத்தைச் சுற்றித் தங்கத்தால் பூவேலைப்பாடு செய்யப்பட்ட மெத்தைகளில் அமர்ந்திருந்தனர். பிறகு *ஹோத்ர்* கதைகள் சொல்லத் தொடங்கினார். அவை புராதன அரசர்களைப் பற்றிய கதைகள், பின்பற்றத்தக்க கதைகள், புதிய யாக அரசன் அவற்றுக்கு மீண்டும் உயிர் கொடுப்பார். அவை சுழன்றுவரும் கதைகள், மீண்டும் மீண்டும் தொடங்குபவை, முழு வருடத்தின் அளவுக்கு நீண்டவை. பத்து நாட்கள் கொண்ட காலவட்டத்தில், முப்பத்தாறு முறை. எனவே அவற்றின் பெயர்: '*பாரிப்ளவ*', மீண்டும் தொடங்கிக்கொண்டே இருக்கும் கதை *(பாரிப்ளவேட்)*.

நாம் *பாரிப்ளவங்கள்* எவ்வாறிருக்குமெனக் கற்பனை செய்ய முயலலாம், குதிரையின் திரும்பிவருதலுக்கான அந்த நீண்ட பன்னிரெண்டு மாதக் காலக் காத்திருப்பு முழுவதும் கடவுளரின் அரசர்களின் செயல்கள் முடிவற்றுச் சொல்லப்பட்டன. பின்னொரு நாள் மகாபாரதமாக உருக்கொள்ளப் போவதின் வெகு காலத்திற்கு முந்தைய முன்மாதிரியாக நாம் கொள்ளலாம். அவற்றில் எதுவும் இப்போது எஞ்சவில்லை. நாம் மற்ற வழிகளில் அவற்றைத் தெரிந்துகொள்கிறோம்: ரிக் வேதத்தின் பாசுரங்கள் வழியாக, அவை தரும் குறிப்புகள், புதிர்கள், பளபளக்கும் காட்சித் துணுக்குகள் வழியாக: சடங்காளர்களின் யூகங்கள் வழியாக; அவர்கள் உருவாக்கிக்கொண்டிருக்கும் ஏதோவொரு எண்ணத் தொடரை விளக்குவதற்குக் குறிப்பிட்ட விவரங்கள் உபயோகமாக இருப்பதால், கதைகளின் சில துணுக்குகளை மட்டுமே அவர்கள் குறிப்பிடுகிறார்கள் – மற்றபடிக்கு அவற்றைப் பொதுச் சொத்தாகக் கருதுவார்கள். இருந்தும் அந்தக் கதைகள் கிடைக்காமல் தொலைந்துபோய்விட்ட உணர்வை நமக்கு ஏற்படுத்தாமல், சட்டகத்துக்குள் ஓர் இடத்தை, ஒரே நேரத்தில் வெறுமையாகவும் தெளிவாகச் சித்தரிக்கப்பட்டதுமாக இருக்கும் இடத்தை, ஆக்ரமித்துக்கொள்கிறது. இதில் சட்டகம்தான் படத்தின் உண்மையான

மையம். சட்டகம்தான் கதைகளின் கதை: யாரும் சொல்லாத குதிரையின் காதல்; ஆனால் ஒவ்வொரு செயலும் அதைச் சுட்டியது, ஒவ்வொரு செயலும் ஒரு வருடத்தின் பகுதிக்கூறில் அது வெளிப்பட உதவியது: ஒருபோதும் சொல்லப்படாத அந்தக் காதல் கதை, தன் இடைவேளைகளில் மட்டும் வெளிப்படும் மற்ற அனைத்துக் கதைகளை மட்டும் தன்னுள் வைத்திருக்காமல், அவற்றின் ரகசிய உச்சாடனங்களையும் தன்னுள்ளே வைத்திருந்து, கடவுளரின் முதல் அரசர்களின் அனைத்துச் செயல்பாடுகளும் அந்தக் கதைச் சட்டகத்தின் ஒரு விளைவே என்பதாக, எவரும் எப்போதும் சொல்லாமல், யாக அரசனிலிருந்து, புரோகிதர்களிலிருந்து, மிகச் சாதாரண மான பார்வையாளர்வரை அனைவரும் அதை அழைப்பித்து, யாகசாலைக் குள் அது நிகழ்வதற்கு உதவினர்.

காத்திருப்பில் தோன்றியது கதை, குதிரையின் மீள்வரவுக்கான நீண்ட காத்திருப்பு. அலைந்து திரிந்துகொண்டிருக்கும் குதிரையுடனான உறவு அறுந்துபோகாமல் காப்பாற்றும் ஒரு வழி அது. கதைப் போக்கு குதிரையைப் போல் அலைந்துதிரிந்தது. கதை குறித்த ரகசிய எண்ணமே குதிரை. குதிரை குறித்த ரகசிய எண்ணமே கதை. குதிரை இல்லாதிருந்த ஒவ்வொரு பத்து நாளிலும் *பாரிப்ளவம்* எதை விவரித்தது? “சுற்றிச் சுற்றிவரும் இந்தப் புராணங்கள் அனைத்துத் துறைகளையும் அனைத்து வேதங்களையும் அனைத்துக் கடவுளரையும் ஜீவன் ஒவ்வொன்றையும் விவரித்தது.”

இரு வாழ்வுகள் அங்கே இணையாக ஓடிக்கொண்டிருந்தன. அலைந்து திரியும் குதிரையும் முன்னறிந்து கூற இயலாத, கிராமங்களை ஒரு சூறாவளிபோல் கடந்து பயணிகளைத் திக்குமுக்காடச் செய்யும் ஒரு ஆரவாரமான கூட்டமாக அதைத் தொடந்துசெல்லும் அதன் பாது காவலர்களான நானூறு வீரர்களும். ஒரு புழுதி மேகத்தைப் பார்த்து அவர்கள் சொல்வார்கள்: “அது யாகபலிக் குதிரை.”

மறுபுறம் அங்கு புரோகிதர்களின், யாக அரசனின் வாழ்வு, அவர்கள் எண்ணங்கள், எப்பொழுதும் குதிரைமீதே இருந்தன. குதிரை தொலைந்து விடக் கூடுமென்பது அவர்களது மிகப்பெரும் பயம். அவர்கள் என்ன செய்தாலும் அவர்கள் சடங்குமுறைகள் – அவை எண்ணற்றவை – அவர்களையும் குதிரையையும் பிணைத்த சரடை இறுக்கும் பொருட்டே செய்யப்பட்டன. குதிரை புழுதியில் விட்டுச்சென்ற குளம்படிகளுக்கு சிலவேளை நிவேதனங்களை அவர்கள் ஊற்றிக்கொண்டிருப்பதைக் காண முடியும்.

ஒருநாள் குதிரை மீண்டும் தோன்றும். பெரும் பரிச்சயத்தோடு, அது ஒருபோதும் எங்கும் சென்றிராததுபோல், புரோகிதர்கள் யாக சாலைக்குள் *அஸ்வத்த* மரத்தால் செய்யப்பட்ட குடிலுக்குள் அதை வரவேற்றனர். அது அங்கே அடைக்கப்பட்டிருக்கும் ஏழு நாட்களுக்குப்

புரோகிதர்களும் யாக அரசனும் நிவேதனங்களுடன் தங்களை முழுவதுமாக வேலையில் ஈடுபடுத்திக்கொண்டிருப்பார்கள். சோமபானம் வடிகட்டப்படும் போதும் யாக அரசன் முணுமுணுப்பார்: "இல்லாததிலிருந்து என்னை உள்ளதற்கு வழிநடத்து; இருளிலிருந்து என்னை வெளிச்சத்துக்கு வழிநடத்து; இறப்பிலிருந்து என்னை இறவாமைக்கு வழிநடத்து."

யாகபலியின் கொடூரமான பகுதிக்கான நேரம் இது. புரோகிதர்கள் குதிரையின் குடிலின் கதவைத் திறந்து அதை வெளியே கொண்டுவந்தனர். குதிரை முன்சென்று வழிநடத்தியது. *அத்வர்யு* அதன் வாலைப் பிடித்துக் கொண்டார். புரோகிதர்கள் ஒவ்வொருவரும் முன்னால் செல்பவரின் உடுப்பு நுனியைப் பிடித்தபடி ஒற்றை வரிசையாகத் தொடர்ந்தனர். புரோகிதர்கள் ஏன் குதிரையைத் தொடர்ந்தார்கள்? ஏனெனில் குதிரைக்கு "வானத்தின் பாதை" தெரியும். அதற்குச் சில பண்ணிசைகூடப் புரோகிதர் களைவிட நன்றாகத் தெரியும். இவ்வாறாக *உத்காதர்*, பண்ணிசைப் பாடகர், குதிரை தன் இடத்திற்குச் செல்ல வழிசெய்தார். பெண்குதிரைகள் மறைத்துவைக்கப்பட்டிருந்த அடைப்பை நெருங்கியது குதிரை. அடைப்பு திறந்துவிடப்பட்டது. பெண் குதிரைகளைக் கண்டவுடன் அந்த அமைதியில் உச்சஸ்தாயியில் கனைத்தது குதிரை. குதிரை *ஹின்* ஆகிறது, மேலும் அந்தக் கிறீச்சிடல்தான் *உத்கீதம். உத்கீதம்* என்பது *உத்காதர்* செய்ய வேண்டிய பண்ணிசை. அது குதிரையிடமிருந்து *உத்காதர்* இப்போது பின்பற்றப்போகும் பண்ணிசை.

இடைவேளைகளில், பிளவுகளிலும் இடைவெளிகளிலும் நடப்பவை களுக்கு ஒரு தனிச்சலுகை இருந்தது. தொடர்ச்சியானதின் ஒரு நினைவு அது. சமதூரமுள்ள இருபத்தோரு கம்பங்களில் கட்டப்பட்டிருக்கும் பலிவுயிர்களைத் தவிர, கம்பங்களின் இடைவெளிகளிலும் பலிவுயிர்கள் கட்டப்பட்டிருந்தன; அனைத்தும் வனவிலங்குகள். ஒவ்வொரு இடை வெளிக்கும் பதின்மூன்று. மூன்று சிட்டுக்குருவிகள் (கோடை காலத்திற்காக): மூன்று தவளைகள் (பர்ஜன்யனுக்காக); மூன்று முதலைகள் (வருணனுக்காக); மூன்று மயில்கள் (அஸ்வினி தேவர்களுக்காக); மூன்று கழுகுகள் (வருடத் திற்காக); மூன்று அகழெலிகள் (பூமிக்காக); மூன்று மான்கள் (ருத்ரர்களுக்காக); மூன்று எருமைகள் (வருணனுக்காக); மூன்று யானைகள் (பிரஜாபதிக்காக); மூன்று குள்ளர்கள் (பார்வைக்காக); ஒரு பழுப்பு மஞ்சள் நிறச் சிறுமான்கள் (அப்சரஸ்களுக்காக); ஒரு முள்ளம் பன்றி (ஹ்ரி, தன்னடக்கத்திற்காக); ஒரு கருநாகம் (ம்ருத்யுவுக்காக); ஒரு ஆந்தை (நிர்தி, நாசத்துக்காக); ஒரு ஆண்பன்றி (இந்திரனுக்காக); மேலும் ஒரு புள்ளியிட்ட சிறுமான் (அனைத்துக் கடவுளர்களான விஸ்வ தேவர்களுக்காக).

வனவிலங்குகள் இரைச்சல் மிகுந்த, ஒரு வண்ணமயமான கூட்டமாக இருந்தன. அவற்றை அமைதியாக வைத்திருப்பது கடினம். அவை

இருபத்தோரு கம்பங்களிலும் கட்டப்பட்டுள்ள மற்ற முன்னூற்று நாற்பத்து ஒன்பது பலிவுயிர்களான வசப்படுத்தப்பட்ட விலங்குகளோடு தவிர்க்க இயலாதவாறு கலந்துவிடும். அதுவொரு சர்க்கஸ், ஒரு கசாப்புக் கடை. அவையனைத்தும் ஒரே தலைவிதிக்காகக் காத்துக்கொண்டிருப்பதாகத்தான் யாருக்கும் தோன்றும். ஆனால் அது அப்படியல்ல. அல்லது குறைந்தபட்சம் ஒரு குறிப்பிட்ட கட்டத்திலிருந்து அவ்வாறல்ல. பலிவுயிர்கள் அனைத்தும், வன விலங்குகளோ வசப்படுத்தக்கூடிய விலங்குகளோ அவற்றின் வகையைப் பொறுத்து வெவ்வேறு குச்சிகளையும் கத்திகளையும் கொண்டு அபிஷேகம் செய்யப்பட்டன. குதிரைக்குத் தங்க முலாம் பூசப்பட்ட கத்தி; குதிரையுடன் கட்டப்பட்டுள்ள பலிவுயிர்களுக்கு, அது செம்பால் அலங்கரிக்கப் பட்டிருந்தது. (மையக் கம்பத்தில் குதிரை கட்டப்பட்டிருந்தது; அதன் கீழான பன்னிரெண்டு பலிவுயிர்களும் குதிரையின் உடலில் கட்டப்பட்டு அதன் அசைவுகளைக் கட்டுப்படுத்தியது); மற்ற பலிவுயிர்களுக்குக் கத்தி இரும்பால் அலங்கரிக்கப்பட்டிருந்தது. விலங்குகள் அனைத்தும் பலிக்காக ஆயத்தப்படுத்தப்படுவதான தோற்றம் கொண்டது. அக்னீத் கையில் எரிகொள்ளியோடு பலிவுயிர்களைச் சுற்றி வலம் வரும்போது, இதை நிச்சயம் உணரலாம். ஒவ்வொரு பலிவுயிரைச் சுற்றியும் ஒரு தீ வட்டம் இருந்தது. ஆனால் இருநூற்று அறுபது வனவிலங்குகளும் கொல்லப்படப் போகின்றன என நீங்கள் எதிர்பார்த்தபோது (குள்ளர்களைப் புரோகிதர்கள் எவ்வாறு சமாளிக்கப்போகிறார்களென ஏற்கனவே மக்கள் யோசிக்க ஆரம்பித்துவிட்டார்கள்), வியக்கும் வண்ணம் வன விலங்குகள் அனைத்தும் ஒவ்வொன்றாகக் கட்டவிழ்க்கப்பட்டு சுதந்திரமாக விடப்படுவதைக் காண்பீர்கள். ஏன்? அந்தக் கேள்விக்குப் பதிலளிப்பதென்பது அனைத்துக்கு மான பதிலை வைத்திருப்பதாகும் – "அஸ்வமேதம்தான் அனைத்தும்" என்பதால், அது இந்தக் கேள்விக்கான பதிலையும் உள்ளடக்கியது.

வன விலங்குகள் பலியிடப்பட்டிருந்தால் என்ன நேர்ந்திருக்கும்? "அவை பலியிடப்பட்டிருந்தால், அவை பலியிடுபவரை விரைவில் பிண மாகக் காட்டுக்குள் இழுத்துச் சென்றுவிடும். ஏனெனில் அவை வனத்தில் பங்குகொள்பவை." எனவே யாக அரசன் தற்காப்புக் கருதி வனவிலங்கு களை விட்டுவிட்டார். அதே சமயம் பிரஜாபதி தேவலோகத்தை அடைய விரும்பியபோது, வனவிலங்குகளைத் தனதாக்கிக்கொண்ட பிறகே அவ்வாறு செய்ததை யாக அரசன் நினைவுகூர்ந்தான்: "வசப்படுத்திய விலங்குகளோடு இவ்வுலகைக் கைக்கொண்டார், வன விலங்குகளோடு அவ்வுலகை (கடவு ளரின் உலகை)க் கைக்கொண்டார்." எனவே என்ன செய்யப்பட வேண்டும்? வனவிலங்குகளைப் பலியிடுவது என்பது ஒருவர் தன்னையே கொல்வதாகப் பொருள். அவற்றைப் பலியிடாமல் இருப்பது என்றால் ஒருவர் தேவலோகத்தை அடையாமலிருப்பதாகப் பொருள். ஒருவர் "இந்த உலகை"த் தன் வசமாக்கலாம்; அது வசப்படுத்தக்கூடிய விலங்குகளைப் பலிதருவதன் மூலம் ஒருவர் அடைந்துவிடக்கூடியதுதான். ஆனால் இந்த உலகம் அறுதியில் எந்த அளவு முக்கியமானது? மனிதன் உண்மையற்றதில்

வந்து பிறந்திருக்கிறான்; "இந்த உலகம்" துல்லியமாக அதுதான்; உண்மை யற்றதன் உலகம். இந்த உலகிற்கு அப்பால் செல்ல, உண்மையுடன் தொடர்புகொள்ள நம்மை அனுமதிப்பது யாகம்தான். அதனால் ஒருவேளை ஒருவர் வனவிலங்குகளின் பலியைச் செய்யாது விடும்போது, ஒருவர் "யாக பங்கம்" செய்கிறார். இருந்தும் அவை பலியிடப்பட்டால், பலியிடப் பட்ட விலங்குகளோடு பலியிடுபவரான நீங்களும் இறந்து, வனத்தால் விழுங்கப்படுவீர்கள் என்பதை நீங்கள் அறிவீர்கள். இங்குதான் முரண் பாட்டின் கூர்முகடு வந்து கவிந்தது. மிகக் கடினமான சுவரில் தலையை முட்டிக்கொள்வதுதான் இங்கே நடக்கிறது. செய்ய வேண்டியது என்ன? அஸ்வமேத யாகத்தைப் பிரஜாபதி அழைத்தெழுப்பிய விதத்திலேயே கச்சிதமாக யோசித்த அந்தச் சடங்கு முறையாளர்கள், தர்க்க முறைகளிலும் தத்துவ சாஸ்திரத்திலும் நிபுணர்களாக இருந்தனர். அந்த முரண்பாடு நெருக்கமாக, எண்ணத்தின் நடுக்கமற்ற இதயத்திற்கு எவ்வளவு நெருக்கமாக இருக்க இயலுமோ அவ்வளவு நெருக்கமாக உள்ளதென்று அவர்களுக்குத் தெரியும். எண்ணம் முரண்பாட்டை மீறாது என்பதும் தெரியும். இருந்தும் முரண்பாட்டிலிருந்து குறைந்தபட்சம் விலகிச் செல்லக் கூடிய, பேரதிசய மான ஒரு விஷயம் வெளிப்பட அனுமதிக்கும் ஏதோ ஒன்று இருக்கிறது; ஒரு விஷயமும் அதன் எதிர்நிலையும் ஒன்றாக நிகழ்வது. என்ன அது? பாவனை. வசப்படுத்திய விலங்குகள் கட்டப்பட்டுள்ள இருபத்தோரு கம்பங்களின் இடைவெளிகளில் வனவிலங்குகள் வரிசைப்படுத்தப்பட்டு, அபிஷேகம் செய்யப்பட்டு, கடைசியில் *அக்னீத்* கையிலொரு கொள்ளிக் கட்டையோடு அவற்றைச் சுற்றி வரும்போதே, அந்தக் கட்டத்தில் *ஓர் அர்த்தத்தில்* அந்த உயிர்கள் பலியிடப்பட்டுவிட்டன. அதே சமயம் பலியிடப்படாத பலிவுயிர்கள் இவை, ஏனெனில் இன்னும் சற்று நேரத்தில் மற்றொரு புரோகிதர் அவற்றின் கட்டுகளை அவிழ்த்து அவற்றை விடுவித்துவிடுவார். இவ்வாறாகப் பலியிடுபவர் தன்னை இழப்பதில்லை. காட்டில் விழுங்கப்படுவதில்லை. ஆபத்தான விளைவுகளை ஏற்படுத்தக் கூடிய "யாக பங்கம்" நிகழ்வதில்லை. அடியாழத்துக்கு ஒருவர் சென்றடையும் போது, சடங்குமுறைக்காரர்களால் பெரிதும் விரும்பப்படும் அந்த விநோத மான துகள் எதிர்ப்படுகிறது: *இவா*, "ஓர் அர்த்தத்தில்" "யாகத்தில் படைக்கப்படும் ஏதோவொன்றாகவும் இல்லாத, யாகத்தில் படைக்கப்படாத ஏதோவொன்றாகவும் இல்லாத" அந்த விநோத உருவங்கள் எதிர்ப்படு கின்றன. மூலாதாரமான அறிவு, புதிரில் இருந்துதான் வெளிப்படும் என்பதில் என்ன ஆச்சரியம்? புதிர்கள் மேலும் புதிர்களுக்கான காரணமாக இருப்பதில்தான் என்ன அதிசயம்? புதிர்கள் *பிரம்மத்தி*லிருந்து வெளிப் படுபவை, அவை *பிரம்மோத்யா*வின் புரோகிதர்கள் தங்களுக்குள் பரிமாறிக் கொண்டவை, மையக் கம்பத்திலிருந்து செஞ்சீராகவும் சமதூரம் உடையவை யாகவும் பரந்து கிடந்த மற்ற இருபது கம்பங்களில், மற்ற முன்னூற்று முப்பத்தாறு வசப்படுத்தப்பட்ட பலிவுயிர்களும் கட்டப்பட்டிருந்த மையக் கம்பத்திற்கு எதிரெதிராக அமர்ந்துகொண்டு அவர்கள் நடத்திய உரையாடல். சடங்கின் குறுக்க இயலாத, அடக்கிவிட முடியாத மையக் கருவான குதிரையின் கதையை, அதன் கொலையை, ஒருவர் நெருங்கும்போது மேற்கொள்ள வேண்டிய ஆசாரமுறைக்கு அவசியமானது அந்த உரையாடல்.

யாகபலிக் கம்பத்திற்கு வடப்புறத்திலும் தென்புறத்திலும் அமர்ந்திருந்த இரு புரோகிதர்களின் புதிர்களாலான உரையாடலான *பிரம்மோத்யா*, குதிரையைப் பலிகொடுப்பதற்குச் சற்றுமுன் தொடங்கியது. "முதல் எண்ணம் எது?" என்பதுதான் *ஹோத்ர்* பிராமணனைக் கேட்ட முதல் கேள்வி, பிறகு, "யார் மகத்தான பறவை? பழுப்பு நிறமானவர் யார்? கொழுத்தவர் யார்?" பிராமணன் தயக்கமின்றிப் பதிலளித்தான். "ஆகாயம்தான் முதல் எண்ணம், குதிரைதான் மிகப்பெரும் பறவை, பழுப்பு நிறமுடையது இரவுதான், ஆடுதான் கொழுத்தது". ஆனால் *ஹோத்ர்* விடாமல் மேலும் கேள்விகள் கேட்டார். விடாப்பிடியாகப் பிராமணனுக்குச் சவால் விடுத்தார்: "பூமியின் முனைக்கோடிப் புள்ளி எது என நான் உன்னைக் கேட்கிறேன். உலகின் உந்தி எது என்று நான் உன்னைக் கேட்கிறேன். குதிரையின் வித்து எது என்று நான் உன்னைக் கேட்கிறேன். சொல்லின் ஒப்புயர்வற்ற இல்லம் எது என்று நான் உன்னைக் கேட்கிறேன்". மீண்டும் தயக்கமின்றிப் பதிலளித்தான் பிராமணன்: "பூமியின் முனைக்கோடிப் புள்ளி என்றழைக்கப் படுவது யாகபீடம் (வேதி), உலகின் உந்தி என்றழைக்கப்படுவது யாகம், குதிரையின் வித்தென்று அழைக்கப்படுவது சோமபானம், சொல்லின் ஒப்புயர்வற்ற இல்லம் பிரம்மம்". நடந்தது என்ன? *ஹோத்ர்* புதிர்களை முன்வைத்தார். பிராமணன் அவற்றை விளக்கிவிட்டான். அவன் புதிர் விளக்கங்கள் என்ன? உயர்ந்த தளத்தின் புதிர்கள். அவை சரியான பதில்கள் என்று காட்ட அதுவே போதுமானது.

அவர்கள் எச்சங்களைப் பற்றி, முழுமைத்தன்மையைப் பற்றி, எதாவதொன்று காணாமல் போய்விடும் சாத்தியக்கூறைப் பற்றி இடையறாது யோசித்துக்கொண்டிருந்தனர். அவர்கள் யாகபலிக் குதிரை, தன் அத்தனை சீர்மையோடு, அபிஷேகம் செய்யப்பட்டு, சடங்குக்காக அலங்கரிக்கப்பட்டு, வாயில் புல்லோடும் கழுத்தைச் சுற்றிக் கடிவாளத்தோடும் கடவுளரை நோக்கி, தன் மரணத்தை நோக்கிச் செல்வதைக் கண்டனர். நாம் அதற்குத் தந்த கடிவாளமும் சீலையும் புல்லும்கூட அதனோடு கடவுளரிடம் செல்லுமா என அவர்கள் அதிசயித்தனர். ஆனால் ஈக்களுக்குக் கிடைக்கும் மாமிசத்துக்கு என்னவாகும்? கோடரியில் ஒட்டிக்கொள்ளும் பிசிறுகளுக்கு? அதைப் பற்றிக் கிழிக்கும் விரல் நகங்களுக்கிடையில் ஒட்டிக்கொள்ளும் மாமிசத்துக்கு? இதுவும்கூட, இவை அனைத்தும்கூட, கடவுளரிடம் செல்வதற்கு உதவும் ஒரு பிரார்த்தனை தேவை. எனவே அவர்கள் ஈக்களுக்கு ஒரு பிரார்த்தனையைச் சமர்ப்பித்தார்கள்.

குதிரைக்கு மிகவும் துன்பமளித்த தருணம், அது பளபளப்பாக அலங்கரிக்கப்பட்டு ஊர்வலத்தை யாகக் கம்பத்திற்கு நடத்திச்சென்றபோது அல்ல. வன்முறை ஏதுமிருக்காது என்றும் வேதனை இருக்காது என்றும் அவன் காதில் *அத்வர்யுவும்* யாக அரசனும் முணுமுணுத்தபோதும் அல்ல. ஏனெனில் தனக்கு வன்முறை இழைக்கப்படப் போகிறது என்பதும் தான் வேதனைக்கு ஆட்படப் போகிறோம் என்றும் குதிரைக்குத் தெரியும். யாகக் கம்பத்தில் அதைக் கட்டியபிறகு, மேலும் பன்னிரெண்டு பலிவுயிர் களை, அநேகமாகக் கறுப்பு, வெள்ளைநிற ஆடுகளை அவன் உடலின் பல்வேறு பகுதிகளில் கட்டியபோதுதான் இன்னலுற்றான். அவை சுற்றிலும்

வளைத்து நெளித்துக்கொண்டும் அவனோடு ஒட்டிக்கொண்டுமிருந்தன, ஏனெனில் தாம் சாகப்போவதை அவையும் உணர்ந்தன. எனவே குதிரைக்குப் பழக்கமான அசைவுகளின் சுதந்திரம் இல்லாமல் போயிற்று. பொது வழிபாட்டுமுறை யூகங்கள் இந்த விலங்குகளை அதன் பிரஜைகளாகக் கருதின என்பதை அறிந்துகொள்வதில் குதிரைக்கு அக்கறை ஏதுமிருக்க முடியாது. தனக்கும் தன் மரணத்துக்குமிடையில் இருந்த அந்தக் குறுகிய நேரத்தில் தனிமையில், கட்டுப்பாடுகளின்றி இருக்க விரும்பியிருப்பான்.

“தூண்டப்பட்டு, பிரார்த்தனையின் களஞ்சியத்தை அலங்கரிக்கும் நீ . . .”: இவ்வாறான வார்த்தைகளுடன் குதிரைப் பலியை நோக்கி முன்னேறும் வழிபாட்டின் பகுதியான “அங்கீகாரத்தின் செய்யுள்களை” ஹோத்ர் தொடங்கினார். புரோகிதரின் குரல் உணர்ச்சியால் தடித்து இவ்வளவு மென்மையாக ஒருபோதும் இருந்ததில்லை. உயர்ந்த, அகன்ற, ஒளிரும் ‘சந்தோஷ வாயில்’களைப் பற்றி அவர் பேசினார், ஏதோ அவை அவர் கண்முன் இருப்பதுபோல். ஆனால் அங்கே வாயில்கள் எதையும் காணவில்லை, தங்கள் கால்கள் கயிறுகளில் சிக்கிக்கொள்ள, பீதியில் தள்ளிக்கொண்டும் இழுபட்டுக் கொண்டும் இருந்த விலங்குகளை மட்டுமே காணமுடிந்தது. பொறுமையாக, குதிரை அனைத்தையும் தாங்கிக் கொண்டது. தாராளமான அலங்காரங்களுடன் கடவுளரை வரிசையாக எண்ணிக்கொண்டு, வானத்தையும் ஈக்களையும் உள்ளே கொண்டுவரும் *ஹோத்தருடைய* வார்த்தைகள் குதிரைக்கு நெருக்கத்தில் சுற்றிச் சூழ்ந்து, மேலும் அன்னியோன்யமாக, இன்னும் பரிச்சயத்துடன் வந்துகொண்டிருந்தன. கடைசியாக அவர் கிசுகிசுத்தார், “நீ உன் வழியில் செல்லும்போது உன் துன்புறுதலிலிருந்து உன் மேன்மையான உயிர் உன்னைக் காப்பாற்றட்டும், தீராத வலியைக் கோடரி உன் உடலுக்குத் தராமலிருக்கட்டும், குழம்பிப்போன பொறுமையற்ற பணியாளரும் உன் மூட்டுகளில் தடுமாறி மோதி உன் கைகால்களை உடைத்துவிடாமல் இருக்கட்டும். நீ அவ்வாறாக இறக்க மாட்டாய். நீ காயப்படவில்லை. சுலபமான பாதைகளில் நீ கடவுளரிடம் செல்வாய்” வேறொரு ஊர்வலத்தில் செல்லு முன் குதிரை கேட்கும் கடைசி வார்த்தைகள் இவைதாம். ஆனால் இந்த முறை அவன் முன்னே செல்ல மாட்டான். தனக்கு முன்னால் கையில் எரி கொள்ளியோடு செல்லும் ஒரு புரோகிதனைப் பார்ப்பான். பிறகு அவன் நின்றாக வேண்டும்: அவர்கள் அவனை ஒரு துணிமீது படுக்கவைத்தார்கள். அவன் கண்கள் இப்போது விலகிச் சென்று, அமைதியாக *ஆஹவனீயம்* என்னும் தீயைச் சுற்றி அமைதியாக அமர்ந்துகொண்டிருக்கும் புரோகிதர்களைக் கவனித்துக் கொண்டிருக்கையில், அவன் கழுத்து அவனை அவர்கள் நெறிக்கப் போகும் வெண்ணெய் தோய்ந்த நார்மடித் துணியைச் சீக்கிரமே உணரும்.

கடைசி ஊர்வலம் வடக்குப்புறமாக நகர்ந்தது, ஏனெனில் ஆகாயத்திற்கான பாதை வடக்கிலுள்ளது. யாகம் அதன் பொறிபறக்கும், மாற்ற முடியாத கட்டத்திற்கு நகர்கிறது என்பதைத் தெரிவிக்கும் வகையில் கையில் எரிகொள்ளியுடன் *அக்னீத்*, முன்னே சென்றார். குதிரை பின்தொடர்ந்தது.

பின்னால் ஒற்றை வரிசையில் மற்ற புரோகிதர்கள். முதல் புரோகிதர் இரு சட்டுவக் கோல்களால் குதிரையின் விலாப்புறங்களைத் தடவினார். யாக அரசன் கடைசியில் வந்தார். குதிரை பலியிடப்படும் இடத்தை அடைந்ததும் *அக்னீத்* இதுவரையில் தன் கையில் வைத்துக்கொண்டிருந்த புல்லிதழ்கள் இரண்டைத் தரையில் வைத்தார். பிறகு அந்தப் புல்லிதழ்கள் மீது ஒரு துணியை விரித்தார். பிறகு ஒரு விரிப்பையும் ஒரு பலகையையும் வைத்தார். அது ஒரு படுக்கை. குதிரையை அங்கே கீழே குனியவைத்து, நார்மடித் துணியால் அதன் கழுத்தை நெரித்தனர். மற்ற விலங்குகள் – நூற்றுக்கணக்கானவை – மணிக்கயிறுகளால் நெரிக்கப்பட்டன. அவர்கள் உபயோகித்த வார்த்தை *சம்ஜனாபயந்தி*, "அவர்கள் அதை இணங்கச் செய்தனர்". "அவர்கள் ஒரு பலிவுயிரை இணங்கச் செய்யும்போது, அதைக் கொல்வார்கள்" என விளக்குகின்றன உரைகள்.

குதிரையின் கடைசி மூச்சு முடிந்தவுடன், மற்ற பலிவுயிர்களின் கடைசி மூச்சும் முடிந்தவுடன், யாக அரசனின் நான்கு மனைவிகளும் ஒரு இளம் பெண்ணோடு, அவர்களுக்காக நியமிக்கப்பட்டிருந்த *நெஸ்தர்* என்னும் புரோகிதர் வழிநடத்த, முன்னே வந்தார்கள். அவர்கள் தங்கள் கைகளில் கூஜாக்களை வைத்திருந்தார்கள். அவர்கள் பின்னால் உரிய தூரத்தில் பரிவாரத்தின் நானூறு பெண்களும் வந்தனர். மனைவிகள் அவர்கள் இடத்துக்குப் போய் இறந்த குதிரையைச் சுற்றி நின்றுகொண்டனர். அவர்கள் தங்கள் வலப்புறத் தலைமுடியை உயர்த்தினர். மெதுவான கவனமான செயல். தங்கள் தலைமுடியை இடப்புறத்தில் கீழே விட்டனர். பிறகு குதிரையை "என் நாதனே!" என்றழைத்துக்கொண்டு தங்கள் உடுப்பு களின் நீண்ட தலைப்புகளால் குதிரைக்கு விசிறியபடி அதைச் சுற்றி வந்தபோது, தங்கள் வலதுதொடைகளைத் தட்டிக்கொண்டிருந்தனர். சிலவேளைகளில் *மஹிஷி* தங்கத்தாலான விசிறியைக் கூட உபயோகிப்பாள். விசிறுதல் ஆழ்ந்த உறக்கத்திலுள்ள குதிரையை இன்னும் சௌகரியப்படுத்து வதற்காக, அல்லது அவர்கள் தங்கள் காதலரை எழுப்ப விரும்பினார்களா? எவ்வாறு இருந்தாலும் இந்தச் செய்கையின் மூலம் பெண்கள் குதிரையிடம், "அனுதாபச் செயலொன்றை நிகழ்த்தினார்கள்" என உரைகள் குறிப்பிடு கின்றன. அவர்கள் மெதுவாக அசைந்து நடனமாதுகளைப் போல் குதிரையை ஒன்பது முறை சுற்றி வந்தனர்.

மனைவிகள் இறந்த குதிரையின் மீது தங்கள் கூஜாக்களிலிருந்து தண்ணீரைத் தெளித்தார்கள். அதன் உயிர்மூச்சை அது தூய்மைப்படுத்தும் என்று அவர்கள் சொன்னார்கள். தூயதுளிகள் குதிரையின் ஒவ்வொரு துவாரத்திலும் விழுந்தன, மனைவிகள் துதித்தார்கள்: "உன் மனம் ஓங்கட்டும்! உன் குரல் ஓங்கட்டும்! உன் மூச்சு ஓங்கட்டும்! உன் பார்வை ஓங்கட்டும்! உன் கேட்கும் திறன் ஓங்கட்டும்! உனக்குள் துன்பப்பட்ட அனைத்தும் காயப்பட்ட அனைத்தும் ஓங்கட்டும், தணியட்டும்! அது தூய்மைப் படுத்தப்படட்டும்!

தண்ணீர்ச் சொட்டிக்கொண்டிருக்க, துணியின் மேல் படுத்துக்கொண் டிருக்கும் நெரிக்கப்பட்ட குதிரை முதல் மனைவியான *மஹிஷிக்காகக்* காத்திருந்தது. அது ஒரு அசைவற்ற வெள்ளைப் பிண்டம், அதன் கால்கள் அருகருகே கிடக்க, வன்முறையின் அறிகுறி எதையும் அது கொண்டிருக்க வில்லை. அதன் சுவாச நடுக்கம் மட்டும் காணப்படவில்லை. கடைசியில் தனியாக அரசரின் மனைவி அருகில் வந்தாள். அவள் கீழே படுத்து தன் தொடைகளை இறந்துபோன குதிரையின் தொடைகள்மீது அழுத்தினாள். அதே சமயம் அதனிடம் பேசினாள், அதன் குளம்புகளைத் தன் தொடைகளைச் சுற்றி இறுக்கச் சொன்னாள். புரோகிதர்கள் கவனித்துக்கொண்டிருந்தார்கள். அவர்கள் தோல்களின் நிறத்தால் மட்டுமே வேறுபடுத்தக்கூடிய வகையில் குதிரையும் மஹிஷியும் ஒன்றாக ஒட்டிக் கொண்டிருந்த நிலையில் – *மஹிஷியுடையது* இளம் பழுப்பு, குதிரை யுடையது ஒளிரும் வெண்மை – *அத்வர்யு* அவர்களைப் போர்வையால் போர்த்திவிட்டுச் சொல்வார்: "நீங்கள் உங்களை ஆகாயத்தில் ஒன்றாகப் போர்த்திக்கொள்ளுங்கள்." இரு காதலர்கள்மீதும் போர்வை போர்த்தப் படுவதற்குச் சற்றுமுன், *மஹிஷி* குதிரையின் பிறப்புறுப்பை எடுத்து தன் தொடைகளுக்கு இடையில் புகுத்த முயன்றுகொண்டிருந்தாள். அது சுலபமானதாகயில்லை. எனவே யாக அரசன் முன்னே வந்து அவன் மனைவியை ஊடுருவக் குதிரையை இவ்வாறாக உற்சாகப்படுத்துவான்: "ஓ ஆண்மகனே, எது அபிஷேகம் செய்யுமோ எது பெண்ணினத்தின் மகத்தான இன்பமோ அதை, தன் தொடையை விரிப்பவளின் யோனிக்குள் வை, அவளுக்குள் நுழை". புரோகிதர்கள் எவரும் ஒரு வார்த்தைகூடப் பேசவில்லை. ஏன் பேசவில்லை? யாக அரசனோடு போட்டியிடுவதாகத் தோற்றம்கொள்ளக் கூடாது என்பதற்காகப் பேசவில்லை.

மஹிஷி குதிரைக்குப் பக்கத்தில் படுத்தபோது, உடனடியாகத் தன் அங்கியை உயர்த்தித் தன் யோனியைக் காட்டினாள். சற்றுமுன் குதிரையின் கழுத்தை நெரிப்பதற்காகப் பயன்படுத்தப்பட்ட நார்மடித் துணியால் *அத்வர்யு* அவர்களைப் போர்த்தினார். அதே சமயம் *மஹிஷி* குதிரையின் உறுப்பைத் தன் தொடைகளுக்கிடையில் வைப்பதற்காகத் தன் கைகளை உபயோகித்துக்கொண்டிருப்பாள். கண்கள் அனைத்தும் அவள்மீது குவிந்திருந்தன. ஆனால் அது பற்றிய கவனமிருப்பதான அறிகுறியையும் அவள் காட்டவில்லை. அவள் தன் இடையறாத இனிய புகாரைத் தொடர்ந்துகொண்டிருந்தாள். அவள் குதிரையிடம் பேசிக்கொண்டிருந்தாள், பேசிக்கொண்டே இருந்தாள். "தாயே, சின்னஞ்சிறிய தாயே, செல்லமான சின்னஞ்சிறு தாயே, எனக்கு வழிகாட்ட யாருமில்லை. குட்டிக் குதிரை தூங்கிக்கொண்டேயிருக்கிறது". இரு காதலர்களையும் சுற்றி நின்று கொண் டிருந்த இப்போது அரசனின் மற்ற மனைவிகளும் பேசத் தொடங்கினர்: மறைமுகக் குறிப்புகளையும் ஆபாசங்களையும். ஆனால் அவர்களுக்குப் பதில் ஏதும் கிடைக்கவில்லை, ஏனெனில் *மஹிஷி* தன் நடுங்கும் புலம்பலைத் தொடர்ந்துகொண்டிருந்தாள்: "தாயே, சின்னஞ்சிறு தாயே..."

ராபர்ட்டோ கலாஸ்ஸோ

போர்வைக்கடியில் இறுக்கமாகப் பிணைந்து, இறந்த குதிரையும் அரசியும் புணர்ச்சியில் இணைந்திருந்தனர். புரோகிதர்களும் யாக அரசனும் அந்தப் பெண்ணும் யாக அரசனின் மற்ற மனைவிகளும் அவர்களது சேடிப் பெண்களான நானூறு பேர்களும் அவர்களைச் சுற்றி அரைவட்ட மாக நின்றுகொண்டிருந்தனர். மறைமுகக் குறிப்புகள் பின்னும் முன்னுமாக அந்தப் பெண்களுக்கும் புரோகிதர்களுக்கும் இடையில் சென்று வந்து கொண்டிருந்தபோது, அமைதியாகக் கண்ணுக்குத் தெரியாமல் புணர்ச்சி நடந்துகொண்டிருந்தது. பிளவொன்றினுள் மறையும் முஷ்டியொன்றைப் பற்றி, சுற்றிலும் வளைந்து நெளிந்து பறக்கும் ஒரு பறவையைப் பற்றி, ஒரு மரத்தின் மீதேறி உச்சியில் ஒன்றாக விளையாடிக்கொண்டிருக்கும் ஜோடியொன்றைப் பற்றிப் புரோகிதர்கள் பேசிக்கொண்டிருந்தனர். பெண் கள் சுருக்கென்ற அவமரியாதையோடு கூர்மையாகப் பதிலளித்தார்கள்: “ஏய் சிறுமியே, ஏய் *அத்வர்யு*” எனக் கூவின அவர்கள் குரல்கள். “ஏய் பிராமணனே, உன் தந்தையும் தாயும்தான் மரத்தின் உச்சியில் விளையாடிக் கொண்டிருக்கிறார்கள், நீ பேச முயலும்போது உன் வாயைச் சுற்றி வளைந்து நெளிகிறார்கள், ஏய் பிராமணனே, முனகாதே!” வேறெந்தச் சமயத்திலும் ஒரு பிராமணனிடம் இவ்வளவு நிந்தனையாகப் பேசுவது நினைத்துக்கூடப் பார்க்க முடியாதது. அந்த ஆபாசங்களின் ரீங்காரம் ரகசியமான, சிறப்பு நிரம்பிய ஏதோவொன்றை மறைத்து, அதன் எதிர்மறையானதிலிருந்து அதை வெளிவரச் செய்தன. பிறகு பேச்சரவம் நின்றது. அரசியின் நெருக்கமான சேடிகள் போர்வையை நெருங்கினர், போர்வையிலிருந்து குதிரையின் தலையும் பெண்ணின் தலையும் வெளியே நீட்டிக்கொண்டிருந்தன. *மகிஷி* எழுந்து கௌரவமாக நிற்பதற்கு அந்தப் பெண்கள் உதவினர். இடையில் அவர்கள் நினைத்துக்கொண்டிருந்தனர்: “எல்லா வகையான வார்த்தைகளோடும் நம் ஒவ்வொரு ஆசையையும் நாம் அடைவதற்கு வல்லமையானவர்களாக நாம் இருக்கக் கடவது.”

இப்போது *மஹிஷி* நின்றுகொண்டிருந்தாள். குதிரையின் உறுப்பு தன்னைத் தீண்டிய இடங்களை ஒரு கொத்துப் புல்லால் துடைத்துக் கொண்டாள். பிறகு அந்த இளம்பெண்ணை உற்றுப் பார்த்தாள். அவள் பங்கு என்னவென்பது இதுவரை தெளிவற்றிருந்த அந்தப் பெண் மீது அந்தப் புற்கொத்தை வீசிச் சொன்னாள்: “புணர்ச்சியின் வெப்பத்தால் உன்னை ஊடுருவுகிறேன் நான்”. அந்தக் கணத்திலிருந்து அந்த இளம்பெண் *சாஹா* என்றழைக்கப்பட்டு ஆண்கள் குழுமும் *சபையில்* நுழைய அனுமதிக்கப்பட்டாள். அந்த அறையை உபயோகிக்கும் அனைவரும் அவள் உடலை அடைய முடியும். ஒரு பக்கத்தில் புரோகிதர்கள் பாடிக் கொண்டிருந்தார்கள்: “நான் வெற்றிகரமான, அடங்காத குதிரையான தகிக்ராவனைப் பற்றிப் பாடிவிட்டேன், எங்கள் வாய்களுக்கு அவன் இனிய சுகந்தத்தைக் கொண்டுவரட்டும்! எங்கள் வாழ்வை அவன் நீட்டிக்கட்டும்!” அவர்கள் கறைபட்டு, மிகக் களைத்திருப்பதை உணர்ந்தனர், ஏனெனில் “யாகத்தில் தூய்மையற்ற மொழியை உபயோகிப்பவர் களிடமிருந்து உயிரும் கடவுளரும் புறப்பட்டுப் போய்விடுவர்”. ஆனால்

சடங்கு கடந்துசெல்ல வேண்டிய கட்டங்கள் இன்னும் பல இருந்தன. முதலில் வாய் அதன் இனிய சுகந்தத்தைத் திரும்பப்பெற வேண்டும். இடைப்பட்ட நேரத்தில் நானூற்று ஐந்து பெண்களும் வெளியே நடந்தனர், "அவர்கள் வந்தது போலவே."

விரைவில் அந்தப் பெண்கள் திரும்பி வந்தார்கள். இந்த முறை கையில் ஊசிகள் வைத்திருந்தார்கள். தங்கம், வெள்ளி மற்றும் பித்தளை ஊசிகள். *மஹிஷி*யுடையது தங்கம், *வாவாதா*வுடையது வெள்ளி, *பரிவிருக்தா*வுடையது பித்தளை. பல ஊசிகள், அதே பெண்கள் முன்பு குதிரையின் பிடர் மயிரிலும் வாலிலும் கோத்த முத்துக்களின் அளவுக்கு ஊசிகள். மனைவிகள் குதிரையின் முடிகளில் முத்துக்களைக் கோர்த்துக் கொண்டிருந்தபோது, ஊர்வலத்திலிருந்த மற்ற பெண்கள், முத்துக்கள் கீழே விழாமல் இருப்பதற்காக முத்துச் சிப்பிகளையும் தொங்கவிட்டுக் கொண்டிருந்தனர், அளிக்கப்பட்டது எதுவும் தொலைந்து போக முடியாது. ஒவ்வொருவரும் நூற்றியோரு ஊசிகளை வைத்திருந்தனர். அவர்கள் குதிரையிடம் சென்று அதன் உடலில் மென்மையாகக் கோடுகள் வரைந் தார்கள்: அவர்கள் "கத்தியின் பாதைகளை" வரைந்துகொண்டிருந்தார்கள். அவர்கள் இவ்வாறு செய்துகொண்டிருக்கும்போது உரிய சூத்திரங்களைத் திரும்பத் திரும்பச் சொல்வதையும் நிறுத்திவிடவில்லை, "உன் விலங்குத் தோலை விவேகத்துடன் பிரிக்கும் ஆற்றலுள்ளவர்களாக மனித மனைவிகள் தங்களை நிரூபித்துக்கொள்ளட்டும்" என்றும், "உத்வேகமுள்ள குதிரையின் தோல்மீது ஊசிகள் தொடர்ந்து நெய்துகொண்டிருந்தன" என்றும் அவர்கள் சொல்வது உங்களுக்குக் கேட்கும். நில அளவையாளர்களைப் போல், அறுவை சிகிச்சையாளர்களைப் போல், பெண்கள் சற்று நேரத்திற்கு முன்புவரை அவர்கள் – குறைந்தபட்சம் மற்ற அனைவரையும் பிரதிநிதித் துவப்படுத்திய அவர்களில் ஒருவரது – காதலனாக இருந்த அந்த விலங்கின் உயிரற்ற உடல்மீது ஜியோமிதி வடிவங்களை வரைந்துகொண்டிருந்தனர். ஒரு தறியைச் சுற்றி இருப்பதுபோல் குதிரையைச் சுற்றித் தீவிரக் கவனத் துடன் இருந்த மூன்று பெண்களைத் தவிர வேறெதுவும் பார்வையாளர்கள் கண்ணில் படவில்லை. ஊசிகள் வரைந்த கோடுகளைப் புரிந்துகொள்ளும் நிலையிலில்லை அவர்கள். ஆனால் மூன்று மனைவிகளும் தோலை முப்பத்தியாறு பகுதிகளாக, ஒரு '*சந்தஸை*'ப் போல், ஒரு சந்தத்தைப் போல் பிரிப்பார்கள் என்று அவர்கள் அறிவார்கள். ஒரு கவிதை வரிபோல் இறந்துவிட்ட தசையின் பெருந்துண்டு பிரிக்கப்பட வேண்டும்.

குதிரையின் தோல் உண்மையில் வெட்டிக் கிழிக்கப்படாவிட்டாலும் செதுக்கி எடுக்கப்பட்டுவிட்டது. ஆனால் ரத்தம் எடுக்க வேண்டிய கட்டம் ஒன்று தவிர்க்க முடியாமல் வருகிறது. *அத்வர்யு* ஒரு புல்லிதழோடும் தங்கக் கைப்பிடிகொண்ட ஒரு கத்தியோடும் முன்னே வந்தார். காம்பைக் குதிரையின் வயிற்றில் வைத்து, புல்லிதழின் கீழ் விலங்கின் தோலை உடனடியாகக் கிழித்தார். தானே மாற்றமுடியாத் தன்மையாக இருக்கும் இந்தச் செயலின் முகவர் யார்? *யார்?* – கத்தியால் குடலைக் கிளறிக் கொண்டிருந்த *அத்வர்யு* தன்னைத்தானே கேட்டுக்கொண்டார். அதற்குப் பதில் *க*. அதற்குப் பொருள் – *யார்?* கேள்விக்கான பதில் மற்றொரு

கேள்வி. மேலும் அந்த வரையறுக்கப்படாத எழுவாய், எப்போதும் விளக்கப்பட இயலாதது – *யார்?* – யாருடைய இருப்பு சந்தேகமற்றதோ அவர், பிரஜாபதி, அது அவரின் ரகசியப் பெயர் என்பது அனைவரும் அறிந்ததே. பிரஜாபதி 'க'–வாக இருந்தால், அந்த அளவுக்குத் தன் கத்தியைக் குதிரைக்குள் புதைத்தபோது அந்தப் பெயர் தெரியாத புரோகிதரும் இருந்தார். செயலின் தோற்றுவாயில் அறியப்படாத ஆதாரப் பொருள் ஒன்று உள்ளது. குதிரையைப் பார்த்துக்கொண்டு, *அத்வர்யு* முணுமுணுப்பார்: "உன்னைக் கூறு போட்டுக்கொண்டிருப்பது யார்? யார் உன்னைத் துண்டங்களாக வெட்டிக்கொண்டிருப்பது? உன்னை விவேகமாகக் கூறு போடுபவன் யார்? உனக்குள் கூறு போட்டுக்கொண் டிருப்பது க, உன்னைத் துண்டங்களாக வெட்டிக்கொண்டிருப்பது க, உன்னை விவேகமாகக் கூறு போடுபவன் க, ஆனால் 'க'–வை எங்கே காண்பது? அவர் மனிதரிடையில் இல்லாததுபோல் மற்ற கடவுளரோடும் ஒருபோதும் இருந்ததில்லை. ஆரவாரம் ஏதுமற்று பிடிக்ககப்படாத வகையில் அவர் இருப்பது அவரில்லாமல் இருந்துவிட இயலும் என்று நிறையப் பேரை நினைக்கவைத்தது. ஆனால் அனைத்தும் தகர்ந்துபோகும். கடவுளரோ மனிதர்களோ 'க'–வின் உதவியில்லாமல் வாழ்ந்துவிட இயலாது. கச்சிதமாகச் சொல்வதென்றால், அவர்கள் உயிர் பிழைத்திருக்க முடியும், அவர்களால் புரிந்துகொள்ள இயலாது. ஆனால் 'க'–வை எவ்வாறு புரிந்துகொள்வது? அவர் பெயர் எந்த அளவுக்குப் பொதுவாக அறியப்பட்டிருக்கிறதோ அந்த அளவுக்கு அவர் புதிரானவர், மாயமானவர். பொதுப்படையாகவும் இருந்து அதே சமயம் புதிராகவும் மாயமானதாகவும் உள்ள வேறொரு சொல்லும் உண்டு: *ஆத்மன்*, "சுயம்". இன்னுமொரு பிரதிப்பெயர், இம்முறை தன்னைச் சுட்டும் ஒரு பிரதிப்பெயர். ஒருவேளை அவை ஒன்றேதானோ? கத்தி உயர்த்தப்பட்டது. எல்லாக் கடவுளரும் எல்லா மனிதரும் எல்லாச் சந்தங்களும் எல்லா சக்திகளும் அனைத்தும் அந்தக் கணத்தில், தீர்வேதுமற்ற சமிக்ஞையின் அந்தக் கணத்தில், 'க' என்னும் அந்த ஒற்றை அசையின் முன், எப்போதும் அறியப்படாத எழுவாயான அதன் அழைப்பில், தன்னை ஒரு எழுவாயாகக் கருதக்கூடிய எந்த ஒரு பெயரையும் எந்த ஒரு ஜீவனையும் தன்னுள் வெகு சுலபமாகச் சேகரித்துக்கொள்ளும் அதன் அழைப்பில் கரைந்து போயின. மற்றதெல்லாம் வெறும் சசாப்பு.

பிரஜாபதி தன் ஆசைகள் அனைத்தையும் தான் வெல்ல விரும்பிய அனைத்தையும் 'கண்ட' போது, *அஸ்வமேதத்தையும்* கண்டார். "அங்கு அவ்வாறான தியாகத்தால் தன் ஆசைகள் அனைத்தையும் அடையப் பெற்று, அனைத்துப் பேறுகளையும் பெற்றார்". ஒருவேளை அதனால்தானோ என்னவோ அப்போதிருந்து அனைத்து ஆசைகளின் நிறைவேற்றம் என்பது சந்தேகத்தோடு பார்க்கப்படுகிறது. ஏனெனில் அந்த நிறைவேற்றம் மறைமுகமாக மரணத்தைக் குறிப்பிடுகிறது. அதைவிட, ஒரு கொலையை. எது உள்ளதிலே தெளிவற்றதோ எது எப்போதும் தெளிவற்றதாகவே இருந் திருக்கிறதோ அவ்வாறே இருக்கப் போகிறதோ அது இந்தக் கேள்விக்கான பதிலில் உள்ளது: பிரஜாபதி *அஸ்வமேதத்தைக்* கண்ட போதும்

அஸ்வமேதத்துடன் யாகம் செய்தபோதும் உண்மையில் என்னதான் நிகழ்ந்தது? மற்ற விஷயங்களுக்கிடையில் பிரஜாபதி ஒரு வெள்ளைக் குதிரையாகவும் இருந்தார். அது போலவே "முதன்முதலாக யாகம் செய்தவ ராகவும் இருந்தார்". ஆனால் இந்தச் சந்தர்ப்பத்தில் அவர் குதிரையா அல்லது பலியிடுபவரா? அவர் பலியிடப்பட்ட குதிரையா அல்லது குதிரையைப் பலியிட்டவரா? செய்வினையும் செயப்பாட்டு வினையும் ஒருபோதும் ஒன்றுக்கொன்று இவ்வளவு அருகில், ஒன்றின் மீது ஒன்று பொருந்திவிடும் அளவுக்கு, ஒன்றோடு ஒன்றை குழப்பிக்கொள்ளும் அளவுக்கு வந்ததில்லை. விஷயங்களை மறைத்துவிட வேண்டும் என்னும் ஒரு நோக்கத்துடன் இந்தக் கேள்வி தெளிவற்றதாக இருக்கவில்லை. யார் என்ன நினைத்தாலும் அதன் இயல்பான தன்மையே தெளிவின்மை யாக இருக்கிறது. பிரஜாபதி நினைத்தார், "செய்வினை அல்லது செயப்பாட்டு வினை, இரண்டுக்கும் இடையில் பெரிய வேறுபாடு இல்லை. அல்லது குறைந்தபட்சம், மனிதர்கள் பார்க்கும் அளவு பெரிய வேறுபாடு இல்லை. ஒவ்வொரு செய்வினையும் வேறு யாரோ ஒருவரின் செயப்பாட்டுவினையே. இந்த உண்மை பொதுவாழ்க்கைமுறையில் மனிதர்களின் மனத்தில் தெளிவைவிடக் குழப்பத்தை விளைவிக்கக்கூடியது. அவர்கள் அதை ஏற்றுக்கொண்டால், அனைத்தும் அசாத்தியமான அளவுக்குச் சிக்கலாகி விடும். உபதேசத்தின் ஒரு பகுதி ரகசியமாக இருக்க வேண்டியதின் காரணம் இதுதான்: அறிவின் காரணமாக உலக நிகழ்வுகளின் போக்கு செயலற்றுப் போய்விடாமல் தடுப்பது; அந்த அறிவில் ஊறிச் செறிந்திருந்தாலும் உலகை அதன் போக்கில் மேற்கொண்டு செல்ல அனுமதிக்கக் கூடியவர்கள் மட்டுமே, அந்த அறிவை அணுகக் கூடிய ஒரு நிலையை உருவாக்குவது."

அஹிம்சை, காந்தியின் வன்முறையின்மை, அவருக்கு மூவாயிரம் வருடங்களுக்கு முன்பே சமயச் சடங்காளர்களின் எழுத்துக்களில் உள்ளது, அதன் நேரடி அர்த்தம், "காயப்படுத்தாமல் இருப்பது" 'காயப்படுத்துவது', *ஹிம்ஸ்*, என்னும் வேர்ச்சொல்லில் இருந்து அந்தச் சொல் வந்தது. "காயப்படுத்தாதவன், *அஹிம்சந்தா*, அவன் உறுப்புகளைப் பிய்த்தெறிபவன்". இந்தச் சொற்கள் பலியிடப்பட்ட விலங்கின் சதைக்குள் வெட்டுபவனைக் குறிப்பவை. அதனால் இங்கே அது குறிப்பது குதிரையை. *அஹிம்சை* என்பது வன்முறையைத் தவிர்ப்பது அல்ல – வன்முறை எந்த ஒரு நிகழ்விலும் இருப்பது. அனைவரையும் ஈடுபடுத்துவது. அது ஒரு குறிப்பிட்ட வகையில் – அதாவது காயப்படுத்தாமல் – வன்முறையைச் செயல்படுத்துவது. காயப்படுத்துவது என்பது கொல்வதைவிடக் கடுமையானது. வன்முறையைக் அகற்ற முடியாது. ஏனெனில் அது வாழ்வின் நாடித் துடிப்பின் ஒரு பகுதி. ஆனால் காயப்படுத்துவது . . . ஆயிரக்கணக்கான வெவ்வேறு வழிகளில் ஏற்படுத்தப்படக்கூடியது ஒரு காயம். காயம் என்று உணர முடியாத சந்தர்ப்பங்கள்கூட இருக்கலாம். கத்தியின் கூர்முனை நுட்பத் துடன் கச்சிதமாக மூட்டுக்களைப் வெட்டிப் பிரித்துக்கொண்டிருப்பது, தீயின் பீடத்தில் மறுபடி ஒன்றிணைக்கப்படுவதற்கு முன்பாக, உலகம் முழுவதும் இரைக்கும் பொருட்டுப் பிரஜாபதியின் உடலை வெட்டிப் பிரிப்பதுபோல் இருந்தது. சமயச் சடங்கியலாளரின் இந்தக் கோட்பாட்டுக்கு

மகத்தான முக்கியத்துவம் அளிக்கப்படுவதை, *அஹிம்சை* என்னும் சொல் மனுநீதியிலும் அதைப் போலவே பௌதாயனரின் *தர்மசூத்திரத்திலும்* மீண்டும் *சாந்தோக்ய உபநிஷதத்திலும் சத்ய*, "உண்மை" என்னும் சொல்லுக்கு அருகில் – இரு சந்தர்ப்பங்களிலும் அதற்கு முன் வரும் சொல்லாக – காணப்படுகிறது என்னும் உண்மை தெளிவுபடுத்துகிறது. உயிருள்ள எதையும் காயப்படுத்தக் கூடாது என்பதுதான் கடப்பாடு (அனைத்தும் உயிருள்ளதுதான்), உண்மை சார்ந்த கடப்பாடு: இரண்டும் ஒன்றாகவே உச்சரிக்கப்பட்டன. *அஹிம்சை சத்தியத்திற்கு* முன்னால் வந்தது, ஒரு சொல்லின் அடியாழத்திற்குச் செல்வதின் மூலம் மற்றதைக் கண்டுபிடித்து விடுவதைப் போல்.

தலை வெட்டப்பட்ட முதல் மனிதன் இளைஞன்: கனவான் ஒருவனின் மகன், யாகபலிக்குதிரையின் தலையை வெட்டும் பணி கொடுக்கப்பட்டவன். தலைமுறை தலைமுறையாக நிறையப் பேர் இவ்வாறு தங்கள் தலையை இழந்திருக்கிறார்கள். ஒரு ரதத்தில் ஏற்றப்பட்டுக் குதிரையிடம் அவர்கள் அழைத்துச் செல்லப்பட்டார்கள், "அலங்கரிக்கப்பட்டு, அழுதுகொண்டு, தங்கள் மரணத்துக்குப் போகிறவர்களைப் போல்". அவர்கள் தங்கள் பணியை முடித்தபிறகு, குதிரையின் உடலுக்குள் வெட்டியவுடன் அவர்கள் தலைகள் வெட்டப்பட்டன. ஒருநாள் தீர்க்கதமஸ் மாமதேயர் திடுக்கிட்டு எழுந்து சொன்னார்: "யார் அது அழுவது? இந்த இரைச்சல் எதற்காக?" என்ன நடந்துகொண்டிருக்கிறது என்று அவர்கள் அவருக்குச் சொன்னார் கள். பிறகு குதிரைக்குள் தன் கத்தியைப் பாய்ச்சுவதற்காகத் தேர்ந்தெடுக்கப் பட்ட இளைஞனிடம் சென்று தீர்க்கதமஸ் மாமதேயர் சொன்னார்: "கவனி, உன் தலை வெட்டப்படாமல் எப்படி நீ குதிரையை வெட்டுவது என்பதைச் சொல்லப்போகிறேன். அதன் உடலில் கத்தி போகும் பாதையைத் தொடர்ந்துபோ, அவ்வாறு செய்யும்போது, "யாரது உன்னை நறுக்கிக் கொண்டிருப்பது? யாரது உன்னைத் துண்டங்களாக வெட்டிக்கொண் டிருப்பது?" என்று சொல். பிறகு உன்னிடமே நீ பேசிக்கொண்டிருப்பதைப் பார்த்து, யாராவது ஒருவர் உன்னிடம் வந்து "இளைஞனே, என்ன செய்துகொண்டிருக்கிறாய்? இப்படியா குதிரையை வெட்டுவது?" என்பார். பிறகு உன் கையிலிருந்து கத்தியை வாங்கிக் குதிரையை அவர் வெட்டுவார். அப்போது அவர் தலை வெட்டப்பட்டுவிடும்."

தீர்க்கதமஸ் மாமதேயர் என்னும் மனிதர் மூலமாக, ஒரு புதிய பாத்திரம் அரங்கத்தில் வந்து சேர்ந்தது: அறிவு; அறிவு என்பது செயல் படுபவனின் அடையாளம் பற்றிய கேள்வி. இறந்த குதிரைக்குள் கத்தியைப் பாய்ச்சுவதற்காகத் தேர்ந்தெடுக்கப்பட்ட இளைஞனுக்கும் யுத்த ரதத்திலிருந்த அர்ஜுனனுக்கும் இடையில் வம்சாவளியான நேரடி உறவு உள்ளது. அவர்கள் ஒரே ஆள்தான். தீர்க்கதமஸ் மாமதேயர்தான் சாரதியான கிருஷ்ணன் என்பதைப் போல.

அறிவு ஒரு பதில் அல்ல, எதிர்த்து நிற்கும் கேள்வி: க? யார்? அறிவுதான் கடைசித் தந்திரம், கொல்லப்படுவதிலிருந்து தப்புவதற்கு நம்மை அனுமதிக்கிறது, கொலைத் தண்டனை நிறைவேற்றத் தடையை – தற்போதைக்கு – பெறுவது. அஸ்வமேதம் நடத்துவதற்கு இதுவும் ஒரு காரணம்.

அங்கே ஒரு குதிரையின் தலை ஆகாயத்தின் மேற்புறத்தில் உருண்டு கொண்டிருக்கிறது: அதுதான் சூரியன்.

அங்கே பூமியின் குறுக்காக ஒரு குதிரையின் தலை உருண்டுகொண் டிருக்கிறது: அதுதான் இனிமையின் கொள்கலம் அங்கே பூமியின் குறுக்காக ஒரு மனிதனின் தலை உருண்டுகொண்டிருக்கிறது: அது குதிரையின் வெட்டப்பட்ட தலை பற்றிய புதிருக்கு விடைகாண இயலாதவன்.

மற்ற அனைத்தையும்போல் அனைத்துமாக இருக்கும் அஸ்வமேதமும் தண்ணீரில் ஆரம்பித்துத் தண்ணீரில் முடிந்தது. தொடக்கத்தில் அங்கொரு குளியல் உண்டு. முடிவிலும் ஒரு குளியல் உண்டு. கடைசிக் குளியலுக்குப் (*அவப்ரதா*) பிறகு "நல்வினை செய்பவர்களும் தீவினை செய்பவர்களும் தங்கள் கிராமத்துக்குத் திரும்புகின்றனர், ஒன்றாகக் கையோடு கைகோத்து."

8

சபை என்பது ஓர் அரங்கம்: சந்திப்புகளுக்கான, அரசரின் பேட்டிக்கான, விளையாட்டுகளுக்கான இடம். அங்கு ஏதோ நிகழ்கிறது, ஏதோ வெளித் தோன்றுகிறது: தீட்சைக்கான இடம் அது. தொடக்கத்தில், அது சொக்கட்டான் ஆடும் இடமாக இருந்தது, பசு ஒன்று கொல்லப்பட்ட இடமாகவும்கூட. தொடக்கத்தில் இருப்பது எப்போதுமே பின்னர் மறைந்துவிடும் ஒன்றாக இருக்கிறது. உலகத்திற்கு முன்பே – நாம் 'உலகம்' என்று அழைக்கும் அது தொடங்கும் முன்பே *சபை* ஏற்கனவே இருந்தது என்பதை நாம் அறியவருகிறோம். வருணன் அரண்மனையின் மையத்தில் அது இருந்தது; தரையின் கீழ், பார்வைக்குப் புலப்படாமல், நீர் போன்று, விண்ணுலகு சார்ந்து இருந்தது. அது கடைசிவரையிலும்கூட இருந்த இஸ்லாமியக் கும்பலின் படையெடுப்பு இந்தியாவில் நிகழ்ந்தபோதும் அது அங்கே இருந்தது. முகலாய இளவரசர்களின் அரண்மனை மையத்திலும் அது நின்றிருந்தது. பங்காளிகளாகவும் பகையாளிகளாகவும் இருந்த பாண்டவர்களும் கௌரவர்களும் தங்கள் தலைவிதிகளை முடிவுசெய்து கொள்ளச் சொக்கட்டான் உருட்டியதும் ஒரு சபையில்தான்.

எந்த ஒரு *சபையிலும்* இரு இன்றியமையாத கூறுகள் உள்ளன: கதவுகளும் தூண்களும். மற்ற அனைத்தும் விருப்பப்படி செய்யக்கூடியது. ஏராளமான கதவுகள், ஏராளமான தூண்கள். வருணன் அரண்மனை ஆயிரம் தூண்களையும் நூறு கதவுகளையும் கொண்டிருந்தது. முதன்முதலில் இறந்தவர்களுக்குச் சொந்தமானதாக இருந்த *சபை* மற்ற சபைகளுக்கு முன்மாதிரியாக ஆயிற்று. *சபை* தெற்கு நோக்கி, இறந்தவர்களின் திசையை நோக்கியவாறு, அமைய வேண்டும் என்று நிறுவப்பட்ட விதி, மறைமுகமாகத் தெரிவிப்பது இதைத்தான்.

வருணன் பல அயல்நாட்டவரோடும் வேத விற்பன்னர்களோடும் மிகவும் மாண்புமிக்க ரிஷிகளையும் தன் சபைக்கு அழைத்திருந்தான். அவர்களை வரவேற்று அவன் சொன்னான், "புதிர்கள் பற்றிய குரூரமான தகராறுகளின் காலம், ஒருவரின் தலை உடைக்கப்பட்டு அல்லது வெட்டப்படும் *பிரம்மோத்யாக்களின்* காலம் முடிந்துவிட்டது. ஒருவேளை யுகம் முடிவுக்கு வருவது தொடர்பாக இருக்கலாம், நான் அறியேன், ஆனால் யோசிக்கும்போது தன் தலையை இழந்துவிடும் ஆபத்து இருக்கிறது என்று உணர்பவர்களைக் காண்பது அரிதாக இருக்கிறது. இருந்தாலும் எண்ணங்கள் நகர்ந்துகொண்டு, திரும்பிக்கொண்டு இருப்பதைத் தக்க

வைக்கும் பணி இன்னமும் நம் பொறுப்பில்தான் உள்ளது. ஒன்றோடொன்று பின்னிப்பிணைந்துகொள்ளும் தனிமொழிகளின் உருவத்தில் மேலும் பல விஷயங்கள் விரிகின்றன. இந்தப் புதிய பாணியை எதிர்ப்பதில் கடைசி ஆளாகத்தான் நான் இருப்பேன். என் சபை தூரத்து மேற்கத்திய நாடுகளின் பயணிகள் சிலரை வரவேற்று உபசரிக்க வேண்டுமென்று விரும்புகிறேன். இந்தக் காலத்தில் இனக்கலப்பு ஆசார முறைப்படியானதுதான்.

நீங்கள் சபைக்குள் செல்லும்போது, ஒரு ஜியோமிதி வனத்தினுள் இருப்பதுபோலவோ கண்ணாடிகள் பதிக்கப்பட்ட அறைக்குள் நுழைந்து விட்டது போலவோ ஒரு வகையான கிறுகிறுப்பைத் தூண்கள் ஏற்படுத்தும். எலியூசிஸ்ஸின் ஞானபோதகம் நிகழும் *டெலிஸ்டேரியன்* என்னும் பல தூண்கள்கொண்ட செங்கோண வடிவக் கட்டடத்திலும் இதேபோல்தான் இருந்திருக்கும்: தீட்சைக்கான சீடன் உள்ளே நுழையும்போது, ஒன்றுக்கொன்று சமதூரத்தில் அனைத்துத் திசைகளிலும் நிற்கும் தூண்களால் அமைந்திருக்கும் காற்றுவெளியின் இந்த இணைவகத் திண்மத்தின் நோக்கத்தை அவன் புரிந்துகொள்வதில்லை. அந்தப் பிரும்மாண்டமான அரங்கத்தில் ஏதோ ஒன்று நகரும். தூண்களுக்கிடையில் நிழல்கள். ஒரே சமயத்தில் அமைதியாகவும் பணிவோடும் உள்ள பசுக்கள் அவை. ஒரு வயல்வெளியில் அலைந்து திரிவதைப் போல் அவை திரிந்து கொண்டிருந்தன. பாவியிருந்த கற்கள்மீது குளம்புகளின் மந்தமான ஒலி. ஆனால் பசுக்கள்தாம் உதயங்களும். மேடையேற அவசரப்படும் மிகையாக அலங்கரிக்கப்பட்ட நடன மாதுக்கள்போல் அவை அணிவகுத்துக்கொண்டிருந்தன. மேலும் அவை சொற்களும்கூட. கிசுகிசுக்கப்பட்ட அசைகள். தூண்களின் இடைவெளிகளில் உங்கள் கண்களை உயர்த்திப் பார்க்கும்போது சட்டென்று ஒரு பொன் ஊஞ்சலைக் காண்பீர்கள். இது தவிர மற்றவை அனைத்தும் கதவுகளும் தூண்களுமே. ஏதோ நிகழப்போகிறது. ஆனால் மையம் எது? எங்கு பார்த்தாலும் மையமாகத் தோன்றுகிறது. ஒவ்வொரு புள்ளியும் சம அளவுக்கு எண்ணற்ற தூண்களால் சூழப்பட்டிருந்தது. அற்புதம் தோன்றுமா? 'பாறையில் சூரியன்' என்று அவர்கள் அதை அழைத்தனர். வருணன் தன் வித்தைக் காற்றுவெளியில் பீய்ச்சியபோது பிறந்த வசிஷ்டருக்கு வருணன் அருளிய ஒரு காட்சி: தெய்வீகப் பார்வையை அளிக்கும் காட்சி, அதுதான் வசிஷ்டரை ஒரு ரிஷியாக்கியது.

வருணன் உண்மை எனவும் ஒழுங்கு எனவும் இருக்கும் பெருநீர்ப் பரப்பில் *'ரித'* வின் இடத்தில் மறைந்துள்ள கடவுள், மனிதர்களிடம் மனம்திறந்து பேசாதவர். ரிஷிகளிடமும்கூட. அனைவரும் நாளின் ஒவ்வொரு நொடியிலும் அவன் ஒற்றர்களின் கண்பார்வையைத் தங்கள்மீது உணர்ந்தனர். மேலும் ஒவ்வொரு நொடியிலும் அவன் சுருக்குக் கயிறுகளின் பிடி தம்மைச் சுற்றி இறுகுவதை உணர்ந்தார்கள். நீளமானதோ சிறியதோ, தடிமனானதோ மெலிதானதோ அந்தக் கயிறுகளில் ஒன்று எப்போதும் தங்களைச் சுற்றி வளைத்துள்ளது என்று அவர்கள் அனைவருக்கும் தெரியும்: ஒவ்வொருவரையும் *'யூப'*த்தில் (பலிவுயிர்களைக் கட்டும் கம்பம்)

கட்டியுள்ள சுருக்குக்கயிறு, யாகபலிக்காக விதிக்கப்பட்டுள்ள 'பசு'க்களும் வீட்டு விலங்குகளும் மேய்ச்சல் விலங்கு மந்தைகளும் (பீகஸ்) விலகித் தொலைவில் நகர்ந்துபோய்விட முடியாத அந்தக் கயிறு. மனிதர்கள் 'பசு'க் களோடு கணக்கிடப்பட்டனர்.

ஆனால் வருணன் ரிஷிகளில் ஒருவரோடு நட்பை ஏற்படுத்திக் கொண்டான், பிற்பாடு கசந்துபோன நட்பு அது: வசிஷ்டருடன். அதன் விளைவாக மற்ற ரிஷிகள் வசிஷ்டரைப் பொறாமையும் பயமும் கலந்த மரியாதையோடு நடத்தினார்கள். தங்களைவிட உயர்ந்தவரென மௌனமாக அங்கீகரித்தார்கள், ஏனெனில் அவருக்கு மட்டுமே அருளப் பெற்ற அறிவு அவரிடம் இருந்தது. வருணனும் வசிஷ்டரும் கடல்மீது ஒன்றாக ஒரு ரகசியப் பயணம் மேற்கொண்டதாக மக்கள் பேசிக்கொண்டனர். அவர்கள் சமுத்திரத்தின் மேல் பயணித்தார்கள். மேலெழும் அலைகளுக்கிடையில் ஒரு கப்பல் தோன்றுவதும் மறைவதுமாக இருந்தது. கப்பலோட்டிகளோ சுக்கான் பிடிப்பவனோ பார எடைகளோ இல்லை. இரு அசைவற்ற உருவங்கள் மேல்தளத்தில் நடந்தவாறு ஒன்றையொன்று கூர்ந்து பார்த்துக் கொண்டிருந்தன. பேசாத வருணன் இதுவரை வேறு யாரும் கேட்டிராத ரகசியங்களை வெளிப்படுத்துவதற்கு இந்த நீர்வெளியைத் தேர்ந்தெடுத்தார்.

வானிலிருந்து தொங்கிக்கொண்டிருக்கும் பொன்னாலும் வெள்ளியாலும் ஆன ஊஞ்சலில் தான் அமர்ந்திருந்ததாகச் சொல்லிக்கொண்டார் வசிஷ்டர். தான் ஒரு அப்சரஸ் என்பதைப் போல. அவரை நம்புவதா? என்ன இருந்தாலும் வசிஷ்டர் அப்சரஸ்களில் முதன்மையானவளான ஊர்வசியிடம் ஏதோ ஒரு வகையில் தொடர்புடையவர்தானே?

அவர்கள் சோமபானச் சடங்கு கொண்டாடிக்கொண்டிருந்தார்கள். ஏற்கனவே போதையேறி இருந்த கடவுளர் பயபக்தியுடன் அணிவரிசையில் நின்றார்கள். அப்போது ஊர்வசி யாகசாலையைக் கடந்துசென்றாள். கடவுளர் நிமிர்ந்து பார்த்தனர், சிலர் சிலிர்ப்படைந்தனர். சிலர் மந்தமாகப் பார்த்தனர். அவ்வாறான அழகையோ அல்லது தங்களிடம் சிறிதும் கவனம் செலுத்தாத துணிவுடைய இயல்பான பாங்கை அவர்கள் கண்டதேயில்லை. அப்சரஸ்கள் இன்னும் உருவாகவில்லை. ஆனால் ஊர்வசியின் வடிவில் ஒரு புதிய ஜீவன் தோற்றம் கொண்டுவிட்டதைக் கடவுளர் உணர்ந்தனர். தாங்கள் எப்போதும் துரத்திக்கொண்டிருக்கப் போகும் ஒரு ஜீவன். ஊர்வசி யாகம் நடக்கும் நிலத்தை வேகமாக, மென்மையான காலடிகளுடன் கடந்துசென்றாள். அவள் மார்பின் கீழ் இறுகக் கட்டப்பட்டிருந்த நீண்ட உடையின் கீழ் அவள் பாதங்கள் லேசாகத் தெரிந்தன. ஆனால் அவள் பிரசன்னம் மொத்த வெளியையும் உடனடியாக நிறைத்தது. அவள் கடந்துசென்றபோது மித்ரனும் வருணனும் ஒரே சமயத்தில் தங்கள் வித்தைப் பீய்ச்சியிருந்தனர். வழிபாட்டுமுறைக்கான பொருட்களின் இடையில் இருந்த ஒரு பெரிய பாத்திரத்தில் போய் அது விழுந்தது. அந்தப் பாத்திரத்தில் இருந்துதான் வசிஷ்டரும் அகத்தியரும் பிறந்தது. அதனால்தான் மக்கள் அவரைக் கும்பயோனி என்றழைத்தனர், "கும்பம்

கருவறையாக இருந்தவர்". அவர் தன்னை வருணன் மற்றும் ஊர்வசியின் குழந்தை என்பதாகவே நினைத்துக்கொண்டு வளர்ந்தார். அவர் வருணன், மித்ரனின் வித்திலிருந்து மட்டுமே பிறந்தவரல்ல, "ஊர்வசியின் மனத்தி லிருந்து பிறந்தவர்" என்று அவர்கள் சொன்னார்கள்.

வசிஷ்டர் ஊர்வசியின் உடலை ஒருபோதும் தொட்டதுகூடக் கிடையாது என்றாலும் அவளுடன் எப்போதும் நெருக்கமாக இருந்ததன் காரணம் ஒருவேளை இதுதானோ? வருணனைப் பொறுத்தவரை அவன் மகனாக இருப்பது ஆபத்தான விஷயம். வருணன் கொல்வதற்கெனவே அடிக்கடி பிறப்பிப்பவன். வசிஷ்டருக்கு அது தெரிந்தாலும் அவர் அதற்காகப் பெருமையும் கொண்டிருந்தார். வருணனுடன் கடலின் மத்தியில் தனியாக இருந்ததை எப்போதும் அவர் நினைவில் வைத்திருந்தார். ஒருமுறை இரவில் அவர் தன் தந்தையின் அரண்மனைக்குள் அதன் நூறு கதவுகளில் ஒன்றின் வழியாக நுழைந்தார். கண்ணாடியில் தெரிவதுபோல் ஒன்று போலவே இருக்கும் தாழ்வாரங்களின் வழியாக அவர் ஓடிக்கொண்டே இருந்தார். உயிர்கொண்ட எதுவும் இங்கு கால் பதித்ததில்லை என்று அவருக்குத் தெரியும். அவர் எதையும் தேடிக்கொண்டு அங்கு வரவில்லை. "நான் என் தந்தையின் வீட்டில் இருந்திருக்கிறேன்" என்று சொல்லிக் கொள்ள முடிவதுதான் அவர் நோக்கம். ஆனால் அவர் ஓடிக்கொண்டிருந்த போது கால்நடைகளைக் களவாடுபவன் குறித்த பயத்தை அவர் உணர்ந்தார்: அவர் தொண்டை வறண்டு போயிற்று. ஒரு கண்ணியின் கயிறு அவர் கால்களில் பற்றியிழுத்தபோது ஒரு கால்நடைக் கொள்ளையனைப் போல் அவர் கீழே விழுந்தார். அவர் தன் தந்தையைப் பார்க்கக்கூட இல்லை. ஒரு சுவருக்கெதிரில் முட்டுக்கொடுத்துக்கொண்டு ஊதிப்போய் நைந்து போன ஆட்டுத்தோலென, நீர்க்கோவையால் துன்புறும் ஒரு வயோதிகனைப் போல் தான் வெளியில் இருப்பதைக் கண்டார். மீண்டும் அவர் தந்தையின் பெருநீர்ப்பரப்பு. அவர் தடித்த ஈரமான உதடுகள் மறைமுகக் குறிப்பான பாசுரங்களை முணுமுணுத்துக்கொண்டிருக்க, உருச்சிதைந்த உபயோகமற்ற ஒன்றைக் கடந்துசெல்வதுபோல், அனைவரும் சந்தைக்குச் செல்லும் சாலையில் விரைந்துகொண்டிருந்தனர்.

விஸ்வாமித்ரர், ஜமதக்னி, பரத்வாஜர், கௌதமர், அத்ரி, வசிஷ்டர், காஷ்யபர்: எல்லாம் யார்? முதல் ரிஷிகள், சப்தரிஷிகள், சப்தரிஷி மண்டலத்தில் அமர்ந்திருக்கும் ஏழு ஞானிகள், மூதாதையர்கள், பிரம்மனின் மனத்திலிருந்து பிறந்தவர்கள். அல்லது வேறொரு யுகத்தில் பிரம்மனுக்கு முந்தையவரான பிரஜாபதியின் உடலை உருவாக்கியவர்கள். ரிஷிகள் வேதங்களை எழுதவில்லை, அவர்கள் அவற்றைக் கண்டனர். அதனால்தான் அவர்கள் சிலவேளைகளில், "வேத தரிசிகள்" என்று அழைக்கப்பட்டனர். ரிக்வேதத்தின் மூன்றாவது, நான்காவது மண்டலங்களை விஸ்வாமித்ரருக்கு உரியதாகக் கருதுகிறது மரபு; வசிஷ்டருக்கு ரிக்வேதத்தின் 7.2 மற்றும் ஏழாவது மண்டலத்தின் மற்ற பாசுரங்கள்; பரத்வாஜருக்கு ஆறாவது மண்டலத்தின் 6, 17, 18, 22 மற்றும் 30வது பாசுரங்கள், ஜமதக்னி

வசிஷ்டரோடு வாதாடும்போது கண்டதாகக் கருதப்படுவது 10. 128வது பாசுரம். *விராஜ்* சந்தமும் அவருக்கு உரியதாகக் கருதப்படுகிறது.

ரிஷிகள் சிலசமயங்களில் அதிர்வை, துடிதுடிப்பை, நடுக்கத்தைக் குறிப்பிடும் ஒரு சொல்லான *விப்ரர்கள்* என்று அழைக்கப்பட்டனர். மனக்கூண்டுக்குள் அடைந்துகொண்டு, அவர்கள் அதிர்ந்துகொண்டிருந் தனர். அவர்கள் தங்களுக்குள் *தபஸ்ஸை* வளர்த்துக்கொண்டிருந்தனர். இது மட்டும்தான் புரிந்துகொள்ளக்கூடிய அவர்கள் செயல்பாடு. அவர்கள் பலி தரும்போது பலிக்கம்பத்தைச் சுற்றி, நெறிக்கப்பட்ட பலிவுயிரைச் சுற்றி, தீக்கொழுந்தைச் சுற்றி, உலகிலிருந்து தனித்துச் சுடர் வீசும் விதானம் ஒன்று உருவாகும். அந்த விதானத்தின் கீழ் அவர்கள் நீண்டநேரத்திற்குத் தங்கியிருப்பார்கள், நாட்கணக்கிலோ வாரக்கணக்கிலோ – பின்பு, அவர்கள் தனித்திருக்கும்போது அது அவர்களுக்குள்ளாக நகர்ந்துவிடும். ஆனால் முன்பு அல்லது பின்பு பற்றி யாராவது பேச இயலுமா? *தபஸ்*ஸின் வெப்பம் அங்கு ஏற்கனவே இருந்ததால்தான், யாகத்தீ பற்றிக்கொள்கிறது – யாகத்தீ ஏற்கனவே அங்கு இருப்பதால்தான் *தபஸ்*ஸின் வெப்பம் வளர்கிறது. இங்கே, சிலசமயங்களில் கடவுளரிடையே ஏற்படுவதுபோல், ஜனனம் பரஸ்பரமானது.

ரிஷி என்னும் சொல், முயற்சியை, வெப்பத்தைக் கட்டவிழ்த்து விடும் உராய்வைக் குறிக்கிறது. எந்த வஸ்துவின் மேல் அசைவற்று இருந்துகொண்டு செயலாற்றும்போது ஒரே சமயத்தில் ஒளியும் வெப்பமும் உருவாகும்? மனம். மனத்தைக்கொண்டு மனத்தின் மேல் இயங்குவது. வேறு என்னதான் இருக்கிறது? உலகம், இயற்கை, ஓர் அபூர்வ நிகழ்வு, மனத்தின் மாறுபட்ட வடிவம். பிரம்மனின் மனத்திலிருந்து பிறந்த சப்தரிஷி கள் அப்படி எண்ணினார்கள். அவர்கள் எப்போதும் கருவறையொன்றில் இருந்ததில்லை, ஒரு பெண்ணின் வயிற்றிலிருந்து பிறப்பது என்ன என்று அவர்களுக்குத் தெரியாது. அவர்களுக்கு வாழ்வது என்பது மனத்தை மடித்துப் பிரித்து இயக்குவது, நிலவுலகின் பள்ளத்தாக்குகளுக்கும் சப்தரிஷி மண்டலத்தின் புள்ளிகளுக்கும் இடையில் உள்ள வானத்தை முன்னும் பின்னுமாகச் சுலபமாகக் கையாண்டது போலக் கையாள்வது.

வேத பாசுரங்கள் மனிதரிடமிருந்து தோன்றியவை அல்ல: அவை *அபௌருஷேய*, "மனிதர்களிடமிருந்து அல்ல". இதை இயற்றியவரென்று யாரையும் சொல்லிவிட முடியாது. அல்லது வேறு விதமாகச் சொல்லப் போனால் – பின்னர் சாங்கிய தத்துவம் முன்னிறுத்திய சித்தாந்தம் சொன்னதுபோல் – அவற்றுக்குப் பின்னால் ஒரு ஆள் இருக்கிறான், ஆதி புருஷன். ஆனால் அவற்றை அவன் கூட உருவாக்கவில்லை. மூச்சு வெளியேறுவதைப் போல் பாசுரங்கள் அவனிடமிருந்து வெளிப்பட்டன.

தவத்தில் அமிழ்ந்தபடி அமர்ந்துகொண்டு ரிஷிகள் பாசுரங்களைக் கண்டனர். அசை அசையாக அவை தோன்றி, மங்கி மறைந்தன. தொடக்கத்தில் பாசுரங்கள் தாவரங்களைப் போல் எல்லா இடத்திலும்

பரவின. நீண்ட காலத்திற்குப் பின்னர், பாசுரங்கள் வேண்டியிருக்காத, கதைகள் கோரிய புதிய யுகத்தில் யாரோ ஒருவர் அவற்றைப் பிரித்துத் தொகுத்துச் சேகரித்தார். *ரிக்வேத சம்ஹிதை*, "பாசுரங்களாலான அறிவின் தொகுப்பு": அவ்வாறான தலைப்பின் கீழ்தான் அவை நம்மிடம் வந்து சேர்ந்தன. மையப் புத்தகங்களில் இரண்டாவதில் இருந்து ஏழாவதுவரை ஒவ்வொன்றும் ஒரு ரிஷியுடன் தொடர்புபடுத்தப்படுகின்றன: கிருத்ஸமதர், விஸ்வாமித்ரர், கௌதமர், அத்ரி, பரத்வாஜர், வசிஷ்டர். அவர்களுடனோ அல்லது அவர்களிடமிருந்து தோன்றிய மற்ற ரிஷிகளுடனோ. அதனால்தான் அவை 'குடும்பப் புத்தகங்கள்' என்று அழைக்கப்பட்டன. அவற்றை இப்படிச் சீரமைத்தது வியாசர். கணேசன் மஹாபாரதத்தை ஒரு மூலையில் அமர்ந்தபடி, இளைஞனின் மென்மையான கைகளோடு, ஓர் உடைந்த தந்தத்துடன், சுருக்கம் விழுந்த யானைத் தலையுடன், போன தலைமுறைக் குழந்தைகள் விட்டுவிட்டுப் போய்விட்ட பொம்மையைப் போல், எழுத எழுதச் சொல்லத் தொடங்குவதற்கு முன் பக்தி மற்றும் மொழியியல் சார்ந்த பணிகளில் தன் வாழ்வு முழுவதையும் அர்ப்பணித்திருந்தார் வியாசர்.

அத்ரி சொன்னார்: "நம் கண்கள், சப்தரிஷிகளின் கண்கள், சப்தரிஷி மண்டலத்திலிருந்து இப்போது சுடர்விட்டுக்கொண்டிருப்பவை, நிகழும் அனைத்தின் மீதும் எப்போதும் விழிப்போடுள்ளவை. ஏதோ ஒன்று வெறுமே நிகழ்வது என்பது அர்த்தமற்றது. ஆனால் ஏதோ ஒன்று நிகழ்வதும் அதைக் கூர்ந்து கவனிக்கும் கண் அதைத் தனக்குள் சேகரித்துக்கொள்கிறது என்பதுதான் எல்லாம். இவ்வாறாக நாம் கடவுளருக்கு முன்பாகவே வந்தோம். நாம் கடவுளர்மீது நம் கூர்ந்த கவனத்தை வைத்திருக்கிறோம். காட்சிக்கு முன்பு வந்தது பார்வை. அப்போது உலகம் இல்லை. இல்லாமலும் இல்லை. அது மனம், யாரேனும் அது என்னவென்று அறிந்திருந்தால். அது நம் மனம். நாம் ஏழு பேர், ஏற்கனவே வயதானவர்கள், இருந்தும் ஜீவன்களில் முதன்மையானவர்கள், தனித்துவமானவர்கள், நாம் ஒருவரை ஒருவர் கூர்ந்து கவனித்துக்கொண்டிருந்தோம். நாம் மற்ற கண்களைக் கவனித்துக்கொண்டிருக்கும் கண்கள், கவனிக்க விடுவதற்கு அங்கே வேறொன்றும் இல்லை. நமக்குத் தெரியும்: கவனிப்பவனுக்கு அப்பால் இருக்கும் எதையாவது ஆக்க முடிந்தால் அன்றி, முழுவதும் மனத்தாலான ஜீவன்களான நம்மால் இருப்புக்குக் கொண்டுவர, இருப்பை இருக்கச் செய்ய, நம்மளவில் நமக்கு வலிமையில்லை. பார்வை பார்ப்பவனிடமிருந்து பிளவுபட வேண்டிய நேரம் வந்துவிட்டது. நாம் ஒருவரையொருவர் கவனித்துக்கொண்டிருந்துவிட்டு சொல்லிக்கொண்டோம்: "இந்த வகையில் நாம் ஒருபோதும் இருக்க மாட்டோம். இது இருப்பே அல்ல, நம்மாலான ஒருவரை உருவாக்குவதுதான் நாம் செய்ய வேண்டியது". பிறகு அமைதியில் நாம் எரியத் தொடங்கினோம். மனம் ஒரு தீயில் கவனத்தைக் குவித்தது – மேலும் அந்தத் தீ விழுங்கிய வஸ்து நாம்தாம். அதனால்தான் நாம் *ரிஷிகள்* என்று அழைக்கப்பட்டோம். ஏனெனில் நம்மையே நாம் விழுங்கினோம்: *ரிஷ்* – யாரை நாம் உருவாக்க விரும்பினோம்? ஓர் ஆளை,

அவனை: புருஷனை. யார் அவன்? சிறகு விரித்த கழுகு. நம்மில் இருவர் தொப்புளுக்கு மேலாக நம்மை நுழைத்துக்கொண்டோம், இருவர் தொப்புளுக்குக் கீழாக. ஒருவர் ஒரு சிறகாக; ஒருவர் மற்றொரு சிறகாக; ஒருவர் நகங்கள். நமக்குள் இருந்த வாழ்வின் சுவை அனைத்தையும் நாம் மேலே பறவையின் தலைக்குக் கொண்டுவந்தோம். அந்த ஆள், அந்தப் புருஷன், முழுமுதலான, தந்தையான, பிரஜாபதி, இந்தத் தீயின் பீடமாக, நாம் ஒவ்வொரு கணமும் கட்டமைக்க கடமைப்பட்டிருக்கும் அதுவாக ஆனான்.

காசியபர் சொன்னார்: 'எதில் நீங்கள் நிபுணர்கள்?' என்று அவர்கள் நம்மைக் கேட்டார்கள். உயிருடன் உள்ளதான உணர்வில். நாம் விழிப் போடுள்ளோம் – அல்லது, நாங்கள் உயிர்த்திருக்கிறோம். கடவுளரின் ஒப்புயர்வற்ற ஆயுதமான *வஜ்ரா*, மின்னல் மலர், 'விழித்திருப்பது', 'கவனத்துடன் இருப்பது,' என்னும் பொருளுடைய *'வெஜியோ'* என்னும் லத்தீனச் சொல்லுடன் தொடர்புடையது. அந்த வேர்ச்சொல்லில் இருந்து தான் பகிர்தல், விழித்தெழுதல், "விழிப்போடிருத்தல், எச்சரிக்கையோடி ருத்தல்" போன்ற சொற்கள் அமைகின்றன. மின்னல் என்பது விழிப்பு நிலையின் மின்னல் கீற்று. உயிர்த்திருத்தல், விழிப்பு நிலை என்னும் இரு சொற்கள் ஒரே வேரிலிருந்துதான் வருகின்றன. நம் மனத்தின் ஆலை அரைத்தெடுக்கும் பிம்பங்கள், ஒவ்வொரு கணமும் குறிப்பாகச் சுட்டுவதும் ஒவ்வொரு கணத்திலும் மறைப்பதும் எதுவோ அதுதான் நம் இடம், நாம் சந்தித்து மோதிக்கொள்ளும் நம் *சபை*, இந்தத் தூண் களுக்கிடையில் உள்ள நம் பாசறையிலிருந்து சற்றும் விலகாமல் பூமியில் மேல் நம் படைத் தாக்குதல்கள்பற்றி நாம் விவரிக்கும் இடம்.

தொலைவிலிருந்து பார்ப்பதற்கு ரிஷிகள் பிளேட்டோவின் பாதுகாவலர் களைப் போலவே இருந்தனர். ஆனால் அவர்கள் பாதுகாத்துக்கொண் டிருந்தது ஒரு ராஜ்யத்தையல்ல. நட்சத்திரங்களிலிருந்து குனிந்து பார்க்கும் அவர்களுடையதைப் போன்றதொரு பார்வைக்கு, ஒரு ராஜ்யம் என்பது மிகச் சிறியதாக, மிகவும் வரையறுக்கப்பட்டதாக இருந்திருக்கும். அவர்கள் உலகை அல்ல, உலகங்களை, கவனித்துக்கொண்டிருந்தனர், ஒவ்வொன்றும் அடுத்ததோடு முதுகெலும்புகளைப் போல் இணைந்திருந்தன. அவர்கள் விழிப்போடு இருந்தனர். தங்கள் மிக நீண்ட வாழ்வில் அவர்கள் சாகசம், கபடம், மற்போர், பேரார்வம், பழிவாங்கும் தேவதைகள், நாட்டுப் பாடல்கள் ஆகியவற்றை அறிவார்கள். ஆனால் அவ்வாறான கதைகள், அவர்கள் நீண்ட ஆயுளின் வளையாத கிளையின் சின்னஞ்சிறிய, தொடர்ச்சி யற்ற முகிழ்தல்களே. கதைகள் முடிவுக்கு வந்தபோது, ரிஷிகள் மறைந்து விட்டதைப் போலிருந்தது. ஆனால் உண்மையில் அவர்கள் தங்கள் இயல்புநிலைக்குத் திரும்பியிருந்தார்கள். அவர்கள் விழிப்புடன் இருந்தார்கள், அவ்வளவுதான். ஊழியின்போது, *பிரளயத்தில்* முற்றிலும் அமிழ்ந்தும் மீண்டும் வெளிப்பட்டுக்கொண்டும் இருக்கும் உலகத்தின் இருப்பு, ஏதோ ஒரு தொடர்ச்சி உள்ளதென்று உரிமை கோரலாம். அதே இருப்பு,

ஒன்றுசேர்த்து உருவாக்கப்பட்டு, மீண்டும் கலைக்கப்பட்டு, மறுபடியும் உருவாக்கப்பட்டு, அதன் ஒவ்வொரு கட்டமும் ரிஷிகளின் கண்மணியில், அனைத்தும் எதிரொலிக்கும் மறு எதிரொலி பிறக்கும் குகையில் திரட்டிக் குவிந்துகொண்டிருக்கும்வரைதான்.

அசத், இல்லாமை, மட்டுமே இருந்தபோது ரிஷிகள் ஏற்கனவே அங்கிருந்தனர். ஏனெனில் "சந்தேகத்துக்கு இடமின்றி ரிஷிகள்தாம் இல்லாமை" அவர்கள் கடவுளருக்குப் பிறப்பளித்தார்களா அல்லது கடவுளரிடமிருந்து பிறந்தார்களா – அல்லது இரண்டுமா என்று நமக்குத் தெரியாது. இவ்வாறும் அவ்வாறும் உரைகள் நமக்குச் சொல்கின்றன. அது எவ்வாறாயினும் மனிதருக்கும் கடவுளருக்கும் மேலாக ரிஷிகள் ஒரு முன்னுரிமை, ஒரு தனிச்சலுகை கோரினர். இருப்பு இருப்பதற்கு முன்னால், அவர்கள் மட்டும் இல்லாமையில் மறைந்துகொண்டு இருந்தனர் இல்லாமையில் என்ன இருந்தது? பொருளுருவத்துக்கு முன்னால் அங்கு ஒரு பிம்பம் இருந்தது, அசைப்பதற்குச் சதை உண்டாவதற்குமுன் மூச்சு, உடல் தோன்றுவதற்குமுன் ஆசை. இருக்கும் மற்ற அனைத்திற்கும் மேலாக, ரிஷிகள்தாம் முதன்முதலாக மனத்தின் அதிபதியாக உள்ளவர்கள். தன்னைத் தவிர வேறெதுவும் வேண்டாத அந்தத் தனிச்சிறப்பு வாய்ந்த வெளிப்பாடான பிரக்ஞையாக அவர்கள் இருந்தார்கள். சுட்டுப் பொசுக்கும் அந்தக் கூர்ந்த பார்வையாக இருந்தார்கள். எதுவும் தோன்றுவதற்கு முன்பே சுருங்கிப் போயிருந்தார்கள். இதனால்தான் இவர்கள் பெரும் வலிமை யிருந்தும் பயிற்சிகளால் தீட்டிக் கூர்மையாக்கப்பட்ட, போற்றத்தக்க புராதனமானவர்களைப் போல் உடனடியாகத் தோற்றம்கொண்டார்கள்.

இருப்பின் ரகசியம் அனைவருக்கும் பொதுவான சில செயல்களில் அடங்கியுள்ளது என ரிஷிகள் கண்டார்கள்: விழித்தல், சுவாசித்தல், உறங்குதல், புணர்தல். அவர்கள் உடலியலில் மெய்ப்பாட்டியலைக் கண்டனர். ஆனால் அவர்கள் பாசுரங்களுக்குத் தொடக்கத்தில் விளக்கவுரை எழுதிய மேற்கத்தியர்கள், அவற்றை மேகங்களோடும் சூறாவளிகளோடும் மட்டுமே தொடர்புடையதாகக் கற்பனை செய்து கொண்டார்கள்.

தூண்டிவிடும், மசகு இட்ட, நன்கு சுத்தம் செய்யப்பட்ட, சாணை தீட்டப்பட்ட சொற்களின் நிபுணர்களான ரிஷிகள் வெளிப்பட்ட உண்மை ஒன்றால் திகைத்துப் போயினர்: பிரக்ஞையோடு இருப்பது என்னும் அடிப்படை உண்மை. சோமபானம் குடிக்கவோ ஏதாவது உத்திகளைத் தோற்றுவிக்கவோ, உள்ளூக்கம் பெறவோ தேவையில்லை. பிரக்ஞையுடன் இருத்தல் என்னும் அடிப்படை உண்மையே போதுமானது. மற்ற அனைத்தும் மனத்தினுள் வாழ்வதான அடிப்படை மாயத்தோற்றத்தின் மேல் சுமத்தப்பட்ட துணைமாயத்தோற்றங்களே. இயற்கையின் அபரிமிதத்தால் சுற்றிச் சூழப்பட்ட அவர்கள் ஒற்றைப் பார்வையால் அதைச் சுருங்கிப் போகச் செய்தார்கள். ஏனெனில் இயற்கையிலுள்ள எதுவும் மனத்துக்கு இட்டுச் செல்லவில்லை. இயற்கையே மனத்தின் ஒரு சுருக்கமான

பரிசோதனையாகவும் புறவெளிக் காட்சியாகவும் இருந்துவிடக்கூடும். கடவுளருக்கு முன்னர், தொடக்கத்தில் அது அப்படித்தானே இருந்தது?

உலகம் பார்ப்பதற்கு எப்படி இருக்கிறது? அது கவிழ்த்துவைக்கப்பட்ட ஒரு கோப்பை. அது எதனால் ஆனது? எலும்பால். மேலே பார்க்கும்போது அந்தப் பழைய எலும்பின் நிலவறையில் உள்ள பிளவுகள் ஊடாகவும் கீறல்கள் வழியாகவும் ஒளியிழைகள் கசிவதை நாம் பார்க்கிறோம்: நட்சத்திரங்கள். கோப்பையின் ஓரத்தில் தம் அங்கிகளைச் சுற்றிக்கொண்டு அமைதியாகப் பதுங்கிக்கொண்டிருக்கும் ஏழு உருவங்களைப் பார்க்கிறோம். சப்தரிஷிகள், கவனித்துக்கொண்டிருப்பவர்கள். இரட்டையர்களாக – கௌதமரும் பரத்வாஜரும் விஸ்வாமித்ரரும் ஜமதக்னியும், வசிஷ்டரும் காசியபரும் இணைகோடுகளாக அமைந்து ஒருவரையொருவர் பார்த்துக் கொண்டிருக்கிறார்கள். கீழே அத்ரி ஒளிர்ந்துகொண்டிருக்கும் இடத்தில் கோப்பையின் குறுகிய மூக்கு இருக்கிறது. கவிழ்த்துவைக்கப்பட்ட அந்தக் கோப்பையில் அந்தரத்தில் தொங்கிக்கொண்டிருக்கும் அந்த இருண்ட வெறுமையான அரைக்கோள வடிவம் எது? “அனைத்து வடிவங்களின் பேரொளி” என்றனர் அவர்கள். *சோமபானத்தில்* தோய்ந்திருக்கும் மூளை: மனம்.

சப்தரிஷிகள் கோட்டையின் ஏழு வாசல்களிலும் காவல் நின்றனர்: காதுகள், நாசித் துவாரங்கள், கண்கள், அத்ரி கவனித்துக்கொண்ட வாய். ஒவ்வொருவரும் கோப்பையின் உள்ளேயும் வெளியேயும் ஒரு மூச்சோட்டத்தைக் கவனித்துக்கொண்டார்கள். தான் மட்டிலும் தனியாக இருப்பதாகக் கற்பனை செய்துகொண்டிருந்த உலகம், கவிழ்த்துவைக்கப்பட்ட பல சிறு கோப்பைகளில் ஒரு பிரதிபிம்பம்போல் தன்னையே மறுஉற்பத்தி செய்து கொண்டிருக்க, இன்னும் நெரிசலாக உள்ள ஒரு மிகப் பெரிய எலும்புக் கோப்பைக்குள் தான் வாழ்வதை உணர்ந்தது. ஏனெனில் அதற்கு அப்பால்தான் விரிந்துகிடக்கிறது ஆயிரக்கணக்கான சின்னஞ்சிறு வெடிப்பு களின் வழியாகத் தென்படும் வெள்ளமென உள்ளே பாயும் ஒளிமண்டலம்.

தன் அயல்நாட்டு விருந்தினர்களிடம் வசிஷ்டர் சொன்னார்: “ஆச்சரியப்படுவது அவசியமற்றதாக உள்ள ஓரிடத்துக்கு நீங்கள் வந்திருக் கிறீர்கள். இங்கே அனைத்தும் இயல்பாக இருக்கிறது. தங்கள் மகன்களது மகன்களாக உள்ள தந்தைகள், தங்கள் தந்தையருக்குத் தந்தையராக உள்ள மகன்கள், அவர்கள் காதலிகளாகவும் மனைவிகளாகவும் இருக்கும் சகோதரிகள் இங்கே இருக்கிறார்கள். பின்னாளைய புரோகிதர் இங்கே கடவுளரில் முதன்மையானவராக இருக்கிறார். அரக்கன் இங்கே கடுந்துறவி யாக உள்ளான், கடுந்துறவிகள் அரக்கர்களுடன் போரிடுகின்றனர்.

ரிஷிகளில் தூண்களுக்கிடையே அலைந்து திரிந்துகொண்டிருந்த ஒரே ஒருவர் நாரதர் மட்டுமே. ஒரு குழுவுக்கு அருகில் வரும்போது

எதையாவது கிசுகிசுத்துவிட்டுச் செல்வார். அவர் கண்கள் அமைதியில் லாமல் ஜாடை காட்டிக்கொண்டும் சிமிட்டிக்கொண்டும் இருந்தன. அவர் நீண்டநேரம் கவனமாகக் கேட்டுக்கொண்டிருப்பார், ஆனால் அவரால் குறுக்கிடாமல் இருக்க முடியாது: "நாம் விருந்தோம்பலின் விதிகளை மதிக்க விரும்பினால், இங்கு வந்திருக்கும் அந்நியர்களைவிட ரிஷிகளான நாம் வெறும் புவியியல்ரீதியாகப் பார்ப்பதைவிட மிகத் தொலைவில் இருப்பவர்கள். அவர்கள் நம்மிலிருந்து வேறுபட்ட பழக்க வழக்கங்களில் பற்றுள்ளவர்களாக இருப்பதை நாம் நினைவில் கொள்ள வேண்டும். எந்த நிகழ்வையும் எல்லா நிகழ்வுகளையும் அது எப்போது நிகழ்ந்ததென்று அறிந்துகொள்ள அவர்கள் விரும்புகிறார்கள், அதாவது அது எந்த ஆண்டில் நிகழ்ந்தது என்று; எந்த யுகத்தில் என்று கேட்க மறந்துவிடுகிறார்கள். நம்மால் அடையாளம் காணக்கூட இயலாத ஒரு சொல்லின் முன் தலைவணங்குகிறார்கள், 'வரலாறு', நம்மைப் பொறுத்த வரை பன்மையில் மட்டுமே பொருள்படும் ஒரு சொல். அதிகபட்சம் நாம் கதைகள் பற்றிப் பேசலாம். அவர்கள் நீரைப் பற்றிப் பேசுவதைப் போல் நாம் 'பெருநீர்ப்பரப்பை'ப் பற்றிப் பேச விரும்புகிறோம். சந்தேகத்துக்கு இடமின்றி, தவறாகப் புரிந்துகொள்வது வாழ்வைச் சுவையுடையதாக்குகிறது. நெடுங்காலமாக நம் சொற்களைத் தியானித்துக்கொண்டும் கொண்டாடிக் கொண்டும் இருப்பவர்களைப் பற்றிக் கொஞ்சம் சொல்ல அனுமதியுங் கள் . . ." அவரால் சொல்ல இயலவில்லை. ஏனெனில் அத்ரி சற்றும் விநயமின்றிக் குறுக்கிட்டிருந்தார். தன் கண்களைச் சபையில் அமைதியாக இருந்த அந்நியர்களிடம் திருப்பியவாறு சொன்னார்: "நம் குழந்தைகளான உங்கள் மூதாதையர்களை நாம் நினைவுகொள்வோம்: தங்களை ஆரியர்கள் என்று அழைத்துக்கொண்ட மேன்மையானவர்களை. – நீங்கள் இந்தோ– ஆரியர்கள் என்று அழைத்தவர்களை, நினைவுகொள்வோம். தரிசான மேட்டு நிலங்களிலிருந்தும், வெறுமையான மலைகளிலிருந்தும் தங்கள் குதிரைகளோடும் ரதங்களோடும் அவர்கள் புயலென வெடித்துப் பரவினார் கள்; சுழற்றி வீசிய தீவட்டிகள்கொண்டு வனங்களைத் தீக்கிரையாக்கினர். மேலிருந்து கீழே பார்த்துக் கட்டற்ற சமவெளி முழுவதும் தழும்புகளை உண்டாக்கினார்கள். தங்கள் வழியில் கண்ட கறுத்த தோல்கொண்ட, மூக்கற்ற, அற்பமான சிறு ஜீவன்களை அவர்கள் கொன்றார்கள்; அல்லது அடிமையாக்கினார்கள். ஆனால் அவர்கள் பாதை எங்கே இட்டுச் சென்றது? சூரியனை நோக்கி, இந்திரலோகத்தை நோக்கி, இருந்தும் அவர்கள் அந்த இடத்தை அடையவில்லை, அவர்கள் முன்னால் பூமி சமதளமாகப் பரந்து, விரிந்துகொண்டே போயிற்று. ஒரு பிரும்மாண்டமான நதியின் கரையில் அவர்கள் அதிசயத்துடன் நின்றனர். இயற்கையின் இடையறாத ரீங்காரம் அவர்களை எல்லாப் புறங்களிலும் சூழ்ந்தது. ஒருவேளை, நதியின் மறுகரையில் மனிதர்கள் யாரும் இல்லாதிருக்கலாம். ஒரே மாதிரியாகத் தோன்றும் மரங்களின் கீழிருந்து அந்த ரீங்காரம் மட்டும் மீண்டும் தொடங்கியது – அல்லது ஒருவேளை அவை ஒன்றேதானோ என்னவோ, ஒரு கண்ணாடியில் நிகழ்வதுபோல் மாயத்தால் அங்கு இடம் மாற்றப்பட்டுள்ளது போலும். இது மீண்டும் மீண்டும் நிகழ்ந்தது. ஏனெனில் எல்லாம் மீண்டும் மீண்டும் நிகழ்கின்றன.

“ஒரு நாளில், அல்லது ஓராயிரம் நாட்களில் தாங்கள் முன்னேறிச் செல்வதை நிறுத்தினார்கள். அமளிக்குப் பழகிப்போயிருந்த அவர்கள் அது தங்களுக்குள் நடந்துகொண்டிருப்பதை உணர்ந்தார்கள். ஆனால் எங்கே? எங்கே இருந்தது அந்த அமளி? அவர்கள் சாம்பலாக எரித்தவை மீண்டும் முளைத்தன, ஆனால் ஒரு கூரிய கண் அவற்றை மீண்டும் சருகாக்கிவிடும். நெருப்பைவிட மேலும் சக்தி வாய்ந்தது கண். மெதுவாக முதல் கண்ணிலிருந்து இரண்டாவது ஒன்று பிரிந்து அதைக் கூர்ந்து பார்த்தது. அசைவேதுமற்றுப் பூச்சிகளுடன் ரீங்காரமிட்டுக்கொண்டு, அனைத்தும் கச்சிதமாக முன்பிருந்ததைப் போலவே இருந்தன. இருந்தும் அனைத்தும் மாறிப் போயிருந்தன. ஒரு பளபளக்கும் படலம் அனைத்தையும் மூடியிருந்தது. தங்கள் பிரக்ஞையின் பெட்டிக்குள் அனைத்துக்கும் மேலான ஒன்று தங்களைக் கவனித்துக்கொண்டிருப்பதை அவர்கள் உணர்ந்தனர். அவன் அவர்களைப் பார்த்துக்கொண்டிருந்தான், ஆனால் அவர்களால் அவனைப் பார்க்க முடியாது. அவனுக்குக் கீழ்ப்படிவதென அவர்கள் முடிவெடுத்தனர்.”

பிறகு கௌதமர் பேசினார்: “பல மக்களுக்கு அரசர்களின் வரிசையுடன் விஷயங்கள் தொடங்கின. கிரேக்கர்களுக்கு அது பெண்களின் வரிசை, ஆரியர்களுக்கு அது ஞானிகளின், ரிஷிகளின் வரிசை. அரசர்கள் வெற்றி கொண்டனர், பெண்கள் தங்களை ஒரு கடவுளுடன் இணைத்துக் கொண்டனர். ஞானிகள்? அவர்கள் பிரம்மத்துக்குள் அசைவற்று அதிர்ந்து கொண்டிருந்தனர். மற்றவற்றைவிட மிகவும் நழுவிச் செல்வதாகவும் அசாத்தியமானதாகவும் இருக்கும் இந்தத் தொடக்கத்திலிருந்து, ஒருநாள் இந்தியா என்று அழைக்கப்படப்போகும் அந்தப் பிரதேசத்தில் – ஏனெனில் போரென்றால் என்னவென்றும் கலவியென்றால் என்னவென்றும் அனைவருக்கும் தெரியுமாதலாலும் ஆனால் வெகு சிலருக்கே *பிரம்மம்* என்றால் என்னவென்றும் இன்னும் குறைந்த அளவிலானவர்களுக்கே அதற்குள் அதிர்ந்துகொண்டிருப்பதென்றால் என்ன என்றும் தெரியுமாத லாலும் – என்ன நிகழப்போகிறது, என்ன நிகழ்ந்தது, இன்னமும் என்ன நிகழ்கிறது என்பதின் அந்தக் குறுக்கவியலாத தனிச்சிறப்பு மேலெழுந்து வருகிறது. இங்கே பின்னால் சென்று பார்க்கும்போது எந்த அளவுக்கு வேறெங்கோ இறுதியானதாகவும் வரையறுக்கப்பட்டதாகவும் வெளிப்படை யானதாகவும் எழும் விளைவு, புரிந்துகொள்ளப்படாததாக, உட்கிடை யானதாக, அனைத்தையும் உள்ளடக்கியதாக எடுத்துக்கொள்ளப்பட வேண்டும். ஜெனாவின் தெருக்களில் குதிரையின்மேல் அமர்ந்துகொண்டு ஹெகல் பார்த்த உலகின் ஆன்மா, அப்போதும்கூட வெற்றிகொண்டவர் என்பதற்கு மேலாக இல்லாத அது, ஆரியர்களுக்கு மதுவித்தையை, இன்றுவரை இன்னும் சொட்டிக்கொண்டிருக்கும் அந்த மதுவின் சித்தாந்தத்தை முதலில் வெளிப்படுத்திய குதிரையின் தலையாக இருந்தது.

தொன்மையானவர்களில் தனிச்சிறப்பு வாய்ந்தவர்களான அவர்கள், தங்கள் மொழியாலும் வழிபாட்டுமுறையாலும் மட்டுமே தங்களை

வெளிக்காட்டிக்கொண்டனர். சொற்கள், கடவுளர் வேறெதையும் அவர்கள் விட்டுச் செல்லவில்லை. ஒருவேளை விட்டுச் செல்ல விரும்பவில்லையோ என்னவோ. கற்கோயில்களையோ மாளிகைகளையோ அவர்கள் கட்ட வில்லை. தங்கள் சாதனைகளுக்கான வரலாற்றுப் பதிவுகள் எதையும் விட்டுச் செல்லவில்லை, தங்கள் உடைமைகளைப் பற்றிய பட்டியல் எதையும் தயாரித்திருக்கவில்லை, காலம்கடந்து நிற்கும் பிம்பங்கள் எதையும் உருவாக்கவில்லை. ஒருவேளை அவை தவறெனவோ – அல்லது குறிப்பிட்டுச் சொல்லத் தகுதியற்றவையனெவோ கருதியிருக்கலாம். ஆனால் தெய்வீகப் பெயரொன்றை அழைத்தெழுப்புதல், புதிரான ஒரு சூத்திரத்தின் மாறுபாடுகள், விண்ணுலக விவகாரங்கள் பற்றிய குறிப்புகள், இவற்றைத் திரும்பத் திரும்பச் சொல்வது அவர்களுக்கு அலுக்காத விஷயங்கள். ஒருநாள் அவர்களைப் பற்றி விவரிப்பதற்குப் பயன்படப்போகும் *வேதம்* என்னும் அந்தச் சொல்லில் இருந்தே, 'அறிவு' என்பதின் பக்தர்கள், ஒருவேளை வெறியர்கள். அறிவைக் கண்டு அதை மற்றவர்களிடம் அளித்துச் சென்ற மனிதர்கள், எந்தப் பிரக்ஞையின் தோற்றுவாய் "மனிதனிடம் இல்லையோ" *(அபௌருஷேய),* அதை "கேட்கப்படக்கூடிய" *(ஸ்ருதி)* சொற்களைக்கொண்டு மற்றவர்களுக்குக் கைமாற்றி விட்ட மனிதர்கள், அங்கே இருந்திருக்கிறார்கள். இவர்கள்தாம் *'ரிஷிகள்',* ஞானிகள். கடவுளருட னான அவர்கள் பரிமாற்றங்கள் சிக்கலானவை. சிலவேளைகளில் அவர்கள் கடவுளரைவிட உயர்ந்தவர்களாக இருந்தனர் (அறிவைப் பொறுத்தவரை நிச்சயமாக அப்படித்தான்), சிலவேளைகளில் அவர்கள் கடவுளரை உருவாக்கினார்கள், சிலவேளைகளில் அவர்கள் தவத்தின் தீவிரம், தேவலோக மாளிகைகளைக்கூடச் சீர்குலைத்திருக்கக் கூடியது, அவர்கள் மனத்தில் தகித்துக்கொண்டிருந்த வெப்பம், கடவுளரிடமிருந்து அவர்களைத் தப்பி ஓடச் செய்திருக்கும். இயலுலகு சார்ந்த போட்டியின் கடையிறுதி விளையாட்டு, உள்ளதிலேயே மிகவும் நுட்பமானதும் மறைவானதும் கடவுளருக்கும் ரிஷிகளுக்கும் இடையில் நடந்ததுதான். வெளிப்படையான விளையாட்டு தேவர்களுக்கும் அசுரர்களுக்கும் இடையில், அதாவது கடவுளருக்கும் எதிர்ச் சக்திகளுக்கு இடையில், ஒருபோதும் நிறுத்தாத எதிர்ப்பாக நடந்தது. மனிதர்களைப் பொறுத்தவரை, போட்டியாளர்களின் "பகுதிகளுக்கு" சிம்புகளுக்கு, துணுக்குகளுக்கு இடம்கொடுத்து, அவர்கள் செயல்களின் புதிய, இன்னும் சிக்கலான மாற்றுப் பதிவுகள் அவிழும்படியாக ஒரு போர்க்களத்தை உருவாக்கலாம். அதிகப்படுத்தலாம். ஆனால் தம்மள வில் மனிதர்கள் இருந்தார்களா? நாம் காண முடியாத அந்த மாற்று உலகின் கூறுகளுக்குத் தங்களுக்குள் இடம்கொடுக்காத மனிதர்கள் இருந்தார்களா? நிச்சயம் இருந்தார்கள், ஆனால் மலர்ந்து, பின் வாடிப் போகும் முக்கியத்துவமில்லாத இயற்கையின் விபத்துக்களாக.

நைல் நதியோரமிருந்த திங்கர்களுக்கும் மற்ற நாடோடி இடையர் குடிகளுக்கும் இருந்தது போலவே, ஆரியர்களுக்கும் பசுக்கள் முக்கிய மானவை, சொல்லப்போனால் மூலாதாரமானவை. ஆனால் ஆரியர்களிடம் மட்டும் அது அட்சர கணிதத்தின் அறியப்படாத பரிமாணம்போல், அனைத்து விஷயங்களுக்கும் பொருந்தக்கூடிய புலப்படாத காரணியாக,

அனைத்தையும் உருமாற்றக்கூடியதாக ஆயிற்று. "பசுக்கள்" என்று ஆரியர்கள் சொல்லும்போது மனத்தின் இயக்கமான ரகசியம் ஒன்றைக் குறிப்பிட்டார்கள். பசுக்கள் தண்ணீர், பணம், சொல், பெண்கள், உதயம், அனைத்தையும் குறித்தது. அவை கொடுக்கல் வாங்கலின் அலகு, இருத்தலின் பொதுமொழி, ஒருவர் செயல்படும் மூலப்பொருள் மட்டுமல்லாது செயல்பாடே ரகசியமானதுதான் என்னும் தெளிவு ஆரியர்களுக்குக் கிடைத்தது. இதை அறியாதவர் விலக்கப்படுவார், அவருக்குப் "பசுக்களின் ரகசியப் பெயர்" தெரியாது. உண்மையில், பசுக்களுக்கு இருபத்தோரு ரகசியப் பெயர்கள் உள்ளன. அவ்வாறான பெயர்களை ஆரியர்கள் உச்சரிப்பதைக் கேட்க நேரிடும் தீட்சை பெறாத ஒருவர் அவர்கள் ஏதோவொரு பாதிப்பில் பிதற்றிக்கொண்டிருப்பதாக நினைத்துக்கொள்வார். உண்மையில் அவர்கள் உயர்ந்த ஒரு சக்திநிலைக்கு உயர்த்தப்பட்ட பேச்சு குறித்த பரிசோதனையில் ஈடுபட்டுக்கொண்டிருந்தார்கள். இதுவரையில் அறிந்திராத அருவமான விஷயம் தோற்றங்களின் மொத்தக் கட்டையும் குலுக்கி மாற்றிவிடுகிறது. ஒவ்வொரு சொல்லுக்கு முன்னும் அதன் திணறடிக்கும் பொருள் தொடர்புகளின் எதிரில், விரிந்து பரவும் அழிவின் திகிலுக்கு ஆட்படுகிறார்கள். ஆனால் அதே நேரம் உலகின் சிதறிப்போன அம்சங்கள் ஒரு மந்தையெனக் கொள்கலமாக இருக்கும் பிரக்ஞையினுள் ஒன்றுகூடி வரும்போது, அவர்கள் மகிழ்ச்சிகொண்டனர். அது பெயரிடும்போதும் அழைத்தெழுப்பும்போதும் வழிபடும்போதும் அதிர்வு கொண்டது. இவ்வாறாகத்தான் வேத பாசுரங்கள் தங்களை வெளிப்படுத்திக்கொண்டன.

வேதகாலத்திலிருந்த கலைப்பொருட்கள் எதுவும் நமக்கு வந்துசேரவில்லை, ரிக் வேதத்தின் பாசுரங்களை இசையோடு ஓதியவர்களின் கைபட்ட பொருட்கள் எதுவும் பிழைத்து வரவில்லை. வெப்ப மண்டலப் பகுதிக்குரிய தட்பவெப்ப நிலையில் மரத்தாலானவை சீக்கிரம் அழிந்துவிடும் என்பதால் மட்டுமல்ல. அவர்கள் கற்களால் கட்டடங்கள் கட்டவில்லை என்பதால் மட்டுமல்ல. கோயில்கள் வேண்டாமென அவர்கள் முடிவெடுத்தார்கள் என்பதால் மட்டுமல்ல. நூறு வாசல்கள்கொண்ட அரண்மனைகளைப் பற்றிப் பேசுகின்றன பாசுரங்கள். கலை வேலைப்பாடுடைய நகைகள் பற்றிப் பேசுகின்றன. வெண்கலத்தால் ஆன கம்பி வேலிகளைப் பற்றியும்கூட. சடங்குகள் தொடர்பான உபகரணங்கள் பற்றிப் பேசுகின்றன. ஆயுதங்கள் பற்றியும் ரதங்கள் பற்றியும் பேசுகின்றன. உள்ளது அனைத்துமே பொருட்களின் தோற்றத்துக்கு இடமளித்து, மீண்டும் ஈர்த்துக்கொள்ளும் கலப்பற்ற மனத்தின் மெய்ம்மையாக இருந்ததுபோலிருந்தது. மிஞ்சியிருந்தது இங்குமங்குமாக நெருப்பு எரித்த தழும்புகள்கொண்ட வனம் மட்டுமே. மேலும் பாசுரங்கள், சந்தங்கள், பெயர்கள். அவர்கள் தீயையும் சொற்களையும் பாதுகாத்தனர். வேறென்னதான் வேண்டும் ஒருவருக்கு?

ஆரியர்கள் வருவதற்குப் பல நூற்றாண்டுகளுக்கு முன்பு சிந்து சமவெளிக்கு மேலே மலைகளின் மேல் நகரங்கள் இருந்தன. கற்கள்

பாவப்பட்ட சாலைகள், பெரிய குளியல் தொட்டிகள், கால்வாய்கள், செதுக்கப்பட்ட முத்திரைகள், தடுப்புச் சுவர்கள், தானியக் களஞ்சியங்கள், அனைத்தும் அங்கு இருந்தன. இவை எதுவும் வேதங்களில் குறிப்பிடப்பட வில்லை. இருந்தும் இந்திரன் போரில் முன்னேறியபோது அழித்த ஒருநூறு பூர்களைப் பற்றி அவை பேசுகின்றன – சிலர் பூர் என்பதை "சுவர்கள்" என்று புரிந்துகொண்டனர் – மொஹஞ்சோதாரோ – ஹரப்பாவைச் சுற்றி இருந்த மதிற்சுவர்கள் படையெடுத்து வந்த ஆரியர்களால் அழிக்கப் பட்டதை இந்தப் பகுதிகள் குறிக்கின்றன என்று அவர்கள் எண்ணினர். ஆனால் பூர் என்பதற்குரிய நம்பக்கூடிய பொருள், "கால்நடைகளுக்கான தொழுவம்". இவ்வாறாக வேதத்தின் அந்த வரிகள் வெறுமனே மந்தைகளைக் கொள்ளையடிப்பதையோ ஆடுகளைத் திருடுவதையோ குறிக்கக்கூடும். சிந்து சமவெளியின் நகரங்கள் ஆரியர்களால் அழிக்கப்பட்டதற்கான எந்த முடிவான ஆதாரத்தையும் எஞ்சி நிற்பவை தரவில்லை. அது அப்படியல்ல என்று சொல்வதற்கும் ஆதாரமேதுமில்லை. இந்த நகரங்கள் அழிக்கப்பட்டதற்கும் ஆரியர்களின் வருகைக்கும் இடையே இருநூறு வருட இடைவெளி இருக்கக்கூடும். ஆனால் காலவரிசையிலான தொடர் பின்மைகளுக்கு அப்பால், ஒரு பெரும் இடைவெளி, மெசபடோமியாவரை பயணித்த முத்திரைகள் கொண்டிருந்த, சமவெளியில் வாழ்ந்தவர் களிடமிருந்து, திட்பமான எதையும் விட்டுவைக்காத ஆரியர்களைப் பிரிக்கிறது.

சிந்து சமவெளியில் மேலே மேலே செல்லச் செல்ல, மலைகளில் மட்டுமே வளர்ந்த அந்தக் கிளர்ச்சியூட்டும் தாவரமான சோமத்தைவிட்டு விலகிச் செல்லத் தொடங்கினார்கள். சோமம்தான் அவர்களுக்கு வலிமை யையும் தொலைநோக்குப் பார்வையையும் அளித்தது. அந்த வலிமையும் தொலைநோக்குப் பார்வையும் அளித்த உத்வேகத்தில் தூண்டப்பட்டு இப்போது அவர்கள் வென்றுவரும் விஷயம், சோமம் தம் நினைவில் தவிர வேறெப்படியும் அவர்களுக்குக் கிட்டாதுபோகும் நிலையை உருவாக்கு கிறது. வேறு ஒரு நிலக்காட்சி அவர்கள் மனத்தில் வாழ்ந்துகொண்டிருந்தது. மிக நீண்ட இரவுகளையும் வியப்பளிக்கும் விடியல்களையும் கொண்ட வடக்கிலுள்ள ஒரு தாயகம். உண்மை வெளிப்பாடுகொண்டிருந்த நிலப்பரப்பு அது. நினைவுகளைப் புதுப்பிக்கும் அளவில் மட்டுமே உபயோகமாக இருந்த ஒவ்வொரு புதிய வெற்றியும் அர்த்தத்தின் இடத்திலிருந்து மேலும் மேலும் விலகிப்போகும் ஒரு தற்காலிக முகாமாகத்தான் இருந்தது. ஏற்கனவே பகல்களின் நீளம் அதிக வேறுபாடு இல்லாத பிரதேசங்களில் வாழ்ந்து கொண்டிருக்கும் அவர்கள், அந்த நினைவைச் சொல்லிலும் சமிக்ஞையிலும் பிடிவாதமாகப் பேணிக்கொண்டும் ஊட்டமளித்துக்கொண்டும் இருந்தனர். அவர்கள் கண்களுக்கு, அழகின், கவர்ச்சித் திறத்தின், வசீகரத்தின், பிரகாசத்தின் ஒவ்வொரு பிம்பமும் வடக்கே மலைகளுக்கு அப்பால் எப்போதோ மங்கிப் போய்விட்ட ஓர் உதயத்திலிருந்து எழுந்து பரவிக்கொண்டிருந்தது.

ஆரியர்கள் அந்த வறண்ட சமவெளியில் குடியமர்ந்த கணத்திலிருந்து, அதன் உயர்ந்த மலையுச்சிகளை அடைந்து கைக்கொள்வது முன்பு எப்போதையும்விடக் கடினமாகிவிட்ட நிலையில் சோமம் ஒரு மாயபிம்பத் தின் தன்மையை மேற்கொள்ளத் தொடங்கியது. அதுதான் ஒருவேளை மாயப் பிம்பங்களின் தோற்றுவாயா? ஏற்கனவே அதைக் குறித்துப் பேசிய எளிமையான பிரார்த்தனை முறைகள், "அச்சமூட்டும் அளவுக்குச் சிக்கலானதாக இருந்தன". அனைத்தின் மையத்திலும் உள்ள வஸ்து விரைவில் அனைத்தின் மையத்திலுமுள்ள பாழ்வெளியாக ஆகத் தொடங் கியது. ஒரு தெய்வீக உடலும் அதன் வார்ப்பும் ஆன அந்த இரட்டைச் சக்தி இன்னும் நீடித்துக்கொண்டிருந்த ஒரு இன்மையைப் பக்திபூர்வமான சமிக்ஞைகள் ஓரளவு மறைக்க விரும்புவதைப் போல், பிரார்த்தனை முறைகளின் விதிகள் தடித்தும் இறுகியும் போயின.

ஆரியர்களின் வாழ்வு வெகுசில மூலக்கூறுகளையும் மிகச் சில பொருட்களையுமே சுற்றி வந்துகொண்டிருந்தது. எப்போதும் ஒரே விஷயம் திரும்பத் திரும்பச் செய்யப்பட்டது, மற்ற எதையும் சேர்த்துக் கொள்ளும் முயற்சி எதுவும் இல்லை. ஆனால் அந்த மூலக்கூறுகளிலும் பொருட்களிலும் செய்யப்படும் வேறுபாடுகள் தலையைச் சுற்ற வைக்கக் கூடியவை. ஒவ்வொரு காலை வேளையிலும் அவர்கள் பிரார்த்தனை முறைக்கான அதே எளிய பொருட்களை எதிர்கொண்டனர். ஒவ்வொரு காலை வேளையிலும் மனத்தைப் பிணைத்தவுடன், எண்ணங்களின் ஓட்டம் தொடங்கும். புற்கள், மரக்கோப்பைகள், ஒரு மரக்கத்தி, புளித்த பால், வெண்ணெய், மரக்கரண்டிகள், இரு வண்டிகள், தண்ணீர், ஒரு பொன் மோதிரம், இரு மரப்பலகைகள், ஐந்து கற்கள், மான் தோல் ஒன்று, ஒரு மான் கொம்பு, ஒரு சிவந்த காளைமாட்டுத் தோல். இவற்றைத்தான் அவர்கள் தங்களுடன் எடுத்துச் சென்றனர்: மிக எளிய நிவேதனங்களுக்கான சாதனங்கள். கோயில் என்பதை ஏற்றுக்கொள்ள முடியாது, ஏனெனில் அது ஏற்கனவே எப்போதைக்குமாகச் செய்துவைத்துள்ள ஒன்றை உபயோகித்ததாக ஆகும், செய்ய வேண்டியது ஒவ்வொரு நாளும் புதியதாகத் தொடங்குவது, ஒவ்வொரு நாளும் நீங்கள் காணும் எந்த நிலத்தையும் சிதறிக்கிடக்கும் புதர்களையும் மற்றவற்றையும் யாகசாலையாக உருமாற்றிக்கொண்டு, யாககுண்டத்துக்கும் யாகபீடத்துக்குமான இடங்களை ஒன்றொன்றாகத் தேர்வுசெய்துகொண்டு, தூரங்களைக் கணக்கிட்டுக் கொண்டு, உருவமற்ற, ஓசையற்ற, செயலாற்றல் அற்ற காட்சியிலிருந்து முழுமையை வெளிப்படச் செய்துகொண்டிருப்பது, கடவுளரே கீழிறங்கி வந்து அவர்களுக்காகக் கவனத்துடன் விரிக்கப்பட்ட மெல்லிய கோரைப் பாய்களில் தாங்களாக வந்து அமரும்வரை.

கைத்திறன் வாய்ந்த வடிவங்களின் சௌகரியம் அவர்களுக்கு இல்லை. அதை அவர்கள் நம்பவில்லை என்பதனாலல்ல. அதற்கு நேர்மாறாக, பிம்பங்களின் மனஊற்று ஒன்று இடையறாது குமிழ்விட்டுக்கொண்டிருந்தது. ஆனால் அவற்றைக் கற்களில் படியெடுக்க வேண்டிய தேவையில்லை.

மாறாக அவை மதச்சடங்குகளால் வழிநடத்த வேண்டும். பாசுரங்களால் கடிவாளமிட வேண்டும். ரதங்களாக இருக்கும் பாசுரங்களில் பயணம் செய்விக்க வேண்டும். ஒவ்வொரு சமிக்ஞையும் அவற்றை மேலும் நிழல்களைப் போல் கட்டவிழ்த்துவிட்டன. மேலும் அவை எங்கிருந்து வருகிறதென்று நீங்கள் கண்டுபிடிக்க முயன்றால், "மரக்கட்டையின்றித் தண்ணீரில் எரியும்" ஏதோ ஒன்றை வந்தடைவீர்கள்.

இறையாண்மை பற்றி அவ்வளவு அதிகமாக யோசித்துக்கொண் டிருந்ததால், அதைப் பயன்படுத்தும் துணிச்சல் அவர்களுக்கில்லாது போயிற்று. அவர்கள் வரலாறு தொடர்ந்த துறவின் பதிவுகள். பேராசையில் இருந்து கடும் தவம்வரை அதன் ஒவ்வொரு மாறுபாட்டையும் உட்கொண்ட பிறகு, தங்கள் மனத்தின் வெப்பத்தால், மேலாதிக்கம் செலுத்துவதைத் தவிர்க்க முடிவுசெய்து, முதலாவதாக எல்லைமீறி நுழைந்தவர்கள் தங்களிடமிருந்து அதைக் கைப்பற்ற விட்டுவிட்டனர். சிந்திக்க முடியும் பட்சத்தில் எதை வேண்டுமானாலும் அவர்கள் சகித்துக்கொண்டனர். முடிந்தால் புராதனமானவர்கள் சிந்தித்ததை, ரிஷிகள் சிந்தித்ததைச் சிந்திக்க விழைந்தனர்.

அவர்கள் பெரும்புகழைவிட இலக்கணத்தில் ஆர்வமுடையவர்களாக இருந்தனர். அவர்கள் ஆராய்ச்சிகளின் உச்சபட்ச வெளிப்பாடு பாணினியின் ஆய்வுக் கட்டுரையில் உள்ள, ஒரு 'மேலுருவாக்க இலக்கணம்'*; இரண்டா யிரத்து நானூறு வருடங்களுக்குப் பிறகு தாங்கள்தாம் மேலுருவாக்க இலக்கணத்தை* உருவாக்கியதாக நம்பியவர்கள் உண்மையைக் கண்டு கொண்டதைப் போல. பாணினியின் கட்டமைப்பு அதற்கு முன் வந்த பலவற்றையும் இருட்டடிக்கும் அளவுக்குக் கச்சிதமாக இருந்தது. நான்காயிரம் முதுமொழிகள் அல்லது சூத்திரங்களோடு அது 'ஒளி கடந்து செல்லும்' மொழியான சமஸ்கிருதத்தின் ஒலியியலையும் சொல்வடிவ அமைப்பியலையும் நுணுகி ஆராய்ந்தது.

வென்றெடுக்கும் ஆரியர்களுக்கும் புத்தருக்கும் இடையில் ஆயிரம் வருடங்கள்; அதைக் குறிக்கும் சிறு பொருள் ஒன்றுகூட இல்லை. ஒரு கல்லில்லை, ஒரு முத்திரையில்லை, ஒரு நகரச் சுவரில்லை. எரிந்து மக்கி அழிந்துபோன மரம். இருந்தும் உரைகள் ஓவியங்கள் பற்றியும் ஆபரணங்களைப் பற்றியும் பேசுகின்றன. அதிசிக்கலான யாப்பியல் — பிறகு பெரும்பாழ். ரிக்வேதத்தில் சேகரிக்கப்பட்ட ஓராயிரத்து இருபத்தி யெட்டுப் பாசுரங்கள். தங்குமிடம் பற்றிய சிறு குறிப்புகூடக் கிடையாது. சடங்குகள் பற்றிய மிக நுண்ணிய விவரங்களின் விவரணைகள். அந்தச் சடங்கு தொடர்பான ஒரு பொருள்கூட மிஞ்சவில்லை. மிச்சமீதிகளைப் புகழ்ந்தவர்கள் தங்களின் எதையும் மிச்சம் வைக்கவில்லை, சொற்கள்

---

* Generative Grammar

மூலம் வந்து சேர்ந்தவற்றைத் தவிர. மிகவும் திருத்தமான ஒலிகளாலான ஒரு மொழி, ஒரு அரண்மனைபோல் அருமையாக உருவாக்கப்பட்டிருந்தது. ஆனால் அரண்மனை எதுவும் மிஞ்சவில்லை. உரைகள் மட்டிலும் தொலைந்துபோயிருந்தால், ஆரியர்களின் இந்தியா, வேதங்களின் இந்தியா இருந்திருக்க முடியாது. பிறகு கடைசியில் பார்ஹூத்திலும் சாஞ்சியிலும் உள்ள புடைச் சிற்பங்களில்தாம் கல் காணக் கிடைக்கிறது. ஏற்கனவே கூட்டமாகிவிட்டது. பூதங்கள், நடனக்காரர்கள், வியாபாரிகள், பாழை நிறைப்பதற்கு மிகவும் பயன்படும் பெயரற்ற கூட்டம். ஒரு சிறுகுடையால் பாதுகாக்கப்பட்ட, புத்தர் இருந்த ஒரு பாழ், எப்போதும் இருந்து கொண்டிருக்கிறது.

பிறகு அத்ரி மீண்டும் பேசினார்: "உண்மையான தத்துவஞானிகள் ஒரே எண்ணத்தைத்தான் சிந்திக்கிறார்கள் என்று சிலர் சொல்வது, ஒரு நாகரிகத்துக்கும் பொருந்தும். தொடக்கத்திலிருந்தே ஆரியர்கள் சிந்தித்தனர், இந்தியா அந்தச் சிந்தனையைத் தொடர்ந்துகொண்டிருக்கிறது, அந்த எண்ணம் ரிஷிகளான எங்களை மலைக்கச் செய்தது; பிரக்ஞை என்னும் எளிய உண்மை; குறிப்பிட்ட சில அடிகளில் அந்த எண்ணத்தைச் சென்றடையாத ஒரு உருவமோ சம்பவமோ தனிப்பட்ட மனிதனோ அதன் சரித்திரத்தில் இல்லை. மூவாயிரத்து முன்னூற்று ஆறு கடவுளர் அனைவரையும் 'பிரம்மம்' என்னும் ஒற்றைச் சொல்லுக்குள் அடக்கிவிட முடியும் என்று சான்றுகளோடு யாக்ஞவல்கியர் விளக்கிக் காட்டியதைப் போல்: பிரம்மம் என்பது என்ன? அந்த, *தத்*?

"இதுவரை எல்லாம் மிகத் தெளிவாக இருந்தது. ஆனால் உங்களில் சிலர் உங்கள் அகராதி சார்ந்த ஆதாரங்களைக்கொண்டு அனைத்தும் முடியும் அந்தப் பாழை விளக்க முற்படும்போது தெளிவு குறையத் தொடங்கிவிடுகிறது. "பூரணம்" என்பது வெளிப்படையான ஒரு விஷயம் என்பதுபோல் பூரணம் பற்றிப் பேசுபவர்கள் உள்ளனர். ஒருவேளை அது அவ்வாறிருக்கலாம், ஆனால் அந்தச் சொல் சிறிதும் உகந்ததாக இல்லை. மறுகோடியில் முழுப் பிரபஞ்சத்தையும் மொழிசார்ந்த ஒரு தந்திரமெனக் குறுக்கிவிடலாம் என்பதுபோல் "புதிரான சூத்திரம்" பற்றிப் பேசுபவர்கள் உள்ளனர். இந்த இரு எல்லைகளுக்குள் பின்னும் முன்னுமாக மற்ற விளக்கங்கள் பெருகியிருக்கின்றன. அனைத்தும் மேட்டிமையானவை. குறிப்பான உண்மைகள் ஏதும் இல்லாத நிலையில் பெருமிதமான ஏதோவொன்று, ராஜரீகமான ஒன்று, அந்தச் சொல்லுடன் தொடர்புடையதாக இருக்க வேண்டுமென்று பண்டிதர்கள் திடமாக நம்பினர். எப்படியிருந் தாலும் மேம்பட்ட ஏதோ ஒன்று. ஆனால் உயர்ந்ததோ தாழ்ந்ததோ வாழ்வின் ஒவ்வொரு தளத்திலும் நாம் *பிரம்மத்தைக்* காண்கிறோம். நமக்கு ஒரு விஷயம் தெரியும்: அதாவது ஒருவர் அநேகமாக எல்லாவற்றை யும் விளக்க முயலும்போது, அல்லது ஒரு புள்ளியைத் தவிர மற்ற அனைத்தையும், அந்தப் புள்ளி விளக்கப்படாமல் மிஞ்சும். விளக்கப்படாத ஆனால் ஒப்புக்கொள்ளப்பட்ட உண்மை ஒன்று இல்லாமல் ஜியோமிதியில்

ஒன்றும் நடக்காது. அந்த உண்மை விளக்கப்படுவதில்லை. அது அறிவிக்கப்படுகிறது. சொற்களின் வழியாக வெளிப்படுத்த முடியாத அறிவித்தல் ஒன்று உள்ளது. ஒரு சொல்லை நாம் படிக்கும்போது மனத்தில் நடப்பதற்கு இணையான, சுயநிச்சயமான ஏதோவொன்று உள்ளது. என்ன நடக்கிறது? வெள்ளைத் தாள்மேல் உள்ள கறுப்புக் குறியுடனோ மேலும் கறுப்பு அடையாளக் குறிகளாக உள்ள அகராதியில் தரப்பட்டுள்ள அதன் பொருளுடனோ இணைத்துப்பார்க்க முடியாத ஏதோவொன்று. இருந்தும் ஏதோ நிகழ்கிறது. நாம் ஒவ்வொருமுறை அந்தச் சொல்லைப் படிக்கும் போதும் மாறும் ஏதோ ஒன்று அது. பிறகு எப்படி எப்போதும் மாறிக் கொண்டிருக்கும், எல்லைகள் இல்லாததுமான அதை எவ்வாறு நாம் விளக்குவது? நம் மனத்தில் அது எங்கே முடிகிறது, உதாரணமாக நாம் இப்போது படித்த 'கறுப்பு' என்னும் சொல்? அந்தக் 'கறுப்பு' என்னும் சொல்லின் ஒலியதிர்வுக்கு நாம் ஆட்படவில்லை என்று எந்தக் கட்டத்தில் சொல்லிக்கொள்ளலாம்? ஒரு கணமே ஆன அந்த வாசிப்பு, மற்ற சொற்கள் அனைத்திலும், நமக்குள் உறையும் மற்ற அமைதியான அலை களிலும் ஊடுருவிப் பரவியிருக்கக்கூடும். ஒருவேளை நம்மால் ஒருபோதும் அதை அவிழ்க்க முடியாது போகலாம். அந்நியப் பிரதேசத்தில் அது தொலைந்தது போல் ஆகிவிடும். ஆனால் அறியப்படாதது என்று சொல்லப்படும், நம்முள்ளே உறைந்திருக்கும் அந்த நிலப்பரப்பு எது? நாம் ஒருபோதும் அங்குக் கால் பதிக்க இயலாது என்றபோதிலும் ஒருவேளை அது நமக்கு வெளியேயும் இருக்கலாம். அதை நாம் எத்தனையோ வழிகளில் விவரிக்கலாம் – அந்த இடத்துக்கு ஒரு அர்த்தம் இருக்கிறதா இல்லையா என்று அறிவதற்கு முன்பே நாம் அந்த இடத்துக்கு ஓர் அர்த்தத்தை அளித்துவிட விரும்புவதைப் போல், அனைத்தும் மீண்டும் ஒரு குறிப்பிட்ட சாயலை அளித்துவிடும். ஏனெனில் மறைவாக இருந்து அர்த்தங்கள் தோன்றும் பிரதேசம் அர்த்தம் இல்லாததாக இருக்கக்கூடும். நம் அனைவரையும் பயமுறுத்திச் சங்கடப்படுத்தும், ஆனால் நாம் பேண வேண்டிய கருத்து – அங்கே கீழே விளக்கங்கள் நிலைகொள்ள முடியாத இடத்தில் – அனைத்தும் நிச்சயமில்லாதது என்பதுதான். இருந்தும் அது அவ்வாறு காணப்படுவது அனுகூலமானது. ஆனால் நாம் *அது* இருப்பதை அங்கீகரிக்க வேண்டிய (விளக்க அல்ல) கட்டாயத்தில் உள்ளபோது என்ன நேர்கிறது என்று பார்க்க முயல்வோம். இது எப்போது நிகழ்கிறது? நாம் விழித்தெழும்போது. விழிப்படைதல்: அதனுடன் தொடர்புடைய உடல்ரீதியான குறிப்பிடத்தக்க ஒரு விஷயம் அதுமட்டும்தான். இதனுடன் நான் ஒரு குறிப்பை மட்டும் சேர்க்க விரும்புகிறேன்: *இரண்டாவது விழிப்படைதல்* பற்றி யோசித்துப் பாருங்கள். நாம் விழிப்பினுள் நிகழும் மற்றொரு விழிப்படைதல். அது அந்த விழிப்புடன் வெறுமனே சேர்வதல்ல, அதைப் பெருக்கக்கூடியது, அதன் மதிப்பை நம்மால் ஒருபோதும் நிறுவிவிட முடியாத அளவற்ற மடங்கு பெருக்கக் கூடியது. உங்களுக்கு அது அப்படித்தான் இருக்கிறதா என்று எனக்குத் தெரியாது. ஆனால் எங்களுக்குச் சிந்தனை அப்படியானது. அப்படியானதே சிந்தனை."

அத்ரி விட்ட இடத்தில் தொடர்வதைப் போல் வசிஷ்டர் சொன்னார்: சார்பற்ற தெய்வீகமான *பிரம்மம்*, கடவுளருக்கு முன்னால் வருகிறது. 'ஆதியில் *பிரம்மம்* மட்டுமே இருந்தது'. கடவுளர், 'அதற்குப் படிப்படியாக விழிப்படைந்தவர்கள், அதுவாக ஆனார்கள்' இதுதான் தீர்மானமான படிநிலை: விழித்தெழுதல். சிந்தனைக்குள் ஏற்படும் புலப்படாத ஏதோ வொன்று. ஒரு புதிய தன்மையைச் சிந்தனையில் ஏற்படுத்தும் ஏதோவொன்று: பிரக்ஞை. சிந்திக்கிறோம் என்னும் உணர்வுடன் ஒருவர் இருப்பது: இதுதான் பிரம்மத்தினுள் நுழைவது. கடவுளர் அங்கு நுழைந்தனர், ரிஷிகளும் கடைசியில் மனிதர்களும். 'இவ்வாறு அறிந்த ஒருவன்', *யா ஏவம் வேதா*, அறிந்தவர்கள் அறியாதவர்கள் என்று மனிதர்களைப் பிரிக்க எக்காலத்திலும் மீண்டும் மீண்டும் பயன்படுத்தப்படும் சூத்திரம் இந்த அறிவைத்தான் குறிப்பிடுகிறது. கடவுளர் 'இவ்வாறு அறிந்த ஒருவனை' அந்த நிலையிலிருந்து துரத்த விரும்புகின்றனர், ஆனால் 'அவர்களால் அதைத் தடுக்க இயலாது': கடவுளர் ஏன், மனிதர்களைப் *பிரம்மத்துள்* நுழைய அழைப்பதில்லை, மாறாக அவர்கள் ஏன், வஞ்சகமான பிடிவாதத்துடன், அவனுக்குத் தவறான வழிகாட்டுகிறார்கள்? ஏனெனில் இந்த அறிவு இல்லாமல் மனிதன் கடவுளருக்கு வெறும் 'மந்தை விலங்கு'. மந்தை விலங்குகள் மனிதனுக்கு உபயோகமாக உள்ளதுபோல், மனித மந்தைகள் கடவுளருக்கு உபயோகமானவை. அவை செல்வமாக உள்ளன. 'விலங்கொன்று திருடு போவது வருந்தத்தக்கது: ஆனால் நிறைய விலங்குகள் திருடப்பட்டால் எவ்வளவு வருத்தம். எனவே மனிதர்கள் இதை அறிந்துகொள்வது கடவுள் களுக்கு எரிச்சலூட்டியது: இங்கே 'இதை' என்பது *பிரம்மம்.* இவ்வாறு தொடங்கி இவ்வாறாகச் செல்கிறது, கடவுளருக்கும் மனிதர்களுக்குமான மௌனமான பகைமை.

விஸ்வாமித்ரர் சொன்னார்: "நாம் நினைத்தது பல காலங்களில் பல இடங்களில் நினைக்கப்பட்டுள்ளது – அடுத்தடுத்து வரும், இசைவான ஒவ்வொரு எண்ணமும் ஒற்றைச் சங்கிலியில் ஒன்றாக இணைக்கப் பட்டுள்ளது. ஆனால் இவ்வளவு பிடிவாதத்துடன் இதுவரை நாடியிராத இனிமேலும் நாடப்போகாத இதுவரை அடைந்திராத இனிமேலும் அடையப் போகாத துல்லியமானது என்னும் அளவில் நமது எண்ணமாக இருந்த எண்ணம் ஒன்று இருந்தது. அம்பெனத் தன்னை நமக்குள் புதைத்துக் கொண்ட ஒரு எண்ணம் – அது நமது மூளையிலும் நம் ஒவ்வொரு சமிக்ஞையிலும் மிக ஆழமாகச் சென்று ஊடுருவியது. இறுதியில் அதுவே நம் ஒரே எண்ணமாக ஆயிற்று, இறுதியில் அது மிகவும் ஒளிகொண்டு பிரகாசித்த மனங்களை மந்தமாக ஆக்கிவிடும். அதை எப்படி விளக்குவது? மனத்தின் இருப்பைப் பொறுத்தவரை பிரபஞ்சத்தின் இருப்பு இரண்டாம் பட்சமானது, அதிலிருந்து பெறப்படுவது என்னும் உண்மையை உணர்வது. ஒருவேளை அதன் மலர்ச்சிதான். இன்று அதைப் பற்றி நாம் அப்படித்தான் பேசுகிறோம், ஆனால் கொஞ்ச காலத்துக்கு முன்பு நாம் இந்தச் சொற்களைப் பயன்படுத்தியிருக்க மாட்டோம். உண்மையில், நாம் அவற்றைப் புரிந்து கொண்டிருக்கக்கூட மாட்டோம். அல்லது அவற்றை நாம் வெறுத்திருப்

போம். ஆனால் விஷயம் அதுவல்ல . . . நாம் எங்கிருந்தோமோ அங்கு செல்வோம்; அந்த எண்ணத்தின் சிறகால் உரசப்பட்டவர்களுக்கு உலகம் முன்புபோலவேதான் இருக்கும், எதுவும் முன்புபோல் இருக்காது. எதுவும் முன்பிருந்த நிலைக்கு ஒருபோதும் போகாது. இருந்தும் அது ஒரு தன்னியல் பான, இயற்கையான எண்ணமல்ல. ஒரு பரவும் மூடத்தனம் இயல்பானது. நாமேகூடச் சிலசமயங்களில் அந்த எண்ணத்தை மீண்டும் கண்டுபிடிக்கச் சிரமப்பட வேண்டும். திடமாக இருக்கும் அளவுக்கு நிலையாகவும் இருக்கும் பொருட்களால் சூழப்பட்டு, தோலாலும் எலும்புகளாலும் ஆன பெட்டிக்குள் அடைபட்டிருக்கும் உயிராகத் தன்னை நினைத்துக் கொள்வது மிகவும் சுலபமானது. அந்த இன்னொரு எண்ணத்தில் தன் கண்களைத் திறந்துவிட்ட ஒருவருக்கு இது அனைத்தும் குலைந்துவிழுகிறது, பழைய நிலைக்கு மீண்டும் திரும்பவே முடியாதபடி.

"அது எவ்வாறு நிகழ்ந்ததென்பது விசித்திரமானது. அந்த எண்ணத்திற்கு நாம் சரித்திரத்தைப் பறிகொடுத்தோம். ஏதோ அது உருக்கொண்ட அந்தக் கணத்தில் வானிலிருந்து ஒரு வாள் இறங்கிவந்து நம் கைகளைத் துண்டித்துவிட்டதுபோல். எந்த வேலையில் நாம் ஈடுபட்டிருந்தோமோ அதில் உறைந்துபோனோம். பலமுறை அது வன்முறைச் செயல்களாக இருந்தன, மலைப்பிரதேசங்களிலிருந்தும் வறட்சியால் பாதிக்கப்பட்ட மலைகளிலிருந்தும் மிகவும் அடர்ந்து வளர்ந்து வெப்பமாகப் பரந்திருந்த சமவெளிக்குப் படையெடுத்து, எல்லைமீறி நுழைந்தவர்களின் செயல்கள் அவை. அது விரைவில் நமக்குள் எல்லைமீறி நுழையும். இந்த எண்ணம் மட்டும்தான் நம்மை நிறுத்தியது, வேறெதுவுமல்ல. நாம் அதற்குமேல் செல்லவில்லை. அல்லது தொடர்ச்சியேதும் இல்லாமல் புதிய நதிகளையும் புதிய வனங்களையும் கண்டுபிடித்துக்கொண்டு, புதர்கள் நிரம்பிய சிறுகாடுகளை நம்மைவிட நன்கறிந்த கறுத்த உயிரினங்களின் பதுங்கிய தாக்குதலுக்குப் பயந்துகொண்டு மேலே சென்றோம். சட்டென்று அந்த உந்துதல் போய்விட்டது. ஏதோ ஒன்று நம் கவனத்தை முழுமையாகக் கலைத்துவிட்டது. மற்ற அனைத்தையும் வெறுமையாக ஆக்கிவிட்ட ஏதோ ஒன்று. அதனால் நாம் அரண்மனைகளையும் கோயில்களையும் கால்வாய்களையும் தோட்டங்களையும் சுற்றுச் சுவர்கள்கொண்ட நகரங்களையும் கட்டுவதற்காக நிலைகொண்டுவிட்டோம் என்று பொருளல்ல. அனைத்தும் பெருமளவுக்கு முன்பிருந்ததுபோல்தான் இருந்தது. தங்கள் பழைய பழக்கங்களை, வென்றெடுக்கும் வெறியைத் திடீரென்று மறந்துவிட்ட நாடோடி வீரர்களின் முகாம்."

பிறகு ஜமதக்னி சொன்னார்: "மற்ற ஜீவன்கள் அனைத்திலும் இருந்து நம்மைத் தனித்துக் காட்டும் பண்பு எது? சப்தரிஷிகளிடமிருந்து மட்டுமே வரக்கூடிய அறிவு எது? நம்மைப் பொறுத்தவரையில், மனம், அதாவது பிரக்ஞையுடன் இருக்கிறோம் என்னும் உண்மைநிலை, வேறெதையும் விடத் தன்னை உறுதியுடன் படியவைத்துக்கொண்டது. அதனுடன் ஒப்பிடும்போது, இயற்கை ஓர் அபிப்பிராயம். அல்லது இயற்கை என்பது ஒரு மினுக்கும் பின்புலம் அல்லது கணநேர மலர்ச்சி அல்லது எவ்வாறா யினும், இப்போது சமீபகாலங்களில் தோற்ற மயக்கங்களுக்கென ஒதுக்கி

வைத்திருக்கும் அருள்பாலிக்கும் பாவத்துடன்தான் இதையும் நடத்த வேண்டும். அடிநாதமாக இருக்கும் அனுமானம் இதுதான்: கடவுளரிடை யிலும் கடவுளருக்கு முன்பும் அதுபோலவே முடிவில், மனிதருக்கிடையிலும் அனைத்தும் நிகழ்ந்தது மனத்தினுள்தான். அதனால் உலகம் எதனால் ஆக்கப்பட்டதோ அந்த மூலக்கூறைத் தவிர வேறெதிலிருந்தும் மனம் தோன்றியிருக்க முடியாது. ஆனால் அது என்ன? சிலசமயம் பிம்பங்கள், சொற்கள், உணர்வுகள் கொதித்தெழும் ஜ்வாலையின் உச்சியைப் பற்றும் ஒரு நுண்ணிய வெப்பம், உள்ளார்ந்த வெப்பம், மேற்பரப்பின் கீழே எரியும் தீ. ஆனால் அனைத்துக்கும் மேலாக, வெண்சுடரொளிப் புள்ளியைப் போல் அங்கே பிரக்ஞையின் ஒளிவு மறைவில்லாத உணர்வு மலர்ந்தது. அங்கே முகிழ்ந்தது இவை அனைத்தையும் நாம் *'தபஸ்,'* 'வெப்பம்', என்றழைத்தோம். ஒவ்வொரு கதையும் *தபஸ்*ஸிலிருந்து எழுகிறது, அதனுள்ளே மீண்டும் அடங்குகிறது. அந்தக் காலத்தில் உற்பத்திக்கான இயல்பான வழி கலவியல்ல. எண்ணற்ற ஜீவன்களை, 'மானஸ புத்திரர்கள்' என்று சொல்வதுண்டு. மனம் ஓர் உருவத்தில் குவியும்போது, *தபஸ்* அதைப் பேண, அதன் பிம்பத்தின் முழுமையான வடிவம் தோன்றத் தொடங்கிவிடும்: அதுதான் தோற்றுவித்தல். ஜீவன்கள் *தபஸ்*ஸில் இருந்து தோன்றும் *தபஸ்*ஸில் வளரும் பல்கிப் பெருகும் துடுக்கானவை, காற்றுவெளியில் உயரப் பறக்கும் கூட்டம், விறைப்பான துறவிகள், தேவதைகள், சந்தையில் அல்லது கண்காட்சியில் நிகழ்வதுபோல் காட்சிக்குள் வந்து கொட்டிக்கொண்டிருந்தன. பிறகு நாம் களைத்துப் போனோம், இன்னொரு கதை தொடங்கியது.

"பாலுணர்வுபோல் அடிப்படையையே நுட்பமாக அசைப்பது வேறெதுவுமில்லை, ஏனெனில் அதைவிட நெருங்கிய உறவு வேறெதற்கும் இல்லை. காமத்தில் ஓர் உடல் இன்னோர் உடல்மீது இயங்குகிறது. இன்னோர் உடல் இந்த உடல்மீது இயங்குகிறது. அதேபோல் *தபஸ்*ஸில் மனம் மனத்தின் மீது இயங்குகிறது. மனம் மனத்தால் இயக்கப்படுகிறது. செய்வது, செய்யப்படுவது, இரண்டுமாகவும் உள்ள இந்தக் கூறுகளால் ஆன கலவி என்னும் முழுமையின் செயல்பாடு, மனத்தின் செயல்பாட்டை மிக நெருக்கமாக ஒத்திருக்கிறது. அவை இரண்டுக்கும் பொதுவாக உள்ளது *தேஜஸ்*, ஆசையின், அறிவின் செழித்தோங்கும் சக்தி. அவ்வப்போது ஒன்றாக ஆகிக்கொள்ளும் இரு நெருப்புகள். நாம் இரண்டுக்கும் இடையில் அந்தரத்தில் தொங்கியபடி வாழ்ந்துகொண்டிருந்தோம். அவை நமக்குள் மாறி மாறி வந்தன. இரண்டில் எது ஒன்றும் எப்போதும் இருந்து கொண்டிருக்க முடியாது. சாயனர் சொன்னதுபோல், கலவியும் துறவும் (*உபௌ வர்ணௌ*, இரு வர்ணங்கள், ஆனால் *வர்ணம்* என்பது ஜாதியையும் குறிக்கும்) அகஸ்திய ரிஷி 'பேணி' வளர்த்த 'இரு வழிகள்.'

ரிஷிகள் தங்கள் கவனத்தை உலகின் பக்கம் திருப்பியபோது அடிக்கடி கோபத்தையும் காமத்தையும் வெளிப்படுத்தினார்கள். அவர்கள் திரட்டி யிருந்த அளவற்ற *தபஸ்* கொந்தளித்துக் கொதித்து வழியும். பயபக்தி

கொண்ட, வெளிய, உணர்ச்சியற்ற மனிதர்கள் பற்றி மக்கள் மனத்தில் உள்ள பிம்பம்போல் சிறிதும் அவர்கள் இருக்கமாட்டார்கள். சொல்லப் போனால் அவர்களின் எரிமலை போன்ற மூர்க்கத்தையும் பாய்ந்துவரும் சீற்றத்தையும் தகதகக்கும் கண்களையும் கொண்டுதான் நீங்கள் அவர்களைக் கண்டுகொள்ள முடியும். அவர்கள் மற்ற உணர்வுகளையும் மிகையாகத்தான் வெளிப்படுத்துவார்கள் என்னும் பொதுவான கருத்து தவறானது. அல்லவே அல்ல: கோபமும் காமமும் மட்டுமே, இவை மட்டும்தாம் அவர்களின் சின்னம். அவர்களைத் துன்புறுத்துவதும் இவைதாம். ஏன்? கோபத்திலும் காமத்திலும் எரியும் வஸ்து, மிகத் தூய்மையான *தபஸ்*. அதனால் ஆனவர்கள்தாம் ரிஷிகள். கோபத்துக்கும் காமத்துக்கும் இடம்கொடுத்துத் தங்களைத் தாங்களே அவர்களை உட்கொண்டார்கள். இருந்தும் இறுதியில் முதன்முதலாக ஒரு பெண்ணுக்குள் பிரவேசித்து உலகில் வசிக்கப் போகும் உயிரினங்களைப் பிறப்பித்த பிரம்மாவின் "மானஸ புத்திரர்கள்" உண்மையில் அவர்களேயல்லவா? மேலும் பிரபஞ்சக் காவல்படைபோல் அத்துமீறும் அனைத்திற்கும் எதிராக உலகின் ஒழுங்குக்கு உத்திரவாதமளித்துக் கொண்டிருப்பது ரிஷிகளின் கோபமல்லாமல் வேறெந்த சக்தி? எப்போதும் உள்ள ஒரு தீயின் வீச்சைப் போல் நிர்மூலமாக்கி அழிக்கும் சாபத்தின் அச்சுறுத்தலல்லவா அது? ரிஷிகள் உணர்ச்சிப்பெருக்கில் தம்மை இழந்து தாங்கள் சேமித்து வைத்திருந்த *தபஸ்*ஸை அழித்துக்கொள்வது, ஒருவேளை மேன்மையான இயக்கங்களான ஆக்கல், அழித்தல் இரண்டும் தொடர்ந்து புதுப்பிக்கப் படுவதற்காகத்தானோ. இவற்றை நிறைவேற்றுவதற்காக பிரம்மாவால் அழைக்கப்பட்டவர்கள், முன்னர் அந்தக் கடவுளை அழைத்தவர்கள்.

ரிஷிகளின் கோபத்துக்கு அஞ்சியவர்கள் கடவுளர் மட்டுமல்ல. நதிகள்கூட அஞ்சின. ஒரு காலத்தில், விஸ்வாமித்ரரும் வசிஷ்டரும் சரஸ்வதியின் எதிரெதிர்க் கரைகளிலிருந்து சண்டையிட்டுக்கொண்டிருந்தனர். நீரின் கம்பீரமான ஓட்டம் அவர்களின் கீச்சிடும் குரல்களால் காயப்பட்டு, இயற்கையில் தொலைந்துபோனது. இருவரும் தன் தவம் மற்றவருடையதைவிட உயர்ந்தது என்று உரிமை கோரிக்கொண்டிருந்தார்கள். வசிஷ்டரின் சிரிப்பு மூர்க்கமாக இருந்தது: இந்தப் பிராமணன்கூட இல்லாத நாணம் கெட்டவன் என்னைவிட உயர்ந்த தவத்தைத் தான் வைத்திருப்பதாக எப்படிக் கற்பனை செய்துகொள்ள முடியும்? அவனுக்குத் தெரியாதா – அனைவருக்கும் தெரியுமே – தன்னைக் கொன்றுகொள்ள இயலாத அளவுக்கு வசிஷ்டரின் தவம் அவ்வளவு வலிமையானது என்று? மேரு மலையின் உச்சியை அடைந்து ஒரு காதல் சந்திப்பைப் போல் நம்பிக்கையும் ஆவலும் மேலிடப் பாறையிலிருந்து பாழ்வெளியில் தான் பாய்ந்த நாள் அவருக்கு நன்றாக நினைவிருந்தது. அந்நிய தேசத்தைச் சேர்ந்த, கிட்டாத பெண்போல் மரணத்தை அவர் விரும்பினார். அவளைக் கட்டியணைத்துக் கொண்டு அந்தப் காற்றுப்பெருவெளி விரிவில் பாய்ந்து, மகத்தான இன்பத்துடன் தன் உடல் தரையில் வந்து விழுந்து மோதிச் சிதற விரும்பினார். ஆனால் அவ்வாறு நடக்கவில்லை. அவர் மல்லாந்து விழுந்தார். அவர் முதுகை மென்மையான தாமரை இதழ்கள் தடவிக் கொடுக்க, அவற்றுக்குக் கீழே இன்னும் தாமரை மலர்கள் மலர்ந்திருந்தன.

அவை இன்னும் நிறையத் தாமரை மலர்கள்மீது இருந்தன. அவை தலையணைபோல் பூமியின் ஆழம்வரை சென்றன. மேலும் மனம் கொதித்துப்போய் வேறு பல சந்தர்ப்பங்களிலும் தன்னை மாய்த்துக்கொள்ள முயன்றார். கயிறு கட்டிய ஓர் உருவமற்ற மூட்டைபோல் அவர் ஒருமுறை விபாசா நதிக்குள் விழுந்தார். ஆனால் காயப்படாமல் கட்டவிழ்ந்து நீருக்கு மேலாக எழும்பினார்.

இதைப் பற்றி நினைத்தவுடன் வசிஷ்டர் மிகவும் சோகமுற்றார். அவரை அவ்வாறு திடமாக விரட்டியது அவரின் நூறு குழந்தைகளின் மரணத்தால் ஏற்பட்ட ஆற்றாமை அன்றி வேறென்ன? அவ்வாறான படுகொலைக்குக் காரணமாக இருந்தது இப்போது எதிர்க்கரையில் அந்தச் சிறிய வெள்ளைத் திட்டிலிருந்து வெறிக்கும் இந்தக் கொடூரமான விஸ்வாமித்ரனல்லாது வேறு யார்?

சட்டென விஸ்வாமித்ரர் அவமரியாதையாகக் கத்தியபடி வசிஷ்டரைத் தன் அலைகளால் பிடித்துத் தன் வசம் ஒப்படைக்கும்படி நதிக்கு ஆணையிட்டார், திகிலடைந்த சரஸ்வதி பணிந்தாள். அவள் வசிஷ்டரை விஸ்வாமித்ரர் இருந்த கரையில் தூக்கியெறிந்தாள். விஸ்வாமித்ரர் ஆச்ரமத்திற்கு விரைந்துகொண்டிருந்தார். .தன் எதிரியின் கழுத்தை அறுப்பதற்குக் கத்தி தேடிக்கொண்டிருந்தார். பிறகு சரஸ்வதி மீண்டும் தன் அலைகளால் வசிஷ்டரைப் பற்றினாள். ஏனெனில் ரிஷி தன்னைச் சபித்துவிடுவார் என்று அவள் பயந்தாள். நதி தன் கரையை விட்டு மரங்களையும் புல்வெளிகளையும் தான்தோன்றித்தனமான பாம்பைப் போல் விழுங்கிக் கொண்டிருந்தது. பிறகு சட்டென்று தன் படுகைக்குத் திரும்பி அமைதியாக ஓடிக்கொண்டிருந்தாள். அந்த இரு ரிஷிகளும் மீண்டும் எதிரெதிர்க் கரைகளில் குந்தியபடி பிடிவாதமாக ஒருவரையொருவர் அவமதித்துக்கொண்டிருந்தனர். தன் மடத்தனமான போராளியின் மனப்போக்கிலிருந்து ஒருபோதும் அவரால் கடந்து அப்பால் செல்ல இயலாதென்று வசிஷ்டர் விஸ்வாமித்ரரைப் பார்த்துக் கத்தினார். அது கடவுளரைப் பயமுறுத்த உதவியது என்பது உண்மை. ஆனால் அது வசிஷ்டரைப் பயமுறுத்தப் போதுமானதாக இல்லை. அவர் கடவுளரைப் போல அவ்வளவு வெகுளியல்ல.

இந்திரன் அழகானவன், வலிமையானவன், ஆனால் கோழைத்தனமே இல்லாதவன் என்று சொல்ல முடியாது. அவனுக்கு அளிக்கப்பட்ட காரியங்களின் நெருக்கடி அவன் மனத்தில் சஞ்சலத்தை ஏற்படுத்தியது. பலியிட நூறு குதிரைகள் – மேலும் அழிக்கப்பட எண்ணற்ற அரக்கவுருக்கள். ஆயிரம் பெண்குறிகள் பச்சை குத்தியதைப் போல் அவன் உடல் முழுவதும் எழுந்து, ஒவ்வொன்றும் தூக்கக் கலக்கமான இமைகள்போல் சற்றே திறந்தன. அவை இழிவின் குறியீடு, அவன் ஒழுக்கங்கெட்ட குற்றங்களுக்கு ஒரு ஆச்சாரியனுடைய ஏளனத்தின் விளைவான அழிக்க முடியாத கையெழுத்து. அந்தப் பெண்குறிகள் – அல்லது வண்ணத்துப் பூச்சிகள்? – அவனுக்கு அவலமான ஒரு சாகசத்தை எப்போதும் நினைவுபடுத்திக் கொண்டிருக்கும்.

ஒருநாள் இந்திரன் கௌதம மகரிஷியின் புராதனமான குடிலைச் சுற்றி வட்டமிட்டுக்கொண்டிருந்தான். ரிஷி தன் காலைக் கிரியைகளுக்காக நதிக்குச் சென்றிருந்தார். சோபிதமான அழகுடைய அவர் மனைவி அகலிகை பூத்துக்குலுங்கும் நிலத்திட்டில் சில சுள்ளிகளை வைத்து விளையாடிக்கொண்டு, சிந்தனையில் தன்னை மறந்து அமர்ந்திருந்தாள். கௌதமர்போல் பொய்க்கோலம் பூண்டு இந்திரன் அவளருகே சென்றான். ரிஷியின் குரலில் அவன் சொன்னான்: "போற்றத் தகுந்த அமைதியும் மெல்லிய இடையும் கொண்ட பெண்ணே, தூய இன்பத்துக்காக உன்னுடன் இணைய நான் விரும்புகிறேன்." நிமிர்ந்து பார்த்த அகலிகை, அந்த அலங்கோலமான மாறுவேடத்தை உடனடியாகக் கண்டுகொண்டுவிட்டாள். தன் சக துறவிகளிடையே கட்டுறுதிகொண்ட எருது போலுள்ள கௌதமருக்குப் பதிலாக, இந்திரனின் மெல்லிய, வளரிளம் பருவத்து உடல் மிக வெளிப்படையாகத் தெரிந்தது. வனத்திலுள்ள தன் வாழ்வுமீது சலிப்புற்று, பொய்க்கணவனின் விருப்பத்துக்கு இணங்கினாள். ஆனால் அவனைத் தான் அடையாளம் கண்டுகொண்டு விட்டதையும் தான் யாருடன் தொடர்பில் இருக்கிறோம் என்பதை அறிந்து, அவனுக்கு வசப்பட விரும்புவதையும் அவன் தன் கணவனல்ல என்று தான் அறிவதை அந்தக் கடவுள் புரிந்துகொள்ளும் விதத்தில் இணங்கினாள். குடிலை நோக்கி நடந்தாள். கௌதமர் வருவதற்குள் தங்களுக்கு எவ்வளவு நேரமிருக்கிறது என்பதைச் சூரியனைப் பார்த்துக் கணக்கிட்டுக்கொண்டு தன் இன்பத்தில் கவனத்தைக் குவித்தாள். அது ஒரு ஆக்ரோசமான கிளர்ச்சியூட்டும் கலவி. உச்சகட்டம் அப்போதுதான் முடிந்திருந்தது, சூரியனின் மீது நிலையாகக் கண்வைத்திருந்த அகலிகை தன்னிடமிருந்து இந்திரனை உணர்ச்சியற்று விலக்கித் தள்ளிக் கதவை நோக்கித் தன் காலால் சுட்டினாள். "போய்விடுங்கள் சுவாமி, என்னைக் காப்பாற்றுங்கள் – உங்களையும்தான்" என்றாள். தலைமுடி இன்னும் கலைந்திருக்க, குச்சிகளாலான குடிலைவிட்டு இந்திரன் வெளியேறினான். அமைதியான கனத்த காலடிகளோடு அவனை நோக்கி வந்துகொண்டிருந்தார் கௌதமர். கைகளில் மூலிகைக் கொத்தோடு, தன் பளபளவென்ற சருமத்திலிருந்து அவர் நீரை உதறிக்கொண்டே வந்தார், அவர் ஊடுருவும் கண் அந்தக் கடவுளின் பதற்றமான சமிக்ஞைகளை உடனே உள்வாங்கிக்கொண்டது. கோபத்தால் நடுங்கியபடி கௌதமர், "துஷ்ட ஜந்துவே, இந்தக் கீழ்த்தரமான பொய்க்கோலம் தண்டனைக்குரியது," என்றார், இந்திரன் அச்சத்தில் உறைந்துபோனான். அவன் அரக்கர்களிடம் போரிட்டு, அவர்களின் எண்ணற்ற தலைகளைக் கொய்து, செதிள் மூடிய அவர்கள் முதுகுகளில் மின்னலைச் சுழற்றி வீசுபவனாக இருந்தாலும் ஆயுதமின்றி, பயமில்லாமல், ஆழமான குரலுடன், நிலைகுத்திய பார்வை கொண்ட இந்தத் திண்மையான மனிதருக்கு முன்னால் தன்னை இழந்ததுபோல் உணர்ந்தான். கௌதமர் இந்திரனுக்கு அருகே சென்றார். ஒரு கை அந்தக் கடவுளின் தொடைகளுக்கு நடுவே சென்று விதைப்பைகளைப் பற்றிப் பிய்த்தெடுத்து புல்லில் வீசியது "இப்போதிருந்து நீ காற்றைக் குடித்துச் சாம்பலில் உறங்குவாய்" என்றார் கௌதமர். பிறகு அசைவற்றுப் பார்த்துக்கொண்டிருந்த அகலிகையிடம் திரும்பி, "யாரோ ஒருவர் வந்து உன்னை விடுவிப்பதற்குள் பல காலச்

சுழற்சிகள் கடந்துவிடும்” என்றார். பிறகு கௌதமர் இதுவரை எந்தப் பெண்ணும் கால்பதித்திராத ஒரு மலை முகடை நோக்கித் தனியே சென்றார்.

இந்திரன் வலியின் வேதனை தாங்காமல் தரையில் புரண்டு துடித்தான். எந்தவொரு கடவுளும் இந்த அளவுக்கு அவமானப்பட்டதில்லை என்று தனக்குத்தானே சொல்லிக்கொண்டான். குழம்பிய அவன் மனம் மற்ற கடவுளர்மீது வெறுப்பில் கொதித்துக்கொண்டிருந்தது: “எப்போதும்போல் இந்த அருஞ்செயலையும் நான் அவர்கள் பொருட்டே மேற்கொண்டேன். எப்போதும்போல் நான்தான் அதன் பின்விளைவுகளைச் சந்திக்க வேண்டும். எப்போதும் பூமியை நுணுகி ஆராய்ந்துகொண்டு, எல்லாவற்றிலும் மூக்கை நுழைத்துக்கொண்டு, பதற்றத்தோடும் அச்சத்தோடும் ஏதாவதொரு ரிஷியின் *தபஸ்* தம்முடையதைவிட அதிக வலிமையுடன் வளர்ந்துவிடும் என்னும் ஒரே பயத்தால் துன்பப்படுகிறவர்கள் கடவுளர். பிறகு அவர்கள் யாராவது ஒரு அப்சரஸையோ அல்லது கணிகையையோ கொண்டு துறவியைக் குலைத்தழிக்கும் மட்டமான ஏமாற்று வேலையில் எப்போதும் ஈடுபடு வார்கள். அல்லது அவர் மனைவியை மயக்க கடவுள் ஒருவரைக் கொண்டு வருவார்கள். என்னைவிட, இந்திரனைவிட, வேறு யார் பெண் திருடன்? நான் கடவுளரின் பொருட்டே செயல்பட்டேன். ஆனால் தீங்கனைத்தும் என்னை மட்டுமே வந்தெய்தியது. இதற்குள் கௌதமர் சேர்த்து வைத்திருந்த *தபஸ்* அனைத்தும் அவருக்குள் நான் கிளப்பிய கோபத்தால் அழிக்கப் பட்டது. எனவே கடவுளர் மீண்டும் பாதுகாப்பானார்கள். ஆனால் அவர்கள் என்னை நினைவுகொள்ள மாட்டார்கள்.”

முப்பத்து மூன்று கடவுளரும் இதைக் கேட்டபோது, அனைவரும் ஒன்றாகச் சேர்ந்து இந்த விஷயத்தைக் கவனிப்பது என்று முடிவெடுத்தனர். அக்னி முதலில் பேசினார். அவர் வலது கை ஒரு பெரிய ஆட்டுக்கடாவின் கழுத்தில் இருந்தது. “இதோ பாருங்கள், இந்த ஆட்டுக்கடாவுக்கு விதைப்பை கள் உள்ளன. இந்திரன் கடவுளரின் அரசன், தன்னுடையதை இழந்து விட்டான், இந்திரனுக்கு இந்த ஆட்டுக்கடாவின் விதைப்பைகளைக் கொடுக்கலாம் என்னும் கருத்தை முன்வைக்கிறேன்” என்றார். அமைதியாக மற்ற கடவுளர் ஒப்புக்கொண்டனர். ஆட்டுக்கடாவின் கழுத்தை ஒரு கையால் இறுகப் பற்றிக்கொண்டு, மற்ற கையால் அதன் விதைப்பையைப் பிய்த்தெடுத்தார். பிறகு அவர் கீழே சென்று கௌதமரின் வெறுமையான குடிலின் அருகில் இன்னும் மல்லாந்து கிடந்த இந்திரனை அடைந்து அந்தக் கறுத்த விதைப்பைகளை அந்தக் கடவுளின் பிரகாசமான உடலில் இணைத்தார்.

“யோகி,” (“தன்னைப் பயிற்றுவித்துக் கொள்பவன்” என்பதுதான் Ascetic (அஸெடிக்) என்னும் ஆங்கிலச் சொல்லுக்கான கிரேக்க அர்த்தம்) என்பது ஞானிகள், ரிஷிகள், தங்கள் வாழ்வைத் தவத்தில் கழித்து, வெப்பத்தின் மையக்கருவை விரிவுபடுத்துபவர்கள் என்று தெளிவான பொருள் தருகிறது. யோகிகள் உலகத்தைத் தங்களுக்குள் உள்வாங்கிக்

கொண்டு விட்டால் எதுவும் நடக்காமல் போய்விடும். இயற்கை கொஞ்சம் கொஞ்சமாகத் தன் இலைகளையும் களைகளையும் தம் ஆழத்தில் வெண்தீயொளியைப் பேணிப் பாதுகாத்துக்கொண்டு சிதறிக் கிடக்கும் பல பாறைகளின் மீதும் படரவிடும். இல்லாது போகப்போவது சரித்திரம் மட்டுமல்ல, கதைகளும் இல்லாது போகும். அல்லது குறைந்தபட்சம் வெளிப்படையான கதைகள். வறண்டு வெறுமையாகிய நிலக்காட்சிக்கு காற்றுவீச்சு மறுவடிவம் கொடுக்கும். ஆனால் அப்படி நடக்கவில்லை. யோகியால் – யோகிகளிலே தலைசிறந்தவரான சிவனாகவே இருந்தாலும் – உலகம் இருந்து கொண்டிருப்பதையும் செழித்துக்கொண்டிருப்பதையும் தடுத்து நிறுத்த முடியாது. உலகம் இருந்து கொண்டிருக்க வேண்டும், செழித்துக்கொண்டிருக்க வேண்டும் என்று கீழே ஆழத்தில் அவர் விரும்பு கிறார். அது நமக்கு எப்படித் தெரியும்? யோகிக்கு அருகில் எப்போதும் ஒரு பெண் இருக்கிறாள். அது தியானத்தைப் பேராவலுடன் விழுங்கும் அத்ரியின் மனைவி அனுசூயாவாக இருக்கலாம். வீட்டு வேலைகளில் அவள் ஈடுபட்டிருந்தபோது, சட்டென்று அந்த மூன்று ஒப்புயர்வற்ற ஜீவன்கள் – பிரம்மா, விஷ்ணு, சிவன் – ஒரு பொறுக்கிக் கும்பல்போல் வந்து பற்றிக்கொண்ட அனுசூயாவாக இருக்கலாம். அல்லது அது செவ்வகில் மரக்காட்டில் ஒருநாள், கிழிந்த உடையுடன் கண்கள் காய்ச்சல் கொண்டது போலிருக்க, மேனி முழுவதும் சாம்பல் பூசியிருந்த அந்நியன் ஒருவன் அணுகுவதைக் கண்டு, உடனடியாக அவனைத் தொடர்ந்து ஜால்ராக்களின் ஒலிக்கேற்பத் தங்கள் இடுப்பை அசைப்பதுபோல் அசைத்துச் சென்ற ரிஷிபத்தினிகளாக இருக்கலாம். யோகி ரிஷ்யசிருங்கர் வனத்தில் கண்டு ஆன்மீக உயர்வை நாடிவந்த இளைஞனென்று எண்ணி, சேர்ந்து தவமி யற்றலாம் என்று தவறாக நினைத்துக் கொண்ட மகத்தான கணிகையாக இருக்கலாம். அல்லது தீய நோக்கம்கொண்ட கடவுள் ஒருவர் இன்னொரு யோகியை வழிதவறச் செய்யும் வேலையை ஒப்படைக்கும் விண்ணுலக தேவதைகளான அப்சரஸ்களாக இருக்கலாம். எங்கெல்லாம் நாம் ஒரு யோகியைக் காண்கிறோமோ அங்கே பெண்களில் மிக அழகானவளையும் காண்கிறோம், ஒரே சமயத்தில் உணர்ச்சிகள் தூண்டப்பட்டும் தூண்டிக் கொண்டும் அவரைச் சுற்றி வட்டமாக அவள் நகர்ந்துகொண்டிருக்கிறாள். இந்த உருவம்தான் *தபஸ்ஸின்* முதல் திரட்சி, தனக்கொரு உடலைத் தானே நெய்து கொண்ட பேயொன்று, பிறகு தன் தோற்றுவாயான யோகியைக் காப்பாற்றவோ அல்லது அதை மூர்க்கமாகத் தாக்கி அழிக்கவோ அந்த உடலைப் பயன்படுத்திக்கொண்டது. அவள் அறிந்த ஒரே காதலனாக ஆவார் யோகி; மாறாக அவர் இந்தப் பெண்ணால் ஏளனப்பட்டு அவமானப்படுவார். அவளைத் தொடாமலே தன் வித்தை வெளியிட்டு விடுவார்; அல்லது அந்த இளநங்கையை அவர் புறக்கணித்துவிடலாம். ஆனால் ஒரு பெண்ணுருவம் எப்போதும் அவரைச் சுற்றிச் சுழன்று கொண்டிருக்கும், தன் நெருப்பு வட்டத்தோடு.

யாக்ஞவல்கியர் சொன்னார்: “சிந்திப்பது அபாயகரமானது. விதேக மன்னன் ஜனகன் ஒரு யாகத்துக்கு என்னையும் குரு–பாஞ்சாலத்தின்

பிராமணர்களையும் அழைத்திருந்த அந்த நாளில் இது நிச்சயம் உண்மையாக இருந்தது. அங்கு போய்ச் சேர்ந்தபோது, ஒரு பெரிய கண்காட்சியின் வழியாக நான் நடந்துகொண்டிருப்பதைக் கண்டேன், ஒரு அரணுக்குப் பின்னால் கத்திக்கொண்டிருந்த ஓராயிரம் பசுக்களின் வண்ணம் பூசிய கொம்புகளில் காசுகள் மோதிக் கிணுகிணுத்துக்கொண்டிருந்தன. *பிரம்மம்* பற்றிய கேள்விகளுக்குக்கு யாரால் சிறப்பாகப் பதிலளிக்க முடிவதாக நிரூபிக்கப்படுகிறதோ அவருக்கு அந்தப் பசுக்களைப் பரிசாக வழங்க இருந்தான் ஜனகன். குரு பிராமணர்களில் பலர் சந்தேகத்துடனும் சிலர் வன்மத்துடனும் என்னைப் பார்த்துக்கொண்டிருந்தனர். அவர்களில் பலரை முதன்முறையாகப் பார்க்கிறேன், ஆனால் எங்கள் அனைவருக்கும் ஒருவர்பற்றி ஒருவருக்கு ஏதோ கொஞ்சம் தெரியும். நான் என் விநயமற்ற நடத்தைக்குப் பெயர் பெற்றவன். நான் அவர்களை ஏமாற்ற விரும்பவில்லை. கூட்டம் தொடங்கியது. அது இரு வெண்ணிற வரிகளால் ஆனதாக இருந்தது, பிராமணர்கள் மற்றும் பசுக்கள். அவற்றுக்கிடையே வண்ண மயமான பெண்கள் கூட்டம் (அவர்களில் சிலர் ஒப்புயர்வற்ற அழகோடி ருந்ததை நான் கவனித்தேன்), வியாபாரிகள், வீரர்கள், கைவினைக் கலைஞர்கள், சுருக்கமாகச் சொன்னால் அமைதியான சாட்சியாக இருக்கப் போகிறவர்கள். பிறகு நான் என்னைத் தொடந்துவரும் இளைய சீடனான சாமஸ்ரவசின் பக்கம் திரும்பிச் சொன்னேன், “சாமஸ்ரவஸ், என் குழந்தாய், போ, போய் பசுக்களைக் கொண்டு வா”. நான் இதை மெதுவாகத்தான் சொன்னேன், ஆனால் அனைவரும் கேட்டுவிட்டார்கள் போலிருந்தது. அனைவரும் மற்றவர்களின் காதுகளில் பேசிக்கொண்டிருக்கும் ஒலியின் ரீங்காரம் அங்குக் கேட்டது.

“ஜனகனின் *ஹோத்ரான* அஸ்வலா, தலைமைப் புரோகிதர், எழுந்து நின்று என்னைக் கேட்டார்: ‘யாக்ஞவல்கியா, ஆக, நீதான் உண்மையிலே சிறந்தவன், இல்லையா?’ அவர் குரல் அமைதியாயிருந்தாலும் அவர் மனம் சீற்றத்தில் கொதித்துக் குமுறிக்கொண்டிருந்தது. ‘நான் எதற்கும் தயார்? ஆனால் எனக்கு அந்தப் பசுக்கள் வேண்டும்’ என்றேன். போட்டி உடனடியாகத் தொடங்கிவிட்டது. பிராமணர்களின் வரிசையைக் கூர்ந்து பார்த்துக்கொண்டிருந்தபோது, கண்கள் அனைத்தும் சிறு பிளவு மட்டும் திறந்திருந்தன என்று எனக்குப் பட்டது. மனங்கள் மிகக் கூர்மையான கேள்விக்காகக் காத்துக்கொண்டிருந்தன. என் தலை வெடித்துச் சிதற வேண்டுமென்று அவர்கள் விரும்பினார்கள். முதல் கேள்வி கேட்கும் உரிமை அஸ்வலாவுடையது; அவர் கேட்டார், ‘யாக்ஞவல்கியா, இருக்கும் அனைத்தும் மரணத்தின் கறை படிந்தது. யாகம் நடத்துபவன் எவ்வாறு மரணத்தின் கறை படியாதிருப்பது?” அன்றைக்குக் காற்று வலிமையாக இருந்தது, பிரகாசமான சூரிய ஒளி, கூடாரங்களும் கொடிகளும் கப்பற்பாய் களைப் போல் முனகிக்கொண்டிருந்தன. காற்று என் முக்காட்டை அகற்றியது. அனைவரும் அதைப் பார்த்துக்கொண்டிருந்தனர். எலும்புகள் சிதறிப்போகுமா என்று பார்க்க விரும்பினர். கேள்விகள் மேலே வந்துகொண்டே இருந்தன. பருந்து ஒரே மையத்தைச் சுற்றி வருவதுபோல் அவை *பிரம்மத்தை* நோக்கி நகர்ந்துகொண்டிருந்தன. ஆனால் என் தலை வெடித்துக்கொண்டிருக்கவில்லை.

“பிறகு கார்கி எழுந்து நின்றாள். பெண் வேத விற்பன்னர்களில் மிகவும் அழகானவள், மிகவும் அஞ்சத்தக்கவள். அவளுடன் போட்டியிடத் துணிந்த பிராமணர்கள் வெகு சிலரே. இருந்தும் அந்தப் பெண்ணைப் பார்க்காமல், அவள் அங்கியைப் பார்த்துக்கொண்டிருந்தேன். ஒரு வஸ்திரம் இவ்வளவு ஒளிர்வதாக இருக்க முடியும் என்பதை நான் அறிந்திருக்கவில்லை. அதன் நிறம் பற்றித் திட்டமாக எதுவும் சொல்ல முடியாமல், அதுவே ஒரு உடல்போல் அவள் உடலை ஒட்டித் தழுவிக்கொண்டிருந்தது. அதை அவளே நெய்திருக்க வேண்டும் என்பதுதான் என் முதல் எண்ணம், ஏனெனில் பொழுதுபோக்காக கார்கி கொஞ்சம் நெசவு செய்வாள் என்பது எனக்குத் தெரியும். அவள் தன் உடைகளுக்காகப் பிரபலமடைந்தவள், யாரும் அதைப் பார்த்திருக்காவிட்டாலும். பிறகு நான் நினைத்தேன், ‘ஒருவேளை அவள் நெசவுக் கலைத்திறனோடு ஒப்பிடும்போது, கார்கியின் சிந்தனையின் சிறப்பு ஒரு பொழுது போக்குதானோ.’ இந்த எண்ணம் என் மனத்தில் ஒரு முடிவுக்கு வந்தபோது, அவ்வாறே கார்கியின் முதல் கேள்வியும் முடிவுக்கு வந்தது. பெண்களின் விவகாரங்கள் தவிர வேறெதையும் பேசாத அந்தப் பசப்பல்காரி துணிகள் பற்றிய கேள்வி ஒன்றை என்னிடம் கேட்டாள். ‘யாக்ஞவல்கியரே, அனைத்து விஷயங்களும் பெருநீர்ப்பரப்பின் ஊடு இழையில்தான் நெய்யப்படுகிறது என்றால், எந்த ஊடு இழையில் பெருநீர்ப்பரப்பு நெய்யப்படுகிறது?’ ஒரு சுலபமான கேள்வி, அல்லது அப்படித் தெரிந்தது. ஆனால் என்னைப் பார்த்துக் கொண்டிருக்கும் அவளைக் கவனித்தபோது, என்னைத் தோற்கடிக்க வேண்டுமென்னும் சங்கல்பத்துடன் கார்கி இருப்பதை உணர்ந்தேன். இந்தத் தொடக்கத்தின் கபடமான விநயம் என்னைப் பொறியில் சிக்க வைக்கும் வழிதான் என்பதை உணர்ந்தேன். முந்தைய உலகம் எந்த ஊடு இழையில் நெய்யப்பட்டிருக்கிறதோ அந்த உலகம் எந்த ஊடு இழையில் நெய்யப்பட்டிருக்கிறது என்று என்னைப் பத்துமுறை கேட்டாள். நான் தயக்கமின்றிப் பதிலளித்தேன், ஏதோ பிரார்த்தனையை மீண்டும் மீண்டும் சொல்வதுபோல். பத்தாவது கேள்விக்குப் பிறகு சுடர்விடும் கண்களுடன் என்னை நிமிர்ந்து பார்த்துக் கேட்டாள்: ‘*பிரம்மத்தின் உலகங்கள் எந்த ஊடு இழையின் மீது நெய்யப்பட்டவை?*’ இறுமாப்பான, மனத்தில் சபலத்தைத் தூண்டும் அந்தப் பெண்மீது, எனக்குள் சீற்றம் பொங்கி எழுவதை உணர்ந்தேன். “அவள் தன் கைகள் நெய்வதுதான் அனைத்துமென நம்பிக்கொண்டிருக்கிறாள், அனைத்தும் தன் தறியில், தன் விரல்களின் கீழ் இருப்பதாக நினைக்கிறாள். எந்த ஆண்மகனும் அவளுடன் முரண்படத் துணியாததால் அப்படி இருக்கிறாள் போலும். எந்த ஒரு ஆணையும் தன் படுக்கைக்கு அழைத்துவிடாத அளவுக்குத் தன் உடல்மீது கர்வம்கொண்டு, மதிகெட்டுப் போயிருக்கிறாள்” என்று நான் நினைத்தேன். பிறகு என் குரலில் ஒரு புதிய அதிர்வை உணர்ந்தேன். இந்தச் சொற்களை நான் உச்சரிக்கும்போது என் குரல் கடுமையாக இறுக்கத்துடன் இருந்தது, ‘மிகவும் அதிகப்பிரசங்கித்தனமாகக் கேட்காதே, கார்கி, உன் தலை வெடித்துவிடப்போகிறது, கவனமாக இரு. அதற்கு அப்பால் கேட்பதற்கு எதுவும் இல்லாத தெய்வீகத்தைப் பற்றிக் கேட்கிறாய். அதிகமாகக் கேட்காதே, கார்கி.’ கார்கி அமைதியானாள்.

“ஆனால் அது முடியவில்லை. கார்கி தன் கடைசித் தாக்குதலை நிறுத்திவைத்திருந்தாள். மற்ற பிராமணர்கள் ஒருவர் பின் ஒருவராகக் கேள்வி கேட்க அனுமதித்தாள். பிறகு மீண்டும் அவள் முன்னால் வந்தாள். ஆனால் அவள் பாவம் இந்த முறை வேறாக இருந்தது. இப்போது அவள் வண்ணம் பூசிய கிளர்ச்சியூட்டும் சிலையல்ல. இப்போது முன்னணிக்கு வந்தது வீராங்கனை. முதலில் அவள் பிராமணர்களைப் பார்த்து: “இந்த இரு கேள்விகளுக்கும் அவர் பதிலளித்துவிட்டால், உங்கள் யாராலும் அவரை வெற்றிகொள்ள இயலாது” என்று சொன்னாள். ஆண்மகனைப் போல் கால்களை ஊன்றி என்பக்கம் திரும்பினாள்: “யாக்ஞவல்கியரே, காசியிலிருந்தோ விதேகத்திலிருந்தோ வரும் வீராங்கனைபோல் இங்கே உன் முன்னே நின்றுகொண்டிருக்கிறேன். நான் என் வில்லை நாணேற்றி விட்டேன், உன்னை நிலைகுத்தி நிற்கத் தயாராக என் கைகளில் இரு அம்புகளை இறுகப் பற்றியிருக்கிறேன். அவை இரு கேள்விகள். பதிலளிக்க முயற்சி செய்.” நான் வேறு திசையிலிருந்து வரப்போகும் தாக்குதலுக்காக என்னை ஆயத்தப்படுத்திக்கொண்டிருந்தேன். ஆனால் கார்கி மீண்டும் ஒப்புயர்வற்ற நளினத்தைக் காட்டினாள். மீண்டும் நெசவு பற்றிப் பேசினாள். காலம் எதனால் நெய்யப்பட்டது என்று என்னை அவள் கேட்டாள். ஏற்கனவே இந்தக் கேள்விக்கு நான் பதிலளித்துவிட்டேன் என்பது அவளுக்குத் தெரியும் என்று எனக்குத் தெரியும். ஆனால் நான் மென்மை யாக, அமைதியாக, அந்நியோன்யமான பாவத்துடன் பதிலளிப்பதென்று முடிவெடுத்தேன். ‘காலம் அழிவற்றதன் மீது நெய்யப்பட்டிருக்கிறது’ என்று அவளிடம் மட்டும் பேசுவதுபோல் சொன்னேன். தானும் எதையும் உண்ணாமல் தன்னையும் எதுவும் உண்ணாமல் இருக்கும் அவன்மீது அது நெய்யப்பட்டிருக்கிறது. அறிபவனை யார் அறிகிறானோ அவன்மீது நெய்யப்படுகிறது என்றேன். கார்கியை நேராகப் பார்த்துக்கொண்டு இதைச் சொன்னேன், புதிதாக எதையும் நான் அவளுக்குச் சொல்லிவிட வில்லை என்பதை நன்றாகத் தெரிந்துகொண்டே சொன்னேன். அவள் கேட்க விரும்பியது இதுவல்ல, எனவே ஒரு பரிசுபோல் எதையாவது அவள் காலடியில் மரியாதை செலுத்தும் விதமாக வைப்பதுபோல் நான் சொன்னேன்: ‘கார்கி, இந்த உலகில், படையல்கள் இட்டு, யாகங்கள் கொண்டாடி, தவம் புரிபவன், அழிவற்றதை அறிந்துகொள்ளாவிட்டால், ஆயிரம் ஆண்டுகள் ஆனாலும் அவனுடைய தர்மசீலங்கள் முடிவுக்கு வந்துவிடும். கார்கி, உண்மையில், அழிவற்றதை அறிந்துகொள்ளாமல் இந்த உலகைவிட்டுச் செல்பவன் ஈனன். ஆனால் அழிவற்றதை அறிந்து கொள்ளாமல் இந்த உலகை விட்டுக் கிளம்பாதவன், அவன்தான் பிராமணன் கார்கி.’ நான் ‘ஈனன்’ என்ற வார்த்தையைச் சொன்னவுடன் கார்கியின் கண்கள் ஒளிர்ந்ததைக் கண்டேன். இந்தக் கூட்டம் தொடங்கியதி லிருந்தே, அந்த வாய் மூடி அமர்ந்திருக்கும் பிராமணர்கள் முன்னிலையில், அவள் கேட்க விரும்பிய சொல் அதுதான். இவர்கள் அனைவரும் ஈனர்களாக இருப்பது சாத்தியம். தர்மசீலமான செயல்களைப் பற்றி நிந்திக்கும் ஒரு சொல்லைக் கேட்க அவள் விரும்பினாள்’. அதே நேரம் எதனாலும் அசைத்துவிட முடியாத, பேசிக்கொள்ளாத ரகசிய ஒப்பந்தம் எனக்கும் கார்கிக்கும் இடையில் இருப்பதை உணர்ந்தேன், ஒருவேளை

நாங்கள் இருவரும் எப்போதும் பேசிக்கொள்ளவே இல்லை என்றாலும்கூட, எங்களுடன் எக்காலத்திலும் இருக்கப் போகும் ஒப்பந்தம். பிறகு கார்கி திரும்பிப் பார்த்துச் சொன்னாள்: “பிராமணர்களே, கொண்டாடுங்கள், ஏனெனில் உங்கள் மரியாதையைச் செலுத்தாமல் இந்த மனிதனிடமிருந்து ஒருபோதும் நீங்கள் தப்பிவிட முடியாது. உங்களில் யாரும் இவரை வேத சாஸ்திரத்தில் வெல்ல முடியாது.”

யாக்ஞவல்கியர் தன் தயவு தாட்சண்யமற்ற தன்மைக்குப் பெயர் பெற்றவர். அவர் பணிவான சாமான்யத் தளத்துக்கு ஒருபோதும் கீழிறங்கி வந்ததில்லை. அவரது இயல்பான அதிகாரம் எந்த அளவு அளக்க முடியாமல் இருந்ததோ அந்த அளவுக்கு அவர் வாயிலிருந்து வரும் சொற்கள் எதிர்பாராதவையாக இருந்தன. ஒருமுறை புலால் உண்பது பற்றிப் பிராமணர் குழுவொன்று மலைக்கவைக்கும் ஆராய்ச்சியில் மூழ்கியிருந்த சந்தர்ப்பத்தை அனைவரும் நினைவில் வைத்திருந்தனர் – இவர்கள் எவ்வளவு சாமர்த்தியமாகப் பேசுகிறார்கள் என்பதை யாக்ஞவல்கியர் கவனிப்பார், புகழ்ச்சியான சொல் ஒன்றை அவர் உதிர்க்கலாம் என்பதற்காகவே அவர்களில் அநேகம் பேர்கள் பேசிக் கொண்டிருந்தார்கள் என்பது தெளிவாகத் தெரிந்தது. அந்தப் பிராமணர்கள் யாரும் தங்கள் வாழ்வில் ஒருபோதும் புலால் உண்டதில்லை என்று நினைக்கும் அளவுக்கு அந்த வாக்குவாதம் மிகவும் கிறுகிறுக்கவைக்கும் வீம்புத்தன்மையுடன் இருந்தது. யாக்ஞவல்கியர் கேட்டுக்கொண்டிருந்தார், கண்கள் தரையை நோக்கியிருக்க, முகபாவம் அறிந்துகொள்ள முடியாததாக இருந்தது. அனைவரும் அவர் அங்கே இல்லாததுபோல் நடந்துகொண் டிருந்தனர். ஆனால் இந்த விவாதத்தின் விளைவு என்ன சொல்வாரோ அதைப் பொறுத்துத்தான் இருக்கிறது என்று அனைவருக்கும் தெரியும். அவர்கள் களைத்துப் போனார்கள் –இன்னும் யாக்ஞவல்கியர் பேசவில்லை. பிறகு, பாதி மூடிய கண்களோடு மேலே பார்த்து அவர் சொன்னதெல்லாம், “நான் புலால் உண்ணும்போது, அது மிருதுவாகவும் சாறுடையதாகவும் இருக்க வேண்டுமென்று விரும்புவேன்” என்று மட்டும்தான். யாரும் மேற்கொண்டு ஒரு வார்த்தைகூடப் பேசவில்லை. பிற்பாடு அந்த நாளை நினைத்தது ஒரு திகிலுடன்தான்.

மற்ற சமயங்களில், யாக்ஞவல்கியர் மிகவும் புதிரான, பரிச்சயமற்ற சொற்களை மிகவும் சாதாரணமாகப் பயன்படுத்துவார். தங்கள் கல்வியின் வறட்சியை உடனடியாகச் சிலர் உணர்வார்கள், அது இந்தச் சொற்களின் பொருளை உள்ளடக்காததால். ஒருநாள் அவர் சொன்ன சூத்திரத்தைப் போல் வேறெதுவும் அவருக்குச் செவிமடுப்பவர்களைப் பேச்சடைத்துப் போகச் செய்யவில்லை. அவர் கிசுகிசுப்பான குரலில், தான் சொல்வதை மறைக்க விரும்புபவர்போல் சொன்னார். நுட்பமான சாகல்யன் கடவுளர் எவ்வளவு பேர் என்று அவரைக் கேட்டான் – இதுவே ஆச்சரியமானது தான் – யாக்ஞவல்கியர் எண்ணிக்கையை மூவாயிரத்து முன்னூற்று ஆறில் இருந்து ஒன்றாகக் குறைத்தார். ஆனால் சாகல்யன் மேலும் வற்புறுத்தினான்.

எனவே யாக்ஞவல்கியர் சொன்னர்: "அனைத்துக் கேள்விகளையும் தாண்டிய இறைமை ஒன்று உள்ளது" பிறகு ஒரு கோபமான சீறலோடு, தாக்கிக் கொள்ளையடிப்பவர்கள் ஒருநாள் தவறுதலாகச் சாகல்யனின் எலும்புகளைத் திருடி வெறுப்புடன் சிதறடித்து விடுவார்கள் என்றார். அது நடந்தது. ஆனால் அங்கிருந்தவர்களின் மனத்தில் ஆழப்பதிந்தது அதுவல்ல. அது "எல்லாக் கேள்விகளையும் தாண்டிய இறைமையொன்று உள்ளது" என்ற சொற்கள்தாம். இதுபோல் எதையும் அவர்கள் இதற்கு முன் கேட்டதில்லை. தங்கள் கேள்விகளின் பொருளாக இல்லாமற்போனால், வேறு என்னவாக இருக்க முடியும் கடவுளர்? இப்போது ஏதோவொன்று நெக்கு விட்டு, ஆழமாகச் சென்றது போலிருந்தது. ஆனால் எவ்வளவு ஆழம்? அவற்றை யாரும் புரிந்துகொண்டுவிட்டதாகச் சொல்லிக்கொள்ள முடியாவிட்டாலும் அந்தச் சொற்கள் வாய்வழி கடந்துபோயின, ஒரு பழமொழிபோல்.

யாக்ஞவல்கியர் பெண்கள் பற்றிய அவமரியாதையான குறிப்புகளுக்குப் பெயர் பெற்றவர். குறிப்பாகப் பெண்கள் சிலரைப் பற்றியும் பொதுவாக எல்லாப் பெண்களைப் பற்றியுமான குறிப்புகள். இருந்தும் யாக்ஞவல்கியரின் வாதங்கள் ஒரு பெண்ணுடன் இருந்ததுபோல், கர்வமான கார்கியுடன் இருந்ததுபோல், அநேகமாகத் தாங்க முடியாத அளவுக்குக் கடுமையாக வேறு எப்போதும் இருந்ததில்லை. வேறு எந்தப் பிராமணனுக்கும் இவ்வளவு ஆவேசத்துடன் அவர் பதிலளித்ததில்லை. கேட்டுக்கொண்டிருந்தவர்கள் தாங்கள் நிர்மூலமாக்கப்பட்டதுபோல் உணர்ந்தனர். அந்த அயரவைக்கும் ஒப்புயர்வற்ற இரு ஜீவன்களும் காற்றின் ஒவ்வொரு துணுக்கையும் தனதாக்கிக் கொண்டார்கள். அவர்கள் ஒன்றாகப் போரிட்டார்கள் – ஒருவேளை அவர்களுக்கு இடையில் யாராலும் புரிந்துகொள்ள முடியாத படி, ஒரே சமயத்தில் வெளிப்படையாகவும் குறிப்பாகவும், வேறு ஏதாவது நடந்துகொண்டு இருக்கலாம். யாக்ஞவல்கியரின் புதிரான சொற்களை அந்தச் சந்தர்ப்பத்தில் யாரோ ஒருவர் நினைவுபடுத்திச் சொன்னார். 'ஆண் தன்னாலும் வெறுமையாலும் ஆக்கப்பட்டவன், எனவே அந்த வெறுமை பெண்ணால் நிரப்பப்படுகிறது' என்று அவர் சொன்னாராம். கூர்மையாகவும் குத்தலோடும் வாக்குவாதம் நடக்க நடக்க, கார்கியின் உருவம் – அநேகமாக அது ஒரு மாயத்தோற்றமாக இருக்கும் – அந்த வெறுமையின் மீது படிந்து, அதன் எல்லைகள் நிர்ணயித்த வெளிக்கோட்டுருவத்தை மேற்கொண்டு அங்குத் தன்னை வசதியாகப் அமைத்துக்கொண்டிருக்கிறாள் என்று தோன்றுகிறது.

யாக்ஞவல்கியருக்கு மைத்ரேயி, காத்யாயனி என்ற இரு மனைவியர் இருந்தனர். அவர்கள் சண்டையிட்டுக்கொண்டு யாரும் பார்த்ததில்லை. எல்லோருடைய அனுபவத்துக்கும் எதிராக அது இருந்ததால் மக்கள் மனத்தை நிலைகுலையச் செய்ய அதுவே போதுமானதாக இருந்தது. அவர்கள் எப்போதாவதுதான் பொதுஇடங்களில் ஒன்றாகத் தோன்றினார்கள். அப்படித் தோன்றும்போதும் ஒருவரையொருவர் பரிவான கவனத்துடன் நடத்தினார்கள். ஒரு மென்மையான, வற்றாத அழகிருந்தது காத்யாயனியிடம். தொலைவான பிரதேசங்களில்கூட மக்கள் காத்யாயினிக்கு நிகரான அழகு எங்கும் இல்லை என்றார்கள். அவள் சிரிப்பொலியைக் கேட்டதாக

யாரும் சொன்னதில்லை. ஆனால் அது ஒரு அதிசயமென்றும் அத்தி பூத்தது போன்றதென்றும் சொன்னார்கள். மைத்ரேயி பிராமணர்களின் வாக்குவாதங்கள் அனைத்திலும் உடனிருந்தாள். சொல்லப் போனால் அவர்கள் கோட்பாடு எந்த இடத்தில் பலவீனமாக இருக்கிறது என்பதைக் கண்டுபிடித்துவிடக் கூடியவளாக அவள் இருந்ததால், பிராமணர்கள் அவளைக் கண்டு பயந்தனர். யாக்ஞவல்கியர் *பிரம்மத்தைப்* பற்றி அவளிடம் பேசுவார் என்பதை அறிந்து அவள்மீது பொறாமை கொண்டனர். அவர்கள் ஒருபோதும் ஒரு சொல்கூட அறிந்துகொள்ளச் சாத்தியமில்லாத அந்த உரையாடல்கள் பற்றிய நினைப்புபோல் வேறெதுவும் அவர்கள் கற்பனையை அவ்வளவு ஆவேசத்துடன் ஆட்கொள்ளவில்லை.

யாக்ஞவல்கியருக்குக் குழந்தைகள் ஏதுமில்லை. அவர் தன் இரு மனைவிகளுடனும் கணிசமான பரிவாரத்துடனும் ஒரு குடும்பம்போல் இடம் இடமாகப் போய்க்கொண்டே இருந்தார். அவர் வருகைக்காக வருடக்கணக்கில் காத்திருப்பவர்கள் இருந்தார்கள். பொதுவாக அவர்கள் கேள்விகளின் பட்டியல் ஒன்றைத் தயாரித்து வைத்திருப்பார்கள். ஒருநாள் யாக்ஞவல்கியர் இருவேறு தருணங்களில் ஒரே சொற்களைத் தன் மனைவியரிடம் சொன்னார்: “நான் விரைவில் வாழ்வின் இந்தக் கட்டத்தை விட்டுச் சென்றுவிடுவேன். உங்கள் காரியங்களை முதலில் ஒழுங்குபடுத்த விரும்புகிறேன்”. மைத்ரேயியும் காத்யாயனியும் இந்தச் சொற்களின் பொருளை உடனடியாகப் புரிந்துகொண்டனர்: அவர்கள் அவரை இனிப் பார்க்கப் போவதேயில்லை, அவர் வனத்தினுள் செல்லப் போகிறார். காத்யாயினி ஒன்றும் சொல்லாமல் அவர் கைகளைத் தடவிக் கொடுத்தாள். மைத்ரேயி ஒரு கேள்வியை, ஏற்கனவே பலமுறை அவரைக் கேட்டிருந்த கேள்வியைக் கேட்டாள், மற்ற நாட்கள்போல் இதுவும் ஒருநாள் என்பது போல்: “சுவாமி, இந்தப் பூமியையும் அதன் வளங்கள் அனைத்தும் என் உடமையாக இருந்தால், அது என்னை இறவாமையுடையவளாக ஆக்குமா?” அவர்கள் சேர்ந்து பேசியது அனைத்தும் நினைவுக்கு வர, யாக்ஞவல்கியர் புன்னகைத்தார். மைத்ரேயி ஏற்கனவே அறிந்திருந்த பதில் ஒன்றை அளித்தார்: “வெறும் பணக்காரர்களின் வாழ்க்கையை நீ வாழ்வாய்”. ஒரு பிரார்த்தனையைத் தொடர்வதுபோல் மைத்ரேயி திரும்பக் கேட்டாள்: “எனக்கு அது இறவாமையைத் தராதபோது எதைப் பற்றியும் எனக்கென்ன?” யாக்ஞவல்கியர் அவளைப் பார்த்துத் தன் தோள்களிலிருந்த அவள் கைகளைப் பற்றிக்கொண்டு சொன்னார். “எனக்கு நீ பிரியமானவள், எனக்குப் பிரியமான விஷயங்களை எனக்குச் சொல்கிறாய். கீழே உட்கார், இப்போது உனக்கு நான் கற்பிக்கிறேன். ஆனால் உன் கவனம் முழுவதையும் எனக்கு அளிக்க வேண்டும். ஒரு கணத்திற்குப் பிறகு சொன்னார்: “மனைவி தன் கணவனை விரும்புவது அவன் அவளுக்குப் பிரியமானவன் என்பதால் அல்ல, சுயத்தின் மீதுள்ள பிரியத்தால்.” இது ஒரு புதிய சூத்திரம். இதை எப்படிப் புரிந்துகொள்வது? அனைத்தும் ஒரே சொல்லின் மீது திரும்பியது: “சுயம்”, *ஆத்மா*. “சுயத்தின் மீதுள்ள பிரியத்தால்,” என்பதைத் “தன் சொந்த ஆளுமை – பெயர் கொண்ட ஏதோ ஒன்று – மீதான பிரியத்தால்,” என்று எடுத்துக்கொள்வதா அல்லது “சுயத்தின் மீதுள்ள

பிரியத்தால்," ஆத்மன்மீது, அகங்காரத்தைக் கடந்துநின்று அதை உள்வாங்கிக்கொண்டுவிடும் ஏதோ ஒன்றின் மீதுள்ள பிரியத்தால் என்று எடுத்துக்கொள்வதா? பசப்பு உணர்ச்சிகளின், குறிப்பாக மேன்மையான பசப்பு உணர்ச்சிகளின் கோரிக்கைகளை நசுக்க யாக்ஞவல்கியர் பயன் படுத்திய அஞ்சத்தக்க அளவுக்குக் கடுமையான ஆனால் உண்மையான அவதானங்களில் இதுவும் ஒன்றா? அல்லது விஷயங்கள் இப்போதுள்ள நிலையில் அதுதான் அவை பற்றிய முடிவான கருத்தா? மைத்ரேயியின் மனம் ஊசாலாடியது. அவள் தயங்கினாள். யாக்ஞவல்கியர் யாரும் காணவே முடியாத கனிவுடன் அவளைப் பார்த்துக்கொண்டிருந்தார். ஆத்மன் பற்றித் தொடர்ந்து பேசிக்கொண்டிருந்தார். இதுவரை அவர் சொல்லாத ரகசியங்களை அவளிடம் சொல்லிக்கொண்டிருந்தார். ஆனால் மைத்ரேயியால் தான் பேசுவதை மேற்கொண்டு கேட்க முடியாது என்று ஏற்கனவே அவருக்குத் தெரியும். ஏனெனில் கண்ணீர்த் திரை ஒன்று அவள் இதயத்தின் மீது விழுந்துகொண்டிருந்தது. மைத்ரேயி மீண்டும் தன் சுயநிலைக்கு வந்தபோது யாக்ஞவல்கியர் விடைபெறும் பாங்கில் சொன்ன கடைசி இரு விஷயங்களைத்தான் கவனிக்க முடிந்தது: "அறிபவனை அறிவது எவ்வாறு? . . . அதுதான் இறவாமையின் ரகசியம்." மைத்ரேயி அந்தச் சொற்களின் லயத்தைக் கிரகித்துக்கொண்டாள், ஆனால் அதன் உட்பொருளையல்ல. இறவாமையைவிட, அவளுக்கு அந்தக் குரல், அவள் இனி ஒருபோதும் கேட்க முடியாத அந்தக் குரல், முக்கியமாக இருந்தது.

காசியபர் சொன்னார்: உரைகளில் 'யாகம்' என்னும் சொல்லைத் தொடர்ந்து காண்கிறீர்கள். உங்களை நீங்கள் கேட்டுக் கொள்கிறீர்கள்: ஏன் இந்தச் சொல், தெளிவற்ற இந்தச் செயல், ஏன் இவ்வளவு விரைவில்? ஏன் அது மற்ற அனைத்திற்கும் முன்பாக வரவேண்டும்? அது தோன்றித் தான் ஆக வேண்டுமென்றால், அடிப்படையான செயல்கள் முடிந்த பிறகு ஏன் அது தோன்றுவதில்லை? பதிலைத் தெரிந்துகொள்வதற்கு முதலில் நீங்கள் நினைவுகொள்ள வேண்டும். தொடக்கத்தைப் பாருங்கள். "மனம் என்னும் கண் வழியாக, இந்த யாகத்தை முதலில் செய்தவர்கள் யார் என்று சிந்தனையில் காண்கிறேன்" இவ்வாறு சொல்கின்றன உரைகள். யாகத்தை முதலில் செய்தது யார்? காண்பதற்கு அங்கே என்ன இருந்தது?

"வானம் வெறுமையாக இருந்தது. பூமியின் மேல் இரு வகையான ஜீவன்கள், கடவுளரும் ரிஷிகளும் – ஆதித்யர்கள் என்றும் ஆங்கிரர்கள் என்றும் அழைக்கப்பட்ட அந்தக் கடவுளரும் அந்த ரிஷிகளும். வானத்தைப் பார்த்துக்கொண்டு பூமியைச் சுற்றி அலைந்து திரிந்துகொண்டு ஆசைப்பட் டார்கள். அவர்கள் வானத்துக்கு ஆசைப்பட்டார்கள். ஒவ்வொரு குழுவுக்கும் மற்ற குழுவும் அந்த ஆசையை மனத்தில் கொண்டிருந்தது தெரியும். தொலைவிலிருந்து அவர்கள் ஒருவரையொருவர் கவனித்துக்கொண் டிருந்தனர். ஒவ்வொருவரும் மற்றவருக்கு முன்பாகத் தங்கள் காயை நகர்த்திவிட வேண்டுமென்று விரும்பினர். தந்திரமும் வஞ்சகமும் மிக்க கடவுளர் முதலில் யாகத்தை நடத்திவிட்டார்கள். வானத்தை வென்ற

உடனே அவர்கள் தங்களைக் கேட்டுக் கொண்டனர், "இந்த விண்ணுலகை மனிதர்கள் அடைய முடியாததாக எப்படிச் செய்வது?" உடனடியாக அவர்களுக்கு ஒரு யோசனை வந்தது: "தடத்தை அழித்துவிட வேண்டும்". யாகத்திலிருந்து சாரத்தை வறண்டு போகும்வரை உறிஞ்சினார்கள். பிறகு தேனீக்கள் தேனை ஒளித்துவைப்பதுபோல் அந்தச் சாரத்தை ஒளித்து வைக்க விரும்பினார்கள். கீழே, பூமியில், யாகசாலையை அவர்களால் பார்க்க முடிந்தது: சாம்பல்கள், குச்சிகள், கற்குவியல்கள், புல், மரக்கட்டைகள். அது எரிந்து முடிந்த சொக்கப்பனை போலிருந்தது. ஆனால் அங்கு ஏதோ நடந்திருக்கிறது என்பதை உணர முடியும். எனவே கடவுளர் பலியுயிர் கட்டப்பட்டிருந்த யாகக் கம்பத்தை, *யூபத்தை*, எடுத்துக்கொண்டு, மூடிவைத்துக் குழப்புவதற்காகத் துடைப்பத்தைப் போலக் கம்பத்தைப் பயன்படுத்தி மண்ணைச் சமன் செய்தார்கள். கடவுளர் எதையோ துடைத்தழிப்பதற்காக அதைப் பயன்படுத்தினர், *அயோபாயன்*. அதனால்தான் கம்பம் *யூபம்* என்று அழைக்கப்பட்டது. விரைவில் ஆங்கிரர்கள் அங்கே வந்தார்கள். ஏதோ சூழ்ச்சி நடந்திருப்பதைச் சந்தேகித்தார்கள். ஏனெனில் கடவுளர் நழுவியிருந்தார்கள். அந்த அரவமற்ற திருத்தப்பட்ட நிலத்தில் அவர்கள் சுற்றிலும் பார்த்தனர். பாட்டின் மூலம் தங்கள் அகநெருப்பைத் தூண்டிக்கொண்டார்கள். அவர்கள் சொன்னார்கள்: "நடந்ததைக் குறிக்கும் தடயம் ஏதாவது இருந்தே தீர வேண்டும். இந்த நிலத்தில் ஏதாவது தலைநீட்டிக்கொண்டிருக்கும்". பெரணிகளின் சரசரப்பு மட்டுமே அவர்களுக்குக் கேட்டது. ஆங்கிரர்கள் மீண்டும் கவனமாக, அமைதியாகத் தங்கள் பாதங்களை எங்கே வைக்கிறோம் என்னும் கவனத்தோடு சுற்றிலும் திரிந்தனர். ஒரு ஆமை புற்களுக்கு இடையிலிருந்து வெளியே வந்தது. ஆங்கிரர்கள் ஒருவரையொருவர் பார்த்துக்கொண்டனர். "இதுவாகத்தான் இருக்க வேண்டும், யாகம் . . ." என்றார்கள். 'அதை நிறுத்துவோம்.' கடைசியில் ஆமைதான் யாகத்தின் பிண்டமாக இருந்திருக்கிறது. அவர்கள் அதைச் சூழ்ந்துகொண்டனர். அதை நிறுத்துவதற்காகப் பல கடவுளரின் பெயர்களைத் தொழுது வேண்டினர். ஆனால் ஆமை கவனம் செலுத்தாமல் நடந்து போய்க்கொண்டே இருந்தது. அவர்கள் அக்னியின் பெயரை உச்சரித்தார்கள். ஆமை நின்றது. தன் கால்களை உள்ளிழுத்துக் கொண்டது. அவர்கள் அதைக் கையிலெடுத்தனர். சில மரக்கட்டைகளை ஒன்றாகக் குவித்துத் தீ மூட்டினர். அந்த ஆமையை அக்னியால் சுற்றினார்கள். இவ்வாறு ஆங்கிரர்களும் வானத்தை வென்றனர். அன்றிலிருந்து அவர்கள் வானுக்கும் பூமிக்கும் போய் வந்து கொண்டிருக்கிறார்கள்.

"அந்த ஆமை நான்தான்."

அத்ரி சொன்னார்: "நாம் மேலேயிருந்து, சப்தரிஷி மண்டலத்தின் ஒளியிலிருந்து அனைத்தையும் பார்த்துக்கொண்டிருப்பதால் பார்ப்பவர்களுக்குக் கவனித்துக்கொண்டிருப்பவர்களுக்கு, பிராமணர்களுக்கு, நாம் முன்மாதிரியானவர்கள். அவர்களிடமிருந்து நம்மை வித்தியாசப்படுத்துவது ஒரே ஒரு விஷயம், ஒரு குறிப்பிட்ட சமிக்ஞையை நாம் செய்யாமல்

இருப்பதுதான்: நாம் *பிராசித்ரத்தை*, முதல் கவளத்தை, ருத்ரனின் அம்பால் கிழிக்கப்பட்டுச் சிறு தானியத்தின் அளவேயுள்ள அந்தக் காயப்பட்ட தசைத் துண்டத்தை ஒரு பிராமணனைப் போல் நாம் உண்ணக் கடமைப் பட்டவர்களல்ல. *பிராசித்ரத்தை* எடுத்துக்கொள்ள பிராமணன் வாயைத் திறக்காவிட்டால் யாகம் முழுமை பெறாது. பிராமணன் குற்றவுணர்ச்சியை உண்கிறான். அவன் தன் ரத்த ஓட்டத்தில் அதைச் செரித்துக்கொள்கிறான். இவ்வாறு அவன் 'கிழிக்கப்பட்டதை மீட்டெடுக்கிறான்.' கிழித்தல் சடங்கின் அங்கம். சடங்கே அது மீண்டும் முழுமை பெற உதவுகிறது. அனைத்தும் யாகத்துக்கு உள்ளேதான் இருந்தது. யாகத்தின் வழியாக யாகம் முழுமை செய்யப்படுகிறது. யாகத்திலிருந்து தப்பிப்பது எளிதானது என்று நீங்கள் நினைத்துவிடக் கூடாது என்பதற்காக இதைச் சொல்கிறேன். ஒவ்வொரு யாகத்திலும் அறியாததொரு இடத்தை நோக்கிய பயணத்தின் நிச்சயமின்மை உள்ளது. "பயணம் உண்மையில் எப்போது தொடங்கியது?" என்று புரோகிதர்கள் இருவர் தங்களுக்குள் கேட்டுக்கொண்டிருந்தனர். 'அது கடவுளரின் இல்லத்துக்குப் போயிற்றா?' 'அது உண்மையிலே போயிற்றா?' 'அது போயிற்று!' 'கவனித்துக் கேட்குமாறு கடவுளரைக் கேட்டுக் கொள்கிறேன்!' 'அவர்கள் அதை அங்கீகரிக்கட்டும் என்று கேட்டுக் கொள்கிறேன்!' யாகம் செய்பவர் கட்டாயமாகத் தன்னைக் கேட்கச் செய்ய வேண்டும், பார்க்கச் செய்ய வேண்டும். யாகத்தின் வாகனம் எது? சந்தங்களால் ஆன ஒரு ரதம். *காயத்ரி*, ஜகதி சந்தங்கள் அதன் இரு பக்கங்கள். சொல் பகுக்கவில்லை என்றால், ரதம் பயணம் செய்யாது. மேலும் *வாக்கு*, சொல்தான் வாக்தேவி, வானை நோக்கி மனத்தைச் செலுத்தும் பயணத்தில் அதற்கு ஆதரவளித்து, ஊட்டமளித்து, அதற்கு உதவும் தெய்வீக மங்கை."

ஜமதக்னி சொன்னார்: "சடங்கு என்னும் நோயால் நாம் வீழ்த்தப் பட்டுள்ளதால் அதுபற்றிப் பேசுவதற்காக நாம் இங்கே வந்துள்ளோம். இதன் முதல் அறிகுறிகள் வெகுகாலத்துக்கு முன்பே வந்திருந்தாலும் எவ்வளவு காலமாக என்று நமக்குத் தெரியாது. கட்டடம் கம்பீரமாக இருந்தது, அதன் இணைப்புகள் மிக உன்னிப்பாகச் செய்து முடிக்கப் பட்டிருந்தன, விரிசல்கள் ஏதும் இல்லை. அல்லது பரிந்துரைக்கப்பட்ட விரிசல்கள் மட்டுமே இருந்தன. நம் கட்டுமானத்திற்கு வெளியில் இருந்த அளக்கவியலாப் பெரும்விரிவின் தூதுவனாக இருந்த ஓட்டைகள் கொண்ட மூன்று செங்கற்கள். ஆனால் அது போதுமா? ஒரு பெருங்காற்று வீசி அனைத்தையும் அழித்துவிடாதா ஒருநாள்? விறைப்பு ஒருநாள் தளர்ந்து பலவீனமான சடங்குச் சொல் என்னும் கப்பல் புயலில் மூழ்கிவிடாதா? அனைத்துக்கும் மேலாகக் கட்டுவது என்னும் நம் அகங்காரமான கருத்து இயற்கையிலே வீணானது, கட்டுவது என்பது தவிர்க்க இயலாமல் சமிக்ஞைகளின் தொடரை மறைமுகமாகக் குறிப்பிடுவதால், அது செயலின் வகையில் சேர்கிறதில்லையா? செயல்: ஒரு மர்மமான, பயங்கரமான சொல். யாக்ஞவல்கியரும் ஆர்தபாகரும் இந்த விஷயத்தைப் பற்றி விவாதிப்பதற்காகத் தனியே சென்றார்கள். யாரும் கேட்க முடியாது.

அனைவராலும் அந்த உண்மையைத் தாங்கிக்கொள்ள முடியாது. செயல், எந்த வகையான செயலும் நம்மை விடுவிக்குமா? அல்லது செயல்தான் ஒருவேளை தலையாய விஷயமா, நம்மை நாம் விடுவித்துக்கொள்ள வேண்டிய ஒரே விஷயமா?"

அத்ரி சொன்னார்: "சுவாசிப்பதற்கு முன்பே மனிதன் ஆசைப்பட்டான். ஆனால் ஆசை என்பது என்ன? நம் கண்களுக்கு முன்னால் ஒன்றுமில்லை; நம் கண்களுக்குப் பின்னால் ஏதோ ஒன்று ஒளிபெறுகிறது: ஒரு பிம்பம், மீண்டும் மீண்டும் பீடிக்கும் சில சொற்கள், அல்லது வெறும் ஒரு சொல். உலகம் ஒரு பாலைவனம்: கண்களுக்குப் பின்னால் உள்ள அந்த இருப்பைக் கண்களுக்கு முன்னால் உள்ள ஒன்றாக மாற்றும் உத்தியை நாம் எங்கே காண்பது? விஷயங்களை மாற்றும் செயல் என்னும் சமிக்ஞை இருந்தது. ஆனால் செயலும் சமிக்ஞையும் அதைச் செய்பவனுக்குச் சொந்தமானவையா? அப்படியென்றால், ஒருமுறை ஒரு செயலைச் செய்வது என்பது அதை எப்போதும் செய்வது என்று பொருள் கொள்ளும். இல்லையென்றால் ஆசையின் இலக்கை எழச் செய்யும் ஒவ்வொரு செயலும் குருட்டாம்போக்கானது என்றாகும். இலக்கு தோன்றக்கூடும், ஆனால் வனத்தில் நம் பாதையின் குறுக்கே கடக்கும் விலங்குபோல்தான். உண்மையில் நம் அனுபவமும் இதுதான். செய்பவனுக்குச் செயல் சொந்த மில்லையோ என்று நாம் சந்தேகிக்கத் தொடங்கும் கட்டம் இதுதான். அப்படியானால் அவனுக்குச் சொந்தமானதுதான் என்ன? செய்பவனுக்குச் சொந்தமானது எங்கே முடிகிறது என்பதைப் புரிந்துகொள்ள செயல் எங்கே தொடங்குகிறது என்பதைத் தெரிந்துகொள்ள வேண்டியது அவசியம். எல்லாம் குலைந்துவிழும் அபாயம் உள்ளது, ஆசைப்படும் மனமே தான் தனக்குச் சொந்தம்தானா என்று சந்தேகிக்க ஆரம்பித்துவிடுகிறது: ஏனெனில் ஆசையும் செயல் போன்றதுதானே? அதுவும் ஒரு செயல்போல் தனக்கான உருவம், வேகம், திசை இவற்றுடன் முழுமையான தோற்றம் உடையது தான் இல்லையா? ஆனால் இரண்டும் ஒன்றையொன்று ஒத்திருந்தால், ஒருவேளை நாம் ஒன்றிலிருந்து மற்றதற்கும் அதிலிருந்து மீண்டும் ஒத்திருத்தல் மூலம் ஆசைப்பட்ட இலக்குக்கும் கடந்துவிடலாம். ஆசைகொண்ட பொருளின் இயல்பு என்ன? ஓர் இடம், ஒரு ஜீவன், ஒரு நிலை, ஒரு வஸ்து: தனித்துவமான ஒன்று, வேறு எதாகவும் தவறாக எடுத்துக்கொள்ள முடியாத ஒன்று. மீண்டும் மாற்ற முடியாத ஒன்று. தோற்றம்கொண்ட பிறகு உள்ளதற்கு எப்போதும் சொந்தமாக இருக்கும் ஒன்று. ஆனால் இந்தக் குணாதிசயங்களைக் கொண்ட செயலை எங்கே காண்பது? தண்ணீர் குடிப்பவன் எப்போதும் தண்ணீர் குடிக்கும் சமிக்ஞையை மீண்டும் மீண்டும் செய்து கொண்டிருப்பான். இந்தச் செயலில் தனித் தன்மையோ மீண்டும் மாற்ற முடியாததோ எதுவுமில்லை. ஓடும் நீரை ஒருவர் எத்தனை முறை சந்திக்க நேரிட்டாலும் அது மீண்டும் மீண்டும் நிகழ்த்தப்படலாம். ஒரு நீரோட்டத்துக்கும் இன்னொன்றுக்கும் இடையில் அடிப்படையான வேறுபாடு இல்லாதவரையில். ஆனால் யாரும் அப்படியான உரிமையைக் கோரவில்லை. எந்தச் செயல் அதன்

இயல்பிலேயே தனித்துவம் கொண்டதாகவும் மீண்டும் மாற்ற முடியாத தாகவும் இருக்கும் என்று நம்மை நாமே கேட்டுக் கொண்டோம். ஏதோ ஒன்றின் தோற்றத்துடன் இணைந்து. ஒருவேளை இந்தப் பரிசீலனைதான் அனைத்திலும் முக்கியமான அம்சம்தான், வழியைச் சுட்டிக்காட்டியது. ஏதோ ஒன்றைத் தோன்றச் செய்வது நமக்கு அப்பாற்பட்டது. ஆனால் ஏதோ ஒன்றை மறையச் செய்வது? விஷயங்கள் தங்கள் பேதத்தால்கூட ஒன்றையொன்று ஒத்திருக்கலாம். எனவே புதிர்போல் தோன்றும் கேள்வி ஒன்றை நம்மிடமே கேட்டுக்கொண்டோம்: தனித்தன்மை கொண்டதும் மீண்டும் மாற்ற முடியாததுமாக இருக்கும், மேலும் தனித்தன்மையையும் மீண்டும் மாற்ற முடியாததையும் தோன்றியெழச் செய்யக்கூடியதுமான செயல் எது? ஒருநாள் யாரோ ஒருவர் பதில் தந்தார்: ஏதோ ஒன்றை மறையச் செய்வது. ஆனால் குறைந்தபட்சம் மனிதர்களைப் பொறுத்தவரை, மறையச் செய்வது என்பது "கொல்வது" என்பதை வேறு விதமாகச் சொல்வதுதான் என்பதை நாம் ஒப்புக்கொண்டாக வேண்டும். ஒவ்வொரு முறை ஆசை நிறைவேறும்போதும் துயரத்தின் மெல்லிய படலம் ஏன் சூழ்கிறது என்பதை இது கொஞ்சம் விளக்குகிறது. சமிக்ஞையின் வீணான, அருவமான, விளக்கப்படாத தளத்தில், நாம் ஒன்றைக் கண்டுபிடிப்பதில் வெற்றி பெற்றோம், ஒன்றே ஒன்றை, எதன் குணாதிசயங்கள் ஆசையின் குணாதிசயங்களுடன் ஒத்திருந்ததோ அந்த ஒன்றை. எனவே நாம் நம் அமைதியான நம்பிக்கையை, *சிரத்தையை*, இதில் வைத்தோம்: அந்தக் குறிப்பிட்ட செயல் சங்கிலியின் கடைசிக் கண்ணியாக அந்தப் பொருள் இருக்கும் என்று. அந்தக் கண்ணி மறைவதற்கு ஒப்பாக, சங்கிலியின் வேறொரு பகுதியில் தோன்றும் ஏதோ ஒன்று: கனி. அதுதான் யாகம். நாம் தொடக்கத்தில், நமக்குள்ளாக, அதை 'ஆசைகளின் சக்கரம்' என்று அழைத்தோம். ஆசை எப்போதும் அந்தச் சக்கரம் என்னும் தண்டனையுடன் சேர்த்துக் கட்டப்பட்டிருக்கிறது."

வசிஷ்டர் சொன்னார்: இதையே நம் அடிப்படை உண்மையாகக் கொண்டோம்: அதாவது வெளிப்படாதது வெளிப்பட்டதைவிட முக்கியத் துவம் கொண்டதாக இருக்கிறது. வெளிப்பட்டது வெளிப்படாததற்கு உட்பட்டது. வெளிப்பட்டது வெளிப்படாததைச் சார்ந்திருக்கும் வரையிலும் அது வெறும் விளைவே, தெளிவாக, துல்லியமாக ஆசை கொள்ளப்படாத விளைவு, பிரம்மனுடைய வாழ்வின் முற்பகுதி சான்றாக உள்ளதுபோல், வெளிப்பட்டது ஒரு எச்சமாக, விட்டுப்போனதாக, மிஞ்சிய பகுதியாக, எதுவாக இருந்தாலும் அது தேவைக்கதிகமாக இருந்து, தான் தொடங்கிய தளத்தில் மீண்டும் போய் அடங்கிவிட முடியாதவை சேர்ந்து கிடந்த இடமாகக் கருதப்பட முடியும்.

எப்போதும் நம் பிடிக்கு அகப்படாமல், நம்மை மூழ்கடிக்கும் அந்த வஸ்துவை, அந்தப் பொருளை விட்டுவிட்டு வெறும் எச்சத்துக்காக, விட்டுப் போனவற்றுக்காக, நாம் சண்டையிட்டோம். அதுதான் நம் பிரதேசம், வேறொரு பிரதேசத்தின் இருப்பு (நினைவு?) நம் மனத்தில்

பளிச்சிடக்கூடிய ஒரே பிரதேசம். கடவுளரிலே மிக மேன்மைகொண்ட பன்னிருவரான ஆதித்யர்கள்கூட, கைவினைஞரான துவஷ்டா, சூரியனின் ஒளி உலகை மூழ்கடித்துக்கொண்டிருந்ததால் அதை அளவாக வெட்டிய போது தங்கள் வடிவை மேற்கொண்டவர்கள்தாம். துவஷ்டா தன் பட்டறையை மூடிக்கொண்டு சூரியனைப் பிடித்து இழைத்து, கத்தரித்து, சாணை பிடித்தார். கொல்லனின் பலகையில் இருந்து விழுவதைப் போல், பிரகாசமான சூரியனின் சீவல்கள் தரையில் விழுந்தன. ஆதித்யர்கள் அந்தச் சீவல்களிலிருந்து பிறந்தவர்கள். அவர்களே சீவல்கள் என்றால், பூமியும் அதில் வாழ்பவர்களும் எந்த அளவு அப்படியானவர்கள் . . ."

அத்ரி சொன்னார்: "நம் பார்வையைக் கீழே பூமியை நோக்கி வளைக்கும்போது நாம் கவனிக்கும் முதல் விஷயம் எது? நெருப்புகள். அவற்றை நாம் மனிதர்கள் என்று அடையாளம் கண்டோம். உயிரினங் களிலேயே மிகவும் திடமானவர்கள். நம் பரந்து விரிந்த நினைவில், ஒரு காலத்தில் இந்துகுஷ் மலையின் மலைமுகடுகளில் ஏறச் சிரமப்பட்டுக் கொண்டிருந்த, அல்லது மூடுபனியின் ஊடே நாம் இன்னும் ஆராயாத கிழக்குத் திசையில் பரந்து விரிந்த நிலமடிப்புகளைப் பார்த்துக்கொண்டிருந்த மூதாதையர் ஒருவரின் கைகளில் இருந்து பாய்ந்த அதே நெருப்பை கீழே காஞ்சிக்கு அருகிலுள்ள வனத்தில் ஒரு மண்குடிசையில் நாம் அடையாளம் கண்டோம். எந்த மனிதனாலும் போதுமான அளவு போலி செய்துவிட முடியாத நொய்ம்மையான, வழுவாத உயிரின் மண்ணுலக மாதிரியாக உள்ள அந்த நெருப்பு, நூற்றுக்கணக்கான வருடங்களுக்கு ஒருவர் பற்றி ஒருவர் எதுவும் அறியாத உறவினர்கள் பராமரித்தும் புதுப்பித்தும் வந்த அதே நெருப்பு என்பது நமக்கு மட்டுமே தெரியும்."

விஸ்வாமித்ரர் சொன்னார்: "அக்னி என்றால் நெருப்பு என்பதை நீங்கள் அறிவீர்கள். உங்களுக்கு அது திருப்தியாக இருக்கிறது. அப்படியான அபூர்வமான, அபாயகரமான மூலக்கூறுக்கு இவ்வளவு பெரிய மரியாதைகள் தகுந்ததுதான் என்று நினைக்கிறீர்கள். ஆனால் அது தவறு. அக்னியின் ரகசியப் பெயர், கடவுளர் அவரைப் பற்றிப் பேசும்போது குறிப்பிடும் பெயர் – அது நம் மொழியில் பொதுவான ஒரு சொல்தான் – *அக்ரி*, 'முந்திச் செல்பவன்'. அவர் நெருப்பாக இருப்பதற்கு முன்னால், நமக்கு அப்பால் செல்லும் அனைத்துமே அக்னிதான், நாம் எங்கிருந்தாலும் நமக்கு முன்னால் விரைந்து பாயும் பளபளக்கும் ஒளி. நாம் முன்னேறும் போது, அக்னியை வெறுமே தொடர்ந்து செல்கிறோம். பூமியின் குறுக்கே தன் முன்னேற்றத்தில் அக்னி விட்டுச்செல்லும் தழும்புகள்தாம் மனிதனின் வெற்றிகள்."

ஜமதக்னி சொன்னார்: "நெருப்பு எங்கிருந்து வருகிறது? வாயிலிருந்து. யோனியிலிருந்து. ஒரு மிருதுவான ஈரமான துவாரத்திலிருந்து. எரியும்

ஏரியிலிருந்து. பெருநீர்ப் பரப்பிற்குக் கீழே ஒரு தீ உள்ளது. அது கடலின் கீழ் வாழும் ஒரு பெண்குதிரை. அவள் பெயர் வதவா, அவள் வாயிலிருந்து வெப்பத்தின் வீச்சு பாய்கிறது. ஒருநாள், கடல் அவளை மேற்கொண்டு மறைத்து வைத்திருக்க முடியாதபோது, நீரையெல்லாம் விழுங்கிய பின்னர், பெண்குதிரையின் தலை மேல்மட்டத்துக்கு வரும். அதுதான் உலகின் முடிவாக இருக்கும்."

பரத்வாஜர் சொன்னார்: "மனம் நயவஞ்சகமானது, பூமியில் வசிக்கும் எண்ணற்ற சின்னஞ்சிறு ஜீவன்களில் ஒரு சிறிய கூறாக அது இருந்த போதிலும். தன் துண்டுபட்ட, ரகசியமான, தெளிவற்ற நிலையில்கூட அது தன் இயல்பைத் தக்கவைத்துக்கொள்கிறது, இல்லாத அந்த எல்லையற்ற, ஆனால் ஆசைப்படும் *அசத்திலிருந்து*, ஆசையென எழுவதற்குக் காரணமாக இருந்த அதே இயல்பு. ஆனால் இல்லாதது எப்படி உள்ளதின் தோற்றுவாயில் இருக்க முடியும்? இருப்பில் இரு விதமான நிலைகள் உள்ளதுபோலவும் ஒவ்வொன்றும் மற்றதை மறுக்க விரும்புவது போலவும் உள்ளது. இருந்தும் கவிஞர்கள், *கவிகள்*, நீண்ட காலம் தங்கள் இதயத்தில் தேடி ஒரு தொடர்பு உள்ளதைக் கண்டுபிடித்தனர், ஒரு *பந்து*, இரு நிலைகளுக்கும் இடையில் தொங்கிக்கொண்டு, தன்னை *அசத்தில்* மறைத்துக்கொண்டு (தன்னை முடிச்சிட்டுக் கொண்டு) முடியும் ஒரு கயிறு. வெறுமையிலா? முழுமையிலா? இதை அவர்கள் சொல்லவில்லை. யாராலும் சொல்லிவிட முடியுமா என்று சந்தேகம்கொண்டனர். 'மிக உயர்ந்த சொர்க்கத்தில் அதைக் கீழே பார்ப்பவன், அவனுக்கு மட்டுமே தெரியும் – ஒருவேளை அவனுக்குக் கூடத் தெரியாது'. ஆனால் மனத்துக்கு ஏன் இந்தச் சலுகை இருக்க வேண்டும்? ஒவ்வொரு விஷயத்திற்கு முன்பும் பின்பும் ஏன் மனம் இருக்க வேண்டும்? ஏனெனில் அதை ஒருபோதும் உலகில் காண முடியாது. நீங்கள் எந்த உடலையும் எந்த மூலக்கூறையும் திறந்து பார்க்கலாம். அதிகூர்மையான உலோக முனைகளைக் கொண்டு நீங்கள் அனைத்தையும் தலைகீழாகத் திருப்பிப் போட்டு மறைந்திருக்கும் அனைத்தையும் பருப்பொருள் தும்பிகளின் விர்ரென்ற பறத்தலைப் போல் ஆகும்வரை வெளிக் கொணரலாம். எந்தப் பயனும் இல்லை. மனத்தின் ஒரு மிகச் சிறு துணுக்கைக்கூட, ஒரு தடயத்தைக்கூட, உங்களால் பார்க்க முடியாது. அதன் ஒப்புயர்வற்ற தன்மையின் சின்னம் இதுதான்: இல்லாமலிருப்பது. அதைக் கிரகித்துவிட்டதாக யாரும் எப்போதும் சொல்லிவிட முடியாது. அது நீரின் மீதுள்ள பளபளப்பைப் போன்றது, நீங்கள் அதைத் தொடர்ந்து போகலாம், ஆனால் அதை நோக்கி நீங்கள் எவ்வளவு தூரம் சென்றாலும் அதே தொலைவுக்கு அது உங்களைவிட்டு விலகிச் செல்லும்."

பொறுமையற்ற நாரதர் மட்டுமே விளக்கங்கள் தர வேண்டிய நிர்ப்பந்தத்தை உணர்ந்த ஒரேயொருவர். அமைதியாக இருந்த ஒரு கட்டத்தை மீண்டும் விவாதம் தொடங்கப் பயன்படுத்திக்கொண்டு, அவர்களின் அந்நிய விருந்தினர்களை நோக்கிச் சொன்னார்: "உங்கள் பிரதேசத்தில்

தலைமுறை தலைமுறையாக வாசிக்கப்படும் படைப்பு ஒன்றை எழுதிய ஒருவர் "இறவாமையுடையவர்" என்றழைக்கப்படுவது என் கவனத்துக்கு வந்தது. அந்தப் படைப்பும் "இறவாமையுடையதாக"ச் சொல்லப்படுகிறது. இது 'இறவாமையுடையது' என்ற சொல்லின் தவறான பயன்பாடாக எனக்குப் படுகிறது. இந்த மனிதர் தன் படைப்பின் மூலம் அநேகருடைய மனங்களில் எழுகிறார் என்று சொல்வது போதுமானது. அடிக்கடி நினைவில் வந்து போகும் விருந்தினர் என்று வேண்டுமானால் சொல்லலாம். ஆனால் அதற்குமேல் அல்ல. இறவாமையுடையது என்பது நினைவுகளைக் கடத்துவதுபோல் அவ்வளவு எளிமையான விஷயமல்ல. ஆனால் சொல் லுடன் அதற்கு ஒரு உறவிருக்கிறது. தொடக்கத்தில் கடவுளரும் மரணத் திற்குப் பயந்து கொண்டிருந்தார்கள், உங்களைப் போலவே. வேட்டையாடும் விலங்கின் கண்கள் தொடர்வதை அறிந்த மேய்ச்சல் விலங்குகள்போல் பாதுகாப்பற்றவர்களாக அவர்கள் உணர்ந்தார்கள். மரணத்தைத் தொலைவில் வைத்திருக்க ஒளிந்துகொள்ள முடிவெடுத்தார்கள். ஆனால் எங்கே? வேதங்களில். உடைகள்போல் சந்தங்களால் அவர்கள் தங்களை மூடிக்கொண்டார்கள். கடவுளர் தங்களை அதனால் மூடிக்கொண்டதால், *ஆச்சாதயன்*, சந்தங்கள் *சந்தஸ்* என்று அழைக்கப்பட்டன. ஆனால் மரணம் அவர்களை அங்கேயும் பார்த்துவிட்டது. "மீன் ஒன்றைத் தண்ணீரில் பார்ப்பதுபோல்" என்கின்றன உரைகள். மரணத்திலிருந்து தப்பிப்பதற்கு சந்தங்களிடம் நிச்சயமாக ஏதோ இருக்கிறது, ஆனால் அவை போதாது. அவை ஒளிபுகும் தண்ணீர், தற்காலிகப் பாதுகாப்பு, நமக்கு நம் உடைகள் போல். எனவே, ஒளிந்துகொள்வதற்காகக் கடவுளர் அதற்கு அப்பால் சென்றனர். சந்தங்களைப் பின்னால் விட்டுவிட்டு, அவர்கள் அசைகளிடம் சென்றனர். இந்த இடத்தில் அசையால் மரணத்திலிருந்து தப்பிக்க முடியுமா என்பதையும் நன்கு யோசித்துப் பார்க்க வேண்டும். ஆனால் நாம் வேறொரு மாலைப்பொழுதில் அது பற்றிப் பேசலாம். எவ்வாறாயினும் நாம் 'இறவாமை' என்னும் சொல்லுக்கு அருகில் தகுதியற்று உங்கள் மனத்தில் இருக்கும் சொல்லான புகழ் என்பதிலிருந்து நாம் வெகு தொலைவில்தான் இருப்போம்.

வசிஷ்டர் சொன்னார்: "கடவுளருக்கு முடிவற்ற காலநீட்சியை, அல்லது எல்லையற்ற அறிவை, அல்லது அளவற்ற வலிமையைக் கற்பித்துக் கூறுவது ஈனமானது, மூடநம்பிக்கையானது. கடவுளர் *பிரம்மத்துக்கு* வெகு அருகில் வந்தவர்கள். அவர்கள் செருக்குடன் மூடத்தனமாகத் தங்கள் வெற்றிக்குத் தாங்களே பொறுப்பு என்று சொல்லிக் கொண்டு, தங்கள் செயல்களைத் தாங்களே தொடங்கிக்கொள்வதாகவும் சொல்லிக் கொண்டது உண்மைதான். மனிதர்களும் அவர்களைப் போல் செய்வதற்காக அதையே செய்கிறார்கள். ஆனால் அது சுத்தமான தற்புகழ்ச்சி. ஒரே அறிவு அருகே நெருங்குவதும் எதை நெருங்குகிறோம் என்று அறிந்து கொள்வதும்தான். அக்னி, வாயு, இந்திரன் ஆகியோர் அந்த அளவுக்கு முயன்றார்கள். அவர்கள் வலிமையைச் சிறுமைப்படுத்தி ஏளனப்படுத் தினான் யக்ஷன் ஒருவன். அவர்களால் அவனை யாரென்று கண்டுபிடிக்க

இயலவில்லை. காட்டில் நடந்துகொண்டிருந்தபோது, இந்திரனுக்கு அதிர்ஷ்டம் அடித்தது: அவன் உமாவை, அதாவது பார்வதியை, மலைமகளைச் சந்தித்தான். அவள்தான் அவனுக்குப் பெண்களுக்கே உரிய விநயமற்ற முறையில் விளக்கினாள்: "நீ இன்னும் உனக்குச் சொந்தமில்லாத வெற்றியில் ஒளிர்ந்துகொண்டிருக்கிறாய். அந்த யக்ஷன்தான் *பிரம்மம்.* அவன்தான் உன் வெற்றிக்குக் காரணம்" எனவே, தன் முகத்தை அதற்குப் பிறகு காட்டாத ஒரு யக்ஷனில் இந்திரனால் *பிரம்மத்தை* அடையாளம் காண முடிந்தது. அவன் மற்றவர்களைவிட ஒரு படி முன்னே சென்றுவிட்டான். அதே போன்ற ஏதோவொன்று ரிஷிகளான நம்மிடையேயும் நடந்தது. ஒருநாள் நான் இந்திரனை நேருக்கு நேராகச் சந்தித்தேன். இன்றளவுக்கும் எனக்கும் மற்ற ரிஷிகளுக்கும் உள்ள வித்தியாசம் இது. ஆனால் பிறகு இந்திரன் என் பார்வையிலும் படாது போய் விட்டான்."

பரத்வாஜர் சொன்னார்: "எதிர்ப்பண்புகளின் உடனிகழ்வு என்று அயல்நாட்டவர்களான நீங்கள் சமீபத்தில் பெயரிட்டு, எதைச் சமீபத்தில் ஒரு கோட்பாடாக ஆக்கினீர்களோ, அது எங்களைப் பொறுத்தவரையில் ஒரு நிலை. ஒரு உருவமற்ற, துடித்து அதிரும் எல்லையற்ற விரிவு, தானாக நகர்வது – தன்னுள் ஒரு ஒளிர்வோடும் வெம்மையோடும் முதற்பார்வைக்கு கொள்ளிவாய்ப்பேய் போலிருப்பது. ஆனால் பிறகு அது விரிவடையும், செஞ்சூடான இரும்புத் துண்டிலிருந்து வெளியே பெருநீர்ப்பரப்பில் விரியும். நிலைகளில் முதன்மையானது, ஒவ்வொரு நிகழ்வுக்குப் பின்னும் இறுதியான தடைக்குத் திரும்புவதுபோல் திரும்பும் முதல் நிலை. அதற்குப் பின்னால் நாம் எப்போதும் இதே தடையை மீண்டும் மீண்டும் எல்லாக் காலங்களிலும் சந்திப்போம், பெருநீர்ப்பரப்பிலிருந்து தீ பிறப்பது. சோமத் திலிருந்து தீ. திரவத் தீ."

"இந்தக் காரணத்திற்காகவே, இந்த ஒரு காரணத்திற்காகவே, *தபஸ்* – வெப்பம் –சொல்லுக்கும் இலக்கத்துக்கும் காரண காரிய விளக்கத்துக்கும் அனுமானத்துக்கும் முன்னால் வந்தது. அதனால்தான் நீரினுள் மூழ்கிய ஒரு நெருப்புக்கலத்தை, நீரினுள் ஒரு ஒளிர்வை, எண்ணம் தனக்கான முதல் பிம்பமாகத் தேர்ந்தெடுத்தது. நம்மை மற்ற அனைத்திற்கும் முன்னால் இருந்த அந்த நிலைக்கு, மனத்திலிருந்து நீர் வெளிப்பட்ட, நீரிலிருந்து மனம் வெளிப்பட்ட நிலைக்கு இட்டுச் செல்வதற்கு அதுதான் ஒரே வழி. எது முன்னால் வந்தது என்று யாரால் சொல்ல முடியும்?

ஜமதக்னி சொன்னார்: "நிறைய உலகங்கள் உள்ளன – இரண்டுக்குக் குறைவாக எப்போதும் இருந்ததில்லை: இதுவும் அதுவும். இது மனிதர்களின் உலகம். அது கடவுளரின் உலகம். விலங்குகளைப் பாருங்கள் நான் என்ன சொல்கிறேன் என்பதைக் காண்பீர்கள்: மனிதர்களின் உலகம் பழகிய விலங்குகளுடையது: கடவுளரின் உலகம் வனவிலங்குகளுடையது."

யாக்ஞவல்கியர் சொன்னார்: "அந்த உலகுக்குள் நுழைய முடிவதற்கு, அதை நோக்கி நகர்வதற்கு, ஒருவர் மனத்தையும் சொல்லையும் ஒன்றாக நுகத்தடியில் பூட்ட வேண்டும். வேறெந்த ரதமும் நம்மை அங்கு சுமந்து செல்லாது. ஆனால் நுகத்தடி சமநிலையில் உள்ளதா என்று கவனமாகப் பார்க்க வேண்டும். ஏனெனில் சொல் மனத்தைவிடச் சிறியது. எனவே நுகத்தடியின் மையக்கட்டைச் சமமாக நிற்பதற்கு. மையக் கட்டையின் கீழ், சொல் இருக்கும் பக்கத்தில் மற்றொரு மரப்பலகையைச் செருகுவது நல்லது. இவ்வாறான முன்னெச்சரிக்கைகளின் மீதுதான் நம் வாழ்வின் போக்கு சார்ந்துள்ளது."

அத்ரி சொன்னார்: "நிறையப் பேர் கேட்டிருக்கிறார்கள், மேலும் கேட்டுக்கொள்வார்கள்: அது நீருக்குள் மூழ்கித்தான் ஆக வேண்டும் என்றால் பிறகு அது ஏன் நிகழ வேண்டும், பிணங்களுக்கிடையில் உள்ள பழுதுபடாத தர்மத்தால் என்ன பயன்? அனைத்தும் விழுங்கப்பட்டுவிடும் போது ஒரு யுகத்துக்கும் மற்றொரு யுகத்துக்கும் என்ன வேறுபாடு? இந்தக் கேள்வி பலமுறை என்னிடம் கேட்கப்பட்டிருக்கிறது. என்கீழ் அலையடிக்கும் பெருநீர்ப்பரப்போடு தனியே விடப்பட்ட ஒவ்வொரு முறையும் என்னை நானே கேட்டுக்கொண்ட கேள்வி இது. அந்தக் கருநீல நிறத்தின் நடுவில், அல்லது சிலசமயம் முடிவுறாத அந்தச் சாம்பல் நிற வெளியில், கறும் துகளொன்று இருந்தது, ஓர் அலையும் படுக்கை. அதன்மீது தூக்கக் கலக்கத்துடன், சேஷனுடைய தலைகளின் விதானத்தினடியில் பாதுகாக்கப்பாக அவன் சுருள்மீது ஒரு காதலனைப் போல் ஒட்டிக்கொண்டு கிடக்கிறார் விஷ்ணு, எந்தக் குழந்தையும் ஒருபோதும் விளையாட முடியாத ஒரு மென்மையான பொம்மையுடன். சேஷன் ஒரு திரட்சி, விட்டுப் போனது, இருந்ததன் எச்சம். அந்தத் திரட்சி மிதந்துகொண்டிருக்கும் வரையில் எல்லாம் வெறும் மாயத்தோற்றம் அல்ல. இங்குதான் செய்யத் தவறிய செயல்கள், சுவைக்கப்படாத கனிகள், அனைத்தும் சேகரிக்கப்பட்டு உறைகின்றன. புதிய யுகத்தின் நாட்களை அளக்கக் காத்திருக்கின்றன.

" 'அப்படியானால் புதிதாக எதுவும் இல்லையா?' என்று அவர்கள் என்னைக் கேட்டார்கள். 'ஏதோ இருக்கிறது என்பதற்கே ஒருவர் நன்றி கொள்ள வேண்டும், அது புதிதாக வேறு இருக்க வேண்டும் என்று ஏன் கேட்கிறாய்?' என்று நான் பிராமணனின் பொறுமையின்மையுடன் பதிலளித்தேன். இருந்தும் எனக்குத் தெரியும், எவ்வளவு சிறியதாக இருந்தாலும் புதியது இருக்கத்தான் செய்கிறது. அனைத்தும் விரிந்தாலும் அனைத்தும் மீண்டும் ஈர்த்துக்கொள்ளப்பட்டாலும், பின்புலத்தில் எப்போதும் ஒரு உஸ்ஸென்ற மெல்லிய ஒலி, அம்பு தன் இலக்கை நோக்கிச் சென்றுகொண்டிருப்பதை நமக்குச் சொல்கிறது. அம்பு கோதிவிடும் இறகு புதியது."

விஸ்வாமித்ரர் சொன்னார்: "எனக்கு நினைவிருக்கிறது. அது கிட்டத்தட்ட சோமத்தைப் பிழிய வேண்டிய நேரம் – மதியத்தின் பிழிதல். அது குளிர்காலம். இன்றுபோலவே கிட்டத்தட்ட கதிர்திரும்புமுகம். நாங்கள் மகாவிரதத்தைக் கொண்டாடிக்கொண்டிருந்தோம். "பெருநோன்பு." '*மகாதுக்தம்*' என்னும் பாசுரத்தை அப்போதுதான் ஆயிரம்முறை பாராயணம் செய்துமுடித்திருந்தேன். திடீரென்று இந்திரன் எனக்கு அருகில் உட்கார்ந்திருப்பதாக உணர்ந்தேன். பிரமை என்று நினைத்தேன். எனக்கு எதிரில் நேராகப் பார்த்தபடி, நான் பாசுரங்களை மேற்கொண்டு சொல்லிக்கொண்டிருந்தேன், பிறகு கள்ளத்தனமாக மீண்டும் ஓரப்பார்வை பார்த்தேன். இந்திரன் இன்னும் அங்கே இருந்தார். எனவே நான் சொன்னேன்: என் வீட்டிற்கு வந்து என்னைக் கௌரவப்படுத்திவிட்டீர்கள். ஆனால் உங்கள் அருமையான இல்லத்தில், விண்ணுலகில், உங்களைச் சந்திக்க வேண்டுமென்பதுதான் என் ஆசை.' சடங்கு தொடர்ந்து நடந்து கொண்டிருந்தது. பாசுரங்கள் குளவிகளின் திரள்போல் சுற்றிலும் எதிரொலித் தன. 'என்னைத் தொடர்ந்து வாருங்கள்' என்றார் இந்திரன். நாங்கள் வானிலிருந்தபோது அவரிடம் சொன்னேன்: "உங்களைப் பற்றி அறிந்து கொள்ள விரும்புகிறேன்'. இந்திரன் பதிலளித்தார்: 'உங்களுக்கு அந்த அனுகூலத்தைச் செய்கிறேன்'. பிறகு அவர் அமைதியானார். நீண்டநேரம் நாங்கள் எதிரெதிரே அமர்ந்திருந்தோம். பிறகு இந்திரன் சொன்னார்: 'நான் *பிராணன்*, சுவாசம். நீயும் சுவாசம், அனைத்து உயிரினங்களும் சுவாசம். சுவாசம்தான் கீழே எரிந்துகொண்டிருப்பது. இப்படித்தான் நான் எல்லா வெளிகளையும் ஊடுருவுகிறேன். நீ ஓதிக்கொண்டிருந்த *மகாதுக்தமும்* சுவாசம்தான். அது ஒளியும்கூட. அது உணவு'. இந்திரன் பிறகு ஏழு சுவாசங்கள் இருப்பதாகவும் அவை ஒவ்வொன்றும் வெவ்வேறான திசைகளில் செல்பவை என்றும் விளக்கினார். அவற்றை அவர் விவரித்துக் கொண்டிருந்தபோது அவற்றைக் கண்டுகொண்டேன்: அது வேறு யாருமல்ல நாங்களேதாம்: சப்தரிஷிகள். *மகாதுக்தத்தின்*போது யாழின் நூறு கம்பிகளும் ஏன் ஏழு வெவ்வேறான வழிகளில் அத்தி மரக்குச்சியால் உரசப்பட்டன என்று இப்போது நான் புரிந்துகொண்டேன். *ஹோதர்* ஏன் ஊஞ்சற் பலகையை அளப்பரிய கவனத்தோடு ஏழு வெவ்வேறு திசைகளில் தள்ளிவிடுகிறார் என்று இப்போது புரிந்துகொண்டேன். நாம் அந்தச் சடங்கை ஏன் கொண்டாட வேண்டுமென்று இந்திரன் விளக்கிக் காட்டிய அன்று ஏற்கனவே நாங்கள் அதைக் கொண்டாடிக்கொண்டிருந்தோம். நான் திரும்பி வந்தவுடன், அனைவரிடமும் நான் கண்ட காட்சியைச் சொன்னேன். எனவே நாம் இப்போது ஏன் *மகாவிரதத்தைக்* கொண்டாடு கிறோம் என்று எனக்குத் தெரியும், இதுதான் நிகழ்வுகளின் சரியான வரிசை. காட்சி *பின்னர்* வருகிறது. முதலில் சமிக்ஞைகளை ஒருவர் சீராக அமைத்துக்கொள்ள வேண்டும். ஆனால் அவற்றின் சரியான பொருள் என்னவென்று தெரிந்துகொள்ளாமலே. நடப்பவை அனைத்தும் எப்படி அவ்வாறு நடக்கின்றன, ஏன் அவ்வாறு நடக்க வேண்டும் என்பதை அந்தக் காட்சி துலக்கமாகக் காட்டுகிறது. அது எப்படி நடந்தது?

"*மகாவிரதம்* என்பது ஒரு புராதனமான சடங்கு – *விராத்யர்கள்* தொடங்கிவைத்த மற்ற சடங்குகள்போலவே. *விராத்யர்கள்* பற்றி மக்கள் இப்போது பேசுவதில்லை. ஆனால் அவர்கள் நம் ஒவ்வொரு சமிக்ஞையிலும் கூடவே வரும் நிழல்கள். நிழலை ஒருவர் அறியாவிட்டால், அவர் எதையுமே அறியமாட்டார். எனவே நான் அவற்றைப் பற்றிப் பேசுகிறேன். கறுப்புத் தலைப்பாகைகள், (அவர்கள் சொல்வதுபோல்) 'காதுகளுடன்' முழுமையாக உள்ள கறுப்பு செருப்புகள், கறுப்பு மற்றும் சிவப்பு ஓரங்கள்கொண்ட அங்கிகள் அணிந்து, தோள்களில் மான் தோல், கையில் ஒரு உலோகப்பூண் கொண்ட தடி, தளர்வாக நாணேற்றிய சிறிய வில், இவற்றுடன் ஒரு பக்கமாகச் சாய்ந்து ஆட்டமாக ஆடும் கூடு திறந்த, ஒரு குதிரையும் ஒரு கோவேறு கழுதையும் இழுக்கும் கட்டை வண்டியைச் சுற்றிக் குழுமி, பழக்கப்பட்ட பாதையை விடுத்து, விரிந்திருந்த நீளமான தலைமுடியுடன், வெள்ளிக் கழுத்துப் பட்டை அணிந்து, பிணம்போல் விறைத்து இருந்த ஒருவன் அதை ஓட்ட: இப்படித்தான் *விராத்யர்கள்* தங்கள் பாதையில் சென்றார்கள். அவர்கள் பின்னால் எப்போதும் ஒரு பரத்தையும் மகதத்தி லிருந்து வந்த ஒருவனும் தொடர்ந்து வந்தனர். ஆனாலும் முதுமொழிகளின் படி, அவர்கள் ஒரு 'பரத்தை என்று அழைக்கப்பட்ட பரத்தை அல்லாதவளும்' 'மகதத்திலிருந்து வந்ததாகச் சொல்லப்பட்ட மகத்திலிருந்து வந்திருக்காத மனிதனும்' '*அபும்ஸ்கலு பம்ஸ்கலுவாக்யா*' மற்றும் '*அமகதோ மகதவாக்யா*'. இது விசித்திரமாகப் படும் என்று எனக்குத் தெரியும். ஆனால் பாருங்கள்: சடங்குகளில் பங்கெடுத்துக்கொள்ளும் எவனும் அவனாக இல்லை. அவன் வேறு ஏதோ ஒன்று . . . அவர்களின் முடிவற்ற திரிதல்கள் முழுவதிலும் *விராத்யர்களின்* வாழ்வே ஒரு சடங்குதான். *விராத்யர்கள்* பயணித்தார்கள், இசையை உருவாக்கினார்கள், அடாவடி செய்தார்கள், திருடினார்கள், நடனமாடினார்கள், உளவு பார்த்தார்கள், கொள்ளையடித்தார்கள், சாபமிட்டார்கள், ஆனால் அவர்கள் சாபங்களின் இலக்காகவும் ஜாதி விலக்கம் செய்யப்பட்டவர்களாகவும் பெயர்சொல்ல முடியாததின் தூதுவர்களாகவும் பின்னே விட்டுச் செல்ல விரும்பும் அனைத்துமாகவும் ஆனால் எப்போதும் திரும்ப வரும் கடந்த காலத்தைப் போல் இருந்தனர். அவர்கள் ஒரு 'கூட்டம்', *விராதா*, ஒரு குழாம், ஒரு குறிப்பிட்ட வகையான வாழ்க்கைமுறையை*(விரத)* விதித்த ஓர் உறுதிமொழியால் *(விரதம்)* கட்டுண்ட குழு. அவர்கள் சாஸ்வதமான பதுங்குக் கொள்ளையர்கள். கிராமங்களில் வாழ்ந்துவந்த மக்கள் – அதுபோலவே குழுக்களான நாடோடிகள், மிக மெதுவாகத் தங்கள் மந்தைகளுடன் இடம்பெயர்ந்தாலும் – அச்சுறுத்தும் பிம்பம் ஒன்றை உருவாக்க விரும்பியபோது, வனவிலங்குகளையோ, தங்கள் அலைதலில் சந்தித்துச் சண்டையிட வேண்டியிருந்த குதிரைகளில்லாத எதிரிகளைப் பற்றியோ 'சரியான மொழியை', சமஸ்கிருதத்தைப் பேசாத எதிரிகளைப் பற்றியோ நினைக்கவில்லை. அவர்கள் *விராத்யர்கள்* பற்றி நினைத்தார்கள். எப்போதாவது குழுவிலிருந்த இளைஞர், குறிப்பாக இளவயது மகன்கள் காணாது போனால் அவர்கள் *விராத்யர்களுடன்* சென்று சேர்ந்து விட்டதாக வதந்தி பரவியது. காட்டில் மற்றொரு குழு உள்ளதென்று அனைவருக்கும் தெரியும், இணையான, இறுக்கமான ஒரு குழு, அவர்களை

வேறுபடுத்திக் காட்டும் சமிக்ஞைகள், நடத்தை, மொழி, உடை கொண்டு கிராமத்து வாழ்க்கைக்கு எதிர்நிலையாக, சிலசமயங்களில் அமைதி குலைக்கும் சீற்றத்தோடு, ருத்ரனின் அம்புபோல் சட்டென்று, எதிர்பாராத விதமாகக் கிராமத்தைத் தாக்கும் குழு. இதனால் இவர்களை ருத்ரனின் மேன்மையான குழாமென்று அவர்களைக் கருதினார்கள். அவர்கள் மறைபொருளாகவே இருப்பவர்கள், அவசரக்காரர்கள், பேராசைக்காரர்கள், சுயநிறைவுள்ளவர்கள். இருகால் ஓநாய்கள்போல் ஒருவரிடமிருந்து ஒருவர் பிரித்தறிய முடியாதபடி இருப்பதற்காக அவர்கள் தங்களையே பாராட்டிக் கொண்டார்கள். தங்களை 'நாய்கள்' என்று அவர்கள் குறிப்பிட்டுக் கொண்டார்கள். ஒரு குழு தழைத்து இருப்பதற்கு அவசியமான பொது அமைப்புடன் எந்தத் தொடர்பும் வைத்துக்கொள்ளமாட்டார்கள். மாறாக, மறைபொருளின் பாதுகாவலர்களான பிராமணர்கள், பேரெழுச்சிகளோ அறிவின் மிகைகளோ இல்லாத சமுதாயத்தின் சாமான்ய வாழ்க்கைக்கும் காவலர்களாக இருக்க விரும்பினார்கள். அறிவைத் தாங்களே மௌனத்தில் கவனித்துக்கொள்வார்கள். மற்ற அனைவரும் செய்ய வேண்டியது வாழ்வது மட்டும்தான். ஆனால் *விராத்யர்கள்* அப்படியல்ல. பெரும்பாலும் அவர்கள் ஒரு பேரிரைச்சலுடன்தான் வருவார்கள். யாழ்கள், மேளங்கள், கிலுகிலுப்பை கள், புல்லாங்குழல்கள். அவர்கள் மனத்தில் பூமியேகூட முதன்மையாக ஒலிதான். அவர்கள் ஆழமான குழியைத் தோண்டினார்கள், அதன்மீது பலியிடப்பட்ட விலங்கின் தோலைப் பதித்து, அதன்மேல் விலங்கின் வாலால் அடித்தார்கள். அது பூமி மேளம். அவர்கள் ஒலிக்கீற்றுபோல் சமூக வாழ்வின் கூடாரங்களைச் சுற்றி வளைந்து நெளிந்து சென்றார்கள். தங்கள் வண்டிகளுடனும் மந்தைகளுடனும் நிலையற்ற குடியிருப்புகளில் வாழ்ந்துகொண்டிருப்பவர்களை, சமுதாயம் என்பதே அனைத்தும் அல்ல, வேறு ஒரு வாழ்க்கை, திறந்தபடி இருக்கிறது, எப்போதும் வெளியே, அப்பால், விரைந்து திரிந்தபடி இருக்கிறது என்று எச்சரிக்க இதுவே போதுமானதாக இருந்தது. இவ்வாறாக *விராத்யர்கள்* நெடுங்காலத்துக்கு மறைபொருளின் உணரக்கூடிய இருப்பாக இருந்தனர். ஆனால் மறை பொருள் என்பது என்ன? வனம்தான் மறைபொருள். மனித சமுதாயத்தில் என்ன நிகழ்கிறது என்பதன் அறுதியான முக்கியத்துவத்தைப் புரிந்துகொள்ள ஒருவர் அந்தச் சமுதாயத்தைவிட்டு வெளியே செல்ல வேண்டும். அந்தச் சமுதாயத்தினுள் அமைக்கப்பட்ட அனைத்திலும் அடிமைத்தனத்தின், குருட்டுத்தனத்தின் சுவடுகள் இருக்கின்றன. அதை விட்டு வெளியே போகும் ஒருவன் முதன்முறையாகச் சுவாசிக்கிறான். முதன்முறையாகத் தனித்திருக்கிறான். அவன் திகிலை உணர்கிறான் – திகிலூட்டுகிறான். வனம் என்பது இருகால் ஓநாய்க் கூட்டத்தின் உறுமல், கூடவே அது துறவிகளின் அமைதி. இளம் வனவிலங்குகளும் மரக்கட்டைபோல் அசையாமல் இருக்கும் தனித்த சிந்தனையாளனும் இப்போது அநேகமாகத் தன் வீட்டுச் சடங்குகளைச் செய்துகொண்டிருக்கும் குடும்பஸ்தனுடைய அறிவின் எல்லைக்கு அப்பாற்பட்ட, தொலைவானதாக இருக்கும் தங்கள் அறிவின் வழியாகப் பரிமாறிக்கொள்கிறார்கள். மறைபொருள் எது? விஷயங்கள் தங்களைப் பற்றித் தாங்களே கொண்டுள்ள பார்வைக்கு மிகவும் அருகிலுள்ள எண்ணம்.

ராபர்ட்டோ கலாஸ்ஸோ

“இதனால்தான் *விராத்யா* சடங்கு கொண்டாடுபவர்களுடன் அந்தச் சந்தர்ப்பத்தில் நான் இருந்தேன். அதனால்தான் அவர்களை ரகசியமாக வெறுத்த, சாஸ்திரப்படியான நிகழ்வுகளிலிருந்து முற்றாக அவர்களை விலக்கிவிடும் வாய்ப்புக்காகக் காத்திருந்த பிராமணர்கள்போல் அல்லாமல் நான் அவர்கள்பால் ஈர்க்கப்பட்டேன். அதில் அவர்கள் அநேகமாக வெற்றியும் கண்டனர். ரிஷிகளுக்கிடையில் எப்போதும் நான் விதிவிலக்காக இருந்தேன். ஏனெனில் நான் ஒரு வீரன், க்ஷத்ரியன். என் வாழ்வில் ஆசிரமம் மட்டுமல்ல, நான் ஆள்வதற்கு ராஜ்ஜியமும் இருந்தது. சப்தரிஷி மண்டலத்தின் ரிஷிகளான என் கூட்டாளிகளை நிலைகுலைப்பவன் நான் மட்டும்தான். என் தனிப் பிரியத்துக்குரிய திரிசங்குவை விண்ணுலகில் அனுமதிக்க அவர்கள் மறுத்தபோது, சுத்தமான வன்மத்துடன், அவர்களையொத்த வேறு ஏழு ரிஷிகளை உருவாக்கித் தெற்கு வானத்தில் தோன்றும்படி செய்தேன். அவர்கள் நட்சத்திர வெளியில் மற்ற ஏழு ரிஷிகளும் உருவம் பெறுவதைப் பார்த்துத் தங்களை அதில் அடையாளம் கண்டுகொண்டனர், கிலியூட்டும் நிலைக்கண்ணாடியில் பார்த்ததுபோல். பிரபஞ்சத்தின் மறுபக்கத்தில் ஏழு ஜோடிக் கண்கள் தங்களை அதே கிலியுடன் பார்த்துக்கொண்டிருக்கும் என்று கற்பனை செய்துகொண்டனர். எது யார்? ஆனால் ரிஷிகள் நிச்சயமற்ற தன்மையின் ஆழத்திற்குச் சென்று விட்டனர், மற்ற எல்லாரையும்போல். மற்றபடி, ஒருபோதும் முடியாதது எனக்கும் வசிஷ்டனுக்குமான சண்டை. நான் ஒரு நாரையாகவும் அவன் ஒரு சதுப்பு நிலப் பறவையாகவும் இருந்தபோதுகூட எங்கள் கூர்மையான அலகுகளால் ஒருவரையொருவர் கொத்திக் கொண்டோம். நாங்கள் ‘எப்போதும் அன்பிலும் வெறுப்பிலும் சிக்கிக்கொண்டிருப்பவர்கள் என்றும், கோபங்கொள்ளும்போது எப்போதும் பொறுமையற்றவர்களாக இருப்பதாகவும் அவர்கள் எங்களைப் பற்றிச் சொன்னார்கள். நான் அதை மறுக்கவில்லை. அதைத் துறக்கப்போவதும் இல்லை. எதற்காக இதைச் சொல்கிறேன் என்றால், ஒருவேளை விலக்கப்பட்டவர்களோடு, *விராத்யர்களுடன்* சடங்கு கொண்டாட ரிஷி ஒருவர் விதிக்கப்பட்டிருக் கிறார் என்றால் அது நான்தான்.

“ஆனால் இப்போது நாம் சடங்கு பற்றிப் பேசுவோம். அது *சத்ரா*, மற்ற சடங்குகளில் இருந்து வேறுபட்டது. *சத்ரா* என்றால் ‘அமர்தல்’: ஒருவர் அமர்கிறார், நீண்டநேரம், சிலசமயம் அறுபத்தோரு நாட்களுக்கு. மற்ற சடங்குகள் திறந்த வெளியில், நதிக்கரையில் கொண்டாடப்படுகின்றன, *சத்ராவோ* வனத்தில். மற்ற சடங்குகளுக்கு ஒருவர் நடந்து செல்கிறார், *சத்ராவுக்கு* ஒருவர் ஊர்ந்து செல்கிறார். யாகம் செய்பவர்கள் ஒரு வரிசையில் குனிந்து வளைந்து கவனத்துடன் போவார்கள், ஒவ்வொருவரும் தன் முன்னால் உள்ளவரின் அங்கியின் முனையைப் பிடித்தபடி. இப்படித்தான் யாகம் நடக்கும் இடத்திற்குச் செல்வார்கள். ஏன்? யாகம் மான் போன்றது, அது பயந்துவிடக் கூடாது. இல்லாவிடில் அது ஓடிவிடும்.

“மற்ற சடங்குகளில் ஒரு புரவலரும் புரோகிதர்களும் இருப்பார்கள். *சத்ராவில்* அனைவரும் புரவலர்கள், அனைவரும் புரோகிதர்கள். எனவே அங்கே சடங்குக் கட்டணமில்லை, *தக்ஷிணையில்லை*. *சத்ராவில்* எதை

ஒருவர் பலியிடுகிறார்? தன்னையேதான். மகாவிரதத்தின் மையத்தில் ஒரு ஊஞ்சல் இருக்கும். அது சூரியன். பிறகு அவர்கள் ரதப் போட்டிக்கான பாதைபோல் எதையோ குறிப்பார்கள். ஒரு இலக்கை நிர்ணயிப்பார்கள், இம்முறை பசுத்தோல். பிறகு நீர்நடனம் தொடங்குகிறது. ஒன்பது பெண்கள், அறுவர் முன்னால், மூவர் பின்னால், இடமிருந்து வலமாக ஒரு பாதத்தை மெதுவாகத் தரையில் தட்டியபடி நகர்வார்கள். ஒவ்வொருத்தியும் நீர் நிறைந்த ஒரு கூஜாவைத் தலையில் வைத்திருப்பார்கள். 'இங்கே இருக்கிறது இனிமை' என்று அவர்கள் மீண்டும் மீண்டும் சொல்வார்கள். நடனத்தின் முடிவில் கூஜாவிலிருக்கும் நீரைத் தரையில் கொட்டிவிடுவார்கள். இந்திரனைச் சந்திக்கும்வரை இது ஏன் என்று எனக்குத் தெரியாது. ஆனால் அந்த நடனம் என்னைப் பரவசப்படுத்தியது. அதைவிட வசீகரமான எதையும் நான் என் வாழ்க்கையில் கண்டதில்லை. பிறகு ஹோத்ர் ஊஞ்சலை நெருங்கினார், ஆனால் அதன்மேல் ஏறவில்லை. ஊஞ்சற் பலகையைத் தன் முழங்கைகளால், பின்னர் கைகளால், பிறகு தன் முகவாயால் தொட்டார். அவர் தரையைப் பரிசீலிக்கும் பாம்புபோல் தோன்றினார். பிறகு நீண்ட கணக்கிட்டுக் கோணத்தைத் தீர்மானித்தது போல், மெதுவாக அவர் பலகையைக் கிழக்குப் புறமாகவும் பிறகு மேலே, கீழே, பக்கவாட்டுகளிலும் தள்ளினார். அது சுவாசங்களின் சடங்கு. ஹோத்ர் கடைசியில் ஊஞ்சலில் ஏறும்போது, பாசுரங்கள் வெடித்தன. ஆசைகள் அனைத்தும் சொல்லாக ஆக்கப்பட்டன. மேளங்கள் முழங்கின, புல்லாங்குழல்களும் யாழ்களும் வாசிக்கப்பட்டன. புரோகிதர்கள் மூச்சுத் திணறும்வரை பாடினார்கள். வேறு பல கட்டங்களும் இருந்தன, ரதப் போட்டி, ஆடும் திரைக்குப் பின்னால், 'பரத்தை என்றழைக்கப்பட்ட பரத்தை அல்லாதவளுக்கும்' 'மகதத்திலிருந்து வந்துள்ள மனிதனாக அழைக்கப்பட்ட மகதத்திலிருந்து வந்திராத மனிதனுக்கும்' இடையிலான கலவியையும் சேர்த்து.

"இவை அனைத்தும் வெகுதூரத்தில் உள்ளன. பிராமணர்கள் சிந்திப்பதோடு மட்டுமல்லாமல் தங்கள் சுவடுகளை மறைப்பதிலும் அக்கறை கொண்டவர்களாக இருந்தனர். குறிப்பிடக்கூடத் தகுதியற்றவர்களின் நடுவில் துரத்தியடிக்கப்பட்டார்கள் *விராத்யர்கள்*. அவர்கள் பேய்களைப் போல் வாழ்ந்துகொண்டிருந்தார்கள். ஒரு பொருளில் அவர்கள் எப்போதும் அப்படித்தான் இருந்துவந்திருக்கிறார்கள். இறந்தவர்களின் மந்தை. இருந்தும் சுவாசங்கள், அதாவது சப்தரிஷிகள்தாம், வனத்தினுள் நுழையும் துறவி களுக்குக் கடைசித் துணைவர்கள் என்பதை ஒவ்வொரு துறவியும் அறிவான், அவர்களிடம் மட்டும் அவன் பேசுவான், அந்தச் சுவாசங்கள் இல்லாமல் சிந்தனை இருப்புடன் கலக்க முடியாது, ஒன்று மற்றொன்றுடன் கலப்பது சுவாசத்தின் காரணமாகத்தான் என்பதால், இருந்தாலும் சுவாசங்கள் முதலில் காண்பிக்கப்பட்டது விராத்யர்களுக்குத்தான் என்கிறேன், அவர்கள் சரியான சமிக்ஞைகளை அமைத்தார்கள், இந்திரன் எனக்குத் தெளிவாகக் காட்டியது, நான் இப்போது நினைவுகூரும் அந்த நாளில்.

வசிஷ்டர் சொன்னார்: "அறிவு எதனால் ஆக்கப்பட்டது? உலகை அதன் உள்ளிழையில் அறிந்துகொள்ள அது விரும்பினால், எந்த

நிலையிலிருந்து உலகம் எழுந்ததோ அதனுடன் மிக உயர்ந்த அளவிலான நெருக்கத்தை அறிவு அடைய வேண்டும். அந்த நிலைதான் அறிவு. மற்ற அனைத்தும் அதிலிருந்துதான் இறங்கிவருகிறது. ஒருவர் என்ன அறிந்திருக்கிறாரோ அதுதான் அவர்: ‘ஒருவர் எதை நினைக்கிறாரோ அதுவாகவே அவர் ஆகிறார்: இதுதான் முடிவற்ற புதிர்நிலை’ என்கின்றன உரைகள். யாரொருவன் அறிகிறானோ அவன் தன்னை உருமாற்றிக் கொள்கிறான். எண்ணப்பட்ட எண்ணம்போல் ஒருவனை ஆகச் செய்யாத எதுவும் முழுமையான அறிவல்ல. அதுதான் சிந்திப்பது ஆபத்தானது என்பதற்கான மற்றொரு காரணம். பயத்தை நினைப்பவர் பயமாகவே ஆகிவிட்டால் சேகரமாகும் பயம், ஏற்கனவே நிகழ்ந்துள்ளதுபோல், பார்வையில் குறையேதுமில்லாத இழிந்த மனங்களுக்கு இன்னும் நடப்பதுபோல், அதைச் சுற்றியுள்ளவற்றைத் திக்குமுக்காடச் செய்யாமல் இருக்க வேண்டுமென்றால், அவர் சிந்தனை விசாலமானதாக இருக்க வேண்டும்.

யாக்ஞவல்கியர் சொன்னார்: “உங்களில் பலருடைய உண்மையான வேதனை உங்களுக்குப் பிரியமான உடல்களை விட்டுச் செல்ல வேண்டுமே என்பதுதான். உடல் விடுத்த ஆவியின் சந்தோஷத்தில் துக்கமான ஏதோ இருப்பதாக நீங்கள் நினைக்கிறீர்கள், நியாயம்தான். ஆனால் உண்மை அவ்வாறல்ல. மரணத்திற்குப் பிறகு, ஒரு மூட்டத்தின் ஊடே நீங்கள் திரிந்துகொண்டிருப்பதாகவும் நீங்கள் கத்துவது யாருக்கும் கேட்கவில்லை என்றும் உணர்வீர்கள். ஆனால் சட்டென்று கேட்பது நீங்களாக இருக்கும். வனத்தில் ஒரு விலங்குபோல் யாரோ உங்களைத் தொடர்வதை உணர்வீர்கள். ஆனால் இப்போது சொர்க்கத்தின் இருளில். உங்களைத் தொடரும் ஆள் உங்கள் அர்ப்பணம், நீங்கள் வாழ்வில் செய்த நிவேதனங்களால் ஆனதொரு ஜீவன். கிசுகிசுத்த குரலில் அவன் உங்களுக்குச் சொல்வான்: ‘இங்கே வா, வா இங்கே, நான்தான், உன் சுயம்.’ கடைசியில் நீ அவனைத் தொடர்வாய்.

9

சுகன்யா அழகானவளாகவும் ஆர்வம் மிக்கவளாகவும் இருந்தாள். தன் தோழிகளை விட்டுவிட்டு வனத்தில் தனியே திரிந்துகொண்டிருந்தபோது ஒரு பெரிய எறும்புப் புற்றைக் கண்டாள். அதைப் பார்ப்பதற்காக அருகே சென்றபோது தான் காணப்படுவதாக உணர்வுகொண்டாள். உழைப்பில் ஆழ்ந்திருக்கும் எறும்புகளின் அந்த முடிவற்ற சலனத்துக்குப் பின்னால் சலனமற்று ஏதோ இருந்தது. அந்தப் புதிர்ப்பாதையில் இரு செம்புள்ளிகள் ஒளிர்ந்துகொண்டிருந்தன. சிறைப்பட்ட இரு மின்மினிகளோ? சுகன்யா ஒரு முள்ளை எடுத்து அவற்றைக் குத்தினாள். மெல்லிய முனகலொன்று ஒலித்தது. சுகன்யா அதைப் பற்றி எதுவும் நினைக்காமல், கவலையின்றி மேலே சென்றாள்.

தன் அரசாங்கம் ஒரு சாபத்தால் பீடிக்கப்பட்டிருப்பதைச் சர்யாதி விரைவிலே உணர்ந்தான்: மக்களால் தங்கள் குடல்களைக் காலிசெய்ய இயலவில்லை. தீச்செயல் ஏதாவது நேர்ந்துவிட்டதா என்று மற்றவர்களைப் போலவே அவனும் அறிந்துகொள்ள முயன்றான். அவ்வாறு அவன் அழைத்தவர்களில் அவன் மகள் சுகன்யாவும் ஒருத்தி. “தவறு ஏதும் செய்துவிட்டதாக உனக்கு நினைவிருக்கிறதா?” “எதுவுமில்லை,” என்று பதிலளித்தாள் சுகன்யா. அவள் புன்னகை ஒரே சமயத்தில் இனிமையாகவும் கேலியின் சாயல்கொண்டதாகவும் இருந்தது. “கவனமாக யோசி” என்றார் தந்தை. “இரு மின்மினிகளை முள்ளால் குத்தினேன்”. “எங்கே?” “ஒரு எறும்புப் புற்றில்”. சர்யாதி கண்களைத் தாழ்த்திக்கொண்டு வெளிறிப் போனான். எறும்புப் புற்றைவிட நொய்ம்மையானதும் அபாயகரமானதும் வேறெதுவும் இல்லை. அது பூமியின் காது. யாகத்தின் எச்சங்கள் விட்டுச் செல்லப்படும் இடம் அது. அது பாம்பின் வீடு. பூமிக்குக் கீழேயுள்ள உலகங்களின் நுழைவாயில். எறும்புப் புற்றிலிருந்து லிங்கமொன்று எழும் கருவறைகளைக் கொண்ட கோயில்கள் உண்டு. சர்யாதி அமைதியானான். சுகன்யா சொன்னாள்: “அது எங்கே இருக்கிறதென்று தெளிவாக எனக்குத் தெரியும். நீங்கள் விரும்பினால் உங்களை அங்கே அழைத்துச் செல்கிறேன்.” “வா போகலாம்” என்றான் அரசன்.

சியவனர், “தளர்ந்து பேய் போலிருந்ததாக”ச் சொல்கிறது சடபாத பிராம்மணம். தங்கள் சடங்குகளின் சக்தியைத் தங்களால் இயன்ற ஒவ்வொரு வழியிலும் அதிகரித்துக்கொண்ட பிருகுக்கள், கடைசியில் யாகத்தின் கப்பலேறி விண்ணுக்குப் புறப்பட ஆயத்தமாகி இருந்தனர். அவர்கள் கிளம்பும்போது பொறுமையற்று இருந்தனர் – ஆனால் அதே சமயம் தங்கள் வயதான தந்தையை விட்டுவிட்டுச் செல்வது வெட்கக்கேடானது

என்றும் நினைத்தனர். அவர்கள் சங்கடத்தைப் பார்த்துவிட்டிருந்தார் சியவனர். தன் சீரழிந்த முகத்தின் சூறுகிய பிளவுகளின் வழியே கேலியாகவும் ஜாடையாகவும் சொன்னார்: “தயவு செய்து கிளம்புங்கள். என்னைப் பற்றிக் கவலை வேண்டாம். எச்சங்களோடு என்னை விட்டுவிட்டுச் செல்லுங்கள். எச்சங்களின் தலைவனுக்கான சூத்திரம் என்னிடமுள்ளது. ஒருவேளை சொர்க்கத்தைவிட மேன்மையான எதையாவதுகூட நான் அடைந்துவிடலாம்.” அவர் சிரித்தபோது அவர் தொண்டையிலிருந்து வறண்ட சரசரப்புதான் எழுந்தது. அவர் மகன்கள் அவரைப் பார்த்துத் தயங்கினர். பிறகு யாகபலியின் எச்சங்கள் குவித்துவைக்கப்பட்டிருந்த ஒரு மரத்துக்கு அருகில் சாக்கில் கட்டப்பட்ட எலும்புக் குவியலைப் போல் அவரைக் கிடத்திவிட்டுப் சென்றார்கள். விரைவிலேயே எறும்புகள் அவரை மொய்த்துக்கொண்டன. வருடக்கணக்காக அவர் உடம்பு முழுவதும் அவை ஏறிக்கொண்டிருந்தன.

சர்யாதி எறும்புப் புற்றுக்கு முன்னால் பணிவாக நின்றார். சுகன்யாவை நோக்கி ஒளி வீசிய இடத்தில் சியவனருடைய கண்கள் ரத்தம் கட்டிப் போயிருந்ததை அவர் பார்த்தார். “என் மகள் சுகன்யா கவனமில்லாதவள். ஆனால் அவள் கேடு எதையும் நினைக்கவில்லை. நாங்கள் வேண்டிக் கொள்கிறோம், மனமிரங்குங்கள்” என்றார் சர்யாதி. ‘சுகன்யா’ என்ற குரல் தொலைவில் எறும்புப் புற்றிலிருந்து ஒலித்தது. பிறகு சில சுருக்கமான சொற்கள் தொடர்ந்தன. “நான் அவளையும் – அவளோடு சேர்த்து உங்களனைவரையும் சாபமிடுவதைத் தவிர வேறென்ன செய்ய முடியும்? மாறாக அவளைத் திருமணம் செய்து கொள்ளலாம்” “நான் ஆலோசிக்க வேண்டும்” என்றார் சர்யாதி.

நீண்டநேரம் அவர்கள் விவாதித்தார்கள். அவள் திருமணத்தால் பெருமளவிலான பிரதிபலன்களைப் பெறும் நோக்கத்தில் அவள் குடும்பத்தினர் பெரிய திட்டங்களிடும் அளவுக்குச் சுகன்யா அவ்வளவு விரும்பத்தக்கவளாக இருந்தாள். சம்பந்தங்கள், நிலபுலன்கள், அரண்மனைகள். . . . “சுகன்யா நிச்சயமாக நமக்குச் சில செல்வங்களைப் பெற்றுத் தருவாள்” என்றார் ஆலோசகர் ஒருவர் சட்டென்று. “ஆனால் ஒரு பிராமணனின் சாபமென்பது அனைத்தையும் இழப்பதாகும். நமக்கு வேறு வழியில்லை” எனவே சியவனரின் திருமணக் கோரிக்கை ஏற்றுக் கொள்ளப்பட்டது.

தன் தந்தையும் நண்பர்களும் நாய்களும் யானைகளும் ஒரு பெரும் புழுதிப் படலத்தோடும் இரைச்சலோடும் முன்னே செல்வதைப் பார்த்தாள் சுகன்யா. ஒருவேளை அவர்களை அவளால் இனிப் பார்க்க முடியாமலே போகலாம். அவள் கணவர் சியவனர் எறும்புப் புற்றிலிருந்து வெளியே வந்து தன் புராதனத் தன்மையோடு, வழவழப்பான எலும்பு உறைபோல் தோன்றினார். அன்று இரவு சுகன்யா தப்பியோட முயன்றாள். ஆனால் ஓரிரு அடிகளுக்குள் தன் முன்னே பாதையில் பளபளக்கும் ஒரு கறுநிறப் பாம்பைக் கண்டாள். எறும்புப் புற்றிலிருந்து வெளியே வந்த அது,

அவள் உடலோடு ஒட்டிக் கொள்வதற்காக எழும்பியது. சுகன்யா பின்வாங்கினாள். அவள் முகம் சட்டென்று முதிர்ச்சி அடைந்து, நீண்டநேரம் அமைதியில் ஆழ்ந்தாள். அவளருகில் அசையாமல் இருந்த சியவனர் தன் கண்களை உயர்த்தக்கூட இல்லை.

சியவனருடனான அவள் வாழ்வு இடையறாத சலிப்பு நிறைந்ததாக இருந்தது. தன் குரோதத்தையும் குமட்டலையும் ஒருமுறை பொங்கி வழிய விட்ட பிறகு, தளர்ந்துபோன தன் கணவனைக் கவனித்துக் கொள்வதில் தான் ஒரு ரகசிய இன்பத்தை அடைவதைக் கண்டு அவள் ஆச்சரியம்கொண்டாள். "என் தந்தை என்னை இந்த மனிதரிடம் ஒப்படைத்திருப்பதால், நான் அதைச் செய்தாக வேண்டும்" என்று ஆரம்பத்தில் தனக்குத் தானே மகிழ்ச்சியற்றுத் தீர்மானித்துக்கொண்டிருந்தாள். பிறகு அந்த முதியவருக்கு உடுத்திவிடுவது, உடுப்பைக் கழற்றுவது, உணவளிப்பது, குளிப்பாட்டுவது போன்றவற்றை எந்தக் காரணத்திற்காகவும் தான் விட்டுக்கொடுக்க மாட்டோம் என்று அவள் ஒப்புக்கொள்ள வேண்டியிருந்தது. அவர்கள் அரிதாகவே பேசிக்கொண்டார்கள். ஆனால் சியவனரின் கண்கள் தன்மீது ஒவ்வொரு கணமும் பதிந்திருப்பதை சுகன்யா உணர்ந்தாள். ஒளிரும் கிணற்றிலிருந்து அந்தப் பார்வை பொங்கிவருவதைப் போல் இருந்தது. அவள் தனக்குப் பிடித்தமான பொழுதுபோக்கான, தான் அறிந்திராத மிகவும் அற்புதமான, அழகான ஆண்களோடு, தன் கற்பனையில் ஒருவன் பின் ஒருவனாக, ஆவேசமான, களைத்துப் போகும் வரையிலான காதல் விளையாட்டுக்களில் ஈடுபட்டுக்கொண்டிருக்கும் போதுகூடச் சியவனர் தன்னை விட்டு விலகாதிருந்தது அவளுக்குத் தெரியும்; மாறாக, சுகன்யா ஆக்ரோஷமான, நுட்பமான சிற்றின்பச் சமிக்ஞைகளைத் தன் மனக்கண்ணில் கண்டு கொண்டிருக்கும்போதுதான் அவர் அவள் மனத்தினுள் நுழைந்தார். அது அவளுக்குத் துன்பமளிப்பதாக இல்லை. அவர்களைச் சேர்த்துப் பிணைத்திருந்த கண்ணுக்குப் புலப்படாத மணிக்கயிறை இறுக்கும் வகையில் அந்தப் பார்வை அவள் இன்பத்தைத் தூண்டியது.

வனத்தில் நடந்தவாறு அங்கே அரிதாகக் கிடைக்கக்கூடிய உணவை அவள் சேகரித்துக்கொண்டிருந்தபோது சுகன்யா நினைத்தாள்: 'சியவனரும் நானும் அகஸ்தியரையும் லோபாமுத்ரையையும் மிகவும் ஒத்திருக்கிறோம். நான் குழந்தையாக இருந்தபோது நீண்டகாலமாகக் கேட்டிருந்த பாசுரத்தின் சொற்களை மீண்டும் மீண்டும் நினைத்துக்கொள்கிறேன்: 'பல இலையுதிர் காலங்களுக்கு இரவு பகலாக, நம்மை முதியவர்களாக்கும் காலை வேளை களிலும் என்னால் இயன்றவற்றை எல்லாம் செய்தேன். வயது அழகை உடலில் இருந்து விரட்டுகிறது. ஆண்கள் தங்கள் மகளிரிடம் செல்லவே கூடாதா?' ஆனால் லோபாமுத்ரா இந்தச் சொற்களைச் சொன்னபோது தன் அழகு, தன் மகத்தான அழகு, மங்குவதை ஏற்கனவே உணரத் தொடங்கியிருந்தாள் – நான் இப்போதுதான் ஒரு பெண்மணியாக

வளர்ந்திருக்கிறேன். அப்போது அகஸ்தியர் ஒரு வலிமையான ரிஷியாக இருந்தார். ஆனால் சியாவனரோ ஒரு வெறும் எலும்புக் குவியல். உணர்ச்சிகளின் சுமையேறிய கூண்டு வண்டியாகத்தான் லோபாமுத்ரையால் தன் வாழ்வைப் பார்க்க முடிந்தது. தொலைவில் உள்ள அறைகளில் அவர்கள் பாடிய பாசுரத்தின் சில சொற்களைத்தான் என்னால் நினைவுக்குக் கொண்டுவர முடிகிறது. வாழ்வை நன்கு அறிந்துவிட்ட ஒருவருக்கு அருகில் என் வாழ்வு தொடங்கியிருக்கிறது – வரை மீறிப்போகும் துடிப்புக்கான என் ஏக்கத்தை மறுக்கிறது அது. யாராவது எங்கள் தனிமையில் இங்கே எங்களைக் கவனிக்க நேர்ந்தால், சியாவனர் தன் சுயத்தை முழுமையாகத் தவத்திலும் நான் காதலருக்கான வேட்கையிலும் எரித்துக்கொள்வதாகச் சொல்வார்கள். எங்களால் ஒருவரையொருவர் எதிர்கொள்ளவே இயலா தென்றும் சொல்வார்கள். இருந்தும் நான் அப்படி நினைக்கவில்லை. அவர் உடைகளைக் கழற்றுவதற்காக நான் அவரைத் தொடும்போதும் அவர் என்மீது சாய்ந்துகொள்ளும்போதும் நாங்கள் காதலர்களாக இருக்கிறோம் என்பது எனக்குத் தெரியும். அவர் சுருக்கங்களின் வலைப் பின்னல் களிடையே அவர் கண்களைச் சந்திக்கும்போது, என் மார்பின் நடுவில் ஏதோ ஒன்று நெகிழ்ந்து போகிறது. அதன் பின் எனக்குப் புரியவே புரியாத, அல்லது வெளிப்படையாகச் சொல்வதென்றால் நான் லட்சியம் செய்யாத, பாசுரத்தின் மற்ற சொற்களை நினைப்பேன்; "வல்லமை மிக்க அந்த ரிஷி இரு நிறங்களைப் பேணி வளர்த்தார்" என்னும் சொற்களை. ஒருவேளை தன் முரட்டுத்தனமான பயிற்சிகளை மட்டுமின்றி, லோபாமுத்ரை யின் வெறிகொண்ட ஆசைகளையும் கையாள்வது அகஸ்தியருக்குத் தெரிந் திருக்குமோ என்னவோ? ஆசை நம்மீது வீசும் "நூறு சூழ்ச்சித் திட்டங்களின் போரில்" வெற்றிவாகை சூட ஏதேனும் வழியுள்ளதா – அல்லது ஆசைகள் என்று சொல்ல வேண்டுமோ 'சாஸ்வதமில்லாதவர்களுக்குப் பல ஆசைகள்' என்பதால்? தன்னை இழந்துவிடாமல் 'இங்கிருந்தும் அங்கிருந்தும் ஒவ்வோர் இடத்திலிருந்தும் எழும் ஆசையோடு இணைந்து போக முடியுமா'? மேலும் ஆதி காலத்து முன்னோர்கள், விண்ணவரோடு இணைந்து சத்தியத்தைப் பற்றிப் பேசியவர்கள், சத்தியத்தின் அடியாழத்திற்குச் செல்லவே யில்லை என்பதுதான் உண்மையோ? சியவனரும் நானும் இவ்வாறான விஷயங்களைப் பேசிக்கொண்டதே கிடையாது, இவை இல்லவே இல்லை என்பதுபோல, அவர் ஒரு வெறும் நைந்துபோன துறவி எனவும் நான் என் தோழிகளுடன் அரட்டை அடிக்க ஏங்கும் ஒரு அமைதியற்ற பெண்ணெனவும். இருந்தும் இந்த விஷயங்களை நான் என் தலைக்குள் எப்போதும் சிந்தித்துக்கொண்டுதான் இருக்கிறேன், எனக்குப் பதிலளிப்பதும் அவர் குரல்தான். நான் சிறுமியாக இருந்த காரணத்தால் எனக்குப் பின்னால் அவர்கள் முணுமுணுத்த பாசுரத்தின் இரு வரிகள்கூட ஒருநாள் என் நினைவுக்கு வந்தன. ஆனால் அப்போது ஏற்கனவே பெரியவளாக இருந்த என் சகோதரி ஒருத்தியிடம் ஒரு பந்தயத்தில் வென்று அதற்குப் பரிசாக அவர்கள் சொன்ன விஷயத்தைச் சொல்லும்படி வற்புறுத்தினேன். "லோபாமுத்ரை தன் நாயகனை உருகவைக்கிறாள், அரற்றும் அந்த முனிவரைப் பிழிந்தெடுக்கிறாள் அந்த அசட்டுப் பெண்." அந்த வரிகள் நினைவுக்கு

வந்தபோது லோபாமுத்ரையைப் போல் நானும் அசட்டுப் பெண்ணாக இருக்க விரும்பினேன். நான் அவ்வாறு நினைத்துக்கொண்டிருந்தபோது, தன் வழக்கமான நிலையில் அமர்ந்திருந்த சியவனர், என்னைப் பார்த்து உலகின் மனிதனைப் போல் சிரித்து, ஒரு சொம்பு தண்ணீர் கேட்டார்."

சியவனர் ஒருநாள் சுகன்யாவிடம் சொன்னார்: "எறும்புப் புற்றின் உள்ளே இருந்தபோது நான் என்ன செய்துகொண்டிருந்ததாக நினைக்கிறாய்? நான் உனக்காகக் காத்திருந்தேன். உன்மேல்கொண்ட ஆசையால் மட்டுமல்ல, எனக்கு நீ தேவைப்பட்டதாலும்தான். ஏன் என்பது உனக்கு இன்னமும் தெரியாது" கடைசிச் சொற்களைத் தன்னிடமே பேசிக் கொள்வதைப் போலச் சொன்னார். பிறகு தொடர்ந்தார்: "நீ எறும்புப் புற்றுக்கு முன்னால் வந்தபோது உன்னை நான் அழைத்தேன். ஆனால் உனக்குக் கேட்கவில்லை. என் குரல் மிகவும் பலவீனமாக இருந்தது. உன் மனமும் வேறெங்கோ இருந்தது. ஆனால் ஒளிரும் என் கண்களைக் கவனிக்காமல் போக உன்னால் முடியவில்லை. நீ அவற்றை அந்த முட்கள் கொண்டு வதைத்தாய். எறும்புகள் என் ரத்தத்தைக் குடித்துப் போதை கொண்டன. அவ்வளவு வேதனை தரும் சமிக்ஞையை உலகம் எனக்கு வேறெப்போதும் காட்டியதில்லை. உன்னை வந்து சேர்வதற்கான அவசியமான முதல் கட்டம் அது. எறும்புப் புற்றிலிருந்து உன்னை நான் உற்றுப் பார்க்காதிருந்தால், என் இருப்பை நீ ஒருபோதும் கவனித்திருக்க மாட்டாய். நீ என்னைக் காயப்படுத்தாமல் இருந்திருந்தால், என்னிடமிருந்த ஒரே சக்தியான சாபத்தை என்னால் கட்டவிழ்த்து விட்டிருக்க இயலாது. உன் குடும்பத்துக்கு நான் சாபமிடாமல் இருந்திருந்தால், உனக்கு மாற்றாகக் கொடுப்பதற்கு என்னிடம் எதுவுமே இருந்திருக்காது. நீ எனக்கு இப்போது சொந்தமாக இல்லையென்றால், நான் உன்னை அளிக்க இயலாது . . ." சியவனர் நிறுத்தினார். அந்த வாக்கியத்தை அவர் முடிப்பதை சுகன்யா விரும்பவில்லை.

மற்ற நாட்களைப் போலவே சரஸ்வதி நதியின் அமைதியான களிப்பூட்டும் வளைவு ஒன்றில் குளிப்பதற்காகச் சென்றாள் சுகன்யா. நீரில் இருக்கும் நேரங்களில் தன் கற்பனையான காதல் உறவுகளின் பல்வேறு மாற்று வடிவங்களை மனத்தில் ஓட்டிப் பார்த்துக்கொண்டிருப்பது அவள் வழக்கம். இப்போது அவை எவ்வளவு சிக்கலானவையோ அவ்வளவு கணக்கற்றவையாகவும் இருந்தன. அது அந்தரங்கமான சடங்கு. வேறெந்தச் சடங்கையும் செய்யும்போது கொள்ளும் அதே ஈடுபாட்டோடும் முழு முனைப்போடும் அவள் அதைக்கொண்டாடினாள். ஆனால் வரைமுறை அற்ற இயல்பும் மனத்தின் ஏறுமாறான தன்மையும் தரும் கூடுதல் இன்பம் அதில் சேர்ந்துகொண்டது. தண்ணீரில் இருந்து நிமிர்ந்து கரையையும் தனக்குப் பழக்கப்பட்ட மரங்களின் வரிசையையும் பார்த்தாள். அன்று முதன்முறையாக அங்கே புதிதாக ஏதோ இருந்தது. இளைஞர்கள் இருவர் இரு பாறைகளின் மேல் ஒரே நிலையில் அமர்ந்திருந்ததைக்

கண்டாள். இருவரும் அவளிடமிருந்து ஒரே தொலைவில் இருந்தனர். இருவரும் தங்கள் ஒரு காலைச் சற்றே உயர்த்திய நிலையில் அமர்ந்திருந்தனர், ஒருவர் வலது காலை, மற்றவர் இடதை. ஒரு கச்சிதமான முக்கோணத்தின் இரு புள்ளிகளாக அவர்கள் அமைந்தார்கள். மூன்றாவது புள்ளி தன் கண்களுக்குள் உள்ளதைச் சுகன்யா உணர்ந்தாள். இந்தப் புதியவர்கள் இருவரும் அச்சம் தரும் அழகோடு இருந்ததை உடனடியாக அவள் கண்டாள். ஆனால் வேறொரு எண்ணம் அவள் மனவுறுதியைக் குலைத்தது: காணும் உலகம் ஒரு இரட்டைக் கண்ணாடியாக ஆகிவிட்டதா, அதற்குள்தான் பார்த்துக்கொண்டிருக்கிறோமா? வலதுபுறம் அவள் கண்டது, இடதுபுறம் பார்த்ததின் கச்சிதமான பிரதிபிம்பமாக இருந்தது. உலகம், சீர்குலைவின் இந்த வடிவம், இவ்வாறுதான் இருக்குமோ – அல்லது தனக்கு முன்னே தெரியும் இந்தக் காட்சி, நீந்திக்கொண்டிருக்கும்போது தன் மனம் உருவாக்கிய கதையின் வெளித்தோற்றம்தானோ? கலவரத்திலும் பிரமிப்பிலும் தான் தண்ணீரிலிருந்து வெளியேறிக்கொண்டிருப்பதை அவள் உணரவில்லை. அப்போது அவள் கண்ட ஒன்று அவளைச் செயலிழக்கச் செய்தது. ஒரே கணத்தில் அந்த இளைஞர்கள் புன்னகைத்தபோது இரு வாய்களின் அதே ஓரங்கள் சுழிவதை அவள் கண்டாள். அப்போது சுகன்யா இந்தச் சொற்களைக் கேட்டாள்; "வனப்பு மிக்க தொடைகள் கொண்ட பெண்ணே, நீ யார்? நீ யாருடையவள்? இந்த வனத்தில் நீ என்ன செய்துகொண்டிருக்கிறாய்? சொல், நாங்கள் அறிய விழைகிறோம்". நீர் சொட்டும் சுகன்யாவின் முழு உடலும் நாணத்தில் சிவந்து போயிற்று. தான் எப்போதும் அணியும் உடையான அந்த மெல்லிய துணியை எடுக்க அவள் விரைந்தாள். தரை நோக்கிய கண்களுடன் சன்னமான குரலில் சொன்னாள்: "நான் சர்யாதியின் மகள், சியவனருக்குச் சொந்த மானவள்". அந்த இளைஞர்கள் கீச்சிடும் சிரிப்போடு அளித்த பதிலைக் கேட்டு அவள் கோபம்கொண்டாள். "ஏற்கனவே சிதிலமான ஒரு மனிதனுக்கு ஏன்தான் உன் தந்தை உன்னை அளித்தார்? கடவுளரிடை யேகூட உன்னைப் போல் அழகானவள் யாருமில்லை. நீ பெரிதும் விலை மதிப்பற்ற உடைகளால் அலங்கரிக்கப்படுவதற்காகப் படைக்கப்பட்டவள், இந்தக் கந்தல்களுக்காக அல்ல. சியவனரை விட்டு வா, அவர் உன்னைப் போல நிறைவும் முழுமையும் துல்லியமும் உடையவர் அல்ல. உன் வாழ்வில் எப்போதும் ஏதோ குறை இருந்துகொண்டுதான் இருக்கும், ஏதோ என்ன, உண்மையில் எல்லாமே குறையாகத்தானிருக்கும். எங்களில் ஒருவரைத் தேர்ந்தெடு. இதுதான் உன் சிறந்த பருவம், அதைக் குப்பை மேட்டில் எறிந்துவிடாதே ..." சுகன்யா மேற்கொண்டு ஆச்சரியமோ ஆசையோ இன்றி வெறும் கடுஞ்சினம்தான் கொண்டாள். பதில்கூடச் சொல்லாமல் எறும்புப் புற்றுக்கு அருகில் தன் வீடென்று தான் கருதிய மூங்கிலாலான நொய்ந்த குடிலை நோக்கி அங்கிருந்து நடந்தாள்.

சியவனர் தன் கூரிய எலும்புகளோடும் அனைத்தும் அறிந்த கண்களோடும் எப்போதும்போல் அசைவற்றிருப்பதைக் கண்டாள். நடந்தவற்றை ஒரு விவரம்கூட விட்டுவிடாமல் அவருக்குச் சொன்னாள்.

அவள் குரல் நடுங்கியது. சியவனர் அபரிமிதமான பிரியத்துடன், கேலியின் சாயல் ஒளிர அவளைக் கூர்ந்து பார்த்தார். அவர் சொன்னார் – 'அவர்கள் தெய்வீக இரட்டையர்களான அஸ்வினி தேவர்கள். பூமியில் அங்கும் இங்கும் அலைந்து மக்களுக்கு உதவி, அவர்களைக் குணப்படுத்திக் கொண்டிருப்பார்கள். அவர்கள் உன்னிடம் சொன்னது உண்மை, ஆனால் முழு உண்மையல்ல. நாளை அவர்கள் அங்கே இருப்பார்கள், ஒருவேளை அதே இடத்தில். அவர்கள் அதே விஷயத்தை மீண்டும் சொல்வார்கள். அவர்கள் விடமாட்டார்கள். அப்போது நீ அவர்களிடம்: "நீங்கள்தாம் முழுமையற்றவர்கள், ஏனெனில் சோமபானத்தை அருந்த உங்களுக்கு அனுமதியில்லை" என்று சொல்ல வேண்டும். அப்போது தங்கள் ராகத்தை அவர்கள் எவ்வாறு மாற்றிக்கொள்கிறார்கள் என்பதை நீ பார்க்கலாம். சோமபானம் இருக்கும் இடத்திற்கு அவர்களை இட்டுச் செல்ல யாரால் முடியுமென்று அவர்கள் உன்னிடம் கேட்பார்கள். "என் கணவர். அவர் சோமபானம் அருந்துகிறார்" என்று நீ அவர்களிடம் சொல். பழக்கப் படுத்தப்பட்ட இரு நாய்களைப் போல் அவர்கள் உன்னைத் தொடர்வதைக் காண்பாய். அவர்களை இங்கே என்னிடம் அழைத்து வா.'

சியவனரின் முன்கணிப்பைப் போலவே அனைத்தும் நடந்தது. இரட்டையர்களும் சியவனரும் ஏற்கனவே பரிச்சயமானவர்களைப் போல் பேச்சில் ஈடுபட்டனர். ஆனால் அஸ்வினி தேவர்களின் குரல்கள் பதற்றத்தோடு அவசரமாக ஒலித்தன. சுகன்யாவுக்கு அவர்கள் பேசுவதைத் தான் கேட்கலாமா கூடாதா எனத் தெரியவில்லை. அவர்கள் தணிந்த குரலில் பேசிக்கொண்டிருந்தார்கள். பிறகு சியவனரின் குரல் கணீரென்று ஒலித்தது. "ஒப்புக்கொள்கிறேன், இதுதான் ஒப்பந்தம். சோமபானத்தை நீங்கள் அடைவதற்கு உங்களுக்கு நான் உதவுவேன். நீங்கள் செய்ய வேண்டிய தெல்லாம் தத்யங்கர் என்னும் ஆசாரியரைக் கண்டுபிடிக்க வேண்டியதுதான். அதற்குப் பதிலாக, நீங்கள் இளமையை எனக்குத் தரவேண்டும். பிறகு சுகன்யா நம்மில் யார்மீது மிகவும் ஆசைப்படுகிறாளோ அவரைத் தேர்ந்தெடுக்கட்டும்."

அஸ்வினி தேவர்கள் ஒன்றாகக் கூடிப் பேசிக்கொண்டிருந்த தருண மொன்றைப் பயன்படுத்திக்கொண்டு சியவனர் சுகன்யாவிடம் வந்து முணுமுணுத்தார்: "நாங்கள் இப்போது கிளம்பப் போகிறோம். நாங்கள் திரும்ப வரும்போது உன்னால் என்னை அவர்களிடமிருந்து வேறுபடுத்திப் பார்க்க இயலாது. நான் வந்த கணத்தில் என் கைகளை உயர்த்தி நீ கீறிவிட்ட என் வலது கண்ணைத் தொடுவேன். அதன் மூலம் எது நான் என்பதை நீ அறிந்துகொள்ளலாம்."

பிறகு அவர் சரஸ்வதி நதியை நோக்கிச் சென்றார். அவர்களது குடிசையின் வாசலில் நின்றபடி, சுகன்யா அஸ்வினி தேவர்களுடைய விசாலமான முதுகுகளையும் அவற்றுக்கு நடுவில் சுருங்கிப்போய்த் தோலாக வற்றிய சியவனரையும் கண்டாள். அவர்கள் நதியை அடைந்து உள்ளே குதித்தார்கள். சியவனர் மூழ்கி எழுந்து சுற்றிலும் பார்த்தபோது, அஸ்வினிதேவர்கள் அவரருகில் இருந்தார்கள். பணிவான வேலையாட்

களைப் போல் அவர்கள் நேர்த்தியாக, "ஒரு அங்கியைப்போல் சருமத்தை அவர் உடலில் இருந்து" உரித்தெடுத்தார்கள். சியவனர் சட்டென்று ஒரு செழிப்புணர்வு பொங்கிவருவதை உணர்ந்தார். ஒரு வார்த்தையுமின்றி அவர்கள் நீரிலிருந்து வெளிவந்தார்கள். அதிசயமான அழகுடைய மூன்று இளைஞர்களாக, ஒளிரும் காதணிகளோடு நிர்வாணமாக ஒரே மாதிரி இருந்தார்கள். சுகன்யா தான் ஒளிந்துகொண்டிருந்த புதரிலிருந்து வெளிவந்து அவர்களைச் சந்திக்கச் சென்றாள். ஒரு ஒற்றைக் குரல், "எங்களில் நீ விரும்பும் ஒருவரைத் தேர்ந்தெடு" என்றது. சுகன்யா தன் கண்களைத் தாழ்த்திக்கொண்டாள். ஆனால் மூவரில் ஒருவர் தன் ஒரு புருவத்தைத் தேய்த்துக்கொள்வதைக் காண முடியாத அளவுக்கல்ல. அவள் அவர் இருந்த திசையில் தலையசைத்தாள். அஸ்வினிதேவர்கள் சென்றவுடன் சுகன்யா சியவனரின் உடலை முழுவதும் ஆராய்வதில் தன்னை இழந்தாள். இப்படித் தொடங்கிய அவர்கள் முடிவற்ற தழுவல்கள், "கடவுளர் களுடையதைப் போன்றவை."

"நாம் எப்படித் தத்யங்கரைக் கண்டுபிடிப்பது" என்று தங்களைக் கேட்டுக் கொண்டார்கள் அஸ்வினிதேவர்கள். "எப்படி நாம் அவரை அடையாளம் காண்பது?" பதற்றத்தோடு அவர்கள் அலைந்துதிரிந்தார்கள். தாங்கள் ஒரு ஒளிவீசும் மணமகளை, சூரியனின் மகளான ஒரு புதிய சூரியனைத் தங்களோடு தங்கள் ரகத்தில் ஏற்றிச்சென்று பூமியில் பயணிப்போமென நம்பியிருந்தனர். ஆனால் அவர்களுக்குக் கிடைத்த தெல்லாம் ஒரு பெயர் மட்டும்தான். அவர்கள் அதைத் தங்களுக்குள் ஒரு சங்கேத வார்த்தையைப் போல் சொல்லிக்கொண்டேயிருந்தனர். "தத்யங்கர், தத்யங்கர் . . ."

இருந்தும், குருப் பிரதேச வெளிகளில், சந்தைபோல் மக்கள் கூட்டம் நிறைந்திருந்த பகுதியில், கடந்துபோன காலங்களில் கடவுளர் யாகசாலையில் மூவரும் ஒரு நிச்சயத்தோடு தங்களை அடையாளம் கண்டுகொண்டனர். ஒவ்வொருவரும் மற்றவரை உடனடியாக அறிந்துகொண்டனர். மனிதர் களாகவோ கடவுளர்களாகவோ ஆவதற்கு முன்னால் அவர்கள் குதிரை களாக இருந்தனர். ஒவ்வொருவரும் மற்றவருடைய நடையின் கதியையும் லயத்தையும் அடையாளம் கண்டுகொண்டனர்.

தத்யங்கர் தனித்திருந்து பழகியவர். தன் அறிவு பகிர்ந்துகொள்ளப்பட இயலாதது, கூடாதது என்று அவருக்குத் தெரியும். ஏன்? உலகைத் தலைகீழாகப் புரட்டிவிடாமல் மதுரம் இந்த உலகிற்குள் பாய முடியாது. மற்ற தரிசிகளைப் போலவே தத்யங்கரும் ஒரு தரிசி; தன்னைத் தனக்குள்ளேயே வைத்துக்கொண்டார்.

அஸ்வினி தேவர்கள் நேராக அவர் கண்களுக்குள் பார்த்துச் சொன்னார்கள், "நாங்கள் உங்கள் சீடர்களாக இருக்க விரும்புகிறோம்." அவ்வளவு அழகான உயிர்களைத் தத்யங்கர் எப்போதும் கண்டதில்லை.

கோட்பாடுகளை ஏற்றுக்கொள்ளும் தெள்ளத்தெளிவான கொள்கலங்களைப் போலிருந்தார்கள் அவர்கள். அனைத்திற்கும் மேலாக அவர்களிடம் அந்நியோன்னியத்தை உணர்ந்தார்; அது அவரைச் சஞ்சலப்படுத்தியது. தங்கள் தலைமுடியை அவர்கள் உதறிய அந்தக் கணத்தில் அது நிகழ்ந்தது. அவர்களோடு சேர்ந்து தானும் கனைக்க விரும்பியதை அவர் உணர்ந்தார்.

"யாகத்தின் தலை என்னவென்பதை உங்களுக்குக் கற்பிக்குமாறு என்னிடம் கேட்கிறீர்கள். உங்களுக்கு அதைக் கற்பிப்பது எனக்கும் மகிழ்ச்சிதான். ஆனால் ஒருநாள் இந்திரன் வந்து அதை நான் எப்போதாவது வெளிப்படுத்தினால் என் தலையை வெட்டிவிடுவதாகச் சொன்னான். அவன் கடவுளர்களிலேயே வல்லமை வாய்ந்தவன்; உடனடியாக அவன் அதை உணர்ந்து கொள்வான். அவனிடமிருந்து எதுவும் தப்புவதில்லை. நான் தனித்துத்தான் வாழ வேண்டும்."

அஸ்வினி தேவர்கள் விடவில்லை, அவர்கள் தத்யங்கரைப் பார்த்துச் சொன்னார்கள்: "ஒரு வழியுள்ளது நாங்கள் உங்கள் தலையை வெட்டி விடுகிறோம்" என்றார்கள். சற்றுக் காத்திருந்து, பிறகு சொன்னார்கள், "பிறகு அதன் இடத்தில் ஒரு குதிரையின் தலையைப் பொருத்திவிடுகிறோம். அந்தப் புதிய தலையோடு மதுவித்தையை நீங்கள் எங்களுக்குச் சொல்லலாம்." தத்யங்கர் ஏற்கனவே சிரிக்கத் தொடங்கியிருந்தார். "இந்திரன் நிச்சயமாக ஒருநாள் உங்களைக் கண்டுபிடித்து உங்கள் தலையை வெட்டி விடுவார். அவன் வெட்டுவது குதிரையின் தலையாகத்தான் இருக்கும். பிறகு நாங்கள் ஒரு பாதுகாப்பான இடத்திலிருந்து உங்கள் மனிதத் தலையை வெளியே எடுத்து உங்கள் கழுத்தின் மேல் திரும்ப ஒட்டி விடுவோம். எங்களால் அந்த வகையான காரியத்தைச் செய்ய இயலும், நாங்கள் வைத்தியர்கள். எங்களுக்குத் தெரியாதது மதுவித்தைதான்."

தத்யங்கருக்கு இருந்த பெரிய, நடுங்கும் நாசித் துவாரங்கள் அவர் நீண்ட வெளிறிய முகத்தில் தனித்துத் தெரிந்தன. "அவை நம்முடையதைப் போலுள்ளன" என்றார்கள் அஸ்வினி தேவர்கள். பிறகு தங்களைச் சீடர்களாக ஏற்றுக்கொண்ட இந்த மனிதரைக் கூர்ந்து கவனித்தபோது, விளக்கவியலாத பரிச்சயத்தை உணர்ந்தார்கள். குருடர்கள், முடவர்கள், விதவைகள், முதிர்கன்னிகள், சிறைப்பட்ட தரிசிகள் ஆகியோருக்கு அவர்கள் உதவியுள்ளார்கள். அவர்களுடன் எப்போதும் ஒரு பெண் தெய்வம் புலப்படும்படியோ புலப்படாமலோ அவர்கள் ரதத்திற்கு மூன்றாம் சக்கரமாக இருந்து வந்துள்ளது. ஆனால் தங்கள் தந்தையை அவர்கள் எப்போதும் அறிந்ததில்லை. அவர்களின் தாய் இவர்களைக் கைவிட்டுச் சென்றுவிட்டதால் அவளிடமும் கேட்பதற்கில்லை. மரணமற்ற அவளைக் காண மடியக்கூடியவர்களைக் கடவுளர் அனுமதிக்க மாட்டார்களென மக்கள் சொன்னார்கள். அவர்கள் பிறப்பைப் பற்றிய பலவிதக் கதைகள் இருந்தன. அவை எதுவும் நம்பும்படியாக இல்லை. மனிதர்களுக்கு அதிகம் உதவிக்கொண்டு, பூமியைப் பெருமளவுக்குச் சுற்றி வந்துகொண்டிருந்த காரணத்தால் அவர்கள் சோமபானம் அருந்துவதைத் தாங்கள் தடுத்து

விட்டதாகச் சொன்னார்கள் கடவுளர். ஆனால் இது வெறும் சாக்குதான் என்பது பற்றி நிச்சயத்தோடு இருந்தார்கள் அஸ்வினி தேவர்கள். “ஒருவேளை நமக்குத் தேவை நம் இறந்த காலமாக இருக்கலாம் . . .” என்று அஸ்வினி தேவர்களில் ஒருவன் சொல்ல, “ஒருவேளை அது மதுவித்தையோடு தொடர்புள்ளதாக இருக்கலாம்” என்றான் மற்றவன்.

அஸ்வினி தேவர்கள் தத்யங்கருக்கு அருகில் அமர்ந்தனர். பளபளக்கும் பிடரி மயிரோடுகூடிய புதிய தலை இணைக்கப்பட்ட இடத்தில் அவர் கழுத்தின் மேல் பகுதியைச் சுற்றி ஒரு இளஞ்சிவப்புத் தழும்பு இன்னமும் இருந்தது. தத்யங்கர் தன் சொந்தக் குரலையும் சொந்த முகத்தையும் கடைசியாகக் கண்டடைந்து விட்டதைப் போலப் பேசினார்.

அவர் சொன்னார்: “ஏதாவதொரு குதிரைக் கசாப்புக் கடையின் கதவில், ஒரு காகிதக்கூழாலான அடையாளமாக ஆவதற்கு முன்னால், உங்களிடம் நான் பேசிவிட வேண்டுமென்று எனக்குத் தெரியும். என்னிட மிருந்து நீங்கள் அறிய விரும்பும் சித்தாந்தம் மனிதார்த்தமானதல்ல, அதனால்தான் உங்களுக்கு அதைக் காண்பிப்பது நானாக இருக்கிறேன். நீங்களும் கடவுளர் என்பதைவிட உண்மையில் குதிரையாக உள்ளவர்கள். உங்கள் தாயான சரண்யு தவம் பயின்ற ஒரு பெண்குதிரை. ஒரு ஆண்குதிரை தன்னை நோக்கி வருவதைக் கண்டு முதலில் விலகிப்போக நினைத்தாள். ஏனெனில் தன் ஆன்மிகப் பயிற்சிகளுக்குத் தொல்லைதரும், தன்மீது ஏற விரும்பும் பல ஆண்குதிரைகளில் ஒன்றென அதைக் கருதினாள். பிறகு அந்த ஆண்குதிரை மேலும் தன்னை நோக்கி வந்துகொண்டிருப்பதைக் கண்டாள்; அது ஜொலித்துக்கொண்டிருந்தது. அவள் அவனிடம் செல்ல முடிவெடுத்தாள். தன் பின்புறத்தைத் தாக்குதலிலிருந்து பாதுகாத்துக் கொள்வதுதான் முக்கியமான காரியம். அவர்கள் மூக்குகள் சந்தித்து, ஒன்றோடொன்று உரசிக்கொண்டன. அந்த ஆண்குதிரை வைவஸ்வதன், ஒளிவீசுபவன், அல்லது சூரியன், அல்லது அவளை அடைய எப்போதும் விரும்பிய, ஆனால் சரண்யுவால் விரைவில் கைவிடப்பட்ட, உருவமற்ற தகிக்கும் கணவன். அந்த விருப்பம் அவனுக்குள் எரியும் ஒரு கிணற்றைப் போலிருந்தது: அவன் வித்து அவன் வெம்மையான நாசித் துவாரங்களின் வழியாக வெளியேறியது. உடனடியாக அது பெண்குதிரையின் நாசித் துவாரங்களுக்குள் உறிஞ்சப்பட்டது: தன் துணைவனின் உடலை அவள் இப்போது தீண்டக் கூடிய ஒரே வழி அதுதான். இவ்வாறுதான் நீங்கள் கருக்கொள்ளப்பட்டீர்கள்.”

தத்யங்கர் இன்னொரு நாள் அஸ்வினி தேவர்களிடம் சொன்னார்: “நீங்கள் அறிந்துகொள்ள வேண்டிய இன்னொன்றும் உள்ளது: விஷ்ணு சிந்தனையில் மூழ்கி, அசைவற்று நின்றுகொண்டிருந்தார் – ஒருவேளை அரைத் தூக்கமோ? – அவர் முகவாய் அவர் வில்நுனியில் பதிந்திருந்தது. அவரைச் சுற்றி ஒரு இளஞ்சிவப்பு ஓடு, ஒரு கூர்மையான சக்கரம், ஒரு சுத்தியல், அனைத்தும் இறைந்துகிடந்தன. அவர் திறந்த மார்பில்

கௌஸ்துப மணி ஒளிவீசிக்கொண்டிருந்தது. கடவுளர் அவரைச் சுற்றி ஒடுங்கிய நிலையில் விரோத பாவத்துடன் அமர்ந்திருந்தனர். அவர்கள் விஷ்ணுவைப் பார்க்கையில், அவரது புதிரான, சுயதிருப்தி நிறைந்த ஓய்வைக் காணும்போது, தங்கள் கவனத்திலிருந்து தப்பிவிடும் ஏதோவொன்றை அவர் வைத்திருந்ததாகவும் அது அவர்கள் எப்போதும் அறிய இயலாதது என்ற சந்தேகமும் அவர்களுக்கு இருந்தது. விஷ்ணு யாகத்தின் முடிவில் வீசும் பேரொளியைக் கைப்பற்றி, அதைத் தானே வைத்துக்கொள்ள விரும்பினார். கடவுளர் அவரை வெல்ல முயன்று தோல்வியடைந்தனர். விஷ்ணு தனியொருவராக அவர்களைத் தொலைவில் நிறுத்திவைத்திருந்தார். அறுதியான அவமானம் என்னவென்றால் அவர் புன்னகைத்தது தான். அந்தப் புன்னகை சுற்றிலும் இருந்த புல்வெளி முழுவதும் பரவியது. ஆனால் அவ்வாறு புன்னகைப்பது ஆபத்தானது. ஒளி மிகுந்த அந்தச் சக்தி விரயமாகிவிடும். அதனால்தான் அந்த ஒளி மிகுந்த சக்தியைப் பாதுகாப்பதற்காக தீட்சைபெற்றவர் புன்னகை செய்யும்போது தன் வாயை மூடிக்கொள்ள வேண்டியுள்ளது என்கின்றன மறை நூல்கள்.

"அவர்கள் என்ன செய்வது? எறும்புகளுடன் ஓர் ஒப்பந்தம். எறும்புகள் தோண்டுமிடமெல்லாம் தண்ணீர் கிடைக்கும் என்று அவர்கள் வாக்களித்தனர். கரையான்களின் வரிசையொன்று விஷ்ணுவின் வில் தரையில் கீழே பதிந்திருந்த இடத்தை நோக்கிச் சென்றது. அவை மௌனமாகத் தம் வேலையைச் செய்தன. விஷ்ணு இன்னும் அசையாமல் ஒளிவீச நின்றுகொண்டிருந்தார். கரையான்கள் வில்லின் நாணை அரிக்கத் தொடங்கின. எவ்வளவு காலமாயிற்று? விஷ்ணுவின் கண்கள் பாதி மூடிய படியும் கடவுளரின் பேராசை பொங்கும் கண்கள் கரையான்களை வெறித்த படியும் இருந்தன. சூரியன் அஸ்தமித்துக்கொண்டிருந்தது, நாட்கள் வந்து போய்க்கொண்டிருந்தன. கரையான்கள் அரிப்பதை நிறுத்தவில்லை. ஒரு குழு மற்றொரு குழுவின் இடத்தை எடுத்துக்கொண்டது. அந்த அமைதி முற்றிலும் அச்சுறுத்துவதாக இருந்தது. பிறகு அங்கே உஸ்ஸென்ற ஒலியும் புதிய ஒலி ஒன்றும் கேட்டது: *க்ருண்.* வில்லின் நாண் அரிக்கப்பட்டுவிட்டது. வில் துள்ளித் திறந்து விஷ்ணுவின் தலையைப் பிய்த்து வீசியது. நிணநீர் புற்களின் மேல் கொட்டியது. கடவுளர் நாய்போல் அதன்மேல் பாய்ந்தனர். இந்திரன் விஷ்ணுவின் தலையற்ற உடல்மீது பாய்ந்தான். அவன் தன் கைகளையும் உடம்பையும் கால்களையும் பாதங்களையும் விஷ்ணுவின் மேல் பதித்தான். விஷ்ணு என்னவாக இருந்தாரோ அதுவாக ஆவதற்காக அவர் முழு உடல்மீது கவிய விழைந்தான். பிறகு அவர்கள் யாகத்தைத் தொடர்ந்தார்கள். அது ஒரு மந்தமான, அயர்வடையச் செய்யும், உபயோகமான யாகமாக இருந்தது. ஆனால் அவர்களால் விண்ணுலகை வெற்றி கொள்ள இயலவில்லை, ஏனெனில் அது தலையில்லாத யாகம்."

தத்யங்கர் பேசிக்கொண்டே போனார்: "அப்போது உலகம் சோகமாக இருந்தது, ஆனால் இயங்கிக்கொண்டிருந்தது. இந்திரன் வருடங்களைப் போல், மழையைப் போல் யாகச் சக்கரத்தை முடிவின்றிச் சுழலவைப்பதில்

கவனம்கொண்டிருந்தான். அவன் ஒரு நம்பிக்கைக்குரிய நிர்வாகி. அதற்குப் பின் யாரும் விண்ணை வெற்றிகொள்வதைப் பற்றி நினைக்கக்கூட இல்லை.

“ஒருநாள், இந்திரன் என் முன்னே தோன்றினான். பேசுவதற்கு முன்பே அவனுக்குத் தெரிந்துவிட்டது. என் கண்கள் அவனை ஊடுருவிச் சென்றதை அவன் உணர்ந்தான். ‘உமக்கு மதுவித்தை தெரியும் . . .’ என்ற இந்திரன் யாரும் கேட்டுக்கொண்டிருக்கவில்லை என்பதை நிச்சயப்படுத்திக் கொள்வதற்காகச் சுற்றிலும் பார்த்துக்கொண்டான். ‘ஆமாம்,’ என்றேன். ‘அதை யாரிடமாவது வெளிப்படுத்தினால் உம் தலையை வெட்டிவிடுவேன்’ என்றான் இந்திரன்; அவன் குரலில் வெறுப்பு நிரம்பியிருந்தது.

தத்யங்கர் தொடர்ந்தார்: “உலகம் ஓர் உடைந்த பானை, யாகம் அதை மெதுவாக, ஒவ்வொரு துண்டாக ஒட்டவைக்க முயல்கிறது. ஆனால் சில பகுதிகள் நொறுங்கிப் போய்விட்டன. பானை மீண்டும் ஒட்ட வைக்கப்பட்டாலும் அது வடுக்களோடு இருக்கிறது. இது அதை மேலும் அழகாக்குவதாகச் சொல்பவர்கள் உண்டு. யாகத்தின் தலையை அறிந்து கொள்வது என்பதற்குத் தலைக்குள் நடக்கும் யாகத்தை அறிந்துகொள்வது என்றும் பொருள் உண்டு. அது காண முடியாதது, சமிக்ஞைகளோ கருவிகளோ நாட்காட்டிகளோ பிரார்த்தனைமுறைகளோ பலியோ – ஏன் சொற்கள்கூடத் தேவையற்றது.

அஸ்வினிதேவர்கள் தத்யங்கரோடு மேலும் பேசிக்கொண்டிருந்தார்கள். உலகுக்கு நிவாரணத்தைக் கொண்டுவந்தபோதிலும் தாங்கள் அநாதை யாகவும் அந்நியமாகவும் உணர்வதாக அவரிடம் சொன்னார்கள். எப்போதும் அலைந்துகொண்டிருப்பதால் அவர்களுக்குக் கௌரவம் இல்லயென்று கடவுளர் அவர்களைத் தங்கள் வட்டத்திற்குள் சேர்த்துக் கொள்ள மறுக்கிறார்கள். மனிதர்களோடு சேர்ந்து அவர்களுக்கு உடந்தையாக இருப்பதாகவும் குற்றம் சாட்டினார்கள். அவர்கள் மிகவும் ஆசைப்பட்ட பெண்ணோ இவர்களைவிட முதுமையில் தளர்ந்துபோன தன் கணவனை விரும்பினாள். இப்போது கடைசியாகத் தங்கள் பிறப்பைப் பற்றி ஏதோ கொஞ்சம் அறிந்திருந்தார்கள். ஆனால் அந்தப் பெண்குதிரையும் ஆண்குதிரையும் தங்கள் மூக்குகளை ஒன்றாக உரசிக்கொள்வதற்கு முன்னால் என்ன நடந்தது? அவர்கள் எந்த அளவுக்குப் பிரகாசமாகத் தோன்றினார் களோ அந்த அளவுக்கு அவர்களுக்குப் பின்னால் விரிந்த தெளிவின்மையும் விரிந்திருந்தது.

அஸ்வினி தேவர்களுக்கு நடுவில் அமர்ந்தவாறு தன் நீண்ட மூக்கை லேசாகச் சாய்த்துக்கொண்டு தத்யங்கர் மீண்டும் பேசத் தொடங் கினார்: “நீங்கள் எப்படி உணர்கிறீர்கள் என்று நான் அறிவேன். நீங்கள் குதிரைகளை எப்போதும் நேசித்து வந்திருக்கிறீர்கள் – இப்போது உங்கள் தாயே ஒரு குதிரை என்பதை அறிந்துகொண்டிருக்கிறீர்கள். நீங்கள் எப்போதும் சோமபானத்திற்காக ஏங்கிக்கொண்டிருந்தீர்கள். மேலும் சோமபானத்தின்

தலைவன் உங்கள் பாட்டனாரான துவஷ்டா என்பதையும் இப்போது நான் உங்களுக்குச் சொல்லப் போகிறேன். கைவினைஞரான அவர், உங்கள் தாய் சரண்யுவின் தந்தை. அவரிடம் இருந்துதான் இரட்டையர்களின் முடிவற்ற சங்கிலி தொடங்கியது. சரண்யுவேகூட இந்திரனால் தலை துண்டிக்கப்பட்ட திமிர் பிடித்த திரிசிரஸ் என்னும் முத்தலையனின் இரட்டை தான். ஒருவேளை இதைத் தெரிந்துகொள்வதுகூட உங்களுக்கு உபயோகமாக இருக்கக்கூடும்" என்றார் தத்யங்கர் லேசாகச் சிரித்துக்கொண்டே. "இரட்டை யர்கள் ஏன் தொடங்கினர் என்பது தெளிவாக இல்லை. ஒருவேளை நிலவு சூரியனைப் பிரதிபலித்ததால் இருக்கலாம். அல்லது நாணல் தான் வளரும் நீரில் பிரதிபலித்ததால் இருக்கலாம். ஒருவேளை இன்னும் வெளிப்படாத ஒரு வடிவத்தை அந்தக் கைவினைஞரின் மனம் பிரதிபலித்ததால் இருக்கலாம். அல்லது அந்தக் கைவினைஞர் உருவாக்கிய கோப்பை அவர் மனத்தில் குடியிருந்த கோப்பையைப் பிரதிபலித்ததால் இருக்கலாம். ஆனால் ஒருவேளை வேறொரு காரணத்திற்காகக்கூட இருக் கலாம்: சுவாசிக்க, கிளை பரப்ப, ஒற்றுமையும் வேற்றுமையும் ஒரே நேரத்தில் பிரிக்க இயலாததாக, அநேகமாக ஒன்றின் மேல் மற்றது பொருந்தும் அளவுக்கு, எந்த உயிர்களில் இருக்கிறதோ அந்த உயிர்களின் உதவி உயிரியக் கத்துக்குத் தேவைப்பட்டதால் இருக்கலாம். இல்லையெனில் அறிவது எவ்வாறென்று நாம் அறியமாட்டோம். பொய்த் தோற்றம் ஒவ்வொன்றும் நம்மைத் திணறடித்து, பேச்சற்றுப் போகச் செய்துவிடும். ஆதலால் நீங்கள் உங்கள் வண்டியில் பயணம் மேற்கொள்ளும்போது ஒற்றுமையும் வேற்றுமையும் தொலைவுக்கு, வெகுதொலைவுக்குப் பயணிக்க நம்மை அனுமதிக்கின்றன. அப்போது மக்கள் உங்கள் தடங்களில் பின்தொடர் கிறார்கள்.

"ஆனால் நாம் உங்கள் சிக்கலான குடும்பத்துக்குச் செல்வோம்: சரண்யுவே ஒரு பிரதிபலிப்பாகத்தான் பிறந்தாள். துவஷ்டாவால் அவளிட மிருந்து பிரிந்துபோக இயலவில்லை. அவர்கள் ஒரே படுக்கையில் தூங்கினார்கள்" தத்யங்கரின் குரல் இறங்கியது. "உங்கள் இருவரில் ஒருவர் அவர் மகனாக இருக்கலாம் என்னும் சாத்தியத்தை என்னால் மறுக்க முடியாது." தத்யங்கர் தொடர்ந்தார். "தன் மகளிடமிருந்து பிரிந்து போயாக வேண்டுமென்று துவஷ்டாவுக்குத் தெரியும். ஆனால் அவள் கணவனைத் தேர்ந்தெடுக்கும் விஷயத்தில் அவருக்கு வன்மம் இருந்தது. உள்ள உருவங்கள் அனைத்தும் துவஷ்டாவிடம் இருந்தன (அவரை விஸ்வரூபன் என்று அவர்கள் அழைத்தனர். அனைத்து வடிவமும் கொண்டவர்), அதனால் தன் மகளின் கணவனாக அவர் தேர்ந்தெடுத்தது உருவமற்ற ஒருவனை, வடிவமற்ற சூரியக் கோளத்தை, வைவஸ்வதனை, பேரொளி மிக்கவனை. இதையும் நீங்கள் அறிய வேண்டிய நேரம் இது: சூரியன் தொடக்கத்தில் ஒரு இறந்த முட்டையாக இருந்தான், மார்த்தாண்டமாக. அப்படித்தான் அவரை அவர்கள் அப்போது அழைத்தார்கள். அதிதியின் வயிற்றிலிருந்து அவன் இறந்து பிறந்தான். ஒருபோதும் இயற்கையை நம்பாதீர்கள். அது எப்போதும் சுலபமானதாக இருந்ததில்லை. அது இயற்கையானதாக இருப்பதில்லை. ஆனால் மறுபடி துவஷ்டாவிடம் வருவோம். அவருடைய

ராபர்ட்டோ கலாஸ்ஸோ

தேர்வு ஒரு தண்டனையா? ஒரு மட்டமான நகைச்சுவைத் துணுக்கா? சந்தேகத்துக்கு இடமின்றி அங்கே பொறாமையிருந்தது. கணவனின் ஸ்பரிசம் கடும் வேதனையானது, எனவே சரண்யு தன் முதல் காதலனான தன் தந்தைக்காக ஏங்குவாள். சரண்யுவை அணைத்து, மென்மையான பால்வெண்மையான அவள் சருமத்தைப் பொசுக்கினான் வைவஸ்வதன். அது எப்படியிருப்பினும் அவருக்கு இரு குழந்தைகளைத் தந்தாள் அவள். யமன், யமி. மீண்டும் இரட்டையர்கள். தான் பிறப்பளித்த அந்தப் படுக்கையில் மீண்டும் தன் கணவனின் அணைப்பை இனியும் தன்னால் தாங்கிக்கொள்ள இயலாதென உணர்ந்தாள் சரண்யு. தன்னைப் போலவே அச்சான சஞ்சனா என்னும் போலியுரு ஒன்றை அவள் மனம் உருவாக்கியது. அவள் தந்தை உருவங்களின் வித்தகர் என்றால், நகல்களை உருவாக்குவது அவள்தான். அப்போதிலிருந்து அவை நம்மைச் சுற்றிச் சூழ்கின்றன; நாம் அவற்றின் வசப்படுகிறோம். சஞ்சனா என்ன செய்ய வேண்டுமென்று சரண்யு சொன்னாள்: தன் இடத்தை எடுத்துக்கொண்டு குழந்தைகளைக் கவனித்துக்கொள்ள வேண்டும்; தன் கணவனோடு படுத்துறங்க வேண்டும். அவளிடம் சரண்யு சொன்னாள், "உன்னால் அது முடியும். ஏனெனில் நீ ஒரு நிழல், அவன்கூட உன்னைச் சுட்டெரிக்க முடியாது. நீ எதையும் கடந்து நிலைப்பாய்" பிறகு சரண்யு போய்விட்டாள். "மரணமற்றதை அவர்கள் மரிப்பவர்களிடமிருந்து மறைத்தார்கள்" என்று சொல்கின்றன பாசுரங்கள். மனிதர்கள் நேசத்துக்குரிய ஒருத்திக்காகத் தங்கள் இதயத்தை இழக்கும்போது, அவர்கள் நாடுவது சரண்யுவைத்தான். ஆனால் அவர்கள் தழுவிக்கொள்வது ஒரு நகலை. தான் உறவுகொண்டிருப்பது ஒரு ஒரு போலியுடன், சரண்யுவுடன் அல்ல என்பதை வைவஸ்வதன் உணரவில்லை. அவள் அந்த அளவுக்கு இணங்கிப்போவதில் அவன் வியந்துபோயிருந்தான். தாய்மை அவளை அமைதிப்படுத்திவிட்டதாக முட்டாள்தனமாக நினைத்தார். கடைசியாக அவர்கள் வாழ்க்கை இதமாகக் கழியத் தொடங்கியது போலிருந்தது.

"அவ்வாறாகத்தான் முதல் மனிதனான மனு சூல்கொண்டான். அதனால்தான் மனிதர்கள் எப்போதும் நகல்களின் பின்னால் செல்கின்றனர். அவர்கள் நகலில் இருந்து பிறந்தவர்கள். அதனால்தான் தாங்கள் உண்மை யிலேயே இருக்கிறோமா என்று அவர்களுக்கு எப்போதும் நிச்சயமாகத் தெரிவதில்லை. ஒருபோதும் முடியவும் முடியாது. இதற்கிடையில் சரண்யு அலைந்துதிரிந்தாள், தியானித்தாள். அவள் ஒரு பெண்குதிரையின் வடிவம் கொண்டாள். ஒருநாள் வைவஸ்வதன் ஒரு கதவைத் திறந்தபோது, சஞ்சனா சிறுவனான யமனை மிகக் கடுமையாகத் திட்டிக்கொண்டிருப் பதைக் கண்டான். எஜமானி வீட்டிலில்லாத தருணத்தைத் தனக்குச் சாதகமாக உபயோகித்துக் கொள்ளும் வேலைக்காரியின் செய்கையைப் போல் இருந்தது அது. 'அவள் அவன் தாயாக இருக்க முடியாது.' அந்த எண்ணம் வைவஸ்வதனின் மனத்தில் வலுக்கட்டாயமாகச் சென்று நிலைத்தது. அவன் சீற்றம் மிகுந்து வெளியே ஓடினான். அப்படி ஓடிக் கொண்டிருந்தபோது குளம்புகளின் தாளம் கேட்டது. அவன் ஒரு ஆண்குதிரையாக இருந்தான். தொலைவில், ஒரு புல்வெளியின் நடுவில், தவத்தில் மூழ்கி அசைவற்று

இருந்த ஒரு பெண்குதிரையைக் கண்டான். ஆண்குதிரை அவள் பார்வையில் பட்டவுடன் அவள் பதற்றமானாள். அங்கிருந்து விரைந்தாள். அவள் தன் பின்புறத்தை அவனை நோக்கித் திருப்பிவிடாமல் இருப்பதற்கான எல்லா முயற்சியையும் மேற்கொண்டாள். கதையின் முடிவு ஏற்கனவே உங்களுக்குத் தெரியும்."

"இப்போது நாம் சற்றுப் பின்னால் செல்வோம்" என்றார் தத்யங்கர். "கடவுளர் பிறந்த கையோடு ஒரு புழுதிப் படலம் கிளம்பியது. அதற்குள்ளே ஒரு குலுங்கும் ஒலி. தரையில் முதல் காலடிச்சுவடுகள், அவை உடனடியாக ஒன்றாய்க் கலந்து குழம்பின. ஏழு உயிர்கள் நடனமாடிக்கொண்டிருந்தன, தாம் விடுதலை பெற்றதாக உணர்ந்தன. ஏனெனில் கட்டுகளைத் தளர்த்தும் அதிதியிடமிருந்து பிறந்தவர்கள் அவர்கள். ஆனால் அதிதி எட்டு குழந்தைகளைப் பெற்றாள். ஏழு பேர் நடனமாடிக்கொண்டிருந்தார்கள். ஒன்று வடிவமற்ற கரு, தன் நீளத்தின் அளவுக்கு அகலமாகவுமிருந்த ஒரு சதைத்துண்டு. அதன் தாய் அதை உதைத்துத் தள்ளியிருந்தாள். ஏற்கனவே சென்றுவிட்ட கடவுளரின் புழுதி மார்த்தாண்டத்தின் மீது, சிதைந்த அந்தக் கருவின் மீது விழுந்தது. பிறகு அந்த இறந்த கருமுட்டை பெருநீர்ப்பரப்பில் மெள்ள உருண்டது. இயற்கை நிணநீராய்ப் பெருகியது. அதைச் சூழ்ந்துகொண்டது. கடவுளர் தம் சகோதரனை நினைவுகூர்ந்தனர். "நாம் அவனை வீணாக்கிவிடக் கூடாது" என்று தமக்குள் சொல்லிக் கொண்டனர். அவனைத் தண்ணீரில் இருந்து வெளியே எடுத்து அவனுக்கு உருவம் தர அவர்கள் முயன்றனர். எனவே மார்த்தாண்டம் வைவஸ்வதனாக, சூரியனாக ஆனது. ஆனால் அவர்களால் அவனுக்குள்ளும், அவன் மகன் மனுவின் ஒவ்வொரு வழித்தோன்றலுமாகிய மனிதருக்குள்ளும் வசித்துக் கொண்டிருக்கும் மரணத்தைத் தவிர்க்க இயலவில்லை."

தத்யங்கர் மேற்கொண்டு சொன்னார்: "மரணம் சூரியனுக்குள் வசிப்பதில் பெரிய ஆச்சரியம் ஒன்றுமில்லை. ஆச்சரியம் என்னவென்றால் அவன் முதலில் தோன்றியபோது அவன் தாயால் குப்பையென ஒதுக்கித் தள்ளப்பட்டும் சூரியன் இன்னும் உயிரோடு இருப்பதுதான். அவனுக்கு முன்னால் பிறந்து நன்றாக உருப்பெற்ற அவன் சகோதரர்கள்தாம் அவனைக் காப்பாற்றினார்கள். அவன் தொலைந்துபோவதை அவர்கள் விரும்ப வில்லை. எனவேதான் அவர்கள் வைவஸ்வதனுக்கு அவன் உருவத்தைத் தந்தார்கள். ஒருநாள் அவன் இனப்பெருக்கம் செய்து மரணமடையும் சந்ததியினரை உருவாக்குவான்.

"தனிமையில் விடப்பட்டு, சரண்யுவால் கைவிடப்பட்டு, அவள் நகலான சஞ்சனாவால் (சாயா, நிழல் என்றும் அழைக்கப்பட்டவள்) ஏமாற்றப் பட்டதையும் இப்போது புரிந்துகொண்ட வைவஸ்வதன், தான் பிறந்த நாளை நினைத்துப் பார்த்தான். தன் உண்மையான காதலனான தந்தையின் ஏக்கத்தில் சரண்யு தன் தந்தையின் வீட்டுக்குச் சென்றிருக்கக் கூடுமென்று

சந்தேகித்தான். அவளைத் தேடி அங்கே போகலாம் என்று எண்ணினான். துவஷ்டா அமைதியாக அவனை வரவேற்றார். ஆம் அது உண்மைதான், சரண்யு திரும்பிவிட்டாள், ஆனால் அவர்கள் அவளைத் தங்கவிடவில்லை, இந்தக் கண்மூடித்தனமான முடிவுக்காக அவளைக் கடிந்துகொண்டார்கள். பிறகு துவஷ்டா வைவஸ்வதனை நிமிர்ந்து பார்த்துச் சொன்னார்: "நீ இப்போது உள்ள நிலையில் அவளை இனி உன்னால் காண முடியாது. சரண்யு உன்னுடன் வாழ்ந்தபோது திகிலுடனே வாழ்ந்தாள், எப்போதும் உன் தீண்டலுக்குப் பயந்துகொண்டிருந்தாள். நீ என்னை அனுமதித்தால், உன்னை நான் அவளுக்குப் பொருத்தமானவனாக, வாழும் உயிர்களால் தாங்கிக் கொள்ளக் கூடியவனாக ஆக்க முயற்சிக்கிறேன்." பேசிக்கொண்டிருந்தபோதே, கருவிகள் சிதறிக் கிடந்த நீண்ட பலகையைச் சுத்தம் செய்யத் தொடங்கியிருந்தார் அவர். வைவஸ்வதனை அதில் வந்து படுக்கும்படி அழைத்தார். சாணை தீட்டும் சக்கரம்கொண்டு வேலையைத் தொடங்கினார். முதலில் வைவஸ்வதனின் கைகால்கள்மீது ஒரு திரவத்தை எண்ணெய்போல் பூசினார். பிறகு அவர் அவற்றின் மேல் அந்த விசித்திரக் கருவிகொண்டு வேலைசெய்தார். வைவஸ்வதனுக்கு அந்தத் துன்பம் ஆறுதலாக இருந்தது. ஒளிரும் சிறு துண்டுகள் அவனிடமிருந்து விழுந்து அந்தத் தொழிற்கூடத்தின் மூலைக்கு உருண்டு சென்று அங்கே ஒளிர்ந்துகொண்டிருந்தன. ஒளியை இழப்பது அவனுக்கு ஆறுதலாக இருந்து, மேம்படுத்தும் ஒரு சிலிர்ப்பை உண்டாக்கியது. அதே சமயம் தன் உடலிலிருந்து பிரிந்துசென்ற பாகங்களின் வேதனையையும் உணர்ந்தார். துவஷ்டா தன் வேலையில் கவனமாக உள்ள ஒரு கைவினைஞரைப் போல் காரியத்தில் ஈடுபட்டார். அவர் அவன் தோள்களிலும் உடலிலும் வேலையைத் தொடங்கினார். இப்போது தொடைகளை தேய்த்துக்கொண்டிருந்தார். ஒரு முழங்காலை அவர் தொட்டபோது வைவஸ்வதன் ஏதோ செய்ய வேண்டுமென நினைத்தான். துவஷ்டாவின் மணிக்கட்டைப் பற்றிக்கொண்டு சொன்னார்: "மேற்கொண்டு அந்தப் பக்கம் வேண்டாம், என் பாதங்கள் வடிவமற்றிருப்பது பற்றிப் பரவாயில்லை. நான் என் ரதத்தில் நின்றுகொண்டிருக்கும்போது என் பாதங்கள் எப்படி இருக்கின்றன என்று யாரும் அறிய முடியாது. எப்போதும் சாரதி ஒருவன் என்னை மறைப்பதற்கு இருப்பான். நான் நடக்க வேண்டி வரும்போது பாதங்களை மூடிய காலணிகளை அணிந்துகொள்வேன். அதனால் யாரும் என் பாதத்தைப் பார்க்க வேண்டிய அவசியமில்லை. உருவமற்றதும் என் அங்கம்தான். அதைக் கைவிட முடியாது என்னால். நீங்கள் அனைவரும் உருவமற்றதை உண்டு வாழ்பவர்கள். வீணாக நீங்கள் தேய்த்துவிட விழையும் என் உருவமற்ற பாதங்கள் இல்லாமல் நீங்கள்கூட இருக்க மாட்டீர்கள். தனக்கு அப்பால் எஞ்சியுள்ள ஏதோ ஒன்று உலகத்தை நிறைத்து அதைத் தாங்கி நிற்கிறது. ஆனால் அந்த ஏதோ ஒன்று இல்லாமல் போனால் எதுவுமே இருக்காது. இப்போது என்னை விட்டு விடுங்கள். உங்களுக்கு நன்றி. நான் மீண்டும் என் ஒரே மணமகளைத் தேடி என் வழியே செல்கிறேன்."

பார்வை தரையில் பதிந்திருக்க அஸ்வினி தேவர்கள் கவனித்துக் கேட்டுக்கொண்டிருந்தார்கள். நீண்டகாலம் உலகில் அநாதைகளாகத் திரிந்துகொண்டிருந்த அவர்கள், தங்கள் குடும்பத்தின் பல கிளைகளையும் அறிந்துகொண்டிருந்தனர். ஆனால் அனைத்திற்கும் மேலாக அவர்கள் தங்கள் சகோதர ஸ்தானத்தில் உள்ள ஒருவனைப் பற்றி மேலும் தெரிந்து கொள்ள விரும்பினார்கள்: மிருத்யு, மரணம். தன்னிடம் கேட்கப்படுவதற்கு முன்பாகவே தத்யங்கர் அதை உணர்ந்துகொண்டார். அவர் தொடர்ந்தார்: "அவள் கணவன் மேலும் யோசனையுள்ளவனாக, அன்பானவனாக, இனியவனாக இருக்க அந்த அளவுக்கு மேலும் திகிலாக உணர்ந்தாள் சரண்யு. அவன் படுக்க வரும்போது கழற்றிப் போடும் உடையின் ஓரம் ஒரு கண்டத்தை எரித்துவிடப் போதுமானது. இருந்தும் சரண்யுவை அச்சுறுத்தியது அதுவல்ல. உறையவைக்கும் குளிர். அவள் வைவஸ்வதனுக்குள் இருப்பதற்கு விரும்பவில்லை, ஏனெனில் ஒரு பிரும்மாண்டமான ஓசையற்ற வெற்றிடமொன்று, எதிரொலியற்று, எந்தவிதமான அதிர்வுமற்று, அவனுக்குள் திறப்பதை அவள் உணர்ந்தாள். வைவஸ்வதனின் அடியாழத்தில் அத்துமீறி நுழைந்து வீட்டை விட்டு வெளியே மறுக்கும் விருந்தினன் ஒருவனைச் சந்திக்க நேரலாமென அவள் நினைத்தாள், அல்லது ஒருவேளை அவனே வீட்டின் தலைவனாகவும் இருக்கலாம். அவள் அவனைச் சந்திக்க விரும்பவில்லை. ஆனால் அவனுக்குப் பிறப்பளிக்காமல் இருக்க அவளால் இயலவில்லை. அவள் இரட்டையர்களுக்குப் பிறப்பளித்தபோது – அவளுக்கு அனைத்துமே ஜோடிகளாகவும் நகல்களாகவுமே கிடைத்தன – மரணத்தின் குணாதிசயங்களை ஆண் குழந்தையான யமனிடம் அடையாளம் கண்டாள். வைவஸ்வதனுடைய சாரத்தின் கடைசிக் கொள்கலத்திலிருந்து வந்த அந்த மகன், தன் தாயின் கருவறையில், தன் நகலான தன் இரட்டைச் சகோதரி யமியைச் சந்தித்ததுபோல் இருந்தது. கடைசியாக இப்போது உலகத்தில் இறங்கி மற்ற கடவுளரைப் போல் தனக்கும் ஒரு சரிதத்தை உருவாக்க ஒப்புக்கொள்வான். ஒளிரும் அனைத்தின் பின்னாலும் உருக்கொள்ளும் வெறும் கருநிழலாக மட்டுமே இனி இருக்கமாட்டான். ஆனால் யமியுடன் சேர்ந்திராமல் அவன் மட்டும் வெளிப்பட்டிருக்க மாட்டான். மரணத்திற்கும் நகலுக்கும் இடையில் ஒரு உடன்படிக்கை இருந்ததாகத் தோன்றியது." இந்த இடத்தில் தத்யங்கர் அமைதியானார். பிறகு மீண்டும் தொடர்ந்தார்: "யமனாக ஆவதற்கு முன்னால் மரணத்திற்குச் சரியான ஒரு பெயர் கிடையாது, அவன் ஒரு ஆளாக இல்லாமல் ஒரு பொருளாக இருந்ததுபோல். இருந்தும் மரணத்தைப் பொறுத்தவரை மிகவும் திகிலூட்டும் விஷயம் என்னவெனில் ஒரு ஆளாக அவன் தோற்றமளிப்பதுதான். தெளிவற்ற சாயல் கொண்ட ஒரு உருவத்துடன் அறியப்படாமல் கடந்து போக இணங்காதவன். உங்களைச் சந்திக்க யார் வந்தாலும் அவர் கண்ணின் மணியில், அது காதலராக இருந்தாலும் அல்லது விரோதியாக இருந்தாலும் அவனை நீங்கள் அடையாளம் கண்டுகொள்வீர்கள். அல்லது அவனைச் சூரியனின் சுட்டெரிக்கும் திரைக்குப் பின்னால் கணநேரம் காண்பீர்கள், காண்பவர் கண்ணைத் துளைத்து, அத்துமீறி நுழையும் விருந்தாளியென, நெடுநேரத்துக்குக் கலையாத கறுத்த நிழலுருவாக.

"சூரியவஸ்துவில் தன் தொடைவரை மூழ்கியிருந்தான் மரணம். செஞ்சூடான திரளில் இருந்து அவன் உடலின் முண்டப்பகுதி வெளிப்பட்டுக் கீழே பார்த்தது. பூமியிலிருந்து கண்களை உயர்த்தும்போது ஒளியின் வரம்புக்குப் பின்னால் தொலைவிலிருந்து யாரோ வந்தனம் சொல்வதைப் போல் ஒரு கறுமையான வெளிக்கோட்டுருவம் சிலவேளை தென்படும். யாரும் அந்த வந்தனத்துக்குப் பதில் சொல்வதில் ஆர்வம் காட்டுவதில்லை. கண்கள் குருடாகாமல் காக்கும் பொருட்டுச் சூரியனைப் பார்க்காமல் இருப்பதாகச் சொல்கிறார்கள் அவர்கள். உண்மை என்னவெனில் அந்த மௌனமான அறியப்படாத ஜீவனின் வந்தனத்தை, சிலவேளைகளில் ரகசியக் குரலில் "கறுப்புச் சூரியன்" என்று குறிப்பிடப்படும் அந்த ஜீவனின் வந்தனத்தை, அவர்கள் அங்கீகரிக்க விரும்பவில்லை.

"மென்மையான கொதிக்கும் பணியார மாவினுள் மூழ்கியிருப்பதைப் போல் மரணம் சூரியனிலும் இதயத்திலும் தொடைவரை மூழ்கி யிருக்கிறான். ஒரு கால்வாயைக் கடந்துபோவதைப் போல் அவன் நிழல் சூரியன்மீது படர்ந்துபோவதைத் தொலைவிலிருந்து சிலர் காணமுடியும். சட்டென்று அந்த நிழல் ஆழமில்லாத ஓர் இடத்தை அடைந்துவிட்டதைப் போலிருந்தது, ஏனெனில் இன்னும் அதிகமாகத் தெரியத் தொடங்கியிருந்தது. தொடைகளை, முழங்கால்களைப் பார்க்க முடிகிறது. மரணத்தின் பாதத்தைப் பார்க்கும்போது யாரேனும் சொல்வார்கள்; "அவன் வெட்டி விடப்பட்டான்" – அந்தக் கணத்தில் வேறு யாராவது இறந்துபோவார்கள்.

மரணம் சூரியனில் பாதி புதைந்திருக்கும் ஆள், அதை மெதுவாக விழுங்கிக்கொண்டிருப்பவன். கண்மணியின் மையத்தில் தெரியும் ஆள், புருஷன், – அதன் இருப்பு தொடர்பாக மனம் கண்ணுக்குத் தெரியாத அளவுக்கு அனுமதிக்கும் குறிப்பென உள்ள ஒன்று – தான் உறையும் உடலை மெதுவாக உண்ணுவதுபோல். எங்கெல்லாம் ஒரு வஸ்து தன்னையே விழுங்கிக்கொண்டிருக்கிறதோ அங்கே மரணத்தைக் காணலாம். மரணம் என்பது உண்ணும் செயல். ஆக நாம் மரணத்திற்குக் கடன்பட்டுள்ளோம். கடந்துசெல்லும் ஒவ்வொரு கணத்திலும் அந்தக் கடனை நாம் செலுத்துகிறோம், மரணம் நமக்குக் கொடுத்துள்ள சக்தியைக்கொண்டு அதைக் கள்ளத்தனமாக நீடித்துக்கொண்டு, உடைத்துக்கொண்டு, கண்களில் உள்ள அந்த ஆளுக்கு கணத்துக்குக் கணம் நம்முடைய துணுக்கொன்றைக் கஞ்சத்தனமாக விட்டுக்கொடுத்துக் கொண்டு, விழுங்கத் தந்து கொண்டிருக்கிறோம்.

கண்களில் உள்ள ஆள் தனித்துப் பிறக்கவில்லை, தனித்து இருக்கவும் இயலாதவன். முதல் ஜோடிக் கண்களில் உள்ள இருவர்தாம். வலது கண்ணிலுள்ளது மரணம், இடது கண்ணில் அவன் துணை. அல்லது மீண்டும்: வலது கண்ணில் இந்திரன், இடது கண்ணில் அவன் துணைவி இந்திராணி. இந்த இருவருக்காகத்தான் கடவுள் நடுவில் ஒரு தடுப்பை வைத்தார்: மூக்கு, மூக்கின் தடுப்புக்குப் பின்னால் மலையொன்றால் பிரிக்கப்பட்டதைப் போல் இரு காதலர்கள் ஒளிந்துகொண்டுள்ளனர். சந்திப்பதற்கும் தீண்டுவதற்கும் இதயத்தில் விரியும் அந்த உட்புழைக்குள்

அவர்கள் ஒன்றாக நுழைய வேண்டும். இதயம்தான் அவர்கள் பள்ளியறை. அங்கே அவர்கள் இருவரும் கலவியில் முறுக்கிக்கொண்டிருப்பார்கள். வெளியிலிருந்து பார்க்கும்போது, படுக்கையைச் சுற்றி உள்ள திரைச் சீலையைப் போல் உறங்குபவர்களின் கண்களை இமைகள் மூடிக் கொண்டுள்ளன. அங்கே இதயத்தின் உட்புழையில் இந்திரனும் இந்திராணியும் ஒருவருள் ஒருவர் உறைகிறார்கள். இதுதான் பெரும்பேரின்பம். இந்திரன், இந்திராணியின் இந்தக் காதற்கலவியைத் தொந்தரவு செய்யக் கூடாது என்பதால்தான் உறங்குபவர்களைச் சட்டென்று எழுப்பக் கூடாது. அவ்வாறு எழுப்பப்பட்டவரின் வாய் பிசுபிசுவென இருப்பதும் அந்த இரு கடவுளர்களும் தங்கள் வித்துக்களைப் பெய்வதால்தான், இந்திரன்– இந்திராணியின் திரவங்கள் உறங்குபவரின் வாயில் ஒன்று கலப்பதால்தான்.

"மரணமும் நகல் செய்வதும் சேர்ந்தே இருக்கின்றன. ஒன்றில்லாமல் மற்றது ஒருபோதுமில்லை. பிரதிபலிப்பு மற்றும் பிளத்தலின் சாத்திரம், இரட்டைகளைக் கட்டவிழ்த்து விடுவது, முறையான பதிலீடு, உடன்நிகழும் ஓரப்பார்வைகள், உட்புறமும் வெளிப்புறமும்: இவையனைத்தும் நகல் செய்வதன் செயல்பாடுகள். அவற்றுக்கு ஊக்கம் அளிப்பவர்கள் மட்டுமே அறிவை அணுக முடியும். ஆனால் நகல் செய்தல் மரணத்தோடு சேர்ந்தே வருகிறது. அதுவும் அறிவால் மட்டுமே மரணத்தை வெல்ல இயலும். இதுதான் சுழல்."

அவர்கள் மூன்று இருக்கைகளில் அமர்ந்திருந்தனர். அஸ்வினி தேவர்கள் தங்கள் கவனத்தை வேறெங்கோ குவித்திருந்தபோது, ஏறத்தாழ ஒரேமாதிரியான அவர்கள் பக்கவாட்டுத் தோற்றத்தைத் தத்யங்கர் கண்டார். அவர்களில் ஒருவன் சொன்னான்: "நாங்கள் குழந்தைகளாக இருந்தபோது, பிரஜாபதி சொன்னதாகச் சில வார்த்தைகள் எங்களுக்குச் சொல்லப்பட்டன, தேவர்களும் அசுரர்களும் அவற்றைப் புரிந்துகொள்ளாவிட்டாலும் தம் ஞாபகத்தில் இருத்திக்கொண்டதாகச் சொல்லப்பட்டது. அந்தச் சொற்கள் இவைதாம்: 'அனைத்துத் தீங்கிலிருந்தும் விடுபட்டுவிட்ட, வயது, மரணம், துன்பம், பசி, தாகம், இவை எதற்கும் ஆட்படாத, எதன் ஆசைகளும் எண்ணங்களும் மெய்ம்மையோ அந்த ஆத்மாவை, அந்தச் சுயத்தைத் தேட வேண்டும், அதை அறியப் பாடுபடவேண்டும். அந்த ஆத்மாவை, அந்தச் சுயத்தை அடைந்து அதை அறிபவன், அனைத்து உலகங்களையும், அனைத்து ஆசைகளையும் அடைவான்'" பிறகு தன் இரட்டைச் சகோதரன் விட்ட இடத்திலிருந்து தொடர்வதைப் போல் இன்னொரு அஸ்வினி தேவன் சொன்னான்: "இதுதான் ரகசியம், இதைத்தான் நாம் வந்தடைந்தாக வேண்டும் என்று நாம் சற்றும் உணராத, சற்றும் சிந்திக்காமல் நாம் தினந்தோறும் பயன்படுத்திவந்த இந்தச் சொல், ஆண்பால் பெயர்ச் சொல்லாக உருப்பெற்று, தன்னைச் சுட்டும் 'ஆத்மா' என்னும் இந்தப் பிரதிப்பெயர்ச்சொல், மற்ற அனைத்துச் சொற்களுக்கும் தலையானதோ?" எந்த அளவுக்குத் திகைத்துப் போனார்களோ அந்த அளவு அவர்கள் கற்க விரும்பினார்கள்; அதைத் தத்யங்கரிடம் சொன்னார்கள். அவர்

ராபர்ட்டோ கலாஸ்ஸோ 237

அவர்களை நேராகப் பார்த்துச் சொன்னார்: “*அகம்* என்பதற்கு முன்னால் *ஆத்மா* வருகிறது, ‘நான்’ என்பதற்கு முன்னால் சுயம் வருகிறது: தன்னைச் சுட்டும் பிரதிப்பெயர்ச்சொல் தனிப்பட்ட பிரதிப்பெயருக்கு முன்னால் வருகிறது: ஏன்? ஓர் உயிர் ‘நான்’ என்று சொல்வதல்ல அடிப்படையான விஷயம்: எல்லா விலங்குகளும் முதன்முதலில் ஒலியெழுப்பும் கணத் திலிருந்து ‘நான்’ என்று சொல்கின்றன. ‘சுயத்திற்கும்’ ‘நான்’ என்பதற்கும் ஒரேயொரு வித்தியாசம்தான் உள்ளது. சுயம், ‘நானை’ கவனிக்கிறது, ‘நான்’ சுயத்தைக் கவனிப்பதில்லை. ‘நான்’ உலகத்தை உண்கிறது. ‘நான்’ உலகத்தை உண்பதைச் ‘சுயம்’ கவனிக்கிறது. அவை இரு பறவைகள், ஒரே மரத்தின் எதிரெதிர்க் கிளைகளில் அவை அமர்ந்திருக்கின்றன, அதே உயரத்தில், மரத்தின் தண்டிலிருந்து ஒரே தூரத்தில். அவற்றைக் கவனிக்கும் ஒருவருக்கு அநேகமாக அவை ஒன்றேதான். உங்களைப் போலவே. அவற்றை யாராலும் பிரிக்க முடியாது. சுயம் சொன்ன முதல் சொற்கள், “நான் இருக்கிறேன்.” சுயம் “நான் இருக்கிறேன்” என்று சொன்னபோது வேறெதுவும் இருக்கவில்லை. சுயம் உச்சரித்த ஒரே காரணத்தால் மட்டுமே ‘நான்‘ இருக்கிறது. தொடக்கத்திலிருந்தே இரண்டுக்கும் ஒரு ஆளின், *புருஷனின்,* உருவம் இருந்தது. பின்னர் முழு உலகமும் சுயத்திலிருந்து தோன்றப் போகிறது என்றாலும் அதில் சுயம் தன் விரல்நுனிகள்வரை மூழ்கப் போகிறதென்றாலும் ஒரு ஆளின் உருவத்தைத் தக்கவைத்துக் கொண்டன சுயமும் நானும். அதனால்தான் நாம் அவற்றிடம் பேசுகிறோம், அவை நம்மிடம் பேசுகின்றன.”

தத்யங்கர் மதுவித்தையை அஸ்வினி தேவர்களுக்கு விளக்கிக் கொண்டே போனார். அவர் பேச்சு அவர்களது மயிர் கால்களில் இருந்து எலும்புக் குருத்துவரை பரவியது. உலகம் முன்புபோலவே இருந்தது. எதுவும் முன்புபோலவே இல்லை. ஒருநாள் தத்யங்கர் சொன்னார்: “சர்யாதி கடவுளரோடும் மனிதர்களோடும் சேர்ந்து சோமயாகம் செய்ய விரும்புகிறார். அவர் யாரென்று தெரியுமா? உங்களை நிராகரித்த பெண் சுகன்யாவின் தந்தைதான் அவர். மேலும் அவர் மனுவின் மகன். ஆக நகலான சஞ்சனா வழியில் சுகன்யா உங்கள் மருமகள். ஆனால் இந்தக் கட்டத்தில் நீங்கள் எந்தவொரு உறவு முறையாலும் அநேகமாகத் திகைப்படைய மாட்டீர்கள் . . . நீங்களும் யாகத்துக்கு வரவேண்டும். குதிரைத் தலையுடன் என்னை நீங்கள் பார்ப்பது இதுதான் கடைசி முறை. இப்போது, கிளம்பிச் செல்லுங்கள் . . .”

அஸ்வினி தேவர்கள் அழுதார்கள். அவர்கள் இதுவரை சோம பானத்தைச் சுவைத்திராவிட்டாலும் தங்கள் வாழ்வின் அருமையான பகுதி ஒரு முடிவுக்கு வந்துவிட்டதென அவர்கள் உணர்ந்தார்கள்.

அஸ்வினி தேவர்கள் ஒரு பெண்குதிரையிடமிருந்து பிறந்ததாலும் அவர்கள் எப்போதும் நிலத்திலும் நீரிலும் – வானிலும்கூட – வெண்குதிரை களால் இழுக்கப்படும் ரதத்தில் பயணித்துக்கொண்டிருந்ததாலும் குதிரைத்

தலையோடிருந்த ஒருவரிடமிருந்து மதுவித்தையைக் கற்றிருந்ததாலும் தங்கள் பெயரை அவர்கள் *அஸ்வம்*, குதிரை, என்பதிலிருந்து பெற்றிருந் தார்கள் என்பது வெளிப்படை. புராதன காலத்தின் சொல்லிலக்கணத் துறையினர் இவ்வாறான வெளிப்படையான கருத்துகளோடு நிறுத்திக் கொள்ளவில்லை. "*அஸ்*," "அடைவது," என்பதிலிருந்து தங்கள் பெயரைப் பெற்றுள்ளார்களென அவர்கள் சொன்னார்கள். ஏன்? ஏனெனில் அவர்கள் தாம் சூரியனின் மகளை, சூர்யாவை, ஒரு போட்டியில் முதலில் வென்ற தனால்; "அனைத்தையும் அடைந்ததனால்". அது எவ்வாறு? 'ஒருவர் ஈரத்தன்மையாலும், மற்றவர் ஒளியாலும்" என்கிறார்கள் சொல்லிலக்கணத் துறையினர்.

மகன்கள், காதலர்கள், கணவர்கள், சகோதரர்கள், நண்பர்கள், மாப்பிள்ளைத் தோழர்கள், வெல்பவர்கள், தேர்ந்தெடுக்கப்பட்டவர்கள்: ஒரே சமயத்தில் இவை யாவுமாக இருந்தார்கள் அஸ்வினி தேவர்கள், எந்தப் பெண்ணோடு பயணித்தார்களோ அவளுக்கு, அல்லது எந்தப் பெண் அவர்களோடு பயணித்தாளோ அவளுக்கு. அது உஷையாக இருக்கலாம் – அல்லது சூர்யாவாக. அது சுகன்யாவாக இருப்பதை அவர்கள் விரும்பியிருப்பார்கள். அவர்கள் "ஆபரணங்களின் நாயகர்கள்," சுபஸ்பதிகள், – அந்தப் பெயரை வேறெந்தக் கடவுளும் தன்னுடையதெனப் பெருமைகொள்ள முடியாது. அதனால்தான் தேன் நிரம்பிய ஜாடியிடம் ஈர்க்கப்படுவதைப் போல் பெண்கள் அவர்கள் ரதத்தின்பால் ஈர்க்கப் பட்டார்கள். உலகத்தை நகல்களால் நிரப்ப வேண்டியிருந்தும்கூட அவர்கள் இருவரும் தனித்து இருந்ததேயில்லை. அவர்கள் ரதத்துக்கு மூன்று சக்கரங்கள் இருந்ததைப் போல், அங்கு எப்போதும் மூன்றாவதாக அவர்களுக்கிடையில் ஒரு பெண் இருந்தாள், அநேகமாகக் கண்ணுக்குப் புலப்படாமல். அவளுக்குள்தான் அவர்கள் பேசிக்கொண்டார்கள்.

"தேன் சவுக்கு" *மதுமதிக்கசை*, அஸ்வினி தேவர்களின் கைகளில் இருந்து பூமியின் மீது சொடுக்கியது. அது எதனால் செய்யப்பட்டது என்று யாரால் நிச்சயமாகச் சொல்லவியலும்? நிச்சயமானது எதுவெனில் மக்கள் அதன் நுனியைத் துய்ப்பதைவிட வேறெதையும் விரும்பவில்லை. தேன் நிரம்பித் ததும்பும் ஆட்டுத்தோல்பை ஒன்று அஸ்வினி தேவர்களின் மூன்று சக்கர ரதத்தில் துருத்திக்கொண்டிருக்கும். அதன் சொட்டும் இனிமையைத் தங்களைச் சுற்றிலும் சொடுக்கிவிடுவதற்கு முன்னால் தங்கள் சவுக்கை அதில் நனைத்து எடுப்பார்கள். எங்கிருந்து வந்தது அந்தச் சவுக்கு? அன்னைகளின் அன்னையான அதிதியிடமிருந்து, எல்லை யற்ற அவளிடமிருந்து, கனிந்துவருவதற்குக் கணவனொருவன் தேவைப் படாத அவளிடமிருந்து. அஸ்வினி தேவர்களின் வாழ்வின் மேன்மையான தருணங்கள் எப்போதும் ஒரு பெண்ணுருவத்துடன் ஏதோ ஒரு வகையில் சம்பந்தப்பட்டிருந்தது: உஷையின் வளைந்திருந்த செம்பழுப்புக் கூந்தலைக் கண்டவாறு அவர்கள் விழித்தெழும்போது: அதிதி அந்தச் சவுக்கை

அவர்கள் கையிலிடும்போது: ஒரு வெறித்தனமான ரதப் போட்டியின் முடிவில் – தங்கள் நான்காம் சக்கரத்தை அவர்கள் இழந்துவிட்ட சமயத்தில் – சூர்யா அவர்களுக்காக வெற்றிக் கோட்டுக்கு அருகில் மேடைமீது காத்து நின்று அவர்கள் ரதத்தில் ஏறிக்கொண்ட போது; "தன் ஆசை அவ்வாறாக இருந்ததனால்" என அவள் சொன்னாள். மரிக்கக்கூடிய ஒருத்தி, ஒரு தேவதைபோல் நதியிலிருந்து எழுந்த சுகன்யா மட்டுமே அவர்களை நிராகரித்தாள். அந்த நிராகரிப்பு தங்கள் விமோசனமாக இருந்ததென அவர்கள் நினைத்தார்கள்; ஏனெனில் அதுதான் அவர்களைத் தத்யங்கரிடம் கூட்டிச் சென்றது. குறையாக இருந்த ஒன்றை, நமக்கு எப்போதும் குறையாக உள்ள ஒரு கூறை, அறிவை, இப்படியாக அவர்கள் அடைந்தார்கள். தேனிலிருந்து தேனின் சித்தாந்தமான மது வித்தைக்குச் செல்வது, அதுதான் நம்மால் எப்போதும் எடுத்துவைக்க முடிந்த ஒரே அடி அல்லவா? மற்ற அனைத்தும் அதைச் சார்ந்தது – அல்லது பொய்யானது. அவர்கள் பாழ்வெளியை நோக்கிப் புன்னகைத்து விட்டுத் தங்கள் வழியில் சென்றார்கள்.

ஒரு பெரிய கூட்டம் கூடியிருந்தது. மையத்தில் கடவுளர் ரிஷிகளோடு கலந்திருந்தார்கள். எதேச்சையாக ஒரு காட்சியில் நுழைந்துவிட்ட பயணிகளைப் போல் அஸ்வினி தேவர்கள் ஓரமாக இருந்தார்கள். சடங்கு மிகவும் மெதுவாகத் தொடங்கியது. அஸ்வினி தேவர்கள் சடங்கு செய்பவர்களைக் கவனித்தார்கள். ரிஷிகளில் அவர்கள் அறிந்த முகமொன்று இருந்தது. யார் அது? சற்றுத் தீவிரமான தோற்றத்துடன் அவர் இவர்கள் சாயலை ஒத்திருந்தார். "சியவனர் ..." அவர்களிருவம் கிசுகிசுத்தனர். சடங்குகள் நடந்துகொண்டிருந்தன. சியவனர் கோப்பையொன்றை உயர்த்துவதை அவர்கள் கண்டனர். அவர் தெளிவான குரலைக் கேட்டனர்: "இது அஸ்வினி தேவர்களுக்கு ..." அப்போது அங்கே சட்டென்று ஒரு சூறாவளி வீசியது. இந்திரன் ஓடிவந்து கோப்பையைச் சியவனரின் கையிலிருந்து சீற்றத்துடன் பிடுங்கிக்கொண்டிருந்தான்: "நான் இந்தக் கோப்பையை அங்கீகரிக்கவில்லை ..." எனச் சொன்னான். என்ன நடந்து கொண்டிருந்தது என்று பார்க்க முடியாமல் புழுதிமேகம் மறைத்தது. "ஒரு ரிஷியின் கையிலுள்ள சோமபானக் கோப்பையைப் பறிக்கத் துணிந்தது யார்?" என்று முழங்கியது ஒரு குரல். மாருதிகள் தங்கள் வேல்களை ஆட்டி னார்கள். அக்னி இந்திரனிடம் சொன்னார்: "ரிஷிகளைத் தூண்டிவிடுவது நமக்கு நல்லதல்ல. இறுதியில் அவர்கள் நம்மைவிட மேலானவர்கள். நாம் அவர்களிடமிருந்து பிறந்தவர்கள். உன் கோபத்தை விழுங்கு." ஆனால் அவர்கள் செய்ய விரும்பியிருந்தாலும் கடவுளர்களால் செய்வதற்குப் பெரிதாக ஏதுமில்லை. ரிஷிகளால் அழைக்கப்பட்டு வந்த மாடன் எனும் பூதம் அவர்களைக் கிறங்கவைத்துக்கொண்டிருந்தான். வானத்திலோ பூமியிலோ எதுவும் தெளிவாக இல்லை. கண்களைத் தாழ்த்திக்கொண்டு இந்திரன் அசையாமல் நின்றான். சூறாவளி அடங்கியது. அஸ்வினி தேவர்கள் சியவனருக்கு அருகில் தாங்கள் இருப்பதைக் கண்டனர். கோப்பை மீண்டும் அவர் கைகளில் இருந்தது. இப்படியாக அஸ்வினி

தேவர்கள் இறுதியில் சோமபானத்தைத் தம் வாய்க்குக் கொண்டுசென்றனர். பிறகு அவர்கள் சுற்றிலும் பார்த்தார்கள்: கடவுளர் நழுவிப் போயிருந்தனர். "கடவுளரும் மனிதர்களும் ஒன்றாகச் சேர்ந்து சோமபானம் அருந்தியது அதுதான் கடைசிமுறை". யாராவது ஒருவர் ஒருநாள் இவ்வாறு துலக்கமாகச் சொல்வார்கள். "பண்டைய காலங்களில் அவர்கள் வெளிப்படையாக ஒன்றாக அருந்தினார்கள், இப்போது அவர்கள் கண்ணுக்குத் தெரியாமல் அப்படிச் செய்கிறார்கள்."

10

சோமம் காலவோட்டத்தில் பல்வேறு தாவரங்களோடும் அடையாளப்படுத்தப்பட்டது, ஒரு விஷயம் தெளிவாகவுள்ளது: சோமத்தின் சாறு போதையூட்டக்கூடியது. அந்த வஸ்து உணர்ச்சி சார்ந்தது: பரிமாணமே குணமாகவும் உள்ள ஒரே வஸ்து. அனைத்தும் அதன் வெற்றியையோ தோல்வியையோ சார்ந்துதான் இருக்கிறது. கடவுளருக்கும் சோமபானம் கிடைக்காத காலமொன்று இருந்தது. அவர்கள் அதை வேறொரு பெயரால் அழைத்தார்கள்: *அமிர்தம்,* "மரணமற்றது." மரணத்திலிருந்து விடுபட்ட, மரணத்திலிருந்து விடுவிக்கும் அதை அவர்கள் இன்னும் அடையவில்லை, கண்டுகொள்ளவில்லை, தீண்டவில்லை. பிரஜாபதியின் பிள்ளைகள் அனைவரும் தேவர்கள் அசுரர்கள் என எதிரெதிர் அணிகளில் பிரிந்திருந்தாலும் அனைத்தும் பிறப்பெடுத்துவரும் இந்த ஒரு விஷயத்துக்காக, கடலைக் கடைவதற்காக, அணிசேரலாமென ஒப்புக்கொண்டார்கள்.

கடல் கொதித்துக் குமுறியது. ஒரு மிகப்பெரிய பெண்டுலம் பெரு நீர்ப்பரப்பை உழுதபடி போனபோது, அலைகள் பித்துப் பிடித்தவர்களைப் போல் எல்லாத் திசைகளிலும் நுரைத்துப் பொங்கின. மந்தர மலை வேரோடு பிடுங்கப்பட்டு, கூரிய பாறைகளும் மரங்களும் சிலிர்க்க, தாழியில் மத்தைப் போல் நீர்ப்பரப்பை அலைக்கழித்துக்கொண்டிருந்தது. ரத்தினக் கற்கள் அருவியெனப் பொழிய, தங்கம் உருகியோட, தாவரங்களின் உயிர்ச்சாரமும் பசையும் சாறுகளும் நீரில் கலந்தோடின. சாரங்கள் அனைத்தும் கடற்பாலைக்குள் ஒன்றாகப் பொங்கியோடின. இதற்குள் மந்தர மலையின் இடையறாத அசைவால், இதுவரை எந்தக் கண்ணும் பார்த்திராத ஆழ்கடல் உயிரினங்களின் பெரும் சடலங்கள் வெளிப்பட, இந்த அமளியில் அமைதியாக இருந்த ஒரே உயிரினம் தன் முதுகில் மந்தர மலையைப் பிணைத்துக்கொண்டிருந்த அந்த ராட்சத ஆமையான அகூபாராதான். நெருங்கிச் சென்று பார்க்கும்போது மந்தர மலையின் விலாப்புறத்தில் ஒரு பட்டை இழைந்து செல்வதைப் பார்க்கலாம். அல்லது அது ஒரு தடித்த கயிறா? அது ஒரு பாம்பு, வாசுகி. தேவர்கள் அதன் வாலையும் அசுரர்கள் அதன் தலையையும் பிடித்திருக்க, நீரின் அடியில் மந்தர மலை கடைந்துகொண்டிருக்க, முன்னும் பின்னுமாக இழுக்கப்பட்ட வாசுகியின் வாயிலிருந்து கிளம்பிய புகை அசுரர்களைச் சுற்றிச் சூழ்ந்து அவர்கள் மனத்தைக் கலக்கிக்கொண்டிருந்தது. ஆனால் முதலாவதாகப் பிறந்ததில் தற்பெருமை கொண்ட அவர்கள்தாம் வாசுகியின் தலைப் பாகத்தைப் பிடித்துக்கொள்வதில் விடாப்பிடியாக இருந்தனர். ஏனெனில் தலைதான் எந்த ஒரு விஷயத்தின் மேன்மையான பாகம்.

“எல்லா அற்புதங்களுக்கும் மூலகாரணமாக இருக்கும் மனத்தின் முதல் உராய்வான தவத்தின் தொடக்கத்தை நினைவூட்டுகின்றன இவையெல்லாம்” என்று நினைத்தார்கள் தேவர்கள். ஆனால் இந்த முறை என்ன தோன்றப் போகிறது? அல்லது ஏதாவது தோன்றுமா இல்லையா? தேவர்கள் சோர்ந்துபோனார்கள். துடுப்புப் போடும் அடிமைகளைப் போல் அவர்கள் வாசுகியின் செதில்களைப் பற்றிக் கொண்டு, ஒரு புகைமூட்டமான தொலைவில் இந்த ஒரு காரியத்துக்காக மட்டுமே தங்கள் நண்பர்களாக ஏற்றுக்கொண்ட அவர்களின் நிரந்தர எதிரிகளான அசுரர்களின் முகச் சுளிப்பை மட்டுமே அவர்களால் காண முடிந்தது. “பணயம் பெரிதானதாக இருக்கும்போது விரோதிகளைக் கூட நண்பர்களாக்கிக்கொள்ளத் தயாராக இருக்க வேண்டும், எலிகளிடம் நட்பு கொள்ளும் பாம்பைப்போல்” என்று அறிவுரை கூறினார் விஷ்ணு. *அமிர்தத்தை,* “இறவாமையை” அடைய வேண்டுமெனில் அறுதியானதைக் கூடப் பணயம் வைக்க வேண்டும்.

அந்தச் சமயத்தில் தேவர்களும் அசுரர்களும் இன்னும் ஒரே மாதிரிதான் இருந்தார்கள். கொச்சையானவர்களாக, பேராசை கொண்டவர்களாக, முன்கோபக்காரர்களாக இருந்த அவர்கள் முக்கியமான குறிக்கோள் ஒருவரையொருவர் அழிப்பதுதான். மேலும் மரணத்திலிருந்து தப்பிப்பது. ஆனாலும் மரணம் தாக்கியது. ஒவ்வொரு கோரமான மோதலுக்குப் பின்னாலும் தங்கள் சவங்களை எண்ணிக்கொண்டிருப்பார்கள் தேவர்கள். “ஒருநாள் எண்ணுவதற்குக்கூட நாம் யாரும் இல்லாமல் போய்விடுவோம்,” என்று அவர்கள் நினைத்தனர். பிறகு துயரத்தில் ஆழ்ந்தனர். அசுரர்கள் பாசறையில் கண்டதை ஒற்றர்கள் வந்து சொல்லும்போது சீற்றத்துடன் தங்களை எழுச்சிகொள்ளச் செய்வார்கள். அங்கும் இறந்தவர்கள் பலர் உருச்சிதைந்துபோய் வல்லூறுகளின் கூரிய பார்வையின் கீழ் குவிக்கப் பட்டிருந்தார்கள். ஆனால் பிறகு அசுரர்களின் தலைமைப் புரோகிதரான காவ்ய உஷனஸ் வந்து தன் கைகளின் மெல்லிய அசைவால் அவர்களை ஒவ்வொருவராக உயிர்ப்பித்துவிடுவார். அவருக்கு மட்டுமே ருத்ரன் சஞ்ஜீவினி வித்தையை, உயிர்ப்பிக்கும் தத்துவத்தை, அளித்திருந்தார். இதனால் அந்த இடத்தில் அசுரர்கள் மொய்த்துக்கொண்டிருந்தனர். அவர்கள் மரணத்தை அறியவில்லை என்று சொல்ல முடியாது. ஏனெனில் அவர்களும் அடிக்கடி கொலையுண்டு, மற்றவர்களைப் போலவே துன்புற்று, மரணத்தின் ராஜ்ஜியத்தில் சிறிது காலம் கழித்துவிட்டுத்தான் வந்தார்கள். ஆனால் ஞாபகங்களோ நினைவுகளோ இல்லாமல் உயிருடன் அவர்கள் மீண்டு வந்தார்கள். நீண்ட புலப்படாத காயத்தால் அவர்கள் தாக்கப் பட்டிருந்தார்கள்; ஏற்கனவே கொல்லப்பட்டுவிட்டதான நினைவு தொடர்ந்து அவர்களிடம் நிலைத்திருந்தது. அவர்கள் அதனால் துன்புற்றார் கள் – ஆனால் தேவர்களின் பாசறையைக் காணும்போது மூர்க்கவெறி கொண்டு சிரிப்பார்கள், அங்கே இறந்தவர்கள் மீண்டும் எழுந்து நின்று நடப்பதில்லை. அதே சமயம் அறுதியான மரணத்தை ஒருபோதும் அடையாத அசுரர்கள்கூட மரணத்தைத் தடுத்துநிறுத்துவதில் ஆர்வம்

கொண்டிருந்தார்கள். அதனால் இதற்காக மட்டும் அவர்கள் தேவர்களோடு ஒரேயொருமுறை துணைபோகச் சம்மதித்தார்கள். தங்கள் விரோதிகளைப் போலவே அசுரர்களும் அமிர்தத்தை வென்றெடுக்க வேண்டுமென்பதில் ஆர்வமாக இருந்தனர்.

ஆனால் நெருக்கடியான நிச்சயமின்மை அங்கே எழுந்தது: இறவாமை வஸ்துவாகுமா? முதல் தனிப்பெரும் ரசவாத முயற்சியில் தாங்கள் ஈடுபடுகிறோமென தேவர்களுக்கும் அசுரர்களுக்கும் தெரியும். ஆனால் அவர்களுடைய மூலப்பொருள் ஒளி ஊடுருவ முடியாததாக இருந்து விட்டால்? கடல் தன் 'இனிய அலை'யைத் தராது போய்விட்டால்? தளர்ந்து, சோர்ந்துபோயிருந்த அவர்கள் நிமிர்ந்து பார்த்து, மந்தர மலைக்கும் கடலுக்கும் இடையில் பால்மணிக்கல்லைப் போல் பல வண்ணம் காட்டும் ஒளி விரிந்து படர்வதைக் கண்டார்கள். அந்த ஒளியில் அந்தரத்தில் தொங்கும் பீடங்களற்ற விக்கிரகங்களைப் போல், பொதுமக்களை வணங்குவதற்காக ஒருவர் பின்னால் ஒருவராக வரும் நாடக நடிகர்கள் போல், கையணியில் பளபளக்கும் வளையங்கள் போல், தென்றல்மீது தீட்டப்பட்ட சித்திரங்கள் போல், பிரபஞ்சத்தின் உடல்மேல் கட்டப்பட்ட தாயத்துக்கள் போல் தோன்றின *ரத்தினங்கள்*, விலைமதிப்பற்ற கற்கள், அனைத்திற்கும் மேலானதின் ஊர்வலம். முதலில் வந்தது சூரியன், பிறகு நிலவு – பிறகு சிவனின் விரிந்த கைகள், இடை மெலிந்த பெண் ஒருத்தியைச் சுற்றியணைப்பதுபோல் அந்த வெண்ணிற அரிவாளை அணைத்தபடி எடுத்துத் தன் பின்னிய சடையில் சூடிக்கொள்ள, அது இந்நாள் வரையிலும் அங்கே இருக்கிறது, ஒரு பளபளக்கும் முடியணி போல். நீர்ச்சுழிகள் நகைகளென மோகன உடல்களில் சொட்டச் சொட்ட நீர்த்திரளாய் அடுத்து வந்தனர் அப்சரஸ்கள். தேவர்கள் அசுரர்கள் இருவருமே சம அளவில் அவர்களுக்காகப் பேரார்வத்துடன் இருந்தனர், ஆனால் அவர்கள் எந்த முயற்சியும் எடுக்கவில்லை. அப்சரஸ்கள் உயிருள்ள நாணயங்கள் என அவர்களுக்குத் தெரியும், அவர்கள் கைமாறிச் செல்பவர்கள். மணப்பெண்ணாக இருக்கப் பொருத்தமற்றவர்கள். பிறகு வந்தது வெண்குதிரை உச்சஸ்ரவஸ், எண்ணத்தைப் போல் வேகம் கொண்டவன், அவர்களைத் தன் பிடரி மயிரின் ஒரு சொடுக்கில் திகைக்க வைத்தான். மேலும் அங்கே இன்னும் ரத்தினங்கள் ஒளியில் உருக்கொண்டிருந்தன. வெள்ளை உடையில் மணத்துடன் அமைதியாக, கம்பீரமாகத் தோன்றினாள் ஸ்ரீ, பின்னர் விஷ்ணுவின் மார்பில் அமிழ்ந்தாள்.

ஆனால் அமிர்தம் இன்னும் தோன்றவில்லை. தேவர்களும் அசுரர்களும் தயாராகக் காத்திருந்தார்கள். "ஒருவேளை, உலகத்தால் இயலவில்லை போலும் நம்மால் அந்த மகத்தான சாரத்தை வடிக்க இயலவில்லை போலும்," என்று அவர்கள் நினைத்தார்கள். பிறகு ஒரு கறுந்திரள் ஒளிர்வுக்கு எதிராக எழுந்து கடலுக்குக் குறுக்கே ஒரு கடலைப் போல சுருண்டுகொண்டிருந்தது. அது காலகூடம், உலகின் நஞ்சு. விஷ்ணு மீண்டும் சாந்தமான குரலில் ஒருமுறை பேசினார், மீண்டும் அவரது கேலி முன்பு போலவே கவனிக்கப்படாமல் போனது, தேவர்களை அவர்களது மிகவும் நெருங்கிய உறவினர்களான, விரோதிகளான அசுரர்களுடன் இணையச்

சொன்னபோது நடந்ததைப் போலவே, கேட்டுக்கொண்டிருந்தவர்களால் கவனிக்கப்படாமல் போனது. அவர் சொன்னார்: "சிவனே, அனைத்திற்கும் மேலாக உயர்ந்தவனே, உன்னுடையதுதான் தொடக்கம், ஒவ்வொன்றின் முதல் கனியும் உன்னுடையதுதான். உன்னால் மட்டுமே காலகூடத்தை, உலகத்தின் நஞ்சை, உலகம் எங்களுக்கு அளிக்கும் முதல் பொருளை அருந்த இயலும். உலகத்தை அழிக்க இயன்றவனால் மட்டுமே அதன் நஞ்சைச் செரிக்க இயலும், யாரால் உலகின் நஞ்சைச் செரிக்க முடியுமோ அவனுக்கு மட்டுமே பரிவின் வலிமை இருக்கும்". சிவன் பதிலளித்தார்: "உங்களை மகிழ்விப்பதே என் விருப்பம்."

சிவன் கடற்கரையை நோக்கிக் குனிய, அந்தக் கறுந்திரள் அவர் பாதங்களைச் சுற்றிக் கவிந்தது. அறியப்பட்டிராத அந்தத் திரவத்தில் அவர் மூழ்கிவிடப் போவதாகத் தேவர்களும் அசுரர்களும் மலைப்புடன் கவனித்துக்கொண்டிருந்தார்கள். "இந்த நஞ்சு இறவாமைக்கான ஆசையால் பிறந்தது" என்றது அவர்களிடையே ஒரு குரல். பிறகு அவர்கள் அமைதியானார்கள். சிவன் காலகூடத்திற்குள் தன் இடது கையை நுழைத்து அதைத் தன் வாய்க்கு உயர்த்தினார். ருசி மிகுந்த உணவுப் பண்டத்தை எதிர்பார்த்துக் கொண்டிருப்பவரின் தன்மையில் இருந்தது அவர் முகம். அவர் அருந்தினார், விழுங்கினார். நஞ்சைத் தன்னுடலினுள் எடுத்துக் கொண்டார், ஒரு ரகசிய நதியைப் போல் அதைத் தன்னுள் பரவி ஓடவிட்டார். தேவர்களும் அசுரர்களும் பெரும் மலைப்புடன் அவரைக் கவனித்துக்கொண்டிருந்தனர். மயிற்பீலியையும் நீலமணியையும் ஒத்திருந்த பிரகாசத்துடன் பச்சை குத்தப்பட்டதைப் போல் ஆழ்ந்த நீலத்தில் அவரது கழுத்தில் ஒரு ஒளி மலர்ந்தது. சிவன் குடித்துக்கொண்டேயிருந்தார், அந்தக் கறை அவர் கழுத்தைச் சுற்றிப் படர்ந்தது. அது இனி ஒருபோதும் மறையப் போவதில்லை, அவர்கள் அவரை நீலகண்டன், நீலக் கழுத்துடையவன் என்று அழைப்பார்கள். ஒருநாள் பார்வதி வெட்கத்துடன் அவரிடம் ஒப்புக்கொள்வாள், அவரை முதன்முதலாகப் பார்த்தபோது – அவள் இன்னமும் ஒரு அமைதியான குழந்தையாக இருந்தபோது – சிவன் அவளை நோக்கித் திரும்பிய நேரம் அவரது கழுத்தை அவள் பார்த்தாள்; அவள் ஆசையனைத்தும் அவர் நுனிநாக்கில் குவிந்தது, அந்த நீலக் கறையை நக்க விரும்பியது, அது பாம்பின் நாக்கைப் போல் இரண்டாகப் பிளக்கச் செய்வதாக இருந்தாலும்.

டாரட் சீட்டுக்களில் உருவங்கள் தலைகீழாய் இருப்பதைப் போல், ரத்தினங்கள் அந்த ஒளிக்கம்பத்தின் எதிரில் நின்றன. வெண்குதிரை, விலைமதிப்பற்ற கல், அழகி, யானை, வைத்தியர், நிலவு, ஆசைகளின் பசு. அங்கு எத்தனை இருந்தன என்பது பற்றியும் எந்த வரிசையில் அவை தோன்றின என்பது பற்றியும் மக்கள் இன்னும் விவாதித்துக் கொண்டிருக்கிறார்கள். ஆனால் ஒரு விஷயம் மட்டும் நிச்சயம்: அமிர்தம், ரத்தினங்களின் ஊர்வலத்திற்கு இடையில்தான், உள்ளொளியின் மீது

பின்னப்பட்ட வரிசைத் தொடருக்குள்தான் தோன்ற முடியும். அங்கு தோன்றிய எதுவும் புதியதோ முன்னெப்போதும் கேட்டறிந்திராத பொருளோ அல்ல. ஆழங்களிலிருந்து வெளிப்பட்ட ஒவ்வொன்றும் ஏற்கனவே வெளிப்பட்டிருந்ததுதான். இருந்தும் அனைவரும் மலைத்துப் போயிருந் தார்கள்: ஏனெனில் இப்போது இருப்பு உருவாக்கப்படுகிறது, இயற்றப் படுகிறது. கடலைக் கடைந்ததால் இருப்பின் விளிம்பில் எப்போதும் சுடர்விட்டுக்கொண்டிருந்த ரத்தினங்கள் மீண்டும் அவற்றின் சுய இயல்பாக இருப்புக்குள் கொண்டுவரப்பட்டு, விரித்துரைக்கப்பட்டு, நிலைநிறுத்தப்பட்டு, தனிப்பட்ட வஸ்துவாக ஆக்கப்பட்டது. இந்தச் சின்னங்களை, முடிவற்ற இருப்பின் முத்திரைகளைப் புதிதாக ஒளிரச்செய்யக் கடவுளர் அடிமைகள்போல் புகை நிரம்பிய பட்டறையில் உழைத்தனர். "சின்னங்களை விவரித்தால் இருப்பு தானே வெளிப்படும்" அதுதான் அவர்கள் கொள்கை யாக இருந்தது; அது உண்மையும்தான். பிறகு அவர்கள் மனிதர்களை நடைமுறை உலகின் கடுஞ்சிக்கலில் அவர்கள் சொந்தத் திறன்களோடு விட்டார்கள்.

ரத்தினங்களில் கடைசியாக "இறவாமை"யின் திரவம் இறுதியாகத் தோன்றியது. அதை ஒரு கோப்பையில் சேகரித்து கடவுளரின் வைத்தியரான தன்வந்திரி அதைப் பாழுக்கு அளித்தார். தேவர்களுக்கும் அசுரர்களுக்கும் விரைவில் ஆச்சரியம் நீங்கி, அச்சம் உருக்கொண்டு, அச்சம் பேராசையின் வடிவம் கொண்டது. யார் அதை அடையப்போகிறார்கள்? துணைவர்கள் மீண்டும் விரோதிகளானார்கள். எரிச்சலுற்ற குழந்தைத்தனமான குரல்கள் எழுப்பப்பட்டன: "அது என்னுடையது, அது என்னுடையது . . ." விஷ்ணு ஆச்சரியமற்றுப் பார்த்துக்கொண்டிருந்தார். தேவர்களுக்கும் அசுரர்களுக்கும் இடையில் மற்றொரு ரத்தக்களரியான போரை, ஒருவேளை முழுமையான பரஸ்பர அழிவை, நிறுத்தும் பொருட்டு – அது நிகழ்ந்துவிடக் கூடாத ஒன்று; உலகைச் சமநிலையில் வைத்திருப்பதற்குக் கடவுளரும் அவர்களின் எதிரிகளும் அவசியம் – விஷ்ணு தன் உத்தித் தொகுப்பிலேயே மிகவும் பயனளிக்கும் உத்தியை தேர்ந்தெடுத்தார்: பெண்ணாகத் தன்னை மாற்றிக் கொண்டார், மோகினியாக, மயக்குபவளாக ஆனார். இளவரசிபோல், கணிகை போல், சிந்தனையற்றுக் கடந்துபோகும் சாதாரண பெண் போல், மோகினி அசுரர்கள் முன்பு அவர்கள் மனத்தில் உள்ள மற்ற விஷயங்களிலிருந்து அவர்கள் கவனத்தைத் திருப்பும் வண்ணம் நடை பயின்றாள். இவ்வாறு தங்களை அமளியில் ஆழ்த்திக்கொள்வதற்கு முன்பாக அமுதத்தைக் கைப்பற்றி ஒரு மிடறு அருந்த முடிந்தது தேவர்களுக்கு. இப்போது அவர்கள் எப்போதும்போல் ஒருவரையொருவர் படுகொலை செய்துகொள்வார்கள். ஆனால் காயப்படுத்த முடியாத சூத்திரப் பாவைகளாக அவர்கள் விரைவிலேயே வரிசையில் வந்து நிற்பார்கள். அமிர்தம் உலக அரங்கில் நுழைந்துவிட்டது. தேவர்களில் விவேகமானவர்கள், எவ்வாறாயினும் விஷ்ணு அதைத் தன் பாதுகாப்பில் எடுத்துக் கொண்டுவிடுவது நல்லதென நினைத்தனர். இப்படியாக அது மீண்டும் வானத்திற்குள் மறைந்தது.

சோமபானம் பற்றிய கதைகள் திரும்பத் திரும்ப நிகழும் கைப்பற்றுதல் களைப் பற்றியும் இழப்புகளைப் பற்றியும் சொல்கின்றன. சோமபானத்தைத் தவிர வேறெதுவும் அதன் இருப்பில் நிலைகொண்டதாக இல்லை. கடவுள ருக்கும் இது பொருந்தும். கடவுளர் இறவாமையுடையவர்கள் என்றும் அவர்கள் வானில் வாழ்வதாகவும் நிறையப் பேர் சொல்லிவிட்டார்கள்: அது உண்மையல்ல. "சோமம் வானிலிருந்தது, கடவுளர் பூமியில் இருந்தார் கள்". கடவுளர் இறவாமையை அடைந்திருக்கவில்லை. அதை அடையக் கூடிய வழிகளைப் பற்றி அவர்கள் யோசித்தார்கள். அவர்கள் அதை வானத்திலிருந்து கைப்பற்ற நினைத்தார்கள். எங்கே அது மறைத்து வைக்கப்பட்டுள்ளது? கண்ணின் ஒவ்வொரு இமைப்பிலும் கூர்மையான விளிம்புகள் சட்டென்று மூடிக்கொள்ள, ஒன்றின் மேலொன்று கவிழ்த்து வைக்கப்பட்டுள்ள இரண்டு தங்கக் கோப்பைகளில். வானத்தில் ஒரு கழுகு பறந்து வந்தது, வாக்கு, சொல், கடவுளரால் அனுப்பப்பட்டாள். அவள் அந்தக் கோப்பைகள் இரண்டையும் தன் அலகுகளால் தனித்தனியே பிரித்துத் தன் நகங்களை மென்மையான சோமத்தில் மெல்ல முக்கினாள். ஆனால் விஸ்வாவசு என்னும் ஒரு கந்தர்வன் கழுகைத் தடுத்தான். சோமம் மீண்டும் கடவுளரிடம் இருந்து நழுவிப்போனது. "சோமம் இல்லாமல் நாம் ஒருபோதும் சாசுவதமான வாழ்வைப் பெற இயலாது." "சோமம் நம்முடையதுதான், அதை மறுபடி அடைவதுதான் நாம் செய்ய வேண்டியதெல்லாம்" என்று அவர்கள் சொன்னார்கள். வாக்தேவி பேசினாள்: "கந்தர்வர்கள் பெண் கிறுக்குப் பிடித்தவர்கள். சோமத்துக்குப் பதிலாக என்னை அவர்களுக்குத் தாருங்கள்" கடவுளர் அவளைப் பார்த்துச் சொன்னார்கள்: "இல்லை, நீயில்லாமல் ஒருபோதும் எங்களால் வாழ இயலாது. அசுரர்களிடம் இருந்து உன்னை வென்றெடுக்கப் பெரும் விலை கொடுத்தோம். உன்னை மறுபடி இழந்தால் நாங்கள் எப்படி வாழ்வோம்?" வாக்தேவி அமைதியாகப் பதிலளித்தாள்: "பிறகு நீங்கள் என்னை மறுபடி மீட்டுக்கொள்ளலாம்." கடவுளர் அமைதியானார்கள். இசைவாகத் தலையசைத்தார்கள். இவ்வாறாகக் கடவுளர் வாக்தேவியிடம் இரண்டாம் பணியை அளித்தார்கள். அவள் கந்தர்வர்களை மயக்க வேண்டும், சோமத்தை அவர்கள் மறக்கச்செய்ய வேண்டும். ஆனால் இந்த முறை அவள் கழுகாக இருக்க வேண்டியதில்லை. அவள் செய்ய வேண்டியதெல்லாம் கொஞ்சம் ஒப்பனை செய்துகொண்டு, அழகுவாய்ந்த ஆடைகளை அணிய வேண்டியதுதான்.

ஒரு நடனமாதைச் சந்திக்கும் காதலர் குழாமைப் போல் கடவுளர் வாக்தேவியைக் கந்தர்வ தேசத்து எல்லைவரை அழைத்துச் சென்றார்கள். அவள் வாசனைத் திரவியங்களால் அவர்கள் உணர்வு மழுங்கியிருந்தனர். ஆனால் அவர்கள், "கந்தர்வர்கள் நம்மைவிடப் பெரியதொரு குழப்பத்திலாழப் போகிறார்கள்" என்று நினைத்தார்கள். "ஒருவேளை நாம் வாக்தேவியைப் பார்ப்பது இதுவே கடைசிமுறையாக இருக்கக் கூடும். முன்பிருந்ததைப் போல் அதே இழிந்த உயிர்களாக நாம் தாழ்த்தப்படப் போகிறோம். வாக்கும் இல்லாமல், சோமமும் இல்லாமல் எதற்காக வாழ வேண்டும்?" என்று நினைத்தார்கள் மற்றவர்கள்.

நாட்கள் கடந்துசென்றன. திடீரென்று கந்தர்வர்களின் பிரதிநிதிக் குழுவொன்று கடவுளரிடம் பேசுவதற்கு வந்தது. சாதாரணமாகக் கவலையற்றவர்களான, துடுக்குத்தனமான, மகிழ்ச்சிகரமான உயிரினங்களான அவர்கள், சீர்குலைந்து துன்புறுத்தப்பட்டு அநேகமாக அடையாளம் காண முடியாதவர்களாக இருந்தார்கள். அவர்கள் தீர்க்கமாக, ஒரு நிச்சயமற்ற தொனியில் பேச ஆரம்பித்தனர்: "வாக்தேவி எங்களிடையே இருப்பது உங்களுக்குத் தெரியும்". ஒரு நிறுத்தம். "அவள் எங்கள் அனைவரையும் மயக்கிவிட்டாள். நாங்களே அவளை வைத்துக்கொள்ளலாமா என மரியாதையுடன் கேட்டுக்கொள்ள விரும்புகிறோம்" கடவுளர் நம்பாதது போல் அரைச் சிரிப்பொன்றைப் பாசாங்காகச் சிரித்தார்கள். "பதிலுக்கு எங்களுக்கு என்ன கிடைக்கும்? பெருநீர்ப்பரப்பில் பள்ளிகொள்ளும் ருத்ரனின் அம்பை வளைக்கக்கூடிய, பூமி, வானம் இரண்டிலும் ஊடுருவிப் பரவக் கூடிய, பெண்களிலே மிகவும் அழகானவளும் மகிழ்ச்சியூட்டுபவளுமான அந்தப் பெண்ணின் மதிப்புக்குச் சமானமாக என்ன இருக்கும்?" கந்தர்வர்கள் தங்கள் கண்களைத் தாழ்த்திக்கொண்டனர். பிறகு அவர்களில் ஒருவர் மென்மையாகச் சொன்னார்: "சோமம்." திருப்தியில்லாததுபோல் கடவுளர் ஒப்புக்கொண்டனர். "மிகப் பெரும் நிர்வாணமான அவளைக் கொடுத்து சோமம் என்னும் அரசனை அவர்கள் வாங்கினார்கள்" என்கின்றன உரைகள்.

கந்தர்வர்கள் அங்கிருந்து நடக்கத் தொடங்கிய வேளையில் கடவுளரில் ஒருவர் அவர்களை நிறுத்தினார். "ஆனால் இதைப்பற்றி வாக்தேவியிடம் என்னவென்று சொல்வீர்கள்? நீங்கள் அவள் விருப்பத்திற்கு மாறாக அவளைக் கட்டாயப்படுத்த நினைக்கிறீர்களா?... வாக்தேவியைக் காதலுடன் அணுக வேண்டும். யாருடன் இருக்க விரும்புகிறாளென்பதை முடிவுசெய்வது குறைந்தபட்சம் அவளாக இருக்கட்டும். நாம் அவளை ஒரு விருந்துக்கு அழைப்போம்... "கந்தர்வர்கள் ஒப்புக்கொண்டனர், தங்களுக்கு இப்போது வாக்தேவியைத் தெரியுமென்று அவர்கள் நினைத்தனர். வேதங்களைப் படித்துப் பெரும் தீர்மானத்தோடு தங்களை ஆயத்தப்படுத்திக் கொண்டார்கள். மிகவும் மேன்மையான கடுமையான பாசுரங்களை அவளுக்காகப் பாட அவர்கள் எண்ணம் கொண்டார்கள். விருந்திலும் அவ்வாறே செய்தார்கள். அற்புதமான அழகு மிகுந்த அந்தக் கந்தர்வர்கள் விருந்தில் கடுமையான நன்னெறி பழகும் பிராமணர்களைப் போல் தோன்றினார்கள். அவர்கள் பாடியது தூய்மையாகவும் கச்சிதமாகவும் இருந்தது. பிறகு கடவுளரின் முறை. அவர்கள் தங்கள் நேரத்தைப் புதியதொரு யாழை உருவாக்குவதில் செலவிட்டிருந்தனர். இதற்கு முன் அவர்களிடம் யாரும் கண்டிராத அகமகிழ்வோடும் வெட்கமின்மையோடும் அவர்கள் நடனமாடினார்கள், இசைத்தார்கள், பாடினார்கள். அவர்கள் முடித்த பிறகு, வாக்தேவி அவர்கள் பக்கம் திரும்பிச் சிரித்தாள். கடவுளரிடம் திரும்பிச் சென்றாள். "அதனால்தான் இன்றும்கூடப் பெண்கள் அற்பமானவர்களாக உள்ளார்கள்" எனச் சொல்கின்றன உரைகள்.

வாக்கு: குரல், சொல். மாண்புமிகு அறிஞர்கள் அரிதாகவே அவள் இருப்பைக் கவனித்த போதிலும், உலகத்தின் தொடக்கத்திலேயே வாக்கு ஒரு சக்தி. அவள் இடம் பெருநீர்ப்பரப்பில், அதை அவள் தானே வடிவமைத்தாள். பொன்னணி பூண்ட நேர்த்தியான பெண், விண்ணுலக எருமை, ஆயிரம் அசைகளின் அரசி, ஊழ்சார் மணப்பெண், உணர்ச்சிகள் மற்றும் வாசனைத் திரவியங்களின் அன்னை. தான் தேர்ந்தெடுக்கும் ஆண்களைப் பற்றி வாக்தேவி சொல்கிறாள்: "நான் யாரை நேசிக்கிறேனோ அவர், அது யாராக இருந்தாலும் அவருக்கு நான் வலிமையைத் தருகிறேன், நான் அவரை ஒரு பிராமணனாக, ஒரு ரிஷியாக, ஒரு ஞானியாக ஆக்குகிறேன்". வாக்தேவி தேர்ந்தெடுக்காத ஒருவரிடம் மதிப்பு வாய்ந்த சிறப்போ நற்குணமோ இல்லை. அவர் எப்போதும் காணும் திறன் இல்லாமல் பார்க்கக் கூடியவராக மட்டும் இருப்பார். ஏனெனில் வாக்தேவி "தான் சற்றும் அசையாமல் அனைத்தும் அறிபவள்". சமமின்மையைப் பாதுகாக்கும் அவள், மேலிருந்து கீழிறங்கித் தன்னால் தேர்ந்தெடுக்கப் பட்டவர்களை மட்டுமே தீண்டுகிறாள். அவள் உதவி வீடுபேறைக் கொண்டுவருகிறது. கடவுளர் சோமபானத்தைத் திரும்பப்பெறுவதற்காகத் தன்னை ஒரு பரத்தையைப் போல் பரிவர்த்தனை செய்துகொள்ளலாம் என்னும் ஆலோசனையைத் தந்தது அவள்தான். சட்டென்று கோபம் கொள்ளக் கூடியவள், அவள் குரலின் ஒவ்வொரு ஏற்றத்தாழ்வும் அதிர, யாரேனும் தன்னைப் புறக்கணித்தாலோ அல்லது வேறு யாரையாவது நாடிச் சென்றாலோ அவளுக்கு ஏற்படும் கோபம் பயங்கரமானது. கடவுளரின் பாசறையைவிட்டு அவள் போகிறாள், ஆனால் அசுரர்களிடம் போய்விட மாட்டாள். இரு சேனைகளுக்கு இடையில் உள்ள, யாருக்கும் சொந்தமில்லாத வெளியில் சுற்றி அலைந்து திரிகிறாள். வாழ்வு வறண்டு போகிறது. பொருட்கள் தம் பளபளப்பை இழக்கின்றன. சொல் தீண்டுவதற்கும் உச்சரிப்பதற்கும் ஆபத்தானதாக ஆகிறது. யாரும் பேச விரும்புவதில்லை. மரத்தடிப் புதரில் நிழல் கவிகிறது. ஒளிரும் நகையணிந்த, ஒப்பனைசெய்யப்பட்ட பெண்ணல்ல அவள் இப்போது. தன் பலிகளைக் கிழித்தெறிவதற்குத் தயாராக உள்ள ஒரு பெண் சிங்கம்: அதுதான் வாக்தேவி, இப்போது.

மார்ச் மாதத்தின் நிலவொளி பொழியும் பதினான்கு நாட்களின் ஏழாம் நாளில் சரஸ்வதியின் பாலை மணலில், வண்டல் மேடாகும் இடத்தில் அவர்கள் சந்தித்தார்கள். மீளாமல் போய்விடக்கூடிய பயண மாகவும் உள்ள ஒரு சடங்கை நடத்துவதற்காக அவர்கள் போய்க் கொண்டிருந்தார்கள் – அதிலிருந்து மீளக்கூடச் சிலர் விரும்புவதில்லை. சரஸ்வதியின் நீரோட்டத்திற்கு எதிராகக் கிழக்கு நோக்கி அவர்கள் சென்றார்கள். ஏனெனில் "ஆகாயம் நீரோட்டத்திற்கு எதிர்த்திசையில் உள்ளது". அவர்கள் சென்றடைய நம்பியது "ஒளிமயமான உலகமான," ஸ்வர்க்கலோகம், கடவுளர் ஒருகாலத்தில் வென்றெடுத்தது. சரஸ்வதி தன் விண்ணுலகப் பயணத்திற்குப் பிறகு பூமிக்குக் கீழிறங்கிக் குளங் களாகவும் வளைவு நெளிவுகளாகவும் உருவெடுத்த ப்ளக்ஷ ப்ராஸ்ரவனம்

என்று அழைக்கப்பட்ட இடத்தில் அந்த உலகின் ஒளி விரிந்தது. அவர்கள் கிளம்புவதற்கு முன்னால் தங்களை வாக்குக்கு, சொல்லுக்கு அர்ப்பணித்துக் கொண்டார்கள். ஏனெனில், “சரஸ்வதிதான் சொல், சொல்தான் கடவுளருக் கான வழி” நதியின் மூலத்தை நோக்கிய பயணத்தில், அவர்கள் சொல்லின் மூலத்தை நோக்கிப் பயணிப்பார்கள், அது அதிரும் இடம்நோக்கி. “அவர்கள் ப்ளக்ஷ ப்ராஸ்ரவனத்திற்குக்கூடச் செல்வார்கள். ப்ளக்ஷ ப்ராஸ்ரவனம், சொல்லின் அறுதி எல்லை; சொல்லின் அறுதி எல்லையில் தான், ஒளிமிகுந்த உலகம் உள்ளது” அவர்கள் தங்களிடம் சொல்லிக் கொண்டனர்: “வாக்கு, சொல்தான் ஒளிமிகுந்த உலகத்தை அடையும் ஒரே வழி. வாக்குதான் சரஸ்வதி, இங்கே நம் உலகத்தில் ஓடி, வண்டல் மேடிட்டு தன்னை இழக்கும் நதி. இந்த இடத்திலிருந்து, நம் உலகத்தின் மணல்வெளிகளிலிருந்து கிளம்பி நதியோட்டத்துக்கு எதிராக நாம் செல்ல வேண்டும். எப்படிக் கீழ்நோக்கிச் செல்வதென்று மட்டுமே தெரிந்த, பொருள்களின் தன்மைக்கு எதிரான, ஒரு கடினமான, நீண்ட காரியம் அது. சொல்லும் இந்தப் பெருநீர்ப்பரப்பும்தான் நம்மிடமுள்ள ஒரே ஆதரவு. சொல்லை நாம் தொடர்வோம், அதைப் பின்னால் விட்டுச் செல்வதற்கு ஏதுவாக. ப்ளக்ஷ ப்ராஸ்ரவனத்துக்கு வடக்கே வெறும் ஒரு சாண் தூரத்தில் சொல் இல்லை. ஒளிரும் ஏதோ ஒன்று மட்டும்தான் உள்ளது. உலகத்தின் மையம்.”

சடங்கு நடத்தியவர்களில் முதல்வரும் இலக்கு நோக்கிய பயணத்தின் தலைவரும் ஆன *கிருகபதி*, வண்டியொன்றின் முட்டுக்கட்டையை எடுத்து எவ்வளவு தூரத்துக்கு இயலுமோ அவ்வளவுக்குச் சுழற்றி வீசினார். அதை வீசியபோது கூக்குரலிட்டார், மற்றவர்களும் அவரோடு சேர்ந்து கூக்குரலிட்டனர். கூக்குரலிட்டுக்கொண்டே தரையை அறைந்தனர். ஏனெனில் “கூக்குரலிடுவதும் அறைவதும் வலிமையைக் காட்டுவன” – மேலும் வலிமை அவர்களுக்குத் தேவையான ஒன்று. ஒரு மந்தைப் பசுக்கள் பொறுமையாகவும் அமைதியாகவும் அவர்களுக்குப் பின்னால் வந்தன. அங்கே பத்துப் பசுக்களோ நூறு பசுக்களோ இருந்திருக்கலாம். அந்த முட்டுக்கட்டை விழுந்த இடத்தில் *கார்கபத்யம்* என்னும் தீயை மூட்டினார்கள். பிறகு கிழக்கே முப்பத்தாறு அடிகளில் *ஆஹவனியம்* என்னும் தீயைத் தயார்செய்தார்கள். இப்படியாக நாற்பத்து எட்டு நாட்கள் அவர்கள் சரஸ்வதியின் கரையில் சந்திரகலையைப் பொறுத்து பலிச்சடங்குகளைச் செய்துகொண்டு, முட்டுக்கட்டையைக் கிழக்கு நோக்கி விட்டெறிந்துகொண்டு, அது எங்கு விழுகிறதோ அங்கு நின்றபடி கூக்குரலிட்டுக்கொண்டு நடந்தார்கள். நடப்பதும் *“ஒளிரும் கண்கள் உடைய தீர்க்கதரிசனம் கொண்ட பழங்குடிகள்”* என்று கூக்குரலிடுவதும் அவர்கள் வாழ்வாக இருந்தது. பலிச்சடங்குக்காக அவர்கள் நின்ற ஒவ்வொரு முறையும் அவர்கள் பலிபீடத்தில் இருந்த மணலில் கொஞ்சம் எடுத்துக்கொண்டு அதை அடுத்த இடத்துக்குக் கொண்டுசெல்வார்கள். அவர்களைப் பற்றி ஒன்றும் அறிந்திராத பயணியொருவர் அவர்களை வழியில் சந்திக்க நேர்ந்தால் அவர்களைக் கிறுக்கர்கள் என நினைத்து விடக்கூடும்.

சரஸ்வதியின் நதியோட்டத்துக்கு எதிராக நெடுக மேலேறுவது அபாயமற்றதல்ல. முன்பொருமுறை சால்வர்கள் என்னும் அச்சுறுத்தும் வேட்டைக்காரிகள், சடங்கு நடத்தும் குழுவொன்றைத் தாக்கி அதன் கிருகபதியைக் கொன்றிருந்தார்கள். அவர் பெயர் ஸ்தூரரர். மற்றவர்கள் அவருக்காகத் துக்கப்பட்டார்கள். ஆனால் அவர்களில் ஒருவன் யாகபலித் தீ செல்லும் பாதையில் வானை நோக்கி இறந்துபோன தன் நண்பன் மேலேறியதைப் பார்த்தான். மற்றொருவன் சொன்னான்: "ஸ்தூரரனுக்காக அழாதீர்கள். இந்தப் பாதையில் மரணமடைபவர்கள் சொர்க்கத்துக்கு நேரடியாக மேலேறுகிறார்கள். இந்த மரணங்களுக்காகத் துக்கப்படாதீர்கள். ஒரு காலத்தில் நாம் சீரழிந்து கிடந்தோம், இப்போது சொர்க்கங்கள் நமக்காகக் காத்திருக்கின்றன. "

அவர்கள் ப்ளக்ஷ ப்ராஸ்ரவனம் வரைக்கும் சென்றுவிட்டால், ஒரு மரத்தைக் காண முடியும். அதன் கீழிருந்து எழும் தண்ணீர் பால்வீதியிலிருந்து கீழிறங்கியது, அதுதான் பால்வீதி. இந்த இடத்திற்கு எவ்வளவு அருகில் ஒருவர் செல்கிறாரோ அந்த அளவு வார்த்தை மெலிந்துபோவதாக அவர் உணர்கிறார். "மென்காற்று துகிலை ஊடுருவிச் செல்கிறது" என நினைத்தனர் சடங்கு செய்பவர்கள். சொல் தன் வரம்புவரை விரிபட்டு மெல்லியதாயிற்று. அவர்கள் அதை எந்த அளவுக்கு உணர்ந்தார்களோ அந்த அளவுக்கு, "ஒளிமிகுந்த உலகம்" அருகில் இருப்பது அவர்களுக்குத் தெரியும். சொல் முடிந்த இடத்துக்கு அப்பால் உடனடியாக அவர்கள் தங்கள் இலக்கை அடைந்தார்கள். ஆனால், அந்தச் சடங்கை நிறைவேற்றுவதற்கு வேறு வழிகளும் இருந்தன. ஒருநாள் தங்கள் வசமிருந்த அனைத்தையும் இழந்துவிட்டதாக அவர்கள் உணர்ந்தார்கள். விழித்துப் பார்த்தபோது பசுக்கள் காணாமல் போயிருந்தன. களவாடப்பட்டனவா ஓடிப்போயினவா? அல்லது கிருகபதி போகும் வழியில் இறந்துபோகலாம். ஒருவேளை அவன் எதிரிகள் மறைந்திருந்து தாக்கிக் கொன்றிருக்கலாம், அல்லது தானாக இறந்து விழுந்திருக்கலாம். இது போன்ற சந்தர்ப்பங்களிலும் சடங்கு நிறைவேற்றப்பட்டுவிடுகிறது. அல்லது பத்துப் பசுக்களோடு புறப்பட்ட அவர்கள் இப்போது அவை நூறு பசுக்களாக ஆகியிருப்பதை அறியலாம். இதுவும் சடங்கு நிறைவேற்றப்பட்டதைக் குறிக்கக்கூடும். ஆனால் என்ன நிகழ்ந்தாலும் அது முடியும்போது, மீண்டும் அவர்களது வாழ்விற்குத் திரும்புவதற்கு முன், மனம் பேதலித்துப் போகாமல் இருப்பதற்காக, – "அவர் இந்த வாழ்வுக்கு மீண்டும் இறங்கிவராமற் போனால், அவர் அனைத்து மனிதர்களுக்கும் அப்பால் உள்ள ஒரு பிரதேசத்துக்குப் போய்விடுவார், அல்லது மனம் பேதலித்துப் போவார்" என எச்சரித்தது *பாஞ்சவிம்ஸ பிராம்மணம்* – சரஸ்வதியின் அருமையான வளைவொன்றில், காரபவசத்தில், அவர்கள் குளித்தார்கள், சியவனர் அஸ்வினி தேவர்களோடு சரஸ்வதியின் மற்றொரு வளைவில் மூழ்கித் தன் இளமையை மீண்டும் கண்டெடுத்ததுபோல்.

நேரடியாகவோ அல்லது மறைமுகமாகவோ இந்திரனின் சாகசங்கள் எப்போதும் சோமத்தோடு தொடர்புள்ளவையாகத்தான் இருந்திருக்கின்றன. பாதுகாப்பின் கடவுள், செய்யப்பட்டதால் இருக்கும் அனைத்தின் கடவுள்,

நிலையற்ற ஓட்டத்தை நெறிப்படுத்துவதற்கான தன் முயற்சியால் மனம் குழம்பியவன், இந்திரன் அரசாள்கிறான், உண்மை, ஆனால் தன்னை மீறிய ஏதோ ஒரு சக்தி, தன்னை நிலைகுலைத்து, மலைகளின் சிறகுகளை வெட்டிவிட்டபோது அவன் ஒரு முடிவுக்குக் கொண்டுவந்த அந்த சபிக்கப் பட்ட, பயங்கரமான ஊசலாட்டத்துக்கு உலகை மீண்டும் கொண்டு போய்விடக்கூடும் என்னும் முடிவற்ற அச்சத்தோடுதான்.

பெருநீர்ப்பரப்பு அடங்கியது, உலகம் நடுக்கம்கொள்ளாமல் இருப்பது, அது எந்நேரமும் இப்பக்கமும் அப்பக்கமும் ஊசலாடாமல் பொருள்களுக்கு முட்டுக்கொடுத்து, அவற்றைத் தனித்துத் தெரியவைத்து, தமக்கான அடையாளங்களை வைத்துக்கொள்ள அனுமதிக்கும் ஆதாரம் இருந்தது, எல்லாம் இந்திரனால்தான். கடவுளரிலே மிகவும் பக்குவமற்றவனும் மிகுந்த அறியாமையுடையவனுமான அவன், தன்னைத்தானே ஆக்கிக் கொண்ட அனைத்தையும் குறிக்கும் முன்னடையான ஸ்வ–வைப் பயன்படுத்தி, தன்னை உருவாக்கிக்கொண்ட ஒரேயொருவன். இந்திரனுக்கு விஞ்ஞானமில்லை, ஒளியில்லை. வெறும் உந்துவிசையும் சக்தியும்தான். தன்னைவிடப் பழமையான சக்திகளை எதிர்கொள்ள நேரும்போது அவன் அச்சம் கொண்டான்; பிடிக்கு அகப்படாதவையாக அவற்றைக் கருதினான். விருத்திரனோடான நேருக்கு நேர் மோதலில், அவன் வாழ்வின் அறுதி நோக்கமான, ஒருநாள் நம் அனைவரையும் வாழவைக்கப் போகும் பெருமுயற்சியான, விருத்திரனை வென்றதற்குக் காரணம், விருத்திரன் தந்தை, கைவினைஞரான துவஷ்டா, கால்களற்ற அந்த ஐந்துவை, சோமத்திலிருந்து பிறந்து சோமத்தால் நிரம்பி, ஊர்ந்துசெல்லும் அந்த உயிரினத்தை உருவாக்கும்போது ஒரு சொல்லை உச்சரிப்பதில் தவறு செய்துவிட்டார், அழுத்தத்தைத் தவறாகத் தந்துவிட்டார். இல்லையெனில் இந்திரன் விழுங்கப்பட்டிருப்பான். உலகம் ஒருபோதும் சுவாசித்திருக்காது. யார் கவனித்திருப்பார்கள்? யாருமில்லை. சோமத்தால் கிறங்கி இருக்கும் போதுதான் இந்திரன் கொஞ்சமாவது நற்பண்பை – அல்லது குறைந்தபட்சம் வலிமையை வெளிக்காட்டினான். ஆனால் தொடக்கத்தில் இந்திரனுக்குதான் சோமம் மறுக்கப்பட்டது. மூன்று தலைகளைக்கொண்ட, அனைத்துருவம் உடைய விஸ்வரூபனை, கைவினைஞரின் மகனை, பெரும் சலுகை காட்டப்பட்ட அண்டத்தின் மூத்த மகனை, ஒரு தலையால் வேதங்களைப் படித்துக்கொண்டிருக்கும்போதே மற்றொரு தலையால் சோமத்தை அருந்தியவனை, அவன் வெறுப்போடு பார்த்தான். வேதங்களை அறியாதது பற்றி ஒன்றும் இந்திரன் குறிப்பாகக் கவலைகொள்ளவில்லை. ஆனால் உன்னதமாக இருக்கக்கூடிய திரவத்தைத் தனக்கு ஏன் மறுக்க வேண்டும்? நீண்டகாலத்திற்கு அனைத்துருவத்தின் பூசகத்தனமான அகம்பாவத்தைக் கூர்ந்து கவனித்தான். பிறகு சட்டென்று அவன் தலைகளைச் சீவினான்.

அந்தக் கொடுஞ்செயல் செய்த உடனே இந்திரனுக்கு மேற்கொண்டு செல்லும் உந்துதல் ஏற்பட்டுவிட்டது. முதன்முறையாகத் துவஷ்டாவின் அரண்மனை வாயிலைக் கடந்தான். அருமையாக உருவாக்கப்பட்ட காலி அறைகள். பழகிய கைகளில் வடிவம் என்னென்னவாக முடியும் என்பதை இந்திரன் அறிந்திருக்கவில்லை. அவன் வியப்பில் அரண்டு

திணறிக்கொண்டிருந்தான். ஆனால் அவன் தேடிக்கொண்டிருந்தது இதுவல்ல. உயரமான சாளரங்களிலிருந்து ஒளிரும் ஒளிக்கீற்றுகள் அறையின் அரையிருளைச் சீவித் துண்டுகளாக்கியிருக்க, ஒரு பொற்கிண்ணத்தில் விளிம்புவரை நிரம்பியிருந்த வெண்திரவத்தைக் கண்டான். கடைசியாகச் *சோமம்*. ஒரு நீண்ட அணிவகுப்பிற்குப் பின் களைத்துப்போன போர் வீரனைப் போல் எவ்விதச் சடங்குக்கும் இடமளிக்காமல் இந்திரன் பேராவலுடன் அதைக் குடித்தான். குடித்துவிட்டுத் தரையில் சரிந்து விழுந்தான். கற்களில் வேலைப்பாடுகள் செய்யப்பட்டிருந்த உயரமான உட்கூரைகள் அனைத்தும் விரிவடையத் தொடங்கின. இந்திரன் கல் வேலைப்படுகளின் தாவர மடிப்புகளுக்குள் ஒரு பூச்சியைப் போல் ஊர்ந்துகொண்டிருந்தான். தான் நினைப்பதற்கும் காண்பதற்கும் இடையில் வேறுபாடு காண இயலாமல் ஒரு புறத்திலிருந்து மறுபுறத்துக்கு அவன் ஆடிக்கொண்டிருந்தான். பிடிபடுவது பற்றிய அச்சம் இல்லை அவனுக்கு இப்போது. கொலைகாரனும் திருடனும்: எவ்வளவு அர்த்தமற்றவை! கல்லின் நுண்துளைகள் அதைவிட அவசரமான விதத்தில் அவனை அழைத்தன. அந்தக் காலி அறையில் பல உலகங்கள், அவன் சற்றும் அறிந்திராத உலகங்கள், மடிக்கப்பட்டு இருப்பதைக் கண்டுகொண்டான். கைகளும் கால்களும் விரிந்து, அவன் பெரிய உடல் தரையில் விழுந்து கிடந்தது. காதுகள், மூக்கு, மலவாய், ஆண்குறி, ஆகியவற்றிலிருந்து திரவமொன்று கீழே சொட்டிக்கொண்டிருந்தது. அது அவனைச் சுற்றிலும் தேங்கிப் பரவியது. வாய் மட்டுமே வறண்டு இறுக மூடிக்கிடந்தது. இந்திரன் நினைவிழந்து போனான். நிலவொளி அவன் வலிமை வாய்ந்த, பாதுகாப்பற்ற உடல்மீது பளபளக்க, மணிக்கணக்காக அசைவற்றுக் கிடந்தான்.

இந்திரன் விருத்திரனை வெட்டி வீழ்த்தியதைப் பற்றி, ஒரு பெரிய அருவருப்பான அசட்டு டிராகன் ஒருபுறமும் மறுபுறம் பொற்கூந்தல் கொண்ட நாயகன் ஒருவன் உற்சாகத்தோடு வெடித்துக் கிளம்பித் தன் வாளைப் பாய்ச்சுவதற்காக வலுவிழந்த இடத்தைத் தேடிக்கொண்டிருப்பது மாகக் கற்பனை செய்தால் அது தவறான எண்ணம். விஷயம் அதைவிட மிகவும் சிக்கலானது. முதலில் விருத்திரன் ஒரு பிராமணன். உருவமற்ற மொத்தையாகத் தரையில் ஊர்ந்துகொண்டிருந்தான் என்பது உண்மை. இருந்தும் அவன் குரல் தெளிவாகவும் கணீரென்றும் ஒலித்தது, புரோகிதனின் குரல், விஷயமறிந்த ஒருவரின் குரல். இதில் ஆச்சரியம் ஏதுமில்லை. தன் வயிற்றில் மறைக்கப்பட்டிருந்த வேதங்களை வெட்டப்படுவதற்குச் சற்று முன்புதான் இந்திரனிடம் அவன் அளித்திருந்தான்.

ஆனால் மிகச் சங்கடமான விஷயம் அடியோடு வேறொன்று: அவ்வப் போது விருத்ரனின் வாயிலிருந்து அக்னியும் சோமனும் முணுமுணுப்பதைக் கேட்கலாம். ஏனெனில் அவர்களும் அவன் வயிற்றில் மறைந்திருந்தனர். அவர்களிடம்தாம் நீண்ட காலம் இந்திரன் கடுமையாகக் கூடிக் கலந்து பேச வேண்டியிருந்தது. "அந்த மிருகத்துக்குள் என்ன செய்து கொண்டிருக்

கிறீர்கள்?” என்று ஒருநாள் அவர்களிடம் அவன் கேட்டான், “நீங்கள் வேறொரு உலகைச் சேர்ந்தவர்கள், என் உலகைச் சேர்ந்தவர்கள், நீங்கள் ஏன் இவ்வளவு பிடிவாதமாக இருக்கிறீர்கள்?” சோமன் சொன்னான்: “துவஷ்டா என்னைத் தீயில் எறிந்தபோது, எப்போதும்போல் பேராசை யோடும் மூர்க்கத்தனத்தோடும் நீ அருந்திய பிறகு மீதமிருந்த என்னை எறிந்தபோது, எங்களிலிருந்து பிறந்தவன் இந்த மிருகம்.” அக்னி சொன்னான்: “அவன் அதற்குப் பிறகு எங்களை விழுங்கி இருந்தாலும்கூட, இந்த மிருகம் எங்கள் குழந்தை. நாங்கள் உன் பக்கம் வந்தால் எங்களுக்கு என்ன தருவாய்?” இந்திரன் அக்னியின் குரலை அடையாளம் கண்டு கொண்டு கேட்டான்: “நீ நம்பிக்கைத் துரோகம் செய்துவிட்டு ஓடிப் போவதற்குப் பெயர்பெற்றவன். மேலும் நீங்கள் பயணிகள், என் பங்கு யாகபலியின் பங்கு, யாகபலி ஒரு பயணம். நீங்கள் விருத்திரனின் வயிற்றில் இருந்தால் உங்களால் வேதங்களைப் பாட இயலும் என்பது உண்மைதான், ஆனால் ஒடுக்கப்பட்டு, அலுப்படைந்து போயிருக்கிறீர்கள். ஆனால் என்னைப் பொறுத்தவரை எப்போதும் வானிலிருந்து பூமிக்கு ஏதாவது வெளியில் பொழிந்துகொண்டேயிருக்கும். ஓடிக்கொண்டிருக்கும். பயணிக்கும் தோன்றி மறையும் ஏதோவொன்று. அதைப்பற்றி யோசித்துப் பாருங்கள்.” அந்த இரவில், விருத்திரன் வாயைத் திறந்து தூங்கும்போது சோமனும் அக்னியும் அவன் உமிழ்நீரின் வழியே கள்ளத்தனத்தோடு விரைவாக நழுவி வெளியே வந்து கடவுளரின் பக்கம் சென்று சேர்ந்தனர்.

தொடக்கத்தில் கடவுளர் அனைவரும் ஒரு தெளிவான ஐவ்வுக்குள் அடைபட்டிருந்தனர். பிரித்தறிய முடியாத வெளிப்புறத்தை, இன்னும் துல்லியமாகச் சொல்வதென்றால், இல்லாத ஒரு வெளிப்புறத்தை உற்று நோக்கிக்கொண்டிருந்தனர். வலிமையில் விம்மிக்கொண்டிருந்தபோதும் தங்களை அவர்கள் கட்டுப்படுத்திக்கொள்ள வேண்டியிருந்தது. இருளில் ஒருவர்மீது ஒருவர் மோதிக்கொண்டனர். அசுரத் தந்தை தன் உடலின் உட்குடைவில், இருக்க விரும்பாததன் வெம்மையில், அவர்களையெல்லாம் அடைத்துவைத்திருந்தார். இதுதான் விஷயங்களைச் செய்வதற்கான மிகச் சரியான வழியென்று அவர் நினைத்தார். அல்லது சந்தேகம் என்பதை அவர் அறியாமலிருந்தார். இருப்பு என்பது கிறுக்குத்தனமானது, ஏமாற்றுவது என்று அவர் கருதினார். எது எவ்வாறாயினும் வெறுக்கத்தக்கது என்று அவர் நினைத்தார்.

ஐவ்வுக்கப்பால் இருந்த தெளிவின்மையில் இருந்து அவர்கள் இந்திரனின் கிசுகிசுப்பை, அவர்களை அவன் அழைப்பதைக் கேட்டார்கள். மற்றவர்களைப் போலன்றி, யோனியிலிருந்து பிறக்க மறுத்துவிட்டான் இந்திரன். அது ஒரு அசிங்கமான வழியென்று சொன்னான். அவன் தன் தாயின் பக்கவாட்டிலிருந்து, விலாவிலிருந்து சமாளித்துப் பிறந்து விட்டான். வேறு யாரும் செய்திராத ஒன்றை ஒருநாள் தான் செய்யப் போவதாக முணுமுணுத்துக்கொண்டிருந்தான். ஆனால் இந்திரன் யார்? ஒரு தனித்த கன்று. நிறைவைச் சுற்றித் தனியாக அவன் அலைந்து

கொண்டிருக்கும்போது கடவுளர் கண்களால் அவனை அமைதியாகத் தொடர்ந்துகொண்டிருந்தனர். ஆனால் அந்தச் சக்தி வாய்ந்த செயலின்மையை அவர்களால் எப்போதும் வைத்திருக்க இயலுமா? இந்திரன் முதலில் அழைத்து அக்னியைத்தான். "விருந்தினரே இங்கே வாருங்கள்" என்றான் அவன். "உங்கள் இருண்ட வீட்டை விட்டு வெளியே வாருங்கள், புதியவர்கள் உங்களை வரவேற்பார்கள்." அக்னிதான் முதலில் தோன்றியவர். பிறகு வருணன் நழுவிக்கொண்டு வந்தான். கடைசியாக வந்தது சோமன். அவர்களை எது ஈர்த்தது? கடந்து வந்துவிட்ட வாழ்க்கையை நினைவுறுத்திக் கொள்ள ஒருவரைக்கூட வைத்துக்கொண்டு, வேறொரு வாழ்க்கைக்குக் கடந்துசெல்வது. பிறகு அந்தப் புதிய வார்த்தையின் மர்மம் – *யக்ஞம்*, "யாகம்" – இந்திரன் தொடர்ந்து ஆர்ப்பாட்டமாகச் சொல்லிக்கொண்டிருந்த, அவர்கள் இன்னும் உண்மையில் அர்த்தம் புரிந்துகொள்ளாத அது (உதாரணமாக, அதற்கு ஐந்து வழிகளும் மூன்று அடுக்குகளும் ஏழு இழைகளும் ஏன்?), அனைத்து சமநிலைகளையும் மாற்றிவிடும் முடிவுடன் உள்ளது. அது இறவாமையுடன் தொடர்புடையது என்று குறிப்பாகத் தெரிவித்திருந்தான் இந்திரன். ஏற்கனவே இறவாமையைக் கொண்டிருப்பதை விட அதை வென்றெடுப்பது சிறந்தது என அவர்கள் தெய்வீகத் தர்க்க முறையில் நினைத்தார்கள். அவர்கள் தந்தையான அசுரனில் அடைத்து வைக்கப்பட்டிருந்ததால் அவர்கள் இறவாமை உடையவர்களாகத்தாம் இருந்தார்கள். ஆனால் அந்த நிறைவில் தாங்கள் மூச்சடைத்துப்போவோமென்று ஆழத்தில் அஞ்சினார்கள். இரவில் திருடர்கள்போல் ஐவ்வுக்குள் இருந்து அவர்கள் நழுவி வந்தார்கள். அமைதியும் பாழ்நிலையும் சுற்றிலும் பரவிக்கிடந்தது, இருந்தும் சமநிலை ஊசலாடத் தொடங்கி ஒரு புதிய ஆட்சி நிலைகொண்டது. பெருநீர்ப்பரப்பு வெடித்து உள்ளே நுழைவதை அவர்கள் கண்ட நேரத்தில், பரவலான, ஊடுருவும் அந்தப் பிரகாசத்துக்கு அவர்கள் இன்னும் பழக்கப்படவில்லை – பெருநீர்ப்பரப்பு, பசுக்கள், அசைகள், பெண்கள் கூட்டமொன்றின் சலசலப்பைப் போன்ற பண்ணிசை – மேலெழும் அலைகளின் நடுவில் வெள்ளைத் திட்டொன்றை அவர்கள் கண்டார்கள். அன்னப்பறவை ஒன்று சுற்றிலும் கேட்கும் குரல்களுக்குப் பதிலெனச் சட்டென்று தன் சிறகுகளை அசைத்துக்கொண்டு, தன் அலகைத் தண்ணீருக்குள் நுழைத்தது. அவர்கள் பார்வைகளைப் பரிமாறிக் கொண்டார்கள், பிறகு அக்னி சொன்னான்: "அது இந்திரனாகத்தான் இருக்க வேண்டும்."

அக்னியும் சோமனும் வெளியே வந்ததும் இந்திரன் தாக்கினான். ஒரு வெற்றுத் தோல் மதுப்பையைப் போல் சுருங்கி நொறுங்கிப் போயிருந்த விருத்திரன் தன் கொலையாளியைப் பார்த்துக் கிசுகிசுத்தான்: "நான் என்னவாக இருந்தேனோ இப்போது நீ அதுவாக இருக்கிறாய்." *ஆட்சி மாற்றம்* நிறைவடைந்தது. தோளற்ற, வடிவமற்ற அந்த ஐந்து தன் வாயாலேயே அந்த மாற்றத்தை ஸ்தாபித்தது. ஆனால் இதுவரை மகத்தான சக்திகளைத் தன்னிடம் வைத்திருந்த மூச்சுத் திணறும் அந்தச் சவத்துக்கு இப்போது என்ன நடக்கப் போகிறது? "எதுவும் அழிக்கப்படுவதில்லை,

க

அனைத்தும் கடந்து மேற்செல்கிறது" என நினைத்தான் இந்திரன். "என்னை இரண்டாகப் பிள" என்று முனகினான் விருத்திரன். எனவே இந்திரன் அவனை இரண்டாகப் பிளந்தான். அது பல்லியொன்றின் துண்டிக்கப்பட்ட வால் இருபக்கமும் துடிப்பதைப் போல் தொடர்ந்து வீங்கிக்கொண்டும் சுருங்கி விரிந்துகொண்டுமிருந்தது. சோமம் சொட்டச் சொட்ட ஒரு பகுதி வான் நோக்கிச் சென்றது: அதுதான் நிலவு. மற்றது மனிதர்களின் வயிறாக ஆனது. அப்போதிலிருந்து சுருங்கி விரிவதை அவை நிறுத்தவேயில்லை.

அக்னி நான்கு சகோதரர்களில் கடைசியானவன். அவனுக்கு முன்னாலிருந்த மூவரும் இறந்து தொலைந்துபோனார்கள். "நுகத்தடி" பூட்டப்பட்ட கடுந்துயரில் அவர்கள் மூவரும் துன்புற்றனர். நெருப்பு எப்போதும் அந்தச் சகோதரர்களுக்கான துக்கத்தில் இருக்கிறது.

அக்னி தொடக்கத்தில் ஒற்றனைப் போலிருந்தான். ரிஷிகளின் மனைவிகள் குளிக்கும்போது ஒளிந்துகொண்டு பார்த்தான்: பொன்னாலான பீடத்தைப் போலவும் நிலவின் வெண்ணிறக் கீற்று போலவும் ஒளிப்பிழம்பின் சிகரங்களைப் போலவும் அவர்கள் ஒளிர்ந்தார்கள். அக்னி நினைத்தான்: "நான் கிளர்ச்சியுற்று அவர்கள் மேல் மோகம்கொள்ளக் கூடாது. அவர்கள் வீட்டுச் சமையலறையில் நான் இருக்கும்போது, எவ்வளவு நேரம் வேண்டு மானாலும் அவர்களை வெறித்துப் பார்க்கலாம். அவர்கள் கால்களைக்கூட நக்கிக்கொள்ளலாம்". மாலைவேளையில் கனன்றுகொண்டிருக்கும் கட்டை களுக்கு முன்னால் கால் நீட்டிப் படுத்துத் தங்கள் பாதங்களைக் காட்டி னார்கள். அக்னி அவர்களிடையே தனித்துச் சுற்றித் திரிந்தான். அவர்களை ஆராய்ந்தான், அவர்களை மோகித்தான். அவனுக்கு அவர்கள் உள்ளங்கால் களையும் தெரியும். அவர்கள் உடுப்புகளின் மடிப்புகளையும் தெரியும். அவர்களை வேண்டிய நேரம் பார்க்கும் பொருட்டுத் தன் ஜ்வாலையைத் தணித்துக்கொண்டான். அவன் மோகம் தீவிரமடைந்தது.

கடவுளர் அக்னியைச் சுற்றிக் குழுமினார்கள். அவர்கள் நட்போடிருப் பதைப் போலத்தான் தோன்றினார்கள், ஆனால் அவனைச் சூழ்ந்து கொண்டிருந்தார்கள். "நீ எங்கள் ஹோத்ரனாக இருக்க வேண்டுமென்று நாங்கள் விரும்புகிறோம்" என்றொருவர் தொடங்கினார். "ஒரு புரோகிதனாக நான் என்னை நினைக்கவில்லை. அப்படி ஆவதற்கும் விரும்பவில்லை. என் சகோதரர்கள் மூவர் ஏற்கனவே அந்த வகையாக இறந்துவிட்டனர். யாருக்கும் உபயோகமாக இருக்க நான் விரும்பவில்லை, நான் வெறுமனே எரிக்க மட்டுமே விழைகிறேன். அவர்கள் புத்தி பேதலித்தவர்களைப் போல் வானுக்கும் பூமிக்கும் ஓடிக்கொண்டிருந்தார்கள், பிறகு ஒருவர் பின் ஒருவராக அவர்கள் மறைந்துபோனார்கள். நான் அவர்களைவிடச் சிறந்தவனோ மோசமானவனோ அல்ல. எனவே மீண்டும் ஏன் முயல வேண்டும்? என் கழுத்தைச் சுற்றி ஒரு நுகத்தடியைப் பூட்டிக்கொள்வதை, அதில் மரகதம் பதித்திருந்தால்கூட, என்னால் தாங்கிக்கொள்ள முடியாது.

ஒரேயொரு வழியை மட்டுமே தொடரக் கடமைப்பட்டவனாக இருப்பதற்கு நான் விரும்பவில்லை" என்ற அக்னி தப்பியோடினான். மறைந்துகொள்ள விரும்பினான். ஆனால் எங்கே? இரண்டு அந்நியர்கள் சதித்திட்டம் தீட்டும்போதுகூட வருணன் அங்கிருக்கிறான். ஒளிந்துகொள்ளப் பாதுகாப்பான இடம் எதுவும் இந்த உலகத்தில் இல்லை. எனவே அக்னி தனக்குள்ளேயே தன்னை ஒளித்துக்கொள்ள விரும்பினான். நெருப்புக்கு, தனக்குள் ஒளிந்துகொள்வது என்பது பெருநீர்ப்பரப்பில் ஒளிந்துகொள்வது தான். அங்கிருந்துதான் ஒருகாலத்தில் அவன் தோன்றினான். காற்றில் நாணல் சலசலக்கும் ஒரு குளத்தை அவன் தேடினான். ஒரு மூங்கில் தண்டுக்குள் நுழைந்துகொண்டான். இறுதியாகத் தனக்கு மேலாக எதுவும் இல்லாததை உணர்ந்தான். அனைத்தும் அமைதியாக இருந்தன. தூதுவர்களின் ஓசையுமில்லை. குளத்தில் தூக்கக் கலக்கத்திலிருந்த தவளையொன்று தன் மென்மையான வெள்ளை வயிற்றைத் தண்ணீர் சுட்டெரிப்பதை உணர்ந்தது. சுற்றிலும் பதற்றத்தோடு பார்த்தது. இந்த நிச்சலனத்தை யார் கலைக்கக் கூடும்? அக்னி திரும்ப வந்துவிட்டானா? தவளை மெதுவாகத் தத்திக்கொண்டே கடவுளரைத் தேடிச் சென்றது. "அக்னியை ஒருவேளை தேடிக்கொண்டிருக்கிறீர்களா? என் குளத்திலுள்ள மூங்கில் தண்டுகளில் தேடிப் பாருங்கள்" என்றது தவளை. மீண்டும் அக்னி சுற்றிச் சூழப்பட்டான். ஆனால் இந்த முறை பரிதாபத்திற்குரிய ஓடிப்போனவன் ஒருவனைப் பிடிப்பதைப் போல் பிடித்தார்கள். இருந்தாலும் கடவுளர் அவனிடம் இனிமையாகப் பேசித் தைரியமூட்டினார்கள்: "நாங்கள் உனக்கு எந்தக் கெடுதலும் செய்ய மாட்டோம், உன்னைக் காயப்படுத்த மாட்டோம்" அக்னி தலை வணங்கினான்: "நான் ஏற்றுக் கொள்கிறேன். ஆனால் என் சகோதரர்களை மறந்துவிடாதீர்கள். படையலில் ஒரு பங்கு அவர்களுக்கும் போகட்டும்". "அக்னி, உன்னை வருத்திக் கொள்ளாதே" என்ற கடவுளர், "உன் சகோதரர்கள் உன்னுடனே இருப்பார்கள், யாக குண்டத்தைக் குறிக்கும் மூன்று குச்சிகளாக அவர்கள் இருப்பார்கள். அவர்கள்மீதும் ஏதாவது விழும்...? "விஷயங்கள் அப்படித்தான் என்றால்..." என்றான் அக்னி, சோகமாக.

மனம் ஒரு சுற்றுச் சுவருக்குள் சிறைபடுத்தப்பட்டுள்ளது, பசுக்களைப் போல், உதயங்களைப் போல். என்ன நிகழ்ந்தாலும் ஒரு வேலிக்குள்தான் நிகழ்ந்தது, அரண்மனையின் சுவர்களுக்குள், ஒரு பெரும் பாறையால் அடைக்கப்பட்டுள்ள குகையொன்றுக்குள். உலகத்தின் பிரும்மாண்டமான கடல் வெளியில் நுரைத்துக்கொண்டிருந்தது, கனத்த பாறைச் சுவருக்கு அப்பால் மிகச் சன்னமாகக்கூடக் கேட்காதவாறு. உள்ளே சுற்றுச்சுவருக்கு உள்ளே, வேறொரு திரவம், ஒரு 'குளம்,' எவ்வளவு சிறியதாக இருந்த போதிலும் வெளியே உள்ள கடலுக்குச் சமானமானது. கடல் மலைக்கு வெளிப்புறம் இருந்தாலும் உட்புறத்திலும் இருந்தது. பாறையை உடைத்ததன் மூலம் இந்திரன் உட்புறக் கடலை, "இதயத்தின் கடலை" *ஹ்ருதய சமுத்திரத்தை*, வெளிப்புறக் கடலோடு, ஸ்தூலமான உலகின் கடலோடு தொடர்புகொள்ள வழிவகுத்தான். அறிதலுக்குப் புதிய வழியொன்றைத்

க

திறந்துவிட்ட ஒரு கணம் அது. ரிஷிகளுக்கு அதுவே அறிவுதான், அவர்கள் பேணி வளர்க்க விரும்பிய ஒரே அறிவு. அண்டத்தின் விசாலமான கூண்டைப் போல் அச்சு அசலான ஒரு பாரம்பரியப் பிம்பத்தைக் கட்டமைத்துத் தன் காற்றோட்டமான கூண்டில் அடைத்து வைத்த மனமல்ல. ஆனால் நேர்மாறாக, மனத்தின் நீர்ப்பரப்பு உலகத்தின் நீர்ப் பரப்பினுள்ளும் உலகத்தின் நீர்ப்பரப்பு மனத்தின் நீர்ப்பரப்பினுள்ளும் பாய்ந்துகொண்டிருப்பது. ரிஷிகளால் தொடர்ந்து கைமாற்றிவிடப்பட்ட அறிவுக்கும் மற்ற அறிவுக்கும் உள்ள அறுதியான வித்தியாசம் இதில்தான் அடங்கியுள்ளது: ரிஷிகளுக்கும் அவர்களது மற்ற வழித்தோன்றல்களுக்கும் அறிவுதொடங்குவது, பசுக்கள் சுற்றுச் சுவரைத் தாண்டித் தப்பியோடும் போது, உதயங்கள் விழிக்கும்போது, பெருநீர்ப்பரப்பு பாறையின் பிளவுகள் வழியாகப் பாய்ந்தோடும்போது, மனத்தின் கதவுகள் திறந்துகிடக்கும்போது, எந்த நீர் உள்ளே பாய்கிறது, எந்த நீர் வெளியே பாய்கிறது என்றும் எது வஸ்து, எது மனத்தின் வஸ்து என்றும் சொல்வது சாத்தியமில்லாமல் போகும் போது. மற்ற அனைவருக்கும்? சுற்றுச் சுவரைப் பற்றி அறியாமல், பாறை, பசுக்கள், உதயங்கள், பெருநீர்ப்பரப்பு, இவற்றை அறியாமல் அவர்கள் இருக்கிறார்கள். தவறான புரிந்துகொள்ளல்கள் பெருகியிருப்பதில் என்ன ஆச்சரியம்?

இந்திரன் வாலா குகையை அடைத்திருந்த பாறையைத் திறந்து விட்டவனாக, பசுக்களை விடுதலைசெய்தவனாக, உதயங்களை வானில் விடுவித்தவனாக, எந்த அளவுக்கு அடிக்கடி வாழ்த்தப்பட்டான்? ஆனால் அது உண்மையல்ல என்று இந்திரனுக்குத் தெரியும். மேலும் மற்றவர்களுக்கும் அது தெரியும் என்பதும் அவனுக்குத் தெரியும்: பிரஹஸ்பதி மற்றும் ஆங்கிரஸரின் கவனம் மிகுந்த கண்கள் எப்போதும் அவன்மீதிருந்தன. அவர்களிடம் அவனால் நடிக்க இயலாது. ஏனெனில் இந்திரன், நாயகன்தான், அவர்களுக்குப் பின்னால் அவர்கள், புரோகிதர்கள் வழியில் வந்தவன் – எதிர்மாறாக அல்ல. அவன் தீங்கேதுமற்ற உளறலைப் பயனளிக்கும் விஷயங்களை மாற்றவல்ல கிசுகிசுப்பாக மாற்றிக்கொள்ளக் கற்றது அவர்களிடமிருந்துதான்.

எனவே விருத்திரனை எப்படிக் கொன்றான் என்னும் கதையைச் சொல்ல இந்திரன் விரும்பினான். இதிலும்கூட அவனுக்கு உதவி கிடைத்தது; பெருமளவுக்கு உதவி கிடைத்தது. ஆனால் இரண்டு பெரும்வீரர்களுக்கு இடையில் நடந்த போராகக் கதை சித்தரிக்கப்படலாம். வாய்வழக்காகக் கடந்துவரும்போது கடைசியில் அதுதான் மிஞ்சும்: ஒரு பெரும் அரக்கன், மறுபுறம் அழகு மிகுந்த, பொன்னிற மீசையில் சோமம் சொட்டியவாறு இருந்த ஒரு நாயகன். இருந்தும் யாரும் இந்திரனை முழுவதும் கணக்கில் எடுத்துக்கொள்ளவில்லை. தனித்து, முகம் கோணி, தேங்கிய குளத்துத் தண்ணீரைப் பார்த்தவாறு அவன் தனக்குத்தானே சொல்லிக்கொள்வான்: "நீ ஒட்டுமொத்த உலகத்தையும் ஆக்கலாம் – இருந்தும் அது போதுமானதல்ல. அவர்கள் எப்போதும் தங்கள் ஆணவம்

மிக்க, இமைக்காத கண்களால் உன்னைக் கேவலமாத்தான் பார்ப்பார்கள்." அவர்கள், அந்தப் பிராமணர்கள்.

அறிவுத்திறன் மிக்க ஒரு கடவுளல்ல இந்திரன் – ரிஷிகள் அவன் ஆவேசம் மிகுந்த முறைகேடான உறவுகளுக்காகவும் அவன் வெற்றுப் பகட்டான சாகசங்களுக்காகவும் அவனை ஏளனத்துடன் அவமதிப்பாக நடத்தினர். ஆனால் இந்திரன் ஒரே ஒரு காரியத்தைச் செய்து முடிப்பதற் காகத்தான் வாழ்ந்துகொண்டிருந்தான்: அண்டத்தின் மலையைப் பிளப்பதற் காக. அந்தத் துணிகர முயற்சியின்றி அறிவு என்பதே இருந்திருக்காது, குறிப்பாக ரிஷிகள் பேணி வளர்த்த அந்த அறிவு. இவை அனைத்திற்கும் நாம் உரம் வாய்ந்த அசுத்தமான அந்தக் கடவுளுக்கு, உடலில் ரிஷிகள் கணக்கற்ற யோனிகளை ஏளனத்தோடு பச்சை குத்திய அவனுக்குக் கடன்பட்டுள்ளோம். இயற்கைக்கு ஒரு ஒழுங்குமுறையை ஏற்படுத்தி, உலகு இருக்கச் சாத்தியப்படுத்தியது இந்திரன்தான் என்று சொல்வது சரியானதாக இருக்காது. ஏற்கனவே ஒரு ஒழுங்கு இருந்தது – அந்த மலை வானுக்கும் பூமிக்கும் இடையில் மங்கலாகத் தோற்றம்கொண்டு தன் பொக்கிஷங்களைச் சிறை வைத்திருந்தபோதே அந்த ஒழுங்கு இருந்தது. இல்லாதிருந்தது அந்த ஒழுங்கினுள்ளான ஓட்டம், இந்திரன் அதைத்தான் சாத்தியப்படுத்தினான்.

அவனில்லாமல் செய்யவியலாத காரியங்கள் உள்ளதால் இந்திரன் தேவைப்படுகிறான். ஆனால் பிறகு ஒரு இடைஞ்சலான நினைவுச் சின்னமென அவன் ஒரு புறம் விடப்பட்டுவிடுவான். அவன் மேற்கத்திய உறவினன், அப்போலோ, டெல்பி மலைமீது விருத்திரனைப் போலவே சுருண்டுகிடந்த பைதான்மீது அம்பை எய்தான். இந்திரன்கூட அந்த அரக்கனைக் கொன்றதாகச் சொல்லிக்கொள்ளலாம். ஆனால் அப்போலோ டெல்பி மலையை வென்றபோது, அவன் அதை வசப்படுத்தலின் இடமாகச் செய்தான், அது தீர்க்கதரிசனமும் தர்க்கவாதமும் இணைத்து உருவாக்கப் பட்டிருந்தது. இந்திரன் அவ்வளவு உயர்வான இலக்கை வைத்துக்கொள்ளக் கூடிய நிலையில்லை. அவன் உலகை அமைத்தபோதும் குதிரை மற்றும் மலையின் சிறகுகளை வெட்டிவிட்டபோதும், விண்ணுலக நதிப்படுகை களைக் குடைந்தெடுத்தபோதும், *ரித*, 'ஒழுங்கு,' என்னும் பொருளில், அவன் செய்வதற்கு இன்னும் நிறைய இருந்தது. அண்டத்தின் பொறியாளர் என்னும் வகையில் அவன் மதிக்கப்பட்டான், நேசிக்கப்பட்டான். 'உண்மை' என்னும் பொருளில் *ரித*–வைப் பற்றி அவனுக்கு என்ன தெரியும்? அவனைப் பற்றிப் பேசும் எழுபத்தேழு இடங்களில் ஒரே முறைதான் ரிக்வேதம் இந்திரனுக்கு *'ரிதவான்',* "உண்மை உடையவன்" என்னும் அடைமொழியை வழங்குகிறது. உண்மைச் சொல்லின் ஆட்சிப் பிரதேசம், இயற்கை பதில் சொல்லும் பிரதேசம், அது இந்திரனுக்கு அடைக்கப்பட்டது. அவனுக்கு முன் மற்றவர்கள் அதை உரிமை கோரியுள்ளனர், தீவிரமான ரகசியமான ஆகிருதிகள் பெருவாழ்வு கிடைத்த அற்பனென அவனை அறவே தவிர்த்தனர். குற்ற உணர்ச்சியாலும் ஏளனத்தாலும் விரட்டப்பட்டு, கடைசியில் ஒரு குழந்தைக் கடவுளால், ஸ்கந்தனால், நீக்கப்பட்டு, புதிதாக இருப்பதனாலும் தன்னைத்தானே உருவாக்கிக்கொண்டதனாலும் அடிக்கடி

க

11

சோமராஜன் என்று அவர்கள் அவரை அழைத்தார்கள். அவர் அரசராகவும் வஸ்துவாகவும் இருந்தார். அவர் செய்திருந்த காரியங்களில் சிறிதும் நம்மை வந்தடையவில்லை. ஆனால் அவர் மற்றவர்கள் செயல்களின் இலக்காக இருந்தார். அவர் கடத்தப்பட்டார், மறைந்திருந்து தாக்கப்பட்டார், மறுபடி கைக்கொள்ளப்பட்டார், விற்கப்பட்டார். பிறகு கசக்கப்பட்டு, வடிகட்டப்பட்டு, கொல்லப்பட்டார். சோமனைப் பற்றிச் சொல்லப் பட்டவை இவைதாம். அரசராக இருப்பதைவிட ஒருவரை அரசராக்குவது சோமன். அவர் அரசாண்மையாகவே இருந்தார். அரசராக விரும்பியவர் களெல்லாம் எவற்றை நாடினார்களோ அவை எல்லாமாக அவர் இருந்தார். அவர் பெருநீர்ப்பரப்பில் புதைந்திருந்த பேரொளி. ஒரு நாககன்னிகையால் பாதுகாக்கப்படுபவர் அவர். பிறகு அங்கே ஒரு கன்னிகையும் ஒரு பாம்பும் இருந்தன. அல்லது ஒரு பாம்பு மட்டுமோ ஒரு கன்னிகை மட்டுமோ பெரும்பேறுக்கு விழையும் யாரும் தன் இலக்கைப் பாம்பின் வழியாகவோ அல்லது ஒரு கன்னிகையின் வழியாகவோ அன்றி அடைய முடியாது. அந்தக் கன்னிகை அந்த வஸ்துவைக் கடித்து, மென்று, அங்கு வர நேரும் நாயகன் அல்லது கடவுள் அல்லது மனிதனின் வாயில் ஒரு முத்தத்தின் மூலம் அதைச் சேர்த்துவிடுவாள்.

சோமம் ஒரு கழுகின் அலகில் பூமிக்குக் கொண்டுவரப்பட்டது. பிறகு "கழுகு தொலைவிலிருந்து சாற்றைக் கொண்டுவரும்போது, மகிழ்ச்சி தரும் வடிவத்தைக் கண்டுபிடித்தார்கள் சிந்தனையாளர்கள்" என்றார்கள் அவர்கள். பின்னர் பாசுரங்களின் சொற்களில், "உண்மையின் கலத்தில்" பூமியிலிருந்து வானுக்கு அவர் மேலேறினார். சோர்வுறாத தூதுவனான அக்னிபோல், அவர் ஆகாயத்தின் பின்புறம் சற்று நேரம் அமர்ந்து, அவர் தொடர்ந்து சென்றுவந்துகொண்டிருக்கும் குடியினங்களைக் கவனிப்பார்: தங்கள் விண்ணுலக மாளிகைகளிலுள்ள கடவுளரையும் பூமியின் மீதுள்ள மனிதர்களையும். அவர் குதிரைகளுக்காகவும் மந்தைகளுக்காகவும் மனிதர்களுக்காகவும் பெருநீர்ப்பரப்புக்காகவும் ஏங்கினார். மற்ற அனைத்தை யும்விடப் பெருநீர்ப்பரப்புக்குத்தான். பிறகு அந்தப் பத்து சகோதரிகளுக்கு. அவர்கள் விரல்கள் தன்னைத் தீண்டவிடுவது அபாயகரமானது என்று அவருக்குத் தெரியும். ஆனால் அது அளவற்ற இன்பமாகவும் இருந்தது. எனவே யாகம் முழுவதும் அவர் உடலை உரசிக்கொண்டிருந்த அந்தக் கூர்மதிகொண்ட அமைதியான பெண்களுக்கிடையில் சோமன் திரை மூடிய தலையுடன் அசைவற்று அமர்ந்திருந்தார். பூமியில் நடந்தது

அவ்வளவுதான். மறுபுறம் வானத்தில், பாறையாலான நிலவறைக்கு அப்பால், பால்வீதியின் விளிம்புக் கிளைகளின் இடையில் சறுக்கிக்கொண்டு வரும் ஏழு சகோதரிகளைக் காண்பார். நிழல்களுக்குள் இன்னும் ஆழமாக ஊடுருவிய இன்னும் மெல்லிய விரல்கள். தீவுகள், குளங்கள், ஆற்று வளைவுகள், அனைத்தின்மீதும் வளைந்து நிற்கும் ஆற்றின் கழிமுகம். "எண்களோடு இன்னும் எத்தனை ஆட்டங்கள் . . ." என்று அவர் தனக்குத்தானே சிரித்துக்கொண்டு ஒருமுறை நினைத்தார். ஆனால் அவர் குழப்பமடையவில்லை. வானத்தைப் பிரித்த அந்த ஏழு நதிகளும் அன்னைகள், சகோதரிகள், காதலிகள், பிரஜைகள். நீருக்குள் நுழையும் சூரியனைப் போல் அவர்களுக்குள் அவர் நுழைந்தார்.

ஒலியை அதிகப்படுத்தும் பொருட்டுத் தரையில் தோண்டப்பட்டிருந்த குழிகளின் மீது கவனத்தோடு வைக்கப்பட்டிருந்த இரு மரப்பலகைகளின் மீது சோமம் வைக்கப்பட்டது. பலகைகள்மீது எருதுத் தோல் விரிக்கப்பட்டிருந்தது. தோலின் மீது, சதுரமொன்றின் நான்கு மூலைகளில் ஒவ்வொன்றும் மையத்தில் ஒன்றுமாக ஐந்து கற்கள் வைக்கப்பட்டிருந்தன. நடுவிலிருந்த கல்தான் அனைத்திலும் பெரியது.

பத்துக் காதலிகள் எதிர்பார்த்துக் காத்திருக்கும் காதலனைப் போல வந்தார் சோமன்: விரல்கள், பத்துச் சகோதரிகள். அவர்கள் அவரைத் தடவுவார்கள், கையாள்வார்கள், பிசைவார்கள், கொல்வார்கள் – ஆனால் எப்போதும் மறைமுகமாக, கற்களின் வழியாக, மட்டுமே. ஏனெனில் அந்தப் பத்துப் பெண்களும் கற்களுடன் கூட்டிணைவாக இருந்தார்கள். அந்தக் காதலர்களின் சந்திப்பு ஒரு திடீர்த் தாக்குதல். சோமன், சோமராஜன், தன் உடையாக ஒரு துணியைச் சுற்றிக்கொண்டு வருவார். அவர்கள் முடிச்சை, தலைப்பாகையை, அவிழ்க்கையில் ஒரு கட்டுத் தண்டுகள் தெரியும். பிறகு ஒரு சடங்காளர் துணியை எடுத்து "கற்களைப் போற்றுபவரான" *கிராவஸ்துத்தின்*, தலையில் சுற்றுவார்கள். அவரால் பார்க்க முடியாமல் துணி அவர் கண்கள்மீது விழும். அவரொரு குருட்டுப் பாடகராக இருப்பார். கற்களையும் சோமத்தையும் நோக்கித் தன் முகத்தைத் திருப்பிக்கொண்டு *கிராவஸ்துத்* பேசுவார், சடங்குகள் நிகழும்போது அவற்றைப் போற்றுவார். கற்கள் ஒன்றோடொன்று உரசியபடி சோமத்தைப் பிழிந்துகொண்டே தங்கள் பங்கை முணுமுணுத்துக்கொண்டிருக்கும். ஆனால் உண்மையில் அவர் சோமத்தில் மறைந்துள்ள கிளர்ச்சியூட்டும் வெண்ணிறச் சாறு பெருகத் தொடங்கும்வரை தன்னெதிரில் நிகழ்த்தப்படும் கொலைபாதகத்தைப் பார்க்க மாட்டார்.

தேவர்களும் அசுரர்களும் *அமிர்தம்* என்றழைத்ததை (அவர்கள் அதன் குழந்தைகளெனத் தங்களை உரிமை கோரினர்), மனிதர்கள் *சோமம்* என்று அழைத்தார்கள். அது அவர்களுக்களித்த இறவாமையை, ஆனால் அது போதுமான அளவுக்கு இல்லாமல் மீண்டும் வென்றெடுக்கப்பட்டாக

கேலிசெய்யப்பட்டு, தான் கடந்துபோகும்போது வேறு பக்கம் திரும்பிக் கொள்ளும் தன் குடிமக்களால் மனச்சோர்வுக்கு ஆளான அரசனைப் போல் அலைந்து திரியலானான்.

அவர்கள் நீண்டநேரம் சரமா என்னும் பெட்டை நாயின் அடிச்சுவடு களைப் பின்பற்றி நிழல்களினூடே நடந்துகொண்டிருந்தனர். எப்போதும் ஒரே முகபாவத்தோடு முன்னே வழிநடத்திக்கொண்டு பிரஹஸ்பதி அவர்கள் பாதையைச் சீர்படுத்திக்கொண்டு சென்றார். பிறகு வந்தது ஆங்கிரஸர்கள், அனைவரும் ஒரே ஆளைப் போல் ஒரே லயத்துடன் வந்துகொண்டிருந்தனர். இந்திரன் கனத்த அடிகள் வைத்துக் கடைசியில் வந்தான், தொடுவானை அடைந்தவுடன் ஒரு கணமும் தயங்காமல் அவர்கள் மேலே சென்றார்கள். வானத்தின் பின்புறம் ஏறி நடந்தார்கள். இவ்வாறு அவர்கள் பல நாட்களுக்கு அணிவகுத்துச் செல்ல அவர்களின் கீழ் பாலைவனங்கள் பரந்து விரிந்த கம்பளங்கள்போலவும் வனங்கள் கறுத்த கறைகளைப் போலவும் சுருங்கிப் போயின. அவ்வப்போது அவர்கள் பால்மணியின் பல்வண்ணத்தில் கிறக்கமளிக்கும் விண்வெளித் தூசுகளால் சூழப்பட்டார்கள். அவர்களுக்குக் கீழே வெகுதொலைவில் பூமி. மேலே அருகாமையில் நட்சத்திரங்கள், இரவில் கப்பல்களைப் போல். அவர்கள் பின்புறமோ கீழேயோ பார்க்கவில்லை. பிரஹஸ்பதி திரும்பாமல் தன் கைகளை உயர்த்தினார். இந்திரன் நிமிர்ந்து மேலே பார்த்து வழவழப்பான மிகப் பெரும் சாம்பல் நிறப் பாறைச் சுவரைக் கண்டான். "அது ஏன் இந்த அளவுக்குப் பூமிபோல் இருக்கிறது? நாம்தாம் பூமியைப் பின்னால் விட்டுவிட்டு வந்துவிட்டோமே" என நினைத்தான் இந்திரன். அவர்களுக்கு மேலே பாறை முடிவற்று விரிந்திருப்பது போலிருந்தது. இருக்க விரும்பாத ஒன்றின் மேன்மையும் உணர்ச்சியின்மையும் இருந்தது அதற்கு. எதையும் எப்போது லட்சியம் செய்யாதது போலவே அவர்களையும் அது லட்சியம் செய்யவில்லை. "இதோ இருக்கிறது அது" என்றார் பிரஹஸ்பதி. அவர்கள் மௌனமாகப் பார்த்துக்கொண்டிருந்தார்கள். ஆங்கிரஸர்கள் தங்கள் முணுமுணுப்பைத் தொடங்குவதற்கு நெடுநேரம் ஆயிற்று. தெளிவற்ற ஓசையின் ஓட்டத்தில் சிலசமயம் அசைகள் ஒளிர்ந்து பின் மங்கின. பிரஹஸ்பதி சிந்தனையில் ஆழ்ந்திருந்தார். பிறகு அவர் தன் கூர்மையான, அநேகமாகக் கிரீச்சிடும் குரலில் அவர்களோடு சேர்ந்துகொண்டார். இந்திரன் மிகவும் நிச்சயமற்றிருந்தாலும் தெளிவான குரலுடன் மற்றவர்கள் உதாரணத்தைப் பின்பற்றினான். அவர்கள் மீண்டும் அமைதியானார்கள். தொலைதூரச் சலசலப்பு கேட்டது. "அவை தம் கொட்டிலில் உள்ளன" என்றார் பிருஹஸ்பதி. "ஒன்று மற்றும் இருபதாம் இலக்கமுள்ள பசுக்களின் ரகசியப் பெயர்கள். அவை அனைத்தையும் நாம் கண்டுபிடித்தாக வேண்டும்" என்றார். ஒரு மெல்லிய வெளிச்சமும் மிகப் பெரும் தனிமையும் அங்கிருந்தது, நீண்ட நேரத்துக்கு அவர்கள் அசைவற்று நின்றுகொண்டிருந் தனர். ஒருவேளை பல வருடங்களுக்குச் சாட்சிகள் யாருமில்லை, சப்தரிஷி மண்டலத்தின் ஒளிர்விற்குப் பின்னால் ஒளிந்துகொண்டிருந்தாலே ஒழிய. சட்டென்று சில கூர்மையான வெள்ளி நிற அசைகள் மங்கிச் சலிக்கும்

முணுமுணுப்புக்குப் பின்னாலிருந்து வெளிவந்தன. ஒன்றாகப் பிணைந்து அவை கணீரென்று ஒலித்தன. அவை சந்தங்களாகி, உருவெடுத்து, அடையாளம் தெரிந்தன. காற்று வெளியில் நின்றன. பாறைக்குப் பின்னால் தொலைதூரத்திலிருந்து பசுவின் கனைப்பொலி ஓங்கிப் பதிலென விரிந்தது. இருளில் இருந்து பசுக்கள். மெதுவாக, துணியிலிருந்து பிரித்தெடுக்கப்படும் இழைகள்போல் பாறையில் ஒரு பிளவு திறக்கத் தொடங்கிற்று. கண்ணுக்குப் புலப்படாத கையொன்று அந்தச் சாம்பல் நிறத்தில் பொறித்த மெல்லிய கோட்டை அவர்கள் கூர்ந்து பார்த்தார்கள். இடையறாது அந்த அசைகளை உச்சரித்துக்கொண்டே இருந்தார்கள். பெயர்களை உருவாக்கினார்கள். ஒளி மற்றும் புழுதியாலான ஓடை, குளம்புகளின் ஓசை, ஓர் ஒளிரும் மந்தை. பசுக்கள் வாலா குகையிலிருந்து வெளிவந்தன. பெருநீர்ப்பரப்பால் ஆன அந்த ஒளி வானத்தை நிறைத்தது. அலைகளின் உச்சியில் வந்தன உதயங்கள். குடை ராட்டினத்தின் மீதுள்ள பாடகர்கள்போல், காகிதக் கூழாலான வண்டிகளைப் பிடித்துக்கொண்டு, நுரைக்கும் பேரலைகள்மீது, வெறும் வெளியில் இளஞ்சிவப்பு மார்புகள் சாய அவர்கள் பயணித்தார்கள். அவர்களுக்குப் பின்னால் பேரரசரைப் போலவும் கையில் வளைகோலுடன் பின்னால் வரும் மந்தையை மேய்த்துக்கொண்டு வரும் மேய்ப்பனைப் போலவும் சூரியன் தோன்றினான். சரமா குலைத்தாள். யாரும் அவளைக் கவனிக்கவில்லை. பிரஹஸ்பதியும் ஆங்கிரஸர்களும் இந்திரனும் பளபளக்கும் மகிழ்ச்சியான கண்களோடு பார்த்துக் கொண்டிருந்தார்கள்.

வேண்டியிருக்கும் நிலையில், அதிகம் வலியுறுத்த விரும்பாததால் ஒருவேளை அவ்வாறு அவர்கள் அழைத்திருக்கக்கூடும். சோமம் இல்லாமல் உலகிலுள்ள எதுவும் ஒளிராது, மனத்திலும் எதுவும் ஒளிவீசாது, எதுவும் பொருள் தராது. அந்த வஸ்துவைச் சுற்றி – அதன் நினைவைச் சுற்றி, சொல்லப் போனால் அநேகமாக அதன் நினைவைச் சுற்றித்தான் – சமிக்ஞைகள், செய்கைகள், பாசுரங்கள் மற்றும் சாகசங்கள் புனையப்பட்டிருந்தன. வாழ்வெளியில் தங்களைச் சுற்றி உள்ள எல்லாவற்றையும் பார்க்கும்போது அவையனைத்தும் இரண்டே விஷயங்களின் மாறுபட்ட நிலைகளால் ஆக்கப்பட்டுள்ளதை மனிதர்கள் உணர்ந்தார்கள்: நெருப்பு மற்றும் இந்தத் தெளிவான திரவம். அக்னியும் சோமனும் விழுங்குபவனும் விழுங்கப்படு வதும். “இங்கே கீழேயுள்ள அனைத்தும் ஒன்று விழுங்குகிறது அல்லது விழுங்கப்படுகிறது”. அவற்றைப் போலவே கணத்துக்குக் கணம் விழுங்கப் படுகிறது, விழுங்குகிறது.

ரிஷிகளின் பார்வையில் உலகின் தொட்டுணரத்தக்க நிலையான படைப்பு இரண்டாம்பட்சமான தோற்றம்தான்; சமீபமானது, நவீனமானது. படைப்பு காட்சிப்படுவதைச் சாத்தியமாக்கியது எது என்பதைப் புரிந்து கொள்வதுதான் முதல் விஷயம். அவர்கள் பெருக்கெடுத்துவரும் பெருநீர்ப் பரப்பைக் கண்டார்கள். பெருநீர்ப்பரப்பில் ஒரு கண் மேற்பரப்புக்கு வந்தது: *சோமம்.* “ஏமாற்றாத நதிகள் கண்ணை மகத்தானதாக்கின” என்று அவர்கள் பாடியபோது அதைத்தான் சொன்னார்கள். சோமம் “கடவுளரிடையே, விழித்திருப்பவனாக இருக்கிறது”. இதன் மூலமாக நாம் அவனை அறிகிறோம்: அதாவது உண்ணக்கூடிய வஸ்துவாகவும் இருக்கும் ஒரு கடவுள், அதனால் மிகவும் ஸ்தூலமானவன்; அவன் பூரணமான விழிப்புநிலை, அதனால் மிகவும் சூட்சுமமானவன்; பிரக்ஞை யின் பிடிக்கு அகப்படாத ஓட்டத்திற்கு மிகவும் நெருக்கமாக உள்ளவன்.

வான மண்டலம் உலகை அணைத்துக் காக்கும் ஒரு கூடாரம். நாம் அந்தக் கூடாரத்தின் உட்புறத்தைப் பார்க்கிறோம். ஆனால் மறுபுறத்தில் நாம் நீட்டிக் கிடந்தால் என்ன காண்போம்? உலகின் பின்புறத்தில் கடவுளருக்கான செய்திகளைக் கொண்டுசெல்லும்போது அக்னி கடக்கும் இடத்தில் நாம் இருப்போம். பளபளக்கும் ஒளியின் எழுச்சி நிறைந்து, முடிவற்ற “ஒளியின் வெளி”யாக இருக்கும் *ரோசனா*வை நாம் பார்ப்போம். ஒரு கம்பம் வானத்தின் கூடாரத்தையும் அதற்கு அப்பால் விரிந்து கிடப்பதையும் தாங்கி நிற்கிறது. ஒரு கம்பம், ஒரு அடிமரம், ஒரு மலை. பிரமிக்கச் செய்வது கூடாரத்துக்குக் கீழேயுள்ள ஸ்தூலமான உலகமாக இருக்கும் வாழ்வெளியல்ல. கூடாரத்துக்கு வெளியே உள்ள ஒளித்திரளுமல்ல. ஆனால் ஒன்றிலிருந்து மற்றதற்கு எவ்வாறு வழியமைக்க இயலும் என்பதுதான்; ஈனமாகவும் அழியக்கூடியதுமாக உள்ள வஸ்துக்கள் அள்ள அள்ளக் குறையாதது என்று கருதக்கூடிய ஏதோவொன்றால் தொடர்ந்து புதுப்பிக்கப்பட்டு, கீழேயுள்ள பொருட்களின் மீது மெல்லொளிப் படலமாகப்

ராபர்ட்டோ கலாஸ்ஸோ ௯ 269 ௸

படிவதுதான். இதன்மேல்தான் ரிஷிகள் தங்கள் கவனத்தைக் குவிக்க விரும்பியது. இதுதான் அவர்கள் சிந்தனையின் முதன்மையான நோக்கம். படைப்பு, வெறுமை, விடுதலை; இவைதாம் எப்போதும் ஒத்திப்போடப் பட்டு, தீர்க்க முடியாதவையாக நிரந்தரமாக நிலைத்திருக்கும் இயற்கைக்கு விரோதமான கேள்விகள்.

சோமத்தை அணுகுவதென்பது பரிமாற்றத்தை அணுகுவதாகும். சோமம் ஒரு இடத்திலிருந்து மறு இடத்திற்கும் ஒரு கையிலிருந்து இன்னொரு கைக்கும் கடந்துசென்று பெருகியோடும் ஒரு பொருள் என்பதுதான் முதன்மையானதும் முக்கியமானதும். அசுரர்களிடமிருந்து மலையும் வானமும்; தேவர்களுக்கு, சமவெளிகளும் பூமியும். அல்லது மீண்டும் நேர் எதிர்திசையில். அதன் பாதையில் எப்போதும் வன்முறையான ஏதோவொன்று சம்மந்தப்பட்டிருந்தது. ஒரு போர், அல்லது திருட்டு, அல்லது விற்பனை. அசுரர்கள் ரத்தத்துடன் குவிக்கப்பட்டிருந்தனர். கருடன் சோமத்தைத் தன் அலகில் பற்றிக்கொண்டு பறக்கும்போது அம்பொன்று அதன் இறகொன்றைப் பிடுங்குகிறது. சோமத்தை விற்றவுடன் சோம வியாபாரி உதைக்கப்படுகிறார். ஏன்? அவர் என்ன தவறு செய்தார்? சோமம், வஸ்துக்கள் அனைத்தின் சாரமாக இருக்கும் அந்த வஸ்து, மனத்தையும் நாளங்களையும் நிரப்பும் அது, உலக இருப்பின் அறுதிப் பாதுகாவலனான அது, ஏதோவொரு குற்றத்தால், ஏதோவொரு வன்முறை யான செயலால் மட்டுமே அடையக்கூடியது என்பதுபோல்; தருவது அல்லது பெறுவதில் ஒரு மிகை, ஒரு திருட்டு, ஒரு விபசாரச் செயல், கந்தர்வர்களுடனான கொடுக்கல் வாங்கலில் வாக்தேவி தன் உடலை வழங்கியதுபோல். பரிமாற்றத்தின் காயமாக உள்ள பதிலீடு, வஸ்துவின் மிகவும் ரகசியமான இடத்தில், பருப்பொருள் பிரக்ஞையாக ஆகும் அந்த இடத்தில், தன்னை நிலைநாட்டிக் கொண்டது. அவ்வாறு இல்லை யெனில், அனைத்தும் இயக்கமற்றுப்போய், கதைகளேதும் இல்லாமல்போய், உலகம், அது வீண் முயற்சி என்றாலும்கூட, தன்னைப் புனைந்துகொள்ள முயலாது – இல்லாததை, உத்தமமானதை, பளபளக்கும் அந்த ஓட்டத்தை, உலகத்தின் பின்புறத்தின் மறுபக்கம் இருப்பதை, *ரோசனாவை*, “ஒளியின் வெளி”யைச் சென்றடைய ஒருவேளை சோமம் அனுமதிக்காதோ என்னவோ.

வெறும் சுவையும் உணர்வும் உயிர் நீரும் மட்டுமல்ல – உயிர் ஜீவித்திருப்பதற்குக் காரணமானதும் அதைப் புரியக்கூடியதாக ஆக்கும் அனைத்தும் மட்டுமல்ல சோமம். சோமம் சுற்றோட்டம் கொண்டது. உலகம் ஒரு தனி உயிராக இருந்தாலும் எண்ணற்ற உடல்களாகவும் தனிப்பொருட்களாகவும் அது துண்டுபட்டிருப்பதால், சுற்றோட்டத்தில் உள்ளவரை சோமம் பரிமாறிக்கொள்ளப்பட வேண்டிய ஒன்றாக இருக்கிறது. ஏதோவொன்று பரிமாறிக்கொள்ளப்படும் அந்தக் கணம் – அதன் விளைவாகத் தன்னிலிருந்து ஒன்று வெளியேறுவது, ஒரு எல்லையைத்

தாண்டுவது – மிகவும் நெருக்கடியான கணம், உலகம் ஒரு தொடர்நிலை அல்ல என்பதை வலிந்து உணரவைக்கும் கணம். பதிலீடு, விற்பனை, திருட்டு, விபச்சாரம்: அவ்வாறான தருணங்களில் சிறு நடுக்கம் ஏற்படுகிறது. ஆனால் உடனே அது தேய்ந்துபோகிறது. ஆனால் அவ்வாறான தருணங்கள் தாம் ஒவ்வொரு உயிரும் பெரும்பாழில் மிதந்துகொண்டிருப்பதை நமக்கு நினைவூட்டுகின்றன. அந்தப் பெரும்பாழைக் கடப்பது வன்முறையைத் தூண்டுகிறது. ஒரு தலை உருள்கிறது, ஒரு வியாபாரி தடியால் அடிக்கப் படுகிறான், ஒரு அரசி தன் உடலை ஒரு இறந்த குதிரைக்குத் தந்து தன் தொடைகளைக் குதிரையின் கால்களைச் சுற்றி இறுக்கிக்கொள்கிறாள். *மதுவித்தை*, "தேனின் சித்தாந்தம்" கீழே சொட்ட வேண்டுமென்றால் இதுவும் நடந்துதான் ஆக வேண்டும்.

பரிமாற்றம், உடலுக்கும் புறவுலகிற்கும் இடையிலான சுற்றோட்டம். நம் உடலில் ஒரு மூலக்கூறு – பிராணவாயு – தொடர்ந்து நுழைந்து வெளியேறிக்கொண்டிருக்கும் வரைதான் உயிரோடிருக்கிறோம். கடந்து செல்லும் ஒவ்வொரு கணத்திலும் நாம் எடுத்துக்கொண்டும் கொடுத்துக் கொண்டும் இருப்பதால்தான். தாங்கள் அசுரர்களைவிட மேன்மை வாய்ந்தவர்கள் என்பதைத் தேவர்கள் வெளிக்காட்டிய ஒரே இடம், வெறும் மிருகத்தனமான வலிமை சார்ந்த மேன்மையாக இல்லாத இடம் இதுதான்: அசுரர்கள் தங்கள் யாகபலியை வாய்க்குள் செய்தபோது, தேவர்கள் யாகபலி செய்ய வேண்டியது வெளியே என்பதை உணர்ந்தார்கள். "அசுரர்கள் தங்கள் அகந்தையில்" ஏன் வேறொருவருக்குப் பலிதர வேண்டும்?" என்ற எண்ணத்தில் தங்கள் வாய்க்குள்ளே பலியிட்டார்கள் . . ." ஆனால் தேவர்கள் ஒருவர் மற்றவருக்குப் படையிலிட்டார்கள்." வெளிப்புறம் என்பதன் இருப்பும் வெளியில் இருக்கும் ஏதோ ஒன்றின் இருப்பு பற்றிய அங்கீகாரமும் மட்டுமே அசுரர்களிடமிருந்து தேவர்களை எப்போதும் வேறுபடுத்திக்காட்டியது.

ஒரு நொடி, வியாபாரி தண்டுகளை விற்ற அந்தக் கணம், வஸ்துவும் பதிலீடும் சோமத்தில் ஒன்றிணையும் அளவுக்கு ஒருமுகப்பட்டன. வஸ்து என்பது (அனைத்துத் தன்மைகளின் தோற்றுவாய், அதனால் சாயல், இசைவு இவற்றின் தோற்றுவாயும்கூட) தனக்குத்தானே உள்ளதாயிருக்கும் ஒன்று, வேறெதுவும் தேவைப்படாத ஒன்று. அதுதான் ஆதித் தன்னாழ்வு. ஒன்று வேறொன்றின் இடத்தை எடுத்துக்கொள்ளும்போது ஏற்படுவதுதான் பதிலீடு. கருடன் சோமத்தை வானத்திலிருந்து திருடிக் கொண்டுவந்தது, தன் தாய் வினதாவுக்கான பிணைமீட்பாக. அதுதான் முதல் பிணைமீட்பு. ஒரு பிணைமீட்பைச் செலுத்தியதுதான் முதல் பரிமாற்றம். அடிமைத்தனம் அல்லது குற்ற உணர்விலிருந்து விடுவிக்கும் அளவில்தான் பரிமாற்றம் என்பதே பொருள்கொள்ளும் என்பதைப் போலிருந்தது. ஆனால் அந்த விடுதலை வேறொரு குற்றத்துடனும் குற்ற உணர்வுடனும் தொடர்பு கொண்டது: அந்தத் திருட்டு, பின்னர் சோமத்தை உட்கொள்வதற்கு

முன்னான பீடிகையைப் போன்ற அந்தக் கொலை. சோமத்தோடு ஆசையின் இலக்கு முதன்முறையாக இப்போதுதான் காட்சிக்கு வருகிறது. அப்போதிருந்து எந்தவொரு ஆசையும் உடனடியாக மற்றொருவருடன் பகிர்ந்துகொள்ளப்படுவதால், அல்லது வேறொருவரால் போலிசெய்யப் படுவதால் (போலிசெய்யப்படுவதாலே பகிரப்படுகிறது), அந்த இலக்கு பரிமாறிக்கொள்ளப்படலாம். அல்லது அதுதான் பரிமாற்றத்துக்கே இடமளிக்கிறது. "ராஜன் (சோமன்) விற்கப்பட்டுவிட்டதால், இங்குள்ள எல்லாமும் விற்பனைக்குத்தான்."

விழித்திருக்கும் மனத்தின் மேற்பரப்பு, நீர்ப்பரப்பின் மேற்பரப்பைப் போல் இடையறாது நடுங்கிக்கொண்டே இருக்கிறது. நீரைப் போல் தன்மேல் கவியும் விசைகளின் வடிவங்களை மேற்கொள்கிறது. இயற்கை யாகவும் பெயரளவிலும் '*ஆப*'வுக்கு, 'பெருநீர்ப்பரப்புக்கு', நெருக்கமாக உள்ள உயிரினங்கள், அப்சரஸ்கள், ஜலகன்னிகள், மயக்கும் உயிரினங்கள். சிலவேளைகளில் இரக்கமுடையவர்கள், ஆனால் எப்போதும் சபலசித்தம் கொண்டவர்கள். உங்களுக்குப் பித்துப் பிடிக்கவைக்க அவர்களால் முடியும். அவர்கள் அலைகளிலிருந்து "மனத்தின் முதல் விதை"யான ஆசையென வந்தார்கள்: மற்ற அனைத்தையும்போல் இதுவும் தன் பன்மையில் விரிவு கொள்ள ஆர்வம்கொண்டது. அப்சரஸ்கள் அவ்வாறு அழைக்கப்பட்டது, பெருநீர்ப்பரப்பில், (*ஆப*) அவர்கள் பெருகி ஓடியதாலா, (*சர*) அல்லது அவர்கள் வெட்கமின்றி இருந்ததாலா, *அ–ப்சரஸ்*? மொழியியலாளர்கள் பயபக்தியுடன் இன்னும் இந்தக் கேள்வி குறித்து வாதாடிக்கொண்டிருக் கிறார்கள். அவர்கள் அவ்வாறு செய்வதை அப்சரஸ்கள் பார்த்துச் சிரித்துக்கொண்டிருக்கிறார்கள்.

மனத்துக்கும் பருப்பொருளுக்குமான முதல் ஒப்பந்தம் பெருநீர்ப் பரப்பின் மீது முடிவுசெய்யப்பட்டது. ஒலிம்பஸின் கடவுள்கூட ஸ்டிக்ஸ் நீர்ப்பரப்பின் மீது செய்யப்பட்ட பிரமாணத்தை மீறுவதற்குப் பயந்தனர். பெருநீர்ப்பரப்புக்கும் உண்மைக்கும் இடையில் ஒரு நிலையான பிணைப்பு உள்ளது. ஆனால் நீர்மையானதாகவும் பிடிபடாததாகவும் மாற்றத்துக்கு உட்பட்டதாகவும் உள்ள அது, அசைக்க முடியாத கச்சிதத்துடன் உள்ளதை உள்ளபடி தெளிவுபடுத்தும் சொல்லுடன் ஏன் இசைந்திருக்க வேண்டும்? இதுதான் மர்மம், வருணனின் அறுதியான இருண்மை, இதுதான் அவனை வேறெந்தக் கடவுளையும்விடத் தொலைவானவனாக்குகிறது. சொல்லுக்கும் பெருநீர்ப்பரப்புக்கும் இடையில் வேறொரு கூறு உள்ளே நுழைகிறது, அதில் நீரும் சொல்லும் சேர்ந்து ஓடி ஒன்றுகலக்கின்றன: பிரக்ஞை, விழித்திருந்து தான் உயிரோடுள்ளதை உணரும் அந்த மூல உணர்வு. கண்ணால் காணக்கூடிய எந்த ஒரு அதிசயத்தையும்விட அதிக மலைப் பூட்டுவது இந்த உணர்வு. இந்த விஷயத்தில் ரிஷிகள் விட்ஜென்ஸ்டீனிட மிருந்து தொலைவில் இல்லை; அதாவது உலகம் *எப்படி* இருக்கிறது என்னும் கேள்வியை விடவும் உலகம் *இருக்கிறது* என்பதே பிரமிப்பூட்டு வதாக இருக்கிறது.

தண்ணீர் ஓடுகிறது, பிரதிபலிக்கிறது: ஒரு புறம் காலம்: மறுபுறம் பிம்பம், உருத்தோற்றம், மனத்தின் மாயத்தோற்றம். இந்த எதிரெதிரான லிங்கங்கள், பிரக்ஞைபூர்வமான வாழ்விற்கான 'அடையாளங்கள்', ஏற்கனவே பெருநீர்ப்பரப்பில் அறிவிக்கப்பட்டுவிட்டன. பெருநீர்ப்பரப்பில் மட்டும்தான். காலம் முழுமுதலானது என்றால், முழுமுதலான ஒவ்வொன்றுக்கும் அதுவே முன்மாதிரி என்றால், பிரக்ஞையின் பெருநீர்ப் பரப்புதான் உண்மையை அடையாளம் காணக்கூடிய முதல் குடிமக்கள். தொடக்கத்தில் இருந்தே ஒருவர் நீர் என்று சொல்லாமல் "பெருநீர்ப்பரப்பு" என்று குறிப்பிட்டது, அந்தப் பல்வகைப் பெண்பால் உயிரினங்கள், பிரக்ஞைக்கான ஒரு அடையாளம்: அதன் இடையறாத கிளைத்தலும் புதிய இலைகளின் துளிர்த்தலும். விண்ணுலகப் பெருநீர்ப்பரப்பைச் சுற்றி மிதந்துகொண்டு, தன் காதலிகளுடன் சுற்றித் திரிந்த சோமன்தான் அலைகளுக்கிடையில் இருந்த ஒரே ஞானி: தான் அமிழ்ந்துள்ள அந்த விழிப்புநிலையின் பன்மடங் கான விரிவைக் கவனித்துக்கொண்டிருக்கும் கண்.

வேத உரைகள் முடிவற்றுக் குறிப்பிடும் 'பெருநீர்ப்பரப்புக்கு' மிக நெருக்கத்தில் வருவது ப்ரௌஸ்டின் *ரிசெர்ஷில்* வரும் *ஜ்யுன்ஸ் ஃபில்ஸ் (இளம் பெண்கள்)*தாம். ஆன்ட்ரீ தன்னளவில் இருக்கிறாளா, ஆல்பர்டைன்? சட்டென்ற குழப்பத்தில் மார்சல் தன்னைத்தானே *ப்ரிசனியரில்* கேட்டுக் கொள்கிறான். அதைப் போலவே பெருநீர்ப்பரப்பும். *ஜ்யுன்ஸ் ஃபில்ஸ்* முதலில் தோன்றும் போதிருந்தே, பால்பெக்கின் முன்புறம் உப்பான நீலத்தூறலோடு கனத்திருந்த காற்றில் கடலின் பின்புலத்துடன் அவர்களைக் குழப்பிக்கொள்வதற்குக் காரணம் இல்லாமல் இல்லை. பிறகு இறுமாப்பான சுயநம்பிக்கையோடு மார்சல் "இன்பத்தின் வேகம் அவர்கள் உருவில் உடலெடுத்து வந்ததாக" முடிவெடுத்தான். அந்தக் கணத்திலிருந்து அவர்களது இருப்பு, பெயர்கள், காயங்கள், கழுத்துப் பட்டிகைகள், சம்பவங்கள், ஒவ்வொரு துளியிலிருந்து மற்றது வேறுபட்டும் அதே சமயம் அலைகளின் மீது தொடர்ந்து ஒளிரும் ஒளியைப் போல் தனித்தன்மை அற்றவையான பொன் துளிகள், இவற்றால் அங்கங்கே நிறுத்தப்படும் இடையறாத மாற்றத்தின் கிறக்கமாக ஆகிறது. ஆல்பர்டைன் உறங்கும்போது ஒரு காதலனைப் போல, ஒரு ரிஷியைப் போல மார்சல் அவளைக் கவனிக் கிறான். வெறும் சுவாசமென அவள் மௌனமாகக் கிடந்த நிலையில் அவளை ஒரு தாவரமாகவும் தண்டாகவும் அவன் பார்க்கிறான். இயல்பான தளங்கள் ஒன்று கலந்து ஒரே ஆதாரத்தில் தங்களைக் கண்டுகொண்டன. கவனம் மிகுந்த மனத்தினூடேயும் உரைநடையின் ஊடாகவும் அவை மௌனமாகப் பெருக்கெடுத்தோடின. மனத்தைப் பீடிக்கும் விவரம் குளத்தில் மொட்டு போன்றது. பன்மையே தானாக உள்ள பெருநீர்ப்பரப்பின் விளிம்புகள் பின்னும் முன்னும் ஊசலாட, சொல்லுக்கு முன்பாக மெல்ல அதிரும் விழிப்புநிலை. மனம் தன்னை அவற்றில் அமிழ்த்திக்கொண்டு, மாறிக்கொண்டே இருக்கும் தன் அடிப்படை நிலவுத் தன்மையில் தன்னையே தனக்கு வெளிக்காட்டிக்கொள்ளும் ராஜபாட்டையைத் தொடர்கிறது. ஆனால் அவர்களது அறுதியான மர்மம் இதுவல்ல.

பருப்பொருளின் பார்வையற்ற வடிவமைப்பில், அல்பர்டைனின் மூடிய கண்களைப் போல், ஊடுருவ முடிந்த, ஆனால் அறிந்துகொள்ள இயலாத, தன்னிறைவுள்ள தொலைவான இருப்பின் ஒற்றர்களென அவர்கள் வெளிப்புறக் காட்சியொன்றில் தூதுவர்களாகத் தோன்றும்போதுதான் அந்த மர்மம் வெளிப்படும்.

அநேகக் கடவுளருக்கும் அது நிகழ்ந்தது. மித்ரன், வருணன், பிரம்மா (அவனுக்கு அடிக்கடி!) விஷ்ணு, அக்னி, அனைவருக்கும்: அவர்கள் ஒரு சடங்கைச் செய்துகொண்டிருக்கையில், தங்கள் செய்கையில் கவனத்தைக் குவித்துக்கொண்டு, பரிந்துரைக்கப்பட்ட சடங்குமுறைகளை அனுஷ்டித்துக்கொண்டிருக்கும்போது, ஒரு பெண் உயிர் – ஒரு அப்சரஸ், ஒரு தேவதை, ஒரு பெண் – அவர்கள் பார்வைவெளிக்குள் நுழையும். அவர்கள் அவளை விழைவார்கள். அந்தக் குறிப்பிட்ட கணத்தில், சடங்கின்போது, புனிதப் பொருட்களால் சூழப்பட்டிருக்கும்போது அவள் தோன்றுவதே மேலும் அடக்க முடியாத ஈர்ப்புடையவளாக அவளை ஆக்கிவிடும். அவள் மாற்றாள், வெல்ல முடியாத மாற்றாள், சடங்கின் தற்புனைவு ஆழ்வால் எவ்வெப்போதைக்கும் விலக்கிவைக்கப்படும் வஸ்து, ஆனால் இப்போது வெற்றியுடன், மேம்படுத்தும் வகையில் அங்கு திரும்ப வந்திருப்பவள். மேலும் அதே சமயம்: சடங்கு சோமனை மையப் படுத்தியிருப்பதால், அவர்கள் எப்போதும் சளைக்காமல் வடிகட்டிக் கொண்டு, நசுக்கிக்கொண்டு, அழுத்திக்கொண்டு இருக்கும் அந்த வஸ்து அவர்கள் மனங்களில் வடிகட்டி இறங்கி அல்லது அவர்கள் மனங்களை வடிகட்டி, அதைக் குடித்தபோது அவர்கள் மனத்தை ஒரு ஒளிமேகமென உருமாற்றி, அந்த மேகம் மீண்டும் வெள்ளை ஆடை உடுத்திக்கொண்டு, தன்னை இரண்டாகக் கிழித்துக்கொண்டு, அவர்களை ஏமாற்றுவதற்காக அவர்களுக்குள்ளிருந்து வெளியே பெருகியோடியதுபோலிருந்தது; சமன்பாட்டின் நிச்சயத்தோடு தன்னை நிலைநாட்டிக்கொண்டது: அது சோமன், அது மனம், அது அந்தப் பெண் உயிர்.

அப்சரஸ்களில் முதன்மையானவளான ஊர்வசி தன் அன்னம் போன்ற நளினத்துடன் யாக சாலையில் இடத்தில் தோன்றினாள், முந்தைய நாளின் தண்ணீரை, *வஸதீவரீயை*, வைத்துக்கொள்ள ஒரு கூஜா அங்கிருந்தது, மித்ரனும் வருணனும் சரியான சமயத்தில் அதைப் பற்றித் தங்கள் வித்துகளை அதில் பீய்ச்சினார்கள். அந்தக் கூஜாவிலிருந்து, அந்த வித்திலிருந்து இரண்டு மகத்தான ரிஷிகள் பிறந்தார்கள்: வசிஷ்டரும் அகஸ்தியரும். பிறகு மித்ரனும் வருணனும் நடுக்கத்துடன் தங்களைச் சமாளித்துக்கொண்டு கண்களை உயர்த்தினார்கள். தன் நீண்ட வெள்ளை உடையுடன் ஊர்வசி அசைவற்றுப் பெருமிதமாகத் தங்களைக் கூர்ந்து பார்த்துக்கொண்டிருப்பதை அவர்கள் கண்டார்கள். சிரிப்பின் சாயலில் அவள் வாயோரத்தின் அசைவைத் தாங்கள் பார்த்ததாக நினைத்தார்கள். தாங்கள் அறிந்தது அனைத்தும் அவளும் அறிந்து அதற்கு மேலும் அவளுக்கு

ஏதோ தெரியுமெனவும். பிறகு சீற்றமிருந்த கண்களோடு அவளை வெறித்துவிட்டுச் சொன்னார்கள், “உனக்கு ஒரு சாபம். கீழிறங்கி பூமிக்குப் போய், மனுவின் வழித்தோன்றல்களுடைய இன்பத்துக்கு உகந்தவளாக இருக்க நீ விதிக்கப்படுகிறாய்.”

இவ்வாறுதான் ஒரு ஆணிடம் காதல் வயப்படுவது என்ன என்று ஒருநாள் அவள் அறிந்துகொள்வாள். அவன் இளவரசன், உண்மையில் இளவரசர்களில் முதலானவன், ஒரு ஞானி. அவன் பெயர் புரூரவஸ் – அந்தப் பெயரில் அவன் ‘கர்ஜனை’ (ருவன்) மேகங்களின் ஊடாக முன்னேறுவதைக் கேட்டதாகச் சொல்லிக்கொண்டாள் ஊர்வசி. அவனைக் கருமையானவனாக, கற்பனைக்கு எட்டாதவனாக, கடவுளரைவிடக் கவர்ச்சிகரமானவனாக அவள் கண்டாள். கந்தர்வர்களைக் கலக்கமடையச் செய்வதைப் பற்றி அவள் கவலைப்படவில்லை. இதுவரை அவளுக்குக் காதலின் துணைவர்களாக இருந்த அவர்களிடம் ஒரு குறைபாடு இருந்தது. அவர்கள் அனைவரும் ஒன்று போலிருந்தனர் – அவள்போலவும். இந்நிலையில் ஒரு மனிதன், பூமி: அது சாகசம். அது துன்பமாகவும் இருக்கும் என்று அவள் சந்தேகித்தாள். ஏனெனில் அவளை இந்த வனத்தில் எறிந்தபோது மித்ரனும் வருணனும் தங்களுக்குள் மிகவும் மகிழ்வுற்றதாகத் தெரிந்தது.

ஊர்வசியின் காம விழைவு புரூரவஸின் மீது நிலைகொண்டபோது, அந்த அப்சரஸ் நினைத்தாள்: “நான் என்ன செய்வது? நான் என்னை அவனுக்குக் காட்டிக்கொள்ள வேண்டுமா? என் அழகில் அவன் திணறி அஞ்சுவதன் பொருட்டா? ஆணுக்கும் பெண்ணுக்கும் இடையில் எப்போதும் நிகழும் அது உடனடியாக நிகழ்வதற்கா? அல்ல. அதைவிடச் சிறந்தவொன்று உள்ளது . . . இந்த நிலை வெகு காலத்துக்கு, எவ்வளவு முடியுமோ அவ்வளவு, நீடிக்க வேண்டுமென்று விரும்புகிறேன், அவனைப் பார்க்கும்போது எனக்கு ஏற்படும் இந்த மயக்க உணர்வு . . .” எனவே ஊர்வசி தன்னைப் புரூரவஸின் தேரோட்டியாகத் தன்னை உருமாற்றிக் கொண்டாள். அவன் இளமையானவனாகவும் மிக அழகிய தோற்ற முடையவனாகவும் இருந்தான், ஆனால் புரூரவஸ் அவனைக் கவனித் தாகவே தெரியவில்லை. வீட்டிலுள்ள விலங்கிடம் ஒருவர் பேசுவதைப் போல் அவனிடம் பேசினான் – ஊர்வசி இன்பத்தில் திளைத்தாள். அவர்கள் தொடுவான்வரை பாலை நிலங்களின் குறுக்கே விரைந்து புழுதியில் திக்குமுக்காடினார்கள். சிலவேளைகளில் சதுப்புநிலங்களைக் கடந்துசெல்லவும் கடக்க இயலாத சமவெளிகளில் வழியேற்படுத்திக் கொண்டு சென்றபோதும் முன்னே சென்று புலம்காணத் தேரிலிருந்து அவர்கள் கீழிறங்க வேண்டியிருந்தது. பிறகு புரூரவஸ் முன் செல்வான், அவன் முதுகையும் கழுத்தையும் மகிழ்ச்சியாகப் பார்த்துக்கொண்டு ஊர்வசி பின்தொடர்வாள். எவ்வளவு நேரம் புரூரவஸ் ஒன்றும் சொல்லாமல் இருந்தானோ அந்த அளவு அதிகமாக ஊர்வசி இன்பத்தை

உணர்ந்தாள். பேசுவதற்குத் தன்னருகில் உள்ள ஒரே நபரென்று தன்னைப் பற்றி புரூரவஸ் நினைப்பதை அவள் விரும்பவில்லை. அதற்கும் மேலாக அவன் நிழலோடு கலக்கவும் அவன் அங்கியின் கசங்கிய துணியாக ஆவதற்கும் விரும்பினாள்.

அவர்கள் புதர்களினூடே பயணித்தார்கள். தேரோட்டி முன்னால் கடிவாளத்தை உறுதியுடன் பிடித்தபடி. புரூரவஸ் கீழே பார்த்தபோது பக்கவாட்டில் பிளவொன்றைப் பார்த்தார். ஓட்டையொன்று பெரிதாகிக் கொண்டிருந்தது. பூமி விரைந்துகொண்டிருப்பது அதனூடே தெரிந்தது. தேர் உடையவிருந்தது. சட்டென்று கட்டளையிட்டுக்கொண்டே தரையில் குதித்தான். ரதத்தை உறுத்துப் பார்த்தான், தேரோட்டி தன் உணர்ச்சிகளை வெளிக்காட்டாமல் இருப்பதற்கு முயன்றான். தேர் சரியாகத்தான் இருந்தது. எதுவும் உடைந்துபோவதற்கான அறிகுறி ஏதும் காணப்படவில்லை. புரூரவஸ் மீண்டும் தேரின் மீதேறினான். மீண்டும் ஓட்டை தோன்றியது, அவனை விழுங்கி விடுவதற்காக அமைக்கப்பட்ட புயல் மையத்தைப் போல. மீண்டும் புரூரவஸ் தேரிலிருந்து கீழிறங்கினான். மீண்டும் தேர் பழுதின்றித் தெரிந்தது. புரூரவஸ் தான் பைத்தியமாகிக்கொண்டிருப்பதாக நினைத்தான். "தேரோட்டியே உனக்கு ஏதாவது தெரிகிறதா?" என்று இறுக்கத்துடன் கேட்டான். "என்னால் உங்களைப் பார்க்க முடிகிறது பெருமகனே" என்றான் தேரோட்டி. புரூரவஸ் இருண்ட மனத்துடன் மீண்டும் கீழே பார்த்தான். "நீ பைத்தியமல்ல, அந்த ஓட்டையைத் தோன்றச் செய்தது நான்தான்" என்றது ஒரு பெண்குரல். அவன் நிமிர்ந்து பார்த்தான், அது தேரோட்டிதான். ஆனால் இதுவரை அவன் பார்த்திராத மிகுந்த அழகுடைய பெண்ணாக அவள் இப்போது இருந்தாள். அவள் காற்றை நிறைத்தாள், ஏற்கனவே புரூரவஸ் அவளுக்குள் அமிழ்ந்து போயிருந்தான். அவளுடன் உடனடியாக ஒப்பந்தப் பேச்சைத் தொடங்க வேண்டிய அவசியத்தை உணர்ந்தான். "நீ யார்?" என்று கேட்டான். "நான் ஊர்வசி, ஒரு அப்சரஸ், ஒரு வருடமாகக் காதலுடன் உங்களைத் தொடர்ந்து வந்திருக்கிறேன். என்னை உங்களுடன் அழைத்துச் செல்லுங்கள்," என்றாள். "ஒரு தெய்வீக உயிருடன் தொடர்புகொள்வது சிரமம்," என்ற புரூரவஸ், "உனக்கு என்ன வேண்டும்?" என்றான். "வணக்கமுறையாக நூறு சடங்குகளும் தினமொன்றுக்கு நூறு கூஜாப் பாலேடும்" என்றாள். "சரி" என்றான் புரூரவஸ். "வேறொன்று உள்ளது: உன்னை நான் நிர்வாண மாகப் பார்க்கக் கூடாது," என்றாள் ஊர்வசி. "நீ கேட்ட மற்ற விஷயங்கள் சுலபமானவை" என்ற புரூரவஸ், "இதையெப்படி நாம் சமாளிப்பது?" என்றான். "எப்போதும் நீ உன் இடுப்பைச் சுற்றி ஒரு துணியைச் சுற்றிக் கொண்டிருக்க வேண்டும்". "அவ்வாறே ஆகட்டும்" என்றான் புரூரவஸ். ஊர்வசி மேலும் குறிப்பிட்டாள், "உன் குறியால் ஒரு நாளைக்கு மூன்றுமுறை நீ என்னைப் புணரலாம், எனக்கு வேண்டாதிருக்கும் போதுகூட என்னைக் கொள்ளலாம்" (ஒவ்வொரு அசை குறித்தும் விவாதித்துப் பழகிய வேத விற்பன்னர்களுக்கு இடையிலான தகராறின் பிறப்பிடம் இதுதான்: அவர்களில் அநேகரும் ஊர்வசி, "எனக்கு வேண்டாதபோது என்னை

நீங்கள் உடமையாக்கிக்கொள்ள இயலாது" என்று சொன்னதாக நினைத்தார்கள். ஆனால், ஹாஃப்மன் தன் தடைமுறை இலக்கணம் குறித்த ஆய்வில் அதற்கு நேரெதிரான அர்த்தத்திலே அவள் சொன்னதான முடிவுக்கு வருகிறார், "எனக்கு வேண்டியிருக்காவிட்டால்கூட என்னை உடமையாக்கிக் கொள்ளலாம்": அப்போதிருந்து ஆண்களுக்கும் பெண்களுக்கும் இடையிலான உறவு இந்த இருண்மையில் சிக்கிக்கொண்டுள்ளது.) புரூரவஸ் எப்போதும் அந்த வெள்ளைத் துணியைத் தன் இடுப்பில் கட்டிக் கொண்டிருக்கும் வரைக்கும். அவர்கள் அது பற்றி மேலும் நினைக்கவில்லை. அவர்கள் தனித்திருந்தது அரிது. மற்றபடி அவர்கள் தூங்கிக்கொண்டிருந்தார்கள், ஆனால் தூக்கத்திலும் அவர்கள் மனங்கள் தொடர்ந்து கலந்துகொண்டிருந்தன. வெளியில் நடந்துகொண்டிருந்ததைப் பற்றி அவர்களுக்கிருந்த ஒரே பதிவு வெவ்வேறு திசைகளை நோக்கிய ஒளிக்கீற்று வரிசைதான். ஊர்வசிக்குத் தெரிந்தது புரூரவஸைப் பற்றி அவள் நினைத்த போதெல்லாம் எப்போதும் நினைவுக்கு வந்த அதே சொற்கள்: "என் உடலின் ஏகாதிபதி."

ஊர்வசி புரூரவஸின் அறை எப்போதும் நிழலிலே இருந்தது. ஆனால் சிலநேரம் ஒன்றாய் உருகும் இரு ஒளித் திட்டுகள்: இரு வெள்ளை ஆட்டுக்குட்டிகள் படுக்கையின் பக்கவாட்டில் கட்டப்பட்டிருக்கும். "அவை என் குழந்தைகள்" என்றாள் ஊர்வசி. புரூரவஸ் அதற்குமேல் ஒன்றும் கேட்கவில்லை. அவற்றை அவர்கள் அன்போடு நடத்தி உணவளித்து வந்தனர், ஆனால் ஒருபோதும் அவிழ்த்துவிடவில்லை. படுக்கை, ஆட்டுக்குட்டிகள், ஊர்வசி மற்றும் புரூரவஸின் உடல் என்று அனைத்தும் சேர்ந்து ஒரு முத்துப்போன்ற செறிவான தொகுதியை உண்டாக்கின.

அவர்கள் உறங்கினார்கள். ஆட்டுக்குட்டிகள் படுக்கைக்கு அருகில் சுருண்டிருந்தன. கிழிபடும் சப்தம் கேட்டது, ஆட்டின் பலவீனமான கத்தல். பிறகு மற்றொரு கிழிசல், இன்னொரு பலவீனமான கத்தல். ஆட்டுக்குட்டிகள் போய்விட்டன. அவையில்லாமல் அறை இருண்ட மறைவிடத்தைப் போலிருந்தது. ஊர்வசி வன்மையான கோபத்துடன் அற்புதமாகச் சரிந்திருக்கும் தன் மார்பகங்கள் பற்றிய கவலையேதுமின்றி நிமிர்ந்து உட்கார்ந்தாள். "என் பிரியத்துக்குரியவற்றை என்னிடமிருந்து எடுத்துச் செல்கிறார்கள் ... இங்கே என்னைக் காப்பாற்ற ஆண்மகன் யாருமில்லை." தொலைவுக்கு, மிகத் தொலைவுக்கு இட்டுச்செல்லும் தூக்கத்தில் புரூரவஸ் ஆழ்ந்திருந்தான். ஊர்வசியின் குரல் அவன் இதயத்திற்கு ஓர் ஊசியைப் போல் குத்தியது. உடல் நடுங்கப் படுக்கையிலிருந்து துள்ளி எழுந்தான். தன் சீற்றத்தில் அவன் எங்கு வேண்டுமானாலும் விரைந்திருப்பான். ஒரு பளபளக்கும் ஒளித்தெறிப்பு. ஒரு நீண்டகணம் புரூரவஸின் உடல் முழு நிர்வாணமாகத் துல்லியமான நிழலுருப்படிவமாக அந்தரத்தில் நின்றது. அந்தக் கணத்தைப் பற்றிப் பின்னால் நினைத்துப் பார்க்கும்போது – தன் வாழ்வு முழுவதும் அதை

புரூரவஸ் நினைத்துப் பார்த்துக்கொண்டிருப்பான் – எப்போதும் ஒரு வித்தியாசமான உணர்ச்சியை அனுபவம்கொண்டான்: அவன் அந்தரத்தில் நின்றபோது, அவன் முழு உடலும் விளையாட்டு வீரன்போல் விறைத்திருக்க, நழுவிச் செல்லும் பெண்ணொருத்தியுடன் போரிட்டுக்கொண்டிருந்தான். அவள் ஊர்வசியைப் போலவே இருந்தாள், ஆனால் வெறுப்பு மிக்கவளாக வும் இகழ்ச்சி உடையவளாகவும் இருந்தாள். அவன் தொடைகளைப் பற்றிக்கொண்டு அவன் விடாமல் இருந்த வெள்ளைத் துணியைப் பற்றியிழுத்துக்கொண்டு இருந்தாள். அந்தப் பளபளக்கும் ஒளியில் யாரோ தானறியாத ஒரு ஜீவன் தன்னைத் தொட்டுக் கையால் துழாவிக் கொண்டும் இழிவுபடுத்திக்கொண்டும் இருந்ததை உணர்ந்தான். பிறகு சட்டென்று இருள் சூழ்ந்தது. புரூரவஸ் வெளியே பாய்ந்தான். ஆட்டுக் குட்டிகளோடு அவன் திரும்பி வந்து, “நான் அவற்றைப் பிடித்துவிட்டேன்” என்றான். ஆனால் ஊர்வசி போயிருந்தாள்.

இரண்டு காதலர்கள் பிரிக்கப்பட்டது இதுவே முதல் தடவை. இனிமையனைத்தும் உலகத்தை விட்டுப் போய்விட்டதைப் போலிருந்தது புரூரவஸிற்கு. அவன் சுற்றி அலையத் தொடங்கினான். பூமி அப்போது தாவரங்களின் அழுகல் திரட்சியாக இருந்தது. பெரணிகள், பேய்ப்புற்கள், விழுந்து கிடந்த பெரும் மரத்தண்டுகள், தாவரங்களின் மீது வளரும் தாவரங்கள். இல்லாதிருந்தது அந்த விடுவிக்கும் கூறு: வெறுமை நிலை. எதுவும் இதுவரை சாம்பலாக்கப்பட்டதில்லை. ஏனெனில் நெருப்பு இன்னும் கேள்விப்படாததாக இருந்தது. இன்மைபோல் வேறெதுவும் அவ்வளவு முக்கியமானதில்லை என்று புரூரவஸ் உணர்ந்தான். அவன் தன்னைத்தானே கொன்றுகொள்ள முயன்றான். ஏதோவொரு வனவிலங்கை அவன் உதவிக்கு அழைத்தான். இல்லாவிடில் அவன் தன்னைத் தூக்கிலிட்டுக் கொள்வான். இடைப்பட்ட நேரத்தில் தானறிந்த அனைத்திலிருந்தும் இன்னும் விலகி எந்தக் குறிப்பிட்ட திசையிலும் இல்லாமல் அவன் நடந்துகொண்டிருந்தான்.

தான் எங்கே இருக்கிறோம் என்பது குறித்து எந்த உணர்வுமின்றி அவன் போய்க்கொண்டிருந்தபோது தாமரை மலர்கள் நிரம்பிய ஒரு குளத்தருகே தான் இருப்பதை அவன் கண்டான். குருஷேத்திரத்தின் அன்யதபிளக்ஷம். அது கம்பீரமான அழகோடிருந்தது, ஆனால் அது அவனுக்கு அளித்தது தான் மூழ்கிப் போகும் இடமொன்றைத்தான். தொலைவில் நீர்ப்பரப்பில் ஏழு அன்னப் பறவைகள் உருக்கொண்டன. புரூரவஸ் கவனமேதும் செலுத்தவில்லை. அவை கரையை அடைந்தபோது ஊர்வசி தன் தோழிகளிடம் சொன்னாள்: “காய்ச்சல் நிறைந்த கண்கள் கொண்ட அந்தக் கந்தலான மனிதனைப் பாருங்கள் . . . சில வருடங்கள் நான் அவனோடு வாழ்ந்தேன்.” மற்ற அன்னப் பறவைகள் ஆர்வத்தோடு, நம்ப முடியாமல் தங்கள் கழுத்தை நீட்டின. “நம்மை அழகாக்கிக் கொள்வோம் . . .” என்றாள் ஊர்வசி. பிறகு தங்கள் இறகுகளைக் கூர்ந்த கவனத்துடன் கோத ஆரம்பித்தன. அதே நேரம் மேலும் மேலும் கரைக்கு அருகே வந்து கொண்டிருந்தனர். அவை தரையைத் தொட்டபோது

ஊர்வசியாகவும் அவளுடன் துணைக்கு வரும் ஆறு அப்சரஸ்களாகவும் ஆயினர். அவர்கள் இப்போது அவளைத் தனியே விட்டுச் சென்றனர்.

ஊர்வசி மிகவும் இயல்பாக, ஒரு வார்த்தையும் பேசாமல் புரூரவஸிற்குப் அருகில் புல்லின் மேல் அமர்ந்தாள். தன் வெறுமையான கண்களை உயர்த்திப் பார்த்து அவளை அடையாளம் கண்டுகொண்டான் அவள் காதலன். “இந்த முறை மறைந்துபோய்விடாதே” என்று உடனடியாகச் சொன்னான், ஊர்வசி ஒரு வெறும் காட்சித் தோற்றம் என்னும் அச்சம் கொண்டதுபோல். “நீ குரூரமானவள், அபாயகரமானவள், ஆனால் நாம் ஒருவருக்கொருவர் சொல்லிக்கொள்ள வேண்டிய ரகசியங்கள் நம்மிடம் உள்ளன. இல்லாவிடில், கடந்துசென்ற நாட்களில் ஒருமுறையேனும் அவற்றைச் சொல்லிக்கொண்ட சந்தோஷம் வருங்காலங்களில் நமக்குக் கிடைக்காமல் போய்விடும்” கண்டிப்பான ஊர்வசி தன் எடுப்பான தாடை எலும்புகளைச் சற்று உயர்த்தினாள். பெண்மையின் மென்மையான குரலில் சொன்னாள், “அதைப் பற்றிப் பேசுவதால் என்ன பயன்? முதல் விடியலைப் போல் நழுவிச் சென்றேன். நான் காற்றைப் போன்றவள், உன்னால் என்னைப் பிடிக்க இயலாது, வீட்டுக்குத் திரும்பிப் போ . . .” புரூரவஸ் அவளை, அவள் கடினமான, பிடிகொடுக்காத அழகைக் கூர்ந்து பார்த்தான்: அவர்கள் ஒன்றாக இருந்த ஆரம்ப நாட்களை நினைத்துக்கொண்டான். ஊர்வசி தன்னை அவனோடு வைத்துக்கொள்ளும் படி கெஞ்சினாள், அப்போது அவன்தான் ஆர்வமற்றிருந்தான். ஆர்வக் குறுகுறுப்புடன்தான் அவளுடன் வாழ ஒப்புக்கொண்டான், தன்னுடன் ஒரு தெய்வீகப் பெண்ணை வைத்துக்கொள்ளும் வீண்பெருமைக்காகவும்கூட, ஆனால் எப்போதும் அவளை மறுநாள் காலை ஒதுக்கிவிடக் கூடிய ஒரு வேற்றாளாகத்தான் கருதினான். “சரி” என்றான் அவன். பிறகு சொன்னான், “உன் நண்பன் இதோ இப்போது கிளம்பிவிடுவான். நான் மரணத்தின் துணைவன், அவளை எப்படிக் கண்டுபிடிப்பது என்று நான் அறிந்துகொள்வேன். அங்கே என்னைத் துண்டு துண்டாகக் கிழிக்கக்கூடிய ஓநாய் ஏதாவது இருக்கும், இல்லையென்றால் என்னை நானே தூக்கிலிட்டுக் கொள்ளலாம்”. கண்ணி வேலை செய்தது. ஊர்வசியின் முகபாவம் மாறிக்கொண்டிருந்தது. துன்பமான பாவம் அவள் முகத்தில் அலையாடியது. “புரூரவஸ், இறந்து போகாதே. உன்னைக் கொன்று கொள்ளாதே. ஆனால் பெண்களுடனான நட்பில் நம்பிக்கை வைக்காதே: அவர்களுக்கு உள்ளது கழுதைப் புலிகளின் இதயம். வீட்டுக்குத் திரும்பிப் போ” புரூரவஸ் பெரும் களிப்பெய்தினான். ஏனெனில் ஊர்வசி இறுக்கம் தளர்வது அவனுக்குத் தெரிந்தது. இருந்தும் ஒரு கணத்திலிருந்து மறு கணத்திற்குப் போவதற்குள் அவள் மறைந்துவிடக்கூடும் என்னும் பயம் இன்னும் அவனுக்கு இருந்தது. ஆனால் ஊர்வசி தொடர்ந்து பேசிக் கொண்டிருந்தாள். தன்வயமிழந்த நிலையில், அவனிடம் பேசிக்கொண்டிருப் பதைவிடத் தன்னிடமே பேசிக்கொண்டிருப்பதுபோல். அவர்கள் ஒன்றாக வாழ்ந்த காலங்களை அவள் நினைவூட்டினாள். அவள் பிரசன்னம் எங்கும் நிறைந்திருக்க, புரூரவஸ் கவனிக்கக்கூட இல்லை. அவன் கேட்டது அவள் கடைசி வார்த்தைகளைத்தாம்: “ஒவ்வொரு நாளும் நீ எனக்கு

அளித்த பாலேட்டுத் துளிகளை இன்னமும் நான் நினைவுவைத்திருக்கிறேன். அவற்றின் வாசனையை என்னால் இன்னமும் முகர முடிகிறது, அவற்றை நினைவுகூர்வது எனக்கு மகிழ்ச்சி அளிக்கிறது . . ." ஊர்வசி இணங்கி விட்டாள். ஆனால் உடனடியாக அந்தத் தெளிவான தீர்மானமான முகபாவத்தை, தங்கள் முதல் ஒப்பந்தத்தைச் செய்துகொண்டபோது புரூரவஸ் கவனித்திருந்த முகபாவத்தை, அவள் மீண்டும் மேற்கொண்டு விட்டாள். "சரி, இப்போதிருந்து நாம் ஒவ்வொரு வருடமும் ஓர் இரவு சந்திக்கலாம், நாம் ஒரு மகனைப் பெற்றுக்கொள்ளலாம். இந்த முறை என்னிடம் வருவது உன்னைப் பொறுத்தது, கந்தர்வர்களின் பொன் மாளிகையில் நாம் சந்திக்கலாம்." இந்தச் சொற்களைப் பேசியபோது ஊர்வசி சோகமாக இருந்தாள், "சந்தேகமில்லாமல் அது முன்புபோல், அந்த ஆட்டுக்குட்டிகளைப் படுக்கையின் பக்கவாட்டுகளில் நாம் கட்டியிருந்தபோது இருந்ததைப் போல் அவ்வளவு அருமையாக இருக்காது, ஆனால் நமக்கு அவ்வளவுதான் அனுமதிக்கப்பட்டிருக்கிறது . . ." என்று நினைப்பதுபோல். பிறகு அவள் சொன்னாள்: "நாளை கந்தர்வர்கள் உனக்கு ஒரு சலுகையை அளிப்பார்கள். அவர்கள் என் காதலர்கள், பொறாமை கொண்டவர்கள், என்னை உன்னிடமிருந்து திருடிச் சென்றது அவர்கள்தாம். ஆனால் அவர்களில் ஒருவராகும், பலரில் ஒருவராகும் சலுகையை உனக்கு அளிப்பார்கள். ஏற்றுக்கொள். உன்னைப் பொறுத்தவரை கந்தர்வனாக ஆவது என்பதல்ல முக்கியம். கந்தர்வன் ஆவதற்கு நீ என்ன செய்ய வேண்டுமென்பதுதான் முக்கியம்.

அடுத்தநாள், எந்த அளவுக்கு ஆவல் மிக்கவர்களாக இருந்தார்களோ அந்த அளவுக்குத் தன்னம்பிக்கையற்றவர்களாகவும் இருந்த கந்தர்வர்கள், புரூரவஸிடமும் சொல்லப்போனால் பூமியிலுள்ள மனிதர்கள் அனைவரிடமும் இல்லாதிருப்பது எதுவென விளக்கினார்கள்: நெருப்பு. "மரணத்தின் துணைவனாக" – "நீங்கள் அனைவருமே மரணத்தின் துணைவர்கள்தாம்" என்று அவர்கள் வலியுறுத்தினார்கள் – நெருப்பின்றி உங்களால் ஒருபோதும் விண்ணை அணுக முடியாது" அதனால்தான் பூமி கனமானதாகவும் மந்தமானதாகவும் இருக்கிறது. வளர்ச்சியையும் அழுகலையும் தவிர அதற்கு வேறொன்றும் தெரியாது. இப்போது இறுதியில் அதனால் அழிக்கவியலும் தன்னையே அழித்துக்கொள்ள இயலும்.

புரூரவஸ் ஊர்வசியின் மூலமாகப் பிறந்தவனான தன் மகன் ஆயுஷின் கையைப் பிடித்துக்கொண்டு பூமிக்குத் திரும்பினான். வனத்தில், தன் பழைய வீட்டின் அருகில், கந்தர்வர்கள் அவனுக்குத் தந்த ஜாடியையும் நெருப்பையும் விட்டுவிட்டு வந்தான் புரூரவஸ். அறுதியான செயலாக இருக்கும் என்று தான் அறிந்திருந்த அந்தச் செயலைச் செய்வதற்கு முன் அவன் விட்டுச் சென்றிருந்த வீட்டைப் பார்க்க விரும்பினான். அதுவரை விண்ணையும் அதன் அரண்மனைகளையும் மட்டுமே அறிந்திருந்த தன் மகனுக்கு அதைக் காட்டினான். புழுதி நிரம்பிய வெறுமையான பெரிய அறைக்குப் போவதற்குக் கீறீச்சொலியோடு கதவு

திறந்தது. எதிரிலுள்ள சுவருக்கெதிரில் ஒரு பெரிய படுக்கை. அதன் கீழே இரு புறத்திலும் இரண்டு கொக்கிகளையும் இரண்டு அறுந்த கயிறுகளையும் புரூரவஸ் அடையாளம் கண்டான். உள்ளே அழுதுகொண்டு, ஒன்றும் சொல்லாமல் இருந்தான். தன் மகனோடு வனத்துக்குத் திரும்பினான். நெருப்பு போய்விட்டது. அதன் இடத்தில் ஓர் உயரமான அத்திமரத்தை, தன் கிளைகளை அவனை நோக்கி நீட்டிக்கொண்டிருந்த அஸ்வத்த மரத்தைக் கண்டான். தூக்கத்தில் நடப்பவனைப் போல் இரண்டு குச்சிகளை உடைத்தான். அவற்றை ஒன்றாக உரசினான், ஊர்வசி யிடம் சென்று அவள் உடலுடன் தன் உடலை உரசும்போது ஏற்படுவதைப் போல, மரக்கட்டையின் ஒவ்வொரு துண்டிலிருந்தும் ஏதோவொன்று கிளம்புவதை உணர்ந்தான். ஒளியொன்று பீய்ச்சியடித்தது. அதுதான் நெருப்பு, எப்போதைக்குமாக. அந்த இரண்டு குச்சிகளும் – நெருப்பை உருவாக்குவதற்காகப் பின்னர் உபயோகிக்கப்பட எல்லா மரத்துண்டுகளும் – புரூரவஸ், ஊர்வசி என்று அழைக்கப்பட்டன.

ராபர்ட்டோ கலாஸ்ஸோ

12

கிருஷ்ணனின் குழந்தைப் பருவம்போல் குதூகலமானது வேறெதுவு மில்லை. மதுராவைச் சுற்றியுள்ள வயல்வெளிகளிலும் செல்வந்தர்களின் முற்றங்களிலும் கோகுலத்தின் மண்குடிசைகளிலும் உள்ள அனைவரும் அறிந்த ஏறுமாறான, துடுக்குத்தனமான குழந்தையாக இருந்தான் அவன். அவன் முடிவற்ற குறும்புகளை அவர்கள் எப்போதும் மன்னித்தார்கள். அவன் எங்குச் சென்றாலும் இடையர்களது தாற்றுக்கோல் ஒன்றைத் தன்னுடன் கொண்டுசெல்வான். அவன் முதல் விதி, ஒருவேளை ஒரே விதி, திருடப்பட்ட இனிப்பு பண்டங்கள்போல் இனிப்பானது வேறெதுவுமில்லை என்பதுதான். அவன் கடந்துசெல்லும் இடமெல்லாம் பாலேடு காணாமல் போயிற்று. கிராமத்தைச் சுற்றி உள்ள கலங்கிய குட்டைகளில் குதித்துக் கும்மாளமடிப்பதில் தன் சாகசங்களை அவன் தொடங்கினான். அந்த அனுபவம் அவன் மனத்தில் அனைத்து மகிழ்ச்சிக்கும் அளவுகோலாக நிலைத்தது. சிறுவர் குழாமொன்று அவனை எல்லா இடத்திலும் தொடர்ந்தது – அவன் அவர்களுக்கிடையில் ஒளிந்து கொண்டான். இந்தச் சாகசத் துணைவர்களுக்கு அப்பால் அவன் தொடர்பு கொண்டது எதிர்பாலைச் சேர்ந்த ஜீவன்களோடு மட்டுமே. தாய்மார்கள் தங்கள் சித்திரப்பின்னல் வேலைக்குப் பின்னாலிருந்து, கழுத்தை நீட்டி புழுதியில் திக்குமுக்காடிக்கொண்டு வரும் சிறுவர்களைப் பார்த்துச் சிரிப்பார்கள். சட்டென்று தங்களை இளமையாக உணர்ந்து மீண்டும் யமுனைக் கரை நெடுக மான்களெனப் பாய்வதற்குத் தயாராக இருப்பார்கள். பிறகு அந்த வசீகரமான கோபிகைகள், இடைப் பெண்கள். நீங்கள் ஒரு பள்ளிக்கூடத்தின் சுவரேறிச் சமிக்ஞை செய்யக்கூடிய சிறுமிகளைப் போன்றவர்கள். ஒருபோதும் முடியாத விளையாட்டொன்று அவர்களுக்கிடையில் நடந்துகொண்டிருந்தது: கிண்டல்கள், திணறடிக்கும் சிரிப்பு, ஓட்டப் பந்தயங்கள், நையாண்டிக் குறும்புகள், பரிசுகள். பிறகு பசுக்கள், கிராமப்புறங்களில் வணிகச் செலாவணியாகப் புழக்கத்தில் உள்ள அந்த அமைதியான, பெருமிதமிக்க உயிர்கள்.

கிருஷ்ணனின் தாயான யசோதை அந்தக் குறும்புக்காரச் சிறுவர் குழாமின் சாகசங்களுக்கு இலக்கான மற்ற தாய்மார்களின் புகார்களுக்குச் செவி சாய்த்துக்கொண்டு, முகம் கோணாமல் இருக்க முயன்றுகொண்டிருந்தாள். அனைவரும் தாம் நடிக்கக் கடமைப்பட்டதாக உணர்ந்த இன்பியல் நாடகம் அது. அவர்கள் விரைவில் அதை மறந்துவிட்டு வேறெதைப் பற்றியோ பேசினார்கள். யசோதை ஒரேயொரு முறைதான் கலவரமடைந்தாள். சிறுவர்கள் சிலர் அவளுக்காக வேவு பார்த்துக்கொண்டிருந்தார்கள்: "கிருஷ்ணன் சுற்றிலும் கிளறிக்கொண்டு பன்றியைப் போல் குப்பையைத் தின்றுகொண்டிருக்கிறான்." யசோதா வெளியே தவழ்ந்து கொண்டிருந்த சிறுவனைக் கண்டாள். கத்தினாள், திட்டினாள் ஆனால் ஒரு திகிலூட்டும்

மின்னொளி அவன் கண்களில் ஒளிர்வதைக் கண்டு திடுக்கிட்டாள். "அம்மா, அதெல்லாம் பொய். நீ நம்பவில்லையானால் என் வாய்க்குள் பார்." "வாயைத் திற" என்றாள் யசோதை.

ஒவ்வொரு வெடிப்பையும் தெளிவாக அறிந்திருந்த அந்தச் சின்னஞ்சிறு உதடுகள் பிரிவதை அந்தத் தாய் கவனித்தாள். தன் மகன் வாயின் மேலண்ணத்தைப் பார்ப்பதற்காகக் குனிந்த யசோதை, அங்கே நட்சத்திரங்கள் நிறைந்த ஒரு விரிந்த நிலவறை தன்னை உள்ளிழுத்துக் கொள்வதை உணர்ந்தாள். ஏற்கனவே யசோதை பயணித்துக்கொண் டிருந்தாள், பறந்துகொண்டிருந்தாள். அவன் தொண்டையின் பின்பாகம் இருந்திருக்க வேண்டிய இடத்தில் முடிவற்ற வனங்கள் சிதறிக்கிடந்த மேரு மலை மேலெழும்பியது. ஒரு பக்கத்தில் தீவுகள், ஒருவேளை அவை கண்டங்களாக இருக்கக்கூடும், மேலும் ஏரிகள், அவை ஒருவேளை சமுத்திரங்களாக இருக்கக்கூடும். யசோதை இப்போதுதான் தன் மகனின் வாயினுள் முதன்முறையாகத் திறந்தவெளியில் நடந்ததைப் போல ஒரு புதிய அமைதியுடன் சுவாசித்தாள். அவளை மிகவும் கவர்ந்த காட்சி ராசி மண்டலச் சக்கரம்தான்; அது உலகத்தைச் சாய்வாகச் சூழ்ந்திருந்தது, ஒரு பலவண்ண அரைக்கச்சைபோல். ஆனால் யசோதை இன்னும் மேலே சென்றாள். மனத்தின் முன்–பின் ஊசல், அதன் நிலவுத் தன்மையின் நிலையாமை, பிரபஞ்சத்தின் ஒரு கிளையிலிருந்து மற்ற கிளைக்குத் தாவும் அதன் குரங்குப் பாய்ச்சல்கள் அனைத்தையும் கண்டாள். அனைத்து வஸ்துக்களையும் ஆக்கும் அந்த மூன்று சரடுகளும் ஒன்றாக முறுக்கிக் கொண்டு பந்துகளாக ஆவதையும் அவை மற்ற பந்துகளை உருவாக்கி யதையும் பார்த்தாள். அவை அனைத்திற்கும் பின்னால் கோகுலம் என்னும் அந்தக் கிராமத்தைப் பார்த்தாள், அதன் குறுகிய தெருக்களை அடையாளம் கண்டாள், அதன் கல் வேலைப்பாடுகளின் உருவமைப்புகளையும் வண்டி களையும் ஊற்றுகளையும் வாடும் மலர்களையும் கண்டாள். கடைசியில், ஒரு தெருவில் ஒரு சிறுவனின் வாயினுள் தான் பார்த்துக்கொண்டிருப்பதைத் தானே பார்த்தாள்.

பல வருடங்களுக்கு அந்த இரு குழுக்களின் வாழ்க்கையும் இடையர் சிறுவர்கள் மற்றும் கோபிகைகளின் வாழ்க்கையும் இணையாக ஓடின. அவர்கள் இரு சுற்றுக் காவல் குழுக்களாகப் பிரிந்துவிட்ட ஒரே உடலைப் போலிருந்தனர், இரு அணிகளாகப் பிரிந்து ஒரு தாழ்ந்த குன்றின் எதிரெதிர்த் திசைகளில் நகர்ந்துகொண்டிருந்தனர். ஓடையொன்றின் இரு கரைகளிலும் இருந்து வசைகளைக் கத்தியபடி ஒருவருக்கொருவர் எதிர்மறைச் சமிக்ஞை கள் செய்துகொண்டிருந்தனர். ஆனால் யார் பேசிக்கொண்டிருக்கிறார்கள் யார் பதிலளித்துக்கொண்டிருக்கிறார்கள் என்று சொல்வது கடினமாக இருந்தது. காற்றில் அலையும் இரட்டை மந்தைகள் அவர்கள். ஒன்றின் சிற்றலை மற்றதில் சிறுசுழியைத் தோற்றுவிக்கத் தவறவில்லை.

ஆனால் கோபிகைகளும் வளர்ந்து கொண்டிருந்தார்கள். குளிர் காலத்தின் முதல் மாதத்தில் உறைபனி மூடிய உதயமொன்றில், பெண்

தெய்வம் காத்யாயனிக்கான சடங்கொன்றைக் கொண்டாடுவதற்காக அவர்கள் சந்தித்தார்கள். ஏதோ புதிதாக ஒன்றைச் செய்கிறோம் என்னும் பெருமையும் நல்ல அறிவுணர்வும் அவர்களுக்கு இருந்தது. இந்த முறை சிறுவர் குழு யமுனையின் மறுகரையில் இருக்காது. அவர்கள் அனுபவ மற்றவர்கள், அநேகமாகத் தூங்கிக்கொண்டிருப்பார்கள். கோபிகைகள் வயது வந்தவர்களைப் போல் உணர்ந்தார்கள். தாங்கள், தாங்கள் மட்டுமே இந்தச் சடங்கைச் செய்துமுடிக்க இயலுமென்றும் பெண் தெய்வத்திடம் தங்களால் மட்டுமே நெருக்கம் கொள்ள முடியுமென்றும் அவர்கள் நினைத்தார்கள்.

அவர்கள் யமுனையாற்றை அடைந்து கரையில் தங்கள் உடைகள் அனைத்தையும் களைந்தபோதுதான் வெளிச்சம் பரவத் தொடங்கியிருந்தது. அவர்கள் அது ஒரு இயல்பான விஷயம் என்பதாகப் பாவனை செய்தாலும் தத்தம் நிர்வாணமான உடல்களை முதன்முறையாகப் பார்த்த கிளர்ச்சியில் நடுக்கம்கொண்டிருந்தனர். விளிம்புகளில் பூவேலைப்பாடு செய்யப்பட்டிருந்த தங்கள் ஆடைகளை மென்மையான சிறு குவியல்களாகப் பின்னால் விட்டுவிட்டு, சிந்தனையில் ஆழ்ந்தவர்களென நடந்தார்கள். பிறகு அவர்கள் தொடைகளில் பாதி அளவு வரை நீருக்குள் சென்றார்கள். அவை வேகமாக உறைபனித் தண்டுகளாக ஆகிக்கொண்டிருந்தன.

மணலில் அவர்கள் பெண் தெய்வத்தின் சிலை ஒன்று செய்ய வேண்டியிருந்தது. தேர்ந்த கைவினைஞர்கள்போல் அவர்கள் செயல் பட்டார்கள். மாலைகளால் அதை அலங்கரித்தார்கள், அதன்மீது சந்தனத் தைலத்தை ஊற்றினார்கள். அதைச் சுற்றிச் சிறிய சுடர்களை ஏற்றி, இலைகள், பழங்கள், சோறு இவற்றைப் பரப்பி அதன்மேல் வைத்தார்கள். அவர்கள் ஒருமித்த மனத்துடன் மௌனமாகச் செயல்பட்டார்கள். அப்படிச் செய்தபோது மனத்தின் அமைதியில் பிரார்த்தித்து, அங்கே தான் கேட்ட சொற்களில் அநேகமாகப் பயந்துபோயிருந்தனர். முதன்முறையாகத் தன்னுடைய, தனக்கு மட்டுமேயான சொற்கள். அந்தச் சொற்களைத் தங்கள் தோழிகள் யாரிடமும் சொல்வதற்கு அவர்கள் ஒருபோதும் விரும்பியிருக்க மாட்டார்கள். அவ்வாறானதொன்று நிகழக்கூடும் என்ற வெறும் எண்ணத்திலேயே அவர்கள் முகம் சிவந்து போனார்கள். ஒரே நேரத்தில் ஒவ்வொரு கோபிகையின் மனத்திலும் அதே சொற்கள் உச்சரிக்கப்பட்டன: “ஓ காத்யாயனீ, மனம் மற்றும் வஞ்சனைகளின் அதிமுதலானவளே, இடையன் நந்தனின் மகனான கிருஷ்ணன் என் கணவனாக ஆகட்டும், நான் உன்முன் தலைதாழ்த்தி வணங்குகிறேன்.” அவர்களில் யாரும் மற்றவரைவிட அதிகச் சொல்திறம் வாய்ந்தவராக இல்லை. ஒருவர்கூட ஒரு சொல் அதிகம் பேசவில்லை. அவர்களுக்கு ஒரேயொரு ஆசைதான் இருந்தது, அதைக் குறிப்பதற்கு ஒரேயொரு பெயர்தான் இருந்தது. மற்ற யாரும் அறிந்துகொள்ள முடியாத ஒரு கதையின் நாயகியாக ஒவ்வொருத்தியும் தன்னை அந்தக் கணத்தில் உணர்ந்தாள். ஒவ்வொருத்தியும் முழுமையிலிருந்து முதன்முறையாகப் பிரிந்து தன்னைத் தனியாக உணர்ந்து, அப்படி இருப்பதில் போதைகொண்டு, தன் வயிற்றின் ஆழத்தில் இப்போது தான் கண்டுணர்ந்த அந்த அரித்து உருக்கும் உணர்வைத் தாங்கிக்கொள்ளத் தயாராக இருந்தாள்.

ஆனால் விரைவிலேயே பிரார்த்தனையை விட்டுத் தண்ணீரில் விளையாட அவர்கள் நகர்ந்துவிட்டார்கள். இந்தக் காதல் நோயுற்ற பெண்கள் அனைவரும் மீண்டும் குழந்தைகளாகிச் சச்சரவு செய்து, சிரித்துக்கொண்டிருந்தார்கள். கிருஷ்ணன் அவர்கள் மனத்திலிருந்து நழுவியிருந்தான். ஆனால் கிருஷ்ணன் அவர்களைப் பார்த்துக்கொண்டிருந்தான். நதியை நோக்கி வளைந்திருந்த அந்தப் பெரிய கடம்ப மரத்தின் கவணெனப் பிரிந்த கிளையொன்றில் அமர்ந்துகொண்டு கிருஷ்ணன் அவர்களைப் பார்த்துக்கொண்டிருந்தான். அவன் தோழர்களின் பிரகாசமான கண்கள் சுற்றிலுமிருந்த இலைகளுக்கிடையில் பாய்ந்து கொண்டிருந்தன. கோபிகைகள் நீரில் விளையாடிக்கொண்டிருப்பதைப் பார்த்துக்கொண்டே அவர்கள் விட்டுச் சென்ற ஆடைகளைத் தன் உதடுகளுக்கு உயர்த்தி, அவர்களின் நறுமணத்தை ஒன்றொன்றாக முகர்ந்துகொண்டிருந்தான் கிருஷ்ணன். முதன்முறையாகக் கோபிகைகளின் மார்பகங்களைப் பார்த்து, அவை யானைகளின் மத்தகங்களைப் போலிருப்பதைக் கண்டான். வெகுநாட்களாக ஆடை மூடியிருந்த அசைவு களில் கணநேரம் பார்த்திருந்த அவர்கள் இடுப்பு வளைவை முதன்முறை யாகக் கண்டான். மத்தளங்களைப் போல் இறுகிக் குவிந்து யமுனையின் நீரில் தோன்றி மறைந்து நீர் சொட்டும் ரோமங்கள் கொண்ட அவர்கள் வயிறுகளைப் பார்த்தான். அவர்கள் விளையாடிக்கொண்டிருந்தபோது அலைகளினூடே அடித்து மோதிக்கொண்டிருந்த அந்தத் துடிப்பான தொடைகளை முதன்முறையாகப் பார்த்தான். ஆடைகளை ஒவ்வொன்றாகத் தன் வாயருகே உயர்த்தி அவற்றுக்குச் சொந்தமான கோபிகையின் பெயரைக் கிசுகிசுத்தான். ஒவ்வொரு முறையும் கிருஷ்ணன் இறுதியான பெயரைச் சொன்னது போலிருந்தது, மற்ற பெயர்கள் அனைத்தையும் இல்லாது செய்துவிடும் ஒரு பெயராக, அவன் எப்போதும் திரும்பத் திரும்பச் சொல்லிக்கொண்டேயிருக்கப் போகும் பெயரென அது இருந்தது. ஆனால் உடனடியாக புதியதொரு பெயரைச் சற்றே வித்தியாசமான கிசுகிசுப்பில் உச்சரித்துக்கொண்டிருந்தான். இது நெடுநேரம் நடந்துகொண்டிருந்தது. கிருஷ்ணனின் உதடுகளில் உரசப்பட்ட பிறகு கோபிகைகளின் ஆடைகள் ஒன்றன் பின் ஒன்றாகக் கடம்ப மரத்துக் கிளையின் வலது கவணிலிருந்து இடதுபுறத்துக்குக் கடந்தது.

சட்டென்று கோபிகைகளில் ஒருத்தி தங்கள் விளையாட்டில் ஆர்வ மிழந்தாள். கரையின் பக்கமாகப் பார்த்தாள், தலையை இந்தப் பக்கமும் அந்தப் பக்கமுமாகத் திருப்பினாள். ஆடைகளின் சின்னச் சின்னக் குவியல்கள் காணவில்லை. அலறினாள். அவள் எதையும் விளக்கத் தேவைப்படவில்லை, மற்றவர்களும் தங்கள் தலையைத் திருப்பி அவளோடு சேர்ந்துகொண்டார்கள். குளிர்ந்த வெறுமையான உதயவேளையில் எழுப்பப்பட்ட காத்திரமான, துளைக்கும் அலறலொன்று. பிறகு கவனமாகக் கடம்ப மரத்தின் இலைகளுக்குத் தங்கள் பார்வையை உயர்த்தினார்கள் கோபிகைகள். பிறகு கிருஷ்ணனின் குரலைக் கேட்டார்கள். வஞ்சகமான ஒரு தந்திரத்தை அவர்கள் அனைவரிடமும் ஒன்றாக ஆடி இம்சிப்பவனின் குரல் அது. அவர்கள் ஒவ்வொருத்திக்கும் மற்றவர்களிடமிருந்தான அவள்

தனிமையில் ரகசியச் செய்தியொன்றை மறைமுகமாகத் தெரிவிக்கும் காதலனின் குரலும்கூட. கிருஷ்ணன் சொன்னான்: "பெண்களே அஞ்சாதீர்கள். உங்கள் ஆடைகளனைத்தும் இங்கே இருக்கின்றன. மெல்லிடை உடையவர்களே, ஒவ்வொருத்தியாக வந்து அவற்றைத் திரும்ப வாங்கிக்கொள்ளுங்கள்". அவனுக்கு முகத்தைத் தீவிரமாக வைத்துக் கொள்வது சிரமமாக இருந்தது: கோபிகைகள் அனைவரும் தங்கள் நிர்வாணத்தின் கடைசி மறைப்பான நதி நீரில் மூழ்கிக்கொண்டார்கள். ஆகவே மரத்தை வெறித்துக்கொண்டிருந்த பிரகாசமான கண்களையும் அதன்மீது வளைந்திருந்த புருவங்களையும்தாம் காண முடிந்தது. நீர்த்தாவரங்களின் தளிரிழைகள்போல் அவர்கள் தலைமுடிகள் மட்டும் சுதந்திரமாக மிதந்துகொண்டிருந்தன. ஆனால் கோபிகைகள் நீருக்கடியில் இருந்த நேரம் அதிகரித்த அளவுக்கு உறைபனி போன்ற குளிர் அவர்கள் தொண்டையைப் பற்றிற்று. பிறகு அவர்கள் பேசினார்கள்: "கிருஷ்ணா, நீ இதுவரை செய்ததிலேயே இதுதான் அற்பமான தந்திரம். நீ எங்கள் அன்புக்குரியவன், ஆனால் சட்டம் மற்றும் மரபின் விதியும் நீ அறிவாய். எங்கள் ஆடைகளை நீ திரும்பத் தராவிட்டால், நாங்கள் உன் தந்தையிடம் சொல்ல வேண்டிவரும்." கிருஷ்ணன் இப்போது மிகத் தெளிவாகக் காதலன் ஒருவனின் குரலில் பதிலளித்தான்: "அற்புதமான இடுப்புடையவர்களே, நீங்கள் உண்மையிலேயே என் அடிமைகளாக இருந்து, என்னைப் பணிவதைவிடச் சிறந்தது வேறொன்றும் உங்களுக்கு இலையென்றால், உங்கள் ஆடைகளைத் திரும்ப வாங்கிக்கொள்ள இங்கே வருவீர்கள்." எனவே ஒருவர் பின் ஒருவராகக் குளிரில் நடுங்கியபடி, தங்கள் நீர் சொட்டும் வயிறுகளைக் கைகளால் மறைத்துக்கொள்ளும் சமிக்ஞையை முதன்முறையாகச் செய்தபடி, கோபிகைகள் நீரிலிருந்து வெளிவந்து கிருஷ்ணனை அணுகினார்கள். ஒவ்வொருத்தியும் கிருஷ்ணன் தன் கையைப் பற்றிக்கொண்டு தன்னோடு மட்டுமே ஓடிவிடுவான் என்று ஒரு கணம் நினைத்தாள். ஆனால் கிருஷ்ணன் அவர்களது விரல்கள் சந்தித்துவிடாமல் கவனமாக ஆடைகளை அவர்களுக்குத் திரும்பத் தருவதற்கு அப்பால் எதுவும் செய்யவில்லை.

அவர்கள் மீண்டும் தங்களை மறைத்துக் கொள்ளும்முன், கிருஷ்ணன் மறுபடி அவர்களை உற்றுப்பார்க்க விரும்பினான். அவன் வெறித்துக் கொண்டிருந்த, கனவுகண்டுகொண்டிருந்த உடல்களை முழு நிர்வாணமாக நீருக்கு வெளியில் பார்க்க விரும்பினான். எனவே சாந்தமான குரலில் சொன்னான்: "யமுனையில் நிர்வாணமாகக் குளித்ததின் மூலம் வருணனுக்கு எதிரான பாவத்தைச் செய்துவிட்டீர்கள். வெட்கமற்று உங்களை அவருக்குத் திறந்து காட்டிவிட்டீர்கள். இப்போது நீங்கள் அவரிடம் மன்னிப்புக் கோர வேண்டும். ஆடை உடுத்திக்கொள்வதற்கு முன்னால், உங்கள் கைகளைத் தலைக்கு மேலாக உயர்த்தி உள்ளங்கைகளை இணைத்துக் குனிந்து வணங்குங்கள். அந்தக் கடவுள் உங்களை மன்னிக்கட்டும்." கோபிகைகள் பணிந்தார்கள். கிருஷ்ணன் அவர்களைக் கூர்ந்து கவனித்தான். முகத்தைக் கடுமையாக வைத்துக்கொண்டு மனத்தில் குறிப்பெடுத்துக் கொண்டான். அவளுக்கு மார்பகங்கள் ஒருவகையான இன்பம் வாய்ந்த

கள்ளப் பார்வையைப் போல் ஒன்றிலிருந்து மற்றது விலகித் துருத்திக் கொண்டிருக்கிறது; இவள் பிருஷ்டங்கள் சிறிய ஏரிகளிலிருந்து உயர்ந்தெழும் மலைகள்போல் இரு குழிவுகளுக்கு மேல் வளைந்திருந்தன; அந்த ஒருத்தியின் முழங்கால்கள் சிறு வட்டவடிவமான கேடயங்கள் போலிருந்தன; இவளுடைய கண்கள் புலப்படாத வருணனிடம் கவனத்தைக் குவிக்கவியலாமல் பக்கவாட்டில் கிருஷ்ணனைத் தொடர்வதற்காக மெல்லிய சரடுகொண்டு அவனுடன் கட்டப்பட்டு விட்டதைப் போல் அலைபாய்ந்து கொண்டிருந்தது. இந்தச் சடங்கு, எதற்காகக் கோபிகள் நதிக்கு வந்தார்களோ அதனுடன் எந்த வகையிலும் ஒத்திராத இந்தச் சடங்கு, வெகு நேரம் நடந்தது. அது எந்த அளவு பயபக்தியுடன் நடக்க வேண்டுமோ அந்த அளவு பயபக்தியுடன் நடக்க வேண்டுமென்று கிருஷ்ணன் ஆவல் கொண்டான். அனைத்தும் அமைதியாக நடந்தது. கடைசியில் கிருஷ்ணன் சொன்னான்: "என் அன்பானவர்களே, நீங்கள் என்னைப் போற்றுவதைவிடச் சிறந்ததாக வேறெதற்கும் ஆசைப்படவில்லை. உங்கள் விருப்பம் எனக்கு மகிழ்ச்சியூட்டி விட்டது. அது நிறைவேற்றத் தகுந்தது. இந்த விருப்பம் நிறைவேற்றப்பட்டு விட்டால், வேறெந்த ஆசையாலும் அந்த இடத்தை நிரப்பவியலாது. விதையை மறைத்துவைக்காத மலர் அது. உங்கள் கைகளால் என் பாதங்களை நீங்கள் தொடலாம். பிறகு கோகுலத்துக்குத் திரும்பிச் செல்லுங்கள்." உடனடியாக, ஒருவர்பின் ஒருவராக, கோபிகைகள் தங்களோடு தங்கள் வாழ்வு முழுவதும் இருக்கப் போகும் சொற்களைக் கேட்க இருந்தார்கள். கிருஷ்ணன் அவர்கள் பெயர்களைச் சொல்லிப் பிறகு, "ஒவ்வொரு இரவிலும் நான் உன்னோடு இருப்பேன்" என்றான். பிறகு தங்கள் தலைகளைக் குனிந்தபடி தயக்கத்தோடு கோபிகைகள் ஒற்றை வரிசையில் நடந்தார்கள். திரும்பிப் பார்க்காமல் கிராமத்துக்குத் திரும்பினார்கள்.

கடம்ப மரத்தின் இலைகளில் மறைந்துகொண்டு கோபிகைகளை வேவு பார்த்துக் கொண்டிருந்தபோது, தன் வாழ்க்கைத் தொழிலெனவும் மகிழ்ச்சியெனவும் அவன் கொண்டிருந்த களவின் மேலானதொரு வடிவத்தைக் கண்டறிந்துகொண்டிருந்தான் கிருஷ்ணன்: கண்களால் செய்யும் களவு, ஆனால் இந்தக் களவைக் கண்டுபிடித்தது அவன்தானா? அல்லது இந்தச் சமிக்ஞை வேறொன்றின் பிரதிபலிப்பா? கோபிகைகள்தாம் அவனுக்கு வழியைக் காட்டினார்கள், அவர்களின் ஈரம் சொட்டும் உடல்கள் வழியென ஆவதற்கு முன்பாக. ஒரு நாள் – கிருஷ்ணனுக்கு அப்போது வயது ஐந்து – யசோதை அவனை மடியில் வைத்துக்கொண்டு வெள்ளையான பாலேடு போன்ற எதையோ ஊட்டிக் கொண்டிருந்தாள். அதை அவர்கள் "வெண்ணெய்" என்று அழைத்தார்கள், ஆனால் அது உறை குத்திய பால், விரஜாவின் பசுக்களிடமிருந்து வந்த சாதாரணப் பால், கிருஷ்ணன் தன் காலையுணவை உண்டுகொண்டிருந்தான். அந்தக் கடவுளின் முகம், தன் கருத்த மார்பில் வழிந்த வெண்ணெய்மட்டுமே இருந்தது என்பதுபோல் நிலவின் வட்ட ஒளிர்வுடன் மெய்மறந்த முகபாவத்தைக் கொண்டிருந்தது. சமையலறை நிழலில் மறைந்துகொண்டு

இரு கோபிகைகள் அந்தக் காட்சியைப் பார்த்துக்கொண்டிருந்தார்கள். அது ஒரு 'தெய்வீகக் காட்சி', *தரிசனம்.* பார்ப்பவர் எதைப் பார்க்கிறாரோ அதில் சரணடைவதுதான் 'தெய்வீகக் காட்சி' என்று சொல்வதானால், இதுதான் அனைத்திற்கும் முந்தையது. உலகின் வஸ்துவும் கடவுளின் வஸ்துவும் ஒன்று கலந்து, அனைத்தும் கரைந்து உள்ளுறைந்திருந்த முதல் தொடக்கங்களின் அலைகளைப் போல் எழுந்து வீழ்ந்துகொண்டிருந்தது. அவன் கூர்ந்த பார்வையிலிருந்து தப்புவதற்காக ஒருநாள் யமுனையில் தங்கள் புருவங்கள்வரை அமிழ்ந்திருக்கப் போவதுபோல் கோபிகைகள் தாங்கள் அதில் அமிழ்ந்துவிட்டதாக உணர்ந்தார்கள்.

வேறொரு நாள் கிருஷ்ணன் ஒரு முக்காலியில் ஏறி வெண்ணெய் நிரம்பிய மண் பானைக்குள் தன் கைகளை நுழைத்தான். இருளின் கருமையின் மேல் தன் சருமத்தின் பளபளப்பு கவிந்த அந்தக் கரும் ஜீவனை இரண்டு கோபிகைகள் அசைவற்றுப் பார்த்துக் கொண்டிருந்தனர். இரு சிறிய கைகள் வீசிக்கொண்டிருப்பதை அவர்கள் லேசாகப் பார்த்தார் களா? அல்லது நான்கு கைகளா? அவர்கள் சமையலறையின் ஆழமான அமைதியில் கிருஷ்ணனைக் கவனித்துக்கொண்டிருந்தபோது, நீர்மையாகவும் வெம்மையாகவும் அவர்கள் உணர்ந்தார்கள். ஒவ்வொருத்தியும் தன் மனத்தில் அதே சொற்களைச் சொன்னாள்: "என்னிடமிருந்து களவுகொள், வா என்னைக் களவு கொள்".

இன்னொரு சமயம் கோபிகைகள் கிருஷ்ணனைக் காண்பதற்காக ஒன்றுகூடினார்கள். கிருஷ்ணன் திருடிய வீடுகளில் இருந்து வந்த புகார் களால் எரிச்சல்கொண்ட யசோதை அனைவரும் பார்க்கும்படி அவனை உரலில் கட்டிப் போட்டிருந்தாள். இந்த முறை கோபிகைகள் பெரும் எண்ணிக்கையில் பகிரங்கமாக வந்தார்கள். ஒழுக்கத்தை முதன்மைப் படுத்தியிருந்தது அந்தக் காட்சிக்குக் காமச் சுவை சேர்த்தது. கிருஷ்ணனின் நிராதரவான உடலைக் காண்பது என்னும் தூய இன்பம் தரும் தண்டனையைப் பார்ப்பதைவிடக் கிளர்ச்சியூட்டும் எதையும் யார் கற்பனை செய்ய இயலும்? கோபிகைகள் தங்களால் இயன்ற அளவு முறைப்பாகக் காட்சியளிக்க முயன்றார்கள். அவர்கள் கண்கள் முன்பு எப்போதையும்விடப் பேராசை கொண்டதாக இருந்தன: அவர்கள் பார்த்துப் பழக்கப்பட்ட, மின்னலென விரைந்து பாயும் ஜீவனாக இல்லாமல், அசையாமல் இருக்கும்படிக் கட்டாயப்படுத்தப்பட்ட கிருஷ்ணனை முதன்முறையாகப் பார்த்தனர். கட்டப்பட்டிருந்த கிருஷ்ணன் அழுதான், அவன் நெஞ்சின் மேல் விழுந்த கண்ணீர்த்துளிகள் அவன் காதணிகளோடு சேர்ந்து பொன்முதலைகளென மின்னிக்கொண்டிருந்தன. யசோதை சிறைக் காவலாளியின் பங்கைச் செய்தாள். கோபிகைகளின் கண்கள் கிருஷ்ணனை நோக்கின, ஆனால் அவை துளைத்தது யசோதையை. ஒரு சிறிய விலங்கென அவனைக் கையாண்டு அவன்மீது ஆதிக்கம் செலுத்திய அவள்மீது அவ்வளவு பொறாமையை அவர்கள் ஒருபோதும் உணர்ந்ததில்லை.

கோபிகைகள் ஏறக்குறையப் பதினாறாயிரம் பேர், கிருஷ்ணனுக்காகப் பொறாமைப்பட்டார்கள். மூன்று எதிரிகளால் தூண்டிவிடப்பட்ட பொறாமை: தாய் யசோதை; பிரியமான காதலி ராதை; முரளி எனும் புல்லாங்குழல்.

நாம் 'வரலாறு' என்று எதை அழைக்கிறோமோ அது, தன் பறைசாற்றும் முடிவுகள்வரை, விஷ்ணுவின் ஏழாவதிலிருந்து பத்தாவது அவதாரம் வரைதான் தோற்றம்கொள்கிறது. அந்தத் தருணத்திலிருந்து முக்கியப் பாத்திரங்கள் கூர்மம் என்னும் ஆமை, வராகம் என்னும் காட்டுப்பன்றி போன்ற அதிசய விலங்குகளல்ல. மனிதர்கள் இருவர், அதுவும் அடுத்தடுத்து: கிருஷ்ணரும் புத்தரும். முடிவை அறிவிக்கும் வெண்குதிரை அதன் பின்னர் தோன்றவில்லை. ஆனால் இடைப்பட்ட காலத்தில் விஷ்ணுவின் எட்டாம் மற்றும் ஒன்பதாம் அவதாரங்களான கிருஷ்ணன், புத்தர் என்னும் இந்த இருவரின் விளைவுகளுக்கிடையே வாழ்வு பின்னும் முன்னுமாக ஊசலாடிக் கொண்டிருந்தது. அவர்கள் ஒரு நாவலில் உள்ள கதாபாத்திரங் களென அவர்களின் செயல்களை நம் மனத்தில் அசைபோடுகிறோம்; ஆதிகால விலங்குகளுடன் பகிர்ந்துகொள்ள இயலாத நெருக்கத்தை நாம் அவர் களுடன் பகிர்ந்துகொள்கிறோம்.

பெருவீரர்களின் மரபு அழிந்ததற்குக் கிருஷ்ணருக்கு உலகம் கடமைப் பட்டிருக்கிறது. 'குருக்களின் களமான' குருஷேத்திரத்தின் படுகொலைக் களரியில் பாண்டவர்களின் ஆலோசகராகவும் நண்பராகவும் பங்கெடுத்த போது, அவரது முடிவுக்கும்கூட. ஆனால் அவரது குழந்தைப் பருவத்திலும் இளமைப் பருவத்திலும் விராஜத்தைச் சுற்றி இடையப் பெண்கள் சூழ ஒரு இடையனைப் போல் சுற்றிக்கொண்டிருந்தபோதே, அன்று தொடங்கி இன்றுவரை தொடரும் அகமுரண்பாட்டுக் காலகட்டத்திற்கான விலை மதிப்பற்ற வழிச்செலவாக ஒரு பரிசை, பக்தி என்னும் அந்தப் பரிசை அவர் அளித்துவிட்டார். இந்த இருள் சூழ்ந்த, தடுமாறும் காலகட்டத்தில், பக்தி என்னும் எண்ணெய்யை விடாமல், கோபிகைகள் வெளிக்கொணர்ந்த அந்த இதயத்தின் உந்துதலான பக்தியை உட்படுத்தாமல், ஞானத்தைப் பயிற்சி செய்ய இயலாது. தன்னில் நிலைகொண்ட அறிவின் அனைத்து வடிவங்களுக்கும் ஒரே சமயத்தில் மேலானதும் கீழானதுமாக இருக்கும் பக்தி ஒரு ஐயப்பாடான பரிசு. இருந்தும் அடுத்த அவதாரம் அளித்த அளவுக்கு ஐயப்பாடானதல்ல. ஏனெனில் புத்தர் கொண்டுவந்த ஞானத்துக்கு அரித்துக் கரைக்கக்கூடிய தன்மை இருந்தது. அது பக்தியைக் கரைத்துவிடவோ அல்லது கோபிகைகள் இதுவரை அடையாத, ஒருவேளை ஒருபோதும் அடைய விரும்பாத மிதமான பண்புநிலைக்குப் பக்தியை உயர்த்திவிடவோ கூடும்.

பல சாத்தியப்பாடுகள் ஏற்கனவே தீர்ந்துபோயிருந்தபோதுதான் கிருஷ்ணன் இந்த உலகிற்கு இறங்கி வந்தார். போர்கள் கடவுளருக்கு இடையிலானதாக அல்லாமல் ஆட்சியாளர்களுக்கு இடையிலானதாக ஆயிற்று. காட்டுவிலங்குகள்போன்ற சக்தியுடன், விண்ணுலகைத் தங்கள் மனத்தின் அசைவின்மையால் அச்சுறுத்தும் ரிஷிகள் எவரும் இல்லை.

அதற்கு மாறாக அலங்கோலமான பரட்டைத்தலைகொண்ட துறவிகள் இருந்தனர். தங்கள் விண்ணுலக மாளிகைகளிலிருந்து பூவேலை செய்யப் பட்ட உடைகளோடு ஒளிரும் காலணிகளோடு கூடிச் சந்திக்க வனத்துக்கோ நதிக்கரைக்கோ புறப்படும் அப்ஸரஸ்கள் இல்லை. மாறாக, மருண்ட கண்களுடன், திருட்டுத்தனமும் தப்பியோடும் தன்மையும் கொண்ட, மூலிகை சேகரிக்கும் காலணியற்ற பெண்கள்தாம் இருந்தனர்.

கோபிகைகளுக்குக் கட்டுப்பாடுகள் எதுவும் கிடையாது. அவர்களது நாட்கள் சடங்கு முறைக் கடமைகளைச் சுற்றி அமைக்கப்பட்டதல்ல, அவர்கள் தங்கள் உணர்ச்சிகளுக்கு மட்டுமே பணிந்தார்கள். அவர்கள்தாம் முதல் நிஷ்காம்யவாதிகள். அவர்கள் சமயச் சடங்குகளைப் பற்றி அறியாத வர்களோ அல்லது அவற்றை மதிக்காதவர்களோ அல்ல. அவர்களுக்கு ஒரு வாய்ப்பு கிடைத்தவுடன் பசுக்களைப் பராமரிக்க ஓடிவிடுவார்கள்; அவ்வளவுதான். தங்கள் வாழ்வுக்கு ஒரு இலக்கு இருக்க வேண்டுமென அவர்கள் கற்பனை செய்யவோ ஆசைப்படவோ இல்லை. வெண்ணெய் விற்கவோ அல்லது சிறு நகைகள் வாங்கவோ சந்தைக்குச் செல்லக்கூடிய அந்நிய இடமாகத்தான் அவர்கள் நகர்ப்புறத்தைக் கருதினார்கள். ஒவ்வொரு கோபிகையும் ஒரு ரகசிய சங்கற்பத்திற்கு அடிபணிந்திருந்தாள். ஒரு மகளிர் சங்கத்துக்குள் சேர்த்துக்கொள்வதைப் போல் அவர்கள் புதிய வரவுகளை வரவேற்றார்கள். ஆனால் எப்படித் தண்ணீர் என்பதை விளக்குவதில்லையோ அப்படியே கொள்கைகள் பற்றிய விளக்கமும் தேவைப்படவில்லை. சிலர் பாதைவிட்டு விலகிச் செல்வதுண்டு. அவர்கள் கிராமத்துக்குத் திரும்பச் சென்று சிறிது நேரம் இருண்ட முகத்தோடு அறைக்கு அறை நடந்துகொண்டிருப்பார்கள். பிறகு அவர்கள் மறந்து போவார்கள் – அல்லது மறந்துவிட்டதாகப் பாசாங்கு செய்வார்கள். அவர்கள் மீண்டும் குடும்பத்தின் ஒரு பகுதியாக ஆகிவிடுவார்கள். ஆனால் கோபிகைகள் யாருக்கும் உடமையானவர்கள் இல்லை, யாருக்கும் பதில் சொல்வதில்லை.

கோபிகைகள் மெல்லிய, பதற்றம் மிகுந்த கால்களையுடையவர்கள். நாடோடித் தன்மை கொண்டவர்கள். தங்கள் உணர்ச்சிகளில் உள்ளதைப் போலவே விளையாட்டிலும் கட்டுப்பாடற்ற இயல்புடைய இடையப் பெண்கள். அவர்கள் தங்கள் பசுக்களைப் பராமரிக்கும்போது, தங்கள் உடல்களைச் சுற்றிக் கவனமாக அவர்கள் அணிந்திருந்த ஆடைகளின் செம்மஞ்சள், நீலம், செங்கருநீலம், மஞ்சள், செம்பழுப்பு, பச்சை மற்றும் சிவப்பு நிறங்கள் புல்வெளி மற்றும் வானத்தின் பின்னணியில் தனித்துத் தெரியும். வெண்ணெய்ப் பானைகளைத் தலையில் வைத்து லாகவமாக நடந்து செல்லும்போது மென்காற்றில் அலையும் வண்ணத் துணிப் பட்டைகள்போல் தனித்துத் தெரிவார்கள். சிலவேளைகளில் அவர்கள் கிருஷ்ணனுடனும் மற்ற இடையப் பையன்களோடும் மண்தரையில் விழுந்து புரண்டு, விளையாடி வருகையில், அழுக்காகப் புழுதிபடிந்து, சிலிர்த்து, அலங்கோலமானவர்களாக இருப்பார்கள். ஆனால் நீண்ட

நாட்களுக்கு அவர்கள் தனியாகவே அலைந்து திரிந்தார்கள். பிறகு அவர்கள் ஒன்றாகச் சேர்ந்து ஒரு வட்டமாகக் கூடிக் கிசுகிசுத்தார்கள், சதித் திட்டங்கள் தீட்டினார்கள். அவர்கள் மனங்கள் முடிவின்றித் திரும்பிக் கொண்டிருந்த விஷயமொன்று இருந்தது: ஒருபோதும் பிடிபடாமல் ஒவ்வொரு இரவும் சில கோபிகைகளின் இனிப்புச் சேர்த்த வெண்ணெய்யைக் கிருஷ்ணன் திருடியதை எவ்வாறு விளக்குவது? அவனை எப்படி ஒரு நீண்ட சிவப்புப் பட்டுத் துண்டால் கட்டிப் போடுவார்கள் என்று ஒருவருக்கொருவர் சொல்லிக்கொண்டார்கள். அவன்மீது அவர்கள் செய்து குவிக்கக்கூடிய அவமரியாதைகளைப் பற்றி எண்ணினார்கள். புல்வெளிகள், காட்டுப்பகுதிகள், மூங்கிற்காடுகளைத் தவிரப் பள்ளிக்கூடத்தை அவர்கள் அறிந்ததில்லை. கிருஷ்ணனின் புல்லாங்குழலான முரளியிடமிருந்து வெளிப்பட்ட இசையைத் தவிர வேறெந்த இசையையும் அவர்கள் அறியவில்லை. அதன்மீது அவர்கள் பொறாமை கொண்டார்கள், ஏனெனில் முரளி ஒரு பெண்மகள். அவர்கள் கண்களுக்கு முன்னால் கிருஷ்ணனின் வாய்க்குத் தன்னை அவள் இசைந்துகொடுப்பாள். வேறெந்த வாழ்வுக்கும் அவர்கள் ஏங்கியதில்லை. மதுராவை நோக்கி ஒற்றை வரிசையில் நடந்து கொண்டிருந்தபோது, ஒரே ஒரு கிளர்ச்சியை மட்டும் அவர்கள் எதிர்பார்த் தார்கள்: வெண்ணெய் வரி விளையாட்டு. கிருஷ்ணனும் மற்ற சிறுவர்களும் புதர்களிலிருந்து வெளிவருவார்கள். தாறுமாறான முகமூடிகளை அணிந்து கொண்டு, அரசனின் காவலர்கள் என்று தங்களைச் சொல்லிக்கொண்டு, வெண்ணெய் வரி செலுத்த வேண்டும் என்று கேட்பார்கள். கோபிகைகள் எதிர்த்து நிற்பார்கள். ஆனால் அதற்குள் கிருஷ்ணனும் மற்ற சிறுவர்களும் பானைகளைக் கைப்பற்றி அவர்கள் ஆடைகளைச் சீர்குலைத்திருப்பார்கள். பிறகு முறைகேடான துடுக்குத்தனம் வாய்ந்த கொள்ளைக்காரர்கள்போல் கொள்ளையடித்த பொருட்களோடு அவர்கள் ஓடிவிடுவார்கள்.

வேதங்களைவிட ஃபெனலானுக்கு நெருக்கமான, அறிவின் எந்த வெளிப்படுத்தப்பட்ட வடிவத்தாலும் சபலம் கொள்ளாத கோபிகைகளுக்கு, உருக்கும் இருப்பு, முடமாக்கும் பேரிழப்பு, மாறி மாறிவரும் இவை இரண்டு மட்டுமே தெரியும். இவை இரண்டுக்கும் இடையில் உள்ள, சாதாரண வாழ்வை அமைக்கும் சாத்தியங்கள் எதிலும் அவர்களுக்கு அக்கறை ஏதுமில்லை. ஆனால் மிகவும் துல்லியமாக, சிரமப்பட்டு, தூக்கத்தில் நடக்கும் பலரையும்போல், தங்கள் தினசரிக் கடமைகளை அவர்கள் செய்துகொண்டிருந்தார்கள், பசுக்களிடம் பால் கறந்தார்கள், குழந்தைகளைப் பார்த்துக்கொண்டார்கள், தண்ணீர் இறைத்தார்கள், தீயைப் பராமரித்தார் கள். ஒத்துப் போய்க்கொண்டு, பணிந்துகொண்டு, ஆனால் இல்லாததுபோல் இருந்தார்கள். அவர்களது ஒளிபொருந்திய வெறுமையான கண்களின் குறுக்கே ஒரு நிழல் இழைந்து சென்றது, அவர்களிடம் சிந்தனையின் சூசகமான அறிகுறி உள்ளது என்று சந்தேகம் கொள்ள முடிவது அவர்கள் ஒப்பனை செய்துகொள்ள உட்காரும் போதுதான். தங்கள் முகத்தின் இரு பிம்பங்கள், தமக்கு இடையில் உள்ள காற்றுவெளியைப் பற்றிக்கொண் டிருக்கும் இரு மெல்லிய துணிகள், கிருஷ்ணனின் பொய்த் தோற்றத்தால்

நிலைகொள்ளாமல் சலனம்கொண்டு தவிப்பதுபோல் அவர்கள் கண்ணாடியுடன் பேசிக்கொண்டிருப்பார்கள்.

ரசம், "சாறு", "சாரம்" என்பது, "உணர்ச்சி", "சுவை", "நறுமணம்" என்றெல்லாமும் பொருள் கொள்ளும். கிருஷ்ணன் சிறிதளவே உறையூற்றிய திரவமொன்றின் தீர்மானமான கள்ளன், ஏனெனில் அவனே அவனளவில் திரவமானவன். கிருஷ்ணன் எந்நேரமும் தன்னிடமிருந்தே களவாடிக் கொண்டிருப்பவன். இதயத்தைக் களவுகொள்ளும் உணர்ச்சி அது. அன்பின் அங்காடியை நோக்கிய திரவப் பாதையைத் திறப்பவன் கிருஷ்ணன். அங்கே செல்வதென்பது ஒருபோதும் மீண்டு வர முடியாத நீர்நிலைக்குள் பாய்வதைப் போன்று அபாயகரமானது.

இலையுதிர்காலத்தின் முதல் பௌர்ணமி நெருங்கும்போது, மல்லிகை மலர்ந்திருக்கும் வேளையில் புல்லாங்குழலின் கீச்சிடும் மென்மையான ஒலி அறைகளை ஊடுருவுகிறது. அது கிருஷ்ணனின் அழைப்பு. என்ன செய்துகொண்டிருந்தாலும் கோபிகைகள் எழுச்சிகொள்கிறார்கள். பசுவிடம் பால் கறந்துகொண்டிருந்த ஒருத்தி, பாதி காலியான வாளியுடன் எழுந்து நிற்கிறாள். தீ மூட்டிக்கொண்டிருந்த ஒருத்தி, சுடர் நடுங்கும் சுள்ளிகளிடம் இருந்து எழுந்து நிற்கிறாள். தன் கணவன் அணைக்க முயலும் வேளையில் படுக்கையிலிருந்து எழுந்து நிற்கிறாள் இன்னொருத்தி. தரையில் வைத்துத் தான் விளையாடிக்கொண்டிருந்த பொம்மைகளிடம் இருந்து ஒருத்தி எழுந்து நிற்கிறாள். தன்னை வாசனையூட்டிக்கொள்ள உபயோகிக்கும் வாசனைத் திரவியப் புட்டிகளைத் தட்டிவிடுகிறாள் ஒருத்தி. சட்டெனக் கள்ளத்தனமாக வனத்தை நோக்கிப் புறப்பட்ட அவர்கள் சிறு பெண்கள், வளரிளம் பருவத்தினர், மனைவிகள். அதன்பின் நீங்கள் கேட்கக் கூடியதெல்லாம் இருளில் வளையல்களும் கொலுசுகளும் கணகணக்கும் ஒலியை மட்டும்தான். மரங்களுக்குப் பின்னாலிருந்து நழுவிவந்த ஒவ்வொருத்தியும் தான் மட்டும் தனியாக இருப்பதாக நம்பினாள். நிலவொளி ததும்பும் நிலவெளியில் கிருஷ்ணனை அவர்கள் கண்டார்கள். அவசரமாக வந்ததில் மூச்சு வாங்கிக்கொண்டு அசையாமல் நின்றுகொண்டிருந்த அவர்களைப் பார்த்துக் கிருஷ்ணன் சொன்னான், "அதிர்ஷ்டமுடைய பெண்களே, உங்களுக்கு என்னால் என்ன செய்ய முடியும்? இரவு அச்சுறுத்தும் உயிரினங்களால் நிரம்பியுள்ளது. மகன்களும் கணவர்களும் பெற்றோர்களும் உங்களுக்காகக் கிராமத்தில் காத்துக்கொண்டிருக்கிறார்கள். எனக்காக நீங்கள் இங்கே வந்திருப்பது எனக்குத் தெரியும், இது ஆனந்தம், ஆனால் உங்கள் பொருட்டு மக்கள் கவலைகொண்டு விழித்திருக்கக் கூடாது. என் பெயரை மௌனமாகத் தொலைவிலிருந்தே கொண்டாடுங்கள்." பிறகு கோபிகைகளில் ஒருத்தி மற்ற அனைவரின் சார்பாகவும் பேசினாள்: "நாங்கள் விட்டுவிட்டு வந்த எதுவும் உன் பாதங்களைப் போற்றுவதைவிட அவசரமானதோ முக்கியமானதோ அல்ல. யாரும் உன்னைப் போல் எங்களுக்கு நெருங்கியவர் இல்லை. கற்றறிந்த மனிதர்கள் உன்னிடம் சரணடையும்போது எங்களால் ஏன் இயலாது? நாங்கள் உன் காலடித் தூசியில் புரளுவோம். உன் கைகளை எங்கள் மார்பின் மீதும் தலை

மீதும் வை”. கிருஷ்ணன் மீண்டும் புன்னகைத்துவிட்டு முரளியை, புல்லாங்குழலை, வாசித்துக்கொண்டே நடக்கத் தொடங்கினான். இலைகளின் திரைக்குப் பின்னாலிருந்து யமுனை ஓடும் ஒலி கேட்டுக்கொண்டிருந்தது. ஒருவர்பின் ஒருவராக வரிசையில் கிருஷ்ணனிடம் வந்த கோபிகைகள், வியர்வையிலும் சந்தனத் தைலத்திலும் நனைந்து அசைந்துகொண்டிருக்கும் தங்கள் மார்பகங்களைக் கிருஷ்ணனின் நீல நெஞ்சின் மீது உரசினார்கள். கிருஷ்ணன் தன் இசைக்கோலின் புதிய துளையொன்றில் எப்போதெல்லாம் தன் வாயை வைத்தானோ அப்போதெல்லாம் அவன் உதடுகள் கோபிகைகளின் உடலின் புதியதொரு பாகத்தை நனைத்தது. அந்தப் பாலொளியில் அவன் நகங்கள் விட்டுச்சென்ற கருஞ்சிவப்புக் குறிகள் லேசாகத் தெரியும். அவன் முரளியை வாசித்துக்கொண்டேயிருக்க, மிக மெதுவாக நடனமாடிக் கொண்டிருந்த கோபிகைகளின் வட்டம் கிருஷ்ணனைச் சுற்றி நெருங்கியது. ஒவ்வொருத்தியும் ஏதோ ஒரு அலையால் கைப்பற்றப்பட்டு, பின் கைவிடப் பட்டு, மீண்டும் கைப்பற்றப்பட்டதாக உணர்ந்தாள். பிறகு ஒவ்வொருத்தியும் அதே நேரத்தில் தன் கண்கள் வட்டத்தின் எதிர்புறமிருந்த கோபிகைகளின் கண்களைச் சந்தித்ததை உணர்ந்தாள். மையம் சட்டென வெறுமையாகி யிருந்தது. மீண்டும் ஒருமுறை கிருஷ்ணன் காணாமல் போயிருந்தான். அவர்கள் சிதறிப்போனார்கள். சிலர் நடிகைகளைப் போல் கிருஷ்ணனின் செயல்களை அபிநயம் பிடித்து நடித்தார்கள். ஒருத்தி பூதகி, தன் முலைப்பாலால் கிருஷ்ணனுக்கு நஞ்சூட்ட முயன்ற செவிலித்தாய்; மற்றொருத்தி அவள் மார்பகத்தைப் பற்றி கிருஷ்ணன் ஒருகாலத்தில் செய்ததைப் போல் முரட்டுத்தனமாக உறிஞ்சினாள். இன்னொருத்தி கிருஷ்ணனுடைய நடையின் லேசான ஊசலாட்டத்தைப் போல் செய்து காட்டினாள். வேறொருத்தி தன் தோழியின் தலைமேல் கால் வைத்துச் சொன்னாள்: “நான் நயவஞ்சகர்களைத் தண்டிக்கவே வந்திருக்கிறேன்.” ஆனால் மற்றவர்கள் அமைதியாகத் தரையை வெறித்துக்கொண்டிருந் தார்கள். அவர்கள், காலடிச்சுவடுகளைக் கண்டுபிடிக்க முயன்று கொண் டிருந்தார்கள். கிருஷ்ணனுடையதை மட்டுமல்ல, வேறொரு கோபிகையின் மெல்லிய காலடியையும், விருப்பத்துக்குறியவளான ராதையின் காலடிச்சுவட் டையும். சந்தேகத்துக்கு இடமின்றி அவளோடு தனியாக ஒளிந்து கொள்ளத்தான் அவர்களைவிட்டுப் போயிருக்கிறான். அவர்களுக்குக் கலக்கம் ஏற்படுத்தும் வகையில் ராதையின் தூண்போன்ற கால்களுக் கிடையில் ஒரு ஆற்றுப் படுகையைப் போலப் படுத்துக்கொண்டு, “உன் மேன்மையான பாத மொட்டால் என் தலையை அலங்கரி” என்று அவர்களை வெட்கமுறச் செய்யும் சொற்களை அவன் பேசியதை நினைவு கொண்ட சிலர் அங்கே இருந்தனர். தேடிக்கொண்டிருந்தபோது கோபிகளின் கண்கள் கோபத்தில் பளபளத்தன. வேறொரு நிலத்திட்டு வெளிப்பட்டது. அதன் மத்தியில், கைகள் தன் முழங்கால்களைப் பற்றிக்கொண்டிருக்க, அவிழ்ந்திருந்த தலைமுடியுடன் வண்ணக் கந்தைத் துணிகளின் மூட்டையெனத் தனக்குள் அடைந்திருந்த ராதையை அவர்கள் கண்டார்கள். அவள் தன் முகத்தை உயர்த்தியபோது அதில் கண்ணீர்க்கோடு ஓடியதைக் கண்டார்கள். சற்றுமுன்தான் கிருஷ்ணன் அவளை விட்டுச் சென்றிருந்தான்.

ராசலீலை, “நடன விளையாட்டு” மற்ற எல்லா நடனங்களிலும் எதிரொலித்த அந்த வட்டச்சுற்று நடனத்தைத் தொடங்க முடியவில்லை. கோபிகைகள் ஒவ்வொருத்தியும் கிருஷ்ணனுக்கு அருகிலிருக்க வேண்டுமென விரும்பினர். அவர்கள் அனைவரும் தங்கள் மார்பகங்களின் மேல் பூசியிருந்த குங்குமப்பூச் சாந்து அவன் சருமத்தில் படிந்து வர்ணமேற்றும் அளவுக்கு நெருங்க விரும்பினார்கள். இவ்வாறாக ஒரு சில நொடிகளுக்கே எனினும் தங்கள் சுவடை அவன்மீது படியவிடும் நோக்கத்தை நிறைவேற்றிக் கொண்டிருப்பார்கள். சால்வைகள், மார்புக் கச்சைகள் மற்றும் மெல்லிய மினுமினுக்கும் மார்புகளின் திரட்சி கிருஷ்ணனைச் சுற்றி நெருங்கியது. பிறகு நடனம் தொடர்வதற்காகக் கிருஷ்ணன் தன்னைப் பலவாகப் பெருக்கிக்கொள்ள முடிவெடுத்தான். கண்ணாடிகள் மற்றும் பிரதிபலிப்புகள் பற்றிய தன் அறிவைப் பயன்படுத்திக்கொண்டான். வட்டத்தில் ஒவ்வொரு கோபிகைக்கும் அடுத்தவளுக்கும் இடையில் ஒரு கிருஷ்ணன் தோன்றி, அவர்கள் கைகளைப் பற்றியபடி, நடனத்தின் அடிகளைத் தொடர்வதைப் போல் ஒருத்திக்குப் பின் ஒருத்தியாக மாறி மாறிப் பார்த்தபடி இருந்தான். ஆனால் ஒவ்வொரு கோபிகையும் அவன் தன்னுடன் மட்டுமே இருப்பதாக நம்பினாள். அவன் இடையைச் சுற்றிக் கட்டியிருந்த மஞ்சள் துணி ஒரேமாதிரியாகத்தான் இருந்தது, ஆனால் அவன் சருமத்தின் நிறம் வேறுபட்டது; நீலத்திலிருந்து செந்நீலம்வரை. பல கிருஷ்ணன்கள் இவ்வாறிருக்க, ஒற்றைக் கிருஷ்ணன் வட்டத்தின் நடுவில் நின்று கொண்டிருந்தான். அங்குக் கோபிகைகளுக்கு எதுவும் தெரியவில்லை.

கிருஷ்ணனுக்கும் ராதைக்கும் இடையிலான காதல், அல்லது கிருஷ்ணனுக்கும் கோபிகைகளுக்கும் இடையிலான காதல், *ஸ்வகீயமானதா* (முறையானது, இல்லறத்துக்குரியது) அல்லது *பரகீயமானதா* (முறை தவறியது, சோரமானது)? கொழுந்து விட்டெரியும் வாளென நூற்றாண்டுகளைக் கிழித்தெறியும் இறையியல் சார்ந்த இந்தக் கேள்வியின் மீது பண்டிதர்கள் ஆவேசத்துடனும் மனக்காழ்ப்புடனும் விவாதித்தார்கள். 1717ஆம் ஆண்டில் தங்கள் எதிரிகளின் நிலைப்பாட்டைத் தவறென்று நிரூபித்துக் காட்டும் நோக்கத்துடன் அவசரமாக நவாப் ஜாபர்கானின் மன்றத்துக்குக் கூட்டமாகச் சென்றார்கள். அவர்கள் வங்காளத்திலிருந்தும் ஒரிசாவிலிருந்தும் அதேபோல் வாரணாசியிலிருந்தும் விக்ரம்பூரிலிருந்தும் வந்திருந்தனர். அந்த விஷயத்தை அவர்கள் களைத்துப்போகும் வரை ஆறு மாதங்களுக்கு விவாதித்தனர். வெளிறிச் சோர்ந்துபோய், கிருஷ்ணன்–ராதையின் காம விளையாட்டுகளின் அதிகமான அல்லது குறைவான தீவிரம் குறித்தும் அதன் விண்ணுலக விளைவுகளைப் பற்றியும் விவாதித்தார்கள்: இந்தப் பிருந்தாவனத்தில் சுருக்கமாக நடைபெறும் லீலை விண்ணுலகப் பிருந்தா வனத்தில் எப்பொழுதும் செயல்படுத்தப்படுவதன் மங்கலான நகல்தான் என்றால், அந்த முறைதவறிய காதல் பூமியைப் போலவே வானத்திலும் உயர்வானது என்று பொருள்கொண்டு அது கடவுளருக்கே முன்னுதாரண மாக இருக்குமா? எது கடவுளருக்கு முன்னுதாரணமாக உள்ளதோ, அதனாலே அது மனிதர்களுக்கும் பொருந்துமா?

இந்த அளவுக்கு உயர்வானதாக இல்லாவிட்டாலும் இதே அளவுக்கு உறுத்தக்கூடிய வேறு கேள்விகளும் இருந்தன. பதினாறாயிரம் கோபிகைகளும் மணமானவர்கள் என்றால், அவர்கள் ராசலீலையில் கிருஷ்ணனோடு நடனமாடிக்கொண்டிருந்தபோது அவர்களது வீடுகளில் இரவுகளில் என்ன நடந்துகொண்டிருந்தது? அந்தப் பதினாறாயிரம் கணவன்மார்களும் ஒருபோதும் புகார் செய்யாதிருந்தது ஏன் – ஒருவேளை தங்கள் மனைவிகள் இல்லாததைக்கூடக் கவனிக்கவில்லையா? கோபிகைகளின் பதினாறாயிரம் போலியுருக்கள் அமைதியாகவும் மௌனமாகவும் தங்கள் படுக்கைகளில் படுத்திருக்க, அவர்களின் உண்மையான உடல்கள் கிருஷ்ணனைச் சுற்றி ஒட்டுயிரெனப் படர்ந்திருக்கின்றன என்னும் கருத்தை ஒப்புக்கொள்ள வேண்டுமா?

கருத்து வேறுபாடு தீவிரமடைந்து கடுமையாக இருந்தது. இந்த விவாதம் நடந்த மாதங்களில் குறைந்தபட்சம் ஆறு நூற்றாண்டுகளின் போர் எதிரொலித்தது. கடைசியில் *ஸ்வகீயத்துக்கு* ஆதரவான சீடர்கள் தங்கள் தோல்வியை ஒப்புக்கொண்டனர். தாங்கள் எப்போதுமே எதிர்த்துவந்த சித்தாந்தத்தைச் சாசனமெழுதிக் கையொப்பமிட்டு ஒப்புக் கொண்டனர். ஆனால் முறைதவறியதுதான் உயர்வானது என்னும் அறுதியான முடிவுக்கு அழைத்துச் சென்ற விவாதங்கள் எவை? காதலின் ஆன்மிகக் கூறுகளை உள்ளொளி வீசும் நிலைக்கு உயர்த்துவது *பரகீயம்*. அந்தக் கூறு எது? பிரிவு. முறைதவறிய காமத்தில் அன்றிப் 'பிரிவின்' (விரகத்தின்) 'சுவை'(ரசம்) அவ்வளவு தீவிரமாக இருப்பதில்லை. மேலும் *பரகீயமாக* உள்ளதனைத்தும் உடைமையின் நிரந்தரத்தை மறுக்கிறது. ஒருவர் எப்போதாவது மட்டுமே உடைமை கொள்ளக்கூடிய ஒரு நிலை அது. இது கிருஷ்ணனுடனான உறவுகள் அனைத்திற்கும் அதன் அடிப்படைத் தன்மையில் பொருந்தும். இறுதியில்: *பரகீயமான* காதலுக்குத் தன்னை அர்ப்பணிக்கும் பெண் வேறெந்தப் பெண்ணையும்விட அதிகமான அபாயத்தை எதிர்கொள்கிறாள். மணவாழ்வுக்குரிய ஒழுங்குமுறை விதிகளை மீறுவதென்பது இந்த உலகின் பந்தங்களை மறுத்து உலகிற்கு அப்பாலிருந்தான அழைப்புக்கு ஒருவர் தன்னை ஒப்புக்கொடுத்து விடுவதாகும். அவ்வாறான காதல் பலன் வேண்டுமென்று எதிர்பார்க்காது. ஒருபோதும் எதிர்பார்க்காது. பலன் நாடுபவை எல்லாம் அந்தப் பலனாலேயே விழுங்கப்பட்டுவிடும். ஆனால் பலனைப் புறக்கணிப்பவை குன்றாத வளம் கொண்டவையாக இருக்கும். இது தூய்மையான *பிரேமம்*, திரவமான, விரிந்து பரவும் "காதல்" அலைக்கழிக்கும் காமக்கணையால், "ஆசையால்" திருப்திகொள்ளாமல், தன்னுள்ளேயே உட்கிரகித்துக்கொண்டு அதை அங்கேயே சுற்றியோட வைத்துக்கொள்வது, கிருஷ்ணனின் வித்து ஒருபோதும் வெளியே வெடித்துப் பாய்ந்துவிடாமல் அவன் உடலில் சுற்றியோடிக் கொண்டிருந்ததுபோல். காமத்தின் வழி செல்பவருக்கு அம்பு அதன் ஒரே இலக்கான இன்பத்தைச் சென்றடைவதைத் தவிர வேறெதுவும் தேவையில்லை. ஆனால் *பரகீயமான* காதலின் வழி செல்பவர் எப்போதும் தன் இன்பத்தைப் பயத்துடனேயே எடுத்துக்கொள்ள வேண்டும். உண்மையில் இரட்டைப் பயம்: பிரிவின் பயம் மற்றும் தண்டனையின்

பயம். புலன் இன்பத்தைச் சுற்றி எப்போதும் ஒரு நிறமற்ற படலம் அதிர்ந்து கொண்டிருக்க இரண்டு பயங்களும் அவன்மீது தொடர்ந்து அழுத்துகிறது. இருந்தும் அந்த இரட்டைப் பயம்தான், காதல்கொண்ட ஓர் உயிரின் ஆடைகள், சிறிது சிறிதாக, மிகவும் மெதுவாக, களையப்படும் போது வெளிப்படும் பண்பான அந்த இனிமைக்குள், கிருஷ்ணனின் அறுதித் தன்மையான *மாதுர்யத்திற்குள்*, நுழைய நமக்கு வழியேற்படுத்தித் தருகிறது. அந்த நிலை அடைந்த ஒருத்தி, ஓடையொன்றின் கற்களில் தன் பாதத்தை ஊன்றிப் பாய்ந்தெழுந்து மறுகரையில் கிருஷ்ணனுக்குள் போய்ச் சேர உதவும் வகையாகக் கிருஷ்ணனின் கை தன் மணிக்கட்டைப் பற்றுவதாக உணர்வாள். *பரகீய தர்மம்*, "முறை தவறியதின் நியதி" என்னும் ஒரு அப்பட்ட மான, மேன்மையான முரண்பாட்டைத் தற்பெருமை சாற்றிக்கொள்ளும் பெயர்கொண்ட அந்தச் சித்தாந்தத்தை மீண்டும் ஒருமுறை ஏற்றுக்கொண்டு இறையியலாளர்களும் துறவிகளும் தத்தம் வழியில் சென்றார்கள்.

"இதயத் திருடன், வெண்ணெய்த் திருடன்" என்று கிருஷ்ணன் அழைக்கப்பட்டான். அல்லது, "இதயத்தின் வெண்ணெய்யைத் திருடுபவன்," என்று அழைக்கப்பட்டான். ஆனால் அவன் விருப்பத்துக்குரிய ராதை, அவனைச் சந்தேகித்து, அவன் பெயர் ஒவ்வொன்றையும் கேட்டு, அந்தப் பெயர் ஒவ்வொன்றையும் சந்தேகிக்கிறாள். ஏனெனில் அவை ஒவ்வொன்றும் வேறொருவரைக் குறிப்பிடக்கூடியவை, "வெண்ணெய்த் திருடன்" என்ற ஒன்றைத் தவிர. அனைத்துச் சந்தேகங்களுக்கும் அப்பால் கிருஷ்ணனை அடையாளம் காணும் அடைமொழி அது ஒன்றுதான். தவழ்ந்தபடி யசோதையின் சமையலறையை ஆராய்ந்துகொண்டிருந்தபோதே அந்த மண் பானைகளிடமும் அதில் நிரம்பியிருந்த கிளர்ச்சியூட்டும் பாலேட்டால் ஈர்க்கப்பட்டான் அந்தச் சிறுவன். விரைவில் யசோதை கிருஷ்ண னுக்கு எட்டாத வகையில் அவற்றை மேலே தொங்கவிட முடிவுசெய்து விட்டாள். ஆனால் அவனுக்கு எட்டாதது என்று எதுவும் இல்லை. அவன் சாரங்களின் மீதும் ஜன்னல்களின் மீதும் ஏறினான். சிலவேளை யசோதை அவன் கைகள் வெண்ணெய்யில் முங்கியிருக்கும்போது அவனைப் பிடித்து விடுவாள். "நான் எறும்புகளைத் துரத்திவிட்டுக் கொண்டிருந்தேன்" என்று உடனடியாகக் கிருஷ்ணன் சொல்லிவிடுவான். வெண்ணெய் வழியாகத்தான் மற்ற உயிரினங்களோடும் அனைத்துப் பெண்களோடும் தன் தாயோடும் ராதையோடும் கோபிகைகளோடும் அவன் தொடர்பு கொண்டான்.

'கிருஷ்ண' என்றால் "கறுமை," "எளிதில் விளங்காத" என்று பொருள். அந்தச் சொல் முதன்முதலில் குறிப்பிட்ட உயிரினம் மறிமான். அது முதலாவது உயிரினமும்கூட. யாகம் செய்பவரின் இடுப்பைச் சுற்றிக் கட்டப்பட்டிருந்தது மறிமானின் பதப்படுத்தப்படாத கறும்தோல்தான். யாகம்தான் முடிவற்ற இரண்டாம் செயல், முதலாவதில் இருந்து அதன் சாரத்தை வடித்தெடுக்கும் செயல், பிறகு மூன்றாம் செயலான சாதாரண வாழ்வின் மூலம் மற்ற அனைத்துக்கும் நகர்வதற்கு நமக்கு வழிசெய்யும் ஓர் இணைப்பு.

காதலன் என்னும் அளவில் கிருஷ்ணன் கறுப்பாகக் காணப்பட வில்லை. நீலமாக, ஊதாவாக, அல்லது சிலசமயங்களில் இன்னும் மென்மையாக, வெளிறிய ஊதா நிறமாகக் காணப்பட்டான். அடிக்கடி அவன் சருமம் கடலின் விஷம் செறிந்துள்ள சிவனின் கழுத்திலுள்ள பெரிய நீலநிறக் கறையைப் போல், சிவனின் துணைவிகள் நக்குவதற்கு விரும்பிய கறைபோல் இருந்தது. அவன் சண்டையில் தலைகளை வெட்டிய போது, கிருஷ்ணன் மீண்டும் கறுமையாகப் போய்விடலாம். பிறகு அவன் தோள்களுக்குப் பின்னால் இருந்து ஒரு மஞ்சள் துணி அவன் கண்களின் வெண்மைபோல் இருளில் மின்னியது.

கார்த்திகை மாதத்தில், முழுநிலவு ஒளிரும் இரவொன்றில் உன்னதக் காதலர்கள் கிருஷ்ணன்–ராதையின் நடனத்தைக் காணக் கடவுளர் வட்டமாகக் கூடினார்கள். இந்த முறை சிவன் கேட்க அரிதான குரலில் பின்பாட்டுப் பாடினார். பின்னிப்பிணையும் இரு உடல்களை, ஒளிரும் நிறங்கள் ஒன்றுகலப்பதைக் கூர்ந்து பார்த்த கடவுளர் ஒரு மென்மையான மூர்ச்சையில் விழுந்தார்கள். அவர்கள் எழுந்தபோது, காதலர்கள் உருகிப் போய், அமைதியாக ஓடி கங்கையில் கலக்கும் ஒரு ஊற்றாக ஆகியிருந்தனர்.

கிருஷ்ணன் பிருந்தாவனத்தின் வனங்களையும் புல்வெளிகளையும் விட்டுத் துவாரகை சென்று, அங்கு எட்டு ராணிகளோடு திருமண பந்தத்தில் இணைந்தார். கோபிகைகள் இப்போது அமைதியாகச் சுற்றிக் கொண்டிருந்தார்கள். கள்ளத்தனமான காதல் உணர்வுக்குப் பழகிப்போன அவர்கள் தனித்திருக்கும்போது சிலவேளைகளில் “ஏய், திருடா” என்ற சொற்களை மீண்டும் மீண்டும் சொல்லிக்கொண்டிருப்பார்கள். ஆனால் பதிலேதும் கிடைக்காது. கிருஷ்ணன் ஒருபோதும் அவர்களோடு இருந்திராததுபோல் வாழ்க்கை போய்க்கொண்டிருந்தது. பிரிவு, வெறுமை, இன்மை: இதுதான் புதிய உணர்வு, ஒரே உணர்வு.

தன் மாளிகையில் அடைந்துகொண்டு, தன் சிறந்த, பகட்டான எட்டு ராணிகளும் கராறான துல்லியத்துடன் அவனைச் சுற்றி வந்து கொண்டிருக்க, கிருஷ்ணன் சலிப்புற்றுக்கொண்டிருந்தான். முதியவரான நாரதருடன் உரையாடுவதன் மூலம் அவ்வப்போது நிவாரணம் கிடைத்து வந்தது. பிரம்மனின் கழுத்திலிருந்து பிறந்த நாரதர், எப்போதும் ஓய்வின்றி அலைந்து திரியும்படி பிரம்மனால் சபிக்கப்பட்டவர். நாரதர் பல கதைகளின் ஊடே சென்று, பல இடங்களையும் பார்த்திருக்கிறார். இப்போது முதுமையில் தந்திரமான, அறிவார்வம் கொண்ட, பகுதிநேரப் பெண்தரகர், பகுதிநேர ஆலோசகர், பெரும் இசைக்கலைஞர், பெரும் கதைசொல்லி, ஏமாற்றுபவர், மற்றவரை அவரறியாமல் ஒளிந்துபார்ப்பவர், இச்சகம் பேசுபவர், புத்திசாலி, வன்மம் கொண்டவர் – மனச்சோர்விலிருந்து ஒருவரது கவனத்தைத் திருப்புவதற்கு அவரைவிடச் சிறந்தவர் யார்? என நினைத்தான் கிருஷ்ணன். சதுரங்கமாடிக்கொண்டும் பேசிக்கொண்டும் அவர்கள் இரவைக் கழித்தார்கள். பிறகு நாரதர் எப்போதும்போல் மிகுந்த தேர்ச்சியுடன் வீணை வாசிப்பார். கிருஷ்ணர் அவரையும்

சீண்டிவிடுவதில் மகிழ்ச்சிகொண்டார். "ஒரு புழுவாயிருந்து அரசனின் ரதத்திலிருந்து தப்பிக்க முயன்றாயே அந்த வாழ்க்கையைப் பற்றி எனக்குச் சொல்" என்றார் ஒருமுறை. "ஐயமேதுமின்றி, நாம் நம் உடல்மீது பற்றுக் கொண்டவர்கள், புழுக்களாக இருக்கும் போதுகூட ..." என்றார் நாரதர். ஏதோவொரு பதற்றத்துடன் நாரதர் புன்னகைத்தார். கிருஷ்ணர் மிகவும் விரும்பியவை நாரதர் ஒரு பெண்ணாக மாறிய இரு பிறவிகள் பற்றிய கதைகள். "நீ ஒரு பெண்ணாக வாழ்ந்து பத்துப் பனிரெண்டு பிள்ளைகள் ஈன்றிருந்தாலும் ஒரு மாம்பழத்தைப் பறிப்பதற்காக அவர்கள் பிணங்களின் மீது ஏறியதற்கு முன்புவரை, நீ பெண்களைப் பற்றி எதையும் புரிந்து கொள்ளவில்லை ..." "நீங்கள் சொல்வது சரியாக இருக்கலாம்" என்ற நாரதர், "உதாரணமாக, நீங்கள் எவ்வாறு இந்த ராணிகள் அனைவரையும் சமாளிக்கிறீர்கள் என்று எனக்குப் புரியவில்லை" என்றார். "ஆனால் இவர்கள் *பெண்கள்* அல்ல" என்ற கிருஷ்ணர், சட்டென்று வாட்டமடைந்து, மீண்டும் சதுரங்கப் பலகையை வெறித்துப் பார்க்கத் தொடங்கிவிட்டார்.

ஒரு மாலைவேளையில் கிருஷ்ணர் நடுங்கிக்கொண்டிருப்பதையும் அவர் கண்கள் பளபளத்துக்கொண்டிப்பதையும் நாரதர் கண்டார். "என் பிரபுவே, என்ன விஷயம்?" என்று கேட்டார். "எனக்குக் காய்ச்சல் கண்டிருக்கிறது" என்றார் கிருஷ்ணர். மறுநாள் கிருஷ்ணர் படுக்கையிலிருந்து எழுந்திருக்கவில்லை. "அவருக்கு ஜன்னி கண்டுள்ளது" என்றனர் பணிவிடைப் பெண்கள். நாட்கள் கடந்தன, காய்ச்சல் தொடர்ந்து கடுமையாக இருந்தது. நாரதர் தன் அறையில் தனியாக அமர்ந்துகொண்டு, தன் பயணத்தைத் தொடங்குவது குறித்து யோசித்துக்கொண்டிருந்தார். ஆனால் அவருக்குக் கவலையாக இருந்தது. ஒரு மருத்துவர் அப்போது கதவைத் தட்டினார். "பிரபு கிருஷ்ணர் இன்னமும் ஜன்னியோடிருக்கிறார்" என்ற மருத்துவர், "அவருக்கு ஒரேயொரு ஆசையிருக்கிறது, ஏதோ சில குறிப்பிட்ட பெண்களின் பாதங்களில் ஒட்டிக்கொண்டுள்ள தூசியை யாராவது கொண்டுவந்தால்தான், தான் நலமடைய முடியும் என்கிறார். ஞானியான நாரதரால், வேறு யாரையும்விட உலகத்தை நன்கு அறிந்தவரான நாரதரால் நமக்கு உதவ இயலுமா என்று யோசித்துக் கொண்டிருந்தோம்" என்று சங்கடத்துடன் சொல்லி முடித்தார். "சந்தேகமில்லாமல்" என்றார் நாரதர். தன்னிடம் ஒப்படைக்கப்பட்ட, அறிவார்வத்தைக் தூண்டிய எந்த வேலையையும் ஒருபோதும் அவர் மறுத்ததில்லை. அவர் அறிவார்வம் கொள்ளாத விஷயமே இல்லை. "என்னால் முடிந்ததைச் செய்கிறேன்" என்றார்.

அவர் முதல் நடவடிக்கை எட்டு ராணிகளையும் காண வேண்டினார். அவரது நுட்பமான நெகிழ்ந்த சொல்வன்மையுடன் ஒரு மேன்மையான, பயபக்தியுடனான வேண்டுகோளை முன்வைப்பதுபோல் பேசினார். ராணிகள் ஒருவரையொருவர் ஒரு கணம் பார்த்துக்கொண்டனர். பிறகு முதலாமவள் மற்ற அனைவரின் சார்பாகவும் பேசினாள். "எங்களால் எவ்வாறு அது முடியும்? எங்கள் பாதங்கள் மல்லிகை கொண்டு வாசனை

யூட்டப்பட்டுள்ளது. எங்கள் உடலின் ஒவ்வொரு அங்குலமும் தூய்மையாக இருக்குமாறு நாங்கள் பார்த்துக்கொள்கிறோம். எங்கள் பிரபு கிருஷ்ணருக்கு உத்தமமில்லாத எதையும் தர எங்களால் இயலாது. நாங்கள் தூசு என்றால் என்ன என்பதையே மறந்துவிட்டோம்." நாரதர் திடுக்கிட்டார், கிருஷ்ணர் இன்னும் ஜன்னியோடிருந்தார். நாரதர் துவாரகையின் மிகச் சிறந்த பெண்களையெல்லாம் நாடி, அவசரத்துடனும் சங்கடத்துடனும் தன் வேண்டுகோளை முன்வைத்தார். யாரும் அதற்கு ஒப்புக்கொள்ளவில்லை. ராணிகள் செய்ய மறுத்த ஒன்றைச் செய்வது என்பது சந்தேகத்துக்கு இடமின்றி மன்னிக்க இயலாத அறிவீனமாகும். அவர்கள் வெளிப்படையாகச் சொல்லாவிட்டாலும் தங்கள் தலை போய்விடும் என்று பயந்து கொண்டிருந்தனர்.

நம்பிக்கையிழந்த நாரதர் அரண்மனைக்குத் திரும்பினார். அங்கே மருத்துவரிடமிருந்து வந்த குறிப்பைக் கண்டார்: "பிரபு கிருஷ்ணர், 'தொலைவிலும் பரந்துபட்டும் தேடும் நாரதர், பிருந்தாவனத்தில் தேடினாரா' என்று கேட்கிறார்." இல்லை, பிருந்தாவனம் செல்லவில்லை என்ற நாரதர் கிளம்பினார். நகரத்தைவிட்டு வெளியே வந்த அவர் சில குடிசைகளையும் விலங்குகளையும் கண்டார். கிராமப்புறம் முன்பைவிடத் தனிமையாகவும் வசீகரமாகவும் இருந்தது. யமுனை நதிக்கருகில் உயர்ந்த கறுத்த மரங்களால் சூழப்பட்ட புல்வெளியொன்றில் பளபளக்கும் ஒரு வண்ணத் திட்டைக் கண்டார். ஒரு பசுமந்தை மேய்ந்துகொண்டிருந்தது. அமைதியாக இருந்தது. நெருங்கிச் சென்றவுடன் அந்தத் தொகுதி குனிந்துகொண்டிருக்கும் பல உருவங்களால் ஆனதென்று கண்டார். அவர்கள் அவரை நோக்கி வந்தனர். "நீங்கள்தானே நாரதர், நீங்கள் கிருஷ்ணனைப் பார்த்தீர்களா" என்று கேட்டாள் கூர்மையான கண்கள்கொண்ட ஒரு சிறுமி. மற்றவர்களும் சுற்றிலும் குழுமினர். நாரதர் தரையைப் பார்த்துக்கொண்டிருந்தார். அவர் அந்தச் சிறிய, அழுக்கான வெறும் கால்களைப் பார்த்தார். "பிரபு கிருஷ்ணர் நலமற்றிருக்கிறார்" என்று முணுமுணுத்தவர், "அவருக்குக் குறிப்பிட்ட பெண்களின் கால்களில் படிந்திருக்கும் தூசு தேவைப்படுகிறது" என்றார். கோபிகைகள் பதில்கூடச் சொல்லவில்லை. ஒருத்தி ஒரு நீலநிறக் கந்தல் துணியை எடுத்தாள். அவர்கள் அனைவரும் தங்கள் பாதங்களிலிருந்த தூசியைத் தட்டினார்கள். நகங்களால்கூடத் தூசியைச் சுரண்டிப் போட்டார்கள். பிறகு முதலாமவள் கந்தல்துணியை நாரதரிடம் தந்தாள். "இதோ, இதை எங்கள் விளையாட்டுத் தோழனிடம் தாருங்கள். இது குற்றமாக இருந்தால், தண்டனையைச் சந்திக்க நாங்கள் ஆயத்தமாயிருக்கிறோம். நாங்கள் எப்போதுமே ஆயத்தமாகத்தான் இருக்கிறோம். கிருஷ்ணன்தான் எங்களுக்கு எல்லாமும்." நாரதர் ஒரு வார்த்தைகூடச் சொல்லவில்லை. தூசி நிரம்பியிருந்த கந்தலைத் தோள்மீது ஒரு மூட்டை போல் வைத்துக்கொண்டு மீண்டும் துவாரகையை நோக்கி நடந்தார். அவர் தலை குனிந்து ஆழ்ந்த சிந்தனையுடன் நடந்துகொண்டிருந்தார். அவர் இப்போது ஒரு யாத்ரிகனைப் போலவோ ஒரு பிச்சைக்காரரைப் போலவோ இருந்தார். சட்டென நின்று, "கிருஷ்ணா, நீ சொன்னது சரிதான்" என்று தான் உரக்கச் சொல்லிக்கொண்டிருப்பதைக் கண்டார்.

13

தான் கோபிகைகளுடன் இருந்த காலங்கள் பற்றிய நினைவுகள் கிருஷ்ணரின் மனத்தில், நாணற்புதர்களுக்குக் கீழே மறைந்துள்ள தெளிந்த நீரூற்றுபோல் பெருக்கெடுக்கும். அவரைச் சுற்றி இருந்த, அவர் இடையச் சிறுவனாகக் கழித்த இளம்பருவத்தைப் பற்றி ஏதும் அறியாதவர்கள், வலிமையான உடலுடன், மெல்லிய சுருக்கங்கள்கொண்ட முகத்துடன், கூர்மதி படைத்த, முதிர்ச்சியுள்ள அரசனாகத்தான் அவரைப் பார்த்தார்கள். கிருஷ்ணர் அநேகமாகத் தன்னைப் பற்றி எதுவும் பேசிக்கொள்ளவில்லை.

ஒரு நாள் அவர் இந்திரப் பிரஸ்தத்திற்கு வருகை தந்தார். அங்கே அவர் சகோதரி சுபத்திரை அர்ஜுனனைத் மணம் புரிந்துகொண்டு, ஒரு மகனை ஈன்றிருந்தாள். கிருஷ்ணர் தன் மருமகனின் பிறப்புச் சடங்கைக் கொண்டாடினார். வெப்பமான வானிலை தொடங்கியிருந்தது. அர்ஜுனன் சொன்னான்: "நகரத்தைவிட்டுச் சென்று யமுனையில் நம் பெண்களுடன் குளிக்க விரும்புகிறேன்." கிருஷ்ணரும் "நானும்கூட யமுனையில் நம் பெண்களுடன் விளையாட விரும்புகிறேன்" என்றார். ஆயத்தங்கள் செய்யப் பட்டன. காலை வெளிச்சத்தில் நகர வாயிலில் இருந்து ஒரு வண்ணமயமான ஊர்வலம் தொடங்கியது. பணிப்பெண்கள், சேடிகள், அரசகுலப்பெண்கள் வாசமிகுந்த உணவுக் கூடைகள் ஏற்றப்பட்டிருந்த வண்டிகளைச் சுற்றிக் குழுமியிருந்தனர்.

அர்ஜுனனின் இரு மனைவிகளான கம்பீரமான திரௌபதியும் வசீகரமான சுபத்திரையும் சிறு குடைகளுக்குப் பின்னால் மறைந்தவாறு ஒன்றாகப் பேசிக் கொண்டிருந்தனர். அது இளம்பெண்களின் புறப்பாடு போலத் தோன்றியது. அவர்களுக்கிடையில், ஊர்வலத்தின் கடைசியில் இரண்டே இரண்டு ஆண்கள் வந்து கொண்டிருந்தனர், கிருஷ்ணரும் அர்ஜுனனும். அவர்களும் ஒன்றாகப் பேசிக்கொண்டிருந்தார்கள்.

அவர்கள் யமுனைக் கரையை அடைந்தபோது சூரியன் இன்னும் தாழ்வாகத்தான் இருந்தது. அதிர்ந்து ஒலிக்கும் குரல்களின் இரைச்சலுடன் மளிகைச் சாமான்கள் கீழிறக்கப்பட்டன. பெண்கள் பூவேலை செய்யப்பட்ட வெள்ளைத் துணிகளைப் புற்களின் மீது விரித்தார்கள். தேர்ந்த கைவினை ஞர்கள்போல் நுட்பமான அரங்கங்களை அமைத்தார்கள். நீர் ஏற்கனவே பளபளத்துக்கொண்டிருந்தது. அவர்களுக்குப் பின்னாலிருந்த அந்தப் புல்வெளி இருளார்ந்த கற்கண்டு வனமான காண்டவ வனத்தால் சூழப்பட்டிருந்து. காற்றில் உற்சாகம் மிகுந்திருந்தது. ஏற்கனவே புல்லாங் குழல்கள், வீணைகள், செண்டைகளின் ஒலிகள் அங்கு நிறைந்திருந்தன. பெண்கள் சிலர் தண்ணீரில் பாய்ந்தனர், சிலர் அரங்கங்களில் குழுமியிருந்

தனர், மற்றவர்கள் உணவுப் பண்டங்களை எடுத்துவைத்துக்கொண்டிருந்தனர். சிரிப்பும் அழுகையும் ரகசியக் கிசுகிசுப்புகளும் அங்கே நிறைந்திருந்தது. திரௌபதியும் சுபத்திரையும் தத்தம் நகைகளைக் கழற்றி அவற்றை முதலில் கண்ணில் பட்ட பெண்களின் கழுத்திலும் மணிக்கட்டிலும் கணுக்காலிலும் அணிவித்துக்கொண்டிருந்தனர்.

கிருஷ்ணரும் அர்ஜுனனும் அதிகம் தென்படவில்லை. அவர்கள் குழுவிலிருந்து விலகியிருப்பதாகக் கேட்டுக்கொண்டிருந்தனர். அதனால் அவர்கள் உள்ளமைந்து போடப்பட்டிருந்த நாற்காலிகளில் வனத்தின் விளிம்பில் உட்கார்ந்திருந்தனர். தனிமையில் விடப்பட்ட அவர்கள் ஏதும் பேசிக்கொள்ளாதிருந்தனர். சட்டென்று தீவிரமான பாவம் அவர்கள் முகத்தில் வந்தமைந்தது. உடனே தொலைவிலிருந்த பெண்களின் பக்கம் திரும்பினார் கிருஷ்ணர்: ஒழுங்கற்றுச் சுழன்றுகொண்டிருந்த வண்ணப் புள்ளிகளின் திரட்சிதான் அவர் கண்களுக்குத் தென்பட்டது. பின்புலத்தில் மெல்லிய அதிர்வாகக் குரல்களும் ஒலிகளும் காற்றினூடே சன்னமாக ஒலித்தன. இவ்வளவு உவகையூட்டும் வேறெதையும் தன் வாழ்வு முழுவதும் அவர் பார்க்கப் போவதில்லை. சொல்லப்போனால் மீதமிருக்கும் காலங்களில் உவகையூட்டும் எதையும் அவர் பார்க்கப் போவதேயில்லை. அர்ஜுனனுக்கு அது தெரியாது, அவனால் அதைத் தெரிந்துகொள்ள முடியாது, ஆனால் அவன் அதை உணரத் தொடங்கியிருந்தான். அவனிடம் பேச வேண்டிய அவசியமில்லை. அந்த அமைதியில் மிகப் பெரும் அழிவு ஒன்றுக்குத் தன்னை ஆயத்தப்படுத்திக்கொண்டிருந்தான், துல்லியமாக என்ன நடக்கப் போகிறதென்று தெரியாமல்.

ஓர் உயர்ந்த உருவம் அடர்ந்த காட்டிலிருந்து வெளிப்பட்டது. நிமிர்ந்த, மெலிந்த உருவம், சிவப்புத்தாடி, கறுப்பு உடைகளுக்குப் பின்னால் உருகி ஒளிரும் பொன் நிறங்கொண்ட ஒரு பிராமணன். அவன் களைத்துச் சினமுற்றிருந்தான். அவன் சொன்னான்: "நீங்கள் யாரென்று எனக்குத் தெரியும். நான் தீராப் பசியுடைய பிராமணன், நான் உண்ணக்கூடிய உணவை எனக்குத் தாருங்கள்". எந்த உணவு அவருக்குத் திருப்தியூட்டும் என்று கிருஷ்ணர் கேட்டார். "நான் அக்னி" என்ற அந்தப் பிராமணர், "இந்த முழு வனம்தான் எனக்குத் திருப்தியளிக்கும். என்னால் இதை எரிக்க முடியாது. ஏனெனில் எனக்கு வலிமையில்லை, மேலும் இந்த இடத்தை இந்திரன் பாதுகாக்கிறான்" என்றார். கிருஷ்ணர் அண்ணாந்து பார்த்தார்: கனத்த மேகங்கள் கறுத்துச் சேர்ந்து கொண்டிருப்பதைக் கண்டார். அர்ஜுனின் தந்தையான கடவுளரின் அரசனை எதிர்த்து அவர்கள் போரிட வேண்டும். கிருஷ்ணர் ரகசியமாக மகிழ்ச்சி அடைந்தார். "அக்னியால் எப்படி எரிக்க இயலாமல் போகக்கூடும்?" என்று கேட்டார். "நீங்கள் எனக்கு உதவினால் மட்டுமே என்னால் எரிக்க முடியும். அது ஒரு சோகமான கதை, கிறுக்குத்தனமான யாகம். கண்மூடித்தனமான, அகந்தை நிறைந்த அரசனொருவன் உருக்கிய வெண்ணெய்யால் பன்னிரு வருடங்கள் எனக்கு உணவூட்டினான். அவன் தன் யாகத்தால் வானை அளக்கவியலும் என்று நம்பிக்கொண்டிருந்தான். அந்த வெண்ணெய்யால் என்னைச் சோர்ந்துபோக வைத்தான். இப்போது எனக்குத் தாவரங்களும்

மாமிசமும் வேண்டும். என் வாய் வெண்ணெய்யால் சோர்வுற்றுள்ளது. இப்போது எனக்கு வனபோஜனத்தைத் தவிர வேறெதுவும் தேவையில்லை. நான் இந்த வனத்தைப் பார்க்கிறேன். ஆனால் எந்தப் பயனும் இல்லை. ஏழுமுறை நான் இதைக் கொளுத்தினேன், ஆனால் ஏழுமுறையும் யானைகளும் நாகர்களும் தீயை அணைத்துவிட்டனர். இந்திரன் மேகங்களிலிருந்து பெருமழையைப் பொழிந்தான். வெல்ல முடியாத ஆயுதங்களை என்னால் உங்களுக்கு அளிக்க முடியும். உங்களுக்கு அவை விரைவிலே தேவைப்படும்" அக்னி எக்களிப்போடு பேசி முடித்தார். காண்டீபம் என்றழைக்கப்பட்ட வில் அர்ஜுனனின் கைகளில் தஞ்சம் கொண்டது. சக்கரமும் கதையும் கிருஷ்ணரின் கைகளில் தோன்றின.

பிறகு பிராமணன் மீண்டும் தீயாக மாறினான். புற்களினூடே பதுங்கிய படி காட்டை நோக்கி முன்னேறினான். சட்டென்று ஒரு தீக்கொழுந்து தோன்றியது. கூடவே சூறாவளியும் இடிமுழக்கமும். அர்ஜுனனும் கிருஷ்ணரும் அந்த நிலத்திட்டின் இரு எல்லைகளிலும் தகுந்த இடங்களில் அசைவற்று நின்றுகொண்டனர். தீயின் சடசடவென்ற முறியும் ஒலியோடு வனவிலங்குகளின் காது துளைக்கும் அலறலும் கேட்டது. விலங்குகள் கண்களில் மூர்க்கத்தனத்தோடு நிலத்திட்டை நோக்கிக் கூட்டமாக ஓடி வந்தன. யானைகள், மறிமான்கள், குரங்குகள், எருமைகள், வண்ணத்துப் பூச்சிகள், புலிகள், அகழெலிகள், பேயுருக்கள், வெள்ளாடுகள், பாம்புகள், அணில்கள், வண்ணப் பறவைகள். அர்ஜுனன் மிகக் கொடியவையையும் மிகத் தீங்கற்றதையும் மிகப் பெரியதையும் மிகச் சிறியதையும் தன் இரு வற்றாத அம்புக்கூடுகளிலிருந்து அம்புகளை எடுத்து ஒவ்வொன்றாகக் கீழே சாய்த்தான். ஒவ்வொரு அம்பும் கீச்சிட்டுப் பாய்ந்தபோது, தன் செயலின் அர்த்தமற்ற தன்மையையும் அவசியத்தையும் ஒருங்கே ஒரே தீவிரத்துடன் உணர்ந்தான். தான் இன்னும் எத்தனை முறை கொல்ல வேண்டியிருக்கும்? அடிப்படையில் ஒவ்வொரு கொலையும் நியாயப்படுத்தக் கூடியதும் குறைகாண முடியாததுமான கொலைகள்கூட, ஒரு மரணத்திலிருந்து மற்றதற்குத் தப்பியோடும் அந்த விலங்குகளின் படுகொலையைப் போன்றதுதான். அர்த்தமற்ற தன்மை துலக்கமாகத் தெரிந்தது, அவசியத் தன்மை வெறும் ஒரு இழையாகத்தான் இருந்தது. ஆனால் மிக உறுதியான இழை, அவனுக்குள் எப்போதாவது திறக்கும் ஒரு உயிரணுவுக்குள் உறைந்திருந்து கிருஷ்ணர் இயங்குவதுபோல் தோன்றும் அளவுக்கு அவன் அந்தரங்கங்களைப் பகிர்ந்துகொள்ளும் நண்பனான கிருஷ்ணருடன் அவனைப் பிணைத்திருக்கும் இழை. இப்போதுகூட அவன் அம்பை எடுக்கும்போது அர்ஜுனனின் கை வெறும் கையுறையாகவும் அதனுள்ளே மடங்குவது கிருஷ்ணரின் நிலையான கையாகவும் இருந்தது. நிலத்திட்டின் மறுமுனையில் நின்றுகொண்டு ஒரு தானியங்கி இயந்திரம்போல் இடைவிடாது தாக்கிக்கொண்டிருந்தார் கிருஷ்ணர். அவர் கையிலிருந்து வெளியேறித் தாக்கிவிட்டு மீண்டும் அவர் கைக்கு உடனே திரும்பும் கூர்மையான சக்கரத்துக்குத் தப்பிய விலங்குகள் வெகு சிலவே. அவ்வாறாகத் தப்பியோடியும் பயனில்லை. கதை உடனடியாக அவற்றைக் கீழே சாய்த்தது. வனம் இருந்த திசையில் விழுங்கும் தீக்கொழுந்தைத் தவிர வேறேதுமில்லை.

கடவுளர் திகைப்படைந்து கவனிப்பதற்காக வானில் குழுமினர்கள். "அக்னி ஏன் இந்த உயிரினங்களை எரிக்கிறான்? உலகம் அழியப்போவதற் கான அறிகுறியா இது? கடலடியில் வாழும் பெண்குதிரை தன் தலையை உயர்த்துகிறாளா?" என்று வியப்படைந்த அவர்கள் இந்திரனிடம் திரும்பி, "உன் மகன் அர்ஜுனன் ஏன் உலகம் தன்னை விழுங்கிக்கொள்ள உதவ வேண்டும்? நீ எப்போதும் பாதுகாத்து வந்த இந்த வனத்தை அவர்கள் அழிப்பதற்கு ஏன் நீ அனுமதிக்கிறாய்?" இந்திரன் பதிலளிக்கவில்லை. ஒரு வார்த்தையும் சொல்லாமல் நீரைக் கட்டவிழ்த்துவிட்டான். அடர்த்தி யான திரவத் தகடுகளாக விழுந்த அவை தீக்கொழுந்துகளை நெருங்கிய போது ஆவியாகின. அர்ஜுனனின் அம்புகள் வானைக் கறுமையாக்கி நீர்த்துளிகளைக் காயப்படுத்தின. நிலத்திட்டு அழுகிய பிணங்களால் போர்த்தப்பட்டிருந்தது. அவை இங்குமங்கும் மேடுகளாகக் குவிக்கப்பட் டிருந்தன. அவை அக்னியின் உணவில் இனிப்புப் பண்டங்கள், அவன் மிகவும் விரும்பிய செந்தழல் கற்கண்டுகள். வனம் ஆறு நாட்களுக்கு எரிந்துகொண்டிருந்தது. பார்க்கப்படாத மரணங்களின் ஓலங்கள் கேட்டுக் கொண்டேயிருந்தன. சில, மிகச் சில விலங்குகளும் தானவர்களும் மட்டுமே நிலத்திட்டை வந்து அடைந்தனர். பிறகு அலறல் கொஞ்சம் கொஞ்சமாக அடங்கியது. அவ்வப்போது தொலைவில் ஏதோ கீழே விழும் மந்தமான ஒலியும் தீக்கொழுந்துகளின் சூறாவளிச் சீறலும் அங்கே கேட்டது.

அக்னி அர்ஜுனனுக்கு முன்னால் மீண்டும் பளபளவென்று முழுமை யாகத் தோன்றினார், கடலளவு கொழுப்பு மற்றும் எலும்புக் குருத்தை விழுங்கிவிட்டு. அவர் தன் இரு கூட்டாளிகளுக்கும் நன்றி தெரிவித்துவிட்டு விடைபெற்றார்: "நீங்கள் எங்கு ஆசைப்படுகிறீர்களோ அங்குச் செல்லுங்கள்". ஒரு கணம் சட்டென்ற அமைதி, உடனடியாக மெல்லிய சிறகசைப்பால் கலைந்தது. கிருஷ்ணர், அர்ஜுனன், அக்னி மூவரும் அண்ணாந்து பார்த்தனர். நான்கு பறவைகள் வானில் பறந்துகொண்டிருந்தன. மிஞ்சி உயிர் பிழைத்த உயிர்கள்; சதுர் வேதங்கள்.

அர்ஜுனனும் கிருஷ்ணரும் கருகிப்போன வனத்தை உணர்ச்சியற்று மீண்டும் கீழே பார்த்தார்கள். அவர்கள் பின்னால் மங்கிய சாம்பல் நிறத்தில் நிலம் யமுனைக் கரை வரை விரிந்து கிடந்தது. அவர்களுடன் வந்திருந்த சேடிப் பெண்களும் அரசகுலப் பெண்களும் ஒரே வரிசையில் நின்று கவனித்துக்கொண்டிருந்தனர். அவர்கள் முகத்திலும் உடையிலும் மெல்லிய சாம்பல் பூச்சு படிந்து அவர்கள் மொத்தமாக ஒரு நாடாவைப் போல் தெரிந்தனர். அரங்கங்கள் காற்றுவீச்சில் துடைத்தெறியப்பட்டிருந்தன.

இவ்வாறாக ஐந்து பாண்டவர்களுக்கும் அவர்களது ஒன்றுவிட்ட சகோதரர்களான கௌரவர்களுக்கும் இடையிலான போர் அறிவிக்கப் பட்டது. கிருஷ்ணரும் அர்ஜுனனும் யமுனைக் கரையில் தண்ணீர் ஓடிக்கொண்டிருப்பதைக் கவனித்தபடி பொழுதைக் கழித்துக்கொண்டிருந் தார்கள். பிறகு ஒன்றும் பேசாமல் நாடோடிகள் போல் இந்திரப் பிரஸ்தம் திரும்பினார்கள்.

காண்டவ வனம் எரிந்துகொண்டிருந்தபோது, அர்ஜுனன் வேறொரு சிதையின் சடசடவென்று முறியும் ஒலியை நினைவுகூர்ந்தான். நடந்து இன்னும் நீண்ட காலம் ஒன்றும் ஆகவில்லை. அவன் ஒன்றுவிட்ட சகோதரர்களான கௌரவர்களின் விருப்பப்படி நடந்திருந்தால் அவனே தன் சகோதரர்கள் நால்வருடன் சேர்ந்து இறந்துபோயிருப்பான். அதுதான் அரக்கு மாளிகை எரிந்தது. ஒரு அழகான, நொய்ம்மையான, மரணப்பொறி மாளிகை, அவர்கள் ஒரு நீண்ட விழாக்காலத்துக்காகத் தங்கியிருந்த வாரணாவதத்தில். அங்கும் உருக்கப்பட்ட வெண்ணெய் இருந்தது. அதன் திகட்டும், ஊடுருவித் துளைக்கும் வாசம் சணல், தக்கை, மூங்கில் இவற்றின் வாசத்துடன் நான்கு பெரிய கூடங்களிலும் கலந்திருந்தது. குறுகிய தூண்கள்கூட எளிதாகத் தீப்பற்றும் வகையில் வெண்ணெய் பூசப்பட்டிருந்தன.

பெரியப்பா விதுரன் விஷயத்தைப் புதிர்மொழியில் குறிப்பாகச் சொல்லிவிட்டார். பாண்டவர்கள் அகழெலியின் வளைபோன்ற சுரங்கப் பாதையைத் தாங்களே தோண்டினார்கள். இரவில் அவர்கள் ஆயுதங்களுடன் நழுவிப் போய்த் தங்கள் ஒளிவிடத்தில் காவல் இருப்பார்கள். இவர்கள் நெருப்பில் இறந்துவிட்டதாக மற்றவர்களை நினைக்க விட்டு விட்டுத் தப்பிக்கும் வாய்ப்புக்காகப் பல மாதங்கள் காத்திருந்தார்கள். ஓரிரவு அப்பாவியான ஐந்து நிஷாதர்கள் குடித்துவிட்டுத் தங்கள் தாயுடன் மெத்தையில் கிடந்தார்கள். தீக்கொழுந்துகளின் உறுமலைக்கூட அவர்கள் கேட்கவில்லை. அவர்களது கருகிய உருவங்கள் கௌரவர்களை, தங்களுடைய அருவருக்கத்தக்க சிற்றப்பன் மக்களான பாண்டவர்கள் இனியும் தங்கள் வழியில் குறுக்கிட மாட்டார்கள் என்று நம்பச் செய்தது.

தங்கள் தாய் குந்தியுடன் சேர்ந்து பாண்டவர்கள் வேட்டையாடப்படும் விலங்குகளைப் போல் இரவு நேரத்தில் ஓடினார்கள். தங்கள் பதுங்கு குழியிலிருந்து தப்பித்து, தங்கள் பின்னால் நெருப்பின் ஒளி மங்க, வனத்தை நோக்கி அவர்கள் விரைந்தார்கள். காற்றின் சீற்றத்தில் மரங்கள் ஆடின. ஓர் ஆண்டு அலைக்கழிப்பும் கட்டாய விழிப்பும் தந்த இறுக்கம் இளகத் தொடங்கியது. ஆனால் தாங்கள் விடுபட்டுவிட்டதாக அவர்கள் இன்னமும் நம்பத் துணியவில்லை. அந்தக் குழுவில் பீமன் மட்டுமே தடைகளை யெல்லாம் வெட்டி வீழ்த்தினான். அவன் கடந்துசென்றபோது மரங்கள் தரையில் மோதி விழுந்தன. மற்றவர்கள் மூச்சுத் திணறுவதைக் கண்டு மெல்ல குந்தியை முதுகிலேற்றிக் கொண்டான். இரட்டையர்கள் நகுலனை யும் சகாதேவனையும் பிடித்துக்கொண்டான். பிறகு அர்ஜுனனையும் யுதிஷ்ட்ரனையும் தன் கைகளுக்கு அடியில் கெட்டியாகப் பற்றிக்கொண்டான். உயிர்கொண்ட மலைபோல் நடையைத் தொடர்ந்தான். தாவரங்களை அடித்து வீழ்த்தி இருளைக் கிழித்துப் பாதை திறக்கும் கடுங்காற்று அவன்.

பாண்டவ சகோதரர்கள் ஐவரும் பெயரளவில் மட்டுமே பாண்டுவின் மக்களாக இருந்தவர்கள், ஒரு குறிப்பிட்ட கடவுளின் கூறை, அம்சத்தைப் பெற்றதாகப் பெருமை கொண்டனர். அவர்கள் குந்தியின் (மாத்ரியுடையவும்)

கருப்பைகளில் வெவ்வேறு கடவுளர் வழி கருக்கொண்டனர் – யுதிஷ்ட்ரன் எமதர்மனால், பீமன் வாயுவால், அர்ஜுனன் இந்திரனால், இரட்டையரான நகுலனும் சகாதேவனும் இரட்டையர்களாக அஸ்வினி தேவர்களால் – பிறந்ததிலிருந்தே பாண்டவர்கள் தங்களுக்கும் தங்கள் பெரியப்பன் மக்களான கௌரவர்களுக்கும் இடையில் ஒரு வன்மமான இறுக்கத்தை உணர்ந்திருந்தனர். அவர்கள் ஒன்றாகச் சேர்ந்து விளையாட்டுகளை ஆடியபோது, அது மரணம்வரை போரிடுவதைப் போன்று இருந்தது. அவர்களின் பொதுவான குலமரபு சார்ந்த சிக்கலால் அவர்களில் யார் ஒரு நாள் அஸ்தினாபுரத்தின் நியாயமான அரசராவார் என்ற நிச்சயத்துக்கு இடமில்லாமல் இருந்தது. முறைமையை நிலைநாட்டுவது குறித்து முன்னிறுத்தப்பட்ட கருத்துகள், நியாயமானது என்று ஒரு கட்டம்வரை இரு தரப்பிலும் உரிமை கோரினாலும் மிகவும் முரண்பட்டவையாகவே இருந்தன.

தங்கள் சிற்றப்பன் மக்கள் உயிரோடு எரிந்துபோவார்கள் என்னும் நம்பிக்கையில் கௌரவர்கள் அரக்கு மாளிகைப் பொறியை அமைத்தபோது பாண்டவர்கள் ஆச்சரியப்படவில்லை. “இப்போது இன்னொரு தீ. நூற்றுக் கணக்கான விலங்குகளைக் கொல்வதற்காக நான் என் தந்தை இந்திரனுடன் போரிட வேண்டியிருந்தது. பலர் இழிச்செயல் என்று கருதக்கூடிய என் செயலின் பயனாக நான் எப்போதும் விரும்பிய வில்லான காண்டீபம் எனக்குக் கிடைத்தது. சாம்பல் பாலைவனத்தை உருவாக்குவதற்காக என் வாழ்நாள் நண்பன் கிருஷ்ணனுடன் சேர்ந்து முதன்முறையாக ஒரு செயலைச் செய்ய வேண்டியிருந்தது. இவை அனைத்தும் பொருளற்றது என்றால் அதன் காரணம் இது பெருமளவுக்குப் பொருள் கொண்டதாக இருப்பதுதான்” என்று காண்டவ வனம் எரிந்துகொண்டிருந்தபோது, அர்ஜுனன் நினைத்தான்.

தொலைவிலிருந்து பார்க்கும்போது, பாண்டவர்களுக்கும் கௌரவர் களுக்கும் இடையில் நிகழவிருக்கும் தவிர்க்க முடியாத யுத்தம், காண்டவ வனத்திலிருந்து விரைந்தோடிய விலங்குகளின் படுகொலையைப் போலவே தோற்றமளிக்கக் கூடும். அது காற்றிலும் மரணத்திலும் அருவருப்பையும் குரோதத்தையும் நிறைத்தது. காலதேவன் ஒரு யுகத்தை முடிவுக்குக் கொண்டுவரும் அவசரத்தில் இருந்தான். அவனுக்கு விஷயத்தைச் சுலபமாக்கும் ஒரு சாக்குதான் போர். தீக்கொழுந்து நிறைந்த வனத்தின் முன் சளைக்காமல் வில்லை வளைத்துக்கொண்டிருந்த அர்ஜுனன், அன்று இல்லாவிட்டாலும் பிறகு, பல ஆண்டுகளுக்குப் பிறகு, அந்தப் படுகொலை ஏன் நடந்தது என்று தொடர்ந்து தன்னையே கேட்டுக்கொண் டிருந்தான். எந்தப் பொருளில் அது “உலக நன்மைக்காக” நடந்தது? முடிவில் தன் உறவினர்களைக் கொல்வதை நியாயப்படுத்துவதுகூடச் சுலபமாகப் போய்விட்டது. ஆனால் அந்த எரியும் வனத்தில் தப்பியோடிய விலங்குகள்? ஏன்? அர்ஜுனனுக்குப் பதிலேதும் கிடைக்கவில்லை. கிருஷ்ணர் மீண்டும் மீண்டும் தன் சக்கரத்தையும் கதையையும் இரக்கமில்லாமல்

பிரயோகித்துக்கொண்டிருப்பதைக் கண்டான். பிறகு தன் தந்தை இந்திரன், மகனின் அம்புகளால் இழிவுபட்டு, பிறகு மீண்டும் தோன்றி, பெருந் தன்மையோடு கிருஷ்ணருக்கு வரம் அருள முன்வந்ததை நினைவுகூர்வான். பழையதாகிப்போயிருந்தாலும் அரசாண்மை மிக்க ஒரு கடவுள், ஒரு அரசனுக்கு, அரசாண்மைகளுக்கு மேல் ஆட்சி செலுத்தும் அரசாண்மை மிகுந்த இன்னொரு கடவுளுக்கு, வரமளிக்க முன்வந்தார். நிகழ்வின் விசித்திரத்தையும் முரணையும் அர்ஜுனன் அப்போது கவனிக்கக்கூட இல்லை. அவனுக்கு மிகத் தெளிவாக நினைவிலிருந்தது கிருஷ்ணர் கேட்ட வரம்: அர்ஜுனனின் நட்பு, எக்காலத்துக்கும்.

எண் ஐந்தின் தேசமான, பொம்மைகளின் தேசமான பாஞ்சாலத்தின் இளவரசி திரௌபதிதான் கிருஷ்ணரையும் அர்ஜுனனையும் முதலில் ஒன்றிணைத்தவள். யாக குண்டத்திலிருந்து பிறந்ததால் திரௌபதிக்குக் கருமையான, அநேகமாக எரிக்கப்பட்ட கட்டைகளின் கருநிறம் இருந்தது (அதனால்தான் அவள் கிருஷ்ணை என்றும் அழைக்கப்பட்டாள்). நீலத் தாமரைகளின் வாசம் கொண்டிருந்தாள் அவள். அவள் தந்தை அரசன் துருபதன் அவளுக்கான சுயம்வரத்தை அறிவித்தான். போட்டியாளர்கள் தங்கள் விற்கள்கொண்டு போட்டியில் கலந்துகொள்ள வேண்டும். ஒரு குயவனின் வீட்டில் பிராமணர்கள்போல் பொய்க்கோலம் பூண்டு தங்கி யிருந்த பாண்டவர்கள், இந்தச் சவாலுக்குத் தங்களை ஆயத்தப்படுத்திக் கொண்டார்கள். சுவையூட்டும் களைப்பூட்டும் கொண்டாட்டங்கள் பதினைந்து நாட்களுக்கு நடந்தன. யாரும் திரௌபதியை இன்னும் பார்க்கவில்லை. பதினாறாம் நாள் இளவரசி கருத்த சருமத்துக்கும் பிரகாசமான வெள்ளை ஆடைக்கும் இடையில் தெரியும் பொன்மாலை அணிந்து அரங்கத்தில் தோன்றினாள். போட்டியாளர்கள் எழுந்து, “திரௌபதி எனதாவாள்” என்று கத்தினார்கள். நூற்றுக்கணக்கான காதணிகள் சூரிய ஒளியில் பளிச்சிட்டன. சுயம்வரத்தைக் காண்பதற்காக வந்திருந்த விருந்தினர்களில் விருஷ்ணிகளின் தலைவராகக் கிருஷ்ணரும் வந்திருந்தார். அந்தக் கூட்டத்தில் பிராமணர்கள் நடுவில் பாண்டவர்களை உடனடியாக அடையாளம் கண்டுகொண்டது அவர் மட்டும்தான். மேலும் பாண்டவர்களில் அர்ஜுனன்தான் அவர் கவனத்தைக் கவர்ந்தான். உலகங்களிடையே பரவி விரியும் அஸ்வத்த மரத்தின் எதிரெதிர்க் கிளைகளில் அவர்கள் எவ்வளவு காலம் அமர்ந்திருந்தார்கள், முடிவற்ற பெருநீர்ப்பரப்பின் மேல் எவ்வளவு காலம் மிதந்து சென்றார்கள், பத்ரிநாத் குகையில் ஒருவர் தன் வலது காலை மடக்கியபடியும் மற்றவர் இடது காலை மடக்கியபடியும் தொலைவில் ஒரு நதியின் உறுமல் கேட்டுக் கொண்டிருக்க அவர்கள் எவ்வளவு காலம் (ஓராயிரம் வருடங்கள்?) ஒன்றாக இருந்திருப்பார்கள்? இப்போது மக்களோடு மக்களாக இங்கே சந்திக்கிறார்கள். அதற்குள் மற்ற இளவரசர்கள் தங்கள் இலக்கைத் தவற விட்டார்கள். அர்ஜுனனின் இடது தோள் மெதுவாக வில்லைப் பின்னே இழுப்பதைக் கண்டார் கிருஷ்ணர். அவர் நினைத்தார்: “வனமல்ல, மரம். மரமல்ல, பறவை. பறவையல்ல, தலை. இப்போது . . . ஒரு பெருங்கூச்சல்.

இலக்கு துளைத்துச் செல்லப்பட்டது. திரௌபதி தன் ஒளிரும் கண்களை அர்ஜுனன்மீது திருப்பினாள். தன்னை வென்றவனை அவள் ஏற்கனவே தேர்ந்தெடுத்திருந்தாள். வெள்ளை மலர்களாலான மாலையுடன் அவனை நோக்கிச் சென்றாள்."

தான் தேர்ந்தெடுத்தவனான அர்ஜுனனுக்கு மனைவியாகியுள்ள மகிழ்ச்சி திரௌபதிக்கு நீண்ட நேரம் நிலைக்கவில்லை. தான் ஒரு அசாதாரணமான குடும்பத்துக்குள், வெவ்வேறான, ஒன்றோடொன்று இணைந்துள்ள, ஒரு கையின் ஐந்து விரல்களைப் போன்ற அந்த ஐந்து சகோதரர்களின் குடும்பத்துக்குள் மணமுடித்துச் செல்கிறோம் என்று அவளுக்குத் தெரியும். அவர்கள் அனைவருமே வசீகரமாக இருந்தார்கள், ஆனால் அர்ஜுனனைப் பார்க்கும்போது வேறெதுவும் வேண்டியிருக்கவில்லை. அவர்கள் அனைவரும் உடனடியாக அங்கே அவனருகில் நின்றுகொண்டிருந்தார்கள்: யுதிஷ்டிரன், முறை வழுவாதவன், அதிகாரத் தோரணை கொண்டவன், அவன் பின்புலத்தில் ஏதோ இருள் கவிந்திருந்தது; பீமன், மற்றவர்களால் ஓநாய்–வயிறன்(விருகோதரன்) என்றழைக்கப்பட்டவன், கோபுரம் போன்றிருந்தவன்; நகுலன்; சகாதேவன், இரட்டையர்கள், தூய இனமரபு சார்ந்தவர்கள். "அவர்களை ஒன்றாக வைத்திருப்பது யார்? அவர்கள் தாய் குந்தி" என்று நினைத்தாள் திரௌபதி. அவளைச் சந்திக்க வேண்டிய தருணத்திற்காகப் பயந்துகொண்டிருந்தாள்.

அவர்கள் நகரத்தைவிட்டுச் சென்றார்கள். திரௌபதி தன் புதிய வாழ்வு பற்றிய கற்பனையுடன் அர்ஜுனனைப் பின்தொடர்ந்தாள். அந்தக் கவலையின்மையையும் ஆனந்தத்தையும் தான் மீண்டும் பெறப்போவதில்லை என்பதை அவள் அறியவில்லை. பிரம்புப் புதர் ஒன்று அங்கே இருந்தது. அவர்கள் கால்கள் மண்ணில் புதைந்தன. வழியில் சந்தித்தவர்கள் அவர்களை ஒரு யாத்ரிகர்களின் குழுவென்று நினைத்தார்கள். அர்ஜுனன் முன்னே நடந்துகொண்டிருந்தான். தன் தாயிடம் முதலில் சென்று சேர்பவனாக இருக்க நினைத்தான். வனத்தைவிட்டு வெளியே வந்து ஒரு தாழ்வான ஜாடிகள் சூழ்ந்த ஒரு வீட்டை அடைந்தான். பெரிய இருண்ட அறைக்குள் சென்று அங்கு யாரோ இருப்பதை உணர்ந்தார்கள். "அம்மா உனக்காக நாங்கள் என்ன கொண்டு வந்திருக்கிறோம் பார்". வெளிச்சம் நிரம்பிய கதவை நிமிர்ந்துகூடப் பார்க்காமல் குந்தி சொன்னாள், "உங்களுக்குள் பகிர்ந்துகொள்ளுங்கள்". அவர்கள் காணிக்கையாகக் கொண்டு வந்திருந்த பொருள் குறித்தே அவள் அப்படிச் சொன்னாள். ஆனால் ஒரு தாயின் சொற்கள் இறுதியானவை: இவ்வாறாக, அவர்களுக்குள் சரிசமமாகப் பங்கிடப்பட்டு, திரௌபதி ஐந்து சகோதரர்களுக்கும் மனைவியானாள். தீராத கிண்ணத்தின் சோறு. இரவு வந்தபோது, தானறியாத அந்த ஐந்து சகோதரர்களின் கால்களுக்குக் கீழே படுத்திருந்தாள், ஒரு திண்டுபோல.

எவ்வளவு காலம், எந்த வரிசையில் திரௌபதி ஒவ்வொரு சகோதரனுடன் வாழ வேண்டும் என்று அவர்கள் முடிவெடுத்தனர். பிறகு

ஒரேயொரு விதியை மட்டும் சேர்த்துக்கொண்டனர்: ஏதாவதொரு பாண்டவன் திரௌபதி மற்றவரோடு இருக்கும்போது அவளைத் தொந்தரவு செய்துவிட்டால், அவன் பன்னிரண்டு மாதங்கள் வனத்திற்குப் போய்விட வேண்டும். அர்ஜுனனுக்கு அவ்வாறு நேர்ந்தது.

யுதிஷ்ட்ரனும் திரௌபதியும் கலவியில் ஈடுபட்டிருந்த வேளையில் அதற்குத் தடங்கலாகப் படுக்கைக்கு அருகிலிருந்த ஆயுதங்களை எடுப்பதற்காக அறைக்குள் சட்டென நுழைந்துவிட்டான் அவன். அது அறிந்தே செய்த மீறல். அவன் அவ்வாறு செய்திராவிட்டால் தன் உதவி நாடி வந்த நிராயுதபாணியான பிராமணனைக் காப்பாற்ற முடியாமல் போயிருக்கும். யுதிஷ்ட்ரன் தன் சகோதரனைப் போகாமல் தடுக்க முயன்று, தண்டனையிலிருந்து தப்பிக்க அற்பமான ஆட்சேபணைகளைச் சொல்லிக்கொண்டிருந்தான். ஆனால் போயாக வேண்டுமென வற்புறுத்தியது அர்ஜுனன்தான். உலகில் தனியாக இருப்பது என்றால் என்னவென்று பார்க்க அவன் விரும்பினான். சகோதரர்கள், ஒன்றுவிட்ட சகோதரர்கள், தாய், இவர்களிடமிருந்து விலகி இருப்பதற்காக. அவன் அதிகம் நெருங்கக் கூட முடியாத அந்த அற்புதமான மனைவியிடமிருந்துகூட விலகி இருப்பதற்காக. அயற்பண்புகொண்ட அசாதாரணமான ஏதோவொன்றை அவன் எதிர்பார்த்தான்: ஓர் அனுபவம், ஏதாவது ஓர் அனுபவம், தற்செயல் நிகழ்வுக்கு இடமளிக்கும் ஓர் அனுபவம்.

அந்தப் பன்னிரண்டு மாதத் தீர்த்த யாத்திரையில் அவ்வளவு அதிகமான புனிதத்தலங்களுக்குச் சென்றவனும் அவ்வளவு அதிகமான பெண்களைக் கண்டவனும் ஜம்புத்வீபத்தில் வேறு யாரும் இல்லையென்று காழ்ப்புடையவர்கள் சொன்னார்கள். பிரம்மத்தின் மாணவர்களாக, தூய்மைக்கும் சுயகட்டுப்பாட்டுக்கும் தங்களை அர்ப்பணித்துக்கொண்ட, பல பிரம்மச்சாரிகளில் ஒருவனைப்போல் அவன் சுற்றித் திரிந்தான். அவன் உத்பாலினி, அலக்நந்தா, கௌசிகி, கயை மற்றும் கங்கையில் நீராடினான். அங்கே நாக அரசனின் மகளான உலூபி, ஆசை வெறியில் அவனை நீருக்கடியில் இழுத்துச் சென்றாள். அவனுடன் கொள்ளும் புணர்ச்சி மட்டுமே தன்னைக் காப்பாற்றும் என்று உலூபி அவனுக்கு உணர்த்திய பிறகே அவன் தன் மனசாட்சியின் உறுத்தலிலிருந்து விடுபட்டான். ஆனால் அந்த மகத்தான நதியின் படுகையில், நாகர்களின் அரண்மனையில்கூடப் பிராமணரின் நெருப்புக்கு முன்னிலையில் சடங்குகள் கொண்டாடப்பட்டது உடனடியாக அவனுக்குத் தைரியம் அளித்தது. வெளியே சொல்லாவிட்டாலும் தர்மம் நிலைப்பது நாகர்களின் துணை யின்றி நடக்காது என்று உணர்ந்தான். உயிர்ச்சக்திக்கும் சர்ப்பத்துக்கும் உள்ள வெளிப்படையான பகைமைக்குப் பின்னால் மிகப் புராதனமான உடன்படிக்கை இன்னும் அமலில் இருந்தது. ஒரு நாக கன்னியுடன் நீர்மையான காதலில் ஓரிரவைக் கழிப்பது அகத்தில் கிளர்ச்சியைத் தூண்டுவதாக இருந்தது. மேலும் இன்னொரு நீர்மையான சாகசத்தையும் அவன் எதிர்கொள்ள வேண்டி இருந்தது. ஒரு நாள் தென்னாட்டுச் சதுப்பு

நிலத்தில் அவன் ஒரு முதலையுடன் மரணப் போராட்டத்தில் ஈடுபட்டான். அவன் கைகளில் பிடிபட்டிருந்த அந்த அச்சுறுத்தும் உயிர் அப்சரஸாக மாறியதைக் கண்டான். அவள் உடனடியாக அவனிடம் பேசினாள்: "நாங்கள் ஐவர் இருக்கிறோம். நாங்கள் பெருமிதம் கொண்டவர்கள், அழகு மிக்கவர்கள், மரியாதையற்றவர்கள், ஒரு துறவியால் நாங்கள் சபிக்கப்பட்டிருக்கிறோம். என் பெயர் வர்கா. எங்களுக்கான மீட்புப் பிணையை நீ செலுத்துவதற்காக நாங்கள் காத்துக்கொண்டிருந்தோம் . . ." இந்தக் கதை சுற்றிப் பரவத் தொடங்கியதும் "முதலைகூட அவன் கைகளில் பெண்ணாகி விடுகிறது" என்றனர் காழ்ப்புக் கொண்டவர்கள்.

அர்ஜுனனின் திரிதல்கள் அவனை மேற்குக் கடற்கரைக்கு அழைத்து வந்தது. கிருஷ்ணர் அவனைப் பிரபாசத்தில் கண்டார். அவர்கள் கட்டிய ணைத்துக் கொண்டனர்; பின் வனத்தில் அமர்ந்தனர். இதுவரை அவர்கள் தனித்துப் பேசிக்கொண்டதேயில்லை. கிருஷ்ணர் முதலில் கேட்டார்: "நீ ஏன் புனிதத் தலங்களுக்குச் சென்று வருகிறாய்?" அர்ஜுனன் பதிலளித் தான். ஒரு நீண்ட பிரிவுக்குப் பின் கதைகளைப் பரிமாறிக்கொள்ளும் நண்பர்களைப் போல் இருந்தது. ஆனால் தன் கண்மீது கவனம்கொண்டிருந்த கண் கிருஷ்ணன்தான் என்றும் தான் அறிந்துகொள்ள விழைவதை ஏற்கனவே அறிந்திருந்த தன் மனத்தினடியில் இருந்த மனமும் அவன்தான் என்றும் அர்ஜுனன் உணர்ந்தான். இந்த உணர்வு குறித்து மேலும் அவகாசம் எடுத்துக்கொள்ள வேண்டும் என்றும் அவன் விரும்பினான். வெளிப்படையாகப் புலப்படுகிறதோ இல்லையோ இந்தத் தோழமையால் அவன் வாழ்வு முற்றிலும் மாறிப்போய்விட்டது. இனி தன் வில்வித்தையில் மேம்பட்ட ஒரு வீரனாக மட்டும் இருப்பது போதாது. அல்லது தர்மத்திற் காகப் போராடுவது மட்டும் போதாது. அதைச் செய்வதற்கு முன்னர் அந்த இரு குவிமையங்களையும் நோக்கி அவன் மனம் விரிந்து பரவ வேண்டும். இதற்கு முன் உணர்ந்திராத ஓர் அமைதி அர்ஜுனனுக்குள் பரவியது. தான் என்ன செய்தாலும் தனக்கு எதிரான எதையும் கிருஷ்ணர் ஒருபோதும் செய்ய மாட்டார் என்பது இப்போது அவனுக்குத் தெரிந்தது. அவரை எதிர்க்க வேண்டியிருந்தாலும் – அதுதான் எத்தனை முறை நடக்கப் போகிறது – அவர் சிந்தனையை, அவர் பார்வையை, அவர் சொற்களை எதிர்க்க வேண்டியிருந்தாலும். அந்தச் சொற்களுக்கிடையில் உள்ள இடை வெளி இப்போது கூடியிருப்பதாகத் தோன்றியது, மௌனமாகத் தன்மீது கவனம்கொண்டிருந்த அவனுக்குள் அந்த இடைவெளிகளில் தான் ஈர்த்துக்கொள்ளப்படுவதாக அர்ஜுனனுக்குப் பட்டது. கிருஷ்ணர் அவன் சிந்தனயோட்டத்தில் குறுக்கிட்டார்: "நாம் ரைவதக மலைக்குச் செல்வோம். அங்கே நடிகர்களும் நடனக்காரர்களும் பங்குகொள்ளும் பெரிய விழா ஒன்று நடந்துகொண்டிருக்கிறது."

மலை தீப்பந்தங்களால் ஒரு பெரிய அரங்கமென ஒளிவீசியது. தங்கள் மாலைகளையும் கங்கணங்களையும் பெருமையாகக் காட்டிக்

க

கொண்டு இளம் விருஷ்ணிகள் சுற்றித் திரிந்துகொண்டிருந்தனர். கிருஷ்ணர் பின்தொடர, மனமகிழ்ச்சியோடும் கிளர்ச்சியோடும் அர்ஜுனன் அவர்களிடையே அலைந்துகொண்டிருந்தான். சட்டென்று அவன் சுபத்திரையைக் கண்டான்; அந்தக் கும்பலின் நடுவில் ஸ்தம்பித்துப்போய் நின்றான். அழகே உடலெடுத்து அவளாக வந்திருந்தது. இன்னொன்றும்கூட: அவள் ஒரு மங்களகரமான ஜீவனாக இருந்தாள். அவள் முன்னால் காலம் திறந்து விரிந்தது. அர்ஜுனன் தனக்குப் பின்னால் கிருஷ்ணரின் அமைதியான, தூண்டிவிடும் குரல் ஒலிப்பதைக் கேட்டான்: “உன்னைப் போன்ற சக்தி வாய்ந்த துறவி ஒருவன், வனத்திற்குப் பழக்கப்பட்ட ஒருவன், ஏன் திடீரென்று காதலில் சிக்கிக்கொள்ள வேண்டும்? அது சுபத்திரை, என் தங்கை.”

அனைத்தும் வேகமாக நடந்தது. அர்ஜுனன் சொன்னான்: “நான் அவளைப் பார்க்கும்போது, பூமி என்னைப் பார்த்துப் புன்னகை செய்கிறது.” ராஜ தந்திரம் பற்றிப் பேசும்போது ஏற்கும் சிந்தனை தோய்ந்த முகபாவத்தை ஏற்கனவே கிருஷ்ணர் ஏற்றிருந்தார். அவர் சொன்னார்: “க்ஷத்ரியனுக்கு விதிகள் சுயம்வரத்தைப் பரிந்துரைக்கின்றன. ஆனால் எந்தப் போட்டியாளன் வெற்றி பெறுவான் என்று சொல்ல முடியாது. உனக்குப் பதில் வேறொருவன் கூடத் தேர்ந்தெடுக்கப்படலாம். ஆனால் க்ஷத்ரியன் கடத்திக்கொண்டு செல்லலாம். அது அனுமதிக்கப்பட்டதுதான். அழகு மிகுந்த சுபத்திரையைத் தூக்கிச் சென்றுவிடு. இதுதான் என் ஆலோசனை. மற்ற அனைத்தையும் நான் பார்த்துக்கொள்கிறேன்.”

பன்னிரண்டு மாதங்களின் முடிவில், அர்ஜுனன் தன் சகோதரர்களிடமும் திரௌபதியிடமும் சென்றான். ஒளிரும் சிவப்புப் பட்டாடையிலிருந்த சுபத்திரை அருகில் நின்றுகொண்டிருந்தாள். திரௌபதி அர்ஜுனனைப் பார்த்து, “ஒரு பொதியை நீங்கள் அவிழ்க்கும்போது பழைய முடிச்சுதான் முதலில் அவிழ்கிறது” என்றாள். மறுப்பது தன் கடமை என்பதுபோல் அர்ஜுனன் அதை மறுக்க முயன்றான். பெருமிதமும் திண்மையும் வாய்ந்த திரௌபதி அதைக் காதில் வாங்கிக்கொள்ளவில்லை.

கொஞ்ச காலம் கழித்து, அர்ஜுனன் மீண்டும் திரௌபதியிடம் சுபத்திரையுடன் சென்றான். அவன் சுபத்திரையை ஒரு கோபிகையைப் போல் உடுத்தச் செய்திருந்தான். அது சாத்தியமெனில், அவள் மேலும் அழகாக இருந்தாள். அவள் ஒரு தூரத்து மகிழ்ச்சியைப் பிரதிபலித்தாள்: தன் சகோதரன் கிருஷ்ணனின் குழந்தைப் பருவ மகிழ்ச்சியை. இந்த முறை திரௌபதியிடம் பேசியது சுபத்திரை. அவள் சொன்னாள்: “நான் சுபத்திரை. தங்கள் பணிப்பெண்”. திரௌபதி அவளைப் பார்த்துப் புன்னகைத்தாள். “உன் கணவனாவது போட்டிக்கு யாரும் இல்லாதிருக்கட்டும் . . .” சுபத்திரை மனப்பூர்வமான குரலில், “அது அவ்வாறே ஆகட்டும் . . .” என்றாள். அப்போதிருந்து அந்தப் பெண்மணிகள் சண்டையிட்டுக் கொள்ளவில்லை. சில மாதங்களின் பின் சுபத்திரைக்கு அபிமன்யு பிறந்தான்.

விரைவில் நிகழவிருக்கும் அர்ஜுனனின் வருகையைப் போல் வேறெதுவும் இந்திரலோகத்தில் அவ்வளவு ஆர்வத்தைக் கிளப்பவில்லை: "அவர் மகன்! அவர் மகன்! அவரது விருப்பத்திற்குரியவன்!" என்பதே பொதுவான பேச்சாக இருந்தது. இதற்கிடையில் அர்ஜுனன் சுற்றிலும் பார்த்தான். சிகரங்கள், பனிப்படல வண்டல்கள், இமாலயத்தின் கருநீலச் சமவெளிகள், இவற்றுக்கிடையே திகிலையும் முழுமையான தனிமையையும் கண்டான். ஒரே சமயத்தில் நன்றியுணர்வுடனும் நெகிழ்ந்தும் அவன் மலைகளை இப்போது வாழ்த்தினான். "நான் உங்களிடையே மகிழ்ச்சியாக இருந்தேன் . . ." என்றான். "இங்கேதான் நான் தவத்தைக் கண்டடைந்து வனங்கள் கொதித்துப்போகும் அளவுக்கு அதை அனுஷ்டித்தேன். காற்றைப் புசித்துக்கொண்டு மாதக் கணக்கில் அசைவற்று அமர்ந்திருந்தேன். அற்ப ஆயுள்கொண்ட எண்ணற்ற உயிரினங்கள் என் கண் முன் கடந்துசென்றன. கர்ம வினையற்ற உயிரினங்கள், ஒரே ஒரு கட்டளைக்கு மட்டும் பணிபவை: "வாழ்! இறந்து போ!" இங்குதான் ஒரு வேடனுடன் சண்டையிட்டேன். மற்ற அனைத்தையும் விஞ்சும் ஓர் ஆயுதத்தை, பிரம்மனின் கொய்யப்பட்ட தலையை, ஒரு எண்ணத்தால், ஒரு கண்பார்வையால், ஒரு சொல்லால், ஒரு வில்லால் இயக்கக்கூடிய அந்த ஆயுதத்தை, எனக்கு அளிப்பதற்கு முன்னால் என்னை யாகப்படையலின் இறைச்சிபோல் ஒரு ரத்தக் களறியான பிண்டமாக ஆக்கினான் அவன்". அவன் தன் தனியான சாகசங்களின் நுட்பமான பட்டியலைச் சொல்லிக்கொண்டே போனான். விண்ணுலகம் அவன் கவனத்தை ஈர்த்ததாகத் தெரியவில்லை.

அப்போதுதான், தேரோட்டி மாதலி, மேகங்களுக்கிடையிலிருந்து வெளிவந்து ரதத்துக்கு மேலாகப் பாம்புகள் அசையும் கறுநீலக்கொடி வைஜயந்தத்தைப் பறக்கவிட்டபடி, "உன் தந்தை உன்னை அழைக்கிறார். விண்ணவர் அனைவரும் உன்னை வரவேற்க வேண்டும் என்று அவர் விரும்புகிறார் . . ." என்றான். ரதம் மேலே பறந்தபோது, இன்னும் பல்லாயிரக்கணக்கான ரதங்கள் வானத்தில் திரிவதை அர்ஜுனன் கண்டான். சூரியனும் சந்திரனும் தேவைக்கதிகமானவை என்று தோன்றும் அளவுக்கு அவை பளபளத்தன. அவற்றை அவனுக்குச் சுட்டிக்காட்டி அவை யாருக்குச் சொந்தம் என்று அவர்கள் பெயர்களைச் சொல்லியபடி மாதலி அவனுக்கு வழிகாட்டியெனச் செயல்பட்டான். பெரும்பாலும் அர்ஜுனன் அநேகமாகப் பெயர் அறிந்திராத பழங்கால ஞானிகள். நான்கு பெரிய வெண்ணிறத் தந்தங்கள் கொண்ட யானையொன்று தோன்றியபோது ரதம் தெய்வீகமான அந்த வீட்டுக்கு அருகாமையில் வந்துவிட்டதை உணர்ந்தான். "ஐராவதமாக இருக்க வேண்டும் . . ." என்று நினைத்தான் அர்ஜுனன். சட்டென்று அவன் முன்னால் இருந்தது இந்திரனின் நகரமான அமராவதி. ஒரு ஒலிமிகுந்த, வண்ணமயமான கும்பல் அவனை வரவேற்பதற்காகக் கூடியிருந்தது. அவன் மெல்ல மெல்ல அடையாளம் கண்டுகொண்ட கடவுளரைவிடப் பெரும் எண்ணிக்கையில் இருந்த கந்தர்வர்களையும் அப்சரஸ்களையும் கண்டுதான் அவன் வியந்தான். உல்லாசமான, அதிர்வுகொண்ட, நிலையற்ற அவர்கள் கடவுளரைவிடக்கூட அழகுடையவர்களாக இருந்த அவர்கள் வான்வெளியைச் சேர்ந்தவர்

க

களெனத் தோன்றினார்கள். பிறகு அவன் தன் தந்தையைக் கண்டான். ஒரு உயரமான வெண்குடையின் கீழ் வாசம் வீசும் விசிறியின் பின்னால் அவர் இருந்தார். கந்தர்வர்களின் பாசுரங்கள் உன்மத்தமாக ஏறி இறங்கிக் கொண்டிருந்தன. அப்சரஸ்களின் இடைகள் மெல்ல ஊசலாடிக்கொண் டிருந்தன. இந்திரனின் கண்களில் அவ்வளவு கனிவை யாரும் எப்போதும் கண்டதில்லை. அவர் அர்ஜுனனிடம் சென்று அவன் கைகளைப் பற்றிக்கொண்டு, அவன் கன்னங்களையும் நீண்ட புஜங்களையும் வருடினார். பிறகு கவனமாக, கடவுளரின் அரசர் வியப்புடன் அவன் தலையின் வாசத்தை முகர்ந்தபடி தன் கையை அர்ஜுனனின் நெஞ்சுக்கு நகர்த்தினார். அவர் திறந்த உள்ளங்கையில் இடிகள் விட்டுச் சென்ற தழும்புகள் தெரிந்தன. பிறகு இந்திரன் தன் மகனை அரியணைக்கு அழைத்துச் சென்று தன்னருகில் அமர்த்திக்கொண்டார். இதுதான் அர்ஜுனன் தன் வாழ்வில் அச்சம் கலக்காத பேரின்பம் அறிந்த முதல் கணம். கடமையின் சுமை விலகியது. இந்த வைபவத்துக்கென அலங்கரிக்கப்பட்ட காட்சிப் பொருளாக இருந்தது வானம்.

தன் நீண்ட பயணத்திற்குப் பின் தன் பாதங்களைக் கழுவிப் புத்துணர்வூட்டுவதற்காக நீர் நிரம்பிய அகன்ற வாயுடைய பாத்திரங்களுடன் கந்தர்வர்கள் சுறுசுறுப்பாக இருப்பதை அவன் கவனித்துக்கொண்டிருந்தான். அர்ஜுனனின் கண்கள் அங்கு அலைபாயும் அப்சரஸ் குழுவைக் கண்டது. தன்னருகில் இருந்த மாதலியிடம் அவர்கள் பெயர்களை மெல்லிய குரலில் கேட்டான். “க்ருதாசி, மேனகை, ரம்பை, பூர்வசித்தி, ஸ்வயம்பிரபா, ஊர்வசி, மிஸ்ரகேசி, துண்டு, கௌரி, வரூதினி, சஹா, மதுரஸ்வரா . . .” என்று மாதலி அவர்கள் பெயர்களைப் பட்டியலிட்டுக்கொண்டே போனான். அர்ஜுனனால் கவனிக்க முடியவில்லை. அவற்றில் சில பெயர்கள் அவன் குழந்தையாக இருந்தபோது கேட்டிருந்த கதைகள் சிலவற்றை நினைவில் எழுப்பின. இளவரசிகள், ரிஷிகள், வீரர்கள், வேடர்களின் கதைகள். ஆனால் இந்தக் கதாநாயகிகள் தங்கள் இடங்களுக்கு நடனக்காரிகளின் குழுவாகத் திரும்பிவிட்டது போலிருந்தது. அவர்கள் அனைவரும் சேர்ந்து ஒரே கதையாகத் தோன்றி, ஒரே முகமாக, ஆனந்தத்தைப் பிரதிபலித்து ஒளிவீசினார்கள். “அவர்களை அடையாளம் கண்டுகொள்ள நான் கற்றுக்கொள்ள வேண்டும் . . .” என்று நினைத்தான் அர்ஜுனன். மேலும் அவன் கண்கள் சளைக்காமல் அந்த முகங்கள் மீதும், உடல்கள் மீதும் ஓடிக்கொண்டிருந்தன. அவர்கள் களிப்பில், பிரகாசத்தில் அவன் சந்தித்த கண்கள் வெறுமையுடன் அயற்சி நிறைந்து, ஆபரணத்தில் பதிக்கப் பட்ட கற்கள்போல் தெரிந்தனர். முத்துப் பதித்த மார்புக் கச்சைகளில் உயர்ந்து நின்ற மார்பகங்களும் மிருதுவான தொடைகளும் வரைந்தவை போலிருந்தன. அப்சரஸ்களில் ஒருத்தியின் கண்களை அர்ஜுனனின் கண்கள் சந்திக்கும் வரை. “உயர்ந்த தாடை எலும்புகள், என்போலவே” என்று நினைத்தான். தொலைதூரமாகவும் அலைபாயாமலும் ஏரியொன்றின் மேற்பரப்பைப் போலிருந்த கண்களுக்குள் தன் பார்வை மூழ்குவதை உணர்ந் தான். “உயர்ந்த தாடை எலும்புகள் கொண்ட அந்த அப்சரஸ் யார்?” என்று மாதலியைக் கேட்டான். “அது ஊர்வசி” என்றான் அந்தத் தேரோட்டி.

தன் அறையிலிருந்த அர்ஜுனன், “விண்ணுலகில் என்ன செய்வது?” என்று யோசித்தான். அவன் எண்ணங்கள் அவன் விட்டுவிட்டு வந்த சகோதரர்களை நோக்கித் திரும்பியது. “ஆயுதங்கள் பரிசாகப் பெறுவதற்கு” என்று அவன் தந்தை விரைவில் விளக்குவார். வஜ்ராயுதத்தை, இடியை, எவ்வாறு பிரயோகிப்பது என்று இந்திரன் அவனுக்குப் பயிற்சியளித்தார். “ஆனால் அது மட்டுமல்ல. மனிதர்கள் அறியாத நடனங்களையும் பாசுரங் களையும் நீ இப்போது கற்றுக்கொள்ள வேண்டும்” என்றார். தன்னைத் தொடர்ந்துகொண்டிருந்த கந்தர்வனைப் பார்த்து இந்திரன் தலையசைத்தார். “இது சித்ரசேனன், இவன் உன் நண்பனாகவும் ஆசானாகவும் இருப்பான், இவனை நம்பலாம்.”

அர்ஜுனன் விரைவில் இந்திரலோகத்தில் உள்ளதைப் போல் பாடுவதற்கும் நடனமாடுவதற்கும் கற்றுக்கொண்டான். மனிதர்கள் அறிந்திராதது அவை. தினமும் அவன் கந்தர்வர்களுடனும் அப்சரஸ் களுடனும் பயிற்சி செய்தான். ஆனால் அவனால் ஆசுவாசமாக இருக்க முடியவில்லை. தங்குமிடமின்றிப் பூமியில் துன்பத்தில் வருந்தும் தன் சகோதரர்களைப் பற்றி நினைத்துக்கொண்டிருந்தான். சித்ரசேனன் புரிந்துகொண்டு அவன் மனத்தைத் திசை திருப்பினான். “இப்போது நம்மைத் திரும்பிப் பார்த்துவிட்டுக் கடந்துசென்ற அப்சரஸின் பெயர் என்ன?” என்று அர்ஜுனன் ஒருநாள் கேட்டான். “அது ஊர்வசி,” என்று சித்ரசேனன் பதிலளித்தான். “யாராவது அர்ஜுனனை விண்ணுலகில் நிறுத்திவைக்க இயலுமென்றால், அது ஊர்வசிதான்.” சித்ரசேனன் நேராக இந்திரனிடம் பேசச் சென்றான். அர்ஜுனனையும் ஊர்வசியையும் காதலர்களாக இணைக்கும் தூதுவனின் பணி அவனுக்கு அளிக்கப்பட்டது.

இந்திரன் அவனுக்குத் தந்திருந்த பணியை ஏற்கனவே அறிந்தவள்போல் ஊர்வசி அவனை வரவேற்றாள். “சித்ரசேனா, சொற்களை வீணாக்க வேண்டிய அவசியமில்லை. அர்ஜுனன் எவ்வளவு அழகானவன் என்பதை நான் கண்டேன். மேலும் நான் ஆண்களை நேசிப்பவள் என்று உனக்குத் தெரியும்,” என்று மகிழ்ச்சியற்ற சிரிப்புடன் சொன்னாள். பின்னர் தனக்குத்தானே பேசிக் கொள்பவள்போல் தணிந்த குரலில்: “நான் ஆண்களை விரும்பும் நிர்ப்பந்தம் கொண்டவள் . . .” என்றாள். அன்று மாலை சந்தனக் குழம்பு மணக்க, மெல்லிய சலங்கை ஒலியோடு லேசான போதையுடன் ஊர்வசி அர்ஜுனனின் அறைக்குச் சென்றாள். அர்ஜுனன் மகிழ்ச்சிகொள்வதற்குப் பதிலாக ஒரு புதுவிதமான பயத்தால் ஆட்கொள்ளப் பட்டான். சற்றும் சிந்திக்காமல் தன் கண்களைத் தாழ்த்திக்கொண்டு மரியாதையான சில சொற்களைத் தணிந்த குரலில் பேசினான். பெண்மை யின் மென்குரலில் அவள் சொன்னாள்: “நீ வந்து சேர்ந்து உன்னைச் சுற்றிலும் நூற்றுக்கணக்கான விண்ணுலக வாசிகள் இருந்தபோது உன் வளைந்துகொடுக்காத கண்களால் என்னை ஒரே முறைதான் பார்த்தாய். அந்தப் பார்வையை நினைவுவைத்திருந்தேன். நூற்றுக்கணக்கான ஆண்டு களாக அந்தப் பார்வை எனக்குத் தெரியும். பிறகு சித்ரசேனன் என்னைப்

பார்க்க வந்தான். நீயும் அதை நினைவில் வைத்திருப்பதைச் சொன்னான். இதோ இப்போது நான் இங்கே வந்திருக்கிறேன் ...” ஊர்வசி மேலே பேசப் பேச, அர்ஜுனன் மேலும் திகிலடைவதைப் போலிருந்தது. அவன் தன் விரல்களைக் காதுகளில் ஒரு குழந்தையைப் போல் அடைத்துக் கொண்டான். பிறகு சொன்னான்: “நான் உங்களைப் பார்த்தது உண்மை தான். ஆனால் தாங்கள் சந்திரகுலத்தின் தாய் என்பதை உணர்ந்தேன். நான் சந்திரகுலத்தின் கடைசி வழித்தோன்றல். நீங்கள் என் தாய். உங்களை எப்படி நான் தழுவ முடியும்?” ஊர்வசியின் கண்கள் துயர் நிறைந்து உணர்ச்சியற்று இருந்தன. அவள் சொன்னாள்: “அப்சரஸ்களான எங்களுக்குப் பந்தங்களேதும் தெரியாது. உணர்வுகள்தாம் எங்கள் பிரதேசம். நாங்கள் பயன்படுத்தலை வெறுக்கிறோம். இருந்தும் மனிதர்களாகிய நீங்கள் பூமியில் நெருப்பை வைத்திருக்கிறீர்கள் என்றால், அது வெகு காலத்துக்கு முன்னர் என்மீது ஆசைகொண்ட உன் மூதாதையர்களில் ஒருவரான அந்த மனிதரை நான் விட்டுவிட்டு வந்ததால்தான். என் இன்மையே உலகத்தில் தீயைக் கட்டவிழ்த்துவிட்டது, அது இன்றுவரை எரிந்துகொண்டிருக்கிறது. அது எப்போதும் எரிந்துகொண்டிருக்கும். இந்த முறை நான் உன்னைப் பின்தொடர்கிறேன். என்னை வேண்டாமென்று ஒதுக்காதே”. அர்ஜுனன் இன்னும் கல்நெஞ்சனாகியிருந்தான். “உங்களுக்கு மரியாதை தர மட்டுமே நான் கடமைப்பட்டிருக்கிறேன்.” ஊர்வசி இப்போது கடுஞ்சீற்றங் கொண்டவளானாள். “உன் தந்தை உனக்களித்த பெண்ணை நீ அவமதிக்கிறாய். நீ ஆசைப்படும் பெண்ணை மறுக்கிறாய். நல்லது, பெண்களுக்கிடையில் நீயும் ஒரு பெண்ணைப் போல் வாழ்வாய். அவர் களுடன் நடனமாடுவாய். வேறெதற்கும் நீ தகுதியற்றவன்”. பிறகு ஊர்வசி இரவில் காணாமல் போனாள்.

இன்னும் கோபத்தால் வெளிறியிருந்த ஊர்வசி இயந்திரத்தனமாக ஆடைகளை அவிழ்த்துப் போட்டாள். அவள் உதடுகளிலிருந்து இகழ்ச்சி யான ஓசைகள் சில வெளிவந்தன. பிறகு படுக்கையில் படுக்க, அவளுக்கே உரித்தானது என்று பலரும் போற்றிய அந்த முகபாவம் மீண்டும் நிலை கொண்டது: மிகப் பெரும் தொலைவும், துன்பமும் கொண்ட முகபாவம். அவள் நினைத்தாள்: “ஆனால் அர்ஜுனனைவிட வேறு யாரும் புரூரவஸைப் போல் தோற்றமளிக்கவில்லை”. பிறகு மீண்டும் ஒருமுறை, ஏற்கனவே நூற்றுக்கணக்கான வருடங்களில் எண்ணற்ற தடவைகள் நடந்திருந்ததுபோல் அவள் தன் நினைவின் ஏரிக்குள் உள்வாங்கிக்கொண்டாள்.

ஊர்வசி சென்றவுடன் அர்ஜுனன் தன்மீதே எரிச்சல் கொண்டான். அவள் வியக்கத்தக்க அழகை இனி ஒருபோதும் பார்க்கப்போவதில்லை என்று அவனுக்குத் தெரியும். பதினைந்து தலைமுறைகளுக்கு முந்தைய ஒரு மூதாதையரைப் பற்றி ஏன் அவ்வளவு மனசாட்சிக் குத்தல்களும் பதற்றமும்? இருந்தும் ஏதோவொரு வலிமை வாய்ந்த உள்ளுணர்வு அவளைத் தீண்டக் கூடாது என்று அவனுக்குக் கட்டளையிட்டது. அவன்

யோசித்துக்கொண்டிருந்தபோது ஒரு கை அவன் வலது தொடையின்மேல் இருந்தது. தொன்மையான ஒரு காயத்தைப்போல் அவன் விரல்நுனிகளுக்குக் கீழ் ஏதோ அதிர்ந்துகொண்டிருந்தது. அதனுடன் ஒரு காட்சி மனத்தில் பளிச்சிட்டது, எங்கே எப்போது என்பது அவனுக்கு நினைவில்லா விட்டாலும். இளைஞர்கள் இருவர், அநேகமாக ஒரே மாதிரி இருந்தவர்கள் பாறைமீது அமர்ந்திருந்தனர். கண்ணாடியில் உள்ளதுபோல் ஒளி மிக்க காற்றுவெளி. தொலைவில் ஓடும் நீரின் இரைச்சல். சுற்றிலுமெங்கும் அப்சரஸ்களுடைய நறுமணத்தின் சுழற்சி. ஆனால் ஆண்கள் இருவரும் ஒன்றும் அலட்டிக்கொள்ளவில்லை. சட்டென்று அவர்களில் ஒருவர் தன் தொடையைத் தட்டினார். ஒரு மிகச் சிறிய பெண்ணுருவம் வெளியே குதித்தது. நன்கு அலங்கரிக்கப்பட்ட, கச்சிதமான உருவம். பின்னர் அது பெரிதாகி வானை நோக்கிச் சுட்டியது. அவன் அவளை அடையாளம் கண்டுகொண்டு முணுமுணுத்தான். "ஊர்வசி, நீ தோன்றியது தொடையிலிருந்து, *ஊரு*.., நீ என் மகளும்கூட ..." ஆனால் அவனால் அந்த எண்ணத்தை தொடர்புபடுத்த இயலவில்லை. அவன் உறக்கத்தில் ஆழ்ந்துபோனான்.

விராட ராஜனின் அரசவையில் அர்ஜுனன் ஒரு வருட காலம் அலியாக வாழ்ந்தான். முடிச் சுருள்களில் நீண்ட தோடுகள் கண் சிமிட்ட அவன் தலைமுடி தோள்வரை தொங்கியது. முத்துச்சிப்பி பதித்த கங்கணங்கள் அவன் மணிக்கட்டில் வளைந்திருந்தன. வில்லைப் பயன்படுத்தியதால் ஏற்பட்ட வடுக்களை மறைப்பதற்காகத் தன் கைகளை மூடிவைத்திருந்தான். அதைப் பார்த்தபோது விராடனால் நம்ப முடியவில்லை. கருத்தைக் கவரும் இந்தப் பெண்ணுருவம், அந்தப் பெருவீரன்தான் என்று அவன் உணர்ந்தான். முதுமையின் கண்மூடித்தனத்தில் தன் ராஜ்ஜியத்தை அளிக்க முன்வந்தான். இதற்காகத் தன் மகனின் உரிமையையும் மறுக்கத் துணிந்தான். ஆனால் அர்ஜுனன் வற்புறுத்தினான்: "நான் ஒரு அலி. நான் விரும்புவது உங்கள் மகள் உத்தரைக்குப் பாட்டும் நடனமும் சொல்லித் தர மட்டும்தான்."

அது நுட்பமான முடிவற்ற பரவசம் நிறைந்த ஆண்டாகவும் அயர்ச்சி தரும் சோர்வடையச் செய்யும் பெரும் தொல்லையாகவும் இருந்தது. மாலைவேளைகளில் அர்ஜுனன் கொடும் அரக்கர்கள், இளவரசிகள் மற்றும் வீரர்கள் பற்றிய கதைகளைப் பெண்களின் சிறு குழுவுக்குச் சொல்லிக் கொண்டிருப்பான். போர்வீரர்கள் தங்கள் தலைவனைத் தொழுவதுபோல் அவர்கள் அவனைப் போற்றித் தொழுதார்கள். அவன் நடனக்கூடத்தில் செலவிட்ட நாட்களில், விராட ராஜ்ஜியம் செழித்திருந்தது, கூடவே தொல்லையுற்றிருந்தது. கண்களும் காதுகளும் ஆன்மாவுக்கு மூடிக்கிடக்க, வாழ்க்கை உடல்ரீதியான லயங்களில் நிகழ்ந்துகொண்டிருந்தது. அர்ஜுனன் கண்டதெல்லாம் தன் அசைவுகளைப் பாவனை செய்யும் பெண்களை மட்டும்தான். சித்திரவதையாக இருந்தது உத்திரைதான். அவளைத் தொடக்கூடச் செய்வதில்லை எனத் தனக்குத்தானே பிரதிக்ஞை செய்து கொண்டான் அர்ஜுனன். இருந்தாலும் அர்ஜுனன் பாடும்போது

உத்திரையின் குரல் அவன் குரலைத் தொடர்ந்து பாடுவதுபோல் தொடர்ந்து தாம் இருவரும் இணைந்தே இருப்பதான உணர்வு இருவருக்கும் இருந்தது. பனிக்குட நீரில் அமிழ்ந்திருந்ததுபோல், பிசுபிசுக்கும் காற்றில் அமிழ்ந்தபடி, மதியத்தின் நகராத பொழுதுகளில் "உத்தரை, உத்தரை" என்று தான் முணுமுணுக்கக் கண்டான் அர்ஜுனன். "இறுதியானவள், அறுதியானவள், வடக்கிலிருந்து வருபவள், நம்மை மறுகரைக்கு அழைத்துச் செல்பவள், உத்தரை, உத்தரை..." தன் மாணவியான அந்த இளவரசியைப் பொறுத்த வரை தான் செய்யக் கூடியதெல்லாம் காய்ச்சல் கண்டதுபோல் கனவுப் புனைவுகளில் ஈடுபடுவதுமட்டும்தான் என்று அவன் அறிவான். தொலை வில் வடக்கே உள்ள சதுர நிலமான, யாரும் கால் பதித்திராத, ஆனால் கதைகள் பல சொல்லப்படும் உத்தரகுருவிலிருந்து கீழிறங்கி வந்த உயிராக அவளைக் கற்பனை செய்து கொண்டான். அவன் திரிதல்கள் அதன் எல்லைவரை அவனை அழைத்துவந்திருந்தது. இப்போது கடலாழத்தையும் இந்திரலோகத்தையும் தரிசித்துத் திருப்தி அடைந்திருந்தாலும் அர்ஜுனனுக்கு அறியப்படாததைச் சூல்கொண்டிருந்த ஒரே பெயர் உத்தரகுரு மட்டும்தான். குழந்தையாக இருந்தபோது அதுபற்றிக் கேட்டிருந்த பல கதைகளில் ஒன்றை நினைவுகூர்ந்தான். அந்தச் சமயத்தில் பெரிய முக்கியத்துவம் எதையும் உணராத, ஆனால் இப்போது கட்டுப்படுத்த இயலாமல் மனத்தில் திரும்ப வந்துகொண்டிருக்கும் ஒரு கதை. ஒன்றாகப் பிறந்து, பதினோராயிரம் ஆண்டுகளுக்குப் பிறகு ஒன்றாக இறந்த காதலர் இருவர்பற்றிய கதை – அந்தக் கடைசி ஆயிரம் ஆண்டுகள் அவன் ஆவலைத் தூண்டியது. பிறகு பாருண்டப் பறவையின் கூட்டமொன்று இரு உடல்களையும் தூக்கிச் சென்று பெரிய மலைக்குகைகளில் அவற்றைக் கிடத்தின. அவர் களைப் பற்றிய ஒரு அடையாளமோ நினைவோ மிஞ்சவில்லை. இதுதான் – அவர்களின் அளவிடற்கரிய நீண்ட ஆயுளல்ல – அவனைக் குதூகலப் படுத்தியது. எந்தக் கணமும் நிகழவிருக்கும் போர், தர்மம், தன் சகோதரர்கள், தான் பின்னே விட்டுச் செல்லக் கடமைப்பட்டுள்ள நற்பெயர், அனைத்தையும் ஒரு கணம் கீழே இறக்கி வைத்ததைப் போல் இருந்தது. "பதினோராயிரம் ஆண்டுகள், ஒரு அடையாளம்கூட இல்லை," என்று பரவசத்துடன் திரும்பத் திரும்பச் சொல்லிக்கொண்டே இருந்தான்.

உத்தரைக்கு அது மேலும் துன்புறுத்தும் காலமாக இருந்தது. ஏறக்குறைய இன்னும் குழந்தையாகவே இருந்தாள் அவள். அவள் தன் கண்ணுக்குத் தெரியாத காதலர்களின் கூட்டிலிருந்து வெளிப்படும் தறுவாயில் இருந்தாள். "அவளை முதலில் கொண்டது சோமன், பிறகு கந்தர்வன். மூன்றாவது கணவன் அக்னி, நான்காவதுதான் மனிதனுக்குப் பிறந்தவன்". பெண்மனத் துக்குக் காதலர்களே இல்லாத நிலை தெரியாது. ஒன்றன் பின் ஒன்றாகத் தொடரும் நிலைகளை மட்டுமே அது அறியும். அங்கே மனிதனின் மகன் நான்காவதாகத்தான் வருகிறான். அறியாமலேயே உத்தரை சோமனுடனும் கந்தர்வனுடனும் அக்னியுடனும் வாழ்ந்தாள். இப்போது ஒரு மனிதனுக்காகக் காத்திருந்தாள். ஏதோ ஒரு மனிதன். அவள் அர்ஜுனனிடம் அவனைக் கண்டாள். அவளுக்குப் பாடக் கற்றுத்தரும்

ராபர்ட்டோ கலாஸ்ஸோ

தன் குரலை ஒரு நடுக்கத்தைப் போல் அவளிடம் நகர்த்தும் தொடர்புகள் அனைத்திலும் இருந்து பின்வாங்குபவனுமான இந்த அலியிடம். "நீ கந்தர்வனை விடவும் நழுவிச் செல்பவனாக, அனைத்துக் கடவுளரையும் விடத் தொலைவில் உள்ளவனாக இருக்கிறாய், இருந்தும் உன் குரலுடன் ஏறி இறங்கியபடி நான் உனக்குள் இருக்கிறேன்..." என்று மகிழ்ச்சியில் விசும்பியபடி முணுமுணுத்தாள் உத்தரை.

பிறகு அர்ஜுனன் புரிந்துகொண்டான், எவ்வளவு தூரத்துக்கு – உண்மையிலேயே அது வெகுதூரம்தான் – ஊர்வசியின் பழிதீர்ப்பு சொல்லக்கூடும் என்பதை. அவள் தன் தாய்போல் என்று அவளை நிராகரித்ததால், இப்போது உத்தரையையும் நிராகரித்தாக வேண்டும், தன் மகள்போல் என்று. ஒரு முறை கிருஷ்ணன் அவசரமாகப் பேசிய சில சொற்களை அர்ஜுனன் நினைவுகூர்ந்தான்: "நாம் அனுபவிக்கும் சாபங்கள்கூட நமக்குப் பயன்படவேண்டும்." நிதானமாக அவன் ஒரு திட்டம் தீட்டினான். உத்தரையிடம் அழகுக்கு அப்பாலான ஏதோ ஒன்று இருந்தது. அப்பாலாகவே இருந்த ஒன்று. அவள் சருமத் துவாரங் களிலிருந்து அவன் இதுவரை அறிந்திராத வாசமொன்று வீசியது. உவர் வாசம். மற்றொரு உலகுக்கு, இப்போது விழுங்கப்படப் போகும் உலகுக்குப் பின்னால் வரப்போகும் உலகுக்கு, அவளால் ஒருவரை இட்டுச் செல்ல முடியும் என்பதற்கான ரகசிய அறிகுறியான ஒரு வாசம். எனவே அர்ஜுனன் உத்தரையைத் தன் யௌவனப் பருவத்து மகனான அபிமன்யுவுக்கு மணமுடித்துவிடத் திட்டமிட்டான். அப்படியாக அவனும் அவளும் ஒருவரையொருவர் தீண்டாமலேயே காதல் பார்வைகளைப் பரிமாறிக் கொள்ளலாம். உத்தரை கடைசிப் பாண்டவனைப் பெற்றெடுப்பாள்: இறந்து பிறந்து பின்னர் கிருஷ்ணரால் உயிர் கொடுக்கப்பட்ட பரிக்ஷித்து. அவன் பின்னர் தன் முன்னோர்களின் சாகசங்களான மகாபாரதத்தை முதன்முதலாகக் கேட்கவிருக்கும் ஜனமேஜயனுக்குத் தந்தையானான்.

ஒரு அரசனாக ஜனமேஜயன் யாகம் மற்றும் கதை சொல்லலை அதன் கடைசி எல்லைவரை, அறுந்து போய்விடும் எல்லைவரை இழுத்துச் சென்றான். ஜனமேஜயன்தான் ஸர்ப்பயாகம் செய்தது. பெருமளவுக்கு அது நிர்மூலமாக்கும் முயற்சியாகத்தான் இருந்தது. மகாபாரதக் கதையை வியாசரைச் சொல்லவைப்பதற்கு வைசம்பாயனரை உற்சாகப்படுத்தி, பின்னர் தனக்கும் ஸர்ப்பயாகத்தில் பங்கேற்ற மற்ற பிராமணர்களுக்கும் வைசம்பாயனர் சொல்வதற்கு ஏற்பாடு செய்தது ஜனமேஜயன்தான். ஆகவே பாம்புகளின் நிர்மூலமும் பராக்கிரமசாலிகளின் நாசமும் மாறி மாறி நிகழ்பவையாக அமைவது இதனால்தான். ஒன்று மற்றொன்றை விளக்குகிறது. ஒன்று மற்றதாக ஆகிறது. இரண்டும் தோல்வியுறுவதானால், இரண்டில் ஏதோ ஒன்று, ஏதோ ஒருவர், எச்சமாக விடுபட்டுப் போனதால் தான். ஜனமேஜயனே ஒரு வீரப் பரம்பரையின் கடைசியாக மிஞ்சியவன். அவன் பாம்புகளை நிர்மூலமாக்க வெறிகொண்டு போரிட்டான். ஆனால்

அவனால் வெற்றிபெற இயலவில்லை. ஏனெனில் நெருப்பில் விழ வேண்டிய அந்தக் கணத்தில் மீண்டும் ஒரு பாம்பு உயிர் தப்பிவிட்டது. அந்தப் பாம்புதான் ஜனமேஜயனின் பரமவைரியான தக்ஷகன். ஏற்கனவே காண்டவ வனம் எரிந்தபோது தப்பிப்பிழைத்தவன். கதைகள் தொடரும் என்று உறுதிசெய்வதற்கு, யாகங்கள், போர்கள், நாசங்கள் இவற்றுடன் ஒன்றுகலக்கவும் ஒன்றோடொன்று பின்னிப்பிணைந்த அந்த ஜோடிகளான அரசனும் பாம்பும் தங்கள் சந்ததியைத் தொடரவும் தப்பிப் பிழைத்த அந்த இருவர் போதும். பெருநீர்ப்பரப்பில் மீண்டும் தாங்களே இறங்கி ஒருவர் மீது மற்றவர் மல்லாந்து கிடக்கும்வரை, கடவுளும் பாம்புமாக, விஷ்ணுவும் சேஷனுமாக.

ஜனமேஜயனும் அவன் மூன்று சகோதரர்களும் முடிவற்று நீளும் யாகங்களில் ஒன்றான சத்ர யாகம் செய்கையில், நடந்துபோகாமல் ஊர்ந்து செல்ல வேண்டி இருக்கும் காரணத்தால் கீழே குந்தியிருந்தார்கள். மூன்று தலைமுறைகளுக்கு முன்னர் இரு பக்கங்களிலும் இருந்த அவர்கள் மூதாதையர்களின் ரத்தம் தோய்ந்திருந்த மண்ணில், மேலும் பல தலைமுறை களுக்கு முன்னர் விண்ணுலகுக்குத் தப்பிச் செல்லுமுன் வெவ்வேறு வகையான தங்கள் சொந்த யாகங்களை நடத்தியபோது கடவுளர் கால் பதித்த அந்த மண்ணில், குருஷேத்திர மண்ணில் அவர்கள் கீழே இறங்கிக் கொண்டிருந்தனர். அது ஒரு புழுக்கமான நாள். காற்று முற்றிலும் அசைவற்றிருந்தது. அந்தக் கொடும் வெப்பத்தில் சகோதரர்கள் நால்வரும் பார்வைகளைப் பரிமாறிக்கொண்டனர். ஒரு நாய், தெரு நாய் ஒன்று, அவர்களிடம் வந்தது. கூச்சத்துடனும் தயக்கத்துடனும் அது அவர்களை அணுகியது. மையத்திலிருந்த படையலை நோக்கிச் சென்று அதை நக்குவதற்குத் துணியாதது மட்டுமின்றி, அதைப் பார்ப்பதற்குக்கூட அஞ்சியது. தலையைக் குனிந்துகொண்டு பக்கவாட்டில் அது நகர்ந்தது. சட்டென்று தங்களுக்கு சமிக்ஞை ஏதோ கொடுக்கப்பட்டதுபோல், ஜனமேஜயனின் சகோதரர்கள் மூவரும் எழுந்து நாயை அடிக்க ஆரம்பித்தார்கள். அவர்களது நீண்ட சன்னமான தடிகள் எலும்பும் தோலுமாயிருந்த நாயின் விலாப்புறங்களில் கடுமையாக இறங்கின. நாய் தன் ஒரே தற்காப்பான குரைப்புடன் கிரிச்சிட்டுக் கத்தியது. பிறகு நொண்டிக்கொண்டே சென்று மறைந்தது.

குருஷேத்திரத்தில் பல்லாயிரம் வருடங்களாக நடந்திருந்த அனைத்தும் காலத்தின் ஒரு பேரருவியென அந்தக் கணத்தின்மீது, அந்தக் காட்சியில் பொழிந்தது. அந்தக் கணம்தான் அந்த நீண்ட ஓட்டத்தின் சுவடைத் தொடர்ந்து சென்று, குருஷேத்திரத்தில் நடந்த அனைத்தையும் சொல்வதற் காக வியாசர் தேர்ந்தெடுத்தது. "அளப்பதற்கரியதாகவும் புனிதப்படுத்துவ தாகவும் தூய்மைப்படுத்துவதாகவும் பிராயச்சித்தம் செய்வதாகவும் வாழ்த்துவதாகவும்" அமைந்த ஒன்று, "பேரார்வம் மிக்க வேலைக்காரர்கள் தங்கள் மேன்மையான புரவலரின் தயவில் வாழ்வதுபோல் கவிஞர்களில்

சிறந்தவர்கள் அதன் தயவில் வாழும்படியான ஒன்று அதிலிருந்து பரவக்கூடும் என்பதற்காக, அவர் தேர்ந்தெடுத்தது மிகவும் அற்பமான, மிகவும் தெளிவற்ற ஒரு கணமாக இருந்தது."

இதற்கிடையில் அடிக்கப்பட்டுக் காயமடைந்த நாய் தன் தாயான இந்திரனின் பெண்நாய் சரமாவிடம் சென்று புகார் செய்தது. "நீ ஏதோ தவறு செய்திருக்க வேண்டும்" என்றாள் சரமா. "நான் எதுவும் செய்ய வில்லை, படையல்களை நக்கவில்லை, அவற்றை நான் பார்க்கக்கூட இல்லை. ஆனால் ஜனமேஜயனின் சகோதரர்கள் என்னை அடித்தார்கள்". ஒன்றும் செய்யாமல் பார்த்துக்கொண்டிருந்த ஜனமேஜயன் தண்டனைக்கு உகந்தவன் என்று சரமா நினைத்தாள். அவள் அவன் சகோதரர்கள்மீது ஏதும் கவனம் செலுத்தவில்லை. குற்றத்தைப் பார்த்துக்கொண்டிருப்பது அதைச் செய்வதைவிட மோசமானது.

மகாபாரதத்தின் அளவு சிக்கலான கதை வேறெதுவுமில்லை. அதன் நீளத்தால் மட்டுமல்ல: பைபிள்போல் மூன்று மடங்கு நீளம். இலியாத்தையும் ஒடிஸியையும் ஒன்றாகச் சேர்த்தால் அதைப் போல் ஏழு மடங்கு நீளமுடையது. ஆனால் வடமேற்கு இந்தியாவில் பங்காளிகளுக்குள் நடந்த போரின் கதையைச் சொல்வதற்கு இந்த வழிமுறையை வியாசர் தேர்ந்த தெடுத்தது ஏன்? அது மட்டுமே தலை சுற்றவைக்கக்கூடிய அளவுக்கு சிக்கல் கொண்டதாக விவரணையின் சட்டகம் ஏன் இருக்கிறது? வாழ்வெளி யின் முடிவற்ற சிக்கல் தன்மையை மறைமுகமாகச் சுட்டும் தந்திரமா? அது மிகவும் அற்பமாக இருக்கும் – அதற்கு இவ்வளவு மிகப் பெரும் முயற்சி தேவைப்பட்டிருக்காது. அதன் அளவில் பத்தில் ஒரு பங்குக் கதைகளே அந்த உணர்வை ஏற்படுத்தப் போதுமானதாக இருந்திருக்கும். மீதமுள்ளவை? ஜம்புத் த்வீபத்தில் என்ன நிகழ்ந்தாலும் அங்கு எப்போதும் ஒரு எச்சம், ஒரு மிகை, நிரம்பி வழியும் ஏதோ ஒன்று, கடந்து அப்பால் செல்லும் ஒன்று, உள்ளது. காற்றுவெளியில் செதுக்கப்பட்ட கச்சிதமான உருவரைப் படிவம் எப்போதுமில்லை, கல்லில் செயல் பொங்கித் தெறிக்கும் நீண்ட சிற்பப் பட்டைகள். அவை முடிவின்றிப் போய்க்கொண்டே இருக்கக்கூடும். அவை *சம்சாரம்* என்னும் "புலப்பெயர்ச்சியின்," அலைமுகடு கள். பாண்டவர்களுக்கும் கௌரவர்களுக்கும் இடையிலான போர் ஒரு "முடிச்சு" (மகாபாரதத்தின் பாகங்கள் *பர்வங்கள்*, "முடிச்சுகள்", என்று அழைக்கப்பட்டன). ஒவ்வொன்றும் மற்ற ஒவ்வொன்றுடனும் நெய்யப் பட்டுள்ள எண்ணற்ற தையல்களில் ஒன்று. காலத்தில் பின்னோக்கிச் சென்று இதற்கு முன்னே நடந்ததைப் பார்க்கும்போதோ கொஞ்சம் முன்னால், அது முடிந்தபிறகோ பார்த்தால், எல்லாப் பக்கங்களிலிருந்தும் நம்மீது உரசும் ஒரு வலையை உணர்கிறோம். உடனடியாக நாம் வலையின் விளிம்பைப் பார்க்கப் போவதேயில்லை என்னும் நிச்சயத்தால் தாக்கப் படுகிறோம். ஏனெனில் அதற்கு விளிம்புகள் ஏதுமில்லை. வெளிப்படையாகத் தெரியாத விஷயம் ஒன்று உள்ளது: மனம் எப்போதும் 'முடிவு–தொடக்கம்' என்று தனக்குள் உருட்டிக்கொண்டிருக்கும் இல்லாத ஒரு விஷயம்.

ஞானிகள் தொடக்கத்தைப் பற்றிப் பேசும்போது, மேலும் மேலும் பின்னோக்கிச் சென்று, இருப்பதும் இல்லாததும் இன்னும் பிரிக்கப்படாத கட்டமும் ஓர் ஆரம்பப் புள்ளியல்ல; ஒரு விளைவு மட்டுமே. ஒரு எச்சம். ஏதோவொன்று முன்னால் நிகழ்ந்தது – ஒரு முழு வேறு உலகமே முன்னால் நிகழ்ந்தது – பெருநீர்ப்பரப்பின் மேல் கப்பற்சேதத்தின் குவியலென மிதக்கும் அந்தத் திரட்சி உருக்கொள்வதற்காக. தொடக்கம் ஒரு கப்பற்சேதம். ஞானிகளின் சொல்லப்படாத முகவுரை இதுவாகத்தான் இருந்தது. மகாபாரதத் துடையதும் அவ்வாறே.

பொருள் பொதிந்த விஷயங்கள் செய்வதில் அனைவருமே சோர்வடைந்ததுபோல் இருந்தது. புற்களின் மீதோ அல்லது கனன்றெரியும் விறகுகளைச் சுற்றியோ அமர்ந்து கதைகளைக் கேட்க அவர்கள் விரும்பினார்கள். பெரும்பாலும் கேட்பவர்கள் செய்துகொண்டிருந்த சடங்கு களையே கதைகளும் விவரித்தன. ஆனால் இப்போது அந்தச் சடங்குகள் நீண்ட ரத்தக்களரியான சாசகங்களின் கிளைக்கதைகளாகவும் சச்சரவுகள் மற்றும் நம்பிக்கைத் துரோகங்களுக்குச் சாக்காக அமைந்தன. கதைகள் இப்போது சடங்குத் தொடருக்குள் வரும் இடைவெளியாக அமையாமல் ஒரு மற்போர்போலவோ அல்லது தாபம் பொங்கும் ஓர் இரவுபோலவோ சடங்குகள் கதைகளுக்குள் வரும் சம்பவங்களாகிவிட்டன. பொருள் எங்குதான் பொதிந்திருக்கிறது? சடங்குகள் கதைகளுக்குப் பொருள் தந்தனவா? அல்லது கதைகள்தான் சடங்குகளை மூலப்பொருளாகக் கொண்டு பொருள் தருபவையா? அல்லது சடங்குகள், கதைகள் இரண்டுமே பொருள் கொண்டவையாக இருந்து, ஆனால் அவற்றின் பொருள் ஒன்றுக்கொன்று எதிரானவையாக இருந்தால்? அனைத்தும் அசைவற்றுப் போகுமளவுக்கு ஒன்றையொன்று மறுதலிக்கும் பல்வேறு பொருள்களின் குழப்பங்களிடையே ஓர் ஊசலாட்டம் இருந்தது. சடங்குகள் விண்ணை வசப்படுத்த உதவின என்பது நன்கு தெரிந்த விஷயமாகத்தான் இருந்தது. கதைகள்? அவை எதற்கானவை? சொல்லப் போனால், மகாபாரதத்தின் முழுக்கதையுமே அதன் கடைசி விளைவான, காவிய நாயகர்களின் உயிர் பிழைத்திருக்கும் ஒரே வாரிசான ஜனமேஜயன் பெரிதும் விரும்பிய, ஸர்ப்பயாகத்தை எதிர்நோக்கியே இருந்தது. அந்த யாகம் ஒரு நீண்ட உன்மத்தமான செயல். உண்மையில் அது சடங்கல்ல; ஓர் இனத்தை – பாம்புகளை – துடைத்தழிக்கும் முயற்சிதான். மனிதர்களைவிடத் தொன்மை யானதும் மனிதர்களுக்குப் பிறகும் உயிர் தழைத்திருக்கக்கூடியதுமான இனத்தை அழிக்கும் முயற்சிதான். உண்மையில் மனிதன் என்பது, சுருண்டு கிடக்கும் ஒரு பாம்பின் மேல் மிதந்தலையும் ஒரு கடவுளின் கனவன்றி வேறென்ன? அப்படியென்றால் பொருளேதுமற்ற யாகத்தில் இருந்துதான் கதைகளின் பொருள் வெளிப்பட முடியுமா? ஆனால் அந்த யாகத்தின் பொருளற்ற தன்மைதான் அதன் ரகசியமான பொருள் என்பதை மகாபாரதத்தின் முழுக்கதையையும் கவனமாகத் தொடர்ந்த ஒருவர் மட்டும்தானே கிரகிக்க முடியும்? சடங்கின் பொருள் முழுமை, பொருளின்மையில் குமிழ்களாய் முடிந்தது எப்படி நிகழ்ந்தது? இதன்

ராபர்ட்டோ கலாஸ்ஸோ

பதில்கள் என்னவாக இருந்தாலும், ஒப்புக்கொண்டாக வேண்டிய புதிய விஷயம் ஒன்று இருந்தது: சமிக்ஞைகள் மட்டுமே இனி போதுமானவையல்ல. சடங்கு சாராத மற்ற சமிக்ஞைகளும் அவற்றோடு சேர்த்துக்கொண்டு விவரிக்கப்பட்டாக வேண்டும். இப்போது காலங்கள் இருண்டுபோய், அனைத்தும் தலைகீழாகவும் உள்வெளியாகவும் ஆகிவிட்டதால், ஏதாவது வம்சாவளிச் சண்டையில் இருந்துதான், சிறியதாக இருந்தாலும் கடவுளர் நெடுங்காலம் சஞ்சரித்த பிரதேசத்தில் நிகழ்ந்த போர்களில் ஒன்றிலிருந்து தான், கதையைத் தொடங்கியாக – முடிக்கவும்கூட – வேண்டும். உண்மையில் எதேச்சையான சம்பவங்கள் மற்றும் சாகசங்களின் சிந்தனையற்ற விருத்தி தான் இனியும் தனித்திருக்க முடியாத அந்த முந்தைய அறிவைக் காக்கும் கூட்டை உருவாக்க உதவியது. இதனால்தான் *மகாபாரதம்* ஐந்தாவது வேதம் என்று அழைக்கப்பட்டது. அதன் தொடக்கத்திலேயே இந்தப் பெருமிதமான சொற்கள் வருகின்றன: "நான்கு வேதங்களை அவற்றின் கிளைகளோடும் அதுபோல் உபநிஷதங்களையும் அறிந்த ஒரு பிராமணன், இந்தக் காவியத்தை அறியாதிருந்தால், அவர் அறிவு எதுவும் உடையவரில்லை."

காலங்கள் இருண்டபோது அறிவின் வடிவங்கள் அனைத்தையும் நான்கு வேதங்கள் சொல்லித் தீர்த்துவிடவில்லை என்பது வெளிப்படை யாகத் தெரிந்த நாள் ஒன்று வந்தது. பாசுரங்களும் சடங்கு சார்ந்த சமிக்ஞைகளும் தம் பொருளின் அளவில் போதுமானவையாகத் தொடர்ந்து கொண்டிருந்தன. ஆனால் சடங்கின் ஒரு செய்கைக்கும் அடுத்தற்குமான இடைவெளியில் யாரோ ஒருவரின் கதை சொல்லும் செய்கை காலத்தை ஊடுருவியது. சடங்கு நடக்கும் இடத்தின் அடைப்புக்குள் உட்கார்ந்து கொண்டு மக்கள் கவனித்துக் கேட்டுக்கொண்டிருந்தனர். யாகக் குதிரை மாதக்கணக்கில் சுதந்திரமாகச் சுற்றித் திரிந்து கொண்டிருந்தபோது, அரசன் கதை கேட்டுக்கொண்டிருந்தான். பிறகு குதிரை கொல்லப்படுவதற் காகவும் அதன் உயிரற்ற உடலின் குளம்புகள் முதல் அரசியான *மஹிஷியின்* நிர்வாணமான கால்களுக்கிடையில் இரவு முழுவதும் சுற்றிப் பிணைந்து கிடப்பதற்காகவும் அரசனிடம் மீண்டும் அழைத்துவரப்பட்டது. தொடக்கத்தில் அறிவின் அனுபந்தங்களாக மட்டும் இருந்த கதைகளுக்கெனக் கொடுக்கப் பட்ட காலம் படிப்படியாக அறிவின் இடைவெளிகளில் யாகக் குண்டத்தின் கற்களைச் சுற்றிப் புற்கள்போல் வளர்ந்து, கதைகளில் விரிவுகொண்டு, பெருகி, முதலில் நாடகக் காட்சிகளுக்கு இடையில் நடக்கும் சிறு இடை நிகழ்ச்சிகள்போல் கள்ளத்தனமாக நுழைந்து, பிறகு அறிவின் முழுக் கட்டமைப்பையும் சுற்றிக் கவியும் வரையில் மேலும் பல கதைகளை உருவாக்கியது. இவ்வாறாகத் தொடங்கியது இலக்கியம். யாகத்தின் இடைவெளி களில் வளர்வதுதான் இலக்கியம். முதலில் ஒரு புல், பிறகு கற்களின் இடைவெளிகளில் ஊடுருவி அவற்றை உள்ளிருந்து தகர்க்கும் படர்கொடி.

அங்கு வேறொரு நாளும் வந்தது. பின்னாளில் தக்ஷசீலம் என்று அழைக்கப்படப்போகும் இடத்தில், அர்ஜுனனின் கொள்ளுப் பேரனும்,

பாண்டவர்களின் கடைசிவழித்தோன்றலுமான அரசன் ஜனமேஜயனால் நடத்தப்பட்ட ஸர்ப்பயாகத்தின் இடைவேளைகளில் வைசம்பாயனர் சொல்வதைக் கேட்டுக்கொண்டிருந்த பாணன் உக்ரசிரவஸ் நைமிசாரண்யத்தில் கொண்டாடப்பட்ட பன்னிரெண்டு வருட யாகத்தின் இடைவேளை ஒன்றைப் பயன்படுத்திக்கொண்டு பாண்டவர்களுக்கும் கௌரவர்களுக்கும் இடையிலான போரின் கதையைச் சொல்லத் தொடங்கியிருந்தான். வைசம்பாயனர் கதையை வியாசரிடமிருந்து கேட்டிருந்தார். வியாசருக்கு கதையின் முழுமையான பார்வை இருந்தது. பாண்டவர்களுக்கும் கௌரவர்களுக்கும் பாட்டனாராகவும் ஆலோசகராகவும் அவரும் அதில் இருந்தார். இவ்வாறாகத்தான் மகாபாரதம் சொல்லப்பட்டது.

தொடக்கத்தில் ஆரியர்கள் போற்றும் பாசுரங்களாகவும் இருந்து, சடங்கு களைத் தெளிவாக்கிக்கொண்டிருந்த அந்த சடங்குகளைக் கொண்டாடிக் கொண்டிருந்தார்கள். பிறகு ஒரு குறிப்பிட்ட காலகட்டத்தில், அதே சடங்குகளை அவர்கள் கொண்டாடிக்கொண்டிருந்தாலும் சடங்குகளின் பல்வேறு நிலைகளுக்கு இடையிலிருந்த இடைவெளியில் தங்கள் கவனம் குவிந்திருப்பதை அவர்கள் உணர்ந்தார்கள். அவற்றில், இப்போது அவர்கள் கொண்டாடிக்கொண்டிருக்கும் சடங்குகள் பங்கு வகித்த அரசர்கள் மற்றும் வீரர்களின் நீண்ட கதைகள் சொல்லப்பட்டன. தொன்மையான போற்றும் பாசுரங்கள் ரிக் வேதத்தில் சேகரிக்கப்பட்டன. *ர்க்* என்னும் "போற்றுதல்." சடங்குகளின் இடைவெளிகளில் சொல்லப்பட்ட கதைகள் உலகம் இதுவரை கண்டிராத மிக நீண்ட பெருங்காப்பியமான *மகாபாரதமாக* உருக்கொண்டன. அவை ஒரு வடிவத்திலிருந்து மற்றொரு வடிவத்திற்கு எப்படிக் கடந்தன என்பதைப் பற்றி ஒன்றும் சொல்லப்படவில்லை. ஆனால் அதன் காலக்கணக்கு நூற்றுக்கணக்கான ஆண்டுகள் முன்னும் பின்னுமாக மாறிக்கொண்டிருந்தாலும் இரண்டு வடிவங்களுக்கும் இடையில் குறைந்தபட்சம் ஆயிரம் ஆண்டுகள் இருந்தன என்று ஒருவர் தாராளமாகச் சொல்லலாம். அந்தச் சமயத்தில் என்ன நடந்தது? ஏன் பாசுரங்கள் நிலைநிறுத்தப்பட்டுத் தீர்மானிக்கப்பட வேண்டும்? அரசர்கள் மற்றும் வீரர்களின் கதைகள் ஏன் பெருகிக்கொண்டே போக வேண்டும்?

சடங்குகளின் அமைப்புமுறை நெறி தவறிய விளைவுகளை ஏற்படுத்துவதை உணர்ந்தபோது, அவர்கள் வரலாற்றின் நிலைவாசலான பெருங்காப்பியங்களை அடைந்தார்கள். முதலில் சடங்குகள் வரலாற்றைத் தம்முள்ளே ஈர்த்துக்கொண்டன: அரசனின் தலைமையை நிலைநிறுத்தும் சடங்கான ராஜசூயம், பதுங்கித் தாக்குதல், கொள்ளையடித்தல், மற்றும் ஒருவரோடொருவர் போடும் சண்டைகள் பற்றிய குறிப்புகளால் நிரம்பியிருக்கிறது. ஆனால் இப்போது அதற்கு நேர் எதிரானதுதான் உண்மை. ஒருவர் ஒரு சடங்குக் கொண்டாட்டத்தைத் தொடங்கும்போது, உதாரணத்திற்கு யுதிஷ்ட்ரனின் ராஜசூயத்திலோ அல்லது மூன்று தலைமுறைகளுக்குப் பின்னர் நடந்த ஜனமேஜயனின் ஸர்ப்பயாகத்திலோ (அதன்போது யுதிஷ்ட்ரனின் யாகம் விவரிக்கப்பட்டது), ஏதோ ஒன்று கிரகிக்கப்படாமல்

விடுபட்டுப் போகிறது: சடங்கின் விளைவுகள் இப்போது மெய்ம்மைகளாகி விட்டன — ஒழுங்கீனமான, விஷம் மிகுந்த சம்பவங்களின் ஒரு வகைப்பாடு. அதுவும் கோரமாக வெளித் தெரிபவை. திரௌபதிக்கு நடந்த முறைகேடு, பாண்டவர்கள் நாடு கடத்தப்பட்டது, அர்ஜுனன் தன் சொந்த மகனாலேயே வெட்டப்பட்டது. சடங்கு இதற்குமேல் வன்முறையைக் கட்டுப்படுத்த இயலாமல், ஒரு இயந்திரத்தைப் போல வன்முறையைப் பெருக்கியது — ஆனால் இப்போது ஆசையால் அல்ல, பேரழிவால். சொல்லப்போனால் சடங்குதான், முற்றான கச்சிதம் மற்றும் சமிக்ஞையின் நிஜத்தன்மை மீதான இந்த நம்பிக்கைதான், கடைசியில் தீவினைகளிலேயே மோசமான வற்றைத் தூண்டிவிட்டுக்கொண்டிருக்கும் விஷயமாக இருக்கிறதா?

இதையெல்லாம் அவர்கள் சொல்லியாக வேண்டுமா? அது நகரத் தெருக்களில் சுற்றிக்கொண்டிருக்கும் பல்வேறு கருத்துகள் போன்ற கொடியதொரு கருத்தாக இருக்கும். ஒருவேளை அதைக் காட்ட முடியுமா? ஆனால் ஒரு விஷயத்தை எப்படிக் காட்டுவது? அதை நிகழச் செய்வதின் மூலம். ஒன்று நிகழ்வதும் விவரணையும் ஒரு கட்டத்தில் ஒன்று சேர்கின்றன: இரண்டும் மனத்தில் ஒரு பதிவை ஏற்படுத்துகின்றன. கதை சொல்வது என்பது விஷயங்களைச் சாத்தியப்படும் உச்சபட்சமான வேகத்தில், அதாவது மனத்தில், நிகழச் செய்யும் ஒரு வழி. இவை அனைத்தையும் வெளிக்கொண்டுவரக் கூடிய ஒரு கதை — சடங்குகள் எல்லாவற்றுடனும் தொடர்பு கொண்டவையாதலால், தானே எல்லாமாக வும் இருக்கும் ஒரு கதை தேவை. ஆனால் கதைகள் எப்போதும் கண்டிப்பாக ஏதோ ஒன்றைக் குறிப்பனவாக இருக்கின்றன. எல்லாக் கதைகளுமே குறிப்பிட்ட ஒரு கால வரையறைக்குள், அதற்கு முன் நடந்திருக்க முடியாத சந்தர்ப்பச் சேர்க்கைகளில், ஒருவரைப் பற்றியவையாகவோ அல்லது ஒரு சிலரைப் பற்றியவையாகவோ உள்ளன. ஆகவே அனைத்தையும் ஒன்றாகக் கொண்டுவரக்கூடிய கதையொன்று, காலத்தில் பின்னே சென்று, வரும் காலத்தைச் சுட்டி, ஒரு கல்யோனியிலிருந்து ஓடும் நீர்போல் ஒரு ஒற்றை வாய்க்காலில் அதை ஓடச் செய்வதற்கு, ஒரு கதை அவர்களுக்குத் தேவைப்பட்டது. கங்கைக்கும் யமுனைக்கும் இடையில் உள்ள சமவெளியில் விரிந்துகிடக்கும் ராஜ்யத்தின் ஐந்து சகோதரர்கள் பற்றிய கதை அது. இவ்வாறாக வியாசர், இந்தக் கதையை இயற்றியவர் (அதைக் கண்டவர்), அதில் முக்கிய பாத்திரமாக இருந்தவர் (என்ன இருந்தாலும், அந்த ஐந்து இளவரசர்களும் அவரது பேரப் பிள்ளைகள்), இந்தக் கதைக் குள்ளிருந்து சொல்கிறார்: "பொதுவிதியில், லாபத்தில், இன்பத்தில், கடைத் தேற்றத்தில் இங்கே என்னவெல்லாம் உள்ளதோ அவை மற்ற இடங்களிலும் காணப்படும். ஆனால் இங்கே இல்லாதது வேறெந்த இடத்திலும் இருக்காது." அப்போதிருந்து — வேக்னரின் 'ரிங்' மற்றும் ப்ரௌஸ்டின் 'ரிசெர்ச்' வரை — தம்மை இறுமாப்புடன் தவிர்க்க இயலாதவையாகக் காட்டிக்கொண்ட, "மிக முழுமையான நூல்களில், அனைத்தும் சொல்லப்பட்டுவிட்ட நூல்களில்" முதன்மையானது அது. அவை அதிகமாக அர்த்தம் தருவதால், வியப்பைக் கிளர்த்துவதோடு மட்டுமின்றி, ஒரு வகையான சகிப்பற்ற தன்மையையும் தூண்டிவிடுகின்றன. அதனால் ஒருமுறை அவற்றைக்

கேட்ட பின்பு, மற்ற கதைகள் எல்லாம் "குயில் பாடுவதைக் கேட்ட பிறகு கேட்கும் காக்கையின் குரலைப்போல் கர்ணகடூரமாக ஒலிக்கின்றன."

டிராயின் சுவர்களின் கீழ் நடந்த கடைசிப் போர்களின் கதை பார்வையற்ற கவிஞனான ஹோமரால் சொல்லப்பட்டது; குருஷேத்திரப் போர், கதையின் ஆசிரியரும் அதில் பங்கு பெறுபவருமான வியாசர், கதை விவரணையாளருக்கே உரித்தான அனைத்தும் அறியும் ஞான திருஷ்டியை ஒருவருக்கு அளித்து, அவர் பார்வையற்ற ஒரு அரசனுக்கு அதைச் சொல்வதான வடிவில் நமக்குக் கிடைத்திருக்கிறது. விவரணையின் ஏதோ ஒரு புள்ளியில், நகர்த்தப்படக் கூடிய, ஆனால் விட்டுவிட இயலாத ஒரு புள்ளியில் நாம் குருட்டுத்தனத்தைக் காண்கிறோம். இது டைரிசியாஸ் பார்த்ததைப் போல் அதிகமாகப் பார்க்கும் ஒருவர் அதற்குத் தண்டனை யாகப் பார்வை இழப்பார் என்பதாலா? அல்லது அது அதற்கும் அப்பாற் பட்ட ஒன்றைப் பற்றிய, கதை சொல்லல் தொடர்பான ஏதோ ஒன்றைப் பற்றிய குறிப்பா? விவரணை விவரிக்கப்பட்ட மெய்ம்மை இழப்பின் முன் அனுமானம். நடந்ததைக் கண்ட ஒருவருக்கு அதன் கதையைச் சொல்வதில் பொருளேதுமில்லை. ஆனால் மெய்ம்மை கால–வெளியில் அமிழ்ந்து போய்விடும்போது – அதுதான் அதன் இயல்பான நிலை – மிஞ்சுவது இருட்டறையில் காதில் ஒலிக்கும் சொற்கள்தாம். அந்த இருட்டறை, இலியாத்தில் உள்ளதுபோலக் கதாசிரியருடையதா அல்லது மகாபாரதத்தில் உள்ளதைப் போல முதலில் கேட்டவனுடையதா என்பது முக்கியமில்லை. தொடக்கத்தில் கதாசிரியனும் கதை கேட்பவனும் ஐக்கியமா கிறார்கள். உண்மையில் தேவையானது நிலைத்த ஒளியில் குருதி கட்டுப்பட்ட ஒரு காட்சியும் நிழலான பின்னணியில் விரைந்தோடும் குறிகளைத் தொடரும் உன்னிப்பானதொரு பார்வையும்தான்.

சத்யவதி கருப்பாக, கந்தல் உடுத்தி, அழகு மிக்கவளாக இருந்தாள். மீனும் கஸ்தூரியும் கலந்த நுட்பமான வாசத்தை வெளியிட்டுக் கொண்டிருந்தாள். அவளுக்குத் தெரியாது, அவள் ஒரு இளவரசி. தினமும் யாத்ரீகர்களை யமுனையின் மறுகரைக்குப் படகிலேற்றிச் சென்றுகொண் டிருந்தாள். தன் வாழ்வு எப்போதும் சலிப்பூட்டும் ஒரே வகையான செயல்களால் நிரம்பியிருப்பதாக அவளுக்குப் பட்டது. தன் குழந்தைப் பருவத்தில்கூட வேறு எதையும் அவளால் நினைவுகூர இயலவில்லை. அவளை எடுத்து வளர்த்த மீனவர் அவளுக்குச் சொன்னதெல்லாம் அவள் நதியிலிருந்து வந்தவள் என்பதை மட்டும்தான். சத்யவதியும் இதைத் தன்னளவில் உணர்ந்தாள். ஆனால் அவளைக் கண்டுபிடித்தது எப்படியென்று கச்சிதமாக விளக்கவில்லை அந்த மீனவர்: அரசன் உபரிசரனின் வித்தை விழுங்கியிருந்த ஒரு பெரிய மீனின் வயிற்றைக் கிழித்தபோது அவளைக் கண்டார். சத்யவதி எப்போதாவதுதான் பேசினாள். யாத்ரீகர்களின் காசுகளை வாங்கிக்கொள்வதற்காகத் தன் கைகளை நீட்டினாள். யமுனைக் கரையின் ஒவ்வோர் அங்குலமும் அவளுக்குத்

தெரியும் : பிரம்புகள், சேறு, கற்கள். அவளுக்கு ஆசைகள் எதுவுமில்லை. தன் படகிலிருந்தும் அதன் கீழ் உள்ள தண்ணீரிலிருந்தும் வேறுபட்டவளாகத் தன்னை அவள் நினைத்துக்கொள்ளவில்லை. ஒரு மாலை வேளையில், சூரியன் அஸ்தமிக்கும் பொழுதில், யாத்ரீகர்களின் கடைசிக் குழுவை ஏற்றிச் செல்வதற்காகத் தன் படகைக் கரைக்குக் கொண்டுவந்தாள். ஆனால் இந்த முறை அங்கு யாருமில்லை. பிறகு ஒரு பிராமணன் நிழலில் இருந்து வெளியே வருவதை அவள் பார்த்தாள். அவர் கண்கள் பிரகாசமாக இருந்தன. அவர் ஒரு தடி வைத்திருந்தார். ஒன்றும் சொல்லாமல் அவர் அவள் படகில் ஏறினார். சத்யவதி காத்திராது படகை நீரில் தள்ளினாள். நூற்றுக்கணக்கான மற்ற தருணங்கள் போலவே மறு கரையை அவள் கூர்ந்து பார்த்துக்கொண்டிருந்தாள். அவள் வெறும் கால்களின் கீழ் படகு நகர்ந்துகொண்டிருந்தபோது, தன் பிடரியில் கைகளிரண்டை உணர்ந்தாள். தீயிழையொன்று அவள் முதுகில் ஏறியது: அல்லது தான் இதுவரை உணர்ந்திராத அந்த நடுக்கத்தை அப்படித்தான் அவள் விவரித்தாள். அந்தப் பிராமணனின் கைகள் அவள்மீது மெல்ல இழைந்த போது அவள் தன் தலையைக்கூடத் திருப்பவில்லை. மெல்லிய வலிமையான விரல்கள் அவள் கந்தலாடைக்குள் தவழ்ந்தன. படகின் கீழ்ப்புறத்தில் அவர்கள் படுத்துக்கொண்டனர். படகு திசை மாறாமல் மறுகரையை நோக்கி நகர்ந்துகொண்டிருந்தது. படகினடியில் கிடந்த உணவுத் துணுக்குகளுடனும் அங்கு தேங்கியிருந்த தண்ணீருடனும் அந்த இரு உடல்களும் கலந்தன. அவர்கள் ஒன்றும் பேசிக்கொள்ளவில்லை. சட்டென்று தங்களுக்கு மேலாக வளைந்துள்ள வானம் ஏற்கனவே அஸ்தமித்துவிட்ட சூரியனின் கடைசி ஒளியால் நிரம்பி வழிவதைக் கண்டனர். முதுகுகள் ஈரமான மரப்பலகைகளின் மீது படிந்திருக்க, ஓடைமீது இலைகள்போல், ஒருவருக்கு ஒருவர் எதுவும் சொல்லிக்கொள்ளாமல், அவ்வாறானதொரு மகிழ்ச்சியைத் தாங்கள் அறிந்ததேயில்லை – இனி வரப்போகும் மகிழ்ச்சி யனைத்தும் இதனுடன்தான் ஒப்பிட்டுப் பார்க்கப்பட வேண்டும் என்று அவர்கள் நினைத்துக்கொண்டார்கள். படகின் முன்பகுதி கரையைத் தொட்டது. படகைக் கட்டுவதற்காக சத்யவதி எழுந்து நின்றாள். பிராமணன் படகை விட்டு இறங்குவதற்காகத் தன் கைகளை நீட்டினான். அவள் கைவிரல்கள் மூடியபோது உள்ளே ஒரு நாணயம் இருந்தது. பிராமணன் விடைபெற்றுக்கொள்ளாமல் அவளைப் பார்த்தார். விரைவில் வனத்தின் அடர்ந்த திரை அவர் உறுதி வாய்ந்த முதுகை விழுங்கிக்கொண்டது. இவ்வாறாகத்தான் மகாபாரதத்தின் ஆசிரியரும் அதன் நாயகர்களின் பாட்டனாருமான வியாசர் கருக்கொள்ளப்பட்டார்.

பாண்டவர்களுக்கும் கௌரவர்களுக்கும் இடையிலான போருக்கு வழிவகுத்த அந்த சமநிலைப்பிறழ்வின் மூலத்திற்கு நாம் திரும்பிச் சென்றோ மேயானால் – இது பிரச்சினைக்கு உரியது, ஏனெனில் எந்தவொரு கதாபாத்திரமும் செய்யும் எந்த ஒரு காரியமும், அவர்கள் குடும்பத்தின் பல்வேறு கிளைகளிலுள்ள மூதாதையர்கள் செய்த ஏதோவொன்றை நமக்கு நினைவூட்டுகிறது: ஐந்து கடவுளரின் பண்புக் கூறுகளை

கொண்டிருந்த பாண்டவர்களின் ஊரறிந்த தந்தையான பாண்டுவின் பரம்பரையை மட்டும் தொடர்ந்து சென்று பார்த்தால், சந்திர வம்சத்தின் மூன்று தலைமுறைகளுக்குத் தொடர்ந்து, படுகொலையில் முடிந்த அந்த நீண்ட நடுக்கம், ஒரு மீனின் வயிற்றிலிருந்து கண்டெடுக்கப்பட்ட, கைவிடப்பட்டு அநாதையான, அவர் வளர்ப்பு மகளான, அடையாளம் காணக்கூடிய வம்சாவளி எதையும் கோர இயலாதவளான, சத்யவதியின் வாரிசுகள்தாம் மற்றவர்களைவிட உரிமை கொண்டவளாக இருக்க வேண்டும் என்னும் அந்த மீனவ அரசனின் விநோதமான, நியாயமற்ற வற்புறுத்தலில் தொடங்கியது என்பதைப் புரிந்துகொள்ள முடிகிறது. குழந்தைகளை உருவாக்குவதற்கு விசித்ரவீரியனின் இடத்தை வியாசர் எடுத்துக்கொண்ட போது, *அறியப்படாத வம்சாவழி*யின் உரிமைக்காகப் பரிந்து செயல்பட்டவர் அவர்தான். ஏனெனில் ஒருபுறம் கைவிடப்பட்ட அநாதையாக சத்யவதி தன்னைக் காண்பித்துக்கொண்டபோது, மறுபுறம் சத்யவதிக்கும் அறியப் படாத ஒரு பிராமணனுக்குமான கள்ளக்காதலில் விளைந்த கனி வியாசர். தீர்மானமான நெருக்கடி அணுகும்போது, இரண்டு அநாதைகள், அறியப் படாத தந்தைகளின் வாரிசுகள், தர்மத்தைக் காப்பாற்றியாக வேண்டிய வம்சாவழிக்குள் தங்களை நிலைநாட்டிக்கொண்டார்கள். வியாசரின் மகனான பாண்டுவின் பிறப்பளிக்கும் இடத்தை ஐந்து கடவுளர்களும் எடுத்துக்கொண்டு, குருஷேத்திரத்தில் போரிடப்போகும் ஐந்து இளவரசர் களை உருவாக்கும்போது, அந்த நகைமுரண் மேலும் துலக்கமாக உறுதிப்படுகிறது. மெதுவாகப் பிரயாசைப்பட்டு அடைந்த ஓர் ஒழுங்கு, வரவேற்கத்தக்க இருளில் தன்னையே இல்லாததாக்கிக்கொள்வதுபோல், அறியப்படாததில் தன்னை மீண்டும் உருவாக்கிக்கொள்ள, தொலைவான நியாயமான சந்திர வம்சம், ஊடுருவ முடியாத, நிழலான சக்திகளை அளித்த கள்ளத் தந்தைகளின் பெருக்கத்திலும் மேன்மைப்படுத்தலிலும் சகோதரக் கொலைப் போரின் இசிவை நோக்கித் தள்ளாடிச் செல்கிறது.

தன் உடலை ஊடுருவித் தரையில் ஆழமாகப் பதிந்திருந்த அம்புப் படுக்கையில், பரிதாப உணர்ச்சியில் அர்ஜுனன் எய்திருந்த மேலும் சில அம்புகளின் மேல் தலை சாய்த்துக்கொண்டு, பீஷ்மர் பேசினார். தான் மரணமடைய முடிவெடுத்தாலொழிய, அதாவது இன்னும் ஐம்பத்தாறு நாட்கள் கழித்துச் சூரியன் வடதிசைப் பயணத்தைத் தொடங்கும் வரையில், அவரைக் கொன்றுவிட இயலாத நூற்றுக்கணக்கான படுகாயங்களின் துன்பத்துடன் பீஷ்மர் பேசிக்கொண்டிருந்தார். மணிக்கணக்காக, நாட்கணக் காகப் பேசிக்கொண்டிருந்தார். அவரைச் சுற்றி வட்டமாக அவர் தம்பியின் பேரர்களான பாண்டவர்கள், கிருஷ்ணர், இளவரசர்கள் சிலர், பிராமணர் கள் சிலர் இருந்தனர். அவர்கள் களைத்துப்போய் மாறி மாறிப் போய் வந்து கேட்டுக்கொண்டிருந்தனர். பீஷ்மர் பேசினார், பேசிக்கொண்டே இருந்தார். சொல்ல முடியாத அளவுக்குப் பெரிதாகவோ அல்லது அந்த அளவு சிறியதாகவோ எதுவுமில்லை. அந்தப் போற்றத் தகுந்த வீரரின் வாயிலிருந்து கலைக்களஞ்சியங்களுக்கெல்லாம் கலைக் களஞ்சியம் அமைதியாகப் பாய்ந்துகொண்டிருந்தது.

கேட்டுக்கொண்டிருப்பவர்களைப் பார்க்காமல் பீஷ்மர் பேசிக் கொண்டிருந்தார். தன் நடுநிலைமையைப் பிரதிபலிக்கும் அந்தப் போற்று தலுக்குரிய நடுநிலைத் தன்மைகொண்ட வானத்தில் தன் பார்வையை அவர் பதித்திருந்தார். பொருக்குத் தட்டிய தன் காயங்களை மழையில் கழுவவிட்டார். தன் முதிய, காய்ந்திருந்த சருமத்தை இடையறாது சூரிய ஒளியில் திறந்து காட்டிக்கொண்டிருந்தார். இறப்பதற்கு முன்னால் அவர் நிலைநாட்ட வேண்டிய கோட்பாடுகள் அதிகமாகவும் சிக்கலானவை யாகவும் இருந்தன. அவர்மேல் அம்பெய்து அவரை வென்றவர்களான பாண்டவர்களுக்கு அது பயன்பட்டுக்கொண்டிருக்கும். அனைத்திற்கும் மேலாக, கடுந்துயர் மேலோங்க, "இந்த வெற்றி தோல்விபோல் தெரிகிறது," என்று சொல்லிக்கொண்டிருந்த அவர்கள் அனைவரிலும் மிகச் சிறந்தவனான யுதிஷ்டிரனுக்கு. ஆனால் அதிமுக்கியமான ஒரே விஷயம் இதுதான்: கோட்பாடுகளைக் கடைசிமுறையாக விவரமாக எடுத்துரைத்தாக வேண்டும். அவை விவரமாகப் புரிந்துகொள்ளப்படும் என்று பீஷ்மர் எதிர்பார்க்கவில்லை. அனைத்துக்கும் மேலாகத் தன் உயிரின் கடைசிக் கணங்கள்போல் ஏற்கனவே வடிந்துகொண்டிருக்கும் உண்மைகள் மற்றும் விதிமுறைகளின் முடிவுறாத வரிசையைத் திரும்பக் கூறுவதுதான் தன் கடமை என்று அவருக்குத் தெரியும். குருஷேத்திரத்தில் நடந்த அனைத்தின் தோற்றுவாயில் தான் இருப்பது அவருக்கு நன்றாகத் தெரியும். தன் தம்பியின் பேரர்கள் ஒருவரோடொருவர் மரணம்வரை போரிட்டு, முழு இனக்குழுக்களையும் மக்களையும் தங்களோடு மரணத்துக்கு ஈர்த்து வசப்படுத்திக்கொண்டிருந்தார்கள் என்றால், இனி முறைமை நிலைகள் பற்றிய உரிமைக் கோரிக்கைகள் அனைத்தையும் பரிகசிக்கத் தகுந்த சந்தேகத்தின் நிழல் எப்போதும் தொடரும் என்றால், இவை அனைத்தும் ஒரு நாள், அரசன் சந்தனு மகராஜனுக்குக் கங்காதேவியிடம் ஏற்பட்ட காதலின் கனியான, அதனால் அரசுரிமைக்கு மறுக்க முடியாத வாரிசுமான பீஷ்மர், அந்தப் புதிரான படகுப் பெண்ணான சத்யவதியை, மீன்வாசமும் கஸ்தூரி வாசமும் நுட்பமாக வீசும் அவளைத் தன் தாயின் ஸ்தானத்தைப் பறித்துக்கொண்டு, அவளை எடுத்து வளர்த்த மீனவ அரசனின் வளைந்து கொடுக்காத விருப்பத்திற்குப் பணிந்து, சந்தனு மகராஜனுடைய வாரிசின் அன்னையாக இருக்கப் போகிறவளை, தன் தந்தையுடன் இருக்கச் செய்வதற்காகத் தன் பிறப்புரிமையை விட்டுக் கொடுத்ததோடு மட்டுமின்றி, பிள்ளை பெறும் உரிமையையும் துறந்ததால்தான். அந்தச் சமயத்தில் பீஷ்மர் தேவவிரதன் என்று அழைக்கப்பட்டார். ஆனால் அவர் ஆட்சியுரிமையையும் பிள்ளைபெறும் உரிமையையும் ஒரே சமயத்தில் துறப்பதாக அறிவித்தபோது, இயற்கையானதல்லாததும் காரணமற்றதுமான இந்த மறுப்பை அவர் உடனடியாக உரைத்ததும் அனைவரும் ஏங்கும் அதிகாரத்தையும் பெண்களையும் தனக்கு மறுத்துக்கொண்டதும் பிரதான ஆலோசகராகத் தன் கடமையைத் தொடர்வதால் அதிகாரமும் பெண்களும் நிறைந்திருக்கும் சூழலில் – இந்த மறுப்பை அறிவித்த உடனேயே ஒரு பெருமூச்சொலியும் ஒரு சொல்லும் கேட்டது: "இந்த மனிதன் பயங்கர மானவன், *பீஷ்மோ யம்!*" அப்போதிருந்து அவர் பீஷ்மர், பயங்கரமானவர் என்றே அழைக்கப்பட்டார். அவர் ஏன் அதைச் செய்தார்? தந்தைமேல்

உள்ள பாசத்தால் மட்டும்தானா? அப்படியானால் சத்யவதியின் வாரிசுகளுக்கு வழித்தோன்றல்கள் உண்டாக வேண்டுமென்று அவர் அவ்வளவு உறுதியாக இருந்தது ஏன்? கிறங்கவைக்கும் குழந்தைத்தனமான பெயர்களையுடைய காசியின் மூன்று இளவரசிகளான அம்பை, அம்பிகை, அம்பாலிகை, மூவரையும் அந்த வாரிசுகளில் ஒருவருக்கு மணமுடித்து வைப்பதற்காகக் கடத்திவரும் அளவுக்கு ஏன் அவர் போக வேண்டும்? அந்தப் பெண்களில் ஒருத்தியான அம்பையின் மனத்தில், கடும் பிரம்மச்சரிய விரதத்தை மேற்கொண்டிருக்கும் அவரை, அதற்கு நேர்மாறாகக் கற்பழிப்பவர்களிலேயே இழிந்தவராகக் கருதும் அளவுக்குக் காட்டுமிராண்டித்தனமான வெறுப்பை அவர் தூண்டிவிட்டது எப்படி? ஏன் கடைசியில், சத்யவதியின் கடைசி மகனான விசித்ரவீரியன், தன் இன்பங்களால் சீரழிந்து குழந்தையின்றி இறந்தபோது, பீஷ்மர் தன் சபதத்திற்குக் கட்டுப்பட்டுத் தன் ஒன்றுவிட்ட சகோதரனின் இடத்தை எடுத்துக்கொள்ள மறுத்து, மாறாக அரசிகள் சத்யவதியின் முறையற்றுப் பிறந்த, புறக்கணிக்கப்பட்ட மகனான வியாசரின் வெறுக்கத்தக்க அணைப்பை ஏற்று, அவர் வித்தின் மூலம் தங்கள் வம்சத்தை விருத்தி செய்ய வேண்டும் என்பதற்கு இணங்கியது ஏன்?

யாருக்கும் தெரியாது. யாருக்கும் பிடிபடாத அவருடைய அறிவின் முன் அனைவரும் தலை வணங்கினாலும் பீஷ்மருக்கே அது தெரியாது. "அந்தத் தருணம் வருகிறது. வானம் இனிமேல் தரையைத் தொடாதபோது, என் தலையும் முதுகும் இந்த அம்புகளின் மேல் இருப்பதைப் போல், அவை இப்போது தரையைத் தொடாததைப் போல. அது ஒரு பயங்கரமான தருணம், பீஷ்மனின் தருணம். வானத்தின் சொற்கள் இன்னும் அங்கு இருக்கின்றன. ஆனால் அவை புற்களைத் தீண்டவில்லை. பிறகு வானம் வெறுமையாகத் தோன்றக்கூடும். இருந்தும் அதன் சக்தி சேதப்படாமல் தணியாமல் இருக்கிறது. ஆனால் அது அங்கீகரிக்கப்படவில்லை. அதனால் அது இன்னும் கொடுமையானதாக ஆகிறது. அதனால்தான் என் உடன்பிறந்தார் மக்களுக்கிடையில் நடந்த அளவுக்கு ரத்தக்களரியான கபடம் நிறைந்த போர் இதுவரை நடந்ததில்லை. இது அனைத்தும் நடக்கட்டும் என்று ஆயத்தப்படுத்தும் பொருட்டே நான் இங்கு வாழ்ந்து, இந்த மண்மேல் நடந்தேன்" என்று நினைத்தார் பீஷ்மர். இரவின் கடைசி ஜாமத்தில், உதயத்தின் முதல் அறிகுறியாக வானம் வெளுக்கத் தொடங்கி, அவரைச் சுற்றிலும் இருந்தவர்கள் குறைய ஆரம்பித்தபோது இவ்வாறு நினைத்தார். மீதம் இருந்தவர்கள் அசையாமல் நின்றதில் களைத்துப்போய், பயபக்தி நிறைந்த முகங்களுடன் பார்த்துக்கொண்டிருந்தனர். பீஷ்மர் வானத்தை வெறித்துக்கொண்டிருக்க, யாரும் தொடர விரும்பாத, யாரும் தொடர்வதை அவரே விரும்பாத தொலைவில் அவர் மனம் திரிந்துகொண்டிருந்தது.

பிரார்த்தனை ஒருநாள் ஓர் ஆளாகி விட முடியும். "அம்பா! அம்பிகா! அம்பாலிகா!" என்று தன் தொடைகளை பலிக்குதிரையின் மீது இறுக்கியபடி

மஹிஷி முனகினாள். "அம்மாவை," *அம்பையை* நோக்கிய அந்த வேதனை நிறைந்த கதறல், அவள் பெயரின் குறுக்கங்கங்களான *அம்பிகை, அம்பாலிகை,* மேலும் பெருநீர்ப்பரப்பில் பொங்கியெழும் அலைகள், *அம்பாக்கள்,* காசி இளவரசிகளாய் மூன்றாய் உடலெடுத்து, பீஷ்மரால் கடத்திவரப்பட்டு, பெண்களின் மனங்களை ரகசியமாகத் துன்புறுத்திய, ஆனால் இனப்பெருக்கம் செய்யாத அரசன் விசித்ரவீரியனுக்கு மனைவி களாக உருக்கொண்டது. அம்பிகையும் அம்பாலிகையும் விதவைகளான பிறகு ஓரிரவு அவர்கள் அழுக்கான, நாற்றமடிக்கும் ஒருவன் தங்கள் படுக்கைக்கு வருவதைக் கண்டனர். விறைத்துப்போய் மௌனமாக அவர்கள் அவன் அணைப்பில் வேதனைகொண்டனர். இழந்துவிட்ட தாயை அழைத்து அவர்களால் முனக முடியவில்லை. ஏனெனில் அவர்களே அந்தத் தாய். உலகம் சுருங்கிவிட்டது. அழைப்பதற்கு இனி அங்கே மற்ற யாருமில்லை.

அம்பிகை கலவியில் தன் கண்களை மூடிக்கொண்டாள். அதனால் பார்வையற்ற மகனைக் கருவுற்றாள்: திருதராஷ்டிரன். வியாசர் அவளைப் புணர்ந்தபோது அம்பாலிகை வெளிறிப் போனாள். அதனால் அவள் சஞ்சலப்படும்படியாக வெளிறிய ஒரு குழந்தையைக் கருவுற்றாள்: பாண்டு. இரு பெண்களாலும் இறந்த குதிரையையோ அல்லது வேதங்களைத் தொகுத்தவரையோ வியாசரிடம் பார்க்க இயலவில்லை. இந்த அக்கிரமமான உபாயம்தான் இனம் அழிவதைத் தடுப்பதற்காகத் *தர்மம்* தேர்ந்தெடுத்த வழிமுறை. மேன்மேலும் புதிர்கள், சூழ்ச்சிகள், கொடுமைகள், விவேகத் துடனும் நுட்பத்துடனும் கையாளப்பட வேண்டும். அவை தர்மத்தைக் காப்பாற்றுவதற்கான கடைசி வழிமுறையாக ஆகக்கூடும்.

காதலைவிட, போரைவிடக் கதைகளை மேற்கொண்டு நகர்த்துவது சாபங்கள்தாம். இரண்டாம் பட்சமானவையாக இருந்தாலும் சாபத்தை இலகுவாக்க உதவுபவை சபதங்களும் வரங்களும்தாம். சாபங்கள் நிறைந்திருப்பது மனிதர்களின் வாழ்வு மட்டுமல்ல, கடவுளருடையதும்தான். பெரும் சாபமளிப்பவர், பொதுவாகப் பிராமணர்கள், குறிப்பாக ஞானிகள், ஊழ் நிறைந்த சொற்களை உச்சரிக்கும் அந்தக் கணத்தில் விதியின் திருப்புமுனைகள் அமைந்திருப்பதைச் சிறிதளவு கவனம் காட்டிவிடும். சாபம் இடப்பட்டுவிட்டதை ஒருவர் உணர்கிறாரா இல்லையா என்பது விஷயமில்லை. சகுந்தலை தான் சற்றும் அறியாமல் தனக்கு இடப்பட்ட சாபமொன்றின் விளைவாகப் பல ஆண்டுகள் காதல் இழந்த வேதனையில் துன்புற்றாள். இந்தக் கதைகளைச் சொன்னவர்களைப் பொறுத்தவரை – உதாரணமாக வியாசர், அவரே பயங்கரமான சாபங்களை உச்சரிக்கக்கூடிய நிலையில் இருந்தவர் – சாபமிடுவது வெளிப்படையானது, வாழ்வின் அடித்தளம் சார்ந்தது, மேலும் அனைத்துக்கும் மேலாக விலைமதிக்க முடியாதது, வாழ்வு தன் இயல்புடன் ஒத்திருக்கும் வகையில் அதைச் சிக்கல்தன்மையோடு வழங்கும் பெருமதிப்புள்ள சம்பிரதாயமான உபாயம். ஒவ்வொரு சிறிய செயல்பற்றியும் பல பக்கங்கள் செலவு செய்து,

ஒவ்வொன்றையும் கடைசி விவரம்வரை விவரிக்கும் உரைகளுக்கு, இது விளக்கம் தேவையற்றது என்பதுபோல், அந்தச் செயல்களை விளைவித்த சாபத்தைப் பற்றிச் சொல்வதற்கு ஏதும் இல்லை. சாபங்களைச் சார்ந்திருப்பவை தனிமனிதர்களின் விதி மட்டுமல்ல, உலகின் விதியும் கூடத்தான். அடிக்கடி யாரும் கவனித்திராத ஓர் அற்புச் சமிக்ஞையால் பிரளயம் ஒன்று கட்டவிழ்த்து விடப்படுகிறது.

தன் விருப்பத்திற்கேற்ப உருமாறக்கூடிய வல்லமை இருந்தும் அவர்களின் அசாத்திய சக்திகள் இருந்தும் தாங்கள் தொந்தரவுக்கு ஆட்படும்போது, கடவுளரால் சாபத்துக்கு எதிராக அதிகமாக ஒன்றும் செய்ய இயலாது. தங்களை விடுவித்துக்கொள்ளும்வரை அவர்களும் மரணத்துக்கு உட்பட்டவர்களைப் போல் துன்புற்றுத்தான் ஆக வேண்டும். மேலும் அவர்கள் மனிதர்களிடையே தோன்றுவது அவர்களுக்கு உதவுவதற்காக அல்ல, சாபத்திலிருந்து தங்களை விடுவித்துக்கொள்வதற்காகத் தான். பொதுவாக அவ்வப்போது உலகைக் காப்பாற்றும் மகத்தான காரியங்களாக முன்னிறுத்தப்படும் விஷ்ணுவின் பல்வேறு அவதாரங்கள்கூட, அனைத்துக்கும் மேலாக, சிலர் பார்வையில், அவர் ஒரு சாபத்தால் தண்டிக்கப்பட்டதன் விளைவுகள்தாம்.

சாபத்தை விளக்கும் குணாம்சம், அல்லது அப்படித் தோன்றுவது இதுதான்: அது எப்போதும் பலிக்கிறது. சாபத்தின் பிரதேசத்தை ஒருவர் அணுகும்போது, நிச்சயத்தன்மையின் புலப்படாத சுவர் ஒன்று எதிரில் நிற்கிறது. ஆனால் ஊறு விளைவிக்க முடியாத நிச்சயத்தன்மை என்பது என்ன? மனத்தின் மேன்மையும் வியாபகமும். சாபம் என்பது முற்றாக மனத்தின் செயல். இந்த வகையான செயல்பாடு விளைவு எதையும் தோற்றுவிக்காததாக ஒருநாள் கருதப்படும் என்றாலும் அந்த நாட்களின் போது உண்மையில் அதன் மனம் சார்ந்த தன்மைதான் அதைச் செயல்திறனே உருவெடுத்து வந்ததாகத் தோன்றச் செய்தது. அதனால்தான் சாபத்தின் பொறுப்பாளர்கள் பெரும்பாலும் மன ஜீவன்களான பிராமணர்களாக இருந்தனர். அவர்கள் அதிகாரம், வலிமை, ஏன் அவர்கள் பெயர்கூட பிரம்மத்துடனான தொடர்பு சார்ந்தே இருந்தது. *பிரம்மம்* வாளைவிட வேகமாகத் தாக்கவல்லது. அதனால் பிராமணனுக்கு வாள் அவசியமில்லை. ஏனெனில் அவன் மனத்தில் தெளிவான ஒலிகளாக அமைக்கப்பட்ட ஒரு சொல், "கூர் முனையுள்ள ஒரு கத்தியாக" ஏற்கனவே அவனுக்குள் மறைந்திருக்கிறது. தங்களுக்குள்ளே இருந்த தகராறுகளையும் அசுரர்களுட னான இடையறாத போர்களையும்விடக் கடவுளரை மிகவும் பயமுறுத்தியது குறிப்பிட்ட சில எதிர்பாராத சந்திப்புகள்தாம். அனைத்திற்கும் மேலாகத் தனித்த முதியவர்கள், வெறும் பிச்சைக்காரர்களைப் போலவோ அல்லது யாத்ரீகர்களைப் போலவோ தோற்றம் கொண்டவர்கள். ஆனால் அவர்களை ஏதாவது எரிச்சலூட்டிவிடுமானால், தங்கள் கண்களிலிருந்து தீக்கொழுந்து தெறிக்கும். மற்ற அனைவரையும்விட அதிகமாகத் திகிலூட்டும் ஆழங்காண முடியாத பிராமணர் துர்வாசர்.

துர்வாசர் ஒரு 'கூறு', *அம்சம்*, ஒரு துணுக்கு, வெந்தழல் ஒளிரும் சிவனின் கனல். அவரும் ஒரு *ரிஷி*தான். ஆனால் யாக்ஞவல்கியரைப் போல் மனத்தையும் சமிக்ஞைகளையும் வசப்படுத்தியவர் அல்ல, அல்லது விஸ்வாமித்ரரைப் போல வேத பாசுரங்களைக் கண்டவர்களில் ஒருவரும் அல்ல, அல்லது வியாசரைப் போல் கதை அமைப்புகளையோ கவிதை களையோ நெய்தவரும் அல்ல. துர்வாசரின் பிரதேசம் சொற்களுக்கு அப்பால், தோற்ற உலகின் பல்வண்ணத்திரைக்குப் பின்னால் நீளும் சீற்றம் மற்றும் மீறலில் விரிந்திருக்கிறது. சாபங்கள், வரங்கள் மட்டுமே அவர் தன்னை வெளிப்படுத்திக்கொண்ட வழிகளாக இருந்தன. உலகம் அவருக்குள் இரு கூறுகளாக, அற்புதம், மற்றும் தண்டனையாக மட்டுமே சிறுத்துப் போய்விட்டதைப் போல் இருந்தது. துர்வாசருக்கு எல்லாமே குற்றம் காண்பதற்கு ஒரு வழிதான். அவரது பதிலடி கொடுக்கும் தன்மையைத் தூண்டிவிடாதது எதுவுமில்லை. ஒருமுறை அவர் இந்திரனைச் சந்தித்து அவர் யானையான ஐராவதத்துக்கு ஒரு பூமாலையை அளித்தார். ஆனால் அந்த மாலை அந்த விலங்குக்குத் தொல்லையூட்டியது. இந்திரன் பார்த்துக்கொண்டிருக்கையில் மெதுவாகத் தன் தும்பிக்கையால் அது பூமாலையைத் தரையில் நழுவவிட்டது. உடனடியாக உலகின் ஒளியான ஸ்ரீ, கடலுக்குள் அமிழ்ந்தாள். தன் சக்தியைத் தான் இழக்கப்போவதை இந்திரன் உணர்ந்தான். புலப்படாத சுமையொன்றின் கீழ் அழுந்திச் சுற்றிலும் பாழ்பட்டிருந்தது இயற்கை. யானை வேண்டாமென ஒதுக்கிய மாலை சொர்க்கத்திலிருந்து துர்வாசரிடம் நேரிடையாக அளிக்கப் பட்டிருந்தது. அந்த மாலைதான் ஸ்ரீ. இப்போது உலகம் ஒளியிழந்து போகும். அது மீண்டும் ஒரு வறண்ட பாலைவனமாக ஆகிப்போயிற்று. இந்தச் சிறு சம்பவத்தின் விளைவாகத்தான் கடவுளர் தங்கள் மேன்மை மிகுந்த கடினமான கடலைக் கடைவது என்னும் பெருமுயற்சியை மேற்கொள்ள வேண்டி இருந்தது.

துர்வாசர் வருகிறார் என்றாலே சீற்றம் மிகுந்த, நிர்மூலமாக்கும் ஏதோவொன்று நிகழப் போகிறது என்பது வெளிப்படை. இந்த இளைத்துப் போன பிராமணனிடம், ஆன்மாவின் தொலைவான, கரடுமுரடான வடிவத்தைக் கடவுளர் அடையாளம் காண வேண்டியிருந்தது: கட்டுப்படுத்த இயலாத, அதேநேரம் வற்றாமல் கிளர்ந்தெழும் தீக்கொழுந்து, செருக்கு, விழுங்கும் நெருப்பு. வரலாறு சுருக்குக் கயிறாக இறுகிய ஒவ்வொரு முறையும் துர்வாசர் அங்கிருந்தார். வழிப்போக்கராகவோ விருந்தினராகவோ எந்த அளவுக்கு அவர் ஈடுபாடு எதேச்சையாக இருந்ததோ அந்த அளவுக்கு அது நெருக்கடியைத் தூண்டுவதாக இருந்தது. குருக்ஷேத்திரப் படுகொலைக் கான சமயம் கனிந்திருந்தபோது, துர்வாசர் குந்திபோஜனின் அரசவைக்கு வருகை தந்தார். அனைவரும் அவருக்குச் சிரத்தையுடன் பணிவிடை செய்தாலும் அவர்கள் ஏய்த்துக்கொண்டிருந்தார்கள். பார்ப்பதற்கு இணக்க மெனத் தெரியும் தோற்றத்திற்குப் பின்னால் உள்ள காழ்ப்புணர்ச்சியையும் அவசரத்தையும் அடையாளம் கண்டுகொள்ள அவர் ஒருபோதும் தவறியதில்லை. உலகம் முழுவதிலும் உள்ள எதுவும் இதைவிட

நிறைவளிப்பதாக இல்லை என்பதுபோல், ஒரு சிறு பெண் மட்டும் அவர் ஆணைகளுக்காகக் காத்திருந்தாள். ஆனால் அது போதவில்லை. ஏனெனில் துர்வாசர், "வேறெதையும்விட மனிதர்களைச் சோதனைக்கு உட்படுத்தி மகிழ்ந்தவர்". ஒரு நாள், தன் குளியலை முடித்துவிட்டு வந்தவுடன் அவருக்காகப் பொங்கிய சோறு ஒரு கொதிக்கும் கிண்ணத்தில் வைக்கப்பட்டிருந்ததைக் கண்டார். ஒரு வார்த்தைகூடப் பேசாமல் தன் பொறுமையற்ற விழிகளை சிறுமியான குந்தியை நோக்கி உயர்த்தினார். குந்தி கைகால்களை மடித்து, துர்வாசர் கிண்ணத்தை அவள் முதுகில் வைப்பதற்காக ஒரு முக்காலியைப்போல் கீழே குனிந்தாள். அவள் அணிந்திருந்த மென்துகில் உடனே எரிந்துபோய், அவள் தோல் வெளித் தெரிந்தது. குந்தி மௌனமாகத் துன்பத்தை அனுபவித்தாள். துர்வாசர் தன் சோற்றை மெதுவாகச் சாப்பிட்டார்.

கடைசியில் துர்வாசர் மீண்டும் கிளம்பிப் போவதற்கான நாள் வந்தது. அவர் குந்தியை அழைத்துச் சொன்னார்: "குழந்தாய், இந்த மந்திரத்தைக் கவனித்துக் கேள். உன்னால் ஒரு நாள் இந்தச் சொற்களைப் பயன்படுத்திக் கடவுளரை அழைக்க முடியும். உன்னால் அவர்களைத் தீண்ட முடியும். நீ விரும்பினால், மற்றவர்களால் பார்க்கக்கூட முடியாதவர்கள் உன் காதலர்களாக இருப்பார்கள்." அந்த மந்திரத்தைக் குந்தி கற்றவுடன் துர்வாசர் சொல்லிக்கொள்ளாமல் போய்விட்டிருந்தார். பல வருடங்களுக்குப் பின் யுதிஷ்டிரன், பீமன், அர்ஜுனன் ஆகியோர் குந்தியின் கருவில் உருவானார்கள். ஒவ்வொருவரும் ஒரு தெய்வீக வித்தால் கருவாகி இருந்தனர். இரட்டையர்களான நகுலனையும் சகாதேவனையும் கருக்கொள்ள குந்தி அஸ்வினி தேவர்களின் மந்திரத்தைப் பாண்டுவின் இரண்டாவது மனைவி மாத்ரிக்குச் சொல்லிக்கொடுத்தாள்.

நாரதர் விடைபெற்றுக்கொள்ளும் கணத்திலேயே கிருஷ்ணர் அந்த வம்புக்காரருக்காக ஏங்கத் தொடங்கிவிட்டார். ஜம்புத் த்வீபத்தின் ஒவ்வொரு அங்குலத்திலும் உள்ள ஒவ்வொருவரைப் பற்றியும் மற்ற உலகங்களைப் பற்றியும் அனைத்தையும் அறிந்தவர் அவர். ஊரின் வெவ்வேறு பகுதிகளுக்குப் போவதைப் போல் ஓர் உலகத்திலிருந்து மற்றொரு உலகுக்குப் போகிறவர். தந்திரமான, ஆர்வம் மிக்க, விவரங்களில் மயங்குபவர், தன் சொந்த சக்தியைப் பயன்படுத்துவதில் சிறிதும் ஆர்வமில்லாதவர், மற்றவர்கள் தங்கள் சக்தியைப் பயன்படுத்துவதைப் பார்ப்பதில் சுவாரஸ்யம் கண்டவர் அவர். அனைத்திற்கும் மேலாகப் பெண்கள் பற்றிய கதைகளில் கிளர்ச்சி அடைபவர். ஒருவேளை ஒரு காலத்தில் தானே ஒரு பெண்ணாக இருந்ததாலோ என்னவோ பெண்களில்லாத கதைகள் சற்று நேரத்தில் சலிப்பூட்டுவதாகவும் அவர் சொல்லிக்கொண்டிருந்தார். அவர் புழுவாகவும் குரங்காகவும் இருந்ததைப் பற்றிச் சொல்லத் தேவையில்லை. விவாதத்துக்குரிய பொருள் எதுவாக இருந்தாலும் அவர் மலைப்படையாமல் ஏதோவொரு பழைய அனுபவத்திலிருந்து புழுதியை உதறிவிடுவது போல மிகுந்த துல்லியத்துடன் அவர் விவாதித்தார்.

நாரதர் விடைபெற்றுக்கொண்ட உடனேயே வேறொரு பிராமணர் கிருஷ்ணரின் அரண்மனைக்கு வந்து சேர்ந்தார். சற்றைக்கு முன் போனவரை விடப் பெரிய அளவில் இவர் வேறுபடவில்லை. கந்தல் உடுத்தி வாட்டத்துடன் நீரில் நடக்கும் பறவை போன்ற மெலிந்த நீளமான கால்களுடன் அவர் முன்னே நடந்தார். அவர் சருமம் அழுக்குப் பச்சையில் மினுங்கிக் கொண்டிருந்தது. அவர் உதடுகள் பொலிவிழந்த தொனியில் அசைந்தன. “இந்தப் பிராமணன் துர்வாசனை யார் தன் வீட்டுக்கு வரவேற்பார்கள்?” யாரும் புரிந்துகொள்ள முடிந்த சொற்கள் இவைதாம். அவை வன்மம் நிரம்பிய எக்களிப்போடு சொல்லப்பட்டன. யாரும் முன்வரவில்லை. அந்தப் பிராமணரின் நியாயமற்ற மூர்க்கத்தை உணர்ந்துகொண்டதால், அவர்கள் அவரைத் தூண்டிவிட விரும்பவில்லை. ஆனால் கிருஷ்ணர் அவரிடம் சென்று அசாதாரணமாக எதுவும் நடக்காததுபோல் அமைதியாக வரவேற்றார். இடையில் அவர் சிந்தித்துக்கொண்டிருந்தார்: “மீண்டும் விருந்தினர், இது சோதனைகளிலே கடுமையானதாக இருக்கும். எந்த நோன்பும் இவ்வளவு கடினமானதாக இருக்காது. அறியப்படாததுதான் விருந்தினர். மற்ற அனைத்தையும்விட அவர் முன்னுரிமை பெறுகிறார், மற்ற அனைத்திற்கும் மேல் முதன்மை பெறுகிறார்”. கிருஷ்ணர் தன் மனைவிகளில் முதலானவளான ருக்மிணியை உடனடியாக அழைத்தார். ருக்மிணி தன் முழுப் பொலிவோடு தோன்றி, விருந்தினரிடம் அவருக்கு இன்பமளிக்கும் அனைத்தையும் ஆணையிட்டுக் கேட்குமாறு வேண்டினாள். துர்வாசர் அவளைக் கவனித்ததாகக்கூடத் தெரியவில்லை. அவர் கண்கள் காய்ந்த புதரின் இடைவெளிகளில் அலைந்து திரிவதைப் போல் ஆபரணங்களுக்கு இடையில் திரிந்தன. அனைத்து வகையான சுவைமிகுந்த உணவுகளையும் அவர்கள் அவருக்கு அளித்தபோது, காட்டுத்தனமான ஆவலாதியுடன் உண்டார். யார் மீதும் கிருஷ்ணர்மீதுகூட, கவனம் செலுத்தாமல், அரண்மனையில் சுற்றியலைந்தார். அவ்வப்போது வேலையாட்களில் ஒருவன், ஒரு மூலையில் காய்ந்த சருகுகளைப் போல் ஒலியெழுப்பிக் கொண்டு வெட்டவெளியைப் பார்த்து அவர் சிரித்துக் கொண்டிருப்பதைக் காண்பான். மற்றவர்கள் கண்ணீர் வழிய அவர் அழுதுகொண்டிருப்பதைக் காண்பார்கள்.

அவர் தரையில் படுத்துக்கிடந்தபோது, கந்தைக் குவியலென்று தவறாக நினைத்துக்கொண்டார்கள். அவர் பல நாட்கள் உணவருந்தாமல் கழிப்பார். அனைத்து விஷயங்களிலும் அனைவரும் அவருக்கு அடிபணிந்து நடக்க வேண்டும் என்று கிருஷ்ணர் கண்டிப்பான ஆணை பிறப்பித்திருந்தார். ஒருசமயம் தாழ்வாரத்தில் அடர்ந்த புகை பரவியது. துர்வாசரின் அறையிலிருந்து அது வந்துகொண்டிருந்தது. அவர்கள் அங்குச் சென்றபோது அந்தப் பிராமணன் தன் படுக்கைக்குத் தீயிட்டுச் சென்றிருப்பதைக் கண்டார்கள். யாரும் அவரை எதுவும் கேட்கவில்லை. மற்ற நாட்களில் அவர் ஏதாவது ஒரு அறைக்குள் சென்று கைக்குக் கிடைத்ததை எடுத்துச் சுவர்மீது வீசியடிப்பார். இறுதியில் ஒரு நாள் அவர் கிருஷ்ணருடனும் ருக்மிணியுடனும் அமர விரும்பினார். உரையாடல் ஒழுங்கற்றும் சாதாரணமாகவும் இருந்தது. பிறகு பாலில் வேகவைத்த சோறு கேட்டார். உடனடி

யாகப் பணியாட்கள், துர்வாசரின் அனைத்து ஆசைகளையும் திருப்தி செய்யும் பொருட்டுக் கிருஷ்ணர் தயாராக வைக்கச் சொல்லியிருந்த பல பதார்த்தங்களில் ஒன்றான பாயசத்தைக் கொண்டுவந்து தந்தார்கள். அந்தப் பிராமணர் பிறகு கிருஷ்ணரிடம் உடைகளை அவிழ்க்குமாறு சொன்னார். அவர் தொனி கம்பீரமானதாக இருந்தது. "வா இங்கே" என்றார் அவர். கிருஷ்ணர் அவர் முன்னே நிர்வாணமாக நின்றார். அந்த மென்மையான கூழை உடல் முழுவதும் பூசிக்கொள்ளும்படி ஆணையிட்டார். கிருஷ்ணர் கவலை தோன்றாத முகபாவத்தைக் கொண்டிருந்தார். தான் குழந்தையாக இருந்தபோது வெண்ணெய் திருட சமையலறை முக்காலியின் மீது ஏறியதையும் எப்படிக் கொஞ்சம் வெண்ணெய் தன் முகத்தின் மீது எப்போதும் ஒட்டிக்கொண்டுவிடும் என்பதையும் நினைத்துக்கொண்டிருந்தார். ருக்மிணியின் பக்கம் பார்ப்பதை அவர் தவிர்த்தார். பாயசம் பூசப்பட்டுக் கிருஷ்ணரின் உடல் வெள்ளையாக ஆகியிருந்தது.

இப்போது கிருஷ்ணரின் சருமத்தின் நுண்துளைகள் அனைத்தும் மூடப்பட்டிருந்தது. குளிர்ந்த தரையில் பதிந்திருந்த அவர் உள்ளங்கால்களில் மட்டும் அந்தக் கூழ் பூசப்பட்டிருக்கவில்லை. துர்வாசரின் கண்கள் திரை விழுந்தாற்போல் கவனமற்று இருந்தன. கரகரத்த குரலில் ருக்மிணியை ஆடைகளை அவிழ்க்கச் சொல்லி ஆணையிட்டார். அவள் விரக்தியான பார்வையுடன் கிருஷ்ணரை ஓரக்கண்ணால் பார்த்தாள். அவர் கவனம் ஏதும் செலுத்தவில்லை. அவளருகில் ஒரு பொம்மையைப் போல அவர் நின்றிருந்தார். ருக்மிணி தன் மென்மையான, விலையுயர்ந்த ஆடைகளை ஒவ்வொன்றாகக் களைந்தாள். துர்வாசர் அவள் உடலைப் பார்க்கக் கூட இல்லை. மிகவும் கவனமாகப் பாயசத்தை அவள்மீது பூசத் தொடங் கினார். கூழ் அவள் முலைக்காம்புகளில் இருந்து சொட்டிக் கொண்டிருந்தது. துர்வாசர் வண்டியொன்று தயார் செய்யும்படி ஆணையிட்டார். வேலைக் காரர்கள் அடிபணிந்தார்கள். பிறகு துர்வாசர் ருக்மிணியை வண்டியில் பூட்டி, தன் சாட்டையைச் சொடுக்கியபடி தெற்கு நோக்கிப் புறப்பட்டார். கிருஷ்ணர் பின்னால் நடந்துகொண்டிருந்தார். ஒரு முரட்டுத்தனமான வண்டியோட்டியைப் போல் கத்தியபடி அவ்வப்போது அவள் தோள்கள்மீது சாட்டையைச் சொடுக்கினார். அது வியர்வைத் துளிகளோடும் சோற்றின் வெண்ணிறத்துடனும் கலந்த சிவப்பு நிறத் தடிப்புகளை ஏற்படுத்தியது. பிறகு வண்டியிலிருந்து இறங்கி அதே திசையில் நடக்க ஆரம்பித்தார். நிர்வாணமாக, வெண்மையாக, அமைதியாகக் கிருஷ்ணரும் ருக்மிணியும் பின் தொடர்ந்தார்கள். சட்டென்று நின்ற துர்வாசர் அவர்கள் பக்கம் திரும்பினார். அவர்கள் அவர் இருந்த திசையை நோக்கிச் சற்றே குனிந்து நின்றிருப்பதைக் கண்டார். "இப்போது திரும்பிப் போங்கள், நான் உடைத்த அனைத்தும் மீண்டும் முழுமையாக இருக்கக் காண்பீர்கள்" ருக்மிணியிடம், "நீ எப்போதும் நறுமணம் வீசிக்கொண்டிருப்பாய். உன் அழகு ஒருபோதும் குன்றாது. நீ கிருஷ்ணனை மரணத்திற்குப் பின்னும் தொடர்வாய்" என்றார். பிறகு கிருஷ்ணனிடம், "நீ மற்ற மனிதர்களைப்போலவே மரணமடைவாய். ஏனெனில் உன் பாதங்களில் நீ அந்தக் கூழைப் பூசிக்கொள்ளவில்லை.

அதனாலென்ன? நீ புரிந்துகொண்டுவிட்டாய். இந்த மந்திரத்தின் துணையுடன் செல். மௌனமாக இதை நீ உச்சரித்துக் கொண்டிருக்க வேண்டும்" என்றார். அவர் ஏதோ ஒரு சூத்திரத்தை முணுமுணுத்தார். "உணவு உள்ளவரை நீ நேசிக்கப்படுவாய். ஒரு நேர்மையான மனிதன் உள்ளவரை உன் புகழ் இருக்கும்" இதுவே அவரது இறுதிச் சொற்கள். ஏற்கனவே தீக்கொழுந்து அவரை மூடித் திரையிட்டிருந்தது. அவர் மறைந்துபோனார்.

கிருஷ்ணரும் ருக்மிணியும் அரண்மனைக்கு அமைதியாக நடந்தனர். அவர்கள் உடல்களில் தூசியும் சோறும் காய்ந்து கெட்டிப்பட்டிருந்தது. துர்வாசர் அவர்களுடன் தங்கி இருக்காததைப் போல் அனைத்தும் உள்ளபடியே இருப்பதை அவர்கள் கண்டார்கள்.

கடைசி யுகத்தின் வருகை தன்னை உணர்த்தத் தொடங்கி இருந்தது. இது பகடை வீச்சில் தோற்கும் யுகம், *கலியுகம்*. ஒரு மாற்றம் அனைவருக்கும் தெளிவாகத் தெரிந்தது: யாகங்களால் இனிமேல் பயன் இல்லை. கடற்பயணங்களில் முதலாவதும் அபாயத்தின் உச்சமானதும் அதன் காரணமாக முதல் கப்பல் விபத்தாக அமைந்துவிடக்கூடிய யாகம், கச்சிதமும் உண்மையும் அளக்கப்படக் கூடிய முயற்சி, கூர்முனைகொண்ட அந்த மனப்பிம்பம் இதற்குமேல் நிலைத்திருக்க முடியாது. அது போராக உருக்கொண்டது. அதுமட்டுமல்ல, போரும் யாகமும் சுலபமாக ஒரே நாணயத்தின் இரு பக்கங்களாயின. யாகம் தோல்விகண்ட போராக ஆயிற்று. உண்மையில் துல்லியமற்ற, மோசடியான போர், முடிவில் படுகொலையாகத் தோற்றம்கொண்ட போர். பாண்டவர்களுக்கும் கௌரவர்களுக்கும் இடையே நடந்தது அதுதான்.

அவதாரத்துக்கு முன்னால், பூமியில் கடவுளின் *அவதரிப்புகளுக்கு* முன்னால், ஒழுங்கு குலைந்த காலங்களில் என்ன நடந்துகொண்டிருந்தது? சடங்குகள். அவை போதுமானவையாக இருந்தன. அவை என்ன? முற்றிலும் சோர்ந்து போகும் நிலைவரைக்கும் சிந்தனையில் விவரிக்கப்பட்ட, ஒவ்வொரு விஷயமும் ஒவ்வொரு கணமும் ஒவ்வொரு மூலை முடுக்கும் மனத்தில் தெளிவாக உரைக்கப்பட்டிருந்த, மெய்ம்மை. வேறெந்த குறிக்கோளிலிருந்தும் நிலை பிறழச் செய்யும் முனைப்பு. ஆனால் இந்தச் சிந்தனையில் பிடிபடாமல் ஏதோ ஒன்று நழுவிப் போயிற்று. ஏதோவொன்று குமிழ்விட்டு மேலெழுந்தது. அல்லது நஞ்சிடப்பட்ட, அழிக்க முடியாத கசடுபோல் அது கீழே வடிந்தது. ஆகவே பல உயிரினங் களின் சுமை பொறாமல் ஒரு நாள் கடவுளரோ அல்லது மனிதர்களோ அல்லது பூமியோ உதவி கேட்டுப் பிரம்மனிடம் சென்றனர். தன்னை ஆற்றலற்றவர் என்று பிரம்மன் அறிவித்துவிட்டார். தொடக்கத்தில் இருந்தே ஆற்றலின்மை அவரை விடாப்பிடியாகப் பிடித்துக்கொண்டது – ஒருவேளை படைக்கும் கடவுளாக இருந்த காரணத்தாலே அப்படி இருந்திருக்கலாம். மற்ற கடவுளர் இயற்கைச் சக்திகளில் ஏதோ ஒன்றைச் சார்ந்து இருந்ததுபோல்

பிரம்மன் சிந்தனை சார்ந்தவராக இருந்தார். அது அவர் இயல்பான கூறாக இருந்தது. பிரம்மன் நினைப்பது உடனடியாக சடங்குக்கான சூத்திரமாகிப் போனது. ஆனால் அவ்வாறு ஆவது அதன் ஆற்றல் நிச்சயமாகிவிட்டதாகக்கொள்ள முடியாது. சமயச் சடங்குகளின் ஆற்றல் பற்றிய சந்தேகங்களை முதலில் கொண்டது பிரம்மன்தான். அவர் மனம் அந்தப் பிரச்சினையில் அடிக்கடி நிலைத்தது. தன் வாழ்வின் சில நிகழ்வுகளோடு, தன் மானஸ புத்திரர்களின் தப்பியோடல், ஒரு பெண்ணுடலுக்கான தன் தாபம், சிவன் வெட்டியெடுத்த ஐந்தாம் தலை, இவற்றோடு அதைத் தொடர்புபடுத்தத் தான் முயன்றுகொண்டிருப்பதை அவர் உணர்ந்தார். அவரை ஏளனத்துக்குரியவராக்கிய அந்தக் கதைகள். தன் உதவி நாடும் அநேகர்களை அவர் பற்றற்ற இரக்கத்துடன் பார்த்தார். செயலற்ற அரசனிடம் மனுப் போடுபவர்களான அவர்களுக்காக வருந்தினார். பிறகு ஒரு நாள் அவர் விஷ்ணுவைக் காட்டிச் சொன்னார்: "அவரைக் கேளுங்கள். என்னால் செய்ய முடியாததைச் செய்வதற்கு அவர் ஒரு வழி காண்பார்" பிறகு அவர் தெளிந்த தன் துயரத்தினுள் மறுபடி விழுந்தார்.

முதல் ஏழு அவதாரங்களின்போது, நிகழ்வுகள் ஒரு ஒழுங்கான வரிசையைப் பின்பற்றின: ஒரு தீய அரசன் (அவர் துறவியாகக்கூட இருக்கலாம்) மிக அதிக சக்தி பெற்று இந்திரனின் கலவிக்கு இடையூறு செய்து சொர்க்கத்தை விட்டு அவனை வெளியே துரத்தினான். ஒழுங்கு குலைந்தது. ஒரு புதிய ஒழுங்கை நிலைநாட்ட அதைவிட மகத்தான வலிமை வாய்ந்த சக்தி தோன்றியாக வேண்டும். அவதாரம். சாத்தியப் பாடுகளின் கருவூலம் பல்வேறுபட்ட கதைக்கூறுகளை வழங்கியது. ஆனால் அறுதியான கட்டங்கள் எப்போதும் இருவர் மோதும் சண்டைகளாக, சவால்களாக, சாபங்களாக, வரங்களாக, தப்பியோடல்களாக, நாடு கடத்தல்களாக இருந்தன. எட்டாம் மற்றும் ஒன்பதாம் அவதாரங்களான கிருஷ்ணரும் புத்தரும் வரும்போது, அனைத்தும் மீளாத சிக்கலுடைய தாகவும் தெளிவற்றும் போயின. இருவர் மோதும் சண்டைகளும் பிரபஞ்சப் போட்டிகளும் இருந்தன. ஆனால் அவை அறுதியானவையாக இல்லை. அறுதியானதாக இருந்தது இருவரின் சண்டையைக் காண்பவரிடம், அதாவது அர்ஜுனனோடு சேர்த்துப் பிணைக்கப்பட்டிருந்த கிருஷ்ணரிடம், என்ன நிகழ்கிறது என்பதுதான். புத்தரிடம் இன்னும் சஞ்சலமான நிலையை அடைகிறது. வெளியிலிருந்து பார்க்கும்போது எதுவுமே நடப்பதில்லை. முக்கியமில்லாத நிகழ்வுகளின் தொடர்ச்சியாக, வாழ்வு தன் சாதாரணத் தன்மையோடு போய்க்கொண்டிருக்கிறது. அங்கே பிரபஞ்சம் இல்லை, ஒரு பேரரசு இல்லை, வெறும் ஒரு வட்டாரக் கடற்கழி மட்டுமே உள்ளது. செல்வந்தர்களுக்கும் ஏழைகளுக்கும் இடையிலான எப்போதுமுள்ள எரிச்சலூட்டும் கேலிக்கூத்து இருக்கிறது. நடுவில் ஏதோ ஒரு பிச்சைக்காரத் துறவி இருக்கிறார். சண்டைகள் அல்லது போர்கள் பற்றிய குறிப்புக்கூட இப்போது இல்லை. அனைத்தும் புத்தரின் மனத்திலிருந்து, ஒரு மரநிழலிலோ பழகிய பாதையிலோ அனைவருடனும் நடந்துசெல்லும் துறவியின் மனத்தில்

இருந்து, தெளிவாகச் சித்தரிக்கப்படுகிறது. இருந்தும் புதிய பெயர்களோடும் வேறுவிதமான சமிக்ஞைகளோடும் அந்தச் சண்டை நடந்துகொண்டிருக் கிறது – மூடிவைக்கப்பட்ட மனத்தின் உள்ளறையில்.

இவ்வாறாகத் தொடங்கியது கிருஷ்ணரின் சகாப்தம். மனிதர்கள் கதைகளுக்கு ஏங்கினார்கள், ஒன்றோடொன்று பின்னிப்பிணைந்த கதைகள், கதாபாத்திரங்கள் எப்போதும் தேவர்களாகவோ அசுரர்களாகவோ அல்லது ரிஷிகளாகவோ இருக்க வேண்டிய அவசியமில்லை. அவர்களால் இனியும் வேதச் சாரத்தையோ அல்லது ஒட்டுமொத்த உலகமும் அதில் நிகழும் அனைத்தும் முடிவற்ற சடங்கொன்றின் மேல்பூச்சாக முடிந்துபோகும் உண்மையையோ தாங்கிக்கொள்ள இயலவில்லை. தங்கள் தெய்வ நிந்தனை யின் துணிவைக் கண்டு தாமே அஞ்சிய அவர்கள், யாகக் குண்டத்தை அமைக்கும் செய்கையில் அனைத்தும் வந்து ஒன்றுகூடிவிடாது என்று நினைத்தனர். இப்போது பல கதைகள் அதன் செங்கற்களாக இருக்கின்றன. அவற்றைச் சூளையிடுவதற்கும் அவற்றுக்குச் சாரம் வழங்கவும் கடவுளர் பூமிக்குக் கீழிறங்கி வரச் சம்மதித்து, தங்களின் ஒரு “பகுதியை” *அம்சத்தை*, அந்த மகத்தான திறந்தவெளியான குருஷேத்திரத்தில் போரிடப் போகும் நாயகர்களிடம் செலுத்தினார்கள். அந்தப் போர்க்களம் கடவுளருக்கு வேறெதையோ நினைவூட்டியது, ஏனெனில் வெகு தொலைவில் கடந்து விட்ட ஒரு காலத்தில் அவர்கள் அங்கே ஒரு யாகத்தை நிகழ்த்தி இருந்தனர். அல்லது ஒருவேளை அங்கிருந்துதான் அவர்கள் சொர்க்கத்திற்கு மேலெழுந்து தங்கள் இறவாமையை அடைந்தார்களா? அவர்களுக்குச் சரியாக நினைவில்லை. அவ்வளவு காலம் கடந்துவிட்டது.

“சடங்குகள் ஆபத்தானவை” என்று யுதிஷ்டிரனைப் பேரரசனாக ஸ்தாபிக்கும் சடங்குக்கு முன்பு வியாசர் அவனிடம் சொன்னார். நன்கு தெரிந்த, அர்த்தமில்லாததாகத் தோன்றக்கூடிய ஓர் எச்சரிக்கை அது. ஆபத்து சூழ்ந்திருக்கும் நீண்ட கடற்பயணமாகத்தான் எப்போதும் சடங்கைக் கண்டார்கள் ரிஷிகள். ஆனால் முடிவில் சிந்தனை மற்றும் சமிக்ஞையின் துல்லியம் சார்ந்த குறைபாட்டுடன் தொடர்புள்ளது ஆபத்து. ஆனால் பேரரசாக ஸ்தாபிக்கும் *ராஜசூய* யாகத்தின் ஒரு கட்டத்தில் ஒரு புதிய ஆபத்தை வியாசர் மறைமுகமாகக் குறிப்பிடுகிறார். தேவைப்பட்டால் ஏமாற்றியாவது அரசன் வென்றாக வேண்டிய பகடையாட்டம் ஒன்று உள்ளது. ஆட்டத்தில் பதற்றம் இருப்பதை உணர்ந்தாலும் சடங்கு எப்போதும் போல் உண்மை உலகிலிருந்து விலகி, தரையில் இருந்து இரண்டு சாண் உயரத்துக்கு மேல் தன்னை இருத்திக் கொண்டுள்ளதைப் போல் உள்ளது. தனக்குள் அத்துமீறி எதுவும் நுழைந்துவிட அது அனுமதிப்பதில்லை. ஆனால் யுதிஷ்ட்ரன் விஷயத்தில் அதற்கு நேரெதிரானதுதான் நிகழ்ந்தது. அவன் ஆட்டத்தையும் மற்ற அனைத்தையும் தோற்றான். அல்லது உண்மையில் இரண்டுமுறை தோற்றான். என்ன தவறு நிகழ்ந்தது? சபல புத்திகொண்ட துர்த்தேவதைகள்போல் சடங்கின் ஒழுங்கைப் பகடை

உள்ளிருந்து தகர்த்துவிட்டது. அவை இனி பரிந்துரைக்கப்பட்ட செயலல்ல, சடங்கின் உள்ளேயும் வெளியேயும் அத்துமீறி நுழையும் "*தைவ*"த்தின், "விதி"யின், கருவிகள். சிந்தனையின் அலங்காரங்களால் அதைத் தடுத்து நிறுத்த முடியாது. அது ஒரு காட்டுக் குதிரை. இப்போது '*தைவம்*' தனித்து இயங்கியது. அதற்குத் தேவையானது எல்லாம் அந்தச் சிறிய உருளும் கொட்டைகள். ஒருநாள், சட்டென்ற கோபத்தில், விராடராஜன் பகடையை யுதிஷ்ட்ரனின் முகத்தில் விட்டெறிந்தான். அவன் மூக்கிலிருந்து ரத்தம் கொட்டியது, அது தரையைத் தீண்டாமல் தடுக்க அதை ஒரு பொற்கிண்ணத்தில் சேகரித்தாள் திரௌபதி. ஆனால் விரைவில் ரத்தம் தரையைத் தொட்டு நனைக்க இருப்பதற்கான எச்சரிக்கை இது. ஆட்டத்துக்கும் ரத்தத்திற்கும் இடையிலான கடைசி தடையும் இப்போது இறங்கியது.

மகாபாரதக் கதையின் மாபெரும் கட்டமைப்பில், போராட்டத்தின் பயனின்மையை எடுத்துக்காட்டும் பெரும் நிரூபணமாக அதைப் பார்க்க இயலும். அனைத்துப் போராட்டங்களும். கடைசியில் எண்ணற்றவர்கள் இறந்ததன் பயனாகப் பாண்டவர்கள் கௌரவர்களை வெற்றிகொண்ட போது உண்மையில் *தர்மத்திற்குப்* புத்துயிர் அளிக்கப்பட்டதா? இல்லை. அமைதி என்பது இன்னும் நினைவுகள் நெருக்கும் அரைவாழ்வு. மின்னலெனக் கடந்துசெல்லும் மிகச் சிறிய இடைவேளைக்குத்தான் *தர்மம்* தன்னை மீண்டும் நிலைநாட்டிக்கொண்டது. இறுதியில் வெடித்து வெளிப்படப் போகும் ஏதோவொன்று அங்கே சூல்கொண்டிருந்தது. போர் முடிந்து முப்பது ஆண்டுகளுக்குப் பின்னர், கிருஷ்ணரின் ஜனங்களான விருஷ்ணிகளின் வெறும் குடிபோதைத் தகராறு படுகொலையாக உருவெடுத்ததில் அவர்கள் தங்களை முற்றிலும் அழித்துக்கொண்டார்கள். இதற்கு முன் சிக்கலான சடங்கைப் போலவும் அதன் லயத்திலும் நடத்தப்பட்ட போர், இந்த மடத்தனமான படுகொலைக்கு ஒரு சாக்காக மட்டுமே பயன்பட்டதைப் போலாயிற்று.

சரித்திரம் தன் வழியில் சேகரித்த இடர்களால் நோயுற்று, வளமிழந்து, எல்லா வகையிலும் *தர்மம்* அழுத்தப்பட்ட கதைதான் மகாபாரதம். அது அதர்மத்தின் மீதான தர்மத்தின் வெற்றியல்ல. அவை இரண்டின் அநேகமான சமத்துவத்தையும் உலகின் புதியதொரு சுவாசத்தின் பீடிகையாய் உள்ள பேரழிவில் அவை குவிவதையும் அங்கே சின்னஞ்சிறிய எச்சம், சொல்லின் வழியாகக் கடந்தகாலத்தின் விகாரங்களுக்குச் சாட்சி சொல்லும் ஒரு பாலைவனக் காட்சி அது. அரக்கன்மீதான நாயகனின் வெற்றி, ஒழுங்கின்மைக்கு எதிரான ஒழுங்கின் வெற்றி, தீயதின் மேலான நன்மையின் வெற்றி என ஒவ்வொரு வெற்றியும் இந்தப் பார்வைக்கு எதிராக வைக்கப்படும்போது குற்றமற்றதாகவே இருக்கும். ஏனெனில் இது மட்டுமே தொடர்ந்து சமத்துவமின்மையை உருவாக்கிக்கொண்டிருக்கும் காலத்திற்கு, ஆனால் கடைசியில் பெருமளவில் அனைத்தையும் சமன் படுத்தும் ஒரு தந்திரமாக மட்டும் இது இடம் கொடுக்கிறது. மாற்ற முடியாத ஒரே சமமின்மை இப்போதுதான் தெளிவாகியுள்ளது: பற்றின்மை,

அர்ஜுனனுக்கு அவனை எதிர்க்கும் உறவினர்கள் வரிசையாகப் போருக்கு நின்றபோது, கிருஷ்ணர் அளித்த சித்தாந்தம்.

“பேரரசரே, நீதி நுட்பமானது. நமக்கு அதன் போக்குத் தெரியாது,” என்று திரௌபதி சுயம்வரத்தில் தான் தேர்ந்தெடுத்த அர்ஜுனனுக்கு மட்டும் சொந்தமாக இருப்பதற்குப் பதில் பாண்டவ சகோதரர்கள் ஐவராலும் சமமாகப் பகிர்ந்துகொள்ளப்படுவதை ஏற்றுக்கொள்ள வைப்பதற் காகத் திரௌபதியின் தந்தையிடம் சொன்னான் யுதிஷ்டிரன். இன்னும் பலமுறை, பின்னர் ரத்தக்களரியான பல்வேறு சந்தர்ப்பங்களில், அவன் தர்மத்தின் நுட்பத் தன்மை பற்றிய தன் இந்த அவதானிப்புக்கு வரப் போகிறான். தர்மம் பெரும் நுட்பம் வாய்ந்தது, பின்பற்றக் கடினமானது. அடையாளம் காண்பதற்கே கூட, அதுவும் தர்மத்தின் மகனான இவனுக்கே, யுதிஷ்ட்ரனுக்கே கடினமானது. காலம் தொடங்கியதுமுதல் இழையிழையாக நெய்யப்பட்டதுபோல் இருக்கிறது *தர்மம்.* இப்போது அந்த இழைகள் அனைவரையும் எல்லாத் திசைகளிலிருந்தும் சூழ்ந்து நெருக்கும் வலை யெனச் சிக்கவைத்திருக்கிறது. ஒருமுறை வலையில் சிக்கிக்கொண்டு விட்டால், மிகவும் கண்மூடித்தனமாக நகரும் யாரும் அதன் இழைகளில் நெரிக்கப்படும் அபாயத்தை எதிர்கொள்ள நேரும். எப்போதும் தர்மத்தைப் பற்றிப் பேசிக்கொண்டிருப்பதுதான் யுதிஷ்ட்ரனின் இயல்பான மனப்பாங்கு. ஆனால் அவன் எப்போதும் சிந்தித்துக்கொண்டிருப்பது அதற்கு அப்பால் இருப்பதைப் பற்றித்தான்: மரணம் அல்லது மோட்சம். நியதியும் மரணமும் அவனைப் பொறுத்தவரையில் ஒன்றானதாகவே ஆகிவிடும் அளவுக்கு ஒன்றுகலந்துவிடுவதால் தர்மத்தைப் பற்றிய அவன் கருத்துகள் எமனின் நாசங்களுக்கு முன்னுரைகளாக இருந்தன. தொலைவான, சோகமான ஏதோ யுதிஷ்ட்ரனிடம் இருந்தது. கௌரவர்களுடன் சேர்ந்து ஆடத்தெரியாத ஆனால் ஆட ஆசைப்பட்ட அந்த விதிவசமான பகடையாட்டத்தில் அவன் ஈடுபட்டபோது அது வெளிப்படையாகத் தெரிந்தது. அந்த விளை யாட்டு ஒரு புண், ஒரு *பேதம்,* ஒருபோதும் குணப்படுத்த முடியாதது: விதி தர்மத்தைப் புறக்கணித்தது மட்டுமல்லாமல் அதை வெறுக்கத்தக்கதாகக் கருதியது. யுதிஷ்ட்ரன் சென்று அடைய விரும்பியது அந்தச் சீர்படுத்த இயலாத சான்றைத்தானோ என்னவோ.

பகையாளிகளாகிவிட்டப் பங்காளிகளின் போரில், மனத்தை உருக்கும் பிம்பங்கள், பெரும் சோகத்தை உண்டாக்குபவர்கள், தங்களுக்குப் பிறப்பால் வழங்கப்பட்ட பாத்திரங்களை மறுதலித்தவர்கள்: பீஷ்மர், பிராமணனைப் போல் நடந்துகொண்ட க்ஷத்ரியர், அம்புப் படுக்கையில் படுத்தபடி மேன்மையான சிந்தனைகளைச் சொன்னவர். துரோணர், பாண்டவர்கள் கௌரவர்கள் இருவருக்கும் போர்க்கலையில் ஆசானாக இருந்தவர். தங்களைச் சுற்றியுள்ள அனைவரையும் உலகத்தையும் விலக்கிவிட்டு ஒரு சின்னஞ்சிறு புள்ளியில் – இலக்கில் – கவனத்தைக் குவிக்கச் சொல்லித் தந்தவர். கர்ணன், புதிரான சூதன், தான் சூரியனின் புதல்வன் என்பதை

அறியாத தேரோட்டி, வெல்ல முடியாத வீரனாக ஆனவன், அர்ஜுனனுக்கு நிகரானவன் அவன் மட்டும்தான். அவர்கள்தாம் தர்மத்தின் நுட்பமான சிதைவுகள்தாம் புதிய சகாப்தங்களை முன்னறிவிக்கின்றன என்றும் ஒவ்வொரு புதிய அவதாரமும் அதை முடிவுக்குக் கொண்டுவருகின்றன என்பதையும் முதன்முதலில் உணர்ந்தவர்கள். ஒழுங்குக்குத் தொடர்ந்து ஒரு அர்த்தம் இருப்பதற்காக அதை முதலில் சிதைத்தவர்கள் அவர்கள்தாம். தருணங்களையும் உணர்ச்சிகளையும் கடந்து அப்பால் செல்லும் ஏதோ வொன்று அவர்கள் நடத்தையில் இருந்தது. சொல்லப்படாத ஒரு கட்டளை அவர்களின் செயல்களில் வேறெவரும் சுட்டிக்காட்டத் துணியாத வடிவத்தை, வழக்கத்துக்கு மாறான கூறுகளின் சேர்க்கையை வெளிப்படுத்த அவர்களைத் தொடர்ந்து வற்புறுத்தியது. ஒவ்வொருவரும் தத்தம் பாணியை உருவாக்கிக்கொண்டார்கள். அவர்கள் சமிக்ஞையின் கலைஞர்கள், தங்கள் கலையின் விளைவுகளால் துன்புற்றவர்கள் – அதில் ஒரு நுட்பமான குரூரம் இருந்தது – அவர்கள் பரிசோதனை செய்யத் தேர்ந்தெடுத்த வடிவங்களுடன் சற்று அதிகமான வேதனையின் அவசியம் சேர்ந்திருந்ததுபோல்.

பீபத்ஸு: வெறுப்பை உணர்பவன் – அர்ஜுனனுக்கான பல அடைமொழிகளில் தனித்து நிற்பது இது, அறுதியான முக்கியத்துவம் வாய்ந்தது. க்ஷத்ரியர்களின் பிம்பம், அசையாத உறுதிகொண்ட வலிமை வாய்ந்தவர்கள், சந்தேகம் என்றால் என்னவென்றுகூட அறியாத வீரர்கள், தடைகளைத் தகர்த்துச் செல்பவர்கள், காட்டு விலங்குகளோடு போராடு பவர்கள் – உடன்பட மட்டுமே அறிந்தவர்கள், புதிய வலிமைக்கு எப்போதும் ஆவல்கொண்டவர்கள், தீயைக் கக்கும் மனிதர்கள், கடைசியாக அர்ஜுனன் உருவில் முழுமையாகக் காணப்பட்டவர்கள். இருந்தும் ஒரு குமட்டும் உணர்விலிருந்து தன்னை விடுவித்துக்கொள்ள அவனால் ஒருபோதும் இயலவில்லை. எதுபற்றி? சலிப்பூட்டும் கடமையான கொல்லுதலாலா? அல்லது வேறு ஏதாவது கூடவா? அர்ஜுனன் உலகத்தைப் பற்றி வெறுப்பை உணர்ந்தான். உலகின் குறிப்பிட்ட சில அம்சங்கள் பற்றி மட்டுமல்ல, அதன் இருப்பின் மேலேயான வெறுப்பு. உடன்படுதலின் உச்சத்தைக் கடந்தவுடன் குமட்டல் ஊர்ந்து வந்து அவனைப் பற்றிக் கொண்டது – அந்தக் கணத்திலிருந்து அது ஒரு மெல்லிய, மாற்ற முடியாத வண்ணப் பூச்சை எல்லாவற்றின் மீதும் பரவச் செய்தது. அது அவன் கண்களில் அவ்வப்போது வரும் ஒரு வெறுமையாகவும் அவனுக்கு நிகழ்ந்துகொண்டிருக்கும் அனைத்தில் இருந்தும் ஒரு தொலைவாகவும் தன்னைக் காட்டிக்கொண்டது. தன் தேரோட்டி கிருஷ்ணருடனான ரகசிய உரையாடல்களில் அல்லாமல் அர்ஜுனன் இதைப் பற்றி எதுவும் சொல்வதில்லை. மற்றவர்களுக்கு அதுபற்றி ஒன்றும் தெரியாது. அவர்கள் அவனை ஆதர்ச வீரனாகவும் மயக்கும் இளைஞ னாகவும் நியாய உணர்வுடைய மனிதனாகவுமே பார்த்தார்கள். இருந்தும் அடிக்கடி கணீரென்ற அதிகாரமான சொற்களைத் தான் உச்சரிக்கையில், அவை வெறுமையாகவும் தேய்ந்துபோனவையாகவும் அவனுக்குத் தெரிந்தன.

ஜம்புத்தீவில் வளைந்துகொடுப்பது சிரமமானது. பாதைகள் அனைத்திலும் சபதங்களும் வரங்களும் சாபங்களும் வரிசையாக நிற்கின்றன. ஒவ்வொரு அடியும் ஒரு போதனை. வாழ்க்கை மீண்டும் நெகிழ்வுடனும் வியாபகமுடையதாகவும் குழப்பமானதாகவும் ஆக வேண்டுமென்றதால் ஒரு கடவுள் தேவை. ஓர் *அவதாரம்,* தெளிவான, தொலைநோக்குப் பார்வை கொண்ட ஒரு மனம்: கிருஷ்ணர்.

பாண்டவர்களுக்கும் கௌரவர்களுக்கும் இடையிலான போரின்போது கிருஷ்ணரின் சில கூர்மதி வாய்ந்த அறிவுரைகளையும் வஞ்சனைகளையும் சூழ்ச்சிகளையும்விட வேறெதுவும் அவ்வளவு நுட்பமான விதத்தில் விதியை மீறியது எதுவும் இருக்காது. புத்தரின் சித்தாந்தங்கள் சிலவற்றைவிட மக்களின் கடவுள் நம்பிக்கையை நுட்பமாகச் சிதைப்பது வேறெதுவும் இருக்காது. இருந்தும் கிருஷ்ணர், புத்தர் இருவருமே விஷ்ணுவின் *அவதாரங்கள்.* காயம்பட்டு, தன் அளவில் கால்வாசியாகச் சுருங்கிய தர்மத்தைக் குணமாக்கப் பூமிக்குக் கீழிறங்கி வந்தவர்கள். முந்தைய அவதாரங்களில் இது போன்று எதுவும் நிகழவில்லை: வாமனன், வராகம், நரசிம்மம் ஆகியோர் தோன்றி தாங்கள் செய்ய வேண்டியதைச் செய்துவிட்டு உலகை இன்னொரு காலச் சுழற்சியில் விட்டுவிட்டுக் கலைந்து மறைந்தனர். ஆனால் கடைசிக் காலச் சுழற்சிகளில் மொத்த அழிவான *பிரளயத்தின்* மணம் ஏற்கனவே காற்றில் இருந்தது. அனைத்தும் கலந்துபோய், விதிகள் தலைகீழாய் மாறிப்போயின. இந்திரனை வென்றிருந்த அரக்கனை வெல்வது இனி போதுமானதாக இல்லை. அவ்வகையான இறையாண்மை விளையாட்டுகளில் இப்போது சிறுபிள்ளைத்தனமான, வெறுமையான ஏதோ ஒன்று இருந்தது. இந்த நாட்களில் ஒரு எதிரியை வெல்வதைவிட முக்கியமானது, அவனைப் போலவே பாவனை செய்து, அவனுடைய சில சமிக்ஞைகளை மேற்கொள்ள வேண்டும். ஆனால் இது ஒரு *குறிப்பிட்ட வகையில்* செய்யப்பட வேண்டும். இந்தப் புதிய அறிவைப் பழையதின் மீது படியச் செய்து, அவற்றின் மோதலில் உண்டாகும் வீரியத்தில் இரண்டையும் வாழச்செய்ய வேண்டும். இதுதான் ஒருவேளை பெண்களும் ஜாதியற்றவர்களும் இதன் பொதுவான குழப்பத்தில், தங்களுக்கு மறுக்கப்பட்ட விடுதலையைக் கைப்பற்றும் வாய்ப்பு கிடைக்கக்கூடும் என்பதற்காக ஆதரிக்கும் இந்த இருண்ட யுகமான கலியுகத்தின் விசேஷமான புதிராக இருக்கக்கூடும். இந்தப் பகிரங்கமான முரண்பாட்டில் ஒரு அச்சாகவோ திசை காட்டும் காந்தக் கல்லாகவோ இனி எந்தச் சமயக் கோட்பாடும் செயலாற்ற முடியாது. *பக்தி* மட்டுமே, இதயத்தின் முழு ஈடுபாடு மட்டுமே அவ்வாறு இயங்க முடியும். தன்னை எதிலும் ஈடுபடுத்திக் கொள்ளும், எதற்கும் தயாராக இருக்கும் அந்த வற்றாத உணர்ச்சியின் முதல் தூதுவர்கள், தங்கள் கால்நடைகளோடு சுற்றிலும் தனியாகத் திரிந்துகொண்டிருக்கும் கிருஷ்ணரின் கோபிகள்.

மன்னன் சிசுபாலன் கிருஷ்ணர் மீதுள்ள தன் வெறுப்பின் ரசாயனத் தூய்மையால் காப்பாற்றப்பட்டான், நடந்தது பற்றி வருந்தாததால்

க

காப்பாற்றப்பட்டான். அவனும் கிருஷ்ணரின் உடலுக்குள் நுழைவான், அவனும் கிருஷ்ணரில் விடுதலை கொள்வான். கிருஷ்ணர் தன் எதிரிகளின் அணிவரிசைக்குள் அவர்கள் தந்திரங்களையோ வஞ்சகங்களையோ தவிர்க்க நினைக்காமல் ஊடுருவுவார். அதன் விளைவாக அவர் எதிரிகள் அவருக்குள் ஒரு பிளவை ஏற்படுத்துவார்கள். கிருஷ்ணர் வீரர்களுக்குக் காட்டுவதற்கு முன்னர் கோபிகைகளுக்குத் தந்த புதிய விதியே அதைக் கோரியது என்பது மட்டும் இல்லாவிட்டால் இவையனைத்தும் விதியை முழுக்க மீறுவதாக இருக்கும். இதனால் அடுத்த அவதாரமான "புத்தரின்" *அனத்தா* சித்தாந்தம், "சுயமின்மை"யில் அனைத்துப் பொருட்களின் அடிப்படை வெறுமை, உள்ளதாகக் கருதப்படுவதன் இன்மை, *ஆத்மா*வின், சுயத்தின், அதன் காரணமாக அதனுடன் இயைந்த *பிரம்மத்தின்,* அதனால் மற்ற எல்லாவற்றின் இறையாண்மைக்குப் பெருத்த அடியாக அமைந்த சித்தாந்தம் நிராகரிக்கப்படாதது மட்டுமல்ல, அது வரவேற்கப்பட்டது. அங்குச் சுற்றி வந்து கொண்டிருந்த பல சமயவிரோதக் கருத்துகளில் வேறெதுவும் ஏற்றுக்கொள்ளப்படாதபோது இது ஏன் ஏற்றுக்கொள்ளப்பட்டது? ரிஷிகள் போதித்த அனைத்துக்கும் எதிர்த்து குரூரமான தீவிரமான தூய்மையுடன் நின்றதால் அது வரவேற்கப்பட்டது. யாக்ஞவல்கியரும் புத்தரும் எதிரெதிரே அமர்ந்திருந்தனர், ஆனால் எதிரிகளாக அல்ல. அவர்கள் இப்போது ஒரே மனத்தில் வாழ்ந்தார்கள். இருவரும் தங்கள் சொந்தச் சொற்களை உச்சரித்துக்கொண்டே இருந்தார்கள், சற்றும் முறைப்படுத்தப்படாமல்.

குருஷேத்திரப் போருக்கு முன்னர், உள்ளதின் இயற்கை குறித்த கடுந்துயரால் செயலற்றுப்போயிருந்த அர்ஜுனனுக்குக் கிருஷ்ணர் மெய்யறிவு புகட்டினார். போரின்போது அர்ஜுனனுக்கு அவர் தந்த பெரும்பாலான உதவிகள் ஏமாற்றுக் கலை சார்ந்தவை. அர்ஜுனனுக்கும் ஜெயத்ரதனுக்கும் இடையில் நடந்த அந்தச் சண்டையில் அந்தக் கலையைச் செயல்படுத்தியதைப் போல் நயவஞ்சகமான வகையில் ஒருபோதும் செய்ததில்லை. யார் ஜெயத்ரதனைக் கொன்றாலும் அவர்மீது சாபமொன்று கவிழ்வதாக இருந்தது. அவன் தந்தை விருதக்க்ஷத்திரர், தன் மகனின் தலையை யார் தரையில் வீழ்த்தினாலும் அந்த மனிதனின் தலை நூறு துண்டுகளாக உடையும் என்று அறிவித்திருந்தார். வானில் சூரியனின் பழுப்பு நிற வட்டு மறையும்போது இரு வீரர்களும் போரிட்டுக்கொண்டிருந்தனர். அது தொடுவானுக்குப் பின்னால் மறையும் அந்தத் தருணத்தில், அர்ஜுனனின் சொல் உண்மையுடன் அனைத்துத் தொடர்பையும் இழக்கும். ஏனெனில் ஜெயத்ரதனைச் சூரிய அஸ்தமனத்திற்கு முன்பாகக் கொல்வதான அவன் சபதம் வீண் என்று காட்டப்பட்டுவிடும். "உண்மை அர்ஜுனனுக்கு இழந்ததாக ஆனால், உலகத்துக்கும் இழந்ததாக ஆகும்" என்று நினைத்தார் கிருஷ்ணர். அதற்குப் பிறகுதான் அவர் படபடப்புடன் சில சொற்களைத் தன் நண்பனுக்கு அறிவுறுத்தினார்: "ஜெயத்ரதனின் தலை அவன் தந்தையின் மடியில் பறந்து சென்று விழும்படி சுத்தமாக வெட்டு." வில்வீரனின் உச்சத் திறனுடன், அர்ஜுனன் மரணமேந்திச் செல்லும் அந்த அம்பை (தன் சொந்த மகனான அபிமன்யுவைக் கொன்ற

கொலையாளியைக் கொல்வதற்காக வாசனாதி திரவியங்களாலும் மலர்களாலும் பூஜித்துக் காப்பாற்றி வைத்திருந்த அம்பை) ஜெயத்ரதனின் தலை அவனிடமிருந்து பறந்துசென்று வன விளிம்பில் அமர்ந்து சந்திகால பூஜையில் ஆழ்ந்திருந்த விருதக்க்ஷத்திரரை நோக்கிச் செல்லும்படி குறிபார்த்து எய்தான். வானிலிருந்து வீழ்ந்த ஒரு கல்லைப் போல, விலையுயர்ந்த காதணிகள் கொண்டு அலங்கரிக்கப்பட்டிருந்த அவர் மகனின் தலை அவர் மடியில் விழுந்தது. விருதக்க்ஷத்திரர் அதைக் கவனிக்கக்கூட இல்லை. அவர் ஒரு தீவிரமான ரிஷி, உலகப் பிரக்ஞையை தடுக்கும் வலிமை பொருந்தியவர். தன் பிரார்த்தனை முடிந்தவுடன் அவர் எழுந்தார். ஜெயத்ரதனின் தலை தரையில் உருண்டது. விருதக்க்ஷத்திரரின் தலை நூறு துண்டுகளாக உடைந்தது. சூரியனின் கடைசி விளிம்பு மறைந்துகொண்டிருந்தது.

வேதகாலத்திலிருந்து இருந்து புத்தர்வரையில் இந்தியாவில் நடந்தது ஒரு மரத்தின் அடிப்பாகத்துக்குச் சொந்தமானது, அந்தப் பிரும்மாண்டமான *அஸ்வத்த* மரம், வானில் வேர்கொண்டு தன் கிளைகள் பூமியை மூடும்படி எங்கும் பரவியிருந்த மரம். அந்த அடிமரத்துக்குள் என்ன இருக்கிறது? *பிரம்மம்*. *பிரம்மம்* என்றால் என்ன? “விழித்துக்கொள்ளும் தனித்தன்மை யான ஒன்று” என்கிறது *மைத்ரி* உபநிடதம். *பிரம்மம்* என்பது பிரக்ஞையும் பிரக்ஞையைப் பிறப்பிப்பதும்: விழிப்பூட்டும் ஒன்று. கடைசியில் ஒரு தனிமையான துறவி மரத்தின் அடியில் அமர வந்தார். இந்த நிகழ்வில் அது பீகாரில் இருந்த ஒரு சாதாரண அத்திமரம். அந்த மரத்திலிருந்து தனக்கு விழிப்புநிலை கடந்து வரும்வரை எழுந்திருக்கப் போவதில்லை என்று அவர் தன்னிடம் சொல்லிக்கொண்டார். அது புத்தராக ஆகப்போகும் போதிசத்வர். அவர் அமர்ந்திருந்த அந்த மரம் விழிப்பூட்டும்(போதி) மரம் என்று அழைக்கப்பட்டது. பின்னாளில் புத்தகயை என வழங்கப்படப் போகும் கயையில் அது வளர்ந்துகொண்டிருந்தது. பல நூற்றாண்டுகளாக பல யாத்ரீகர்கள் பலர் அதைக் காணச் சென்றார்கள். அவர்கள் பார்த்தது ஒரு *நியக்ரோதம்,* விழுதுகள்கொண்ட ஆலமரம். தன் விருந்தினர்களின் கழுத்தை நெரிப்பது அது, ஆனால் அவர்கள் அதை *அஸ்வத்த மரம்*, தீயின் வித்தைத் தனக்குள் கொண்ட அத்திமரம் என்றே சித்தரித்துக் கொண்டிருந்தார்கள்.

உயிர் மரமும் அறிவின் மரமும் ஒற்றை மரம்போல் காட்சியளித்தன: கிளைகள் சலசலத்தபோது, அதன் இலைகளாக இருந்த வேதங்கள்தாம் பேசின. காற்று அசைவற்று இருந்தபோது அடிமரத்திலிருந்து முடிவற்று உயிர் வழங்கியபடி சோமம் சொட்டியது. அந்தப் பெரும் தாவரத்தைக் கவனமாகப் பார்க்கும்போது, அங்கே இரண்டு மரங்கள் பிரிக்க முடியாதபடி முறுக்கிக்கொண்டிருந்ததைக் காண முடியும். ஒன்று தன் கிளைகளை வானை நோக்கி உந்தித் தள்ளியது, மற்றது தரை நோக்கி. அவை ஒரு *சமி* – வன்னிமரமும் ஒரு *அஸ்வத்தமும்*. எது எந்த மரம் என்று பார்ப்பது

சிரமமாக இருந்தது. எதிரெதிர்க் கிளைகளில், ஒரே உயரத்தில் இரு பறவைகள், "பிரிக்க முடியாத நண்பர்கள்" இருப்பது தெரிய வரும். ஒன்று ஒரு தீங்கனியைச் சுவைத்துக்கொண்டிருக்க, மற்றது அதைக் கூர்மையாகப் பார்த்துக்கொண்டிருந்தது. தீயை உருவாக்குவதற்கு ஒரு அஸ்வத்த மரத்தின் சுள்ளியைச் *(அரணி)* சமியின் சுள்ளியோடு உரச வேண்டும். தன் விழுதுகளால் அஸ்வத்தம் மெதுவாகச் சமியை நெரிக்கிறது. பிரக்ஞை மெதுவாக உயிரை நெரிக்கிறது. ஆனால் உயிர் தழைக்கிறது – அல்லது தழைப்பதாகப் புலனால் உணரப்படுகிறது – பிரக்ஞை என்னும் ஒட்டுண்ணியைத் தன்மீது வளர விடும் அளவுக்குத்தான் உயிர் தழைக்கிறது.

கதைகளில் முதலாவது தாவரம். அதில் கதையமைப்பு இல்லை. இரு மரங்களின் பிணைப்பு. அவற்றின் என்றுமுள்ள, அசைவற்ற கலவி. ஒன்றின் வேர்கள் வானில் விரிந்து பரவுகிறது. மற்றதினுடையது மண்ணுக்குள். அவற்றின் கிளைகள் ஒன்றுகலக்கின்றன, சில மேல்நோக்கியும் சில கீழ்நோக்கியும் சுட்டுகின்றன. தன் துணையை அணைத்துக்கொண் டிருக்கும் கடவுளின் ஒவ்வொரு பிம்பமும் – சிவன் பார்வதியை, விஷ்ணு லக்ஷ்மியை – பின்னிப்பிணைந்துள்ள அந்த இரு மரங்களை நினைவூட்டின. மனித அவயவங்களுடன் கூடிய, அந்தச் சிக்கலான கிளைகளில் இருந்து வெளித்தள்ளப்பட்டிருந்ததைப் போலிருந்த இரு உருவங்கள் ஒன்றிணைந்து மீண்டும் அவற்றை மறுவடிவாக்கம் செய்யக் கடுமையாக முயன்றதைப் போலிருந்தது. முதலில் பயணிகள் இந்திய விக்கிரகங்களைக் கண்டடைந்த போது அவர்களை அதிர்ச்சியூட்டிப் பயமுறுத்திய அவற்றின் பல தலைகள், புஜங்கள், கால்கள், பாதங்கள், கைகள், இப்போது அவை இருக்கும் நிலைக்கு முன்னால் மனித உருவம் பல கிளைகள்கொண்ட மரமாக இருந்தது என்பதற்கு அத்தாட்சியாக இருக்கின்றன. முப்பத்து மூன்று கடவுளர் விண்ணுலக மாளிகைகளில் அல்லாமல் அந்த மரத்தின் கிளை களிலும் இலைகளிலும் வாழ்ந்துகொண்டிருந்த காலம் ஒன்று இருந்தது. அந்தக் கிளைகளில் அமர்ந்துகொண்டு கீழிருந்த கிளைகளில் சுற்றிக் கொண்டிருந்த பாம்புகளுடன் அவர்கள் சண்டையிட்டுக் கொண் டிருந்தனர் – அவர்கள் சண்டையிட்டுக்கொண்டிருந்தது, அவர்கள் அனை வருக்கும் தேவர்களுக்கும் அசுரர்களுக்கும் ஒன்றுபோல ஊட்டமளித்துக் கொண்டிருந்த அந்த மரத்தின் அடிப்பாகத்திலிருந்து ஒழுகிக்கொண்டிருந்த திரவத்துக்காக.

ஒவ்வொரு கதையிலும் நீங்கள் பின்னோக்கிப் போனால், உங்களால் முடிந்த அளவு பின்னே சென்றால், தொடுவானங்கள் மறைந்து போகும் புள்ளிவரை சென்றால், ஒரு பாம்பையும் ஒரு மரத்தையும் தண்ணீரையும் நீங்கள் காண்பீர்கள். அது நீர்ச்சுனையைத் தன் சுருண்ட உடலாலோ ஒரு திரளாலோ மறைக்கும் பாம்பாகவோ பெருநீர்ப்பரப்பில் மிதந்து செல்லும் ஒரு முடிச்சாகவோ தன்மீது ஒரு தெய்வீக உருவத்தைச் சுமந்துகொண்டு அலைகளின் மீது வழுக்கிச் செல்லும் வட்டமான

மெத்தையாகவோ இருக்கும். அல்லது தண்ணீரில் வளர்ந்து வெளியே வந்துகொண்டிருக்கும் அடிமரத்தைச் சுற்றிச் சுருண்டுகொண்டிருக்கும் பாம்பாவோ இருக்கலாம். வெகு காலத்திற்கு முன்னர் மனிதர்கள் சிலர் செய்ததாகக் *கதோபநிடதம்* சொல்வதைப் போல ("இறவாமை வேண்டிய விவேகமான மனிதர் ஒருவர் தன் கண்விழி உருளையைப் பின் முன்னாகத் திருப்பித் தனக்குள் பார்த்தார்") இது அனைத்தையும் உங்களுக்குள்ளே பார்ப்பதின் மூலமும் கண்டுணர முடியும். முறுக்கிய நிலையிலுள்ள பெண் தெய்வமான குண்டலினி தேவியைப் போல், அவள் சுருள், *மேரு* என்னும் தண்டுவடத்தையும் கூடவே மண்டையோட்டுக் கவிகையின், அல்லது பிரபஞ்சத்தின் அடியில் தன் தாமரை ஆசனத்தில் விழித்தெழும் குரலுக்காகச் சிவன் காத்திருக்கும் மேலெழும் மலை மேருவையும் கடந்து செல்லும் செங்குத்தான நீரோட்டமான *சுஷும்ன* நாடியை மூன்றரை முறை சுற்றிக்கொண்டுள்ளதுபோல், சாரம், ரசம் கீழே சொட்டும் அடிமரத்தைச் சுற்றிப் பாம்பு சுற்றிக்கொண்டிருக்கிறது. திருடப்பட்ட பசுக்கள், சிறைபிடிக்கப்பட்ட கடல்கள், இழக்கப்பட்ட சோமம் – அவையனைத்தும் ஒரு உடற்கூற்றுப் பிறையின் உள்ளே மறைத்து வைக்கப் பட்டுள்ளது. தடுக்கப்பட்ட ஒரு நீரோடை பாம்பின் சுருள்களின் ஊடே கசிந்தேறத் தொடங்குகிறது. தேவி விழித்தெழுகிறாள், தன் இருப்பிடமான *மூலாதாரத்தில்* இருந்து மேலெழும்புகிறாள், *மூலாதாரம்*, "குதவேர்," லிங்கத்துக்கும் மலத்துவாரத்துக்கும் இடையில் தாமரையின் வேர்த்தண்டான *சுஷும்ன நாடி* ஏறி, ராஜபாட்டையில் மேல்நோக்கி ஆறு சக்கரங்களை ஊடுருவி, ஆட்சியாளர்கள்போல் அவள் தன் வழியில் காணும் சக்கரங்கள் சிவனது கவச உறையாகிறது. அவர்களது கலவியில் இருந்து சொட்டுகிறது *அமிர்தம்*, ஒவ்வொரு நரம்பிழையையும் வளப்பமூட்டி, கிளர்ச்சிகொள்ள வைக்கும் "அழிவற்ற" திரவம்.

வேதப் பாசுரத்தின் அந்த இரு பறவைகளும் கிருஷ்ணர் மற்றும் அர்ஜுனன் உருவில் மறுபடி வந்தன. இனி அந்த மரத்தின் எதிரெதிர்க் கிளைகளில் அல்ல, ஒரு தேரின் மீது. கிருஷ்ணர் தேரோட்டி, அர்ஜுனன் வில்வீரன். அந்த "இனிக்கும் தீங்கனியை" சுவைத்த பறவை அர்ஜுனன். ஆனால் இப்போது சுவைத்தல் என்பது அந்தக் கொல்லும் அம்பை எய்வது. இன்னொரு பறவையைப் போல் "சுவைக்காமல்" கவனித்துக் கொண்டிருந்தார் கிருஷ்ணர்.

மனித, விலங்கு சார்ந்த மற்றும் தெய்வீக சாகசங்களின் கொதித்துக் குமுறும் சிக்கல் நிறைந்த களத்தோடும், அதன் பெருகி விரியும் சொற்கள் கொண்ட *மகாபாரதம்*, ஒரு *அஸ்வத்தம்* ஒரு *சமி* இரண்டும் இணைந்து ஆன அந்தத் தனித்துவமான மரத்தின் எதிரெதிர்க் கிளைகளில் அமர்ந்திருக்கும் அந்த இரு பறவைகளின் உரையாடலை மீண்டும் கேட்க முடிவதற்காக அமைதியைக் கொண்டுவரும் ஒரு முயற்சி. அதுதான் பழம்பெரும் இடையறாத உரையாடல். ஆனால் காலத்தின் திரட்சியும்

சடங்கின் பின்னல்களும் தெய்வீக மற்றும் மனிதச் சலசலப்பும் அநேகமாக அதைத் திக்குமுக்காட வைத்தது. அதை மீண்டும் வனத்தின் சரசரப்பில் கண்டுணர்வதல்ல உண்மையான சவால். அது மிகவும் சுலபம். கிட்டத்தட்ட அது ஒரு தொழில். ஆனால் ஆயுதங்களின் மோதல்களுக்கிடையில், கலப்படமற்ற திகில் நிறைந்த கணத்தில், மனத்தின் அலங்கோலத்தின் நடுவில் அதைக் கேட்க முடியும்படி செய்வது, ஒரு காலத்தில் திருத்தப்பட்ட நிலமாக, சடங்குகள் கொண்டாடிய இடமாக இருந்த அந்தப் போர்க் களத்தில், சடங்கு செய்யத் தகுதியான பெரும் அமைதி நிரம்பிய இடத்தில், அன்று வீரர்களாக உடை அணிந்துகொண்டு கிருஷ்ணர், அர்ஜுனன் என்ற பெயர்கொண்டிருந்த அந்த இரு பறவைகளின் கீச்சிடும் குரலை, அதுவே முதல்முறை என்பதுபோல் ஒருவர் மீண்டும் ஒருமுறை கேட்க முடியும்படியாக இப்போது மேலும் கனத்த அமைதியை, காதைச் செவிடாக்கும் அமைதியைப் பிரவேசிக்கச் செய்வதுதான் உண்மையான சவால்.

நரனும் நாராயணனும் மற்ற யாரையும் போல் இல்லாத, ஆனால் ஒருவரைப் போல் ஒருவர் இருந்த இரு ரிஷிகள். அருகருகே நடந்தபடி தன்னைக் கடந்துசெல்லும் அவர்களைப் பிரம்மா பார்த்தார். “அந்த இருவரும் என்னைவிட மூத்தவர்கள்” என்று நினைத்தார் அவர். அதற்குள் அவர்கள் போய்விட்டிருந்தனர்”. ஆனால் இது எப்படி? அனைத்துக்கும் தந்தையான நான் வேறு யாரோ ஒருவருக்குப் பின்னால் வந்ததாக உணர முடியும்?” சந்தேகம் மனத்தைக் குடைய அவர் காசியபரை நாடினார். அவர் சொன்னார்: “உள்ள உலகம் மனத்தாலோ நெருப்பாலோ அல்லது பருப்பொருள் என்று அழைக்கப்படும் திரளால் ஆனதோ, இறுதியில் அது முக்கியமல்ல. அது இருப்பதாகப் பிரக்ஞை உணர்ந்தால் மட்டுமே அது இருக்கிறது. மேலும் பிரக்ஞை அதை உணரும்போது, அந்தப் பிரக்ஞைக்குள் அந்தப் பிரக்ஞையை உணரும் இன்னொரு பிரக்ஞை இருந்தாக வேண்டும். அவை பிரிக்க முடியாத நண்பர்கள், அவைதான் நரனும் நாராயணனும். பத்தாயிரம் உலகங்களில் நீ உன்னைப் பரப்பிக்கொள்ளலாம், ஆனால் அவர்கள் இல்லாமல் நீ இல்லை. ஒருநாள் சிவன் அவர்களைப் பற்றிச் சொன்னார்: “உங்கள் இருவரின் ஒளிதான் உலகத்தைத் தூக்கி நிறுத்தியிருக்கிறது.” அதனால்தான் அவர்கள் தொடர்ந்து தோன்றிக்கொண்டும் மறைந்துகொண்டும் இருக்கிறார்கள். அவர்கள் அஸ்வத்த மரத்திலிருந்த அந்த இரு பறவைகள். அவர்கள் கிருஷ்ணனாகவும் அர்ஜுனனாகவும் இருப்பார்கள். நரன் என்பது பெயர் குறிப்பதைப் போல் மனிதனும் நீரும். அவன் ஒற்றை அலையாக உள்ளபோது, இரண்டாகக் கிழிபடாதபோது, அவனேதான் மற்றவனும். நரனின் வழியாகத்தான் நாம் அறிவைப் பெறுகிறோம், ஆனால் நமது அறிவு வரையறைக்கு உட்பட்டதாக இருக்கும், நாராயணனின் கண்ணில் அது பிரதிபலிக்காவிட்டால் இறுகித் தளரும் ஒரு தசையின் அறிவைவிட அது மேலானதாக இருக்காது. இதில் நம்மை நாம் இழக்கிறோம்: ஒரு கண்ணிலிருந்து மற்றொரு கண்ணுக்குக் கடப்பது ஒரு நதியிலிருந்து

கடலுக்குக் கடப்பது. இதனால்தான் மெய்யறிவை நிச்சயமின்மை என்னும் போர்வை மூடியிருக்கிறது. ஆனால் வாழ்வதற்கு அது போதும். மேன்மையான, அறுதியான ஆசுவாசம் என்னவென்றால் நரன் பிரிக்க முடியாதபடி நாராயணனுடன் கட்டுண்டிருக்கிறான் என்று அறிந்துகொள் வதுதான். இந்திரன் வரமொன்று வழங்கியபோது, அந்தச் சமயத்தில் கிருஷ்ணராக இருந்த நாராயணன், அப்போது அர்ஜுனனாக இருந்த நரனுடன் எப்போதைக்குமான நட்பைக் கேட்டார். அந்த வரம் அர்ஜுன னுடன் சேர்ந்து கிருஷ்ணர் போரிட்டு வென்ற அர்ஜுனனின் தந்தையிடம் கேட்கப்பட்டது. ரத்த உறவை விட நட்பு மேலோங்குகிறது. குடும்பங்கள் அழிகின்றன. ஆனால் மனத்துக்கும் அவனுடைய 'விருந்தினனு'க்குமான பிணைப்பு அழிவதில்லை. மனிதர்கள் பேச்சிழந்து துன்பத்தில் ஆழ்ந்திருக்கும் போது, ஒருகாலத்தில் நாராயணன் கிருஷ்ணரின் வழியாகச் சொன்னதை நினைவுகூர்கிறார்கள். 'அர்ஜுனன் இல்லாமல் ஒரு கணம்கூட என்னால் இந்த உலகைப் பார்க்க முடியாது.' பிறகு அன்பு முழுவதையும் வெளிக் காட்டும் விவரமொன்று உள்ளது. அநேகமாகக் கடவுளின் கவனம் மிக்க அலட்சியம். நாராயணன் என்பது தந்தைவழிப் பெயர். பெயரே இல்லாத அந்தக் கடவுள், தற்காலிகமாக ஒரு பெயரைத் தேர்ந்தெடுக்கும் போது, தன்னையே தன் மகனென்று காட்டும் அளவுக்கு மனிதனுக்கு முன்னிலை அளிக்க முடிவுசெய்தது. உன் அத்தனை மானஸபுத்திரர் களுடன் சேர்ந்தாலும் உன்னால் இப்படிச் செய்திருக்க முடியாது."

பஞ்ச பாண்டவர்கள் தங்களை வெளிக்காட்டிக் கொண்டபோது, கண்கள் கூசின. ஆனால் அவர்கள் உறவினர், நண்பர், ஆலோசகர், ஆயுதங் களைத் தொடாத கிருஷ்ணர் அவர்களுக்கருகில் இருந்தபோது மட்டும்தான். கிருஷ்ணர் அவர்களை விட்டுச் சென்றவுடன் ஒரு புழுதித் திரை அவர்கள் முகங்கள்மீது விழுந்தது. அவர்கள் சொற்கள் மங்கி உயிரற்றவையாய்ப் போயின. ஒரே வேடத்தைப் பலமுறை நடித்த நடிகர்கள் போல் அவர்கள் தேவையற்ற பகட்டு ஆரவாரப் பேச்சில் தங்களை ஈடுபடுத்திக் கொள்வார் கள். ஒருநாள் தன் வில்லைத் தன்னால் வளைக்க முடியாமல் போனதை அர்ஜுனன் உணர்ந்தான். அவன் காலம் பற்றியும் அது எவ்வாறு அரித்துக் கரைக்கிறது என்பதைப் பற்றியும் சிந்தித்தான். அந்தக் கணம் கிருஷ்ணர் இறந்துகொண்டிருந்தார் என்பது அவனுக்குத் தெரியாது.

கிருஷ்ணர் இப்படித்தான் இறந்தார்: முதுகு ஒரு மரத்தின் மீது சாய்ந்திருக்கக் கண்கள் மூடி அவர் கீழே படுத்திருந்தார். அவர் பாதங்களை ஒரு புற்கொத்து தாங்கியிருந்தது. ஜரன் என்னும் ஒரு வேட்டைக்கார அசுரன், மறிமான் ஒன்றைத் துரத்திக்கொண்டிருந்தான். திருத்தப்பட்ட நிலத்திலிருந்து சட்டென்று வீசிய ஒளியில் கண்கள் கூசி, மறிமானின் காதுகளெனத் தவறாக எண்ணி கிருஷ்ணரின் பாதத்தில் அம்பொன்றை எய்தான். வெகுகாலத்துக்கு முன்பு, பிராமணன் துர்வாசனின் ஆணை களுக்குப் பணிந்து பாயசத்தைப் பூசிக்கொண்டபோது, கிருஷ்ணர் தன் உடலில் கூழைப் பூசிக்கொள்ளாத ஒரே பகுதி அதுதான்.

இரு மறிமான்கள் கலவியில் இருக்கும்போது, முழுப் பிரக்ஞையுடன் எய்யப்பட்ட ஒரு அம்பில் இருந்துதான் அனைத்தும் தொடங்கியது. மறிமான் என்று தவறாக எண்ணி முழுதாகப் பிரக்ஞையின்றி ஒரு உள்ளங்காலில் எய்த ஒரு அம்பில்தான் அனைத்தும் முடிந்தது. தொடக்கத்தில் அனைத்தும் ஒரு தெளிவற்ற அலையில் இருந்துதான் மேலெழும்பியது. கடைசியில் அனைத்தும் மற்றொரு தெளிவற்ற அலையில் சட்டென்று அமிழ்ந்தது. இடையில் அனைத்தையும் நிர்மூலமாக்கிய ஒரு போர், பெயரளவில் மட்டுமே பாண்டுவின் புதல்வர்களாக இருந்த பஞ்ச பாண்டவர்கள் வென்றது. மறிமான் உருவத்தில் கலவியில் ஈடுபட்டுக் கொண்டிருந்த பிராமணன் ஒருவன்மீது வேட்டைக்குப் போன பாண்டு அம்பெய்துவிட, அந்தப் பிராமணன் சாபமிட்டிருந்தான். "நீ ஒரு பெண்ணைப் புணர்ந்தால் உடனே மரணமடைவாய்" என்பவைதான் அந்தப் பிராமணனின் கடைசிச் சொற்கள். அந்தக் கணத்திலிருந்து பாண்டு பிரம்மச்சாரியத்தில் தன்னை ஈடுபடுத்திக்கொண்டான். ஒருநாள் தன் இஷ்ட மனைவியான மாத்ரியுடன் வனத்தில் இருந்தான். ஆசையுடன், விடைபெறும் பார்வையுடன் கண்களை உயர்த்தினான். அவளுள் நுழைந்த கணத்தில் அவன் இறந்தான்.

பாண்டுவின் ஈமச்சடங்குகள் முடிந்தவுடன், துயரத்தின் வேதனையில் பேதலித்திருந்த தன் தாய் சத்யவதியிடம் சென்றார் வியாசர். அவர் மேன்மைமிக்க, கனிவு நிரம்பிய உரையொன்றை நிகழ்த்தினார். பின்னர் அதை மகாபாரதத்தில் சேர்த்துக்கொண்டார். "மகிழ்ச்சியான நாட்கள் முடிந்துவிட்டன, இப்போது பயங்கரங்கள் காத்துக்கிடக்கின்றன. நாளையும் மறுநாளும் ஒவ்வொரு நாளும் மேலும் மோசமானதாக இருக்கும். பூமி தன் இளமையை இழந்துவிட்டது". பாண்டுவுக்கான இந்தக் கல்லறை வாசகம் பாண்டவர்களுக்கும் முன்கூட்டியே எழுதப்பட்டதுதான், மேலும் அது மணியோசைபோல் காவியம் முழுவதும் எதிரொலித்துக் கொண்டிருக்கிறது. இருந்தும் ஆனந்தவர்த்தனர், மற்ற யாரையும்விட த்வனி பற்றி, "கவிதையின் தொனிப்பொருள்" பற்றி நன்கு அறிந்தவர். மகாபாரதத்தில் மேலோங்கி நிற்கும் ரஸம், மணம், சுவை, ஸ்ருதி, "அமைதி ரஸம்" சாந்த ரஸம்தான், என்று கருதினார். பலருக்கு இந்தக் கருத்து முரண்பட்டதாகவும் ஆத்திரமூட்டுவதாகவும் இருந்தது. திகைக்கவைக்கும் அந்தச் சம்பவத் தொடரில் அமைதியை எங்கே கண்டுபிடிப்பது? அந்தக் காவியத்தின் எந்த ஒரு நாயகனையும் அப்படியான ரஸத்துக்குரியவராகச் சொல்ல முடியாது. பொதுவான பேரழிவொன்றால் சட்டமிடப்பட்ட தொடர்ந்த படுகொலைகளைக் கேட்டபின் யாரால் அமைதியாக இருக்க முடியும்? தர்மத்தின் வஸ்துவால் ஆன யுதிஷ்ட்ரனே இந்திரலோகத்தில் ஆறுதலின்றி இருப்பான். ஆனால் ஆனந்தவர்த்தனர் சொன்னது சரிதான். அங்கே ஒருபோதும் தடுமாறாத, நிலைகுலையாத விவரணைக் குரலின் தொனியில் அமைதி இருந்தது. "ரகசியத்தின் மிக ரகசியமான அறிவை" வெளிச்சொல்லவோ நாகர் வம்சத்தின் உறுப்பினர்களைப் பட்டியலிடவோ அல்லது கதைக்குள் சொல்லப்பட்ட ஒரு கதையைச் சொல்லிக்கொண்டுபோய்

ராபர்ட்டோ கலாஸ்ஸோ

மற்ற கதைகளுக்கான சட்டகத்தை உருவாக்கவோ ஒரு படுகொலை பற்றிய மிகச் சிறு விவரங்களை நமக்கு அளிப்பதற்கோ அந்தக் குரல் ஆயத்தமாக இருந்தது. ஆனந்தவர்த்தனரின் கோட்பாட்டுக்கு மிகவும் உடனடியான மறுப்பு இதுவாக இருக்கக்கூடும்: அந்தக் காவியத்தின் முன்னுரையில், "மகாபாரதம் வாழ்வின் அனைத்து நோக்கங்கள் பற்றியும் அறிவுரைகள் தருகிறது. அத்தனை ரஸங்களும் அதில் அடங்கியுள்ளன," என்று தெளிவாகக் குறிப்பிடுகிறது, இதை எப்படி ஒருவர் மறுக்க முடியும்? மகாபாரதத்தின் பல ரஸங்களையும் *நாட்டியசாஸ்திரத்தில்* பரதர் எழுதி வைத்த மூலப்பட்டியலில் உள்ள பல ரஸங்களில் சேர்க்கப்பட்டிராத "அமைதி ரஸத்தின்" கீழ் எப்படி நாம் வைக்க முடியும்? இந்தக் கேள்விக்கான தன் விடையில்தான் தன் சித்தாந்தத்தின் தலைவிதி அடங்கியிருக்கிறது என்பதை ஆனந்தவர்த்தனர் அறிந்திருந்தார். மேன்மையான ஒரு காவியம் கலப்படத்தை அனுமதிக்காது, ஏதோ ஒரு ரஸத்தை முதன்மையாகக் கொண்டு அது அமைந்திருக்கும் என்பதே அவர் சித்தாந்தம். அவர் எழுதினார்: "ஒரு அடிப்படையான பொருள் நேரிடையாகத் துலக்கமாக இல்லாமல் வெளிப்படுமானால் அது மேலும் மகத்தான அழகைப் பிறப்பிக்கக்கூடும். பண்பட்ட கலாச்சாரமுள்ள மனிதர்கள் சந்திக்கும்போது இதுதான் பொதுவான வழக்கம்: அவர்கள் இதயத்தில் நிறைந்திருக்கும் ஓர் எண்ணம் நேரிடையாகவோ துலக்கமாகவோ அல்லாமல், அது தொக்கி நின்று வெளிப்பாடுகொள்கிறது."

அச்சுறுத்தும்படி ஒல்லியான வயதான குருட்டு அரசன் திருதராஷ்டிரன், அவர்கள் திருமணத்திலிருந்து கண்களைக் கட்டிக் கொண்டுவிட்ட அவன் மனைவி காந்தாரி, பாண்டவர்களின் அன்னையும் இப்போது விதவையாகி விட்டவளுமான குந்தி, ஆகியோர் ஒன்றாகக் கங்கையை நோக்கி நடந்து கொண்டிருந்தார்கள். அவர்களுக்குப் பின்னால் அவர்கள் மூன்று வருடங்கள் அமைதியாகத் திரிந்த அந்தப் பரந்த வனம் இருந்தது. கீழே அமர்ந்து அவர்கள் அதை மீண்டும் பார்த்தார்கள். ஒரு தீய காற்று இலைகளை அசைத்துக்கொண்டிருந்தது. தீக்கொழுந்துகள் மரங்களின் மேல் எழுந்தன. சுட்டெரிக்கும் அலைகள் அவர்கள்மேல் நக்கிச் சென்றன. அலறல்களும் பிளிறல்களும் ஊளைகளும் காட்டிலிருந்து கேட்டன. விலங்குகள் தங்களைக் காப்பாற்றிக் கொள்வதற்காகத் தாவரங்களின் இடையிலிருந்து பாய்ந்தோடின, புகை மேகங்களால் சூழப்பட்டு அசைவற்று அமர்ந்திருந்த அந்த மூன்று சாட்சிகளையும் கடந்து அவை விரைந்தன. திருதராஷ்டிரன் கந்தல் உடுத்திய கோல்போலிருந்தான். அவனுக்கு இருபுறமும் அவனைப் பாது காப்பதுபோல் அந்த இரு பெண்களும் அவர்களுக்கு அப்பால் கம்பீரமான மரங்களைச் சாம்பலாக்கிவிட்டு, திருத்தப்பட்ட நிலத்தின் புற்களையும் அவர்கள் உடல்களையும் எரித்துவிட்ட தீ.

அவன் தாய் குந்தியும் திருதாஷ்டிரனும் காந்தாரியும் எப்படி இறந்தனர் என்று யுதிஷ்ட்ரனிடம் வியாசர் சொன்னபோது, தர்மமாகவே இருந்த அந்த மனிதன் ஒரு குழந்தையைப் போல் அழுதான். "தீயே, அக்னியே,

காண்டவ வனம் எரிக்கப்பட்டபோது தன் தந்தையின் நீர்த்திரளுக்கு எதிராக அர்ஜுனன் முடிவற்று அம்புகளை எய்த அன்று நீ தணிக்கப் பட்டாய் என்பது உண்மையில்லையா ... அக்னியே .. அபகரிப்பதற்கு உன் புரவலனின் தாயைத் தேர்ந்தெடுத்தாய் ... நூறு மகன்கள் கொண்டவர் அவர்கள் அனைவரும் இறப்பதைக் கண்டார் ... ஒரு காலத்தில் அழகிய பெண்கள் நூறு விசிறிகளால் விசிறப்பட்ட அவர், இப்போது நூறு கழுகுகளின் இறக்கைகளால் விசிறப்படுகிறார் ... காலனின் பயணம், காலத்தின் பயணம் நுட்பமானது, புரிந்துகொள்ளக் கடினமானது ... நாம் உயிருடன் இருக்கிறோம், இருந்தும் நாம் இறந்தவர்கள்". பிறகு ஒரு கேள்வி கேட்பதற்காக வியாசரைப் பார்த்தான், தன் வலிக்குப் பின்னால் மூர்க்கமான தீவிரத்துடனும் சடங்கின் இயல்பு கொண்டதாகத் தான் உணரத் தொடங்கிய வேதனைக்கு அந்த மகரிஷியால் மட்டுமே நிவாரணம் வழங்க இயலும் என்பதுபோல் இருந்தது அது: "அந்த வனத்தில் பல புனித நெருப்புகள் இருந்தன ... திருதராஷ்டிரரும் என் தாயாரும் காட்டுத் தீயால் எரிக்கப்பட்டது எவ்வாறு?" வியாசர் அமைதியாகப் பதிலளித்தார்: "அது உண்மைதான், அங்கே புனித நெருப்புகள் பல இருந்தன. திருதராஷ்டிரன் அவற்றைக் காத்துப் பேணிக் கொண்டிருந்தான். வனத்தின் தொலைவான பகுதிகளில் அவர்கள் அந்த நெருப்புகளோடு தங்கள் சடங்குகளைக் கொண்டாடிக்கொண்டிருந்தனர். பிறகு அவன் அவற்றைக் கைவிட முடிவுசெய்தான். அவனுடன் இருந்த பிராமணர்கள் நெருப்பு அணைந்துவிட்டதைச் சரிபார்க்கத் தவறிவிட்டார்கள். குருட்டு அரசனை அவர்கள் பின்தொடர்ந்தார்கள். எனவே தீக்கொழுந்துகள் வனத்தினூடே பரவியது. அங்கே அருகில், கங்கைக் கரையில் வாழும் துறவிகள் இதை எனக்குச் சொன்னார்கள்."

குறுகலாக மேலேறும் பாதையில் ஒருவருக்கு ஒருவர் நல்ல இடை வெளிவிட்டு அவர்கள் மெதுவாக நடந்துகொண்டிருந்தார்கள். அவர்களுக்கு வலப்புறம் பாறைகளும் மாக்கல்பாளங்களும் செங்குத்தாகக் கண்களைக் கூசச் செய்வனவாக இருந்தன. அவர்களுக்கு முன்னால் பாறையாலும் பனியாலுமான ஒரு அரண் பளபளக்கும் வானத்தில் எழும்பியிருந்தது. அவர்கள் ஆறுபேர் இருந்தனர், கூட ஒரு நாய். ஐந்து சகோதரர்கள், அவர்கள் பொது மனைவி, நாய். மெலிந்த, உயரமான யுதிஷ்டிரன் முன் செல்ல, பின்னால் கறுமையான கலப்பின நாய். மேற்கு மலைச் சாரலில் சுற்றிக்கொண்டிருந்த அதைக் கண்டதிலிருந்து அது அவர்களைத் தொடர்ந்து வந்துகொண்டிருந்தது. அந்த விலங்கை அவர்கள் தர்மம் என்று அழைத்தனர், ஏனெனில் அது எப்போதும் யுதிஷ்டிரனின் காலடியிலேயே இருந்தது.

அவர்கள் பேசிக்கொள்ளவே இல்லை. நின்றதும் எப்போதாவதுதான். முடிவற்ற கடற்கரைகளில் கால் தளர நடந்து, பிறகு உயர்ந்த சிகரங்களை நோக்கி நடந்தனர். இமாலயத்தையும் அதற்கு அப்பால் விரியும் பாலை வனத்தையும் கடந்து, அவர்கள் இப்போது பூமியை வானத்துடன்

இணைக்கும் மேரு மலையை நோக்கி, இந்திரலோகத்தை நோக்கி, மீண்டும் நடந்துகொண்டிருந்தார்கள். தாங்கள் உடுத்தியிருந்த மங்கிப்போன கந்தல்களை அவர்கள் மரப்பட்டைத் துண்டுகளால் கட்டியிருந்தார்கள். ஆனால் அவர்கள் காலடிகள், வீரர்களின் காலடிகள். அவர்கள் மனங்கள் நினைவுகளிலும் துக்கம் கொண்டாடுதலிலும் சந்தித்துக்கொண்டன. குலமே அழியும் கட்டம்வரை தங்களுக்கு எதிராகத் தாங்களே சண்டை யிட்டுக் கொண்ட ஒரே குடும்பத்தின் இறந்தவர்களின் எண்ணிக்கையை அவர்கள் கணக்கிட்டுக் கொண்டிருந்தனர். குருஷேத்திரத்தின் பயங்கரப் படுகொலையே மையச்சுழி. அங்குதான் முன் நடந்த சம்பவங்களின் சங்கிலித் தொடர் குவிந்தது. அங்கிருந்துதான் வருங்காலச் சம்பவங்களின் சங்கிலித் தொடர் விரிந்தது. பின்னால், மிகவும் பின்னால் செல்லும் ஒன்றோடு ஒன்று பின்னிப்பிணைந்துள்ள மற்ற கதைகளின் வரங்களையும் சாபங்களையும் கொண்டு அதன் கண்ணிகள் இணைக்கப்பட்டிருந்தன. அவற்றின் ஒவ்வொரு பின்னலையும் திருப்பத்தையும் சிலசமயம் வீணாக மறுகட்டமைக்க அவர்கள் முயன்றபோது அவர்கள் கவனத்தைக் கலைத்தது அது. யுதிஷ்டிரன் நிதானமான ஏற்றுக்கொள்ளும் தொனியில், அனைத்தும் இப்போது முடிந்துவிட்டது என்று அர்ஜுனனிடம் சொன்னபோது, அவனால் சொல்ல முடிந்தெதெல்லாம், "காலம்! காலம்!" என்னும் சொற்கள்தாம். "காலம்தான் ஒவ்வொரு உயிரையும் கலயத்திலிட்டுச் சமைக்கிறது" என்றான் யுதிஷ்டிரன். இப்போது உலகத்தைவிட்டுச் செல்ல வேண்டிய தருணம். மற்றவர்கள் தலையசைத்து அதை ஏற்றுக்கொண் டிருந்தார்கள். உலகின் முதுகைப் பிடித்தபடி ஏறும் சிறிய ஒட்டுண்ணிகள் போல் அவர்கள் பிடிவாதமாகத் தொடர்ந்து மேலேறிக் கொண்டிருந்தபோது, நிகழ்ந்தவை அனைத்தும் புகழும் அவமானமும் காழ்ப்பும் வசியங்களும் உடைந்துபோய் நிறங்கள் ஒன்றுகலந்து முடிச்சிடப்பட்ட கிழிந்துபோன பழைய திரைச்சீலையெனச் சமனப்படுவதைப் போலிருந்தது.

இன்னமும் அழகாக இருந்த திரௌபதி பின்னே வந்துகொண்டிருந் தாள். எப்போதும்போல அவளிடம் தாமரை மலரின் வாசம் வியர்வை கலந்து வீசிக்கொண்டிருந்தது. அடிக்கடி தலையை உயர்த்தித் தன் பெருமிதமான, பிரகாசமான கண்களின் ஓரங்களில் தன் மினுமினுக்கும் சருமத்தின் மீது, ஒரு மென்மையான பூவேலைப்பாடு போன்ற சுருக்கங்களை ஏற்படுத்தும் வகையில் அவற்றைக் குறுக்கி, தன் உடலை சமமாகப் பங்கிட்டுக்கொண்ட அந்த ஐந்து மனிதர்களின் வலிமையான தோள்களை யும் பார்ப்பாள். அர்ஜுனனிடம் அவள் பார்வை சற்று அதிகமாகத் தங்கியது. அவன் தன் வித்தியாசமான உயர்ந்த கன்னத்து எலும்புகளுடன் பார்ப்பதற்கு இன்னமும் ஒரு சிறுவனைப் போலவும் அயல்நாட்டவனைப் போலவும் தோன்றினான். தொலைவில் ஒரு மலையிடுக்கில் மறைந்திருந்த நீரோடையின் கர்ஜனை அமைதியின் ஆழத்திலிருந்து வந்தது. எப்போதாவது 'தொப்'பென்ற அடங்கிய ஒரு ஓசை கேட்டது. பனிப்பாறைகள் உடைகின்றன. இங்கே காற்றுவெளியில் பறவைகளேதும் இல்லை. அவர்கள் பாதையில் விலங்குகள் இல்லை. திரௌபதி கால் தவறி விழுந்ததை யாரும் கவனிக்கவில்லை. ஆனால் சகோதரர்கள் ஒன்றாகத் திரும்பி

கந்தல் மூட்டைபோல் கறுப்பாக ஏதோ ஒன்று கற்பாளங்களினூடே உருண்டு மறைவதைப் பார்த்தார்கள். அவர்கள் ஒன்றும் சொல்லவில்லை, யுதிஷ்ட்ரனைச் சுற்றிக் குழுமினர். "அது ஏன் நிகழ்ந்தது என்று உங்களுக்குத் தெரியுமா? ஏனெனில் திரௌபதி தன் இதயத்தில் ரகசியமாக நம் அனைவரையும்விட அர்ஜுனனையே விரும்பினாள்" என்றான் யுதிஷ்டிரன். யாரும் பதிலளிக்கவில்லை. அவர்கள் மீண்டும் புறப்பட்டார்கள். ஒவ்வொரு நாளும் சூரியன் அதன் விடாப்பிடியான பாதையில் தொடர்ந்தது, மேலும் மேலும் அருகில் வந்தபடி. சிலவேளைகளில் மூடுபனி அவர்களைச் சூழ்ந்துகொண்டது. பிறகு தங்கள் பாதங்களைக்கூட அவர்கள் இழந்தார்கள். ஒவ்வொருவராக அவர்கள் வீழ்ந்தார்கள், அர்ஜுனன்கூட. ஒவ்வொரு முறையும் யுதிஷ்ட்ரன் சுருக்கமான சில சொற்களில் ஏன் என்று விளக்கு வான். கடைசியாகப் பீமன் வீழ்ந்தபோது, இறக்கும் தறுவாயில் ஒருவாறாகக் கேட்டான்: "ஏன்?" "ஏனெனில் நீ மிகுந்த பேராசை கொண்டிருந்தாய், நீ உண்ணும்போது மற்றவர்களுக்குப் போதுமான அளவு இருக்கிறதா என்று ஒருபோதும் உன்னை நீ கேட்டுக்கொண்டதில்லை" என்றான் யுதிஷ்ட்ரன். பிறகு திரும்பிப் பார்க்காமல் பாதையில் தொடர்ந்து நடந்தான். இப்போது அவனுக்குப் பின்னால் அந்த நாய் மட்டும்தான் இருந்தது.

யுதிஷ்ட்ரன் பல நாட்களுக்கு நடந்துகொண்டே இருந்தான். அவன் தூங்கியபோது நாய் அவன் காலடியில் படுத்துக்கிடந்தது. நீரோட்டம் குறுக்கே வந்தபோது மட்டுமே அவர்கள் பிரிந்தார்கள். அப்போது நாய் உறையும் நீரோடையில் குனிந்தவாறு நுழைந்தது. புழுதி படிந்த அதன் சருமம் மீண்டும் மிருதுவாகவும் பளபளப்பாகவும் ஆயிற்று. யுதிஷ்ட்ரனைக் கரையில் கவனித்தவுடன் அதன் நாக்கு மகிழ்ச்சியில் தொங்கிற்று.

வாழ்வின் கொந்தளிப்பில் தர்மம் திணறிப் போய்விடாது என்று எப்போதும் நம்பினான் யுதிஷ்ட்ரன். இப்போது மற்ற அனைவரும் வீழ்ந்த பிறகு, தர்மம் அவனுக்குள் பளிங்குபோல் ஒளிர்ந்தது, ஆனால் அது பிரதிபலிப்பதற்கு எதுவுமில்லை. மலைகள் யாரையும் தர்மத்தைக் காக்கச் சொல்லிக் கேட்பதில்லை. அவற்றுக்கு அது தேவைப்படவில்லை. யுதிஷ்ட்ரனின் நியாயம் பிழைத்துவிட்டது, ஒரு பிரும்மாண்டமான பாழில் உயிர்வாழும் ஒரே ஜீவன். நாயின் மருண்ட குரைப்பைத் தவிர அவனுக்கு வேறெந்தக் குரலும் பதிலளிக்க முடியாது. யுதிஷ்ட்ரன் அதற்குத் தர்மம் என்று பெயர் சூட்டியபோது, ஒரு நாள் தன்னிடம் பேசிக்கொள்வதைப் போல் அந்த விலங்கிடம் பேசிக்கொண்டிருக்கப்போகிறோம் என்று ஒருபோதும் அவன் நினைத்ததில்லை.

தொடர்ந்து அவன் மேலே ஏறிக்கொண்டிருந்தபோது, ஒரு கட்டத்துக்கு மேல் அங்கே காற்றின் தெளிவில் ஏதோ மாற்றம் இருந்ததை யுதிஷ்ட்ரன் கவனித்தான். கண்ணுக்குப் புலப்படாத அந்தத் தடைக்கு அப்பால், அந்தப் பாறைகளும் பனியும். இந்த உயரத்தில் வளரும் எதிர்பாராத தாவரங்களும் ஒரு மாறுபட்ட திண்மையை மேற்கொண்டன. வேறெங்கும் இருந்திராத சித்திரத்தின் உயிர்ப்பைக்கொண்டிருந்தன.

காற்று அந்தக் கட்டத்தில் எவ்வாறு பிரிகிறது என்று பார்க்க ஆர்வமாக இருந்தான். ஆனால் அவனால் முடியவில்லை. அவன் அங்குச் சென்றவுடன் இந்திரனின் ஒளி வீசும் ரதம் சட்டென்று அதிரும் ஒலியோடு அவனருகே இறங்கியது. "யுதிஷ்ட்ரா, உன் உடலுடன் நீ நுழைய இருக்கும் என் சொர்க்கத்திற்கு நல்வரவு" "மற்ற அனைவரும் வீழ்ந்துவிட்டார்கள். என் சகோதரர்களும் திரௌபதியும். அவர்களில்லாமல் எனக்குச் சொர்க்கத்தின் மேல் ஆசையில்லை" என்றான் யுதிஷ்டிரன். தொலைவிலிருந்து ஒலிப்பது போலவும் சோர்ந்தும் இருந்தது அவன் குரல். "நீ அவர்களை மீண்டும் இங்கே காண்பாய்" என்று இந்திரன் அவசரமான பரிவுடன் சொன்னான். "அவர்கள் உனக்கு முன்பே இங்கு வந்துவிட்டார்கள்" "ஆனால் அவர்கள் தங்கள் உடல்களோடு இல்லை" என்றான் யுதிஷ்ட்ரன். "அது அவ்வாறு விதிக்கப்பட்டுள்ளது" சட்டென்று தீவிரத்துடன் சொன்னான் இந்திரன். "ஆனால் நீ உன் உடலுடன் மேலேறலாம்."

யுதிஷ்ட்ரன் அமைதியாக இருந்தான். அந்தத் தருணத்தில் நாய் மகிழ்ச்சியுடன் எக்குத்தப்பாக இந்திரனின் ரதத்துக்குள் தாவியது. இந்திரன் முரட்டுத்தனமாக அதை உதைத்து வெளியில் தள்ளினான். யுதிஷ்ட்ரன் சட்டென்று கோபத்தின் விசையை உணர்ந்தான். "அந்த நாய் என்னிடம் ஈடுபாடு கொண்டது, அதுவும் என்னுடன் வர வேண்டும், என் இதயத்தில் அதன்மீது அன்பு நிரம்பி இருக்கிறது" என்றான். இந்திரன் உடனடியாகத் தன் நயந்து பேசி இணங்கவைக்கும் தொனிக்குத் திரும்பினான்: "யுதிஷ்ட்ரா, இன்று நீயும் என்னைப் போல இறவாமை கொண்டவனாக ஆகிவிட்டாய். சொர்க்கத்தின் மகிழ்ச்சி உன்னுடையது. இந்த நாயைப் பற்றி ஏன் கவலைப்பட வேண்டும்? அதை விட்டொழி" "பூமியில் என் வாழ்வை நியாயத்தைக் கடைப்பிடிப்பதில் செய்வதில் செலவிட்டேன்" என்ற யுதிஷ்ட்ரன், "ஒரு அநியாயமான செயலைச் செய்வதின் மூலம் பூமியின் எல்லைகளைக் கடக்க என்னால் இயலாது" என்றான். இந்திரனால் தன் பொறுமையின்மையை மறைக்க முடியவில்லை. "தங்கள் நாய்களுடன் வரும் மனிதர்களுக்குச் சொர்க்கத்தில் இடமில்லை. அதைப் பின்னால் விட்டுவிட்டு வா, இங்கே இப்போது, அது ஒரு கொடூரமான செயலல்ல" "நமக்கு விசுவாசமாக இருக்கும் ஜீவனைக் கைவிடுவது ஒரு பிராமணனைக் கொல்வதைப் போன்ற மிகப் பெரிய குற்றம் என்று சொல்லப்பட்டிருக்கிறது. பயந்திருக்கும் எனக்கு விசுவாசமாக இருக்கும் வலிமையற்ற, என் உதவியைக் கேட்கும் யாரையும் என்னால் ஒருபோதும் கைவிட முடியாது". இந்திரன் தனக்கு இயல்பற்ற ஒரு பொறுமையோடும் பணிவோடும் நடந்துகொள்ள முயன்றான். "இங்கே சொர்க்கத்தில் யாகத் தீயை ஒரு நாய் பார்த்தாலே அந்தச் சடங்கின் எல்லாப் பலனையும் இழந்துவிடுவதாகும். எனவே நாய்கள் அனுமதிக்கப்படுவதில்லை. யுதிஷ்ட்ரா, நீ அனைத்தையும் துறந்தாய், உன் சகோதரர்கள், நீ மனமார நேசித்த திரௌபதி உட்பட அனைத்தையும் இழந்தாய், இந்த நாயை ஏன் நீ துறந்துவிடக் கூடாது?" "மற்றவர்கள் அனைவரும் இறந்துவிட்டார்கள், அவர்கள் புத்துயிர்பெற என்னால் ஏதும் செய்ய இயலாது". என்றான் யுதிஷ்ட்ரன். பிறகு சொன்னான், "ஆனால் இந்த நாய் உயிரோடு இருக்கிறது".

இந்திரன் அமைதியில் ஆழ்ந்தான். அவன் பேச்சுத்திறன் மிக்க இணங்கச் செய்யும் முகபாவம் ஒரு செதிள்போல் அவன் முகத்திலிருந்து விழுந்தது. நாய் யுதிஷ்ட்ரனின் காலடியில் விளையாடிக்கொண்டிருந்தது. ஒருவருக்கு ஒருவர் சொல்லிக்கொள்ள இனி ஏதுமில்லை. பிறகு இறையாண்மை செறிந்த அதிகாரமுடைய இன்னொரு பேருயிர், தொடக்கத்தில் இருந்தே பேசப்பட்டதனைத்தையும் கேட்டுக்கொண்டிருந்ததைப் போல் அவர்களுக்கு இடையில் நின்றுகொண்டிருப்பதை உணர்ந்தார்கள். "நான்தான் தர்மம்" என்றார் அவர். "நான்தான் உன் நாய். யுதிஷ்ட்ரா, நீ என் அம்சம். நான் உன்னில் மகிழ்ச்சிகொள்கிறேன். நீ பல கடினமான சோதனைகளைக் கடந்துவந்திருக்கிறாய். ஆனால் எதுவும் இந்த அளவுக்குக் கடினமானதல்ல. உன் நாய் இல்லாமல் விண்ணவரின் ரதத்தில் ஏற மறுத்துவிட்டாய். இதனால் நீயே விண்ணவர்களின் ஒருவனாகிவிட்டாய்."

14

போதிசத்வர் தன் கடைசிப் பிறப்பினுள் நுழைவதற்குச் சற்று முன்பாக, கபிலவஸ்துவில் இருந்த சாக்கியர்களின் தலைவரான, மேன்மை பொருந்திய சுத்தோதனரின் இல்லம் சட்டெனக் "களைகள் இல்லாமல், பட்ட மரங்களின் அடித்தண்டுகள் இல்லாமல், முட்கள் இல்லாமல், சரளைக் கற்கள் இல்லாமல், மணல் இல்லாமல், கழிவு இல்லாமல், நன்கு நீர்பாய்ச்சப்பட்டு, நன்கு சுத்திகரிக்கப்பட்டு, சுழன்றடிக்கும் புழுதி இல்லாமல், இருள் இன்றி, அழுக்கின்றி, ஈக்கள், கொசுக்கள், அந்துப் பூச்சிகள் இல்லாமல், பாம்புகள் இல்லாமல், பூக்கள் நிறைந்ததாக, உள்ளங்கைபோல் மென்மையானதாக" தோற்றம் கொண்டது. அனைத்தும் தன் தெளிவான வடிவத்தை மேற்கொள்வதற்கு ஆயத்தமாகிக் கொண்டிருப்பதுபோல் தோன்றியது. மேடையோரம் காத்திருக்கும் துணை நடிகர்கள் கும்பலைப் போல் எண்ணற்றவையும் உருவமற்றவையும் ஒருபுறம் வைக்கப்பட்டன. இதற்குமேல் குறைக்கப்பட முடியாத சிறு எண்ணிக்கையிலான கூறுகள், உள்ள உலகத்தைக் கலைப்பவனின் கூர்ந்த பார்வைக்குத் தங்களை ஒப்படைப்பதற்கு ஆயத்தமாகிக்கொண்டன.

மாயா தன் இடப்புறம் சாய்ந்து படுத்திருந்தாள். அவள் கணுக்கால்களிலும் மணிக்கட்டுகளிலும் புஜங்களிலும் பல உலோக வளையங்கள் சுற்றியிருந்தன. பூ வேலைப்பாடு செய்த துணியொன்று அவள் இடுப்பைச் சுற்றிக் கட்டப்பட்டிருந்தது. அவள் புறங்கையின் மேல் உருண்ட மார்பக மொன்று படிந்திருந்தது. உப்பரிகையில் இருந்து வெளியே பார்ப்பதுபோல் அது நீட்டிக்கொண்டிருந்தது. இன்னொரு கை அவள் தலைக்குப் பின்னால் மடங்கியிருந்தது. சிறிய, வெள்ளை யானை ஒன்று மேற்கூரையின் பிளவினூடாகக் கீழே வந்தது. அது காற்றின் வழியே மாயாவின் திறந்திருந்த வலது விலாப்புறத்தில் இறங்கியது. பிறகு அந்த மென்மையான, மிருதுவான மேற்புறத்தில் தனக்கு ஒரு வழியைத் திறந்துகொண்டு உள்ளே நுழைந்தது. தன் தாயின் உடலுக்குள் இருந்தபோது, போதிசத்வர் தியானத்தில் ஆழ்ந்தார். தெளிவான சருமத்தின் வழியாக அவர் பார்த்துக்கொண்டிருந்தார். பிறக்கும்வரை அவர் அசையவேயில்லை. இதற்குள் மாயா கனவில் ஒரு மாபெரும் வெள்ளை யானையைக் கண்டு, இதுவரை அறிந்திராத இன்பத்தை அனுபவித்தாள்.

அரசன் ஒருவன் மாடிப்படிகளில் கீழே இறங்குவதைப் போலப் பிறந்தார் போதிசத்வர். துஷித சொர்க்கத்தில் தியானத்தில் ஆழ்ந்திருந்த

வராகவும் அறிந்தவராகவும் இருந்தவர், சுய கவனத்தோடு அறிநிலையுடன் மாயாவின் உடலுக்குள் அவர் இறங்கினார். கர்ப்பக் காலத்தில், அவர் தாய் தனியாக இருக்கும்போது, தன் கருப்பையின் பளிங்கறையில் அவரைக் கவனித்துக்கொண்டிருந்தாள். அவள் எப்போதும் அவரை அசையாமல், அமைதியாக, கவனம் உள்ளவராகவே கண்டாள். மாயா தன் நேரம் நெருங்குவதை உணர்ந்து தன் பெற்றோர் வீட்டுக்குச் செல்ல விரும்பினாள். இளம்பெண்களால் இழுக்கப்பட்ட ரதத்தில் அவள் பயணித்தாள். பாதி வழியில், லும்பினி வனத்தில் பரிவாரத்தை நிறுத்தினாள். முதல் பிரசவவலியை அவளால் உணர முடிந்தது. அவள் ஓர் உயரமான சால மரத்தின் நிழலை நாடி அதன் ஒரு கிளையை இறுகப் பற்றிக்கொண்டாள். கண்கள் பாழில் நிலைத்திருக்க, ஓரிரவு தான் கனவில் கண்ட வெள்ளை யானையை நினைத்துக்கொண்டாள். அவள் பணிப்பெண்கள் பூவேலைப் பாடு செய்யப்பட்ட துணியைச் சாலமரத்தின் கிளைகளில் திரைச்சீலையாகத் தொங்கவிட்டனர். பூக்கள் அடர்ந்த புதரிலிருந்து வந்த தேனீக்களின் ரீங்காரம் மட்டுமே ஒரே ஓசையாக இருந்தது. மாயா நின்றவாறே போதிசத் வருக்குப் பிறப்பளித்தாள். குழந்தை ஒரு மறிமான் தோல்மீது வைக்கப்பட்டது, பிறகு ஒரு பட்டுத் தலையணை மீது, பிறகு தரையில். அவர்கள் வெள்ளைக் குடைகொண்டு அவரைப் பாதுகாத்தனர். அப்போதிருந்து அவர் எங்குச் சென்றாலும் ஒரு வெள்ளைக் குடை அவருடன் சென்றது. பிறப்புக்குப் பிறகு, மாயாவும் குழந்தையும் அவர்கள் பரிவாரமும் கபிலவஸ்துவுக்குத் திரும்பிச் சென்றது. ஏழு நாட்களுக்குப் பிறகு மாயா இறந்துபோனாள்.

தன் குழந்தைப் பருவத்தையும் இளம்பருவத்தையும் நினைத்துக் கொண்ட புத்தர் சொன்னார்: "நான் நொய்ம்மையாக இருந்தேன், துறவிகளே, அதீத நொய்ம்மையாக, மிகவும் நொய்ம்மையாக இருந்தேன். என் தந்தையின் இல்லத்தில் எனக்காக அவர்கள் மூன்று தாமரைக் குளங்களை உண்டாக்கி இருந்தார்கள்: ஒன்றில் நீலத் தாமரைகள், மற்றொன்றில் சிகப்புத் தாமரைகள், மூன்றாவதில் வெள்ளை. வாரணாசியில் இருந்து வந்திராத சந்தனக்கட்டை எதையும் நான் உபயோகிக்க மாட்டேன். என் உடுப்புகள் – என் ஆடை, என் அங்கி, என் மேலங்கி – வாரணாசித் துணிகளால் ஆக்கப்பட்டவை. குளிரிலிருந்தும் வெப்பத்திலிருந்தும் தூசியிலிருந்தும் களைகளிலிருந்தும் பனித்துளிகளிலிருந்தும் இரவும் பகலும் ஒரு வெள்ளைக் குடையால் பாதுகாக்கப்பட்டேன். எனக்கு மூன்று அரண்மனைகள் இருந்தன, குளிர்காலத்திற்காக ஒன்று, வேனிற்காலத்திற்காக ஒன்று, மழைக்காலத்திற்காக ஒன்று. மழை பெய்யும் மாதங்களில் அரண்மனை உச்சியில் போய்க் கதவை மூடிக்கொள்வேன், கீழே வரவே மாட்டேன். என்னைச் சுற்றி இருந்தவர்கள் இசைபாடும் பெண்கள் மட்டுமே. அரண்மனையைவிட்டுப் போவதை நான் நினைத்துக்கூடப் பார்த்ததில்லை. மற்ற வீடுகளில் அரிசி உமியாலான சோற்றை அடிமை களுக்கும் தொழிலாளிகளுக்கும் தந்துகொண்டிருந்தபோது, என் தகப்ப னாரின் வீட்டில் நாங்கள் அடிமைகளுக்கும் தொழிலாளிகளுக்கும் கிண்ணங்கள் நிறைய அரிசிச் சோறும் மாமிசமும் தந்தோம்."

போதிசத்வர் பிறந்த அதே நாளில் தாங்களும் பிறந்ததாக எண்பதினாயிரம் பெண்கள் சொல்லிக் கொள்ளலாம். அவரது மூன்று மாளிகைகளிலும் முதலில் சுழற்சிமுறையில் அவர்கள் அவரது விளையாட்டுத் தோழிகளாக இருந்ததைப் போல் பின்னர் பதிமூன்று வருடங்களுக்குக் காதலர்களாகவும் இசைக் கலைஞர்களாகவும் ஆனார்கள். அவருக்குத் தேர்ந்தெடுக்கப்பட்ட மனைவி கோபா என்றழைக்கப்பட்டார். நமக்கு அவளைப் பற்றித் தெரிந்த ஒரே விஷயம், அவள் எந்த வகையான திரையையும் அணிய மறுத்தாள் என்பது மட்டுமே. ஏனென்று யாராலும் புரிந்துகொள்ள இயலவில்லை. அது முந்திய யுகம் பற்றிய மறைமுகக்குறிப்பு: கிருஷ்ணரின் கோபிகைகள் அவர் குழலோசை நெருங்கி வருவதைக் கேட்கும்போது அவர்களுடைய பின்னல்கள் தானாக அவிழ்ந்துகொள்ள, அவர்கள் மார்பகங்களை மூடியிருந்த திரைகள் கழன்று விழுந்தன. இருந்தும் ஏதோவொன்று கிருஷ்ணரின் நினைவைத் தடுத்துவைத்திருந்தது. ஏனெனில் போதிசத்வருக்கு ஏற்பட்ட அனைத்தும் சற்றுத் தள்ளி இருந்து பார்க்கும்போது வெறும் நகலாகவே தெரிந்தது. அவர் சமிக்ஞைகளைப் புதிதாக உருவாக்காமல் மற்றவர்களின் சமிக்ஞைகளை மீண்டும் செய்யும் கூட்டத்தைச் சேர்ந்தவர். சமிக்ஞைகளையே முற்றிலும் அழிப்பதற்காகத் தேர்ந்தெடுக்கப்படப் போகிறவர். போதிசத்வர் தோன்றிய சமயத்தில் அனைத்து விதமான நிகழ்வுகளும் தம் காவியப் பண்பை இழந்துவிட்டதைப் போலிருந்தது. சிந்தனைக்கான முகாந்திரமாக இருந்தது மட்டும்தான் அவற்றின் ஒரே மதிப்பு. ஒருவேளை அங்குதான் புதிதாக ஏதோவொன்று ஏற்படப்போகிறது போலும். காலம் தொடங்கியபோதிலிருந்தே அங்கே ஏதோவொன்று புத்தரின் வருகைக்காகக் காத்திருந்தது.

அவர் தந்தை அரண்மனை நந்தவனத்தைச் சுற்றிக் கட்டியிருந்த மெல்லிய சுவர்களைப் போல் போதிசத்வரின் வாழ்க்கைமீது ஒரு சீரான மென்படலம் மூடியிருந்தது. அது நிகழ்ந்த அனைத்திலும் ஏதோ கொஞ்சம் செயற்கையானதாகவும் சந்தேகத்துக்கு உரியதாகவும் இருந்தது. போதிசத்வர் ஏன் தன் வயதை ஒத்த ஜீவன்களை மட்டுமே சந்திக்கிறார்? ஏன் நந்தவனத்தின் எல்லையை அவர் எப்போதும் நெருங்கினாலும் ஏன் பாதை அடர்ந்த தாவரங்களுக்குள் வளைந்து சுவரின் சுவடையே மறைத்து மீண்டும் திரும்பிவிடுகிறது? இதுதான் உலகமா – அல்லது உண்மையில் உலகத்தை மறைக்கும் நோக்கம்கொண்ட தற்காலிகக் காட்சியமைப்பா? புத்தர் ஒருநாள் அந்த வருடங்கள் அனைத்தையும் ஒரு வரியில் சுருக்கித் தொகுத்துச் சொன்னார்: “ஒரு காலத்தில், என் தந்தையின் வீட்டை விட்டு வெளியேறுவதற்கு முன்னால் புலன் இன்பத்தின் ஐந்து தன்மைகளையும் சுலபமாகப் பெற்றேன்”. அவர் சொன்னது அவ்வளவுதான். சிறப்பியல்புகள், முகங்கள், சாகசங்கள், உணர்ச்சிகள்: அனைத்தும் வெறும் ஒரு வரியில் சமப்படுத்தப்பட்டுவிட்டன – உணர்ச்சியற்ற, இயல்நுட்பம் சார்ந்த, சற்றும் ஒத்திசைவற்றது.

ஒரு வயோதிகனைப் பார்க்கும்போது போதிசத்வருக்கு இருபத்து ஒன்பது வயது ஆகிவிட்டிருந்தது. பிறகு அவர் நோய்வாய்ப்பட்டிருந்த ஒருவனைக் கண்டார். அதற்குப் பின்னர் அவர் இறந்த மனிதன் ஒருவனைக் கண்டார். மூன்று தனித்தனி சந்தர்ப்பங்கள், ஒன்றன் பின் மற்றது, நந்தவனத்தின் மூன்று மூலைகளில். மற்றொரு நாள், நான்காவது மூலையில் துறவி ஒருவர் பிச்சையெடுப்பதை அவர் கண்டார். அவசரமாக அரண்மனைக்குள் போனார். தன் மெய்க்காப்பாளனுடன் அங்கே போய்ச் சேரும் வேளையில் தன் பழைய விளையாட்டுத் தோழியான கிருஷா கௌதமி, மேற்கூரையிலிருந்து தன்னைப் பார்த்துக்கொண்டிருப்பதை அவர் உணர்ந்தார். அவள் உரக்க ஏதோ கத்தினாள். ஆனால் சொற்கள் அவரை வந்தடைந்தபோது குளறுபடியாகி ஒரு மெல்லிய உன்மத்த அதிர்வாகக் கேட்டது. பிறகு அருகில் வந்தவுடன் அவர் புரிந்துகொண்டார்: "தாய்க்கு மகிழ்ச்சி, தந்தைக்கு மகிழ்ச்சி, இவ்வாறான கணவனை அடைந்த மனைவிக்கு மகிழ்ச்சி". கிருஷா ஏன் இப்படிப் பேசுகிறாள்? போதிசத்வர் வசீகரிக்கப்பட்டார், அநேகமாக ஸ்தம்பித்துப் போனார் – அந்த ஒரு வார்த்தை, "மகிழ்ச்சி" என்பது மட்டும் அவர் மனத்தினுள் இறங்கியது. அதன் அர்த்தம் முதன்முறையாக ஒரு பொருளைப் போல் துல்லியமாகவும் திருத்தமாகவும் தனக்கு வெளிச்சமானதான பதிவு அவருக்குள் ஏற்பட்டது. பிறகு அவர் மகத்தான ஓர் ஆரத்தை ஒரு பணியாளிடம் எடுத்துத் தந்து கிருஷா கௌதமிக்கு அதைத் தன் பரிசாகத் தரச் சொன்னார்.

கிருஷாவின் கைகள் நடுங்கின: ஆரத்தைப் பார்த்து அவள் நெகிழ்ந்து போனாள். "கடைசியில், காதல் தூது. ஒருவேளை கிட்டத்தட்டக் கறுநீல நிறத்திலுள்ள அவன் தலைமுடியைப் பார்த்துக்கொண்டே நான் வீணாக அழிய வேண்டாமோ?" என்று அவள் நினைத்தாள். கொஞ்ச காலமாகவே அவள் தோழன் அவளிடம் கவனம் செலுத்தவில்லை. அந்த ஆரம் விடைபெறும் பரிசு என்று உணராமல், அவள் உவகையில் அழுதாள்.

அன்று இரவு போதிசத்வர் தன் உயர்ந்த படுக்கையில் விழித்துக் கொண்டார். வேனிற்கால அரண்மனையின் விதான மண்டபத்தைக் குளிப்பாட்டியது நிலவொளி. தரையில் தாறுமாறாகப் படுத்துக் கிடந்த இசைபாடும் பெண்கள்மீது விழுந்த நிலவொளி தாழ்வான குன்றுகள் நிறைந்த நிலப்பரப்பின் மீது விழுந்ததைப் போல் இருந்தது. குவளைகள், தலையணைகள், சால்வைகள், சந்தனக் கட்டைகள். கைகள் யாழ்களையும் தாளவாத்தியங்களையும் காதலர்களைப் போல் தழுவிக்கொண்டிருந்தன. போதிசத்வர் அரை இருட்டில் கூர்ந்து பார்த்துக்கொண்டே இருந்தார். சட்டென்று மெய்ம்மை சுடர்விட்டு ஒளிர்வதைக் கண்டார்.

அவர் அரண்மனைக்குத் திரும்பிக்கொண்டிருந்தபோது, பதற்றத்துடன் வந்த ஒரு சேவகன் கோபா ஒரு மகனுக்குப் பிறப்பளித்திருக்கிறாள் என்று சொல்வதற்கு வந்திருந்தான். "ராகுலன் பிறந்திருக்கிறான், ஒரு பந்தம் பிறந்திருக்கிறது" என்று முணுமுணுத்தார் போதிசத்வர். அவர் குழந்தையைப் பார்க்க விரும்பவில்லை. உடனடியாக அரண்மனையில்

தொலைவான காற்றோட்டமான இடத்துக்குச் சென்றார். இப்போது இரவின் அமைதியில், கிளம்புவதற்கு முன்னால் இந்த ஒரு முறை மட்டும் தன் மகனைப் பார்த்துவிட வேண்டுமென்று நினைத்தார். ராகுலனின் தாய் படுத்துத் தூங்கிக்கொண்டிருந்த அறையின் கதவை அவர் மெதுவாகத் திறந்தார். வாசனை வீசும் ஒரு எண்ணெய் விளக்கு மங்கலான ஒளியைப் பரப்பிக்கொண்டிருந்தது. கோபாவின் ஒரு கை ராகுலனின் நெற்றியை மறைத்தபடி இருந்தது. "நான் கோபாவின் கையை அசைத்தால் அவள் விழித்துக்கொள்வாள், நான் செல்வது கடினமாகிவிடும்". இவ்வாறாகப் போதிசத்வர் தான் குழந்தைப் பருவத்திலும் இளமையிலும் புழங்கிய இடங்களைவிட்டு அமைதியாகக் கிளம்பினார். அவர் குதிரையின் குளம்பு கள் தரையைத் தொடவில்லை. ஏனெனில் அவை கீழே இறங்கிய ஒவ்வொரு முறையும் ஒரு பெரிய விசுவாசமான யக்ஷன் தன் முதுகைக் கீழே படியவிட்டான்.

தன் மகன் திடீரென்று கிளம்பியது சுத்தோதனருக்கு ஆச்சரியமளிக்க வில்லை. ஒவ்வொரு சந்தர்ப்பத்திலும் வாழ்க்கை இரண்டு சாத்தியப்பாடு களைத்தான் முன்வைக்கிறது: உலகின் முடிமன்னனாக இருப்பது - அல்லது அதனிடமிருந்து தன்னை விடுவித்துக்கொள்வது, சித்தார்த்த கௌதமர் ஏற்கனவே முதலாவதின் சுவையை உணர்ந்துவிட்டார். ஆதிகாலத்தில் இருந்தே இரண்டாவதைத் தேர்ந்தெடுத்த கணக்கற்றவர்கள் போற்றப்பட்ட உதாரணங்களாக இருந்திருக்கிறார்கள். மனிதர்கள், வலிமை வாய்ந்த மனிதர்கள், ஒருநாள் காணாமல் போயிருந்திருக்கிறார்கள். அவர்களைப் பற்றிச் சொல்லும்போது, "அவர் வனத்துக்குச் சென்றுவிட்டார்" என்பார்கள். அந்த நாளில் இருந்து அவரை, ஒருவேளை எதேச்சையாக அன்றி, யாரும் மீண்டும் சந்திப்பதில்லை. அவர்கள் 'சந்நியாசிகள்', 'துறந்தவர்கள்' என்று அழைக்கப்பட்டனர். அந்த நாள்வரை எது அவர்களது வாழ்வாக இருந்ததோ அதைத் துறந்தார்கள். சடங்குகளைச் சரியான முறையில் ஒழுங்காகக் கொண்டாடுவதில் தங்கள் வாழ்வைச் செலவிட்ட அவர்கள் இனி அவற்றைச் செய்வதில்லை, அல்லது குறைந்தபட்சம் வெளிப்படை யாகச் செய்வதில்லை. கடமைகளாலும் கட்டளைகளாலும் தங்கள் நாட்களை நிரப்பியிருந்த அவர்களுக்கு இப்போது பழக்கம் என்று எதுவுமே கிடையாது. பெரிய குடும்பங்களுக்கான தேவைகளை வழங்கிவந்த அவர்களுக்கு இப்போது வழங்குவதற்கு ஏதும் இல்லை. மந்தைகளையும் குழந்தைகளையும் நீண்ட ஆயுளையும் நாடிய அவர்கள், இப்போது திட்டமிடுவதே இல்லை. பல ஆண்டுகளாகச் செயல்களால் தங்களை அவர்கள் கட்டியமைத்திருந்தார்கள். குறைந்தபட்சம் வெளிப்படையான சமிக்ஞைகளில் இருந்து தப்பிக்கலாம் என்று இப்போது அசைவற்ற தன்மையை அவர்கள் நாடுகிறார்கள். ஆனால் நுட்பமான தேர்ச்சி பெற்றவர்கள், அமைதியிலும் அசைவற்ற தன்மையிலும்கூடச் செயல், *கர்மம்*, சேர்ந்துகொண்டே போகிறது என்பதைக் கண்டறிந்தார்கள். அவர்கள் நேராகக் கீழே மனத்தின் ரகசிய அறைக்குச் சென்று அதை வெளியேற்ற வேண்டியிருக்கிறது. ஆனால் அவர்களால் அங்கே எப்படி

நுழைய முடியும்? செயல்புரியும் அதை அவித்துவிட எப்படி ஒருவர் செயலாற்ற முடியும்? "பலரும் முயன்றுவிட்டார்கள்..." என்று முணு முணுத்தார் சுத்தோதனர், அவர் எண்ணங்கள் ஏக்கத்துடன் அவர் மகனிடம் சென்றன. "பலரும் முயன்றுவிட்டார்கள்..." என்றான் சித்தார்த்தன், வனத்தில் அலைந்துகொண்டு. "இது என் சாதனையாக இருக்கும்" என்று சேர்த்துக் கொண்டான் அமைதியாக.

போதிசத்வர் தன் தந்தையின் வீட்டைவிட்டுக் கிளம்பும்போது, ஏற்கனவே அறுபத்து இரண்டு சித்தாந்தக் குழுக்கள் இருந்தன. ஆறு மேன்மையான ஆசான்களும் இருந்தனர். பூரண காசியபர் செயல்கள் பழி தீர்க்கும் உணர்வைக் கிளப்பிவிடுவதில்லை என்று வலியுறுத்தினார். இருப்பின் போக்கு ஏற்கனவே தீர்மானிக்கப்பட்டுவிட்டதால் எந்த வகையான முயற்சியும் அர்த்தமற்றது என்றார் மஸ்கரின் கோசாலிபுத்திரர். மனித ஜீவன் நான்கு கூறுகளால் ஆனதென்றும் மரணத்தின்போது அவை தனித்தனியே பிரிகின்றன என்றார் அஜித கேசகம்பலின். மனித ஜீவன் ஏழு நித்தியமான கூறுகளால் ஆனதென்றும் யாரும் கொல்லப்படும் போது அங்கே கொல்பவனோ கொல்லப்படுபவனோ கொலையோ இல்லை என்றார் காகுட காத்யாயனர். மெய்விளக்கம் சார்ந்த எந்த விசாரணைக்கும் தீர்மானமான பதிலில்லை என்றார் சஞ்சயன் வைரதீபுத்திரர். இதனால் அவரை 'விலாங்கு மீன்' என்று அழைத்தனர். ஒவ்வொரு பிறப்பிலும் தாம் முந்தைய பிறப்புகளில் செய்த குற்றங்களுக்குப் பரிகாரம்செய்ய தீவிரமான பிராயச்சித்தம் செய்ய வேண்டும் என்றார் ஜைன மகாவீரர்.

போதிசத்வர் இரண்டு ஆசான்களை நாடி, தொடர்ந்து சென்று, பின்னர் அவர்களை விட்டு நீங்கினார். இலைகள் நிரம்பிய மரமாக இருக்க வேண்டிய தன்னை அவர்கள் கருகிய கட்டையாக்கி விடுவார்கள் என்பதை அவர் உணர்ந்தார். வெகு காலம் தனியே அலைந்து திரிந்தார்: "வீடொன்று இல்லாமல் வாழ்பவர்களின் வாழ்க்கை ஒரு கடல்சிப்பிபோல் மழமழப்பாகத் தேய்க்கப்பட்டு விடுகிறது" என்று நினைத்தார் அவர். அவர் தனக்கான இடத்தை உருவில்வாவில் கண்டுகொண்டார். "பிறகு நான் நினைத்தேன், 'உண்மையாகவே இது ஒரு மகிழ்ச்சியூட்டும் இடம், அருமையான வனம். குளிக்க அருமையான இடங்கள், தெளிவாகவும் இணக்கமாகவும் ஓடும் நதி; சென்று வரக்கூடிய கிராமங்கள் சுற்றிலும் உள்ளன; வீடுபேறைத் தேடும் ஒரு மேன்மையான மனிதனுக்கான நல்ல இடம் இது'." இரண்டாயிரத்து நானூறு ஆண்டுகளுக்குப் பின் ஹெர்மன் ஓல்டன்பெர்க் வருகை தந்தபோது, உருவில்வா இன்னமும் 'ரம்மியமான' இடமாகவே இருந்தது. இப்போது மரங்களின் அடர்த்தி குறைந்திருந்தாலும் இன்னும் கம்பீரமான மரங்கள் இறைந்து கிடந்தன அங்கே. அது குளிர்காலம், அகன்ற மணற்படுகையில் நதி அநேகமாக வறண்டிருந்தது. மற்றொரு அறிஞரான கார்ல் யூஜென் நியுமன், இந்த இடத்தை மெய்ன் நதியின்

தாழ்வான பிரதேசங்களோடு ஒப்பிட்டார். ஓல்டன்பெர்க் ஒப்புக் கொள்ளவில்லை.

உருவில்வாவில் புத்தர் எப்படி நடந்துகொண்டார்? அவர் வனத்தி லுள்ள ஒரு சிறு மான்போல், ஒரு மறிமான்போல், ஒரு மான்கன்றுபோல் இருந்தார். "ஒரு மாடுமேய்ப்பவனோ ஆடுமேய்ப்பவனோ அல்லது மரம் வெட்ட, புல்லறுக்க என்று ஏதோ ஒரு வேலைக்காகக் காட்டினுள் போகும் யாரையாவது பார்த்தால், புதரிலிருந்து புதருக்கு, செடியிலிருந்து செடிக்கு, பள்ளத்தாக்கிலிருந்து பள்ளத்தாக்குக்கு, சிகரத்திலிருந்து சிகரத்துக்கு ஓடுவேன். ஏன் அப்படி? அவர்கள் யாரும் என்னைப் பார்க்காமல் இருக்கவும், நான் அவர்களைப் பார்க்காமல் இருக்கவும்தான்."

புத்தரின் வாழ்வில் திருப்புமுனை அவர் தந்தையின் வீட்டைவிட்டுக் கிளம்பியபோது வரவில்லை. அன்னபூர்ணாவில் இருந்து கன்யாகுமரிவரை, அடர்ந்த காடுகளிலிருந்து கடலுக்குள் நீளும் நிலமுனைக்கோடிவரை தேசம் முழுவதும் துறவிகள் ஊர்ந்து கொண்டிருந்தனர். காவி உடை அணிந்துகொண்டு கையில் பிச்சைப்பாத்திரத்துடன் தெரு வழியே போவது சாதாரணமான விஷயமாக இருந்தது. வீட்டில் இருந்துகொண்டு சடங்குகள் செய்துகொண்டு குடும்பத் தலைவனாக இருப்பதைவிட அது எந்த விதத்திலும் குறைந்ததில்லை. அது வனத்தின் வழி. மேலும் 'வனம்' என்பது ஒருபோதும் மனிதர் வாழும் இடத்தைச் சுற்றியுள்ள பிரதேசத்தை – எவ்வளவு தொலைவுக்கு? – மட்டும் குறிப்பிடுவதல்ல. அது ரகசியக் கோட்பாட்டைக் குறிக்கிறது. மனித உலகையும் ஏன், மற்ற எல்லா உலகங் களையும் புரிந்துகொள்ளவும் அங்கே வெளியே விலங்குகளின் குரல்கள் மட்டும் கேட்கும் அந்தக் கடினமான அடர்ந்த பிரதேசத்தில் காணும் மையப்புள்ளி இருக்க வேண்டும். அது ஒப்பற்ற மெய்யியல்பு சார்ந்த இடம். வனத்தில் அமர்ந்து சிந்திக்கும் ஒருவன் முழுமையாகத் தன்னுட னேயே இருக்கிறான்: அங்கே அவன் அடித்தளத்தை, மனிதச் சலசலப்பின் கீழே இருக்கும் அடிக்கோட்டைத் தொடுகிறான். அங்கே மீண்டும் அவன் வனவிலங்குபோல் ஆகிறான். அதுதான் தூய்மையான எண்ணத்திற்கு மிகவும் நெருங்கிய அளவீடு.

புத்தரின் வாழ்வில் திருப்புமுனை ஆறு ஆண்டுகள் கழித்துத்தான் வந்தது. அப்போதுதான் சுத்தோதனரின் மகன், கபிலவஸ்துவில் இருந்து வந்த ஒரு சாக்கியன், மாகாணத்தின் உயர்குடிமகன், துறவி, பல ஆசான் களின் சீடன், ஒரு சங்கடமான புன்னகையுடன் தன்னை ஆழ்ந்து ஆராய ஆரம்பித்தான். தன் சுவாசம் ஒரு உலைக்களத்தின் துருத்திபோல் வந்து கொண்டிருப்பதை உணர்ந்தான். அவன் அந்தக் காலத்தை நன்கு நினைவில் வைத்திருந்தான். பிறகு அந்தக் கொடிய தலைவலிகள், அவனைத் திணறடித்த உடலில் பரவும் வெப்ப அலைகளின் திடீர் எழுச்சிகள். பிறகு நீண்டகால உபவாசங்களால் அவர் உச்சந்தலை காற்றில் உலர்ந்த பூசணிக்காய்போல்

சுருங்கிப்போயிற்று. இரு ஆசான்கள் அவரைக் கவர்ந்து, பிறகு அவருக்கு ஏமாற்றம் அளித்துவிட்டார்கள். உள்ளதை உள்ளபடி பார்ப்பதற்கு இது எதுவும் அவருக்கு உதவவில்லை. ஏன்? அவருக்குத் தெரியாது. ஆனால், ஒரு பிம்பம் அவர் மனத்தில் தோன்றியது. அவர் நெருப்பு உண்டாக்க மரத்தின் பசுமையான குச்சிகள் இரண்டை ஒன்றாக உரச முயன்றார். எதுவும் நடக்கவில்லை. பிறகு அவர் வேறு இரு குச்சிகளை எடுத்துக் கொண்டார்: அவை ஈரமாக இல்லை, ஆனால் உள்ளே சாறு நிரம்பியிருந்தது. நெருப்பு உண்டாக்க முயன்றார். ஏதும் நிகழவில்லை. பிறகு கிளர்ச்சி கொண்டு நினைத்தார்: "அதற்கு இரண்டு காய்ந்த குச்சிகள் தேவை..." அந்தக் குழந்தைத்தனமான வார்த்தைகள் அவருக்கு ஒரு புதுமையான மகிழ்ச்சியைத் தந்தன. ஏதோ ஒரு மறைமுகக் குறிப்பு அது, எது குறித்து என்று அவனால் சொல்ல முடியாவிட்டாலும்கூட. இப்போது அலைந்து திரியும் துறவியாகத் தன் வாழ்வைப் பற்றி அவன் சிந்தித்துக்கொண்டிருக்கவில்லை. ஆனால் வேறொரு இன்னும் தொலைவான நினைவு அவனுக்கு வந்தது.

அவன் தந்தை சுத்தோதனர், வயல்வெளியில் உழைத்துக்கொண்டிருந்தார். ஒருவேளை அவர் உழுது கொண்டிருந்திருக்கலாம். ஜம்புவின் கீழ், ஒரு நாவல்மரத்திற்குக் கீழ், ஒரு மூட்டைபோல் கீழே விடப்பட்டுக் கிடந்த அவர் மகன் கவனித்துக்கொண்டிருந்தான். அவன் ஒரு சிறுபையன், ஏறக்குறைய இன்னும் குழந்தை. அவன் சுற்றிலும் பார்க்கிறான், காற்று எவ்வளவு இனிமையாக இருக்கிறது என்று உணர்கிறான். மலைகள், நிழல், புற்கள், கிளைகள். அவன் மனத்தில் வேறெதுவுமில்லை. அவன் தந்தை தன் வேலையில் ஆழ்ந்து அவனைத் திரும்பிக்கூடப் பார்க்கவில்லை. யாரும் அவனைப் பார்க்கவில்லை. உலகம் கவனிக்கவில்லை. சிறுவனின் கண்கள் காட்சி முழுவதையும் மெதுவாக ஆராய்கிறது, அங்கே எதிர்ப்பில்லை, பதற்றமில்லை, ஆசையில்லை. அனைத்தும் முழுமையுடன் தன்னிறைவுடையதாக இருக்கின்றன. அங்கே கூட்டவோ கழிக்கவோ ஏதுமில்லை. கவனமாக, அநேகமாக விளையாட்டுபோல் தன்னையே ஊடுருவும் மனம், இந்தச் சொற்களை உருவமைக்கிறது: "ஒருவேளை விழிப்புநிலைக்கு இட்டுச் செல்லக்கூடிய ஒரே வழி இதுதான் போலும்". ஒரு கேள்வி உருவாகிறது: "இந்த மகிழ்ச்சியிடம் நீ பயம் கொள்கிறாயா?" அவன் நினைத்தான்: "இந்த மகிழ்ச்சியிடம் நான் பயப்படவில்லை". பிறகு சிறுவன் ஆளானான். அவன் தனித்திருந்தான், மனம் கலங்கியிருந்தான். "இந்த மகிழ்ச்சியில் எது மறைந்திருக்கிறது?" என்று அவன் சிந்தித்தான். இரு சொற்களைத் தாம் கிசுகிசுப்பதை உணர்ந்தார்: "காய்ந்த குச்சிகள்".

பின்னர் தன் சிந்தனையை மீண்டும் தொடர்ந்தான்: "அவர்கள் எனக்குச் சொல்லித் தந்த அந்தக் கோட்பாடுகளில், அந்தக் கடுமையான பயிற்சிகளில் இன்னும் ஆசை அதிகம் நிரம்பியிருக்கிறது. அதுதான் சொட்டும் உட்சாறு. அந்த அசையாத, விறைப்பான, விவேகிகள் மரத்துண்டு களைப் போல் ஆவதற்கு விரும்புகிறார்கள். ஆனால் அவை ஈரமான மரத்துண்டுகள்". நெகிழ்ந்த, தளர்வான மூட்டுகள்கொண்ட அந்தச் சிறுவனுக்கு எதுவும் வேண்டியிருக்கவில்லை. ஆனால் அவன் மனத்தில்

காய்ந்த குச்சிகள் உரசிக்கொண்டிருந்தன. அவன் தொடர்ந்து சிந்தித்தான்: "அந்த மூர்க்கத்தனமான கடுமுயற்சி விழிப்புநிலைக்கு இட்டுச் செல்லாது. அது மனத்தை மூடியிருக்கும் ஒரு திரைச்சீலை. திரைச்சீலை ஒரு பக்கம் ஒதுக்கப்பட்டு வெளியே மகிழ்ச்சி பளிச்சிடும்போது, ஒரு வனவிலங்கின் சட்டென்ற நகர்வைப் போல் நம்மைத் திடுக்கிடவைக்கிறது. அந்த மகிழ்ச்சி ஏன் நம்மை அச்சம்கொள்ள வைக்கிறது? ஏனெனில் அது ஆசையால் பிறந்ததல்ல". அவர் மேலும் தனக்குள்ளே சேர்த்துக்கொண்டார்: "உடல் களைத்துப் போயிருக்கும்போது அந்த மகிழ்ச்சி பளிச்சிடுவது நடக்க முடியாது."

இந்தத் தன்னந்தனியான, மெலிந்த துறவியைப் பார்க்கும்போது சுத்தோதனரின் மகன் என்று யாரும் அடையாளம் கண்டுபிடிக்க முடியாத அவன், எழுந்து நின்று மீண்டும் தன் வழியில் கிளம்பினான். அவன் ஒரு கிராமத்தின் வழியாகச் சென்றபோது, ஒரு சாதாரண யாத்ரீகன்போல் எல்லோரும் சாப்பிடும் உணவையே யாசித்தான். இவ்வாறாகத் ததாகதர், *இவ்விதமாக வந்தவர்*, நம்மிடையே கீழிறங்கி வந்தார், புத்தராக.

புத்தர் படிமங்களை அதிகம் உபயோகிப்பதில்லை – அவர் அவ்வாறு செய்தாலும் அவை மிகவும் சுலபமானவையாக இருந்தன, தாயத்துகள்போல் பேணக் கூடியவையாக இருந்தன. தர்க்கரீதியான பகுத்துப் பார்த்தல்களால் சொல்ல முடியாதவற்றை அவை நமக்குச் சொல்லின. பல சமயம் அவை வேத காலத்துப் படிமங்களை, சொல்லப்பட்டது அனைத்தும் படிமங்களாக இருந்த அந்தக் காலத்துப்படிமங்களை மறைமுகமாகக் குறிப்பிட்டன. ஆனால் அந்தப் படிமங்கள் இப்போதுதான் முதன்முறையாகக் கண்டுபிடிக்கப்பட்டதைப் போல் மறைமுகக் குறிப்புகள்மீது கவனம் ஏதும் செலுத்தப்படவில்லை. சரியான தியானத்தின் "காய்ந்த மரக்கட்டை," *அரணி*, தீயை உண்டாக்க உபயோகமாகும் குச்சி, தீயை மறைத்து வைத்திருக்கும் அதுதான் பால் வேறுபாடுள்ள உயிரினங்கள் அனைத்திலும் முதன்மையானது. ஒரு குச்சியின் மீது மற்றொரு குச்சியின் உராய்வு பிரபஞ்சரீதியானதும் சிற்றின்பம் சார்ந்ததுமான அத்தனை தீ மூட்டுதல்களுக்கும் ஆதாரமாக அமைந்திருந்தது. இப்போது புத்தரால் பயன்படுத்தப்பட்ட விதத்தில், இந்தப் படிமத்தில் மிகவும் வெளிப்படையாக நிற்பது இந்தக் காய்ந்த தன்மைதான், உயிர்ச்சாறின் ஒவ்வொரு சொட்டையும் வடியச் செய்து, மரக்கட்டையை மதிப்புமிக்கதாக ஆக்கியது. உருவகங்கள் கூடக் காய்ந்துபோயின.

ததா, 'இவ்விதமாக' என்பது புத்தரின் விருப்பத்துக்கு உகந்த சொல்லாக இருந்தது. ததாகதர், *இவ்விதமாக வந்தவர்*, என்னும் பெயர் அவருக்குப் பிடித்திருந்தது என்பதால் அல்ல. ஆனால் உள்ளதன் "இவ்விதத்தன்மையை" *தததாவை*, மற்றவர்களுக்குப் புத்தர் கற்றுத் தந்தார் என்பதால்.

புத்தர் மக்களுக்கு 'நடு வழி'யைக் கற்றுத் தந்தார், பிழையில் இருந்து விடுபட்டிருக்க ஒரே வழி. அவர் சொன்னார்: "மிகவும் நிதானமாகப் பேச வேண்டும், அவசரமாக அல்ல. கிராமப்புற பேச்சுவழக்கைப் பற்றிக் கொண்டு நிற்கக் கூடாது, அங்கீகரிக்கப்பட்ட பேச்சுப்பாங்கிலிருந்து விலகக் கூடாது." சார்பற்றதாக உள்ளது, பகட்டான தோற்றங்களில் இருந்து விடுபட்டது மட்டுமே, பொதுவாக உள்ள அனைத்துடனும் கலந்துவிடுவது மட்டுமே, "இவ்விதத்தன்மை"யிலிருந்து அதிகம் விலகாமல் இருப்பது மட்டுமே நம்மைக் காக்கும்.

அது சித்திரை மாதம், முழுநிலவு இருந்தது. அந்த இரவில் போதிசத்வருக்கு ஐந்து கனவுகள் வந்தன. விழித்தவுடன் அவர் நினைத்தார்: "இன்று நான் போதியை, விழிப்பு நிலையை அடைவேன். எல்லாம் இதற்கு முன்பு இருந்ததைப் போலவே இருக்கும், இப்போது நான் விழித்த போது உள்ளதைப் போல். ஆனால் இப்போது என் மனம் அந்த ஐந்து கனவுகளையும் கவனிப்பதைப் போல் நிகழ்வது அத்தனையையும் நான் கவனிப்பேன்."

சுஜாதா என்னும் அந்தப் பெண் முன்னே வந்தாள். முன்னர் அவளைப் போதிசத்வர் உருவில்வாவில் பார்த்திருக்கிறார். விளிம்புவரை நிறைந்த தங்கக் கிண்ணத்தைக் கையில் வைத்திருந்தாள். வெட்கத்துடன், ஒரு வார்த்தையும் பேசாமல், அதை அவள் போதிசத்வருக்கு அளித்தாள். போதிசத்வர் கிண்ணத்தை நதிக்கரைக்கு எடுத்துச் சென்றார், அமர்ந்து சாப்பிட்டார். பிறகு அந்தக் கிண்ணத்தை நதியில் விட்டெறிந்தார். அவர் நினைத்தார்: "கிண்ணம் நீரோட்டத்திற்கு எதிராக மேல்நோக்கிச் சென்றால், இன்று நான் புத்தனாவேன்; அப்படி நிகழவில்லை என்றால் கிண்ணம் நீரோட்டத்தைத் தொடர்ந்து செல்லட்டும்". அவர் எந்த அளவு சந்தேகத்தை உணர்ந்தார் என்று யாருக்கும் தெரியாது. கிண்ணம் நீரோட்டத்தின் மையத்துக்குச் சென்றது. பிறகு சட்டென நீரின் மேற்பகுதியின் மீது ஒரு குதிரையைப் போல விரைந்து பாய்ந்தது. அலைமுகடுகளில் நீரோட்டத்தில் மேல்நோக்கி விரைந்துகொண்டிருந்தது. நதியின் மேற்புறத்தில் அனைத்தையும் உள்ளிழுத்துக்கொள்ளும் நீர்ச்சுழியொன்று இருந்தது. ஒரு நாகம் அங்கே வாழ்ந்துகொண்டிருந்தது. கிண்ணம் நீர்ச்சுழியில் ஒரு கணம் ஒளிர்ந்து, பிறகு மறைந்தது. கீழ்ப்புறத்தில் அது நீர்த்தாவரங்கள் மூடியிருந்த வேறு மூன்று கிண்ணங்களில் மோதியது. அவை அங்கு ஆயிரக்கணக்கான வருடங்களாக இருந்தன. வேறு மூன்று புத்தர்களுக்குச் சொந்தமானவை. புதிய வரவு சேற்றுப் படுகையில் சென்று நிலைகொண்டது, மற்றவற்றிடம் இருந்து சற்றுத் தொலைவில்.

போதி என்பதை நாம் பலரும் சொல்வதுபோல் "ஒளியூட்டுதல்" என்று மொழிபெயர்ப்போமானால், அந்தச் சொல், நாம் விரும்பினாலும் விரும்பாவிட்டாலும், உருவகமாக, உலகைச் சுட்டும், உலகின்மீது பொழியும்

ஒளி என்றாகும். *போதி* என்பதை "விழிப்பூட்டுதல்" என்று மொழி பெயர்த்தால், அந்தச் சொல் சமஸ்கிருதத்தில் அதன் முன்னாளையப் பயன்பாட்டுக்குக் கச்சிதமாகப் பொருந்துகிறது. *'புத்–'* என்னும் வேர்ச் சொல்லில் இருந்து, "விழிக்கச் செய்வது", தனிப்பட்ட முறையில் மனத்தை, மனத்தினுள் நிகழ்வதை மட்டுமே சுட்டுகிறது. புறவுலகில் அதற்கு இணை எதுவும் கிடையாது. மனத்திற்கு மட்டுமே உரித்தான இந்தத் தன்மையை மேம்படுத்துவதன் மூலம் மட்டுமே, உள்ள உலகிலிருந்து ஒருவரால் விலகி நிற்க முடியும். கொடுக்கப்பட்டுள்ளதிலிருந்து பிரிந்து நிற்க முடியும், சொற்களுக்கு இடையிலான அந்த மாற்ற முடியாத இடைநிறுத்தத்தை அடைய முடியும்: இளவரசன் கௌதமனைப் புத்தராக, விழிப்படைந்தவராக உருமாற்றிய அந்தப் *போதி*.

விழிப்படைந்த அந்த இரவின் இரண்டாம் ஜாமத்தில், புத்தர் தன் முந்தைய பிறவிகளை நினைவுகொண்டார். முதலில் ஒன்று, பிறகு இரண்டு, அதன்பின் ஐந்து. விரைவில் அவர் எண்ணுவதை நிறுத்திக்கொண்டார். பெயர்கள் தோன்றின – அவர் சொன்னார், "அது நான்தான்." இடங்களைப் பார்த்தார் – "அது நான்தான்" என்றார். உணர்ச்சிகள் கொழுந்துவிட்டு எரிந்து மங்குவதைக் கண்டார். மனிதர்கள் இறப்பதைக் கண்டார் – "அது நான்தான்" என்று சொன்னார். திரண்டெழுந்த முகங்கள், ஆடைகள், நகரங்கள், விலங்குகள், விற்பனைப் பொருட்கள், சாலைகள். அவர் தொடர்ந்து கவனித்துக்கொண்டிருந்தார். "அது நான்தான்" என்று திரும்பத் திரும்பச் சொல்வதை நிறுத்தினார். மற்றவர்களின் வாழ்வைக் கவனித்துக் கொண்டிருப்பதைதச் சட்டென்று அவர் உணர்ந்தார். அடிப்படையான வேறுபாடு எதுவும் தெரியவில்லை. அவர் வியப்புடன் தொடர்ந்தார். ஆனால் வியப்பு காலத்தினூடான அந்த நகர்வில் நிலையான ஒன்றாக இருந்தது. இனியும் "அது நான்தான்" என்று அவரால் சொல்ல முடியவில்லை என்பது உண்மை. ஆனால் உண்மையில் அது அவ்வளவு முக்கியமானதா? அவரால் இன்னும் உவகையை அடையாளம் காண முடிந்தது – அனைத்திற்கும் மேலாகத் துன்பத்தையும். அவர் வாழ்ந்திருந்த காட்சிகளும் வாழாதவையும் குளத்தில் உள்ள இலைகள்போல் ஒன்றையொன்று ஈர்த்துக்கொண்டு அருகருகே கிடந்தன. அவற்றிலிருந்து வெளிப்பட்ட ஒளிகள் ஒன்றுகலந்து இணைந்தன. கண் உள்வாங்கியவுடன் அவை சற்றே வேறுபட்ட நிறம்கொண்ட மணிகள் கோத்த நூலாக ஆயின. இங்கும் அங்கும் சிறு சில்லுகள்.

விழிப்படைந்த பிறகு ஏழு நாட்களுக்குப் புத்தர் அமர்ந்தே இருந்தார். பிறகு எழுந்து நின்று நீண்டநேரம் அவரைப் பாதுகாத்த அந்த அத்திமரத்தை உற்று நோக்கிக்கொண்டிருந்தார். ஒரு யானையின் கண்களோடு அதன் ஒவ்வொரு அங்குலத்தையும் பார்த்தார். பதினான்கு நாட்களுக்குப் பிறகு புத்தர் மீண்டும் எழுந்து நடக்க ஆரம்பித்தார். குறிப்பாக எங்கும் போகவில்லை. சற்று தூரத்தில் மாரன் தோல்வியில் வீழ்ந்தான். தன்

தண்டத்தால் தரையில் அவன் எழுதினான்: "கௌதமன் என் பிடியில் இருந்து தப்பிவிட்டான்." அவன் மகள்களான தந்த்ரியும் ஆரத்தியும் அதைப் படித்தார்கள். தம் தந்தையிடம் பற்றுக்கொண்டிருந்த, அவர் வெற்றிகொள்வதையே எப்போதும் பார்த்து வந்த அந்த இரு பெண்களும் ஆர்வத்துடன் கேட்டனர்: "யார் இந்த மனிதன்? அவனைச் சங்கிலியில் பிணைத்து உங்களிடம் இழுத்துவர வேண்டுமென்று நீங்கள் விரும்பு கிறீர்களா? அவன் உங்கள் அடிமையாக இருப்பான்." மாரன் தலையை அசைத்துவிட்டு மண்ணில் தான் எழுதியிருந்த சில சங்கேதக் குறிகளைக் காட்டினான். பிறகு அவன் சொன்னான்: "அவன் என் படைகளை ஒரு இருமலால் கலைத்து ஓட்டினான். தன் உள்ளங்கையைத் தரையில் தேய்த்து என் கர்ஜிக்கும் படைகளைப் பறக்கவிட்டான்". பிறகு தந்த்ரியும் ஆரத்தியும் இந்தப் புதியவனைத் தேட முடிவுசெய்தார்கள். அவர் மெதுவாக நடந்து போய்க்கொண்டிருப்பதைக் கண்டார்கள். அவரை மதிப்பிடும் பொருட்டுக் கள்ளத்தனமாகப் பின்தொடர்ந்தார்கள். அவன் ஒரு ஆண். ஆண்களை எப்படி அணுகிச் செயல்பட வேண்டுமென்பதைத் தாங்கள் அறிவோம் என்று அவர்கள் தங்களிடம் சொல்லிக்கொண்டார்கள்.

சட்டென்று அவர்கள் ஒரு புதரிலிருந்து ஒயிலாக, பெரும் பணிவுடன் அவரைச் சந்திப்பதற்காக வெளியே வந்தார்கள். "நாங்கள் உங்கள் பாதங்களைப் போற்ற விரும்புகிறோம், மகிழ்ச்சியானவரே" என்று அவர்கள் கிசுகிசுத்தார்கள். புத்தர் நடந்துகொண்டே இருந்தார். பிறகு அந்த இரு பெண்களும் அவரைத் தொடரத் தொடங்கினார்கள். அவருக்கு அருகருகாக நடந்துகொண்டு அநேகமாக அவரை உரசியபடி, "மனிதர்களின் ஆசைகள் அநேகம், மனிதர்களின் ஆசைகள் அநேகம் . . ." என்று தங்கள் சொற்களில் கவனத்தைக் குவித்தபடி மீண்டும் மீண்டும் சொன்னார்கள். புத்தர் அவர்கள் சொன்னதைக் கேட்டதான அறிகுறி எதையும் காட்டவில்லை. இரு பெண்களும் ஆலோசிப்பதற்காக நின்றனர். "நாம் நம்மை உருமாற்றிக் கொள்வோம். நாம் ஆளுக்கு ஒரு நூறு, பதினைந்து பதினாறு வயதுப் பெண்களாக உருமாறுவோம்" என்றாள் தந்த்ரி. ஆரத்தி அமைதியாக ஒப்புக்கொண்டாள். இப்போது புத்தர் பெண்களின் ஊர்வலத்துக்கு நடுவில் நடந்துகொண்டிருந்தார். அனைவரும் பெண்களின் மயக்கும் இருபத்து மூன்று சமிக்ஞைகளில் ஒன்றைச் செய்துகொண்டிருந்தனர். அவர்கள் அனைவரும்: "நாங்கள் உங்கள் பாதங்களைப் போற்ற விரும்பு கிறோம், மகிழ்ச்சியானவரே" என்று தொடர்ந்து சொல்லிக்கொண்டிருந் தார்கள். வனம் துள்ளும் சலசலப்பால் நிரம்பியிருந்தது. புத்தர் நடந்து கொண்டேயிருந்தார். விரைவில் அந்தப் பெண்கள் மறைந்து போனார்கள்.

புத்தர் ஒரு மரத்தின் கீழ் அமர்ந்திருந்தார். தந்த்ரியும் ஆரத்தியும் மீண்டும் தோன்றினார்கள். இம்முறை ஆரத்தி கிளர்ச்சியற்ற, அமைதியான குரலில் பேசினாள்: "ஏதாவது துயரத்தால் ஆட்கொள்ளப்பட்டு நீங்கள் வனத்தில் இருக்கிறீர்களா? உங்கள் வாழ்வைச் சிந்தனையிலேயே கடத்திவிடத் திட்டமா? உங்கள் நாட்டுக் குடிமக்களை அவமதித்து விட்டீர்களா, அவர்களுடன் சமாதானம் செய்துகொள்ள விரும்பவில்லையா? இவ்வளவு தனித்து இருப்பதற்கு வேறென்ன காரணம்? புத்தர் பழைய உரையாட

லொன்றைத் தொடர்வதைப் போலப் பதில் அளித்தார்: "நான் துயரத்தின் வேர்களைப் பிடுங்கியெறிந்து விட்டேன், வாழ்வுக்கான தாகமேதும் எனக்கு இல்லை". பிறகு முகஸ்துதி மிகப்பெரிய ஆயுதம் என்பது ஆரத்திக்கு நினைவு வந்தது. அவள் மீண்டும் தொடங்கினாள், இந்தமுறை பசப்பலாக: "அது அப்படி இருந்தால், அநேகம் பேர் உங்களைத் தொடர்வார்கள், மக்கள்திரளை ஏற்கனவே உங்கள் பின்னால் பார்க்கிறேன்". புத்தர் அவளை இடைமறித்துச் சொன்னார்: "ஒரு மலையை உன் நகங்களால் சுரண்டிக்கொண்டிருக்கிறாய், இரும்பைக் கடிக்கிறாய் நீ, பொறாமையால் அன்றி, வேறெதற்கு என்னை நீ தொடர்கிறாய்?" வெளிறிய அழகுடன் அந்தப் பெண்கள் இருவரும் எழுந்து நின்றார்கள். தங்கள் தந்தையிடம் திரும்பினார்கள். ஆரத்தி சொன்னாள்: "தந்தையே நான் இன்று தோற்கடிக்கப்பட்டேன்". மாரன் நிமிர்ந்து பார்த்துச் சொன்னான்: "ஒரு பஞ்சு உருண்டைபோல் அவன் உங்களை விலக்கிவிட்டான்". பிறகு முகவாட்டத்துடன் அவன் தன் மகள்களைத் தனியே விட்டு எழுந்து சென்றான்.

போதிசத்வரின் முதல் ஐந்து சகாக்கள், சாதாரண உணவை உண்பது என்னும் அவர் முடிவால் அவரை விட்டுச் சென்றார்கள். இது உலக இச்சைக்கு இணங்குவது என்று அவர்கள் நம்பினார்கள். ஒருநாள் சாலையோரம் அமர்ந்திருந்தபோது, அவர் விழிப்படைந்ததற்குச் சற்றுப் பின்னர் மீண்டும் அவர் தோன்றுவதை அவர்கள் கண்டார்கள். கேலியாக எதையாவது சொல்வதற்காக யோசித்துக்கொண்டிருந்தபோது, அவர் முகபாவம் அவர்களை ஸ்தம்பிக்கச் செய்தது. தொண்டை அடைக்க, அவர் பெயரை மட்டும் உச்சரிக்க முயன்றார்கள்: கௌதமா . . . புத்தர் தன் கைகளால் சிறு சமிக்ஞை ஒன்றின் மூலம் அவர்களை நிறுத்தச் சொன்னார். "நான் ததாகதன், இவ்விதமாக வந்தவன், அதுதான் என்னை நீங்கள் அழைக்க வேண்டிய பெயர்."

சாரிபுத்திரனும் மௌத்கல்யாயனனும் உயர்குடியைச் சேர்ந்த, செல்வம் படைத்த அழகான இளைஞர்கள். உலகம் வியர்த்தமானது என்பதை அவர்கள் ஒன்றாக உணர்ந்தார்கள். மெய்ப்பொருளைத் தேடி அவர்கள் ஒன்றாகப் புறப்பட்டார்கள். முதலில் அதைக் கண்டுபிடிப்பவர் மற்றவருக்கு அதைச் சொல்வதென்று ஒப்புக்கொண்டனர். இவ்வாறாக ஒரு நாள், சாரிபுத்திரன் ராஜகிருகத்தின் குறுகிய தெருக்களில் சந்தித்த துறவி ஒருவர் உடனடியாக அவன் மனத்தில் ஆழ்ந்த ஒரு பதிவை ஏற்படுத்தினார். அவர் அசைவுகளில், தன் பிச்சைப்பாத்திரத்துடன் முன்னும் பின்னும் நகர்வதில், ஒரு வசீகரம் இருந்தது, தன் கைகளைக் கட்டிக்கொள்வதிலும் தரையில் இருந்து சிறிது தூரத்தில் ஒரு புள்ளியை எப்போதும் பார்த்துக் கொண்டிருப்பதிலும்கூட. அவர் சமிக்ஞைகள் அனைத்தும் நூல்கொண்டு தூக்கிப் பிடித்திருந்ததுபோல் இருந்தது. சாரிபுத்திரன் அவருடன் பேசுவதற்கு முன்பு நீண்ட நேரம் அவரைத் பின்தொடர்ந்து கொண்டிருந்தான்.

பேசியபோது கண்டிப்பு மிகுந்த கல்வியால் பக்குவப்பட்ட ஒருவரின் பணிவுடன் இருந்தது அந்தப் பேச்சு. "பிரபுவே, தாங்கள் குடும்பத்தைவிட்டுக் கிளம்பி எவ்வளவு காலம் ஆகியிருக்கும்?" என்று கேட்க, "நீண்ட காலம் ஆகவில்லை" என்று பதிலளித்தார் துறவி. அது அஸ்வஜித், புத்தரின் முதல் ஐந்து சகாக்களில் மிகவும் மெதுவாகப் புரிந்துகொள்பவர். நேரடியான கேள்விகளை வெறுக்கும் நல்லொழுக்கத்துக்கு உரிய மரியாதையுடன், ஆனால் அதே சமயம் கண்டுபிடிக்க வேண்டும் என்னும் உள்ளுணர்வால் உந்தப்பட்ட சாரிபுத்திரன் துறவியுடன் தொடர்ந்து பேசிக்கொண்டிருந்தான். எந்தக் கோட்பாடு அந்த வகையான கனிவான நடத்தைக்கு வழிகாட்டும் என்று அவன் அறிய விரும்பினான், அது ஒரு முழுமையான கோட்பாடாக இருக்குமென்பதால்.

அஸ்வஜித் எளிதில் அண்ட முடியாதவராக இருந்தார். தன் போதாமை குறித்த அறிவுணர்வு உடையவராக இருந்தார். புத்தருடைய கோட்பாட்டின் பல்வேறு கட்டங்களைக் கட்டமைக்க அவரால் முடிந்ததில்லை. தனக்கு முன்னால் தெளிவு பெற்ற தன் நான்கு சகாக்களையும் நினைத்துக்கொண்டார். எப்படி எப்போதும் தாமதமாகவே தான் அங்குச் சென்றடைந்ததையும் எவ்வாறு ஒருவகையான தெளிவின்மை எப்போதும் தன்னைத் தொல்லைப் படுத்தியதையும் நினைத்துப் பார்த்தார். எப்படியாயினும், அதை இப்போது ஆர்ப்பாட்டம் ஏதுமின்றி ஏற்றுக்கொண்டார். தரையைப் பார்த்தபடி அவர் முணுமுணுத்தார்: "கோட்பாட்டை அதன் விசாலத்துடன் விளக்குவதற்கு என்னால் ஒருபோதும் முடியாது. என்னால் முடிந்தது அதன் சாரத்தைப் பற்றிய சிறு குறிப்பைத் தருவதுதான்". சாரிபுத்திரன் தன் ஜாக்கிரதையான, நுட்பமான தன்மையை ஒரு கணம் உதறினான். தன் கண்களில் மகத்தான கிளர்ச்சியுடன், "அதுதான் எனக்கு வேண்டும்". என்று மட்டுமே சொன்னான். எனவே அஸ்வஜித் சொன்னார்: "தோற்ற பேதங்கள் அனைத்தும் ஒரே காரணத்தில் இருந்து உருவாகின்றன என்பதை எங்கள் ஆசான் எங்களுக்குக் காட்டியுள்ளார். அந்தக் காரணம் எது என்பதையும் அதை முடிவுக்குக் கொண்டுவருவது என்றால் என்ன என்பதையும் அவர் சொல்லி இருக்கிறார்". அந்தக் கணம் களங்கம் ஏதுமற்று, அனைத்துத் தூசு துரும்பில் இருந்தும் விடுபட்டு, தர்மத்தின் கண் சாரிபுத்திரனுக்குள் திறந்துகொண்டது.

துறவியும் சாரிபுத்ரனும் உடனடியாகத் தம் வெவ்வேறான, எதிரெதிர் வழிகளில் புறப்பட்டுச் சென்றனர். மௌத்கல்யாயனனைச் சந்திப்பதற்கு வெறிகொண்டு இருந்தான் சாரிபுத்திரன். தங்கள் ஒப்பந்தத்தைக் காப்பாற்றும் நிலையில் தான் இருப்பதற்காகப் பெருமைகொண்டான். அவன் நீண்ட காலத்துக்குப் தொலைதூரங்களிலும் பரவலாகவும் தேடிக்கொண்டிருந்தான், ஆனால் வெற்றியடையவில்லை. பிரமிப்புடன் எல்லாப் பயணிகளையும் கூர்ந்து பார்த்துக்கொண்டிருந்தான். ஆனால் ஒரு தட்டையான சாலையில் வெகு தொலைவில் அவனைப் பார்த்தது மௌத்கல்யாயனன்தான். உடனடியாகத் தன் நண்பனின் முகத்தில் இருந்த மாற்றத்தை அவன் உணர்ந்தான். அவன் சருமம் சாந்தத்தால் பிரகாசமாக இருந்தது. பேசினால் கேட்கும் தூரத்தில் வந்தவுடன் மௌத்கல்யாயனன் சொன்னான்: "நீ

கண்டுபிடித்து விட்டாய்". "நான் கண்டுபிடித்துவிட்டேன்" என்ற சாரி புத்திரன், "இப்போது நான் உனக்குச் சொல்கிறேன்", என்று சொல்லிவிட்டு அஸ்வஜித்துடனான தன் சந்திப்பை விவரமாகச் சொன்னான். கோட்பாடு பற்றிய துறவியின் சொற்களைச் சொல்வதற்கு முன்னால் ஒரு கணம் நிறுத்தினான். சாரிபுத்திரனுக்கு ஏற்பட்டதுபோலவே மௌத்கல்யாயன னிடமும் தர்மத்தின் கண் திறந்துகொண்டது. இப்போது அவர்கள் இணைந்து மௌனமாக நடந்தார்கள். வெகுதொலைவிலேயே அவர்கள் தன்னை நோக்கி வருவதைக் கண்ட புத்தர் தன்னைச் சுற்றியிருந்த துறவிகளிடம் சொன்னார்: "அங்கே வந்துகொண்டிருக்கும் இருவரையும் பார்த்தீர்களா? அவர்கள் என் சிறந்த சீடர்களாக இருப்பார்கள்". அவர்களை வரவேற்றார். மௌத்கல்யாயனனையும் சாரிபுத்திரனையும் முன்பே அறிந்திருந்தவர்கள் சொன்னார்கள்: "பிள்ளை பிடிக்கும் அந்தத் துறவியின் வழியில் அவர்கள் சென்றுவிட்டார்கள். விதவைகள் நிரம்பியுள்ள பாதை. குடும்பங்களை அழிக்கும் பாதை." சாரிபுத்திரனையும் மௌத்கல்யாயன னையும் அழைத்துக்கொண்டது தர்மம்தான் என்று மட்டுமே சொல்லுமாறு துறவிகளிடம் சொன்னார் புத்தர். அதற்கு மேல் ஒன்றும் சொல்ல வேண்டாம் என்றார். முணுமுணுப்பு ஏழு நாட்களுக்குள் முடிந்து போகும் என்றார்.

சாரிபுத்திரனும் மௌத்கல்யாயனனும் இரு வாசகங்களால் தெளிவு கண்டார்கள். "தோற்ற பேதங்கள் அனைத்தும் ஒரே காரணத்தில் இருந்து தான் உருவாகின்றன" என்பது முதலாவது வாசகம். இது தெரிந்ததுதானே என்று இந்த வாசகத்தைக் கடந்துவிடுபவர்கள் இருக்கிறார்கள். ஆனால் அது ஒரு பெரும் பரப்பு. சாரிபுத்திரன் அந்தச் சொற்களில் உடனடியாகப் புதிதாக ஏதோ ஒன்றைக் கண்டான். உலகம் ஒரு பகடைவீச்சு. தொடரும் உலகங்கள் தொடரும் பகடை வீச்சுகள். அவை பிரபஞ்ச லீலையின் கட்டங்கள். குழந்தைப் பருவத்திலிருந்தே பாலுணர்வு பற்றி அறிந்து கொள்வதைப் போல், சாரிபுத்திரன் இங்கும் அங்குமாக இந்தக் கோட் பாட்டைச் சேகரித்துக்கொண்டிருந்தான். பொருட்களின் முழுமையில் விரியும் தலையாய விளையாட்டில் எவ்வாறு ஒரேயொரு காரணத்தை, ஒரேயொரு தோற்றுவாயை அடையாளம் காண முடியும்? இப்போது "தோற்ற பேதங்கள் அனைத்தும் ஒரே காரணத்தில் இருந்துதான் உருவா கின்றன" என்று யாரோ ஒருவர் கற்பிக்கிறார். மேலும் அதற்குப் பிறகு அது உடனடியாக மேலும் ஒரு பெரும் பரப்பின் விரிவைத் திறக்கிறது: "அந்தக் காரணம் என்னவென்று அவர் சொல்லியிருக்கிறார்". எனவே அது சாத்தியம், சார்புநிலை எழும் அந்தக் கச்சிதமான புள்ளியைப் பற்றிய பார்வையை, தரையில் நீரூற்று எங்கிருந்து உருவாகிறது என்பதைப் பார்ப்பதைப் போல் பார்ப்பது சாத்தியம். ஆனால் அதன் பின் தொடர்ந்தவைதான் சாரிபுத்திரனுக்குப் பெரும் முக்கியத்துவம் வாய்ந்த சொற்கள்: "அந்தக் காரணத்தை முடிவுக்குக் கொண்டுவருவது என்றால் என்ன என்பதையும் அவர் சொல்லி இருக்கிறார்". முடிவுக்குக் கொண்டு வருதல், அழிவு, *நிர்வாணம்:* மிகவும் பிரபலமான, மிகவும் துஷ்பிரயோகம்

செய்யப்பட்ட, புத்தர் பயன்படுத்தியவையிலேயே மிகவும் மர்மமான சொல். காரணம் என்னவென்று சொல்ல முடிவது எவ்வளவு அற்புதமானது என்பதைப் பற்றிச் சாரிபுத்திரன் சிந்தித்துக்கொண்டிருந்தபோது காரணத்தை முடிவுக்குக் கொண்டுவருவதை ஒருவர் அறிவிக்க முடியும் என்பதைக் கேள்விப்பட்டான். ஆனால் இந்த உலகில், முடிவற்றுத் திரும்பத் திரும்ப எழும் இரைச்சலில், உண்மையில் ஏதாவது முடிவுக்கு வந்திருக்கிறதா? இப்படி ஒரு கோட்பாடு உண்மையில் இதுவரை கேள்விப்பட்டிராதது.

புத்தரின் வாழ்வு எப்போதும் சூரிய அஸ்தமன வண்ணங்களின் சாயலும் நிச்சயமின்மையின் சாயலும் கொண்டிருந்தது. தோற்றம் கொள்வது, கோட்பாட்டைச் சொல்வது, மறைந்துவிடுவது என்பதற்கு மேல் வேறு எதுவும் அவருக்குத் தேவையற்றிருந்தது. அவரைப் பொறுத்த வரையில் அனைத்தும் சாலையில் அவர் எதிர்கொள்ளும் தற்செயலான சந்தர்ப்பங்களிலிருந்து உருக்கொள்கிறது. ஒருநாள் முன்பின் அறிந்திராத பிராமணன் ஒருவனுடன் உரையாடும்போது, அவருடைய வலியுறுத்தலால் அவர் கோட்பாட்டை வெளிச்சொல்ல முடிவுசெய்தார். கடைசியில் அந்தப் பிராமணன் பிரம்மா என்பது தெரிந்தது. சொல் கிளையிலிருந்து உதிரும் புள்ளிவரைத் தன்னை இட்டுச்செல்ல நிகழ்வுகளைப் புத்தர் அனுமதித்தார். இதனால் திடமானவைகூட நிச்சயமில்லாததாகவும் எதேச்சையானதாகவும் தோற்றம் கொண்டது. இந்த யுகம் அதைக் கோரியது. முன்பிருந்த புத்தர்களின் காலத்திலிருந்த நீண்ட வாழ்வும் புண்ணியம் சேர்க்கும் மனிதர்களும் இருந்த நிலை மாறிப்போயிருந்தது. தர்மத்தின் சூரியன் இன்னமும் ஒளிர்ந்துகொண்டு இருந்தாலும் அதன் ஒளி இப்போது பலவீனமானதாக இருந்தது. பெருவணக்கத்துக்குரிய மகாகாசியபர் சொன்னதுபோல: மெய்ம்மை நோய்வாய்ப்பட்டிருந்தது.

மனித மனம் தன்னளவில் தூய்மையானது என்று சொன்ன லாக்கின் கள்ளங்கபடமற்ற, முன்யோசனையில்லாத தன்மையை அடைய உலகுக்கு மிகப் பெரும் முயற்சி தேவைப்பட்டது. நவீன யுகத்தின் தலைசுற்றவைக்கும் கருவிகள் நிற்பதற்கு ஒரு சமதளம் தேவைப்பட்டது. அதுதான் மனத்தின் அடிப்படைத் தூய்மை. இந்தியாவில், புத்தர் பிறந்த காலத்தில், மக்களின் அனுமானங்கள் பெரிதும் மாறுபட்டிருந்தன. வேதக் கோட்பாட்டின்படி ஒவ்வொரு ஜீவனும் கடனுடன்தான் பிறக்கிறது – நான்கு நிலைக் கடன்: கடவுளருக்கு, ரிஷிகளுக்கு, மூதாதையர்களுக்கு, மற்ற மனிதர்களுக்கு. ஆனால் காலம் செல்லச் செல்ல இந்தக் கோட்பாடு மேலும் ஆட்டிப் படைப்பதாக ஆயிற்று – ஒவ்வொரு ஜீவனும் பிறக்கும்போதே ஏற்கனவே செய்யப்பட்ட செயல்கள் இன்னும் செய்ய வேண்டிய செயல்கள், இரண்டின் பாரத்துடன்தாம் பிறக்கின்றன. நாம் முதியவர்களாகப் பிறக்கிறோம், நம் வயது காலத்தின் தொடக்கத்திலிருந்து தொடங்குகிறது. ஒவ்வொரு வாழ்க்கையும் சில செயல்கள் மங்கி மறைந்து மற்றவை மலரும் ஒரு கூறு. செயல்மேல் செயலாகக் காலம் சேகரித்து வைத்திருக்கும் வேதனைத்

திரளை மற்ற யாரையும்விட இன்னும் தெளிவாக உணர்ந்தார் புத்தர். செயல்களின் நீண்ட வரிசைக்கு ஒருவர் முடிவு கட்ட முற்படும்போது அடையப்படுகிறது முழுமை. பிறகு அந்த மனிதன் சட்டென்று கவியும் எடையற்ற தன்மையால், வெறுமையால் சூழப்படுகிறார்.

புத்தர் பிறந்தபோது அந்த முழுமைக்கு நெருக்கத்தில் இருந்தார். அவர் சீடர்களிடையே பிரபலமாக இருந்த சூத்திரம் சொல்வதைப் போல், அவர் "செய்யப்பட வேண்டியதைச் செய்து" முடிக்க வேண்டி இருந்தது. ஆகவே அவர் வாழ்வு முழுவதும் விடைபெறும் சமிக்ஞையாக இருந்தது. ஆகையால் சோகத்தின், இன்மையின் மென்படலம் அதன்மேல் படிந்திருந்தது. இளமைக்காலத்தின் அவருக்குப் பிரியமானவர்களான அவர் தந்தை, தாய், அவர் மனைவி, இவர்களின் உருவங்கள் மிகவும் குறைந்த அளவுதான் சித்தரிக்கப்பட்டுள்ளன. அவர்களுக்குக் குணாம்சங்கள் ஏதுமில்லை. அவர்கள் தங்கள் வேலைகளை முடித்துவிட்டு மறைந்து போகிறார்கள். ஒருவேளை புத்தரின் மிகப்பழைய சித்திரங்கள் அவரைக் காட்சியின் நடுவில் உள்ள வெற்றிடமாகவோ அதிகபட்சம் அவரைப் பிரதிநிதிப்படுத்த அவர் பண்புகளில் ஒன்றாகவோ காட்டுவதற்கு இது காரணமாக இருக்கலாம். கோட்பாட்டைப் பொறுத்தவரையில் அது இரு மறிமான்களிடையில் உள்ள சக்கரமாக இருக்கிறது.

வாரணாசியில் நிகழ்த்திய முதல் உரையில் இருந்தே, புத்தரின் சொற்கள் பகுத்தாய்பவையாகவும் மீண்டும் மீண்டும் சொல்லப்படுபவை யாகவும் இருந்தன. எண்கள் தவிர மற்றது அத்தனையும் கரைந்து போவதாகத் தோன்றின. உயரிய உண்மைகள் நான்கு, எண்வழிப் பாதை, பற்றிக்கொள்ளும் பொருட்கள் ஐந்து. விவாதத்தின் பொருள் எதுவாக இருந்தாலும், புத்தர் அதை அடிப்படைக் கூறுகளாகப் பிரித்தார். அவற்றின் எண்ணிக்கை எழுபத்தைந்து என்று பின்னர் நிறுவினார். *தர்மம்* என்னும் ஒரு சொல், விதி, தத்துவங்கள் இரண்டையும் குறிப்பிடுவதற்கு இப்போது பயன்படுகிறது. பகுத்தறியும் கண்ணொன்று மூலை முடுக்கையெல்லாம் ஊடுருவி, எதையும் விட்டுவிடாமல் அனைத்தையும் கூறு போட்டுக் கொண்டிருப்பதைப் போலிருந்தது. செயல்முறைகள் மீண்டும் மீண்டும் தொடங்குகின்றன, அதே வடிவமைப்புகள் முடிவற்று மீண்டும் மீண்டும் நிகழ்த்தப்படுகின்றன. பிறகு அனைத்துக்கும் மேலாக மனத்தில் பதிவது விடுபட்ட ஒரு விஷயம்: *யாகம்* – கடந்த காலத்தில் வேறெந்தச் சொல்லையும்விட அதிகமாகத் திரும்பத் திரும்பச் சொல்லப்பட்ட சொல், விவாதங்கள் அனைத்தின் தொடக்கத்திலும் முடிவிலும் இருந்த அந்தச் சொல், உண்மையிலேயே விவாதத்திற்கான ஒரே பொருளாகவும் சில நேரங்களில் செயல்பாட்டுக்கான ஒரே நாடக அரங்காகவும் தோன்றுவது.

விட்டுவிடுதலும் பதிலீடுமே தனக்கு முன்னால் வந்தவர்களை எதிர்ப்பதற்குப் புத்தர் பயன்படுத்திய ஆயுதங்கள். யாகத்துக்கு எதிராக

அவர் ஒரு வார்த்தைகூடச் சொல்லவில்லை (அல்லது சொல்லப்போனால், அதிலிருந்து உருவான ஜாதிகளுக்கு எதிராகவும்). ஆனால் அவர் போதனைகளில் 'யாகம்' என்னும் சொல் எடுத்துக்கொள்ளும் பரப்பை நாம் கவனித்துப் பார்த்தோமானால், அது மிகச் சிறிய அளவிலேயே உள்ளது. அவருக்கு முன்னால் அது அளத்தற்கரியது. பௌத்த உரைகளின் தேவைக் கதிகமான நீளம் அந்த விட்டுவிடுதல்களைப் பெருஞ்சிறப்பு வாய்ந்ததாகச் செய்ய விரும்பியதுபோலவும் அந்தப் பேசப்படாத சொல்லுக்கு, அது எவ்வளவு சிறியதாக இருந்தாலும் புகலிடம் தர மறுத்ததைப் போலவும் இருந்தது அது.

புத்தர் அனைத்திற்கும் மேலாக வேறுபாடுகள் மூலமாகத் தன்னைப் புரிந்துகொள்ள வைத்தார். ஒன்றைக் குறிப்பிடாமல் இருப்பதே அவரது மறுப்பின் மிக வலிமையான வடிவம். ஒவ்வொரு நாளும் வலிந்து குறுக்கிட்டு அனைத்திலும் பரவும் விதத்தில் மற்றவர்கள் அழைத்தெழுப்பி மீண்டும் திரும்பச் சொல்லி முணுமுணுக்கும் விஷயத்தை அவர் பெயர் குறிப்பிட்டுக் கருணை காட்டவில்லை. புத்தரைப் பொறுத்தவரை, யாகத்தைக் குறிப் பிடாமல் இருந்தது, அவர் சுவாசித்த காற்றையும் அவர் நடந்த தரையையும் புறக்கணிப்பதுபோலாகும். துடித்து அதிரும் ஒவ்வொரு இலையும் ஒரு மேற்கோளாக இருக்கும் ஒரு நிலப்பரப்பில், புத்தர் ஒருபோதும் மேற்கோள் காட்டியதில்லை.

செயல்பாட்டின் மீது ஆட்டிப்படைக்கும் அளவுக்குக் கவனம் இருந்தது. மனிதச் செயல்களாக அல்லாத, தெய்வீகமான முதல் செயல்களுக்கு அது இட்டுச் சென்றது. *யக்ஞேன யக்ஞம் அயஜந்த தேவாஸ்*, "யாகத்தின் வழியாகக் கடவுளர் யாகத்துக்கு யாகம் செய்தார்கள்" என்றன உரைகள். அதற்கு முன்னால் எதுவும் நிகழவில்லை என்பதைத் தெளிவுபடுத்த, "ஆரம்ப நிறுவனங்கள் அவ்வாறிருந்தன," என்று சேர்த்துக்கொண்டார்கள். அனைத்துத் திசைகளிலும் யாகம் சூழக் கடவுளர் தோன்றினார்கள். கருவியாகவும் நோக்கமாகவும் பயனை அடைவதும் யாகமாக இருந்தது. நிறைவேற்றப்பட்ட ஒவ்வொரு செயலும் யாகம்தான். யாகமாக இல்லாத ஏதாவது எப்போதாவது இருக்குமா? ஆகையால் பெரும் முயற்சியின் விளைவாக அனைத்துச் செயல்களையும் குறிப்பிடும் ஒரு நடுநிலையான, பொதுவான சொல்லான *கர்மம்* பற்றி மக்கள் பேசத் தொடங்கினர். தொடக்கத்தில் அது ஒரு ரகசியமாக இருந்தது. பிறகு புத்தர் இடையறாது அறிவித்த, மீண்டும் மீண்டும் சொன்ன ரகசியமாக அது ஆயிற்று. யாகம் மேன்மையான செயல் என்பது இப்போது குறிப்பாகச் சுட்டப்பட்ட, அமைதியாகப் புரிந்துகொள்ளப்பட்டதாக ஆயிற்று. ஆனால் யாராவது குறிப்பாகச் சுட்டப்பட்ட ஏதாவது விஷயத்தை அலட்சியப்படுத்த முடிவெடுக்கும்போது, மிகவும் துணிச்சலான நாசகரமான கலவரங்கள் ஏற்படுகின்றன.

பலிவுயிரைப் பலிக்கம்பத்தில் கட்டியிருந்த முடிச்சைப் புத்தர் அவிழ்த் தார். ஆனால் அதை அவர் அவிழ்த்த அதே கணத்தில், அனைத்தும்

ஒரு முடிச்சு என்பதை அவர் விளக்கினார். தங்களுக்குச் சாதகமான கோணத்திலிருந்து முடிச்சுகளின் கடவுளான வருணனின் உளவாளிகள் சொர்க்கத்தில் கவனித்துக்கொண்டிருந்தார்கள்.

புத்தர் பேசாத பல விஷயங்களில் ஒன்று, பிரபஞ்சம்; எப்படி விண்ணுலகின் இயக்கக் கூறுகள் உருவாயின, எவ்வாறு அவை இயங்கின என்பது குறித்தும்; உயிர் எந்த மூலக்கூறுகளால் ஆனது, எவ்வாறு அது புனையப்பட்டது என்பதைப் பற்றியும். இவையெவையும் அவருக்கு எந்த வித ஆர்வத்தையும் ஏற்படுத்தியதாகத் தெரியவில்லை, ஒரே ஒரு மூலக்கூறு தவிர: காலம். அனைத்தையும் பற்றி அவர் சொன்னது, அது எழுந்தது, பின் அடங்கியது, என்பதுதான். அது போதுமானது. ஒரு விஷயம் எவ்வாறு எழுந்தது என்றும் எந்தெந்த மாற்றங்கள் கடந்து அது அடங்கியது என்றும் அவர் சொன்னார். ஆனால் அவர் எப்போதும் மனம் தொடர்பான விஷயங்களைப் பற்றியே பேசிக்கொண்டிருந்தார். மனத்திற்கு வெளியே அவர் ஒரு புல்லிதழ் பற்றிக்கூடப் பேசவில்லை. அவர் எப்போதாவதுதான் உவமைகளைப் பயன்படுத்தினார்; அப்போதும் அவை அனைத்தும் ஒன்றாகவே இருந்தன, அற்பமான பொருட்களைப் பற்றியதாகவே இருந்தன. சிலசமயங்களில் அவர் தாமரைச் செடியைப் பற்றிக் குறிப்பிட்டார். அவர் குறிப்பிட்ட விலங்குகள் யானையும் மறிமானும். இருந்தும் புத்தருக்கு சில இயற்கையான இடங்கள் பிடித்திருந்தன. அவர் மிகவும் நேசித்தவை நகரங்களுக்கு அருகிலிருந்த நந்தவனங்கள். அவை அமைதியாக, சிந்தனையில் ஆழ்வதற்குச் சாதகமாக இருந்தன. அவற்றைவிட்டுக் கிளம்பி யாசகம் கேட்பதற்காகச் சாலைகளைக் கண்டடைவதும் சுலபமாக இருந்தது. அந்த நந்தவனங்களையும் அவற்றின் அமைதியையும் சுற்றி ஒரு சட்டகம்போல், அனைத்துத் திசைகளிலும் நகரத்தின் உறுமலும் சலசலப்பும் இன்னமும் கேட்டன. புத்தர் தன் சஞ்சாரங்களின் இடையில் இது போன்ற நந்தவனங் களில்தாம் ஓய்வெடுத்தார். துறவிகள் சமூகத்திற்கு நன்கொடையாக அளிக்கப்பட்டிருந்தன அவற்றில் சில. அவர்கள் பெரும்பாலும் அங்கே தங்கினார்கள், சில வேளை சில நூற்றாண்டுகளுக்கு. வேறொரு மதத்தின் இறுமாப்பான ஆதரவாளர்கள் இந்தியாவை அடிமைப்படுத்த விரும்பிய போது, அவ்வாறான இடங்கள் கண்டுபிடித்து அழிக்கச் சுலபமாக இருந்தன. தாவரங்கள் அடர்ந்து மூடிய கற்குவியல்களைத் தங்கள் பின்னால் அவர்கள் விட்டுச் சென்றனர்.

‘நவீனம்’ என்று ஒருநாள் அழைக்கப்படப்போவது, குறைந்தபட்சம் அதன் மிகக் கூர்மையான, மறைவான அம்சத்தைப் பொறுத்தவரை புத்தர் நமக்கு அளித்ததாகக் கொள்ளலாம். பொருட்களைத் திரள்களாகப் பார்த்து அவற்றைப் பிரித்தெடுப்பது, திரள்களில் இருந்து பிரித்த மூலக்கூறு களை, அவையும் தம்மளவில் திரள்களாக இருப்பதால் அவற்றையும் பிரித்தெடுப்பது. இவ்வாறு மேலும் மேலும் தலைசுற்றும்படித் தொடர்ந்து கொண்டிருந்தது. ஒரு வறண்ட மூர்க்கமான பாண்டித்யம். அகவெறுமையைத்

தூண்டும்படியாகச் செய்ததையே திரும்பச் செய்வதில் விருப்பம். சலிப்பின் மீது நாட்டம். அனைத்து விதமான தடை மீதும், அனைத்து அதிகாரத்தின் மீதும் சற்றும் மரியாதையின்மை. அகத்தின் அனைத்துச் சாரத்தையும் வெறுமையாக்குவது. உமி மட்டுமே விடப்பட்டது. மாயத்தோற்றங்கள் தொடர்ந்து இடம் மாறும்போது நாடகம் அனைத்தும் நடக்கிறது என்னும் மௌனமான நிச்சயம். மனத்தின் இயற்கையான அட்சரக் கணிதத்தைச் சுதந்திரமாகச் செயலாற்றவிடுதல். ஒன்றோடு ஒன்று பிணைந்திருக்கும் சக்கரப் பற்களால் ஆன ஒரு நிலக்காட்சியாக உலகத்தைப் பார்த்தல். ஒரு குறிப்பிட்ட, நிலையான தூரத்திலிருந்து அதைக் கவனித்துக் கொண்டிருத்தல். ஆனால் சரியாக எவ்வளவு தூரம்? வேறெந்தக் கேள்வியும் இதைவிட வாக்குவாதத்தைக் கிளப்புவதாக இருக்காது. நீளமாக நீண்டு கிடக்கும் அரித்தெடுக்கும் நிச்சயமின்மைகளுடன் இந்தக் கடைசிச் சந்தேகத்தையும் சேர்த்துக்கொள்ளுதல்.

ஒருவர் எதை அறிகிறாரோ அதுவாக ஆகிறார் என்பது ரிஷிகளின் அடிப்படைக் கூற்று. “மனிதர்கள் எதனால் கிளர்ச்சியுறுகிறார்களோ அதுபோல் ஆகிறார்கள்” என்பது புத்தரின் அடிப்படைக் கூற்று. உலகை அறிந்துகொள்வது என்பது அதனால் ஆட்கொள்ளப்படுவது என்றால் ஏன் உலகை அறிய முயலவேண்டும்? ‘ஒரு விஷயத்தைப் பற்றிச் சிந்திப்பவர் அதுவாகவே ஆகிவிடுவார்’ என்னும் ரிஷிகளின் சிந்தனை, அதற்குமேல் நம்மை விசாரணை செய்ய விடாமல், கந்தவர்கள் அல்லது அப்சரஸ்கள் தனக்கு இடம் கொடுத்தவரை ஆட்கொண்டு பொம்மையாக்கி விளை யாடுவதுபோல் நம்மை முழுமையாக ஆட்கொண்டுவிடும் அபாயத்தையும் உள்ளடக்கியே இருந்தது. இது ஏதோ சிலசமயங்களில் மட்டும் ஏற்படுவதல்ல, ஆத்மாவின் விசாலத்தையும் தொடர்ச்சியையும் ஒருவர் ஏற்றுக்கொள்ளாத போது, பிரக்ஞை வெறும் திரட்சியின் விளைவு என்று பார்க்கும்போது, தவிர்க்க முடியாமல் எப்போதும் ஏற்படுவது. புத்தரின் சமிக்ஞைகள் ஒரு ரகசிய எதிரியை மறுதலிக்கும் நோக்கம் கொண்டவை: ஆட்கொள்ளப் படுதல். மனவாழ்க்கை தொடர்ந்து ஆக்கிரமிக்கப்படுவது – எதனால்? சக்திகள்? அவற்றை எப்படி வேண்டுமானாலும் அழைத்துக் கொள்ளுங்கள், எப்படியாயினும் சலனப்படுத்தும் கூறுகள் – மற்ற அனைத்து அடிமைத் தனங்களுக்கெல்லாம் மூலகாரணமாக இருக்கும் அறுதியான அடிமைத் தனமாகப் புத்தருக்குத் தெரிந்தது. மனவாழ்க்கை: நம்மெதிரே தோற்றம் கொள்ளும் பொருட்கள், ஓய்வின்றி, நம்மை ஆட்கொண்டு அலைக்கழிப்பது. ஒரு குரங்கின் மெலிந்த கையென எட்டிப் பற்ற நீளும் சமிக்ஞை. மனவாழ்க்கையின் கச்சிதமான பிம்பம் இதுதான்: அமைதியின்மை, ஒரு பெரும் மரத்தின் கிளைகளிடையே தாவும் குரங்கின் பரிதாபமான பதற்றம். பற்றுவதற்காகக் கைநீட்டுபவன் தானே பற்றிக்கொள்ளப்படுகிறான், தோற்றம்கொண்டு தன்னைத் திணித்துக்கொள்ளும் மன உருவத்தால் ஆட்கொள்ளப்படுகிறான். இது நடக்காதது ஒரே ஒரு சந்தர்ப்பத்தில்தான்: அனைத்துப் பொருட்களுக்கும் பொதுவான ஒரு குணமான வெறுமையை அறிந்துகொண்டால் மட்டுமே.

உபநிடத சூத்திரமான *தத் த்வம் அசி* என்பதைப் புத்தர் தலைகீழாகத் திருப்பினார். "நீதான் அது" என்னும் அந்தச் சூத்திரம் நமக்குச் சொல்கிறது: நமக்குத் தோன்றுவது எதுவாக இருந்தாலும், "நீதான் அது". அந்த விஷயம் உனக்குள் உள்ளது, எந்த ஒரு பொருளையும்விடப் பிரும்மாண்டமான அளவுக்குப் பெரியதான சுயத்தினுள் உள்ளது, இதயத்தினுள் மறைந்திருக்கும் சிறு தானியத்தில் இருந்து பரவுவது, தோற்றம் கொள்ளும் அனைத்து வடிவங்களையும் சிறிது சிறிதாகத் தனக்குள் உள்ளடக்குகிறது. எதுவும் அதற்கு அந்நியமானதல்ல. தோற்றம் கொள்ளும் அனைத்துமாக இருப்பது, தோற்றம் கொள்ளும் அனைத்தையும் புரிந்துகொள்ளும் அடிப்படையைத் தருகிறது. தான் ஒரு வேதாந்த ஆசான் என்பதை அறிந்திராத ஒருவர், "பிரபஞ்சம் என் பிரக்ஞைக்கு இடையில் காணாமல் போன ஒரு கைதி" என்று ஒருநாள் குறிப்பிடப்போவதுபோல்.

ஒரே நேரம் வெளிக்குவிந்ததாகவும் உட்குழிந்ததாகவும் பார்க்கக் கூடிய உருவங்கள் உள்ளன. கண்ணின் உடனடியான சிறுமாற்றம் இந்தத் தந்திரத்தைச் சாதித்துவிடும். புத்தரின் கோட்பாடு உட்குழிவானது. *பூர்ணம்*, 'நிறைவு'; *சூன்யம்*, வெறுமை. முழுமையிலிருந்து பெறப்பட்ட முழுமை: இது வேதங்களின் கோட்பாடு. வெறுமையிலிருந்து பெறப்பட்ட வெறுமை: இது புத்தரின் கோட்பாடு. உபநிடதங்களில் இருந்து புத்தருக்கான மாற்றம், முழுமையிலிருந்து வெறுமைக்கான மாற்றம். ஆனால் உருவம் அதுவேதான். எதிர்நிலை செய்யாததை இணக்கம் நிகழ்த்தலாம். அவை எதிரெதிரான வடிவங்களல்ல, உறைதான் மறைக்கும் கத்திக்கு எதிரானது என்று எடுத்துக்கொண்டால் அன்றி.

ரிஷிகளின் இயக்க மையமான சொல் *தபஸ்*, 'வெப்பம்'. புத்தருக்கு *நிர்வாணம்*, 'இல்லாது போதல்'. கச்சிதமான இசைவு, எதிரெதிர்த் துருவங்கள், தலைகீழாகத் திருப்புதல். அவர்கள் வாழ்ந்த பிரதேசத்தில் 'இல்லாது போதல்' என்பது நெருப்பு வீட்டுக்குத் திரும்புவதாக, தன் இருண்ட இருப்பிடத்துக்கு உள்வாங்கிச் செல்வதாகக் கருதப்பட்டது. ரிஷிகள், புத்தர் இருவருக்குமே அடிப்படைக்கூற்று ஒன்றுதான்: நெருப்பில் என்ன நிகழ்கிறது, நெருப்புடன் என்ன நிகழ்கிறது, என்பது மிக முக்கியமானது.

அனைத்திலும் தீரமானவர், மாற்ற முடியாத அடியெடுத்து வைத்தவர், விலகுதல் அனைத்தின் தோற்றுவாய், நிலைகுலைப்பவர்களில் முதலாமவர் துறவிதான். ஒரு தனித்த உருவம் அமைதியாகக் கிராமத்தைவிட்டுப் புறப்பட்டு வனத்தினுள் மறைகிறது. புத்தரிலிருந்து, கலப்பற்ற மேற்கத்திய அர்த்தத்தில் தனிமனிதர்வரை, அனைவருமே துறவியின் வழித்தோன்றல்கள் தாம். பிரபஞ்சத்தில் மறைந்திருக்கும் இயற்கையிலிருந்து, இயற்கையில் மறைந்திருக்கும் சமூகத்திலிருந்து, பற்றறுத்தலின், கட்டவிழ்தலின் முதல் சமிக்ஞை துறவுதான். இந்த உலகத்தினுள்ளேயே, ஆனால் அதற்கு

அப்பாலாய் உள்ள உலகத்தை முதன்முதலாக அடையாளம் கண்டு கொண்டு, அங்கே வீட்டை அமைத்துக்கொண்டு, அங்கிருந்து தொடு வானத்தின் மீது கவனம் பதிக்கும் சாத்தியத்தையும் அடையாளம் கண்டு கொண்டதும் துறவுதான். வேறு ஒழுங்கின் நிழலாகவும் அதன் எதிரிணை யாகவும் இருக்கக்கூடிய ஒரு ஒழுங்கு. அல்லது இந்த ஒழுங்கின் நிழலாகவும் எதிரிணையாகவும் உள்ள அந்த வேறு ஒழுங்கு. ஒன்று பெருமளவுக்கு வாழ்வதற்கு இணக்கமானது. அப்பாலுள்ள உலகம் பெருமளவுக்குக் கட்டற்றுச் சிந்திப்பதற்காக. அப்பாலுள்ள உலகம்தான் வனம், கோட் பாட்டுக்குக் கீழ்ப்படிவதில் இருந்து கட்டவிழ்க்கப்பட்ட சிந்தனை, எந்தவிதமான சடங்குக் கடப்பாட்டிலிருந்தும் விடுவிக்கப்பட்ட வடிவம்.

காவி மற்றும் வெள்ளை உடைகள் அணிந்த ஜைன, பௌத்தத் துறவிகள் உலகெங்கும் புலம் பெயர்ந்தார்கள். தேவர்களுக்கு விசுவாசமாக இருந்த மற்றவர்கள், அவர்களை அசுரர்களின் வாரிசுகளாக அடையாளம் கண்டார்கள். இப்போது அவர்கள் எதிரிகள் என்பதைவிடத் தர்ம விரோதிகள் என்பதுதான் விஷயம். சடங்குப் பழக்கங்களை இழித்துரைக்கும் கடுமையான கோட்பாடுகளை அவர்கள் கற்பிப்பதை மக்கள் கேட்டார்கள். உலகத்தை ஒரு கந்தல் பொம்மைபோல் அவர்கள் உலுக்கினார்கள். ஆனால் காலத்தின் மெதுவான தேய்மானம் இதையும் மாற்றியது, இந்தக் கோட்பாடுகள் எல்லாம் புராதனக் கடவுளருக்கு உண்மையிலேயே ஒவ்வாதவை என்று சொல்லிவிட முடியாத கட்டம் வந்தது – புத்தரின் ஒளிவட்டத்தில் மீண்டும் பல உருவங்கள் தோன்றின, அந்த ஒளியில் பதுங்கிக்கொண்டு; சிந்தனையில் ஆழ்ந்து, பின்னிப்பிணைந்து, நடனமாடியபடி. தெய்வீகச் சக்கரம் மீண்டும் வெளிப்பட்டது, ஆழ்கடலில் இருந்து வெளியே கொண்டுவரப்பட்டதுபோல்.

தொடக்கத்தில் இருந்தே அவர்களைப் பயமுறுத்திய ஏதாவது ஒன்று இருந்தது என்றால், அது மனத்தின் பரவல்தான். ஒரு புள்ளியில் இருந்து மற்றதற்கு ஓய்வின்றிப் படுவேகமாகக் கடந்துகொண்டு, உலகை நகலெடுக்க விழைந்த மனம், புலனாகும் உலகத்தின் வலைமீது தன் சொந்தச் சிலந்தி வலையைப் படியவைத்தது. இறுதியில் இது அதன் சக்தியைக் கூட்டுவதற்குப் பதிலாகக் குறைத்தது. மனத்திற்கு வெளியிலும் உள்ளேயும் – உலகம் பழுதுபடாததாக, வல்லமை உடையதாக இருந்தது. உலகத்தை வெல்வதற்கு (இதற்கு முதலில் ஒரு அடியெடுக்க வேண்டும்: அதைப் பார்த்தல்) மனம் தன்னை, அரிவாள் வெட்டுவதற்கு முன்பாகக் கை எப்படி ஒரு புற்கொத்தைத் திரட்டிக்கொள்ள வேண்டுமோ அப்படித் திரட்டிக்கொள்ள வேண்டும். அரிவாள் என்பது 'ஞானம்', *பிரக்ஞை*, திரட்டும் கை என்பது கவனம்.

முப்பத்து மூன்று கடவுளரும் இறவாமையுடையவர்கள் என்றார்கள் – அல்லது கச்சிதமாகச் சொல்வதென்றால் அவர்கள் அசாதாரணமான

நீண்டகாலத்துக்கு, பல கோடி வருடங்களுக்கு வாழ்கிறார்கள் – அல்லது இன்னும் கூடுதலான கச்சிதத்துடன் சொல்வதானால், அவர்கள் உண்மையில் சாதாரண மனிதர்களைப் போல் கேவலமாகவும் ஊறுபடத் தக்கவர்களாகவும் இருந்த அவர்கள், பின்னர் ஒருநாள் யாகத்தின் மூலமாக இறவாமையை அடைந்தார்கள், ஆனால் முழுமையான இறவாமையை அல்ல, ஏனெனில் ஏதோவொரு சமயத்தில், அது எவ்வளவு தொலைவில் இருந்தாலும் அது முடிவடைந்தாக வேண்டும். எப்படியிருந்தாலும், அவர்களது நீண்ட வாழ்வு மெய்ம்மை சார்ந்த உயர்நிலை எதையும் அவர்களுக்குத் தந்துவிடவில்லை, அது அறிவுக்கு மட்டுமே சொந்தமானது, அதற்கும் மேலாக அறிவு பற்றிய பிரக்ஞைக்கு. அதனால்தான் காலத்தின் முடிவில் புத்தரும் காலத்தின் தொடக்கத்தில் ரிஷிகளும் முப்பத்து முப்பத்து மூன்று கடவுளரையும் ஒரு பொருட்டாக எடுத்துக்கொள்ளாமல், பொறுமையற்று, சித்தமிரங்குவதான விதத்தில், முதிர்ச்சியற்ற குளறுபடியான ஜீவன்களாக, முழுவதும் தீவிரமாக எடுத்துக்கொள்ளத் தகுதியற்றவர்களாக நடத்தினார்கள். மேலே துசிதர்களது சொர்க்கத்தில் கடவுளர் உச்சமான இன்பங்களில் ஆழ்ந்து கிடப்பது ரிஷிகளுக்கும் சாக்கிய முனி புத்தருக்கும் தெரியும். ஆனால் இறுதியில், இன்பம் கோடிக்கணக்கான வருடங்களுக்கு நீடிக்கிறதா அல்லது ஒரு கணத்தில் முடிகிறதா என்பதில் என்ன வேறுபாடு? வேறுபாடு ஏற்படுத்தும் ஒரே விஷயம் இன்பத்தின் நரம்புகளுக்குள் படரும் விவேகம் மட்டுமே.

ஒப்பீட்டின் மீது நிகழ்த்தப்பட்ட அடிப்படையான தாக்குதல் புத்தரால் நிகழ்த்தப்பட்டதுதான். அவர் அதன் இருப்பை மறுத்தார் என்பதல்ல. எதிர்மாறாக, அங்கேயுள்ள அனைத்துடனும் தொடர்புள்ள வெளிப்படையான ஒன்றாக அதை ஏற்றுக்கொண்டார். சந்தேகத்துக்கு இடமின்றி உலகம் ஒரு மெல்லிய உலோக வலை. கவனத்துக்கு உரியது ஒரு கண்ணியில் இருந்து அடுத்ததற்கான எப்போதும் மாறுபடும் தனியுருவங்கள் அல்ல. அது ஒரு வலை என்பதும் மூடிமறைக்கும் இறுக்கும் மூச்சுத் திணறவைக்கும் ஏதோ ஒன்றாக அது இருப்பதும்தான் கவனத்திற்குரியது. இதுதான் மெய்யான, முதன்மையான, எங்கும் நிறைந்திருக்கும் ஒப்பீடு. காணக்கூடிய உலகின் விசித்திரமான பல்வித பேதங்களிலும் ஒரு திறமை வாய்ந்த கண் இதை உணர்ந்துவிட முடியும். அது ஒரு நாள் தனியுருவங்களைத் தொடர்பில்லாதவை என்று விலக்கிவிட்டு அதை மட்டுமே உணரும். ஆனால் நிலைமை அதுதானென்றால் ஒவ்வொரு கண்ணிக்குப் பதிலாக வேறு எதை வேண்டுமானாலும் வைத்துவிட முடியும். அனைத்தும் ஒப்பீடாக உள்ள இந்த நிலையில், அனைத்தும் வேறொன்றுக்குப் பதிலானது என்று சொல்லிவிட முடியாதா? பந்துக்களின், தொடர்புகளின், முடிவுற்ற வலை, ஒரு இழைப்பின்னலாக ஆயிற்று, அதன் பல்வேறு பகுதிகள் தனிப்பட்ட தோற்றப் பண்புகள் இல்லாமல் பொதுவான இறுக்கத்தை உறுதிப்படுத்தின. அது *பிரதீத்யசமுத்பாதம்* என்று அழைக்கப்பட்டது, எழும் அனைத்தின் பின்னிப்பிணைந்த தன்மை.

புத்தர் ஒப்பீட்டு ஒப்பந்தத்தைத் தகர்க்கிறார். ஒத்திசைவுகளைப் புறக்கணிக்கிறார். அவற்றின் இருப்பை மறுக்கவில்லை, ஆனால் அவற்றைச் சிறுமைப்படுத்துகிறார். அனைத்துக் கூறுகளும் தங்களை உருவெளிப்படுத்திக் கொள்கின்றன என்னும் நிலையில், அவை தங்களை உருவெளிப்படுத்தும் வகையில், எப்படியும் ஒரே சங்கிலியில் அவை பிணைக்கப்பட்டுள்ளன எனும்போது, அதுபோல் இதுபோல் என்னும் எதிரொலிகளில் ஏன் அக்கறைகொள்ள வேண்டும்?

துயரம் தனித்துவம் வாய்ந்ததும் மாற்ற முடியாததுமான செயல்பாடு. துயரத்தைத் தவிர்க்க, ஒரு செயல் தொடரின் ஒவ்வொரு செயலையும் வாழ்க்கைகளின் தொடரில் ஒவ்வொரு வாழ்க்கையையும் மரணங்களின் தொடரில் ஒவ்வொரு மரணத்தையும் புத்தர் நீர்த்துப் போகச் செய்கிறார், சட்டென்று அனைத்தும் தன் திடத்தன்மையை இழக்கின்றன. பெருக்கப் படுபவை எல்லாம் தளர்வடைகின்றன. இந்தச் சமிக்ஞையுடன் உடனிகழ் வானதாக வந்த அறிவாதாரவியல் சார்ந்த சுயத்தின் மறுப்பின்படி, சுயம் என்பது இப்போது வெறும் கூறுகளின் தொடராகக் குன்றிப் போய், சம்பிரதாயமான முறையில் மீண்டும் ஒன்றாகக் கூட்டி ஒருங்கிணைத்துவிடக் கூடியதாக ஆகிவிட்டது.

நவீனத்தின் உச்ச வலிமையான சம்பிரதாயம், தெய்வீக உருவங்களை அகற்றும் தொல்லைக்குக்கூட ஆட்படாமல் அவற்றின் சக்தியை வடியச் செய்த ஒரு வறண்ட, ஜாக்கிரதையான, பகுத்தாராயும் துறவி ஒருவர் சீரமைத்த பாதையில் முன்செல்கிறது.

“உயிரியக்கமுள்ள பிரபஞ்சம், கைப்பிடி மணல் போன்றது” என்று சொன்னார் புத்தர். ஒரே பிடியில் சிக்கிக்கொண்டுள்ள ஏராளமான, வெவ்வேறான மிகச் சிறு கூறுகள். ஆனால் இதுதான் அவற்றின் ஒரே நெருக்கம். எப்போதும் ஒரே வஸ்துவாக இருந்தபோதிலும் ஒவ்வொரு துகளும் மற்றவற்றுடன் தொடர்பின்றித் தன்னளவில் தனியான இருப்புள்ளது.

புத்தர் கபிலவஸ்துவுக்குப் போக அவசரப்படவில்லை. ஆனால் தன் குழந்தைப் பருவத்தையும் இளமைப் பருவத்தையும் கழித்த இடத்தில் ஒருநாள் மீண்டும் தோன்றத்தான் செய்தார். அவர் மகன் ராகுலன் அங்கிருந்தான். அவன் தாயைவிட்டு அவர் பிரிந்த இரவில் அவள் படுக்கையில் ஒரு நிழலாக அவர் நினைவில் இருந்தவன். ராகுலனின் தாய் தன் மகனிடம் சொன்னாள்: “இப்போது உன் தந்தையிடம் போ. போய் உன் வாரிசு உரிமையைக் கேள்.”

கோட்பாட்டைத் தன் சீடர்களுக்கு விளக்குவதற்காகப் புத்தர் வடகிழக்கு இந்தியாவில் அவ்வப்போது தங்கி அலைந்து திரிந்துகொண்டிருந்தபோது,

வரலாறு தன் வழியில் சென்றுகொண்டிருந்தது. சாக்கியர்கள் படுகொலை செய்யப்பட்ட நாள் வந்தது. அன்று காலை தனக்கு மிக மோசமாகத் தலை வலிப்பதாகவும் ஒரு கல், மலையென இருந்த கல்லொன்று தன் தலையை அழுத்திக்கொண்டிருப்பதைப் போல் இருந்ததாகத் தன் துறவிகளிடம் சொன்னார் புத்தர். அதற்குள் அவர் உறவினர்கள் ஒவ்வொரு வராகக் கொல்லப்பட்டனர். அவர்களுடன் ஒட்டுமொத்த சாக்கிய இனமே அழிக்கப்பட்டது. விருதகன் என்னும் கோசல மன்னன், எதிர்பாராத தாக்குதலொன்றை நிகழ்த்தி இருந்தான். பழைய ஒரு மரபைத் தொடர்ந்து சாக்கியர்கள் மிகச் சிறந்த வில்லாளர்களாக இருந்தனர். ஆனால் புத்தரின் சொற்களைக் கேட்டிருந்ததால், அவர்கள் கொல்வதற்குத் தயாராக இல்லை. ஆகவே தங்கள் அம்புகளால் படுகொலையின் வேகத்தைக் குறைக்க முடிந்ததே தவிர, அவர்களால் அதைத் தடுக்க இயலவில்லை. கபிலவஸ்துவில் இருந்த அந்த இழிந்த குறுகிய மாகாணப் பற்றுக்கொண்ட வர்கள், தர்மத்தின் காவலர்களைப் போல் பேசத் தொடங்கியதில் இருந்தே விருதகன் தன் பழி தீர்க்கும் எண்ணத்தை அடைகாத்து வந்தான். என்ன தான் இருந்தாலும் கடைசியில் அவர்களும் மற்ற எவரையும்போல் அவன் குடிமக்கள்தாம், ஆனால் அவர்கள் அவனை "அடிமையின் மகன்" என்று அழைத்திருந்தனர். அவன் பல குழிகள் தோண்டி அவற்றில் ஆண்களையும் பெண்களையும் குவித்து இறுக்கமாக அடைக்கச் சொல்லியிருந்தான். பிறகு யானைகளைக் கொண்டு அவர்களை மிதித்து நசுக்கச் செய்தான். வெகு சில துணிச்சலானவர்கள் மட்டுமே பிழைத்து வந்தார்கள். அவர்கள் வனத்தில் புத்தரைச் சென்றடைந்து நடந்ததைச் சொன்னார்கள். அவர்கள் அங்கிருந்து கிளம்பியபோது நினைவுச் சின்னங் கள் எதையாவது தங்களுடன் எடுத்துச் செல்லலாமா என்று கேட்டனர். புத்தர் அவர்களுக்குத் தலைமுடிகள் சிலவற்றையும் நகத் துணுக்குகளையும் தந்தார். அதற்குப் பின் அவர்களை ஒருபோதும் அவர் பார்க்கவில்லை. அவர்கள் வகுடத்தில் ஒரு சாம்ராஜ்யத்தை நிறுவியதாகச் சொல்லப்பட்டது, யாரும் ஒருபோதும் பார்த்திராத ஓர் இடம்.

இப்போது புத்தர் தனியே இருந்தார். அவருக்கு உறவினர்களோ அல்லது திரும்பிச் செல்ல வீடோ இல்லை. கபிலவஸ்து தரைமட்டமாக்கப் பட்டிருந்தது – அதுபோலவே அவருக்கு மிகவும் பிடித்த ஆலமர நந்தவன மும். அவர் குடும்பத்தில், அவர் ஒன்றுவிட்ட சகோதரனும் அவருடைய நிலையான நிழலாக இருந்த ஆனந்தன் மட்டுமே உயிர் பிழைத்திருந்தான். அவர்கள் இருவரும் கருத்தொன்றும் தெரிவிக்கவில்லை. சில நாட்களுக்குப் பிறகு விருதகனும், அவன் படையினரும் ஒரு வெள்ளப் பெருக்கில் மூழ்கி அசிராவதி நதியின் பாறைப் படுகையில் அடித்து வீசப்பட்டிருப் பதைக் கேள்விப்பட்டபோதுகூட அவர்கள் கருத்தொன்றும் தெரிவிக்க வில்லை. தங்கள் சூறையாடலில் அற்பமான களிப்புடன் கோசலர்கள் அந்த இரவு அங்கே முகாமிட்டிருந்தார்கள்.

கிருஷ்ணரைப் போல், புத்தர் 'பேரழிவுக்கு', *பிரளயத்துக்கு*, அருகில் மட்டுமே தோன்ற முடியும். இந்த இருவருக்குப் பின்னால் எப்போதும்

ஒரு படுகொலை உள்ளது. அவர்களுக்கு முன்னால், சிதைவுகளால் வீங்கிப்போயிருக்கும் நீர்நிலையின் விரிவு. ஒருபோதும் ஆயுதங்களை எடுக்காவிட்டாலும் கிருஷ்ணராவது போராடினார், கபடச் செயல்கள் புரிந்தார். அப்படியும் படுகொலை நடந்தது. ஆனால் புத்தர் அவ்வாறல்ல, அவர் குறுக்கிடவில்லை. மீண்டும் படுகொலை நிகழத்தான் செய்தது. அவர்கள் எந்தவகையிலாவது அதன் வழியை மறித்தார்களா? அவர்கள் அதைத் தூண்டிவிட்டார்களா? அது நிகழ அவர்கள் அனுமதித்தார்களா? ஒருவேளை படுகொலை மெய்யான, தவிர்க்க இயலாத நிகழ்ச்சி ஒன்றுக்கான முன்னெச்சரிக்கையா? அனைத்தையும் கரைத்து, அந்த உலகின் தோற்ற வடிவத்தைத் துடைத்தழித்து அதைத் தன் மூலவடிவத்துக்குத் திருப்பி அனுப்பும் விரைந்தோடும் வெள்ளநீரா? ஒரு எச்சம். அந்த எச்சங்களின் இடையில், வேருடன் பிடுங்கப்பட்ட மரங்களின் ஊறிப்போன மரக்கட்டை களுக்கும் கட்டழிந்த கந்தல்களுக்கும் இடையில், முடிவற்ற தண்ணீர்ப் பெருவெளியில் தனித்துத் தெரியாத விதத்தில், மெத்தையைப் போல் மென்மையாகச் சுருண்டுகிடக்கும் ஒரு பாம்பு ஒருநாள் மேலெழும். ஒரு வளரிளம் பருவத்து உடல் தன் கருஞ்சிவப்பு உதடுகளை வான் நோக்கித் திறந்தபடி அதன்மீது கிடக்கிறது.

எச்சத்துக்கு ஏன் இந்தச் சலுகை வழங்கப்பட்டுள்ளது? ஏன் அது முக்கியமற்றதைப் பிரதிநிதிப்படுத்தாமல், சாரமானதை மறைத்து வைத்திருக்கும் இடமாக ஆயிற்று? *விராத்யர்கள்* முதலில் கொட்டைகளின் குவியலலோடும் பின்னர் இரண்டு பகடைக்காய்களோடும் *சபையில்* விளையாடியபோது, வெற்றிகொள்ளும் பகடைவீச்சு *கிருத:* நான்கால் மீதமின்றி வகுபடும் ஒரு எண். அதற்குப் பின் வந்தவை *திரேதாவும் துவாபராவும்;* மூன்றையும் இரண்டையும் மீதமாகத் தரும் பகடைவீச்சுகள். தோற்கும் பகடைவீச்சுகள் *கலி*, "நாயின் வீச்சு", மீதமாக ஒன்றைத் தரும் குறுக்கவியலாத மீதம். இந்தப் பகடைவீச்சுகளின் பெயர்கள் பின்னர் பல்வேறு சகாப்தங்களுக்கு, *யுகங்களுக்கு* மாற்றப்பட்டன: *கிருத* யுகம் கச்சிதமான யுகம்; *கலியுகம்* சச்சரவுகள் மற்றும் அழிவின் காலம், இன்றுவரை தொடர்வது, அது எவ்வளவு தொடரப்போகிறதோ அவ்வளவு கூடுதல் முனைப்போடு "பேரழிவின்", *பிரளயத்தின்* முன்மாதிரியைத் தெளிவாகக் காட்டுவது. அவர்கள் காலத்தைக் நாட்காட்டியாக வகுத்துப்போட்டாலும், எப்போதும் அங்கே மீதம் வந்த, புதிய, பழைய மேலும் சிக்கலான கணக்குகளை மேற்கொள்ள வேண்டிய நிர்ப்பந்தத்துக்கு அவர்களை ஆட்படுத்திய இடைச்சேர்க்கை செய்யப்பட வேண்டிய காலத்தை, அவர்கள் உணர்ந்தார்கள். விதியை நிர்ணயிக்கும் விளையாட்டு, காலம், என்னும் இரண்டு தடங்களையும் பின்பற்றி அவர்கள் ஒரு முடிவுக்கு வந்தார்கள். தொடர்ச்சியற்றதன் பிரதேசத்தில் மட்டுமே எந்த ஒரு எச்சத்தையும் நீக்க முடியும். மாறாக, தொடர்ச்சி உள்ளது எப்போதும் பிடிபடாமல் இருப்பது. தொடர்ச்சியற்றது தொடர்ச்சி உள்ளதின் மீது படிந்து நகர்கிறது. எச்சத்தின் மூலம் தொடர்ச்சி உள்ளது பலவந்தமாகத் தன் இருப்பை நமக்கு உணர்த்துகிறது. எவ்வளவு நுட்பமாக உடைக்கப்பட்டாலும்

தொடர்ச்சியற்றது தொடர்ச்சியாக உள்ளதின் மீது தன்னைப் படியவைத்துக் கொள்ள முடியவில்லை. வேறுபடுவது மிகுதிதான். சிறிது நேரத்துக்குத்தான் என்றாலும், சமன்பாடு வெளிப்படுவதற்காக அது தியாகம் செய்யப்பட வேண்டும். சிறிது நேரத்துக்கு, அதாவது ஒரு புதிய எச்சம் உருக்கொண்டு அது கவனிக்கப்படும்வரை. மீண்டும் தொடர்ச்சி உள்ளதின் முன்பு நம்மைத் தலைவணங்க வைக்கிறது.

ஓர் அவதாரத்தில் இருந்து இன்னொரு அவதாரத்துக்கு ஏதோவொன்று கடத்தப்படுகிறது: முன்னே சென்ற வரலாற்றின் மெல்லிய சாயல், இதற்கு முன்னே நிகழ்ந்த பெருநாசத்தின் சாயல். இப்போதே முடிந்த சகாப்தத்தின் தனித்துவம் அடுத்த சகாப்தத்துக்கு ஒரு வாசனையாக, ஒரு தொனியாக, திரை மூடிய ஒரு நினைவாகக் கடத்தப்படுகிறது. இருப்பு பழுக்கிறது, கோடிடப்படுகிறது, புள்ளிகளிடப்படுகிறது, ஏற்கனவே தேய்ந்து போயிருந்த துண்டுகளைக்கொண்டு புதுப்பிக்கப்படுகிறது. நிறைய இழக்கப்பட்டுவிட்டது. பாண்டவர்களுக்காகப் பேச்சுவார்த்தை நடத்துபவர், ராணுவ ஆலோசகர், தன்னைத் தவிர மற்ற எவருக்கும் புரியாத ஏதோவொரு திட்டத்தில் எப்போதும் அமிழ்ந்திருக்கும் கிருஷ்ணரின் ஏதோவொன்று தன் வீட்டை விட்டுக் கிளம்பிப்போன சாக்கிய இளவரசனான புத்தர்மீது படிகிறது. அவர்கள் பயன்படுத்திய சொற்கள், இப்போது அவர்கள் செய்யும் விஷயங்கள்போலவே மிகவும் வேறுபட்டிருந்தாலும் அவர்களை ஏதோ இணைக்கிறது. அவர்களின் பற்றற்ற தன்மை அவர்களை இணைக்கிறது. பலன்களைவிட்டு அவர்கள் விலகுவதும்கூட.

புத்தரைத் தொடர்ந்து துறவிகளின் கூட்டமொன்று வைசாலியை நெருங்கியது. ஆயிரத்து இருநூற்று ஐம்பது பேர் இருந்தார்கள். புத்தர் அவர்களை மரங்கள் அடர்ந்து படர்ந்திருந்த அமைதியான ஆம்ரவனத்துக்கு அழைத்துச் சென்றபோது அவர்கள் திகைத்து வாயடைத்துப் போயிருந்தார்கள். பள்ளிச் சிறுவர்கள்போல் அவர்கள் மரங்களுக்கிடையில் வரிசையாக நின்றார்கள். புத்தர் நகரத்தில் இருந்து மிகவும் தொலைவிலோ மிக அருகிலோ இல்லாத, பலவாசல்களுடன், பகலில் அதிக ஆள் நடமாட்டமில்லாமல், இரவில் அமைதியாக இருக்கும் நந்தவனங்களில் தங்குவதை விரும்புபவர் என்று அவர்களுக்குத் தெரியும். அவர்கள் அரசர்களும் வணிகர்களும் புத்தருக்குப் பரிசாக வழங்கியிருந்த மற்ற பலவற்றுக்கும் அவர்கள் சென்றிருந்தார்கள். ஆனால் எதுவும் இந்த ஆம்ரவனத்தைப் போல் ரம்மியமாக இல்லை. தங்கள் சொந்த வீட்டைப் போல் நுழையும் இந்த இடத்தில், ஒரு வண்ணத்துணிப்பட்டையோஅல்லது மணியோ பாதையில் விழுந்துகிடப்பது மட்டுமே, அவர்களுக்கு முன்பு யாரோ இந்த வழியாகப் போயிருப்பதைக் காட்டியது.

பிறகு புத்தர் பேசத் தொடங்கினார்: "துறவிகளே, ஆர்வத்துடன் இருங்கள், முழுப்பிரக்ஞையுடன் கவனமாக இருங்கள். கணிகையான

ஆம்ரபாலி வருகிறாள். அவள் அழகுக்குப் பிரபஞ்சத்தில் ஈடு இணையில்லை. உங்கள் மனத்தைக் கட்டுப்பாட்டுக்குள் வையுங்கள், பொய்யான எண்ணங் களை உருவாக்கிக் கொள்ளாதீர்கள். மதிகெட்ட மனிதன் கால்வைத்து நடக்கும் சாம்பல் மூடிய நெருப்பைப் போன்றது உடல்." மாமரங்களின் பாதுகாவலர் ஆம்ரபாலி, இந்த நந்தவனத்தின் உரிமையாளர். அவளுடன் ஓர் இரவைக் கழிக்க ஐம்பது *கார்சாபணம்* தேவை. ஐந்து கறவைப் பசுக்களின் விலைக்குச் சமமான தொகை அது. புத்தர் தன் துறவிகளுடன் வந்துள்ளதை மக்கள் அவளிடம் உடனடியாகத் தெரிவித்தனர். "புத்தர் இங்கே என் மாங்கனிகளுக்கிடையில் தங்கி இருக்கிறார்" என்றாள் ஆம்ரபாலி சிந்தனையோடு. ஓர் அரசவைக் காதலில் பிறந்திருந்த அவள் மகன் விமலகௌண்டியன்யன், அவளை விட்டுச் சென்று துறவியாகி விட்டான். "இப்போது பார்த்துக்கொள்கிறேன்" என்று ஆம்ரபாலி தனக்குத் தானே சொல்லிக் கொண்டாள். தன்னிடமிருந்த அருமையான உடைகளைத் தேர்ந்தெடுத்தவள் தன் மாணவிகள் ஐநூறு பேரையும் அவர்களின் சிறந்த ஆடைகளை அணிந்து கொள்ளும்படி ஆணையிட்டாள். அடங்கிய முணுமுணுப்புகளின் அமளியுடன் அவர்கள் உடனே புறப்பட்டார்கள். புள்ளியிட்ட கைப்பிடிவரை பாய்ந்த கத்திபோல் ஊர்வலம் வனத்தை ஊடுருவிச் சென்றது. அந்தப் பாதைகளின் வழியே அந்த மரங்களுக்கிடையே எவ்வளவு முறை அவர்கள் ஒன்றாகச் சேர்ந்து சிரித்திருப்பார்கள்.

புத்தர் தன் துறவிகளுக்குச் சொல்ல வேண்டியதை சொல்லி முடித்துக்கொண்டிருந்தார். ஆம்ரபாலி தன் வாகனத்தில் இருந்து இறங்கி அவர் பாதங்களை வணங்கினாள். ஆயிரத்து இருநூற்று ஐம்பது துறவிகளும் தங்களைக் காப்பாற்றிக் கொள்வதற்காகக் கண்களைத் தாழ்த்திக் கொண்டார்கள். "நீ எதற்காக வந்திருக்கிறாய்?" என்று ஆம்ரபாலியைக் கேட்டார் புத்தர். "சொர்க்கத்தில் நீங்கள் போற்றப்படுவதால்" என்றாள் அந்தக் கணிகை. அவள் ததாகதரின் அருகே ஒரு முக்காலியின்மேல் அமர்ந்திருந்தாள். புத்தர் அவளிடம் கேள்விகளைக் கேட்டுக்கொண்டே இருந்தார். 'நீ உன் தொழிலை விரும்புகிறாயா?' "இல்லை", என்ற ஆம்ரபாலி, "இது கடவுளரின் கட்டளை" என்றாள். "யார் உன்னைச் சுற்றி ஐநூறு மாணவிகளை வைத்துக்கொள்ளச் சொன்னது?" என்று கேட்டார் புத்தர். "அவர்கள் ஏழைப் பெண்கள், அவர்களை நான் காப்பாற்றுகிறேன்" என்றாள் ஆம்ரபாலி. புத்தர் ஒன்றும் சொல்லவில்லை. அமைதி முழுமை யானதாக இருந்தது. துறவிகளின் காவித் திட்டுகள் கணிகைகளின் வண்ணமிகு திட்டுகளுடன் கலந்தன. "அது உண்மையில்லை" என்று மென்மையான குரலில் சொன்னார் புத்தர். ஆம்ரபாலி வணங்கி புத்தரைப் பின்பற்ற விரும்புவதாகச் சொன்னாள். தன்னால் வேறெதையும் சொல்ல முடியவில்லை என்பதை உணர்ந்தாள். அவள் விடைபெற்றுக்கொள்ளும் விதமாகத் தன் உள்ளங்கைகள் இரண்டையும் ஒன்று குவித்து, கடைசியாக ஒரு விஷயத்தை மட்டும் சொல்வதற்காகத் தன் துணிவை ஒன்றுதிரட்டிக் கொண்டாள்: "புத்தரும் துறவிகள் சமூகமும் என் அழைப்பை ஏற்று என் வீட்டுக்கு வர வேண்டும் என்பதுதான் என் ஒரே ஆசை" எதுவும் சொல்லாமல் புத்தர் ஏற்றுக்கொண்டார்.

வைசாலிக்குத் திரும்பும் வழியில், தங்கள் குரலைத் தாழ்த்திக்கொள்ள முடியாத ஆம்ரபாலியின் மாணவிகள், இன்னும் அலங்காரமான, வைசாலியின் முக்கியமான குடும்பத்தைச் சேர்ந்தவர்களான லிச்சவிகள் நிறைந்த மற்றொரு ஊர்வலத்தை எதிர்கொண்டது. மற்ற அனைவரும் அவர்கள் கடந்துசெல்ல வழிவிட்டு ஒருபுறமாக நின்றார்கள். ஆம்ரபாலி அவ்வாறு செய்யவில்லை. அவள் வண்டியும் அதற்குப் பின்னால் இருந்த ஐநூறு மாணவிகளும் சாலையின் நடுவில் இருந்து நகர மறுத்துவிட்டார்கள். கணிகைகளின் ஊர்வலம் உயர்குடிமக்களின் ஊர்வலத்துடன் மோதியது. சக்கரத்தின் மேல் சக்கரம், அச்சின்மேல் அச்சு, ஆம்ரபாலியின் வண்டி மேலே சென்று கொண்டிருக்க, மற்றவர்கள் கரையில் உருண்டு விழுந்தார்கள். இந்தக் குழப்பத்தில் அந்தக் கணிகை லிச்சவிகளின் கோபமான முகங்களை உரசிக் கடந்தாள். அவர்கள் கேட்டார்கள்: "நீ ஏன் இப்படி நடந்துகொள் கிறாய்?" "புத்தரை வரவேற்க என்னை ஆயத்தப்படுத்திக் கொள்வதற்கு சரியான நேரத்தில் நான் வீடு திரும்பியாக வேண்டும்" என்றாள் ஆம்ரபாலி இகழ்ச்சியாக. அவளுக்கு அனைத்து விதமான செல்வங்களையும் அளிப்பதாகச் சொல்லி அவருக்கு அழைப்பு விடுக்கும் கௌரவத்தைத் தங்களுக்கு அளிக்கும்படி அவளிடம் கேட்டுக்கொண்டார்கள் அவர்கள். "நான் ஏன் இதை ஏற்றுக்கொள்ள வேண்டும்?" என்ற ஆம்ரபாலி, "ஒருவேளை நாளைக் காலைக்குள் நான் இறந்துவிடக்கூடும், புத்தர் எப்போதும் நம்மிடையே இருக்கப் போகிறார் என்றால் மட்டுமே இவற்றை நான் ஏற்றுக் கொள்வேன்" என்றாள். தன் இரு மாணவிகளிடம் வண்டியை இழுத்துக்கொண்டிருந்த எருதுகளைச் சாட்டையால் அடிக்கச் சொன்னாள்.

கடைசியில் தங்களை ஒருவாறாக மீண்டும் ஒழுங்கமைத்துக்கொண்டு லிச்சவிகள் புத்தரை அடைந்தார்கள். பெருமக்கள் தங்கள் வண்டிகளில் இருந்து இறங்கினார்கள். வேலையாட்கள் அவர்களுக்குப் பின்னால் நின்றார்கள். அவர்கள் வணங்கித் தங்கள் அன்பளிப்புகளைப் புத்தரின் காலடியில் வைத்தார்கள். தங்கள் விலைமதிப்புமிக்க உடைகளைத் திரட்டிக் கொண்டிருந்த லிச்சவிப் பெண்கள் பின்னால் வந்தார்கள். அவரை அழைக்கும் கௌரவத்தைத் தங்களுக்கு அளிக்குமாறு புத்தரிடம் கேட்டுக் கொண்டனர் லிச்சவிகள். "ஆம்ரபாலி ஏற்கனவே என்னை அழைத்து விட்டாள்" என்று பதிலளித்தார் புத்தர்.

வேணுவனம், ஜேதவனம், ஆம்ரவனம், கலண்டகனிவாபம்: கையில் பிச்சைப் பாத்திரத்துடன், ஒரு இடத்திலிருந்து மற்றொரு இடத்துக்குச் செல்லும் புழுதி நிறைந்த பயணமாக இருந்த புத்தரின் ஒரே சீரான, குறிப்பிடத்தக்க நிகழ்ச்சிகள் ஏதுமற்ற வாழ்வுக்கு முத்திரை பதித்தன. அவை பளபளப்பான தீவுகள், சிற்றோடைகள் ஓடும் அமைதியான புல்வெளிகள். இங்குதான் புத்தர் தன் துறவிகளுடன் பேசுவதை விரும்பினார். தான் கடைசியாகத் தங்கியிருந்த இடமான, வைசாலியின் ஏழாயிரத்து எழுநூற்று ஏழு நந்தவனங்களிலே மிகவும் ரம்மியமான ஆம்ரவனம் என்னும் மாந்தோப்பைப் போல் வேறெதுவும் அவருக்கு அவ்வளவு

பிரியமானதாக இல்லை. தன்மீது கருணைகொண்டு அதை ஒரு பரிசாக ஏற்றுக்கொள்ளுமாறு புத்தரை வேண்டிக்கொண்டாள் ஆம்ரபாலி.

ஆனந்தன் புத்தரின் ஒன்றுவிட்ட சகோதரன். அவன் பெயரில் நாம் 'மகிழ்ச்சி'யின் *(ஆனந்தம்)* நம்பிக்கையைக் காண்கிறோம். அவன் ஜனபாதகல்யாணியுடனான தன் திருமணத்துக்கான ஆயத்தங்களைச் செய்துகொண்டிருந்தபோது, கபிலவஸ்துவின் உயர்குடி இளைஞர் அறுவரோடும் அரண்மனை நாவிதரான உபாலியோடும் சேர்ந்து புத்தரின் சீடர்களுடன் சேர்ந்துகொள்வதற்காக வீட்டை விட்டு ஓடிப்போனான். அவன் இருபது வருடங்களுக்கு மற்ற விசுவாசிகளுடன் வெளித்தெரியாமல் அவரைத் தொடர்ந்துகொண்டிருந்தான். பிறகு புத்தர் அவனைத் தன் பணியாளாக அறிவித்தார். அப்போதிருந்து அடுத்த இருபத்தைந்து வருடங்களுக்கு அவர்கள் பிரிந்திருந்ததே இல்லை, ஆனந்தர் புத்தரின் மேலங்கியைத் தைத்துக்கொடுத்தார். அவருக்குத் தண்ணீர் கொண்டுவரப் போனார். வருகையாளர்களை அறிமுகப்படுத்தினார். அவர் புத்தரின் எண்பத்திரண்டாயிரம் கூற்றுகளைக் கேட்டிருந்தாகச் சொல்லப்படுகிறது. மேலும் இரண்டாயிரம் மற்றவர்களால் அவருக்குச் சொல்லப்பட்டது. அவர் "பகுஸ்ருதன்", "அதிகமாகக் கேட்ட ஒருவர்" என்று அழைக்கப் பட்டார். ஆனால் அவர் "வெள்ளை ஆடை" உடுத்துபவராகவே இருந்தார், எப்போதும் பயண வழியில் உள்ள ஒரு மாணவனைப் போல் இருந்தார், அவர் ஒருபோதும் தீட்சை பெற்றுக்கொள்ளவேயில்லை. பின்னர் இதற்காக அவர் நிந்திக்கப்பட்டார். அவரைச் சுற்றிலும் இருந்த மற்றவர்களைப் போல் மனத்தின் நிலைகளையும் வெற்றிகளையும் அவர் கணக்கு வைத்துக் கொள்ளவில்லை. மற்ற அனைவருக்கும் மறுக்கப்பட்ட ஒரு மேன்மையான தனிச்சலுகையே அவருக்குப் போதுமானதாக இருந்தது: புத்தரின் நிரந்தரமான அருகாமை, ஏனெனில் அவர்தான் புத்தரை எல்லாச் சமயத்திலும் பார்க்க முடிந்தவர். துறவிகள் சிறு குழுக்களாக வனாந்தரங் களில் பிரிந்துபோய், கடும் மழையை மட்டுமே துணையாகக் கொண்டு புத்தர் திரும்ப வருவதற்காகக் காத்திருந்த அந்த நீண்டகாலங்களில், புத்தருடன் தங்கியிருந்த ஒரே ஒருவர் அவர்தான்.

ஆனந்தர் புத்தரை அறிந்ததுபோல் வேறு யாரும் அவ்வளவு நன்றாக அறிந்ததில்லை. அவர் பெரும்பாலும் எதுவும் சொன்னதில்லை. "புத்தரல்லவா ஆசான்? நான் பேசுவதற்கு என்ன அவசியம்?" என்று ஒருநாள் தன் சமாதானமாக அவர் சொல்லப் போகிறார். அதே சமயம் விடாப்பிடியாக இருக்க முடியும் அவரால். புத்தர் எதையாவது இரண்டு முறை மறுத்துவிட்டு மூன்றாவது முறை எப்படி ஒப்புக்கொள்கிறார் என்பதை ஒருமுறைக்கு மேல் அவர் கண்டிருக்கிறார். இதைச் சாதகமாகப் பயன்படுத்திக் கொண்டதாக மற்ற விஷயங்களோடு சேர்ந்து இதற்காகவும் அவர் குற்றம் சாட்டப்பட்டார். சங்கத்தில் பெண்கள் சேர்த்துக் கொள்ளப் பட்டதற்கு ஆனந்தரின் வற்புறுத்தல்தான் காரணம். "கோட்பாடு ஆயிரம்

வருடங்களுக்கு நீடித்து இருந்திருக்கும், இப்போது ஐந்நூறு வருடங்களுக்குத் தான் அது நீடிக்கும்" என்றார் புத்தர் அந்தத் தருணத்தில். ஆனால் ஏற்றுக்கொள்ளத்தான் செய்தார்.

எப்போதும் வழியிலேயே உள்ளதைப் பற்றி ஆனந்தர் ஒருபோதும் கவலை கொண்டதில்லை, ஏனெனில் அவர் புத்தருக்கு அருகிலிருந்தார், இந்தக் காரணத்தாலேயே வேறு யாரைக் காட்டிலும் தான் மட்டுமே இலக்குக்கு அருகில் இருப்பதாக நினைத்துக்கொண்டார். மற்றவர்கள் அதை அடைந்துவிட்டதாகக் கோரிக்கொண்டால், அதனால் என்ன? தொடர்ந்து விளிம்பிலேயே இருப்பது இன்னும் மேலானது. இவ்வளவு நீண்டகாலமாக அவரைச் சமாதானப்படுத்திக்கொண்டிருந்த இந்த எண்ணம், தான் இன்னும் மூன்று மாதத்தில் இறந்துவிடுவேன் என்று புத்தர் சொன்னபோது ஆனந்தரைத் திகில் நிரப்பியது. ஆனந்தர் அழுதார். "நான் இன்னும் தயாராகவில்லை, நான் ஒருபோதும் தயாராக மாட்டேன், புத்தரின் அருகில் இருக்கும்போது நான் தயாராகவில்லை என்றால், அவர் சென்ற பிறகு நான் எப்படித் தயாராகப் போகிறேன்?"

புத்தரிடம் தனக்கிருந்த அண்மையைத் தனக்குச் சாதகமாக ஆனந்தர் பயன்படுத்திக் கொண்டது உண்மைதான். தன் சுபாவமான அமைதியில் இருந்து மற்ற துறவிகள் அடிக்கடி ஈடுபடும் எரிச்சலூட்டும் பசப்பலுக்குச் சட்டென நகர்ந்துவிடுவார். இவ்வாறான தருணங்களில் தன்னை பொம்மைபோல் ஆட்டிவைக்கும் தீய சக்தியால் ஆட்கொள்ளப்பட்டிருந் தார். தான் அறிந்த பன்னிரெண்டு பேர்களுக்கு மரணத்துக்குப் பின் என்ன ஆயிற்று என்று ஒருநாள் அவர் புத்தரைக் கேட்டார். புத்தர் சம்மந்தப்பட்ட ஒவ்வொருவரைப் பற்றியும் உடனடியாகப் பதில் அளித்தார். அவர்கள் எப்போது மீண்டும் பிறக்கப் போகிறார்கள், எத்தனைமுறை, மேலும் எந்த வடிவத்தில் என்பதைப் புத்தர் விளக்கினார். புத்தர் எப்போதும்போல் அமைதியாக இருந்தார். பிறகு சொன்னார்: "ஆனந்தா, இறந்துபோவது மனிதனுக்கு அசாதாரணமானதல்ல. ஒவ்வொரு முறை ஒரு மனிதன் இறக்கும்போதும் நீ ததாகதரைக் கேள்வி கேட்டுக்கொண்டே இருந்தால், ததாகதர் களைத்துப்போன ஒரு மனிதனாக ஆகிவிடுவார். இறப்புக்குப் பின் நாம் என்ன எதிர்பார்க்கலாம் என்பதை நீயாகப் புரிந்துகொள்ள உதவும் கோட்பாட்டின் ஓர் அத்தியாயத்தை உனக்கு நான் வெளிப்படுத்திவிடுகிறேன்". புத்தர் கோட்பாட்டின் அந்தப் புதிய அத்தியாயத்தைத் தெளிவாக விளக்கிச் சொல்லிக்கொண்டே போனபோது, ஆனந்தரின் மனத்தில் பெரும் வெட்க உணர்வு கவிந்தது. புத்தரின் சொற்கள் அவர்மீது ஓடிக் காற்றில் கரைந்துபோயின. அவற்றை ஒருபோதும் அவரால் நினைவுகொள்ள முடியவில்லை.

ஆனந்தர் புத்தரை நிமிர்ந்து பார்த்துப் பல நாட்களாகக் கேட்காமல் தள்ளிப்போட்டுக்கொண்டிருந்த கேள்வியைக் கேட்டார்: "விழிப்புநிலை

எவ்வாறு வரும்?" புத்தர் குச்சியால் தரையில் குறியீடுகளை வரைந்து கொண்டிருந்தார். தொடர்ந்து அவ்வாறு செய்துகொண்டே போனார். உணர்ச்சியற்ற குரலில் அவர் சொன்னார்: "பல வழிகளில். 'பீச்' மலர்வதைப் பார்க்கும்போது. கல்லொன்று மூங்கிலின்மீது மோதுவதைக் கேட்கும்போது. இரவு உணவை அறிவிக்கும் பறையோசை காதில் விழும்போது. மூங்கில் குச்சியின் மீது நடக்கும்போது. வனத்தையும் மலைகளையும் பார்க்கும் நேரத்தில். நாவிதரின் கண்ணாடியில் உன்னைப் பார்க்கும் கணத்தில். ஆசிரமத்தில் தரைமீது விழும்போது. உன் கழுத்தில் சுருக்குக் கயிற்றைக் கட்டும் கணத்தில். உன் பாதங்களில் நீரை ஊற்றி அது காய்ந்த மண்ணை நனைப்பதைக் கவனிக்கும்போது."

ஆனந்தர் புயல் வீசும்போது ஒழுகும் வீட்டைப் போன்றவர் என்று புத்தர் ஒருமுறை சொன்னார். பெண்கள்தாம் உள்ளே புகுந்த தண்ணீர். கபிலவஸ்துவில் விட்டுவிட்டு வந்த ரம்மியமான ஜனபாதகல்யாணியின் பிம்பம் அவ்வப்போது அவர் மனத்தில் வரும். புத்தருக்குப் படுக்கை போடும்போதோ தியானம் செய்யும்போதோ தண்ணீர் தேடிப் போகும் போதோ வந்து மிகக் கூர்மையான வேதனை தரும். அது அவரைச் சோர்ந்து போகச் செய்து ஊறுபடத்தக்கவராக ஆக்கிவிடும். அவர்களின் முந்தைய பிறவியில் ஆனந்தர் ஆண் கழுதையாகவும் ஜனபாதகல்யாணி பெண் கழுதையாகவும் இருக்க, தான் அவர்கள் எஜமானராக, ஒரு விவசாயியாக, அவ்வப்போது அவர்களை ஒரு தார்க்குச்சிகொண்டு விரட்டிக்கொண்டே இருந்ததை அவருக்குப் புத்தர் நினைவூட்டினார். அவ்வளவு நுட்பம் போதவில்லை. எனவே புத்தர் ஆனந்தரை ஒரு குழந்தையைப் போலத் தூக்கிக்கொண்டு வானில் பறந்தார். ஒரு மிகப் பெரிய காட்டுத்தீயை அவருக்குக் காட்டினார், கருகிப்போன கிளை யொன்றில் இருந்த உருக்குலைந்த குரங்கு ஒன்றைச் சுட்டிக்காட்டினார். ஆனந்தர் வேறுபக்கம் திரும்பிக்கொண்டார். அவர்கள் மேலும் பறந்தனர். ஏதோவொரு சொர்க்கத்தில் – எதுவென்று ஆனந்தருக்கு எப்படித் தெரியும்? – ஒரு மேன்மையான, பாழ்பட்ட மாளிகையில், பாழ்வெளிக்குள் பார்த்துக்கொண்டிருந்த அற்புதமான அழகு வடிவம்கொண்ட அப்சரஸ் ஒருத்தியை அவர்கள் பார்த்தார்கள். "அவள் உனக்காகக் காத்திருக்கிறாள்" என்றார் புத்தர். அவர்கள் தொடர்ந்து பறந்தார்கள். மலைக்கவைக்கும் அழகுடைய ஐந்நூறு அப்சரஸ்களைப் பார்த்தார்கள் "அழகானவர்கள், அல்லவா?" என்றார் புத்தர், "ஒப்பிட்டுப் பார்க்கும்போது ஜனபாதகல்யாணி ஒரு குரங்கைப் போலத் தோன்றுகிறாள்" என்றார் ஆனந்தர். "அவர்கள் அனைவரும் உனக்குக் கிடைப்பார்கள்" என்றார் புத்தர். "ஆனால் இந்த நேரத்தில் நீ துறவிகளை விட்டுச் செல்லக் கூடாது" என்று சேர்த்துக் கொண்டார். தனக்குக் கிடைத்தது வெகுமதியா அல்லது இழிவா என்பது ஆனந்தருக்குத் தெளிவாகத் தெரியவில்லை. அமைதியாக அவர்கள் சொர்க்கங்களில் இருந்து திரும்பக் கீழிறங்கினார்கள்.

ஆனந்தர் அலைபாயும் நெஞ்சினராகவும் ஊறுபடக்கூடியவராகவும் இருக்கிறார் என்று புத்தருக்குத் தெரியும். அவர் தன் தினசரிக் கடமைகளில் ஈடுபட்டுக்கொண்டிருக்கும்போது ஓரக்கண்ணால் அவரைக் கவனித்துக் கொண்டிருந்தார். ஆனந்தரின் கண்களில் தெரிந்த பரபரப்பு அவர் கலக்கத்தை வெளிக்காட்டியது. சூனியக்காரி ஒருத்தியின் மகள் ஆனந்தர்மீது கிறுக்காக இருந்தாள். அவரைக் கவர்வதற்காகப் பளிச்சிடும் எருக்க மலர்கள் சிலவற்றை நெருப்புக்கலனில் இடுமாறு தன் தாயைக் கேட்டுக் கொண்டாள். ஆனந்தர் தூக்கத்தில் நடப்பவரைப் போல மற்றத் துறவிகளை விட்டுக் கிளம்பினார். அவர் தொடர்ந்துகொண்டிருந்தது ஒரு பெண் என்பதைவிட ஒரு மலரைத்தான். ஒரு பனிமூட்டம் மேற்கொண்டு நடந்ததை மறைத்தது.

பிறகு புத்தர் சத்திய வாக்கியத்தை, "மெய்மையின் சொல்லை", மேற்கொள்ள வேண்டிய கட்டாயத்துக்கு ஆளானார். ஒரு மந்திரக்காரியின் வசியத்துக்கு எதிராக வரம்பற்ற மெய்ம்மை வர வேண்டியிருந்ததில் அவருக்கு மகிழ்ச்சியில்லை. சந்தேகத்துக்கு இடமின்றி மெய்யான சொல்லே வெல்லும், ஆனால் இந்த மோதலில் அது குறைந்துவிடும். மெய்ம்மை உண்மைகளுடன் போட்டியிடுவதில்லை. மெய்ம்மை ஒரு கருவியல்ல. ஆனால் புத்தர் ஆனந்தரைத் திரும்பப்பெற விழைந்தார். ஒரு மாலைநேரம், துறவிகளிடம் ஆனந்தர் திரும்புவதைக் கண்டார். சேணப்புண்கள் உள்ள ஒரு கோவேறு கழுதைபோல் காணப்பட்டார் அவர். ஒரு வார்த்தையும் சொல்லாமல் தரையில் விழுந்து நெடுநேரத்துக்குத் தூங்கிக் கொண்டிருந்தார் அவர்.

"பெண்கள்?" என்றார் ஆனந்தர். "பார்க்காதே" என்றார் புத்தர். "ஆனால் சிலர் கண்ணில் பட்டால்?" என்றார் ஆனந்தர். "ஒன்றும் சொல்லாதே", என்றார் புத்தர். "நாம் பேசினால்?" என்றார் ஆனந்தர். "விழிப்புடன் இரு," என்றார் புத்தர்.

வாழ்க்கை "இனிமையானது" (மது என்னும் சொல்லில் இருந்து வந்த *மதுரம்*, 'தேன்') என்று இறப்பதற்குச் சில நாட்களுக்கு முன்பு அறிவித்தார் புத்தர். அப்போது அவருக்கு எண்பது வயது. அது மழைக் காலத்தின் தொடக்கம். புத்தர் தன் துறவிகளிடம் சொன்னார்: "பிரிந்து செல்லுங்கள், உங்கள் வழியில் செல்லுங்கள். உங்களுக்கு எங்கெல்லாம் நண்பர்கள் உள்ளார்களோ அங்குச் செல்லுங்கள், சிறிய குழுக்களாக, சாலவதிக்குச் செல்லும் வழியில் பூமி செழிப்பாக உள்ளது. வைசாலியைச் சுற்றிலும் இப்போது பஞ்சம். நான் இங்கே ஆனந்தனுடன் தங்கியிருப்பேன், அவன் என்னைப் பார்த்துக்கொள்வான்."

அவர்கள் தனியாக இருந்தபோது, புத்தர் நோயின் திடீர்த் தாக்குதலால் பாதிக்கப்பட்டார். தன் உடல் முழுவதும் வலியை உணர்ந்தார். ஆனந்தர் ஓயாத பதற்றத்துடன் இருந்தார். இரண்டு கேள்விகள் அவரது குழம்பிய

மனத்தில் எதிரொலித்துக்கொண்டே இருந்தன: “இப்போது புத்தர் முழுமையாக அணைந்துபோனால் என்னவாகும்? சங்கம் நெறிமுறைகள் ஏதுமின்றி விடப்பட்டால்?” தான் கேள்விகளை உரக்க கேட்டுவிட்டதைத் சட்டென்று உணர்ந்தார் அவர். புத்தர் பதிலளித்தார்: “இதற்கு மேலாக என்னிடம் சங்கம் என்ன எதிர்பார்க்க முடியும்? நான் எதையும் மறைக்காமல் கோட்பாட்டை முழுமையாகப் போதித்திருக்கிறேன்.” அவர் சொன்னதன் பொருள் மறைபொருள் இனியும் இல்லை என்பதுதான். அனைத்தும் அறிவிக்கப்பட்டுவிட்டது. நீங்கள் செய்ய வேண்டியதெல்லாம், கவனமாக இருக்க வேண்டியது மட்டுமே. அவர் தொடர்ந்தார்: “நான் ஒரு பழைய வண்டி, மெல்லிய பட்டிகளால் வீணாகப் பிடித்து வைக்கப்பட்டுள்ளேன். ஆனால் சென்ற காலத்திய புத்தர்களின் வைர உடல்கள்கூடக் கரைந்துபோயின. *கல்ப* காலங்கள் வாழும், கோடானுகோடி ஆண்டுகள் வாழும் நனவிலியின் கடவுளர்கூட ஒருநாள் இறந்துபோகிறார் கள். அதனால் ஆனந்தா, நீங்கள் அனைவரும் உங்கள் தீவுகளில், உங்கள் ஒதுக்கிடங்களில் தங்க வேண்டும், கோட்பாட்டின் தீவுகளிலும் ஒதுக்கிடங்களிலும்.

உடல் நலம் சற்றுத் தேறியதும் வைசாலியைச் சுற்றி, அவருக்குப் பிரியமான சில இடங்களுக்குத் திரும்பச் சென்று பார்க்க வேண்டுமென ஆனந்தரிடம் சொன்னார். தொடுவானம் வரை விரிந்து கிடக்கும் நிலமொன்றை அவர்கள் அடைந்தார்கள். புத்தர் ஆனந்தரை நிற்கச் சொன்னார். அவர் முதுகில் அவருக்கு மீண்டும் வலிக்கத் தொடங்கியது. ஆனந்தர் புத்தரின் பாயை ஒரு மாமரத்தின் கீழ் விரித்தார். பிறகு அவரருகில் அமர்ந்தார். புத்தர் தொலைவில் பார்த்தார். “ஜம்புத்வீபம் ஒளி மிகுந்தது, பல வண்ணங்கள் கொண்டது, மனிதர்களின் வாழ்வு இனிமையானது” என்றார். அவர்கள் பிட்சைக்காக வைசாலிக்குச் சென்றார் கள். அவர்கள் வைசாலியைவிட்டுக் கிளம்பும்போது, புத்தர் தனக்கு வலதுபுறமாகப் பின்னால் திரும்பி யானையின் பார்வையுடன் நகர வாயிலைப் பார்த்துச் சிரித்தார். “ஏன் சிரிக்கிறீர்கள்?” என்ற ஆனந்தர், “இந்த இருபத்தைந்து வருடங்களில் புத்தர் ஒரு நகர வாயிலைத் திரும்பிப் பார்த்துச் சிரிப்பதை நான் பார்த்ததேயில்லை” என்றார். “ஒரு புத்தர் திரும்பிப் பார்த்துச் சிரிக்கிறார் என்றால் அதற்கு ஏதாவது அர்த்தம் இருக்கும். இதுதான் வைசாலியைத் ததாகதர் பார்க்கும் கடைசிப் பார்வை” என்றார் புத்தர்.

அந்தக் கடைசி நாட்களில் ஆனந்தர் மூன்றுமுறை ஒரு கேள்வியைக் கேட்க நினைத்து விட்டுவிட்டார். மனித வாழ்வு ஏன் “இனிமையானது” என்று அவர் புத்தரைக் கேட்கவில்லை. மற்றொரு நாள் புத்தர் மூன்றுமுறை குறிப்பிட்டார்: “ஜம்புத்வீபத்தின் உட்பகுதி மிகவும் ரம்மியமானது”. ஆனந்தர் ஒன்றும் சொல்லவில்லை. கடைசியில், புத்தர் உடல்நலம் சற்றுத் தேறியதும் “மந்திர சக்திகளின் நான்கு அடிப்படைகள்”

(ரித்திபாதங்கள்) பற்றி அவர் பேசுவதை ஆனந்தர் கேட்டார். அந்தச் சக்திகள் பரிணமித்தால், ஒரு கல்பகாலம் முழுவதும் ஒரு பிரபஞ்சச் சுழற்சி முழுவதும் ஒருவர் வாழ அனுமதிக்கும். பிறகு புத்தர் சொன்னார்: "புத்தருக்கு இப்போது அந்தச் சக்திகள் உள்ளன. கல்பம் இருக்கும்வரை அவரால் வாழ முடியாதா? அது உலகுக்கு மகத்தான நன்மை கொண்டு வரும், நிழல்கள் கலைந்து போகும். கடவுளரும் மனிதர்களும் அமைதி அடைவார்கள்". பிடிவாதமாக, வெறிக்கும் பார்வையுடன் ஆனந்தர் ஒன்றும் சொல்லாமல் இருந்தார். அதுதான் அவரது மகத்தான, ஒருவேளை ஒரே குற்றம், நிச்சயமாக அவர் தூற்றத்துக்குள்ளாக்கும் ஒரே குற்றம், துறவிகள் சங்கத்தால் மட்டுமல்லாமல் புத்தரால்கூட. ஒருவேளை அந்த நெருக்கடியான தருணத்தில் ஆனந்தர் புத்தரைத் தன் சக்திகளைப் பிரயோகிக்கச் சொல்லி ஒரு முழுப் பிரபஞ்சச் சுழற்சிக்கு இருக்கச் சொல்லி இருந்தால், புத்தர் இருந்திருப்பார்.

ஆனால் ஆனந்தர் ஏன் எதுவும் சொல்லவில்லை? அவர் மாரனால் ஆட்கொள்ளப்பட்டிருந்தார், அவன் அவர் வயிற்றில் தங்கியிருந்தான். வன்மத்தால்தான் ஆனந்தர் பேசவில்லை. "என் சொற்களின் பொருளை உன்னால் புரிந்துகொள்ள முடியவில்லை, ஏனெனில் நீ ஆட்கொள்ளப் பட்டிருந்தாய். உன் தலையில் இரண்டு கொம்புகளைப் பார்த்தேன். உன் வயிற்றினுள் மாரனை ஏன் அனுமதித்தாய்?" என்று சில நாட்களுக்குப் பின் புத்தர் அவரைக் கேட்டார். அந்தச் சொற்கள் நிரந்தரமாக அவர் மனத்தில் புதைந்துபோயின. பின்னர், அவரை விசாரித்த துறவிகளின் காவிச் சிதறலின் முன்னால் தனியாக இன்னும் வெள்ளை உடையில் இருந்த ஆனந்தர், மாரனால் தான் ஆட்கொள்ளப்பட்டிருந்ததை ஒப்புக்கொண்டார். ஆனால் அவர் சொன்னார்: "புத்தர் ஒரு கல்பகாலம் முழுவதும் உலகில் இருந்திருந்தால், அவருக்குப் பின்னால் வரப்போகும் புத்த மைத்ரேயர், போற்றுதலுக்குரிய முழுமையானவர் எப்படித் தோன்றுவார்?" அந்தப் புனிதக் கூட்டத்தில் அமைதி ஆட்சி செலுத்தியது. ஆனந்தர் கிலியுற்றுக் காத்திருந்தார். ஒரு குரல் எழுந்தது: "உன் இடத்துக்குத் திரும்பிப் போ. நீ புத்தரிடம் இருந்து கேட்ட சொற்களை அதன் முழுமையோடு திருப்பிச் சொல்."

சேர்மானம் எண்பது வருடங்கள் கழித்தோ அல்லது மூவாயிரம் வருடங்கள் கழித்தோ கரைந்துபோகிறது என்பது புத்தருக்கு முக்கியமான விஷயமே அல்ல. சேர்மானம் கரைந்துபோகிறது என்பதுதான் முக்கியம். வைர போதிசத்வர்கூடக் கரைந்துபோனார். கோபத்தில் புத்தரிடமிருந்து தவறி வந்தவைதாம் தான் புத்தரிடம் வேண்டிக்கொள்ளாதது குறித்து ஆனந்தர் நிரந்தரமாக வருந்தும் அந்தச் சொற்கள்: "மந்திர சக்திகளின் *(ரித்தி பாதங்கள்)* நான்கு அடிப்படைகளையும் வளர்த்துக்கொண்டவர்கள் இருக்கிறார்கள். அவர்களால் ஒரு முழு கல்ப காலத்துக்கு வாழ முடியும். நான் அவற்றை வளர்த்துக் கொண்டுள்ளேன்". ஆனந்தர் ஒன்றும் சொல்ல வில்லை. அவர் தடுமாறிப் போயிருந்தாரா குழப்பத்திலிருந்தாரா? அல்லது

அளவுக்கதிகமான உற்சாகத்தால் அமைதியாக இருந்துவிட்டாரா? அல்லது பெரும் ஞானத்தாலா? புத்தரை அவரது சக்திகளைப் பிரயோகிக்கச் சொல்லி ஆனந்தர் கேட்டிருந்தால், உலகம் மட்டற்ற பலன் அடைந்திருக்கும். ஆனால் அப்படிச் செய்வதால் கோட்பாட்டின் மெய்ம்மையைவிடப் புத்தரின் இருப்பே அவருக்கு முக்கியம் என்று ஆகியிருக்கும். கோட்பாட்டைப் பொறுத்தவரை சேர்மானம் எப்போது கரைந்துபோகிறது என்பது முக்கியமில்லாதது. சேர்மானம் கரைந்துபோகிறது என்பதுதான் மிக முக்கியமான விஷயம். துறவிகளுக்கு, ஏன் தனக்கேகூட, மிகப் பெரிய குற்றங்களில் ஒன்றாகத் தோன்றிய, புத்தரை இருக்கச் சொல்லி வேண்டிக்கொள்ளாதன் வழியாக, ஆனந்தர் கோட்பாட்டுக்கு உண்மை யானவராக இருந்தார், ஒருவேளை அதிக உண்மையானவராக இருந்தார் (ஆனால், அதிக உண்மையானவராக ஒருவர் இருக்க முடியுமா?).

இவைதாம் புத்தரின் கடைசி நாட்கள். ததாகதர் சொன்னார்: "நான் இங்கில்லாதபோது, மிகச் சிறிய, குறைந்த முக்கியத்துவமுள்ள விதிகளை அனுஷ்டிக்காவிட்டாலும்கூடத் துறவிகள் மகிழ்ச்சியாக இருக்கலாம்". எப்போதும் அவரருகே உள்ள ஆனந்தர் ஒன்றும் சொல்லவில்லை. இதுதான் புத்தமதத்தின் வரலாறு நிச்சயிக்கப்பட்ட கணம். "விதிகளில் மிகச் சிறிய, குறைந்த முக்கியத்துவமுள்ளவை" எவை என்று குறிப்பிட்டுச் சொல்லுமாறு புத்தரை ஏன் ஆனந்தர் கேட்கவில்லை. மன்னிக்கும் குணமில்லாத மகாகாசியபரும் மற்ற நானூற்று தொண்ணூற்று ஒன்பது துறவிகளும் ராஜகிருக மன்றத்தில் கூடி இருந்தபோது இந்த விடுபடலை விளக்கும்படி கேட்டபோது, ஆனந்தர் சொன்னார்: "புத்தரை நான் தொந்தரவு செய்ய விரும்பவில்லை". இருந்தும் முன்பு பலமுறை அவரைத் தொந்தரவு செய்திருக்கிறார் இவர் . . . இப்போது, அந்த விடுபடலின் விளைவாக, துறவிகள் புத்தரின் உபதேசத்தைக் கடைப்பிடிக்கக் கடமைப் படாதவர்களாக ஆகிறார்கள். "மிகச் சிறிய, குறைந்த முக்கியத்துவமுள்ள விதிகளை" கடைப்பிடிக்காமல் இருக்கப் போவதாக அவர்கள் அறிவித்தால், தர்மம் சீர்கெட்டுப் போகிறது என்றும் இப்போது ஆசான் போய்விட்டதால், துறவிகள் விஷயங்களைச் சுலபமாக எடுத்துக் கொள்கிறார்கள் என்றும் அனைவரும் உடனடியாகச் சொல்லி இருப்பார்கள். மேலும் "மிகச் சிறிய, மிகக்குறைந்த முக்கியத்துவம் உடையவை" எந்த விதிகள் என்று அவர்களாக எவ்வாறு முடிவெடுக்க இயலும்? விதிகளின் பட்டியல் ஒன்றில் ஆறாவதையும் ஒன்பதாவதையுமா? அல்லது நான்காவதையும் ஏழாவதையுமா? அல்லது பன்னிரெண்டாவதை மட்டுமா? அதை யார் முடிவுசெய்வது? ஆனந்தர் சோகமான அமைதியை அனுஷ்டித்தார்.

"ஆனால், நாம் எல்லா விதிகளையும் அவை எவ்வாறு உள்ளனவோ அவ்வாறே பின்பற்றினோம் என்றால், அப்போதும் புத்தரின் விருப்பத்துக்கு எதிராகச் செயல்பட்டதாகத்தான் ஆகும். 'மிகச் சிறிய, மிகக்குறைந்த முக்கியத்துவமுள்ள விதிகளில்' இருந்து விடுதலையாகும்போது நமக்கு அவர் அனுமதித்த அந்த மகிழ்ச்சியை நாம் ஒருபோதும் அறியாது

போவோம்” என்று அவர்கள் தொடர்ந்து சொன்னார்கள். வேறு வழியில்லை. புத்தர் அவர்களுக்கு அளித்த அத்தனை விதிகளையும் தெளிவற்றதாகவும் சம்மந்தமற்றதாகவும் தோன்றக் கூடியவற்றைக்கூட, சமமான உற்சாகத்துடன் தொடர்ந்து பின்பற்றுவதென்று முடிவெடுத்தனர். இவ்வாறாகக் கண்ணுக்குத் தெரியாத சுமையொன்று துறவிகளின் மீது சுமத்தப்பட்டது. இப்போது தங்களால் இனி ஒருபோதும் அடைய முடியாத அந்த இலகுத்தன்மை பற்றிச் சிலநேரம் அவர்கள் நினைத்தார்கள்.

புத்தரின் ஈமச் சடங்குக்குப் பிறகு காற்று ஸ்தம்பித்துப் போயிற்று. அனைத்தின் குறுக்கேயும் ஒரு மங்கிய திரை விழுந்தது. துறவிகளின் சமூகம் ஒரு சமிக்ஞை செய்வதற்காகக் காத்துக்கொண்டிருந்தது. அவர்களுக்கு ஒரு பலியாடு தேவைப்பட்டது, தண்டிப்பதற்கு யாராவது ஒருவர். நூற்றுக்கணக்கான காவி உடைகளுக்கு நடுவே, ஒரு வெள்ளை உடை தனித்துத் தெரிந்தது: ஆனந்தர். வேறு யாரையும்விடப் புத்தரின் உபதேசங்களை மிக அதிகமாகக் கேட்டவர். அந்தக் கோட்பாட்டைத் தன் உள்ளங்கைபோல் தெளிவாக அறிந்தவர். புத்தரை உயிருடன் தங்கியிருக்கச் சொல்லி இணங்க வைக்காதவர். சரியான தருணத்தில் தங்கியிருக்கச் சொல்லிக் கேட்காமல் விட்டார். விட்டுவிடல்: இதைவிட மோசமானது எந்தக் குற்றம்? அனைத்துச் சமிக்ஞைகளையும் மனத்தின் எந்த நிலையில் செய்யப்பட்டதோ அதில் போய் மீட்டுவிட முடியும். ஆனால் விட்டுவிடுதல் மனத்தின் தோல்வி, எப்போதும் தொடர்ந்து இருக்க வேண்டிய விழிப்பை அது பரிகசிக்கிறது. “எனக்கு அது தோன்றவில்லை” ஆனந்தர் உளறிக் கொட்டினார். அந்த முதிய துறவிகள் கேள்வி கேட்கத் தொடங்கியபோது அந்த ஆணவம் அவர்களுக்கு எரிச்சலூட்டியது.

நானூற்று தொண்ணூற்று ஒன்பது துறவிகளும் ஒரு அரைவட்ட வடிவத்தில் அமைந்திருந்தார்கள். அவர்களுக்கு முன்னால் ஆனந்தர் தனியாக நின்றிருந்தார். அந்த அரைவட்டத்தின் மத்தியில் விசாரணை செய்பவர்களின் தலைவர் மகாகாசியபர். அவர் புத்தருடைய வாழ்வின் மகத்தான நிகழ்வுகளைக் கண்டவரல்ல. காலம்தாழ்த்தி வந்தவர்களிலேயே கடைசியானவர் அவர். ஆனால் அவர் மற்ற யாரையும்விட மிகத் தொலைவிலிருந்து வந்தவர். புத்தர் போய்விட்டதால், அவரைப் பின்பற்றிச் சென்றுவிடும் கொந்தளிப்பால் பீடிக்கப்பட்டிருந்த அவர்கள் நினைத்தார்கள்: “பெரிய யானை போகும்போது, சிறியவை பின்தொடர்கின்றன”. மகாகாசியபர் கீழ்ப்படிதலைக் கோரும் குரலால் அவர்களை நிறுத்தினார்: “துறவிகளே போகாதீர்கள்! தர்மத்தைச் சீரழிந்துவிடாமல் காப்பாற்றுவதற்கு நாம் அனைவரும் ஒற்றுமையாக இருப்பது அவசியம்”. பின்னர் அனைவரையும் கூட்டத்துக்கு வரச்சொல்லி அழைக்கும் சேகண்டியை ஒலித்தார். அவர் துறவிகளை எச்சரித்தார்: “மேன்மையான அர்த்தத்தை ஒழுங்கமைப்பதற்கு முன்னால், நீங்கள் உயிரை மரணத்திடம் விட்டுவிடக் கூடாது”. இப்போது அவர் சபைக்குத் தலைமை தாங்கி நடத்தினார். ஆனந்தரை அவர் ஒரு ‘சொறிபிடித்த நரி’ என்று அழைத்தார். யாரும் ஆட்சேபிக்கவில்லை.

ராஜகிருகத்தில் ஒன்றாகக்கூடி, அவருடைய விடாப்பிடியான அகம்பாவத்தால் பெண்களுடன் கூட்டு வைத்திருந்தவர்போல் எப்போதும் அவர்களுக்கானவராகத்தான் இறுதிவரை இருந்தார் என்று துறவிகள் ஆனந்தருக்கு நினைவூட்டினார்கள். புத்தரின் மரணத்துக்குப் பின் அவர் உடலின் மற்ற பாகங்களைப் போல் அவர் பாதமும் தங்க முலாம் பூசப்பட்டிருந்தது. இருந்தும் யாரென்று தெரியாத ஒரு பெண்ணின் கண்ணீர் பட்டு, துன்புறுதலின் திரவம் அரித்து அழிக்கக்கூடியது என்பதுபோல் புத்தரின் பாதங்கள் வெளுத்துப் போய்விட்டன. இந்த அவச்செயலை அனுமதித்தது ஆனந்தர்தான்.

மேலும் மற்றொரு இழிவான கிளைக்கதை ஒன்றும் இருந்தது. பெண்கள் குழுவொன்றால் சூழப்பட்ட ஆனந்தர், இறந்துபோயிருந்த புத்தரின் ஆடையைத் தூக்கியபோது, அவரது லிங்கம் தெரிந்தது. இப்போது புத்தரின் லிங்கம் ஆண்குதிரைகளின் லிங்கத்தைப் போல் மறைந்துள்ள விதை களோடுள்ளது என்று அனைவருக்கும் தெரியும். முழுமையின் "அடையாளங் களான" முப்பத்து இரண்டு லட்சணங்களுக்கு இசைவாக அப்படி இருந்துதான் ஆக வேண்டும். ஆனால் ஆனந்தர் அந்தக் குருட்டுப் பிடிவாத முள்ள, ஒருவேளை நம்பிக்கையற்ற பெண்களின் போற்றுதலுக்கு அதை வெளிப்படுத்த எப்படித் துணிந்தார்? இது குறித்து அவரைப் பழித்தபோது, ஆனந்தர், "புத்தரின் நிர்வாணத்தைப் பற்றி" ஏதோ முணுமுணுத்தார். ஆனால் யாரும் சமாதானம் கொள்ளவில்லை. துறவிகளிடையே தனித்து, புத்தரின் மரணத்துக்குப் பின்னும்கூட, இப்போது வெறுமையாக உள்ள ஒரு உலகில், அனைத்து விமர்சனங்களுக்கிடையிலும் பெண்களோடு ஆனந்தர் மறைவாகத் திட்டமிட்டுக்கொண்டிருந்தார்.

துறவிகளின் வரிசை ராஜகிருகத்துக்கான வழியில் நகர்ந்து கொண் டிருந்தது. அவர்களுக்கு நடுவில் காணாமல் போயிருந்தார் அமைதியற்ற ஆனந்தர். அவர் தலைமுடி நரைத்திருந்தது. ஆனாலும் அவரைப் 'பையன்', '*குமாரகன்*' என்று அழைப்பவர்கள் இன்னும் இருந்தார்கள். "இந்த அனைத்து *அர்ஹத்*களுக்கிடையில், பெரிய எருதுகளுக்கு மத்தியில் பால்குடி மறவாத கன்றுபோல் உணர்கிறேன். என் பாடங்கள் இன்னும் முடிய வில்லை". அவருக்கு முன்னும் பின்னும் கனமான, தெளிவான நோக்கம் கொண்ட காலடிகள். அவர் புத்தருடன் நடந்து போகும்போது அவர்கள் அங்கே கடந்து செல்லாததுபோல் அவர்களுக்குப் பின்னால் வனம் மூடிக்கொள்ளும். இப்போது இது மிகவும் வேறான ஒரு விவகாரமாக இருக்கிறது. இப்போது அவர் திரள் ஒன்றிலுள்ள துணுக்காகத் தன்னை உணர்ந்தார். நண்பர்களின் திரளா அல்லது பகைவர்களின் திரளா என்பதுதான் அவருக்குத் தெரியவில்லை. ஒருவேளை அவரை வெளியே தூக்கி எறியும் கணத்தை மேலும் மகிழ்ச்சியுடன் அனுபவிப்பதற்காகத் தங்களோடு அவரை வைத்திருக்கிறார்களோ என்னவோ.

ஆனந்தரின் கதையில் பல புரியாத புதிர்கள் உள்ளன. துறவிகளுக்கு இடையில் வாழ்ந்தாலும் தீட்சைபெற விழையாத ஒரு பணியாளராக

அவர் இருந்தும் வேறு யாரையும்விடப் புத்தரின் உபதேசங்கள் அவரிடம்தான் ஒப்படைக்கப்பட்டிருந்தன. தனியாக இருப்பது என்பது புத்தரைப் பொறுத்தவரை ஆனந்தரோடு இருப்பதுதான். மழைக்காலத்தில் துறவிகள் வேறொரு இடத்தில் தனியே துண்டிக்கப்பட்டு, சுற்றியலைய முடியாதபோது, புத்தர் ஆனந்தரிடம் என்ன சொல்லிக்கொண்டிருப்பாரென வியந்துகொண்டிருப்பார்கள், ஒரு நாளும் தாங்கள் கேட்க முடியாத சொற்கள், தாங்கள் எக்காலத்திலும் அறிந்துகொள்ள முடியாமல் விலக்கி வைக்கப்பட்டிருக்கும் அந்த ரகசியத்தை உள்ளடக்கிய சொற்கள். இதனால் தன் கண்களைச் சுற்றிச் சிலந்தி வலை போன்ற சுருக்கங்களைக்கொண்டிருந் தாலும் மாறாத வளரிளம் பருவத்தினரான, எப்போதும் எதற்கோ காத்திருப்பதைப் போல் தோன்றிய, புத்தரின் சொற்களை உண்டு வாழ்ந்த, அவர் கழுத்துப் பெருநரம்பைப்போல் அவர் அருகில் இருந்ததால் ஒருபோதும் "செய்யப்பட வேண்டியதைச் செய்தவராக," (கிருதகிருத்யராக) ஆகாதவரான ஆனந்தர்மீது, மௌனமான மனக்காழ்ப்பை அவர்கள் வளர்த்துக்கொண்டிருந்தார்கள். பிறகு வேறொரு புதிரும் இருந்தது, மகாகாசியபர் ஆனந்தர்மீது சாட்டிய குற்றங்களில் மிகத் தீவிரமானவை, மிகக் கடுமையான பின்விளைவுகளைக் கொண்டிருந்தவை, பல விடுபடல்கள். ஆனால் அதே சமயம், துறவிகளின் சங்கம் மற்ற அனைத்தை யும்விட மிகப்பெரிய விடுபடலைச் செய்துவிடாமல் இருக்க, புத்தரின் சொற்களை விட்டுவிட்டோ அல்லது தவறாகக் கடத்திவிடாமலோ இருக்க, ஆனந்தரை மட்டுமே நம்பியிருந்தது. அனைத்துச் சொற்களையும் கேட்டிருந்த ஒரேயொருவர் ஆனந்தர் மட்டும்தான். அற்புதமானதும் மறைவாகவும் இருந்த அந்தச் சொற்களை வெளிப்படுத்த அவர் ஒப்புக் கொள்வாரா, அல்லது சுயநலத்துடன் அவற்றைத் தன்னிடமே வைத்துக் கொள்ள முயல்வாரா? துறவிகள் அனைவரும் ஒன்றுகூடியிருக்கும் அந்தக் கணத்தில், அவர்கள் கண்கள் அவர்மீதும் அவர் குற்றங்கள் மீதும் குவிந்திருக்க, மகாகாசியபர் குற்றங்களை ஒவ்வொன்றாகப் பட்டியலிட்டுக் கொண்டிருக்கும் வேளையில், முழுவதும் அவர் மனத்தில் ஒன்றுதிரண்டு, பதிவுசெய்யப்பட்டு மூன்று கூடைகளாகப் பிரிக்கப்படுவதற்காகக் காத்துக் கொண்டிருந்த தர்மத்தின் உடலாக இருந்தார் ஆனந்தர். குற்றங்கள் சுமத்தப்பட்டு, குற்றம் சுமத்தப்பட்டவரின் வலுவற்ற பதில்கள் அனைத்தும் கேட்கப்பட்டு, மகாகாசியபர் ஆணையிட்டார்: "இப்போது எழுந்திரு, புனிதச் சொற்களின் சாரத்தை நாங்கள் உன்னுடன் சேர்ந்து திரட்ட மாட்டோம்". பிறகு அனுருத்தன் என்னும் துறவி, துறவிகள் சங்கம் முழுவதும் நினைப்பதை மெல்லிய குரலில் சொன்னார்: "தர்மத்தை முழுமையாகக் கேட்டுள்ள ஆனந்தர் இல்லாமல் என்னசெய்வது?" ஆனந்தர் சோகமாகச் சென்றுவிட்டார். துறவிகள் தங்கள் நிச்சயமற்ற நிலையில் வறண்டு, விட்டுவிடப்பட்டார்கள். ஆனந்தர் மீண்டும் வனத்தில் தனிமையாக, உற்சாகம் இன்றி சுற்றி அலைந்தார். துறவிகள் கூட்டத்தில் தன்னை மீண்டும் நிலைநிறுத்திக்கொள்ளத் தேவையான விழிப்புநிலையின் அந்தத் தளத்தைத் தன்னால் அடைய இயலாது போனால் என்னவாகும்? புத்தருடன் வாழ்ந்திருந்தபோது உண்மையான உறுதியுடன் தேடாத

ராபர்ட்டோ கலாஸ்ஸோ

அந்த இலக்கை எட்டுவதில் தான் மீண்டும் தோற்றால் என்னவாகும்? அவர் அதைத் தேடாமல் இருந்ததற்கு ஒரு காரணம் இருந்தது, அவர் இப்போது மகாகாசியபரிடம் ஒப்புக்கொண்ட ஒரு காரணம்: அவர் மற்ற துறவிகளைப் போல் ஒரு *அர்ஹத்*தாக ஆகியிருந்தால் அவரால் புத்தருக்குச் சேவை செய்திருக்க முடியாது, ஏனெனில் ஒரு *அர்ஹத்* யாருக்கும் சேவை செய்ய முடியாது. ஆனந்தருக்கு வேண்டியிருந்த இருந்த ஒரே விஷயம் : புத்தருக்குச் சேவை செய்வது. ஆனால் அது மட்டும்தான் உண்மையிலேயே காரணமா? அல்லது மூர்க்கமான மகாகாசியபருக்கு அவரை நம்பாதிருக்கப் போதுமான அடிப்படைகள் இருந்தனவா? ஆழ்ந்த தியானம் தன் வலிமையல்ல என்பதை ஆனந்தர் நன்கு அறிந்திருந்தார். அவர் மிகவும் அமைதியற்று, பதற்றமாக இருந்தார், அவர் கவனத்தைக் கலைப்பதற்கு எப்போதும் ஏதாவது இருந்தது. இப்போதுதான் முதன்முறை யாகச் சேவை செய்வதற்குப் புத்தரில்லாமல் தன்னோடு தானாக இருந்தார். தன் போதாமையை எதைக்கொண்டும் மறைக்க இயலாது. அவர் மேலும் கீழும் நடந்து, மக்களிடம் வழி கேட்டார். சட்டென்று தான் கணநேரம் விடுபடலைக் கண்டுவிட்டதாக நினைத்தார், ஆனால் மிகத்தொலைவில் – உடனடியாக அது மறைந்துபோயிற்று. ஒன்றும் நிகழவில்லை. விடியலை நெருங்குகையில் ஒரு மயக்க நிலை அவரை ஆட்கொண்டு அவர் பார்வை மங்கியது. அவர் தன் கோரைப்பாய்மீது குலைந்து விழுந்தார். அவர் தலை தலையணையைத் தொடுவதற்கு ஒரு கணத்துக்கு முன், அவர் திகைத்துப் போனார். அதுதான் விழிப்புநிலை, அது அவருக்கு உறக்கத்துடன் வந்தது. அவர் பிறகு நினைவுகொண்டார். ஒருநாள் புத்தர் அவருக்குச் சில வார்த்தைகளைச் சொன்னபோது அவர் அவற்றைப் புரிந்துகொள்ள வில்லை: கடுமையான களைப்பின் விளைவாக அவரால் ஓட்டத்தை நிறுத்திவிட முடியும் என்று.

ஆனந்தர் தன் கோரைப்பாயிலிருந்து எழுந்தார். வெளியே இன்னும் இருட்டாக இருந்தது. அவர் வனத்தினூடே நடந்தார், துறவிகள் உறங்கும் திருத்தப்பட்ட நிலத்துக்கு வந்து சேரும்வரை. மகாகாசியபர் சில மணி நேரங்களுக்கு முன் எப்போதைக்கும் என்பதுபோல் அடைத்திருந்த கதவை நெருங்கினார். ஆனந்தர் கதவைத் தட்டினார். மகாகாசியபரின் காத்திரமான விழிப்புடைய குரல் உடனே பதிலளித்தது, "யார் கதவைத் தட்டுவது?" "நான்தான், ஆனந்தன்". "நீ ஏன் இங்கு வந்தாய்?" "சென்ற இரவு நான் கடைசியாக ஓட்டத்தை நிறுத்திவிட்டேன்". "நாங்கள் உனக்குக் கதவைத் திறக்கமாட்டோம், சாவித்துவாரத்தின் வழியாக உள்ளே வா". ஆனந்தர் சாவித்துவாரம் வழியாக உள்ளே நுழைந்தார். இருளில் துறவிகளின் கண்கள் அனைத்தும் தன்னை வெறித்துக்கொண்டிருப்பதை அடையாளம் கண்டார். அவர்கள் முன் விழுந்து தன் குற்றங்களுக்காக மன்னிப்புக் கேட்டார். பிறகு தன்னைக் குற்றஞ்சாட்டியவரைப் பார்த்துச் சொன்னார்: "மகாகாசியபரே, என்னை இகழாதீர்கள்". "என்மேல் மனக் காழ்ப்பை வளர்த்துக்கொள்ளாதே" என்ற மகாகாசியபர், "நீ வழியைக் கண்டுபிடிக்க வேண்டும் என்பதற்காகவே அதையெல்லாம் செய்தேன். இப்போது உன் இடத்துக்குப் போ" என்றார்.

ஆனந்தர் மீண்டும் துறவிகளிடையே வரவேற்கப்பட்டபோது, அவர் கேட்ட தர்மத்தின் சொற்கள் அனைத்தையும் திருப்பிச் சொல்லுமாறும் எப்போது எங்கு அவற்றை அவர் கேட்டார் என்று விளக்கச் சொன்ன போதும், அப்போதுதான் அவர் அடைந்திருந்த சாந்தத்தை ஒரு நுண்மை யான துன்பம் தொல்லைப்படுத்தியது. "கோட்பாடு ஒப்பிட வழியில்லாதது" என்று நினைத்தார். "யாரால் அவற்றைச் சேகரித்துக் காட்சிக்கென்று வரிசைப்படுத்த இயலும்?" அவருக்கு நினைவு இருந்தவரை, புத்தரின் உபதேசங்களில் எப்போதும் எந்தவித ஒழுங்கும் இருந்ததில்லை. தானாக வருவது வரட்டும் என்று அவர் காத்திருந்தார். பிறகு அவர் பேசினார், நீண்ட நேரத்துக்கு, எல்லாவகையான வடிவங்களையும் உபயோகித்துப் பேசினார். அவர் சொற்கள் தர்மமாகவோ விதிகளாகவோ கதைகளாகவோ அல்லது ஆய்வுக் கட்டுரைகளாகவோ இருந்திருக்கலாம். புத்தர் இருந்தவரை யாரும் கோட்பாட்டை ஒழுங்காக ஒன்றிணைத்துத் தொடர்புபடுத்துவதைப் பற்றிக் கவலைப்படவில்லை. துறவிகள் பத்தாவது பிரிவிலுள்ள சூத்திரத்தைப் பாடத் தொடங்குவார்கள், பிறகு மூன்றாவதற்கோ எட்டாவதற்கோ அல்லது மற்றவற்றில் எவற்றுக்கேனும் போவார்கள். அடுத்த முறை வரிசை வேறானதாக இருக்கும். அது எப்போதும் இப்படித்தான் இருந்தது. இப்போது சொற்களின் வனம் ஒரு மகத்தான சுவர்போல் தோற்றம் கொண்டது. அந்த வனத்தைத் தவிர வேறெதுவும் மிஞ்சவில்லை. புத்தரின் உபதேசங்கள் எப்போதும் அடர்த்தியாகவே இருந்தன. அவர்கள் இப்போது அதைச் சிக்கல் அகற்ற வேண்டும், அவற்றைப் பிரித்து வகுக்க வேண்டும். "ஆனால் எப்படி?" என்று வியந்தார் ஆனந்தர். இறுதியாக நான்கு பிரிவுகள் அவருக்குத் தோன்றின. மற்ற அனைவரும் அழைக்கப்போகும் விதத்தில் தற்போது அவற்றைத் தன் மனத்தில் பெயரிட்டார்: *ஒன்றும் பலவும் நடுத்தர நீளமுடையது, நீண்ட போதனை, கலவையான போதனை.* அந்தப் பெயர்கள் புத்தருடைய உபதேசங்களில் எப்போதும் இழைந்துவரும் அரூபத்தன்மையை வெளிக்கொணரச் செய்தன. அது எல்லையற்று சுருங்கி விரியக்கூடிய வஸ்து என்பதுபோல். எனவே கோட்பாட்டை நாடி வந்தவர்கள் நீண்ட சொற்பொழிவுகளையும் சிறிய சொற்பொழிவுகளையும் விரும்பிக் கேட்டார்கள், ஏனெனில் கோட்பாடு ஒரு சில அசைகளிலும் இருக்கலாம், அல்லது பரந்து விரிந்து பீறிடும் ஆய்வுக் கட்டுரைகளிலும் இருக்கலாம்.

புத்தர் செய்யத் துணிந்தது யாகத்தின் முறைமைக்குச் சவாலாக இருப்பதைவிட அடிப்படையானது. யாகம் துறவிகளை உருவாக்கியது, துறவிகள் யாகத்தை மறுபடி உருவாக்கினார்கள். துறவிகளில் முதன்மை யானவர் பிரம்மா. சிவன்தான் உலகில் ஒவ்வொரு கணமும் செய்யப்படும் யாகம், யாகசாலைகள் எதுவும் எங்கும் இல்லாவிட்டாலும்கூட. "விஷ்ணு தான் யாகம்." பிரம்மனைத் தாக்குவது என்பது மிகக் கடினமான பணி அல்ல, இறுதியானதுமல்ல. அப்போது விஷ்ணுவைத் தாக்க வேண்டும். எதிலிருந்து தோன்றினாரோ அந்த விஷ்ணுவையே தாக்க விரும்பிய துறவி புத்தர். ஆனால் அனைத்தையும் காக்கும், அனைத்தையும்

வாழவைக்கும் ஒருவரை எவ்வாறு ஒருவர் தாக்க முடியும்? புத்தர் ஒரே ஒரு புள்ளியில்தான் கவனத்தைக் குவித்தார். அவர் விஷ்ணுவின் கோரைப்பாயை எடுத்துவிட விரும்பினார், எச்சத்தை அகற்றிவிட விழைந்தார். அவர் *"நிர்வாணம்"* பற்றிப் பேசியதில், சுழற்சியில் இருந்து தப்பிக்க உத்திரவாதமளிக்கும் நிலையான "எச்சமற்றது" என்பது முக்கிய மானது. இதுதான் துணிகர முயற்சி: இருப்பின் வட்டத்தைத் உடைப்பது. எந்த எச்சத்துக்கும் அப்பாலுள்ள அந்த இடத்தில் இருப்பதை வாழ் வென்றோ சாவென்றோ சொல்ல முடியாது. ஏனெனில் வாழ்வும் சாவும் அந்த வட்டத்திற்குள் உள்ள சக்திகளாக மட்டுமே அறியப்படக்கூடியவை. அதனால் எப்போதும் புதிய வாழ்வு, புதிய சாவு. திரும்பத் திரும்ப நிகழ்வதின் எல்லைக்கு வெளியே வாழ்வும் சாவும் என்னவாக இருக்கக்கூடும் என்று சொல்வதற்கு நமக்கு எந்த வழியுமில்லை. இதனால் புத்தர் அவற்றை விளக்குவதைத் தவிர்த்தார்.

இருந்தும் புத்தர் எச்சத்துக்கு எதிரான தன் போராட்டத்தை அதன் எல்லைவரை எடுத்துச்செல்ல விரும்பவில்லை. இறுதிவரை அவர் ஆனந்தரைத் தன்னருகே வைத்திருந்தார். ஆனந்தர்தான் அவரது எச்சம். அவரால் இவரின்றி வாழ முடியாது. இன்றுவரை அவரது கோட்பாட்டை நாம் அறியும் வாய்ப்பு ஆனந்தரின் மூலமாகவே நமக்குக் கிடைத்திருக்கிறது.

ஆனந்தம், அனந்தம்: 'மகிழ்ச்சி', 'முடிவற்ற,' இரண்டு ஒலிகளுக்கும் இடையில் உள்ள வேறுபாடு மிகக்குறைவானது. பெருநீர்ப்பரப்பைச் சுற்றி மிதக்கும்போது விஷ்ணு படுத்து உறங்கும் சர்ப்பச்சுருள் படுக்கைதான் அனந்தம். அந்தப் படுக்கை *சேஷம்,* 'எச்சம்' என்றும் அழைக்கப்படுகிறது, முந்தைய உலகிலிருந்து கரைக்கப்பட்ட, அமிழ்த்தப்பட்ட, எரிக்கப்பட்ட எச்சமாக விடப்பட்டது. எதிலிருந்து இன்னொரு உலகம் ஒருநாள் எழுந்து விரியுமோ அந்த எச்சம். ஆனந்தரின் தலை தலையணையைத் தொட்ட கணத்தில் விழிப்படைந்தார். அதுதான் ஆனந்தர் தன்னைக் கண்டறியும் தருணம். ஏனெனில் ஆனந்தர்தான் தலையணை, மோகம் கவிந்த, இன்னும் தூக்கம் கலையாத தெளிவின்மை. ஆனால் புத்தரின் ஒரே ஆதரவு, இருபத்தைந்து வருடங்களுக்குத் தன் ஆசானுக்குப் படுக்கை தயார் செய்தவர்.

புத்தரின் மறைவான சவால் *சேஷத்தை,* "எச்சத்தைக்" குறித்து இருந்தது. *நிர்வாணம்*தான் அதைத் துடைத்தகற்றுவதற்கு அவர் எடுத்த தீவிரமான முயற்சி. எச்சம் மறுபிறப்பைத் தெரிவிக்கிறது. இருந்தும் புத்தர் மிகவும் தொலைவான, மேன்மையான சர்ப்பங்களை, நாகர்களைத் தன்னைப் பாதுகாக்க அனுமதித்தார். மேலும் ஆனந்தர்தான் அவரது *சேஷம்.* ஆனந்தர் வரலாறு விட்டுச் செல்லும் எச்சம் – தன் முடிவை அடைய வரலாற்றை அது அனுமதிக்கிறது. புத்தர் அறிமுகப்படுத்திய வேறுபாட்டை ஆனந்தர், கவாம்பதி, இருவரின் எதிரெதிர் மனப்போக்கு களில் காண முடியும். ராஜகிருகத்தின் கூட்டத்துக்கு அழைக்கப்பட்டபோது, சக்தி வாய்ந்த கவாம்பதி, தனித்த சிந்தனையில் ஆழ்ந்திருக்கும் மனிதர்,

தன் மலையுச்சியில் இருந்து இறங்கி வர மறுத்துவிட்டார்: ஏனெனில் ஏற்கனவே கோட்பாடு தொடர்பாக மூர்க்கமான பிளவு ஏற்பட்டிருப்பதால் அவர்கள் தன்னை அழைப்பதாக அவர் நினைத்தார். அது உண்மையும்கூட. ஆனால் எவ்வளவு விரைவில் முடியுமோ அவ்வளவு விரைவாகப் புத்தருடன் *நிர்வாணத்தில்* இணைவதைத் தவிர வேறொன்றையும் கவாம்பதி விரும்பவில்லை. புராதன ரிஷிகளைப் போல், அவர் தன் நெஞ்சிலிருந்து வெடித்தெழுந்த தீயின் ஒளிவீச்சில் மறைந்து போனார். அவருடையதென மீதமிருந்தது அவர் அங்கியும் திருவோடும்தான். ஒரு மௌனமான எச்சம். அவர் சார்பாகப் பேரவையில் சாட்சி அளிப்பதற்கு இருந்த விஷயம் இந்த இரண்டு பொருட்கள் மட்டுமே. கவாம்பதியின் உதாரணத்தைத் துறவிகள் பின்பற்றி இருந்தால், தர்மத்தின் மூன்று கூடைகளும் காலியாக இருந்திருக்கும். புத்தரின் உபதேசங்கள் கிடைக்காமல் போயிருக்கும். ஆனால் இன்னும் விஷயம் இருக்கிறது: துறவிகளில் தூய்மையற்றவரான ஆனந்தர் புத்தருடைய உபதேசங்களை முழுமையாக நினைவுபடுத்திக் கொள்ளச் சம்மதிக்காமல் இருந்திருந்தால், தர்மம் எப்போதும் முழுமையடையாமல் இருந்திருக்கும்.

நந்தர் மற்றும் ஆனந்தர். வசீகரமான, மூடனான சகோதரன். உதவும் மனப்பான்மையுள்ள, விடாப்பிடியான ஒன்றுவிட்ட சகோதரன். சில சமயம் அவர்கள் கதைகள் கலந்துபோகின்றன, ஒன்றின் மீது ஒன்று படிகின்றன. அவர்கள் புத்தருக்கான சமநிறையீடான விண்ணுலக இரட்டையர்கள், எச்சம், சேஷம். புத்தரால் ஒருபோதும் தனித்து இருக்க முடியாது. அவர் தியானத்தில் அமரும்போதுகூட, அவரது பத்மாசனம் ஒரு சுருண்ட பாம்பு. புத்தர் ஒருபோதும் தன் கால்களை வெறும் தரையில் வைப்பதில்லை. அவரது அடித்தளம் *(பிரதிஷ்டை)* ஒரு மலரும் சர்ப்பமும். அவை கறுப்பு மறிமான் தோலின் இடத்தை எடுத்துக்கொண்டன. ஆனால் புத்தர் எவ்வாறு தன் மீதே அமர முடியும்? மறிமான் யாகத்தைச் சுட்டுகிறது. புத்தர் சுட்ட விழைவது உலகை மட்டுமே: மலர் மற்றும் சர்ப்பம். பிறகு, அவர் போதிக்கும்போது, அவர் நண்பனும் நம்பத் தகுந்த ஊழியனுமான, ஒன்றுவிட்ட சகோதரன் ஆனந்தர் ஆதரவாக இருந்தார். இவ்வாறு அந்த மகத்தான *அஸ்வத்த* மரத்தின் இரு பறவைகளும் தொடர்ந்து வாழ்கின்றன, ஒவ்வொரு நிலைமாற்றத்திலும் "பிரிக்க முடியாத துணைவர்களாக."

குசிநகரத்தின் வனத்தில் புத்தர் இரண்டு சாலமரங்களின் அருகில் நின்றார். ஒன்று மற்றதின் பிரதிபிம்பமாக இருந்தது. தன் படுக்கை அங்கே அமைய வேண்டும் என்று விரும்புவதாக அவர் ஆனந்தரிடம் சொன்னார். தலை வடக்கு நோக்கி இருக்க வேண்டுமென்றும் சொன்னார். ஆனந்தர், இருபத்தைந்து ஆண்டுகளாகச் செய்துகொண்டிருந்ததைப் போல் புத்தரின் படுக்கையைத் தயார் செய்தார். ஆனால் இந்த இரவின் இரண்டாம் ஜாமத்தை நெருங்கும்போது, புத்தர் எச்சமின்றி நிர்வாணத்தில் கலந்து

விடுவார் என்று அவருக்குத் தெரியும். அவரைக் கிலி பற்றிக்கொண்டது. புத்தர் வலதுபுறமாக, கால்களை லேசாக மடக்கியபடி, பாதங்களை ஒன்றாக வைத்துக்கொண்டு, ஒரு சிங்கத்தைப் போல் படுத்திருந்தார். நேராகப் பார்த்துக்கொண்டு, எப்போதும் கொள்ளும் அதே முகபாவத்துடன் இருந்தார். தான் மிகவும் களைப்போடு இருப்பதாகச் சொன்னதுதான் படுப்பதற்கு முன்னால் அவர் சொன்ன ஒரே விஷயம். அதற்குள் அந்த இரண்டு சாலமரங்களின் கிளைகளும் ஒன்றையொன்று நோக்கிக் கொஞ்சம் வளைந்திருந்தன. அது பருவகாலமாக இல்லாவிட்டாலும் புத்தரின் உடல்மீதும், அவரைச் சுற்றித் தரையின்மீதும் மென்மையான பூக்கள் உதிரத் தொடங்கின.

ஒரு முதிய துறவி, உபவானர் வந்தார். புத்தருக்கு அருகில் அமர்ந்து அவருக்கு விசிறினார். ஒரு கணம் எங்கோ போயிருந்த ஆனந்தர் உடனடியாக அவரை அடையாளம் கண்டுகொண்டார்: அவர் முன்பு புத்தரின் பணியாளாக இருந்தவர். இப்போது புத்தரின் அனுமதி கூடக் கேட்காமல் மீண்டும் திரும்பியிருக்கிறார். என்ன திமிர்! ஓர் அடர்ந்த மின்னதிர்வு நிறைந்த அமைதியில் ஒரு பெரிய விசிறி கொண்டு விசிறிக் கொண்டிருந்தார் அவர். பிறகு சுருக்கென்ற சில வார்த்தைகளால் புத்தர் உபவானரைக் கிளம்பச் செய்ததைப் பார்த்த ஆனந்தருக்கு வியப்பாக இருந்தது. புத்தர் யாரையும் அப்படி நடத்தியதில்லை என்று நினைத்தார் ஆனந்தர். கேள்விகள் வெள்ளமென அவர் மனத்தில் பெருக்கெடுத்தன: “புத்தர் எப்படி, அதுவும் வியோகத்தில் நுழையப்போகும் இரவில், அவரிடம் அன்புடன் நடந்த ஒரு துறவியைத் தவறாக நடத்தலாம்? புத்தர் எப்படி, மற்ற அனைத்துத் தருணங்களையும்விட இப்போது, நான் செய்யக்கூடிய ஒன்றைச் செய்தார்? புத்தருக்குள் எந்தக் கோபத்தின் அணுக முடியாத திரட்சி பதுங்கியிருக்கிறது? அல்லது என்ன நடந்துகொண்டிருக்கிறது என்பதை அறிய முடியாமல் இருப்பது மீண்டும் நான்தானா?” “சுற்றிலும் பன்னிரெண்டு யோஜனை தூரத்துக்கு இந்த இடம் கடவுளரால் அடர்ந்து நிரம்பியுள்ளது. அவர்கள் தலைகள் ஒன்றோடு ஒன்று முட்டிக்கொண்டுள்ளன: அவர்கள் அனைவரும் இங்கே நடப்பதைக் கவனிப்பதற்காக வந்திருக்கிறார்கள், உபவானரின் விசிறி அவர்கள் பார்ப்பதைத் தடுப்பதால் அவர்கள் புகார் செய்கிறார்கள்” என்றார் புத்தர், பிரமிப்பில் ஆழ்ந்திருந்த தன் பணியாளரின் எண்ணங்களுக்குப் பதில் அளிக்கும் விதத்தில். பிறகு ஆனந்தர் இருளில் ஆயிரக்கணக்கான கண்கள் தன்னை வெறித்தபடி இருக்கும் ஒரு பிரும்மாண்டமான நாடக அரங்கத்தின் மேடையில் உள்ளதாகச் சட்டென்று உணர்ந்தார். உணர்ச்சியற்றுப்போய் அவர் நினைத்தார்: “புத்தர் என்னிடம் முழுவதையும் சொல்லவில்லை”. அது உண்மைதான். சிறிது நேரத்துக்குப் பின்னர் புத்தர் தாழ்ந்த குரலில் தொடர்ந்தார்: “உண்மையில் நீ பெருமையுடன் அவருடைய இடத்தை எடுத்துக் கொண்ட அந்த மடத்தனமான துறவி மட்டுமல்ல உபவானர். அது ஒரு நீண்ட கதை, எல்லாக் கதைகளுமே நீண்ட கதைகள்தாம். ஆயிரக்கணக்கான ஆண்டுகளுக்கு முன்னர் ஒருநாள், புத்தர் காசியபரின் காலத்தில், உபவானர் மடத்தில் தரையைத் துடைப்பதற்காகவும் மற்ற

துறவிகளுக்காகத் தீ மூட்டுவதற்காகவும் தனியே விடப்பட்டிருந்தார். இன்றுவரை அவருக்கு ஒளிதரும் அளவுக்குக் கொழுந்து விட்டு எரிந்த அந்த ஒளி மிகத் தீவிரமானதாக இருந்தது. உபவானரது முகத்தில் ஒளிரும் ஒளியால் கண்கள் கூச அவர்கள் தொல்லைக்கு ஆட்பட்டனர். அவர்கள் ஒருபோதும் இனிப் புத்தரைப் பார்க்க முடியாதென்று அஞ்சினர், ஏனெனில் புத்தர்கள் என்ன செய்வார்கள் என்று முன்கூட்டித் தெரிந்துகொள்ள முடியாது, அத்தி எப்போது பூக்கும் என்று யாருக்கும் தெரியாததைப் போல் அவர்கள் எப்போது தோன்றுவார்கள் என்று யாருக்கும் தெரியாது. ஆனால் இன்னும் கதை முடியவில்லை: உபவானர் கடவுளரில் ஒருவராக இருப்பதால், தீ மூட்டியவரின் உருவத்தில் இங்கே மற்றவர்களுக்கு முன்பாக வந்துவிட்டார். ஆனால் என்னைப் பொறுத்தவரை எல்லாக் கடவுளரும் ஒரே தொலைவில் வைக்கப்பட வேண்டும். அதனால் தான் அவரைக் கிளம்ப வைத்தேன்" என்ற புத்தர், அசைவற்ற காற்று வெளியை மீண்டும் கூர்ந்து நோக்கத் தொடங்கினார். அங்கே சால மலர்களின் இதழ்கள் அமைதியாக உதிர்ந்துகொண்டிருந்தன.

புத்தரின் கடைசி இரவில், எப்போதும்போல் தன் கடமைகளைச் செய்து கொண்டிருந்தார் ஆனந்தர். யார் புத்தர் அருகில் அனுமதிக்கப் படலாம், எப்போது என்று முடிவெடுப்பதுதான் மிக முக்கியமானது. இரண்டு சாலமரங்களுக்கிடையில் படுத்திருந்த புத்தர் பருவம் தவறி மலர்ந்த அந்த இரண்டு மரங்களின் மலரிதழ்களாலும் வானிலிருந்து உதிரும் மற்ற மலரிதழ்களாலும் கொஞ்சம் கொஞ்சமாக மூடப்பட்டார். மூன்றாம் ஜாமத்தில் புத்தர் எச்சமில்லாமல் அணைந்துபோவார் என்பதை அருகிலுள்ள குசிநகரத்தின் குடில்களில் ஆனந்தர் அறிவிக்க வேண்டி யிருந்தது. பெரிய எண்ணிக்கையிலான மல்லர்கள் ஏற்கனவே வனத்தில் மறைந்திருந்த இந்தச் சிறிய கிராமத்தில் குவிய ஆரம்பித்துவிட்டார்கள் – மேலும் பலர் அருகிலுள்ள ஐந்து நகரங்களில் இருந்தும் வந்துகொண்டிருந் தார்கள். தங்களுடன் அவர்கள் தங்கள் குழந்தைகளையும் பெண்களையும் பணியாளர்களையும் அழைத்துக்கொண்டு வந்தார்கள். அவர்கள் அனைவரும் "நான் புத்தரைப் பார்த்தேன்" என்று ஒருநாள் சொல்ல முடிய வேண்டுமென்று நினைத்தார்கள். சத்திரத்தின் குழப்பத்தில் தொலைந்துவிடுவோம் என்று அஞ்சியதுபோல் அவர்கள் குழுக்களாக இருந்தனர். "அவர்களை ஒவ்வொருவராகப் புத்தரைப் பார்ப்பதற்கு நான் அனுமதித்தால், அவர்கள் அனைவரையும் பார்க்க வைக்க என்னால் முடியாது" என்று நினைத்தார் ஆனந்தர். இருபத்தைந்து வருடங்களாகப் புத்தருடன் இருந்து அவர் சேகரித்திருந்த அனுபவத்தோடு அவர் எளிமையான, நேரடியான அறிவிப்புகள் செய்தார். புத்தரருகில் அவர்கள் குடும்பம் குடும்பமாக அழைத்துவரப்படுவார்கள். ஆனந்தர் ஒவ்வொரு குடும்பமாக வழிநடத்திச் சென்றார். குழந்தைகளின் கண்கள் அகன்று எதுவும் புரியாமல் வெறித்தன. நூற்றுக்கணக்கான மல்லர்கள் இரண்டு சாலமரங்களுக்கு அருகிலும் வரிசையாகக் கடந்துசென்றார்கள். ஆனந்தர் அவர்கள் ஒவ்வொருவரையும் அறிமுகப்படுத்தினார். புத்தர் அவர்களைப்

பார்த்தார், மௌனமாக இருந்தார். அவர்களும் மௌனமாக இருந்தார்கள், ஒரு கறுத்த கொத்தான குவியல்போல், ஒரு கந்தல் குவியல்போல். ஒவ்வொரு குடும்பத்தின் பின்னாலும் இருளில் அசைவற்று நின்றுகொண்டிருக்கும் மற்றொரு குடும்பக் குவியலைப் பார்க்க முடிந்தது. புதிதாக வந்து சேர்பவர்களின் சலசலப்பு மட்டும்தான் அங்குக் கேட்ட ஒரே ஒலி. ஏற்கனவே அடிக்கடி நிகழ்ந்திருந்ததைப் போல் ஆனந்தர் அனைவரையும் முறைப்படுத்தினார். அவர் ஒரு குழுவிடம் இருந்து மற்றதற்குச் சென்றார். அவர் அங்கே முழுமையாக இருந்தார்.

கடைசி மல்லர் குடும்பமும் கிளம்பியது. இப்போது வனவிலங்குகளின் ஓசைகள் மட்டும் அங்குக் கேட்டன. ஆனந்தர் இறுக்கமாகவும் களைப்பாகவும் உணர்ந்தார். ஒரு மெல்லிய நிழலுருவம் மரங்களில் இருந்து வெளிவந்தது. ஒரு தனித்த உருவம், நம்பிக்கையற்ற ஒரு நாடோடி, சுபத்திரர். அவர் கிராமத்தைக் கடந்துசெல்லும்போது, செய்தியைக் கேள்விப்பட்டார். அவர் ஆனந்தரிடம் சொன்னார், "இரவின் கடைசி ஜாமத்தில் ததாகதர் அணைந்துபோவார் என்று சொன்னார்கள். நான் ஒரு விஷயத்தைப் பற்றி நிச்சயமில்லாமல் இருக்கிறேன். ஒருவேளை *சிரமண கௌதமர்* இந்த நிச்சயமின்மையில் இருந்து எனக்கு விடுதலை அளிக்கலாம். மற்றவர்களைப்போல் அவரைக் காண என்னை அனுமதிக்க வேண்டும் ஆனந்தரே". தான் பேசுவதைப் புத்தர் கேட்டுக்கொண்டிருக்க மாட்டார் என்று நினைத்து ஆனந்தர் கிசுகிசுப்பாகச் சொன்னார்: "நேரமாகிவிட்டது, சுபத்ரா, என் நண்பா, ததாகதரைத் தொந்தரவு செய்யாதே. அருளப் பெற்றவர் களைத்துப் போயிருக்கிறார்". ஆனால் சுபத்திரர் வற்புறுத்தினார். பிறகு மென்மையாகவும் தெளிவாகவும் வந்தது புத்தரின் குரல்: "போதும், ஆனந்தா, சுபத்திரனை விலக்கிவைக்காதே. அவன் என்னை என்ன கேட்க விரும்பினாலும் அது அறிவின் பொருட்டுதான். நான் சொல்வதை அவன் புரிந்துகொள்வான்". பிறகு ஆனந்தர் சொன்னார்: "இந்தப் பக்கம் வா, சுபத்ரா, ததாகதர் உன்னைப் பார்ப்பார்". புத்தரை முறைப்படி வணங்கிவிட்டு அவர் அருகில் அமர்ந்தார் சுபத்திரர். ஒரு பழைய, முடிவடையாத உரையாடலைத் தொடர்வதுபோல் நடுவில் இருந்து ஆரம்பித்தார்: "பழைய ஆசான்கள்" என்று தொடங்கிய சுபத்திரர், அஜிதர், சஞ்சயன் உட்படப் புகழ்பெற்ற பெயர்கள் சிலவற்றைப் பட்டியலிட்டார். "பழைய ஆசான்கள் புரிந்துகொண்டார்களா இல்லையா? அல்லது அவர்களில் சிலர் புரிந்துகொண்டு மற்றவர்கள் புரிந்து கொள்ளவில்லையா?" "அதுபோதும் சுபத்ரா" என்ற புத்தர், "அவர்கள் புரிந்துகொண்டார்களா இல்லையா என்ற கேள்வியை நாம் தள்ளி வைப்போம். இப்போது நான் சொல்வதைக் கவனமாகக் கேள். எந்த ஒரு சமயக் கோட்பாட்டிலும் மேன்மையான எட்டு நெறிமுறைகள் அதனுள் காணப்படுமானால், அதைப் போலவே புரிந்துகொள்பவனும் அங்கே காணப்படுவான். மற்ற அனைத்தும் பொருளற்றவை. என் தந்தையின் வீட்டைவிட்டுக் கிளம்பியதில் இருந்து, ஐம்பது வருடங்களுக்குக் கோட்பாட்டின் பரந்த எல்லைக்குள் ஒரு யாத்ரீகனாக இருந்து வருகிறேன். அங்கே வேறு அறிவு எதுவுமில்லை.

ஆனால் அதற்குள் சங்கத்தார் ஒரு முழுமையான வாழ்வை வாழ முடியும்". சுபத்திரர் தன் கண்களைத் தரைமீது பதித்திருந்தார். அவர் சொன்னார்: "ததாகதர் உண்மையைப் பல வழிகளில் எனக்குக் காட்டியிருக்கிறார். நானும் இந்தக் கோட்பாட்டில் சரணடைய விரும்புகிறேன். நானும் இந்தச் சங்கத்தில் சேர விரும்புகிறேன்." "வேறொரு கோட்பாட்டை பின்பற்றி வந்த யாரும் நான்கு மாத காலச் சோதனைக்குத் தன்னை ஒப்படைத்தாக வேண்டும்," என்றார் புத்தர். தொடர்ந்து தரையைப் பார்த்தபடியே இருந்த சுபத்ரர், "அதை நான் ஏற்றுக்கொள்கிறேன், நான்கு மாதங்களுக்குப் பிறகு அவர்கள் என்னை ஏற்றுக்கொள்வார்கள் என்று நம்புகிறேன்" என்றார். பிறகு புத்தர் ஆனந்தரை அழைத்துச் சொன்னார்: "ஆனந்தா, சங்கத்தினுள் சுபத்திரன் வரட்டும்". "அவ்வாறே செய்யப்படும்" என்றார் ஆனந்தர். பிறகு சுபத்திரர் எழுந்து நின்று ஆனந்தருக்கு நன்றி சொன்னார். அவர்தான் புத்தரால் சமய மாற்றம் செய்யப்பட்ட கடைசிச் சீடர். அவர் தொடர்ந்து தனிமையான வாழ்க்கையை வாழ்ந்தார்.

சுபத்திரர் கிளம்பியபோது, ஆனந்தர் திகைப்புடன் இருப்பதைக் கண்ட புத்தர் சொன்னார்: "ஆனந்தா, நான் சுபத்திரனிடம் பேசினேனென்று வியப்படையாதே. ஒருநாள் நான் மான்களின் அரசனாக இருந்தபோது, நாங்கள் வாழ்ந்த வனம் தீயிடப்பட்டது, எங்களைச் சுற்றிலும் தீயால் பொசுக்கப்பட்ட எங்கள் நண்பர்கள் மற்றும் உறவினர்களின் நம்பிக்கை இழந்த அலறலை மட்டுமே எங்களால் கேட்க முடிந்தது. மான்கள் எல்லாம் ஒன்றாகக் கூடின. தப்பிக்க ஒரே வழிதான் இருந்தது. யாராவது ஒருவர் கீழே படுத்துப் பாலம் ஒன்றை அமைத்தால் மற்றவர்கள் அவன் மீதேறி ஓடித் தப்பித்து விடலாம். அவர்களுக்காகப் பாலம் ஒன்றை அமைக்க நான் கீழே படுத்தேன், என் மீதேறிக் கடந்து தப்பித்த மான்களில் கடைசியானவன் சுபத்திரன். இப்போது இனிமேல் ஒருவருமில்லை."

புத்தரின் இறுதிச் சொற்கள்: "கவனம் சிதறாமல் செயலாற்று."

15

பூமி, பெருநீர்ப்பரப்பில் மிதக்கும் ஒரு தாமரை இலை. மலர், *புஷ்கரம்* என்பது ஒரு கோட்டையும்கூட, *பூஷ்கரம்* என்று சொல்கிறார்கள் கடவுளர், "ரகசியமானதை நேசிப்பவர்கள்" என்று சொற்களின் ஓசையுடன் விளையாடுபவர்கள். அது "பெருநீர்ப்பரப்பின் கூடும்கூட" வாழ்க்கை: திரவப்பரப்பில் இலை அலைந்து திரியும் நீண்ட நிசப்தத்தில் இடையிடையே விட்டுவிட்டு வரும் காய்ச்சல். அந்த இலை ஒரு படுக்கை, ஒரு கோரைப்பாய். யார் உறங்கினார்கள் அதன்மீது? அரைத்தூக்கத்தில் உள்ள கடவுள், சற்று முன்தான் சிருஷ்டி செய்துவிட்டோ அல்லது தன் எதிரியுடன் போரிட்டுவிட்டோ அல்லது ஏதோ ஒரு உருவத்தில் உலகிற்குள் இறங்கியவர். தாவர இழைகள் கூடையில் உள்ளதுபோல் ஒன்றாகப் பின்னிப்பிணைந்து பாம்பின் சுருளாக ஆக முடியும். அதன்மீது மென்மையாகப் படுத்துக் கிடப்பவர் விஷ்ணு.

தொடக்கம்: இயற்கையில் காண முடியாத ஒன்று. தெளிவாகத் தெரியும் முதல் தோற்றம் பெருநீர்ப்பரப்பில் மிதந்துகொண்டிருக்கும் விஷ்ணுவுடையது, சேஷத்தில் சாய்ந்திருக்கும் தலையுடன். மற்ற அனைத்திற்கும் முன்னாலுள்ள தோற்றத்தில், விஷ்ணு ஏற்கனவே கடந்த காலத்தின் மேல் ஓய்வெடுத்துக்கொண்டிருக்கிறார். முதல் உலகம் எப்போதும் குறைந்தபட்சம் இரண்டாவதுதான், அதற்குள் ஏற்கனவே வந்திருந்த மற்றொன்றை எப்போதும் மறைத்து வைத்திருக்கிறது.

சேஷம் என்பது *சேஷமும்*தான், ஒவ்வொரு நாளும் சந்திக்கும் எச்சம்: உணவின் எச்சங்கள், வகுத்தலில் வரும் மீதி, நம் செயல்களின் மிச்சங்கள், செயலின் கனி உண்ணப் பட்டுவிட்ட பிறகும் பூமியிலும் ஆகாயத்திலும் இன்னும் மீதமுள்ளவை. அந்த எச்சத்தில் இருந்து புதிய வாழ்க்கை தோன்றி வளர்கிறது. புதியது என்பது ஒரு பழைய, மிகப் பழைய கரைய மறுக்கும் குவியல்.

எச்சங்கள் எங்கும் காணப்படுபவை. அவை நம்மை அனைத்துப் பக்கங்களில் இருந்தும் சுற்றி வளைத்துக்கொள்கின்றன. நாம் அவற்றிடம் எவ்வாறு நடந்துகொள்கிறோம் என்பதுதான் முக்கியமான விஷயம்: நாம் அவற்றைக் கழித்து அகற்றுகிறோமா? வளர்த்தெடுக்கிறோமா? சிலவேளை அவை மாசுபடுத்துகின்றன, சிலவேளை மேம்படுத்துகின்றன.

“எச்சத்தின் மீதுதான் பெயர்களும் உருவங்களும் நிறுவப்பட்டுள்ளன, எச்சத்தின் மீது உலகம் நிறுவப்பட்டுள்ளது.” உலகம் எச்சத்தின் மீது நிறுவப்பட்டது மட்டுமல்ல, உலகம்தான் அனைத்து எச்சங்களிலும் முதன்மையானது, பரந்து விரிந்த, மிகப் பெரும் விசாலமான ஏதோவொன்றிலிருந்து உடைபட்டது, அதன் அபரிமிதத்தின் காரணமாக முழுமையாக இருப்பதைத் தாங்க முடியாதது. “இதுதான் உலகம்” என்று நினைத்தார்கள் ரிஷிகள்.

“தொடக்கத்தில், சுயம்தான் (*ஆத்மா*) இதுவாக இருந்தது (இடம், உலகம்). வேறெதுவும் கண்ணிமைக்கக் கூட இல்லை”. *ஆத்மா* என்பது என்ன, சுயம் என்பது என்ன என்று நமக்கு உண்மையிலேயே தெரியாது என்றால், நம்மால் ஒருபோதும் தெரிந்துகொள்ள இயலாது என்றால் இங்கே ஒரு குறிப்பு கிடைக்கிறது. பிரக்ஞை உள்ளது மட்டுமே இமைக்கிறது, மனம் குடியேறியது மட்டுமே. ஆகையால் ‘இது’ அதனால் உலகம், இது ‘உலகம்’ என்று அழைக்கப்படுவதற்கு முன்னால், மனமாக இருந்தது. ஒரு பிரயாசையான முறைபாட்டுக்குப் பதிலாக, படைப்புக்கு முன்னால் நிகழ்ந்ததற்கும் படைப்புக்குப் பின்னால் நிகழ்ந்ததற்குமான பாதை ஒரு கண்சிமிட்டல்தான். எதையோ பார்த்துக்கொண்டிருக்கும் உலகத்திடம் இருந்து நிசப்தமான உலகத்தை அதுதான் பிரித்தது. படைப்பு அந்தப் பார்வைதான். பூமியின் மீதான வாழ்வை அளப்பதற்குத் தாமரை இலைக்கும் பெருநீர்பரப்புக்கும் இடையிலான உறவை அறிய வேண்டும். விழி வெண்படலம்தான் திரவப் பரப்பு. அது சூழ்ந்தது கண்மணியை: மலரை. ஊர்வசி அன்யதாப்ளக்ஷா என்னும் குளத்து நீரின் மீது அன்னமாகத் தோன்றியபோது அவளுக்குத் துணை வந்த ஆறு அப்சரங்களில் ஒருத்தி *ஹ்ரதேககாக்ஸஸ்*, குளத்தின் கண் என்று அழைக்கப்பட்டாள்.

விஷ்ணுவின் வயிறு வெறுமையாக, பளபளப்பானதாக இருந்தது. ஒருநாள் அவர் தொப்புளில் இருந்து ஒரு தாமரைத் தண்டு துளிர்த்தது. அவரது இளஞ்சிகப்பு நகங்களைப் போல் அந்தத் தண்டு அவருக்குச் சொந்தமானது. அது அவர் சருமத்தைப் போன்ற அதே நுண்துளைகளைக் கொண்டிருந்தது. அவர் உடலிலிருந்து அதன் மலர்வரை அது வளர்ந்தது. மற்றதெல்லாம் ஒரு விளைவே. அதில் பொருந்தாத, தொடர்பற்ற ஏதோ ஒன்று இருந்தது, எல்லா விளைவுகளையும்போல், எல்லா உலகங்களையும் போல், தன் தொடக்கம் குறித்து மறதி கொண்டதாக.

சத்வ குணத்தின், உள்ளதின், ஓர் எதிர்பாராத மிகுதி, ஓர் உந்தலைப் போல், ஒரு பீறிடல்போல், ஒரு பெருமூச்சைப் போல், அமைதியில் நோக்கமற்று மிதந்துகொண்டிருந்த இளம் விஷ்ணுவை எழுப்பியது. உலகம் வெறுமையாக உள்ளதை மட்டும் அவர் பார்த்துவிட்டால் போதும். மீண்டும் அந்தப் பெயரற்ற பாய்ச்சல். திகைப்படைந்து, பாதி மூடிய கண்களுடன் பாழ்வெளியில் ஒரு தண்டு வளர்ந்துள்ளதை உணர்ந்தார்.

எங்கிருந்து? தண்டைத் தொடர்ந்து அவர் கீழே பார்த்தார். பிறகு விஷ்ணு அந்த விநோதமான மெல்லிய இழை, நிமிர்ந்து லேசாக வளைந்தபடி, தன் தொப்புளில் இருந்து துளிர்த்துக்கொண்டிருந்ததைக் கண்டார். அவர் பார்வை அதைத் தொடர்ந்து உச்சியில் தாமரை இதழ்கள் வானத்தை நோக்கி மலர்ந்துகொண்டிருந்ததைக் கண்டது. மேலும் அங்கே ஒளிவட்டத் தின் மேல் குழப்பத்துடன் தன் நான்கு தலைகளுடன் அமர்ந்திருந்த பிரம்மாவைக் கண்டார். கப்பலின் உச்சிக் காவலர்போல் அவரும் சுற்றிலும் பார்த்துக்கொண்டிருந்தார். தன் தொங்கும் மென்மையான உறைவிடம் உதித்த அந்த உடல் பெருநீர்ப்பரப்பின் மீது மல்லாந்திருந்ததைத் தவிர, உலகம் உண்மையிலே வெறுமையாகத்தான் உள்ளது என்பதை அவரால் உறுதிப்படுத்த முடிந்தது. விஷ்ணு, பிரம்மா இருவரும் தான்தான் அனைத்தும் என்று நினைத்துக்கொண்டு ஒருவரையொருவர் அலட்சியப்படுத்தினர்.

"ஆழ்ந்த உறக்கத்தில் குறுக்கிடுவது இரு காதலர்களின் கலவியில் குறுக்கிடுவது போன்றது" என்றார் பிரம்மா. ஒரு உறக்கத்தில் குறுக்கிடுவதில் தொடங்குகிறது உலகம். அதனால்தான் விழிப்புநிலை மட்டுமே இருப்பின் சான்றாக இருக்கிறது. உலகம் கூறுபட்டு முழுமையை அடைய இயலாமல் இருப்பதும் அதனால்தான். முழுமையை இடையறாமல் மறுகட்டமைப்பு செய்ய அது விரும்புவதும் அதன் காரணமாகவே. அது வீண். ஏனெனில் தொடர்ச்சியற்றது ஒருபோதும் தொடர்ச்சியானதை அடையாது. இருக்கும் அனைத்தின் கடைசிப் புறக்காவல் நிலையமான கணிதம் நமக்கு அதைச் சொல்கிறது.

எல்லாத் திசைகளிலும் எல்லையற்று இருந்தது பெருநீர்ப்பரப்பின் விரிவு. ஒரு தொலைதூரப் புள்ளியில் மட்டுமே ஏதோ அதிலிருந்து தோன்றுவதைப் பார்க்க முடிகிறது, அருகே சென்றால் ஒரு மரம் புலப்படு கிறது. மலையெனத் தோன்றுமளவுக்கு அடர்ந்து, மிகப் பெரியதாக இருந்தது அது. ஒளிவீசும் ஒரு மண்டபமாக உருக்கொண்டிருந்த அதன் கிளைகளில் மறைந்திருந்த கருடன் விழித்துக்கொண்டான். தன் நகங்களில் அவன் ரிக்வேதத்தின் பத்தாவது புத்தகத்துடைய 121ஆம் இலக்கமுடைய பாசுரத்தை வைத்திருந்தான். அனைத்தும் வெளிப்பட்டிருந்த அந்த அசையில் அவன் கண்கள் படிந்தன – க. ஆனால் எப்போது நிகழ்ந்தது அது? அது இன்னமும் நிகழ்ந்துகொண்டிருக்கிறதா? ஒரு கணத்துக்கு முன்னாலா அல்லது மற்றொரு யுகத்திலா? மற்றவை அனைத்தும் அதிலிருந்து தொடர்ந்தது. பிறகு அதே கேள்வி மறுபடி வந்தது – யார் என்பது யார்? அவன் தன் அலகை உயர்த்தி இலைத்திரள் வடிகட்டிய காற்றை உள்ளே உறிஞ்சினான். மீண்டும் வானில் பறக்க வேண்டிய நேரம் அது.

ராபர்ட்டோ கலாஸ்ஸோ